சேரமான் காதலி

கவிஞர்
கண்ணதாசன்

கல்கியில் ஓவியர் வினு
அவர்கள் வரைந்த படங்களுடன்
புதிய வடிவமைப்பில்- புதிய பதிப்பு.

கண்ணதாசன் பதிப்பகம்
23, கண்ணதாசன் சாலை,
தியாகராய நகர்,
சென்னை-600017.
தொலைபேசி: 24332682
❖ மதுரை ❖ கோவை ❖ பாண்டி

முதற் பதிப்பு : மே, 1977
கண்ணதாசன் பதிப்பக முதற் பதிப்பு : நவம்பர், 2010
பதினொன்றாம் பதிப்பு : பிப்ரவரி, 2021
பதிமூன்றாம் பதிப்பு : டிசம்பர், 2024

Copyright © 2010 Kannadhasan Pathippagam. All Rights Reserved

E-mail: sales@kannadasan.co.in
Our Web Site: www.kannadasan.co.in

பதிப்பாசிரியர்: காந்தி கண்ணதாசன்

எச்சரிக்கை

காப்பிரைட் சட்டத்தின் கீழ் பதிவு பெற்றுள்ள இந்நூலில் இருந்து எப்பகுதியையும் முன் அனுமதியின்றி பிரசுரிக்கக்கூடாது. தவறினால் சிவில், கிரிமினல் சட்டங்களின்படி நடவடிக்கை எடுக்கப்படும்.

-காந்தி கண்ணதாசன் பி.ஏ., பி.எல்.,

No Part of this book may be reproduced or transmitted in any form or by any means electronic or mechanical including photocopying or recording or by any information sotrage and retrieveal system without permission in writing from Gandhi Kannadhasan, B.A., B.L., Chennai.

Price Rs: 650/-

SERAMAN KADHALI - *Tamil Historical Novel*
The Chera Dynasty King Cheramaan Peruman III, his love and sacrifice of his kingdom

- ❖ Written By : **Poet Laureate kannadhasan**
- ❖ Line drawings : **Original Line Drawings by Artist Vinu**
- ❖ Thirteenth Edition : **December, 2024**
- ❖ Publishing Editor : **Gandhi Kannadhasan**
- ❖ Published By : **Kannadhasan Pathippagam**
  23, Kannadhasan Salai,
  Thiyagaraya Nagar, Chennai - 600 017.
  Ph: 044-24332682 / 8712

ISBN: 978-81-8402-618-4

▶ Our Branches :
- No: 1212, Range Gowder Street, **Coimbatore** - 641001
  ☎ : 0422 - 4980023 / 98848 22139
- 1, Annai Complex, IIIStreet, Vasantha Nagar, **Madurai**-625 003.
  ☎ : 0452 - 2373793 / 98848 22126
- 37, Bharathy Street, **Puducherry** - 605 001.
  ☎ : 0413 - 2221241 / 98848 22128

Laser : **Sivaa Graphics**, Chennai-94. ☎ : 8939475707
Printed by : Vasan Printer,

முன்னுரை

மூன்றாம் சேரமான் பெருமாள்
(கி.பி. 798-கி.பி.838)

இவ்வரசன் பட்டத்துக்கு வந்தது.	கி.பி. 798
பட்டத்தை வெறுத்து விட்டு விட்டது-சேர நாட்டை 12 பகுதிகளாகப் பிரித்ததும் மெக்காவுக்குச் சென்றதும்.	834
மெக்கா சென்று மகமதிய மதத்தில் சேர்ந்து, பின் ஜபார் (Jaffar) என்னும் இடம் சென்று வாழ்ந்து இறந்தது.	838

இரண்டாம் சேரமான் பெருமாள் கி.பி. 798 இல் தன்னுடைய மகனுக்கு அரசைக் கொடுத்துவிட்டுத் தவக்கோலம் பூண்டு, பாகவதர் கூட்டத்துடன் திருமால் திருப்பதிகளைச் சேவிக்கச் சென்றவுடன், அவன் மகன் மார்த்தாண்டன் ஆட்சிக்கு வந்தான். ஆனால், தாயாதிகளுக்குள் கலகம் ஏற்பட்டு, நாட்டில் குழப்பங்கள் ஏற்பட்டன. அப்போது சேரநாட்டில் யூதர்களும் (Jews), சிரியன் கிறிஸ்தவர்களும் (Syrian christians), மகமதியர்களும் நிறைந்து இருந்தார்கள். வாணிப நிமித்தம் வந்த இவர்கள் சேரநாட்டில் இடங்களைக் கைப்பற்றித் தற்பாதுகாப்புக்கென்று படைகளும் வைத்திருந்தார்கள்.

இரண்டாம் சேரமான் பெருமாளுக்குத் தாயாதியான மூன்றாம் சேரமான் பெருமாள், தன் நாட்டில் இருந்த பௌத்தர், யூதர்,

கிறிஸ்துவர், மகமதியர் என்பவர்களுடைய நட்பைப் பெற்று அவர்களைத் தனக்குத் துணை புரியும்படியும், அப்படித் தனக்குத் துணை புரிந்தால் அரசாங்கத்தைத் தான் கைப்பற்றியதும் அவர்களுக்கு வேண்டிய உதவி செய்வதாகவும் வாக்களித்து, அவர்களுடைய துணை கொண்டு சேரநாட்டு அரசைக் கைப்பற்றிக் கொண்டான். மூன்றாம் சேரமான் பெருமாளுக்கு இயற்பெயர் பாஸ்கர இரவிவர்மன் என்பது. அவனுடைய முடிசூடிய பெயர்தான் மூன்றாம் சேரமான் பெருமாள் என்பது.

வேள்விக்குடி-சீவரமங்கலம் செப்பேடுகளில், நெடுஞ் சடையன் என்கிற **முதலாம் பராந்தக பாண்டியன் (கி.பி. 765-790)**, பல்லவர்களைப் **பெண்ணாகடம்** என்னும் இடத்தில் தோற்கடித்து, பல்லவ நாட்டின் தென் பகுதியைக் கைப்பற்றினான் என்றும், வேணாட்டில் (திருவாங்கூர்) ஆட்சி செலுத்தி வந்த **வேள் ஆய்** என்பவனை விழிஞம் என்னும் இடத்தில் முறியடித்து, வேணாட்டைப் பாண்டிய நாட்டோடு இணைத்துக் கொண்டான் என்றும் காண்கிறோம்.

மேலே கூறப்பட்ட பாண்டியன் நெடுஞ்சடையன் கி.பி. 790 இல் இறந்ததும், இரண்டாம் சேரமான் பெருமாள் என்கிற குலசேகர ஆழ்வார் நெடுஞ்சடையன் மகன் இரண்டாம் இராசசிம்ம பாண்டியனோடு சண்டை செய்து, அவனைத் தோற்கடித்து, வேணாட்டைச் சேர நாட்டோடு சேர்த்துக் கொண்டார் என்று அவருடைய சரித்திரத்தில் படித்தோம். ஆதலின், மூன்றாம் சேரமான் பெருமாள் கி.பி. 798 இல் பட்டத்துக்கு வந்தபோது, வேணாடு சேர நாட்டுக்கு உட்பட்டிருந்தது என்பது தெரிகிறது.

இரண்டாம் சேரமான் பெருமாளுடைய மகனைப்

பகைத்துக்கொள்ள மனம் இல்லாமல், உள்நாட்டுக் கலகம் ஏற்படாமல் இருக்கும் பொருட்டு, அவனுக்கு வேணாட்டைக் கொடுத்துத் தனக்குக் கீழ் ஆளும்படிச் செய்தார் மூன்றாம் சேரமான் பெருமாள். இஃது அரசியல் சூழ்ச்சிகளில் ஒன்று. கடைசியாக, கி.பி. 834 இல் மூன்றாம் சேரமான் பெருமாள் சேரநாட்டைப் பன்னிரண்டு பகுதிகளாகப் பிரித்தபோது, வேணாட்டோடு ஒட்ட நாட்டையும் சேர்த்து மார்த்தாண்டவர்மனுக்குக் கொடுத்தார். அது முதல் சென்ற ஆண்டுவரை திருவாங்கூர் (வேணாடும் ஒட்டநாடும் சேர்ந்தது) அரசு கட்டிலில் வீற்றிருந்தவர் இவர் பரம்பரையினரே ஆவர்.

கி.பி. 834இல் வேணாடு தனியாகப் பிரிக்கப்பட்டு, தனி ஆட்சி ஏற்பட்டதும் அரசருக்கு வேணாட்டு அடிகள் என்ற பட்டம் ஏற்பட்டது.

இரண்டாம் சேரமான் பெருமாள் திருமால் அடியாராக இருந்தாலும், அவர் மகன் மார்த்தாண்டவர்மன் சேர நாட்டு மரபுப்படி சைவனாகவே வாழ்ந்து வந்தான். ஆனால், சைவனாக இருந்தாலும் திருமால் அடியார்களையும் திருமால் திருப்பதிகளையும் பாதுகாத்து வந்தான். அதனால் அவன் எல்லாச் சமயத்திடத்தும் பொது நோக்கமுடையவனாக இருந்தான் என்று தெரிகிறது. திருவிதாங்கோட்டில் (திருவாங்கூர்) உள்ள பத்மநாப சுவாமி கோயிலுக்கும் வேண்டிய நிவந்தங்களைச் செய்துள்ளான். தந்தையைப் போலவே இவனும் கல்வி கேள்விகளில் சிறந்து விளங்கினான்.

வேணாட்டுக்கு இவன் முதல் அரசன் ஆனதால் எல்லோரும் இவனை **வேணாட்டடிகள்** என்றே கூறி வந்தார்கள். அவருடைய இயற்பெயர் வழங்கப்படவில்லை. திருவாங்கூர் அரசர்களுக்கு இன்றும் **வேணாட்டடிகள்** என்ற பட்டம் இருப்பதானது இவ்

வரலாற்றை வலியுறுத்தும். இவ்வேணாட்டடிகள் கடைசியில் அரசைத் தன் மகனுக்குக் கொடுத்துவிட்டுத் தில்லை சென்று அங்கே தங்கி, தில்லைக் கூத்தப் பெருமான் பேரில் 'திருவிசைப்பா' பாடி, அங்கேயே முத்தி எய்தினார் என்பது அவருடைய திருவிசைப் பாக்களை ஆராய்ந்தால் இனிது விளங்கும்.

வேணாட்டடிகளுடைய திருவிசைப்பாப் பாடல்கள் மதுராந்தகம் உத்தமச் சோழ அரசர் (கி.பி. 970-984) காலத்திலேயே ஒன்பதாம் திருமுறையில் சேர்க்கப்பட்டுள்ளன. ஆதலால், இவருடைய காலம் உத்தமச் சோழர் காலத்துக்கு முற்பட்டது என்பது தெளிவாக விளங்குகிறது.

மூன்றாம் சேரமான் பெருமாள் கி.பி. 798 இல் பட்டத்துக்கு வந்ததும், தனக்குத் துணைபுரிந்த பௌத்தர் யூதர் - கிறிஸ்தவர் - மகமதியர் முதலியோருக்கு வேண்டுவன செய்தார். அத்துடன் உள்நாட்டுக் கலகம் ஏற்படாதபடி பார்ப்பனர்களும், நம்பூதிரிகளும், ஏனைய செல்வர்களும் மனம் கோணாமல் நடந்து வந்தார். இவர் 36 ஆண்டுகள் ஆட்சி செய்ததில் மகமதியர்களுடன் அதிகமாய்ப் பழகி வந்தார்.

மூன்றாம் சேரமான் பெருமாளுடைய பட்டத்து அரசி **செரோட்டி அம்மாள்.** சேரர் வீட்டு அம்மாள் என்பது மருவி பேச்சு வழக்கில் செரோட்டி அம்மாள் என்று ஆயிற்று. இவருக்குக் குழந்தைகள் கிடையா. இவருடன் கூடப்பிறந்தவர்கள் பெண்கள் ஐவரும் தம்பி ஒருவரும் ஆவர். ஐந்து பெண்களின் பெயர்கள் வருமாறு:- 1. மூத்த தாவளி, 2.இளைய தாவளி, 3.மூரின்னூர்த் தாவளி, 4. சாலியூர்த் தாவளி, 5. பள்ளிவிருத்தித் தாவளி. தம்பியின் பெயர் தெரியவில்லை.

மூன்றாம் சேரமான் பெருமாள் மகமதியர்களுடன், அஃதாவது மாப்பிள்ளைமார்களுடன் மிகப் பழக்கமாய் இருந்தபடியால், வினைக்கு ஈடாக, அவருக்கு மாப்பிள்ளைகளைச் சேர்ந்த ஒரு மகமதியப் பெண்ணுடன் தொடர்பு ஏற்பட்டுவிட்டு விட்டது. இது பல நாள் இரகசியமாக இருந்து பிறகு எப்படியோ

வெளிப்பட்டுவிட்டது. அது முதல் மக்களுக்கு, சிறப்பாக நம்பூதிரிகளுக்கும் ஏனைய செல்வர்களுக்கும், மன்னனிடத்தில் கசப்பு ஏற்பட்டு விட்டது.

அதனால் பாண்டிய நாட்டு அரசனைச் சேரநாட்டின் மீது படையெடுக்கும்படித் தூண்டினார்கள்.

கி.பி.830இல் **மூன்றாம் வரகுண பாண்டியன்** இறந்தவுடன் **சீமாறன் பரச்சக்கர கோலாகலன்** என்னும் **ஏகவீரன்** என்கிற ஸ்ரீவல்லபன் பட்டத்துக்கு வந்தான். இவன் சேர அரசன் மூன்றாம் சேரமான் பெருமாளோடு போர் தொடுத்து, விழிஞம் என்னும் இடத்தில் நடந்த போரில் சேரனைத் தோற்கடித்தான். விழிஞம் என்பது திருவாங்கூருக்குத் தெற்கே பத்துக்கல் தொலைவில் இருந்த ஒரு கடற்றுறைப்பட்டினம். சேரர்களுடைய கப்பற்படைகள் தங்கும் துறைமுகம் ஆகும். தன் சொந்த நாட்டு மக்களும் வேறுபட்டு விட்டார்கள்; விழிஞத்திலும் பாண்டியன் தன்னைத் தோற்கடித்ததோடு நில்லாமல் **வஞ்சி நகர்** மீது படையெடுத்து வருவதாகக் கேள்விப்பட்டுத் தன்னுடைய நாட்டைப் பன்னிரண்டு சிறு நாடுகளாகப் பிரித்து, வேணாடு-ஒட்ட நாடுகளை மார்த்தாண்டவர்மனுக்கும் அவனுடைய சந்ததியாருக்கும், **கோழிக்கோடு** என்னும் ஏரநாட்டைத் தன் தம்பி மக்களுக்கும், குட்ட நாட்டை (Cochin) தன் சகோதரிகள் ஐவருக்கும், ஏனைய ஒன்பது பகுதிகளைத் தன்னுடைய சுற்றத்தார், நண்பர்கள், வேலைக்காரர்கள் முதலியோருக்கும் பங்கிட்டுக் கொடுத்து விட்டு, அரேபியாவுக்குச் செல்லும் ஒரு கப்பலில் இரவுக்கிரவாகத் தன்னுடைய வைப்பாட்டியுடன் அரபிக்கரையில் உள்ள **'சகர்முக்கல்'** என்னும் துறைமுகப்பட்டினத்திற்குச் சென்று இறங்கினார். அங்கிருந்து புறப்பட்டு மெக்காவை அடைந்து அங்கே மகமதிய மதத்தைத் தழுவி, **அப்துல் ரஹீமான் சாமொரின்** என்று பெயர் மாற்றிக் கொண்டு, சில நாள் அங்கிருந்து பிறகு அவ்விடம் விட்டுக் கடற்கரை வழியாகவே சென்று ஜாபர் (Jaffar), என்னும் ஊரை அடைந்து வாழ்ந்தார். அப்பால் உடல் தளர்ந்தது. மகமதியப் பெண்ணின் கண்காணிப்பில் இருந்து வந்தார். இவர் சேர

நாட்டைப் பன்னிரண்டு பாகங்களாக வகுத்த செய்தியைக் கேமியான்ஸ் என்பவர், அவர் எழுதிய *ஊலூசியாட்* புத்தகத்தில் கூறுகிறார்.

இவர் ஜபார் என்னும் அந்த ஊரிலேயே கி.பி. 838 இல் இறந்துவிட்டார். அவருக்கு அந்த ஊரில் சமாதி ஒன்று கட்டி அவர் உடலை அடக்கம் செய்தார்கள். அந்தச் சமாதியில் *"சேர அரசன் அப்துல் ரஹீமான் சாமொரின் அடக்கம். அவர் A.H.212 இல் வந்து A.H.216 இல் இறந்தார்"* என்று அரபி மொழியில் எழுதப்பட்டுள்ளது என்று மிஸ்டர் உலோகன் கூறுகிறார்.

A.H. என்பது After Hijira என்பதன் முதல் எழுத்துக்கள். மகமதிய சகம் ஆரம்பம் கி.பி.622இல் ஆகும். ஆதலின், மேற்படி ஆண்டுகளுடன் 622ஐக் கூட்ட கி.பி. 834-838 ஆவதைப் பார்த்தால் தெளிவாக விளங்குகிறது.

-துடிசைக்கிழார் எழுதிய சேரர் வரலாற்றில் பக்கம் 121-இல் இருந்து 126 வரை காணப்படும் மூன்றாம் சேரமான் பெருமாள் வரலாறு இது.

அவர் எழுதியுள்ளதை அப்படியே மேலே தந்திருக்கிறேன்.

இரண்டாம் சேரமான் பெருமாள் என்ற குலசேகர ஆழ்வாரின் வரலாறும் சேரர் வரலாற்றில் காணப்படுகிறது. இடமின்மை காரணமாக அது இங்கே பிரசுரிக்கப்படவில்லை. ஆனால் அதில் காணப்படும் குறிப்புகளைக் கொண்டுதான் இந்தக் கதையை நான் எழுதினேன்.

1962-ஆம் ஆண்டில் ஒரு சரித்திரக் கதையைத் திரைப்படமாக்க வேண்டும் என்று நான் எண்ணியபோது மேலே கண்ட வரலாற்றுக் குறிப்பு என் கவனத்தை ஈர்த்தது. அப்பொழுதே இந்தக் கதையை ஒரு திரைக்கதையாக வடித்தேன். ஆனால் அந்தக் கதையில் என்னென்ன நிகழ்ச்சிகளைச் சேர்த்திருந்தேன் என்பது மறந்து போய் விட்டது. திடீரென்று 'கல்கி' ஆசிரியர் திரு.கி.ராஜேந்திரன் அவர்களும், துணை ஆசிரியர் திரு.ரா.வீழிநாதன், திரு.மணி,

திரு.ஸோமாஸ் அவர்களும் என்னிடம் வந்து, கல்கியில் நான் ஒரு சரித்திரத் தொடர்கதை எழுதவேண்டும் என்று கேட்டார்கள்.

தமிழில் சரித்திரக் கதை எழுதுவதில் தன்னிகரற்று விளங்கிய பேராசிரியர் கல்கி அவர்களின் பத்திரிகையில் என்னையும் எழுதும்படி கேட்டுக்கொண்டது, உண்மையிலே எனக்குப் பெருமையாக இருந்தது. நானும் ஒப்புக்கொண்டேன்.

உடனடியாக என் நினைவுக்கு வந்தது பதினைந்து ஆண்டுகளுக்கு முன் நான் படித்த மூன்றாம் சேரமான் பெருமாளின் வரலாறுதான்.

அண்மைக் காலங்களில் நான் எந்தக் கதையை எழுதுவதென்றாலும் மதக் கருத்துக்களோ, சமுதாயக் கருத்துக்களோ இடம்பெறக்கூடிய கருவைத்தான் எடுத்துக் கொள்வது வழக்கம்.

சேரமான் பெருமாள் வரலாற்றிலும் மதக் கருத்துக்களைச் சொல்வதற்கு நிறைய இடம் இருந்தது. காரணம், இரண்டாம் சேரமான் பெருமாள் குலசேகர ஆழ்வார் ஆனது, வைணவக் கருத்துக்களைச் சொல்ல வசதியாக இருந்தது. அவரது திருமகன் 'வேணாட்டடிகள்' என்ற பட்டப் பெயரோடு சைவப் பெரியாராக வாழ்ந்தது, சைவக் கருத்துக்களைச் சொல்ல வசதியாக இருந்தது. மூன்றாம் சேரமான் பெருமாள் மதம் மாறி மகமதியரான குறிப்பும் இருந்தது.

ஆகவே எல்லாக் கருத்துக்களுக்கும் இடமளிக்கும் கதை என்பதால், வந்திருந்த கல்கி நண்பர்களிடம், **'சேரமான் காதலி'** என்ற தலைப்பை உடனடியாகவே கொடுத்து விட்டேன்.

இந்தக் கதையை நியாயமாக மூன்றாம் சேரமான் பெருமாளில் இருந்தே துவங்கியிருக்கவேண்டும். அப்படித் துவங்கி இருந்தால், கற்பனைகளை ஏராளமாகக் கலந்திருக்கலாம். ஆனால் சமயக் கருத்துக்காகவே இரண்டாம் சேரமான் பெருமாளில் இருந்து துவங்கினேன்.

சரித்திரத்தின் போக்கிலேயே கற்பனை கலந்தேனே அல்லாது, தடம் தவறிப்போகவில்லை.

இதில் என்னுடைய சொந்த சிருஷ்டி, யூதப் பெண் யூஜியானா.

கள்ளியங்காட்டுக் கிருஷ்ணன் கோயில் நிகழ்ச்சி பதினேழாம் நூற்றாண்டு மார்த்தாண்டவர்மன் பற்றியது என்று சிலர் கூறுகிறார்கள். எனினும் இந்தக் கதைக்கு அதுவும் பொருத்தமானது என்பதால் சேர்த்துக் கொண்டேன்.

நம்பூதிரிகள் சபைத் தலைவர் வரலாற்றில் வருகிறார்; அவரது பெயர் மட்டும்தான் நான் கொடுத்தது. மகமதியப் பெண்ணுக்கும் பெயர் மட்டும்தான் நான் சூட்டினேன்.

கதைச்சுவைக்கான சம்பவங்களைத் தவிர, மற்றவை வரலாற்று உண்மைகளே.

வெறும் வரலாற்றைச் சொன்னாலும் தலையை வலிக்கும். வெறும் கற்பனையில் பிண்டம் பிடித்தாலும் அடிப்படை இல்லாத மாளிகை போலிருக்கும். இரண்டும் கலப்பதற்குப் பெயர்தான் சரித்திரக் கற்பனை.

இந்த வரலாற்றில் ஒரே ஒரு விஷயத்தில்தான் வாசகர்களுக்குக் குழப்பம் ஏற்படும்.

அதாவது கி.பி.798இல் பட்டத்துக்கு வந்த மூன்றாம் சேரமான் 834இல் தான் மெக்காவுக்குப் போகிறார். அவரது 36 ஆண்டு ஆட்சியை நான் கதைப்போக்குக்காகச் சுருக்கிக் கொண்டிருக் கிறேன். அதைத்தவிர, அனைத்தும் கலை நியாயங்களுக்குக் கட்டுப்பட்டவையே.

இந்தக் கதையை நான் எழுதத் தொடங்கும்போது ஏராளமான முஸ்லிம் நண்பர்களிடம் இருந்து கடிதங்கள் வந்தன.

'சேரமான் பெருமாள், நபிகள் நாயகத்தின் மரியாதையைப் பெற்ற சமகாலத்தவர்,' என்று சிலரும், 'அவரை ஒட்டிய காலத்தில் வாழ்ந்தவர்' என்று சிலரும் எழுதியிருந்தார்கள்.

ஒரு வரலாற்றில், 'நபிகள் நாயகம் மறைந்து 82 ஆண்டுகளுக்குப் பிறகு சேரமான், மதம் மாறி மெக்காவுக்குப் போனார்' என்று காணப்படுகிறது.

ஒரு கடிதத்தில் ஒரு முஸ்லிம் பெண்மணி- முஸ்லிம் லீக் அலுவலகத்தில் வேலை பார்ப்பவர் - 'முஸ்லிம்களின் மனது புண்படாதவாறு கவிஞர் எழுதுவாராக' என்று குறிப்பிட்டிருந்தார்.

நான் ஒரு தீவிர இந்து என்றாலும், மற்ற இந்துக்களைப் போலவே பிற மதத்தவரைப் புண்படுத்தத் தெரியாதவன். இந்தக் கதைப் போக்கில் அதனைக் காணலாம்.

சேரமான் ஆட்சிக் காலத்தில் திருவஞ்சைக்களத்தில் மகமதியர்கள் இருந்தார்களே தவிர, மசூதிகள் கட்டப்படவில்லை என்றும் ஒரு முஸ்லிம் நண்பர் சுட்டிக் காட்டியிருந்தார், உண்மைதான்.

கதையின் ஆரம்பத்தில் மசூதி என்ற வார்த்தையை நான் பயன்படுத்தி இருப்பது தவறுதான்.

சேரமான் பெருமாள் மெக்காவுக்குப் போன பிறபாடு அங்கிருந்து ஒரு தூதுவனை அனுப்பினார். அந்தத் தூதுவன் கண்ணனூரில் இருந்து கொடுங்களூர் வரையில் பயணம் செய்து, முதல் மசூதியைக் கட்டியதாக வரலாறு கூறுகிறது.

ஆக, மிக எச்சரிக்கையோடும் சுவையோடும் இந்தக் கதையைக் கொண்டு சென்றிருக்கிறேன்.

கல்கி நண்பர்களின் தூண்டுதல் இல்லை என்றால், இவ்வளவு பக்கங்கள் கொண்ட நூலை நான் எழுதியிருக்க முடியாது. ஆகவே, முதலில் அவர்களுக்கு என் நன்றி.

கிட்டத்தட்ட பதினைந்து மாதங்கள் ஒவ்வொரு வாரமும் நான் சொல்லச் சொல்ல இதை எழுதிய என் தம்பி இராம. கண்ணப்பனுக்கும், வழக்கமாக என் நூல்களை அழகாக வெளியிடும் வானதி பதிப்பகம் திருநாவுக்கரசு அவர்களுக்கும் என் நன்றி.

'AL S'
சென்னை
13-5-77.

அன்பன்,
கண்ணதாசன்.

பொருளடக்கம்

பதிப்புரை 3
முன்னுரை 4
1. ஆள்வார் ஆழ்வாரான படலம் 17
2. தூங்காத இரவுகள் 28
3. ஏக்கமும் தூக்கமும் 40
4. குலசேகர ஆழ்வார் 49
5. அந்தரங்கங்கள் 55
6. இரு சிட்டுக்குருவிகள் 69
7. ராஜயோகி 77
8. மணிமுடி வந்தது 84
9. இன்பமும் துன்பமும் 93
10. இதயத்தில் அவள் 100
11. பிரம்ம ரத்தம் 107
12. சந்நிதியில் தமிழ் நிதி 114
13. மங்கலம் அமங்கலம் 122
14. மக்களை அறிந்தவன் 126
15. இது பாண்டி நாடு 133
16. அசைந்தால் போதுமே! 136
17. இது கொங்கு நாடு 141
18. யார் அந்த அதிதிகள் 144
19. நள்ளிரவில் நடந்தது 150
20. மாங்கல்யம் தப்பியது! 158
21. அங்கதன் தூது 166

22. சினமும் சிவமும்	176
23. நடுவில் சிக்கிய மான்கள்	180
24. ஞானப் புலம்பல்	190
25. மயக்கமும் கலக்கமும்	199
26. வனவாசம் நோக்கி...	209
27. பிரிவினும் சுடுமோ பெருங்காடு	220

இரண்டாம் பாகம்

1. சிவப்பு மூக்குத்தி	231
2. வேட்டுவ மகள்	238
3. அங்கும் அவள் வந்தாள்!	248
4. பார்க்கும் இடமெங்கும் நீக்கமற...	259
5. அக்கினி அறியப்படுவது	272
6. பகவதி கீதை	279
7. பகலில் இரவு	282
8. திருமகள் தரிசனம்	286
9. பரிசுத்த ஆவிகள்	292
10. சூனியக்காரர்	299
11. சந்நிதியில் தியாக நீதி	307
12. வஞ்சகர்க்கு ஓரிரவு	320
13. அரங்கன் அழைக்கிறான்	331
14. கண்ணகியின் ஆத்மா	339
15. வெஞ்சின வஞ்சி	343
16. விண்ணுலகில் புதிய தாமரை	353
17. கல்லிலும் ஈரம்	364
18. கோழியர்கோன் தூது	372
19. சரித்திரம் துவங்குகிறது	382
20. புதிய வம்சம் உதயம்	391
21. திருவிதாங்கோடு உதயம்	397

22. முடிவல்ல; தொடக்கம் 402
23. அரபுச் சிலை வந்தது! 414

மூன்றாம் பாகம்

1. புதிய வரலாறு 422
2. தண்ணிலவும் தாரகையும் 427
3. நான்கு குவளைகள் 436
4. மலைத்தேன் 445
5. நாகர் கோயில் 455
6. பூர்வ ஜென்மமா? 465
7. பிறவாத பிறப்பு! 476
8. பூர்வ பாவம்; பிரத்யட்ச புண்ணியம் 487
9. யூஜியானாவின் பூர்வஜென்மம் 496
10. ஊசலாடும் தர்மம் 506
11. பிரிவினும் சுடுமோ இஸ்ரவேல்...? 516
12. நகர் நீங்கு படலம் 523
13. கடல் தாவு படலம் 532

நான்காம் பாகம்

1. சாஸ்திரம் சம்மதிக்கவில்லை! 543
2. ராஜ தரிசனம் 552
3. ஆகமம் வழங்கும் அத்தாட்சி 560
4. பட்டத்து யானையின் பரிசு 570
5. தியான தினம் 578
6. சதுரங்கத்தில் காய்கள் 586
7. பட்டி மண்டபம் 595
8. மணிமண்டபம் அடைந்தாள் 603
9. கடற்கன்னி தொடங்குகிறாள் 613
10. கடவுள் அமைத்த மேடை 622

11. மறு பிறப்பு 632
12. சமயம் வந்தது 641
13. காதலும் அரசியலும் 648
14. சாணக்கியர் தொடங்குகிறார் 656
15. அந்தக் கிளியும் வருகிறது 664
16. உயிரோடு கல்லறை 672
17. ஸாங்கிய யோகம் 681
18. குலதர்ம பத்தினி 689
19. குருவை வென்ற சீடன் 697
20. ஆண்டியின் கண்ணில் ஆண்ட பூமி 705
21. உறுதி இறுதியானது 713
22. அதுதான் சமயம் 721
23. யூஜியானா விடைபெறுகிறாள்! 728
24. அரபிக் கடலுக்கு அப்பால்... 736

சேரமான் காதலி

1. ஆள்வார் ஆழ்வாரான படலம்

"அரண்மனை இப்போதுதான் 'களை' கட்டிக் கொண்டிருக்கிறது" என்றார் நாராயண நம்பூதிரி.

"ஆமாம். ஆனால் ஒரு சந்தேகம்..." என்று இழுத்தார் சங்கர நம்பூதிரி.

கைகளைப் பின்னால் கட்டிக்கொண்டு முன்னும் பின்னும் நடந்துகொண்டிருந்த நாராயண நம்பூதிரி கொஞ்ச நேரம் அவரைப் பார்த்தார்.

"சேரநாட்டு ராஜ பரம்பரையினர் எல்லோருமே இது வரையில் சைவர்களாகத்தான் இருந்திருக்கிறார்கள். இவர் மட்டும் எப்படித் திருமாலடியாரானார்?" என்று கேட்டார் சங்கர நம்பூதிரி.

"எதை நீ அதிகம் கேட்கிறாயோ, எதில் அதிகம் லயிக்கிறாயோ அதே நிலைக்கு நீ ஆளாகிவிடுகிறாய். காதல் வசப்பட்டவன் ஜாதி பார்ப்பதில்லை. கடவுள் வசப்பட்டவன் மதங்களில் பிரிவு பார்ப்பதில்லை. வஞ்சி நகரமெங்கும் சில ஆண்டுகளாகவே இளம் வைஷ்ணவத் துறவிகள் அதிகம் காணப்படுகிறார்கள். அவர்களை அடிக்கடி கூட்டி வைத்து அரசர் விவாதித்துக் கொண்டிருந்தபோதே எனக்குத் திகைப்பாகத்தான் இருந்தது. அவர்களது செந்தமிழில்

அரசருக்கு ஒரு பற்று ஏற்பட்டிருப்பதை நான் கண்டேன். கேரள தேசத்தின் கொடுந்தமிழில் இல்லாத சில கூறுகள் அந்தச் செந்தமிழில் இருக்கின்றன. அதுதான் அரசரை வைணவம் பற்றிக்கொள்ள முதற் காரணம் என்று நான் நினைக்கிறேன்,'' என்றார் நாராயண நம்பூதிரி.

"இந்த வைஷ்ணவர்கள் விவாத மண்டபத்திலிருந்து விதான மண்டபம் வரைக்கும் நிறைந்து காணப்படுகிறார்கள். நமது

நம்பூதிரிகள் சபையில் இதுபற்றிப் பேசவேண்டும் என்றுகூட நான் நினைத்தேன். ஒரு தடவை ஒரு வைஷ்ணவியை நான் வெளியே போகச் சொன்ன போது, அவள் பேசிய பேச்சு எனக்குக் கோபத்தை உண்டாக்கி விட்டது. உங்களிடம் சொல்லிப் பரிகாரம் தேடிக் கொள்ளலாம் என்று தான் பேசாமல் இருந்து விட்டேன்'' என்றார் சங்கர நம்பூதிரி.

''இதுபற்றி இனி யாரோடும் பேச வேண்டாம். அரசாங்க விஷயங்களில் தகராறு வந்தால்தான் நம்பூதிரிகள் சபை தலையிட முடியும். அது மத விஷயம். இதுபற்றி மன்னருக்குச் சில கருத்துக்கள்தான் தெரிவிக்க முடியுமே தவிர, எதையும் நிரந்தரப்படுத்த முடியாது. வைஷ்ணவம் நமக்குப் புதியதல்ல; வெறுக்கத்தக்கதும் அல்ல. இந்தச் சேர தேசத்தில் இரண்டுக்கும் இடம் இருக்கிறது. என்ன நடக்கிறது என்பதை நாம் கவனிக்கலாமே தவிர, வேறொன்றும் செய்வதற்கில்லை'' என்றார் நாராயண நம்பூதிரி.

சங்கர நம்பூதிரி விடைபெற்றுக்கொண்டார்.

நாராயண நம்பூதிரி சுவரில் இருந்த பலகையை ஒதுக்கி உள்ளேயிருந்த சில ஏடுகளை எடுத்துப் பார்த்தார். கோயிலுக்கு நிவந்தங்கள் விடப்பட்டதற்கான சாஸனங்கள் அவை. நல்லவேளையாகப் புதிய ஏடுகள் ஒன்றுமில்லை.

சேரநாடு

சங்க காலத்தில் இதன் தலைநகரம் கரூர் என்பார்கள். ஆனால் நம் கதை நடக்கும் காலத்தில் இதன் தலைநகரம் வஞ்சியாகவே இருந்தது.

வடக்குத் திசைபழனி; வான்கீழ் தென்காசி
குடக்குத் திசைகோழிக் கோடாம்-கடற்கரையின்
ஓரமே தெற்காக்கும்; உள்எண் பதுகாதம்
சேரநாட் டெல்லை எனச் செப்பு.

என்கிறது ஒரு பாடல்.

சேரநாட்டின் தலைநகரம் வஞ்சி என்று அழைக்கப்பட்டாலும் அது தலைநகரத்தின் ஒரு பகுதிதான். மற்ற பகுதிகள் கொடுங்கோளூர், கொல்லி நகர், மகோதைப் பட்டினம் என்று அழைக்கப்பட்டன. பூம்புகாரிலிருந்த பல பாக்கங்களைப்போலவே இவையும் இருந்தன. அரண்மனை இருந்த இடம் வஞ்சி ஆதலின் வஞ்சி என்று அழைக்கப்பட்டது. இந்த வஞ்சிக்கு மன்னராக இரண்டாம் சேரமான் அரசு கட்டிலில் ஏறியது கி.பி. 754இல் அப்போது ஸ்ரீவில்லிபுத்தூரிலிருந்த பெரியாழ்வாரின் மாணவராக இவர் தம்மை வரித்துக் கொண்டார். அதன் பொருட்டுத் தம்முடைய பெயரை கி.பி. 789இல் 'இரண்டாம் சேரமான் பெருமாள்' என மாற்றிக்கொண்டார். பாண்டிய நாட்டையும், கொங்கு நாட்டையும் அவர் சேர்த்து ஆண்டதால், அதன் பொருட்டு இவருக்குக் 'கூடற்கோன்' என்றும், 'கொங்கர்கோன்' என்றும் பட்டம் வந்தது. அவருடைய ஆட்சிக் காலத்தில் சேரநாட்டின் ஆட்சி முறை சோழ-பாண்டிய நாடுகளில் இல்லாத விதத்தில் இருந்தது.

சேர நாட்டின் ஒவ்வொரு கிராமமும் ஒவ்வொரு நம்பூதிரியின் கையில் இருந்தது. அத்தனை நம்பூதிரிகளுக்கும் சேர்த்து வஞ்சியிலே ஒரு சபை இருந்தது. அந்தச் சபையின் தலைவரே நாம் முதலில் சந்தித்த நாராயண நம்பூதிரி.

தற்போதைய நிலையை மேற்கோள் காட்டினால் நாராயண நம்பூதிரி பிரதம மந்திரியாகவும், இரண்டாம் சேரமான் பெருமாள் குடியாட்சித் தலைவராகவும் விளங்கினார்கள்.

அரசாங்க நிர்வாகத்தில் நம்பூதிரிகளே செல்வாக்குப் பெற்றவர்களாக இருந்தார்கள். அந்த அரசு முறையைச் சரித்திரம் வியப்புடனேயே நோக்குகிறது.

சேர நாட்டில், பல்லவ நாட்டிலிருந்து குடியேறிய வைஷ்ணவர்கள் ஏராளமாக இருந்தார்கள்.

ஆட்சியில் தமக்கு அதிகப் பங்கு இல்லாததால் சமயத் துறையில் அதிக கவனம் செலுத்தினார் இரண்டாம் சேரமான் பெருமாள். இவரது ஒரே மகன் மார்த்தாண்ட வர்மன்.

மார்த்தாண்டவர்மனுக்கு ஆறு வயதாகும்போது சேரமானின் பட்டத்து ராணி காலமானாள்.

மனைவியை இழந்தும் மன்னர் மறுமணம் செய்து கொள்ளவில்லை. அதன்றியும் அரசர்களின் வழக்கப்படி அந்தப்புரத்தில் ஆசை நாயகிகளும் இல்லை.

இப்போது நாம் வஞ்சி நகரத்தைச் சுற்றிப் பார்ப்போம்...

பச்சைப் பசேலென்ற மலைகள். அவற்றின் முடியில் தவழ்ந்தாடும் வெண் மேகங்கள். சில்லென்ற இளங்காற்று. தெருவெங்கும் மார்பிலிருந்து முழங்கால் வரை ஒரே ஆடையைக் கட்டிக்கொண்டு செல்லும் இளம் பெண்கள். இளநீர்க் குவியல்கள், செவ்வாழைத் தார்கள். ஆம்; பொலிந்து பூரித்து நிற்கும் அழகியைப் போலவே வஞ்சி நகரம் இருந்தது.

புகார் நகரத்தில் யவனர் இருந்த பகுதியைப்போல் வஞ்சியிலும் மூன்று பகுதிகள் இருந்தன.

ஒரு பகுதியில் சிறியன் கிறிஸ்தவர்களும், மறு பகுதியில் அரேபிய மகமதியர்களும், மூன்றாம் பகுதியில் யூதர்களும் குடியிருந்தனர்.

வஞ்சியின் வாணிகச் சந்தை அரேபிய வாசனைத் திரவியங்களால் வாசமாகவும், யூதப் பெண்களால் கலைத் தோட்டமாகவும், சிறியன் கிறிஸ்தவர்கள் கையாண்டு வந்த வெள்ளைக் குதிரைகளால் போர்க்களம் போலவும் காட்சி அளித்தது.

கொடுங்கோளூர் பகவதியம்மன் கோயிலில் மணி அடிக்கும் போதெல்லாம், அவர்களது மற்ற இரண்டு கோயிலிலும் மணி ஒலிக்கும்-மசூதியைத் தவிர.

மூலைக்கு மூலை தென்னங்கீற்று வேயப்பட்ட பந்தலில் இளம் வைஷ்ணவப் பெண்கள் உட்கார்ந்து கொண்டு திருமால்மீது பக்திப் பாடல்கள் பாடுவார்கள்.

அதற்குப் போட்டியாக சைவ பஜனைக் கோஷ்டிகள் பெரிய பிரும்ம தாளத்தை ஒலித்தபடி ஊர்வலம் போகும்.

அதோ தெரிவதுதான் வஞ்சியின் அரண்மனை.

எப்போதோ கட்டப்பட்ட அந்த அரண்மனை, முதலாம் சேரமான் பெருமாள் காலத்தில் புதுப்பிக்கப்பட்டது. அப்போது வஞ்சிக்கு வருகை தந்த சுந்தரமூர்த்தி சுவாமிகள் தங்குவதற்காகவே அது புதுப்பிக்கப்பட்டது. முதலாம் சேரமான் பெருமாளும் சுந்தரமூர்த்தி சுவாமிகளும் கி.பி.712இல் கயிலை சென்ற பிறகு அம்மாளிகையில் பல்லவ நாட்டு வைஷ்ணவர்கள் குடியேறினார்கள்.

இரண்டாம் சேரமான் பெருமாள் பட்டத்துக்கு வந்ததும் அம்மாளிகை விரிவுபடுத்தப்பட்டது.

பளபளக்கும் சலவைக் கற்கள் அரண்மனைக்கு ஒளியூட்டின. பட்டத்து ராணி நீராடுவதற்கென்று கட்டப்பட்ட மண்டபம், யூதப்பெண்களால் அலங்கரிக்கப்பட்டது. மற்ற அரண்மனைகளைப் போல் அல்லாமல் வஞ்சி மாளிகையில் படைவீரர்கள் பின்பக்கத்திலேயே தங்கினார்கள். வாசலில் 'நமோ நாராயண' என்ற குரல் கேட்டால், அரசரைக் கேளாமலேயே வாசல் காப்போன் வாயிலைத் திறக்கலாம். கோயிலில் இருப்பதுபோலவே அங்கேயும் ஒரு மடப்பள்ளி உண்டு. அல்லும் பகலும் அடிசில் சமைக்கும் பணியாட்கள் உண்டு.

வஞ்சியைவிட்டு வெளிக் கிராமங்களுக்கு வைஷ்ணவத் துறவிகள் செல்லும்போது, அரண்மனையிலிருந்து சேர நாட்டு இலச்சினையான வில் பொறித்த செப்புத்தகடு ஒன்று கொடுப்பார்கள். அந்தத் தகட்டை எந்தக் கோயிலில் காட்டினாலும் மூன்று வேளை உணவும், தங்குவதற்கு இடமும் உண்டு.

சோழ நாட்டிலிருந்து அரிசியும், பாண்டிய நாட்டிலிருந்து பிற தானியங்களும் ஏற்றிவரும் வண்டிக்காரர்களுக்கென பெரிய தொழுவம் ஒன்றும் உடன் சேர்ந்த மண்டபம் ஒன்றும் கட்டப்பட்டிருந்தன.

அந்த அரண்மனையைவிட அழகான கட்டடம் ஒன்றை நீங்கள் காண வேண்டும். அதுதான் நம்பூதிரிகள் சபைக் கட்டடம்,

கிட்டத்தட்ட அதுவும் அரசர் இருக்கையாகவே திகழ்ந்தது. அதிலே சாந்தி முகூர்த்த அறை என்று ஒன்று உண்டு.

குறிப்பிட்ட சில ஜாதிப் பெண்கள் திருமணமானதும், முதல் இரவை அந்த அறையிலே ஒரு நம்பூதிரியோடு கழிக்க வேண்டும், என்றொரு சம்பிரதாயம் இருந்தது. இருப்பினும் நாராயண நம்பூதிரி மட்டும் நைஷ்டிக பிரம்மச்சாரியாகவே இருந்தார்.

நமது கதை ஆரம்பிக்கும் ஆண்டு கி.பி. 796.

இரண்டாம் சேரமான் பெருமாள் அப்போது பட்டத்துக்கு வந்து நாற்பத்து இரண்டு ஆண்டுகள் முடிந்திருந்தன. அவர் 'பெருமாள்' பட்டம் பெற்று ஏழு ஆண்டுகள் ஆகியிருந்தன.

நம்பூதிரிகள் சபையில் நாராயண நம்பூதிரியும் சங்கர நம்பூதிரியும் பேசி முடித்த அதே நேரத்தில் அரண்மனை வழிபாட்டு மண்டபம் நிறைந்திருந்தது. அதன் நேர் பகுதியில் திருப்பதி வெங்கடேசப் பெருமாளின் மாணிக்கச் சிலை ஒன்று கம்பீரமாக அமைந்திருந்தது. ஒருபுறத்தில் திருவரங்கப்பெருமான். மறுபுறத்தில் திருப்பாற் கடலில் பள்ளிகொண்ட ஸ்ரீமந்நாராயணன். ஓங்கி உயர்ந்த இரண்டு குத்து விளக்குகள். மேலிருந்து பத்துச் சர விளக்குகள் பொன்னால் அலங்கரிக்கப்பட்ட மேல்விதானம். பூக்களால் அலங்கரிக்கப்பட்ட பிரசன்னமேடை. அரசன் அடியவர் போல் அமர்ந்திருந்தான். அவன் குரல் கம்பீரமாக எழுந்தது.

''இருளிரியச் சுடர்மணிக ளிமைக்கும் நெற்றி
யினத்துத்தி யணிபணிமா யிரங்க ளார்ந்த
அரவரசப் பெருஞ்சோதி யனந்த னென்னும்
அணிவிளக்கு முயர்வெள்ளை யணையை மேவித்
திருவரங்கப் பெருநகருள் தெண்ணீர்ப் பொன்னி
திரைக்கையா லடிவருடப் பள்ளி கொள்ளும்
கருமணியைக் கோமளத்தைக் கண்டு கொண்டேன்
கண்ணிணைக ளென்றுகொலோ களிக்கும் நாளே?
மாவினைவாய் பிளந்துகந்த மாலை வேலை
வண்ணனை என் கண்ணனைவன் குன்ற மேந்தி

ஆவினையன் றுயர்கொண்ட வாய ரேற்றை
அமரர்கள்தந் தலைவனையந் தமிழி னின்பப்
பாவினை அவ் வடமொழியைப் பற்றற் றார்கள்
பயிலரங்கத் தரவணையில் பள்ளி கொள்ளும்
கோவினைநா வுறவழுத்தி யென்றன் கைகள்
கொய்ம்மலர்தூ யென்றுகொலோ கூப்பு நாளே?
கோலார்ந்த நெடுஞ்சார்ங்கம் கூனற் சங்கம்
கொலையாழி கொடுந்தண்டு கொற்ற வொள்வாள்
காலார்ந்த கதிக்கருட னென்னும் வென்றிக்
கடும்பறவை யிவையனைத்தும் புறஞ்சூழ் காப்பச்
சேலார்ந்த நெடுங்கழனி சோலை சூழ்ந்த
திருவரங்கத் தரவணையில் பள்ளி கொள்ளும்
மாலோனைக் கண்டின்பக் கலவி யெய்தி
வல்வினையே னென்றுகொலோ வாழு நாளே?''

''திருவரங்கத்தில் பள்ளி கொண்டான் அரங்கன் அவனது சங்கு சக்கரங்கள் ஓய்ந்து கிடக்கின்றன. பூமியின் ஏகச்சக்ராதிபதிக்கு ஓய்வு உண்டா? உண்டு. புவி எப்போதும் அமைதியாக இருக்கும் என்ற நம்பிக்கையில் அரங்கன் எப்போதுமே ஓய்வாக இருக்கிறான். மனித குலத்துக்குப் பொறுப்பேற்றுக் கொண்ட அவன் மன வியாகூலத்துக்கு என்ன செய்ய முடியும்? இன்னின்ன காரியங்கள், இன்னின்ன காலங்களில் நடக்கும் என அவன் விதித்திருக்கிறான். இடையில் நடக்கும் காரியங்களை அவன் வேடிக்கை பார்க்கிறான்.

தம்பிரான் தோழர் சொன்னதுபோல், தர்மம் தூங்கிக் கொண்டே கர்மத்தைக் கவனிக்கிறது. அரச கர்மம் தவறி விட்டால் அரச தர்மமும் தவறி விடுகிறதல்லவா! யார் எங்கே தவறுகிறார்கள் என்று கவனிப்பது, அரங்கனுடைய வேலையே! அந்த அரங்கனையும் திருமாலின் திருத்தலங்களையும் தரிசிக்க நான் புறப்படலாம் என்று கருதுகிறேன். அரசனாக நான் யாத்திரை செய்தால் அரங்கனுக்குக் கோபம் வந்தாலும் வரக்கூடும். தன்னைவிட ஒரு மன்னனா என்று ஒரு தலைவன் நினைத்து விட்டால் புண்ணியமே பாவமாகி விடும். அதனால் அடியாராக,

அடியார்க்கு நல்லவராக உங்கள் அனைவரையும் விட்டுப் புறப்பட இருக்கிறேன்..."

சேரமான் பெருமாள் இதைச் சொன்னாரோ இல்லையோ கூட்டத்தின் ஒவ்வொரு மூலையில் இருந்தும் விம்மல் சப்தம் கேட்டது.

அந்த விம்மலுக்கிடையே 'ஓ' வென்று ஒருவன் உரத்த குரலில் அழும் ஒலியும் கேட்டது.

"அரசே! நீங்களா இந்த முடிவுக்கு வந்திருக்கிறீர்கள்."

சேரமான் பெருமாள் கம்பீரமாகத் திரும்பிப் பார்த்தார். அங்கே பாஸ்கர ரவிவர்மன் கை கட்டியபடி அழுது கொண்டிருந்தான்.

"பாஸ்கர ரவிவர்மனா அழுகிறான்? அவன் பிறரை அழ வைத்துப் பழகியவனே தவிர, தான் அழுது பழகியவனல்லவே! பிரிவு அவனைச் சுடுகிறதா, அல்லது கடைசியாக ஒருமுறை அழுது விடை கொடுக்கிறானா?"

பாஸ்கர ரவிவர்மன், இரண்டாம் சேரமான் பெருமாளின் மைத்துனர் மகன், மறைந்த பட்டத்து ராணி செரோட்டி தேவியின் தமையன் மகன். அத்தை பட்டத்து ராணி; மாமன் மன்னன் என்ற முறையில் அரசாங்கத்தில் அவன் பெற்றுக்கொண்ட சலுகைகள் அதிகம். அவையெல்லாம் மன்னர் மனத்தில் அவனைப்பற்றிய ஒரு தவறான எண்ணத்தை உண்டாக்கி இருந்தன.

அவன் அழுததைப் பார்த்ததும் அமைதியாகச் சேரமான் சொன்னார் "பாஸ்கரா, உன் துயரம் எனக்குப் புரிகிறது. அப்படியே நான் பட்டம் துறந்துவிட்டாலும் என் மகன் மார்த்தாண்டவர்மன் தான் அரசு கட்டில் ஏறப்போகிறான். நாடு எதிரியிடம் போய்விட வில்லை. நீ ஏன் கலங்க வேண்டும்?"

பாஸ்கரன் பதில் சொல்லவில்லை தலை குனிந்தபடியே நின்றான்.

கூட்டம் அழுதுகொண்டே கலைந்தது.

மண்டபத்தில் தனியாக நின்றுகொண்டிருந்தான் பாஸ்கர ரவிவர்மன்.

"அடியேன் தெண்டம்" என்றது ஒரு சேவகன் குரல். பாஸ்கரன் திரும்பிப் பார்த்தான்.

"அரசர் பெரியாழ்வாரைச் சந்திக்க நாளை திருவில்லி புத்தூருக்குப் போகிறார்" என்றான் அவன்.

"சரி" என்று தலையசைத்த பாஸ்கர ரவிவர்மன் மண்டபத்தைவிட்டு வெளியேறினான். அரண்மனையை ஒட்டிய தென்னந்தோப்பில் சிறிது நேரம் உலாவினான். பிறகு தலையை முக்காடிட்டு மறைத்துக்கொண்டு யூதர்கள் வாழ்ந்த பகுதியை நோக்கிப் புறப்பட்டான்.

அங்கே ஓர் அழகான இல்லம். முன்பகுதியில் விளக்கு ஒன்று எரிந்துகொண்டிருந்தது. வாசற்படிக்கட்டில் சிலையைப் போல் அமர்ந்திருந்தாள் ஒருத்தி. அவள் பெயர் யூஜியானா.

2. தூங்காத இரவுகள்

யூஜியானா...

"கம்மியன் கையாலடித்துக் காய்ச்சி வெட்டித் தீராமல் செம்மலரோன் - கைமலரால் செதுக்கிவிட்ட பொற்பாவை" சுருண்டு நீண்ட கேசங்கள்; ஜோதிப்பிறை போன்ற நெற்றி; சிறிய கரிய ரோமங்களால் பாத்தி கட்டப்பட்ட அழகான புருவங்கள்; பளபளக்கும் முத்துச் சிப்பியைப் போன்ற இமைகள்; காண்பவர்களைத் தம்மை மட்டுமே காணச் சொல்லும் கண்கள்; அவள் சிரிக்க வேண்டாம், அந்தக் கண்களே சிரித்துக் கொண்டிருக்கும். தாமிரபரணித் தண்ணீரிலே மீன் மிதப்பதுபோல் அந்த கண்கள் மிதந்து கொண்டிருக்கும். அந்தக் கண்களில் ஆனந்தக் கண்ணீர் இருப்பது போன்ற பிரமை ஏற்படும். தண்ணீர் இருப்பதாகப் பாண்டவர்களை மயக்க வைக்க மயன் எழுப்பிய மாளிகையைப்போல் விசித்திரமான அற்புதமான கண்கள் அவை.

சிவப்புக் குழம்பிலே தோய்த்த பஞ்சைச் சிறிய அளவிலே சுருட்டி வைத்ததைப் போன்ற இதழ்கள். கேரள மாதர்களைப் போலவே மஞ்சள் வெயில் காட்டும் மங்காதமேனி, கழுத்திலே சூடிக்கொண்டிருக்கும் ஓர் அழகான மழைத் தேவதையின் சிலை. பட்டை தீட்டிய வைரங்களுக்கிடையே அந்தச் சிலை அசைவது அவளது மொத்த வடிவத்துக்கு ஒரு சிறிய உதாரணமாகத் திகழ்ந்தது ஜரிகை வேய்ந்த பட்டாடை ஒன்று உடம்பை மறைக்க வேண்டிய அளவுக்கு மறைத்துக் கொண்டிருக்கும் 'நல்லவேளை, அது முகத்தை மறைக்கவில்லையே!' என்று மகிழ்ந்தவர்களும் உண்டு.

வலது பாதத்தில் அவளுக்கு ஆறு விரல்கள். அந்த ஆறாவது விரல் அவளுக்கு அரச போகத்தைத் தரப் போகிறது என்று அவள் தந்தை யோகோவா அடிக்கடி சொல்வார்.

யூதப்பெண்ணுக்கு அழகு இயற்கைதான் என்றால் இந்த ஏழைப் பெண்ணுக்கு அமைந்த அழகு யாருக்கும் அமைந்ததில்லை.

மற்ற யூதர்களின் குடும்பங்களைப்போல் யோகோவாவின் குடும்பம் பெருமளவு செல்வத்தைத் திரட்டியதில்லை. விலை குறைவான நவமணிகளை விற்கும் சிறிய கடை ஒன்றையே யோகோவா வைத்திருந்தார். அதில் மிஞ்சுவதையெல்லாம் தன் மகளுக்கு நகையாகச் செய்து போட்டுப் பார்த்தார்.

யூஜியானாவின் தாய், அவளுக்கு ஆறு வயது இருக்கும் போதே காலமாகிவிட்டாள். மகளைக் கருதி யோகோவா மறுமணம் செய்து கொள்ளவில்லை.

அழகான மகளைப் பெற்றுவிட்ட அவருக்கு அவளைக் காவல் காக்கும் வேலையே பெரிதாக இருந்தது.

அங்கேதான் அந்த இரவில் வந்து சேர்ந்தான் பாஸ்கர ரவிவர்மன். அவனைத்தான் எதிர்பார்த்துக் கொண்டிருந்தாள் யூஜியானா.

அந்த இரவில் அவன் தூரத்தில் வரும்போதே அவனை இனம் கண்டுகொண்ட யூஜியானா எழுந்து நின்று விளக்கைச் சிறிது தூண்டிவிட்டாள். எண்ணெயில்லாமல் எரியும் அவளது வதன விளக்கு அதைவிடப் பிரகாசமாக இருந்தது.

படிக்கட்டில் ஏறி முக்காட்டை நீக்கினான் ரவிவர்மன்.

புன்னகை செய்த அந்த வெண்ணிலவு, விளக்கைக் கொண்டுபோய் ஒரு சலவைக் கல் பலகையின் மீது வைத்தது. பழைய ரத்தினக் கம்பளங்கள் விரிக்கப்பட்ட இரண்டு நாற்காலிகள் அங்கு இருந்தன.

ரவிவர்மன் ஒன்றில் அமர்ந்தான். உள்ளே சென்ற யூஜியானா சில பழ வகைகளோடு திரும்பினாள்.

யூதர்களுக்கு மது அருந்தும் பழக்கம் இருந்தாலும், யோகோவா குடும்பத்தினருக்கு அது இருந்ததில்லை.

அதைவிடப் பாஸ்கர ரவிவர்மனுக்கு அந்தப் பழக்கம் அறவே இல்லை. அவனுக்கு சில ஆசைகள் உண்டு. அந்த ஆசைகளில் எதிலே முறை தவறலாம். எதிலே தவறக்கூடாது என்பதும் அவனுக்குத் தெரியும். தாலி கட்டாமல் ஒரு பெண்ணை நெருங்குவது தர்மத்துக்கு விரோதம் என்பது அவன் சித்தாந்தம். 'அவள் விலைமகளாக இருந்தாலும், ஆடவனின் கடமை அதுதான்' என்பான். ஆனால், தனது எதிரிகளை மட்டும் அழ வைத்து விடுவான். காரணம் கேட்டால், நம்மைப் பிறர் அழவைக்கும் முன்னாலே அவர்களை அழவைத்துவிட வேண்டும் என்பான்.

அதனால் அவன் ஒரு கொடியவன் என்றே இரண்டாம் சேரமான் பெருமாள் நினைத்திருந்தார்.

"காலம் கருதிச் செய்யும் அதர்மமும், ராஜ தந்திரத்துக்குத் தர்மமே" என்று எண்ணும் ரவிவர்மன், அரசியல் விஷயங்களில் பல கட்டங்களில் அதைக் கையாண்டிருக்கிறான். அதைத் தவறு என்று இரண்டாம் சேரமான் கருதினார்.

'அதை மட்டும் நான் செய்யாமல் இருந்தால், அவரது மகுடமே என்றோ பறிபோயிருக்கும்' என்று பலரிடமும் கூறினான் ரவிவர்மன்.

மொத்தத்தில் அவன் ஒரு புரியாத புதிர். கொடுமையும், தர்மமும் சம அளவு கலந்த வடிவம். இந்தக் கொடுமைகளும் தர்மங்களே என்று அவன் கருதியதால் நாம் அதை விமர்சிப்பதில் பயனில்லை.

யூஜியானா அவனை மிகவும் விரும்பினாள். அவனும் அவளை மிகவும் நேசித்தான். இருவரும் அடிக்கடி தனியாகச் சந்திப்பதற்கு யோகோவா குறுக்கே நிற்கவில்லை. காரணம் பெண்களைப் பற்றிய ரவிவர்மனின் எண்ணம் அவருக்குத் தெரியும். காதலை வெறும் உடல் வெறியாக அவன் கருதியிருந்தால் அவன் படுக்கை முழுவதும் அழகிய கிளிகள் நிரம்பிக் கிடக்கும். அவ்வளவு வசதி படைத்தவன் அவன் என்பதை யோகோவா அறிவார். காதலர்கள் ஒருவருக்கு

ஒருவர் அறிமுகமாகிக் கொண்டது, காலத்தின் கட்டளையே என்று யோகோவா பேசாமல் இருந்துவிட்டார்.

யூஜியானாவும், பாஸ்கர ரவிவர்மனும் எப்போது சந்தித்தார்கள்? அது ஒரு வேடிக்கையான கதை.

மூன்று வருடங்களுக்கு முன்பு இரண்டாம் ராஜசிம்ம பாண்டியனுக்கும் சேரமன்னனுக்கும் போர் ஏற்பட்டது. அந்தப்போரில் சேரமான் பெருமாளின் சேனைக்குத் தலைமை வகித்து வழி நடத்தியவன் பாஸ்கர ரவிவர்மன். ராஜசிம்ம பாண்டியன் தன் தந்தை பராந்தகனைப் போல் அவ்வளவு வல்லமை உடையவன் அல்லன். ஆகவே அந்தப் போரில் வெற்றி பெறுவது பாஸ்கர ரவிவர்மனுக்குக் கடினமாக இல்லை.

எந்த வெற்றிக்கும் தலைவர்கள் மட்டுமே காரணமல்ல படைகள் தாம் பெரும் காரணம் ஆயினும் விழாக் கொண்டாடுவது தலைவனுக்கு மட்டும்தானே!

அப்படி ஒரு விழாவை அவனுக்கு ஏற்பாடு செய்திருந்தான் இரண்டாம் சேரமான் பெருமாளின் மகன் மார்த்தாண்டவர்மன்.

அவன் ஏற்பாடு செய்தான் என்பதைவிட ரவிவர்மன் சொல்லி அவன் செய்தான் என்பது பொருந்தும். நேரம் பார்த்து விளம்பரம் தேடிக்கொள்வதிலும் ரவிவர்மன் சாமர்த்தியசாலி.

விழாவுக்கு முதல் நாள் கொடுங்கோளூர் பகவதி அம்மனுக்குச் சாத்துவதற்காகவும், தன் மனைவி பத்மாவதிக்கும், தன் சகோதரிகள் மூத்த தாவளி, இளைய தாவளி, மூரின்னூர்த் தாவளி, சாலியூர்த் தாவளி, பள்ளி விருத்தித் தாவளி ஆகியோருக்கும் நகைகள் வாங்குவதற்காகவும் தானே வாணிபச் சந்தைக்கு வந்தான் ரவிவர்மன்.

ஆட்களை அனுப்பியே அவற்றை வாங்கிடலாம் என்றாலும் வெற்றி பெற்ற தளபதி என்று பத்துப்பேர் தன்னைப் பார்க்க வேண்டும் என்ற ஆசையோடு அவனே வந்தான்.

ஒவ்வொரு கடையிலும் நவமணி நகைகளை வாங்கி முடித்த பிற்பாடு, பகவதி அம்மன் கோயில் கதவுக்குச் சில கற்கள் வாங்க யோகோவாவின் கடைக்கும் வந்தான். அந்தக் கடையைப் பார்த்ததும் 'இங்கே நாம் வாங்க என்ன இருக்கிறது?' என்றுதான் அவன் கருதினான். ஆனால் இருந்தது, அங்கிருந்து அவனை நகரவிடாமல் செய்த பதுமை ஒன்று.

மொத்த வியாபாரி ஒருவரைச் சந்திக்க யோகோவா அராபித் தெருவுக்குப் போயிருந்த காரணத்தால், யூஜியானாவே அப்போது கடையில் இருந்தாள்.

சில பெண்களைப் பார்த்தவுடனேயே மனம் என்னவோ ஆகிவிடுகிறது. ஆயிரக்கணக்கான பெண்களைத் தினமும் காணும் கண்கள் எங்கோ ஓர் அற்புத சக்தியில் லயித்து விடுகின்றன. காரணம், சேரமான் பெருமாளைக் கவர்ந்த ஸ்ரீரங்கநாதருக்குத்தான் தெரியும்.

ரவிவர்மன் கண்வழி நுழைந்த அந்தக் கட்டழகு அவனைப் பேதலிக்கச் செய்து விட்டது.

தூசு படிந்து கிடந்த சீனத்துப் பாத்திரங்களை ஒவ்வொன்றாக எடுத்துத் துடைத்து அவன் முன்னே வைத்தாள் யூஜியானா. அவற்றிலே பலவகையான கற்கள் இருந்தன. நீண்ட நாட்களாக விலை போகாமல் கிடந்த அந்தக் கற்களுக்கு அன்று யோகம் அடித்தது.

அத்தனை கற்களையும் மொத்தமாக வாங்கிக் கொள்ள அவன் தயார். விற்பவர்களும் சேர்த்துக் கிடைத்தால், என்ன விலை கொடுக்கவும் அவன் தயார்.

ரவிவர்மனும் சாதாரணமானவன் அல்லன்; நன்கு உயர்ந்த தோற்றம், அகன்ற தோள்கள், பரந்த நெற்றி, எடுப்பான மார்பு, ஆட்கொல்லிக் கண்கள், சிரிப்பிலேயே அவன் பத்து வகைச் சிரிப்பு வைத்திருந்தான். அவற்றில் இரண்டு வகையை அழகுக்காக ஒதுக்கியிருந்தான். ஒன்று கவருவது; இன்னொன்று நம்ப வைப்பது.

கழுத்தறுக்கும் சிரிப்பை அரசியலுக்கு மட்டும் அர்ப்பணித்து விட்டான். அவனிடம் மயங்கிய எந்தப் பெண்ணையும் அவன் தொட்டதில்லை; அதுதான் விசேஷம். பலரைப் பைத்தியமாக்கு வதிலே அவனுக்குத் தனி இன்பம். ஆனால் இங்கே நிலைமை வேறாகி விட்டது. அவனே பைத்தியமாகும் நிலையில் இருந்தான்.

இருந்த மயக்கத்தில் உடைந்துபோன கற்களைக் கூட ஒன்று விடாமல் வாங்கிக்கொண்டான். அங்கே அழகுக் கலை சாதாரணப் பொருள்களுக்கு அதிக விலையைப் பெற்றுக்கொண்டது.

தோள் கண்டான் தோளே கண்டான்; தொடர்ந்து வேறு கடைக்குச் செல்ல மனமில்லை.

"இவ்வளவு மதிப்பு மிக்க மணிகள் எப்படி இவ்வளவு காலம் விற்காமல் இருந்தன!" என்று கேட்டான்.

"மணிகளுக்கும் காலம் நேரம் உண்டு" என்றாள் யூஜியானா, அடக்கத்தோடு.

ரவிவர்மனைப் பார்க்க ஒரு பெரும் கூட்டமே அங்கு திரண்டு நின்றது. இரண்டு பேருமே அதை மறந்துபோய் விட்டார்கள்.

"ஜனங்களுக்கு எதைத் தேர்ந்தெடுப்பது என்ற அறிவே வரவில்லை!" என்றான் ரவிவர்மன்.

கூடி இருந்த கூட்டத்தில் பத்துபேர், "உண்மை உண்மை!" என்றார்கள். சொல்பவன் தலைவன் அல்லவா?

"அறிவு கண்ணிலே மட்டும் இல்லை" என்றாள் யூஜியானா.

"எனது கண்கள் எனது மூளையை ஏமாற்றியதில்லை!" என்றான் ரவிவர்மன்.

"எடுத்துக்கொண்ட எல்லாப் பொருள்களையும் சரியாகப் பார்த்தீர்களா?"

"இல்லை."

"பின்பு?"

"நான் நட்சத்திரங்களை வாங்குகிறேன்; நிலவைப் பார்க்க விரும்புகிறேன்!"

"நிலவு ஒருநாள் மறைந்து விடுமே!..."

"அப்போது நானே வானமாகிவிடுவேன்!.."

"நீங்கள் நன்றாகப் பேசுகிறீர்கள்."

"அதை நம்பித்தானே நான் எல்லாவற்றையும் நடத்திக் கொண்டிருக்கிறேன்..!"

"எல்லாவற்றையும் என்றால்..?"

"சந்தையிலே இரகசியம் பேசக்கூடாது!"

யூஜியானா சிரித்தாள். அந்த சிரிப்பு அவனது இதயத்தைப் புஷ்பங்களாலே வருடுவதுபோல் இருந்தது!

"நாளை விதான மண்டபத்தில் எனக்கொரு விழா இருக்கிறது."

வெட்கத்தைவிட்டு அவனே அழைப்புவிடத் தொடங்கினான்.

அழகின் சந்நிதியில்தானே என்ன பேசுகிறோம் என்று தெரியாமல் மனிதர்கள் பேசுகிறார்கள்! எவ்வளவு நேரம் பேசுகிறோம் என்று தெரியாமல் பேசுவதும் அங்கேதானே! பேச்சு முடிந்துவிடக்கூடாது என்று கவலைப்படுவதும் அதில் தானே.

"விழாவைப்பற்றி நம்மிடம் ஏன் சொல்ல வேண்டும்? நாம் என்ன மதிக்கத்தக்க அரண்மனை ஊழியரின் மகளா?" என்ற ஐயமும் அச்சமும் ஒருகணம் யூஜியானாவுக்கு ஏற்பட்டது. ஆயினும் அவன் தன்னை அழைக்கத் தொடங்குவதில் ஒரு நியாயம் இருப்பது போலவும் ஒரு பிரமை ஏற்பட்டது.

"எனது தேரை அனுப்பினால் நீங்களும், உங்கள் பெற்றோரும் வரமுடியுமா?" என்று கேட்டான் ரவிவர்மன்.

இந்தக் கேள்வியைக் கேட்டுக் கூட்டமே திகைத்தது.

யூஜியானாவுக்கு உச்சிமுதல் உள்ளங்கால் வரை புல்லரித்தது. தலைகுனிந்து "எனக்குத் தாய் இல்லை!" என்றாள்.

''தந்தையுடனாவது..'' என்று இழுத்தான் ரவிவர்மன்.

காற்பெருவிரலால் நிலம் கீறியபடி குனிந்த தலையை மெதுவாக அசைத்தது அந்த வெள்ளை மான்குட்டி.

''மெத்த மகிழ்ச்சி'' என்று சொன்ன ரவிவர்மன், அவள் மனத்திலேயே நிற்கும்படி ஒரு புன்னகையைச் சிந்திவிட்டுப் புறப்பட்டான்.

உடனே கூட்டத்தில் இருந்த யூதப்பெண்கள் எல்லாம் ஓடிப்போய் யூஜியானாவைக் கட்டிப்பிடித்து முத்தம் கொடுத்து, 'தளபதி உன்னோடு இவ்வளவு நேரம் பேசினாரே...' என்று ஆச்சரியப்பட்டார்கள்.

மறுநாள் யூஜியானாவின் வீட்டு வாசலில் ரதம் வந்து நின்றபோது யோகோவாவுக்கு ஒன்றுமே புரியவில்லை. நடந்ததை விவரித்தாள் யூஜியானா.

வறுமைக்குத் திடீரென்று பெருமை கிடைத்தால் விளைவைக் கருதாமல் மகிழ்ச்சி கொண்டாடும் யோகோவா அந்தக் கணத்தில் அப்படித்தான் இருந்தார்.

''அதிகம் அலங்காரம் செய்துகொள்ள வேண்டாம்'' என்று மட்டும் மகளைக் கேட்டுக்கொண்டார்.

மறுகணமே, 'பரவாயில்லை'; நன்றாக அலங்காரம் செய்துகொள்' என்றார்.

விழா மண்டபத்தில் கதாநாயகனாக நின்றான் ரவிவர்மன்.

திறந்த மேனியும், நெற்றியில் விபூதிப் பூச்சும், கழுத்திலே தங்கம் பதித்த ருத்திராட்சமும், இடையில் மஞ்சள் ஜரிகை ஆடையுமாக இரண்டாம் சேரமான் பெருமாள் உள்ளே நுழைந்தார். அவரது அமைச்சர்களும், சேனை வீரர்களும் அதே கோலத்தில் அவருடன் வந்தார்கள்.

அவரது காலில் சாஷ்டாங்கமாக விழுந்து நமஸ்கரித்தான் ரவிவர்மன்.

"இதே வீரத்தை ஸ்ரீரங்கன் உனக்கு அருளுவானாக. அதோடு என்றைக்கும் இருக்கும்படி நல்ல உள்ளத்தையும் வைத்திருப்பானாக. விலைமதிக்க முடியாத மாணிக்கப் பதக்கங்களை அணிந்த வேங்கடபதி, விரும்பினால் அவற்றை விற்று விடலாம். அதை அவர் விற்காததற்குக் காரணம், 'அது பிறர் சொத்து' என்பதால் தான். தன்னிடம் உள்ள பிறரது சொத்தையே அவர்களுக்காகப் பாதுகாக்கிறான் தலைவன். பிறர் சொத்துக்களில் ஆசை வைக்காதே என்பது அதன் பொருள். யாருடைய வாழ்க்கைக்கும் குறுக்கே நிற்காதவனுக்கே நல்ல வாழ்க்கையை ஸ்ரீரங்கன் அருளுகிறான். பாஸ்கர வர்மாக்கள் வம்சம் வன்மமில்லாத வம்சம். அதிலும் நம்முடைய தலைமுறை வஞ்ச மில்லாத தலைமுறை. நாம் நடத்தும் போர்கள்கூட இறைவனின் கட்டளையே. அதனால்தான் வெற்றி பெறுகிறோம். இது உன்னுடைய வெற்றியல்ல; இறைவனின் வெற்றி. வெற்றியில் ஆணவம் கொண்டவன் தோல்வியை அருகே அழைக்கிறான். இந்த விழா உனக்கு ஆணவத்தைக் கொடுக்காமல் இருக்க ஸ்ரீரங்கனை வேண்டுகிறேன்" என்றார் சேரமான் பெருமாள்.

மீண்டும் ஒருமுறை அவரது கால்களில் விழுந்து வணங்கினான் ரவிவர்மன்.

உடனே அவனது கால்களில் விழுந்து வணங்கினான் மார்த்தாண்டவர்மன்.

அவனது கைகள் மார்த்தாண்டவர்மனைத் தாங்கி எடுத்தபோது, இரண்டு பூப்போன்ற கரங்கள், தன் பாதத்தைத் தொடுவதை உணர்ந்தான். எதிரே மூடிய கரங்களோடு நிமிர்ந்து நின்றாள் யூஜியானா.

சற்றுத் தொலைவில் ஓர் ஆசனத்தில் அமர்ந்துவிட்டார் சேரமான் பெருமாள்.

மூடிய கரங்களை அவனுக்கு நேரே நீட்டி, தலை குனிந்தபடி திறந்தாள் அவள். உள்ளே பட்டுத் துணி முடிப்பு ஒன்று இருந்தது. ரவிவர்மன் அதைக் கையில் எடுத்தான்! பிரித்தான் உள்ளே ஒரு

முல்லைப்பூவும் ஒரு கள்ளிப்பூவும், ஒரு மாணிக்கக் கல்லும் ஒரு வெறும் வெள்ளைக் கல்லும் இருந்தன. தனது தாழ் நிலையை அவள் அதன்மூலம் குறித்தாள்.

அதைப் புரிந்துகொள்ள ரவிவர்மனுக்கு வெகுநேரமாகவில்லை.

மண்டபம், கலைந்தபோது அவர்களும் பிரிந்தார்கள். அவர்களது கால்களோ நடந்தன. கண்களோ பார்த்தன.

ஆளில்லா மண்டபத்தில் மன்மதன் தூவிய மலர்கள் சில விரவிக் கிடந்தன. இலக்கியம் அங்கே கடவுள் வாழ்த்துப் பாடி வைத்தது. அன்று முதல் அவன் அவளானான்; அவள் அவனானாள்.

பகலிலும் பள்ளிகொள்ளத் தொடங்கிய மகளை தந்தை வியப்போடு பார்த்தார்.

பாஸ்கரன் மனைவி பத்மாவதி அவனது காதல் உணர்வை அறியவில்லை.

முனிவனோடு உடலுறவு கொள்ளாததால், அவனது உடலுறவு எப்படி இருக்கும் என்று அறியாமல் முனிவனாகத் தோன்றிய இந்திரனுக்கு இணங்கிவிட்டாள் அல்லவா, அகலிகை?

தன்னை பாஸ்கரன் காதலித்ததே பத்மாவதி அறியாத வளாதலின், அவனது விரகதாபத்தையும் அவளால் உணர முடியவில்லை. பாவம், விரகதாபம் என்பது அவள் மட்டுமே அறிந்த ஒன்று.

நாட்கள் நடந்தன.

யூஜியானாவை இரவு வேளையில் சந்திப்பதே தன் கடமைகளில் ஒன்றாகக் கருதினான் ரவிவர்மன்.

அன்றும் அதுபோலவேதான் வந்திருந்தான்.

இரண்டு மூன்றாண்டு காலம் உடல் ஸ்பரிசமே இல்லாததால், அவர்களது இதய தீபம் கொழுந்துவிட்டு எரிந்து கொண்டிருந்தது. பழங்கள் அப்படியே இருந்தன.

நள்ளிரவில் வந்த யோகோவா அவர்களுக்கு பழக்கமான இந்த சிவராத்திரியை பார்த்தபடி உள்ளே போய் விட்டார்.

"ஒருநாள்கூட நீங்கள் இரவில் தூங்கி நான் பார்த்ததில்லை. இன்றாவது..." என்று கேட்டாள் யூஜியானா.

அவனையும் மீறி ஓர் ஆசை துளிர்த்தது. மெதுவாக எழுந்து உள்ளே சென்றான். மிகுந்த உற்சாகத்தோடு கட்டிலின்மீது புதிய கம்பளம் ஒன்றை விரித்தாள், யூஜியானா.

யோகோவா வேறு அறையில் தூங்கிவிட்டார்.

அந்தக் கம்பளத்தின்மீது படுத்தான் ரவிவர்மன். அவள் மெல்லிய குரலில் பாடத் தொடங்கினாள்.

'எத்தனை இரவுகள் தூங்காமல் இருப்பினும் சரியே. தூங்குவதானால் நாம் இருவருமே ஒரே நேரத்தில் தூங்க வேண்டும்' என்பதே பாடலின் சாரம்.

அவள் தெரிந்து பாடினாளோ, தெரியாமல் பாடினாளோ. அவள் விரித்திருந்த அந்த ரத்தினக்கம்பளம், தாம் இறந்தபிறகு தம்மீது போர்த்துவதற்காக யோகோவா வாங்கி வைத்திருந்தது.

3. ஏக்கமும் தூக்கமும்

ரவிவர்மன் மெதுவாகத் தூங்க ஆரம்பித்தான்.

சொர்ண விக்கிரகம் போன்ற பச்சைக்கிளி ஒன்றைப் பக்கத்தில் வைத்துக்கொண்டு, காம இச்சை இல்லாமல் ஒருவன் நிம்மதியாகத் தூங்கமுடியுமா? அதிலும் ரவிவர்மன் வலிமைமிக்க ஆண் மகன். யூஜியானாவோ இரண்டு ஆண்டுகளுக்கு மேலாக அவனைப் பார்த்து ஏங்கியவள்.

காதல், உள்ளத்தின் பிரவாகம்தான். புனிதமான காதலுக்கு உடற்சபலம் குறைவுதான், ஆனாலும் தனியாக நெருங்கி இருக்கின்ற இரவிலே அவர்கள் தங்களைச் சந்நியாசிகளாக வைத்திருக்க முடிவதில்லை. உள்ளம் உடலுக்குள் உள்ளதுதான். ஆனால் அதன் கொதிப்பு உடம்பில்தான் சூடேற்றுகிறது. அடுப்பில் எரியும் நெருப்பு அடுப்பை வேகவைப்பதில்லை. பாத்திரத்துக்குள் கிடக்கும் காய்கறியைத்தான் வேக வைக்கிறது. இரத்தம் காய்கறியை விட மென்மையானது. அதனை அடக்கும் சக்தி ரவிவர்மனுக்கு இந்த வயதில் எப்படி வந்தது?

'உள்ளம் ஒரு முடிவுக்கு வந்துவிட்டால் உடல் என்ன, உலகமே நம்மை ஒன்றும் செய்யமுடியாது' என்பதை அறிந்தவன் ரவிவர்மன். அதனால்தான் அவன் பல அரசியல் வெற்றிகளைப் பெற முடிந்தது.

பாவம் யூஜியானா! அவன் தொட்டாலும் போதும் கட்டி அணைத்தாலும் போதும் என்று, அவனது காலடியிலேயே கண் விழித்துக் காத்துக் கிடந்தாள் அவள். அந்த இரவில் அவள்

அர்த்தசாமத்து மணி ஓசையையும் கேட்டாள். வைகறை நேரத்து மணி ஓசையையும் கேட்டாள்.

பொழுது விடிந்தது.

அவள் தவறு செய்திருந்தாலும் அந்தப் பொழுது விடியத்தான் போகிறது.

யோகோவா எழுவதற்கு முன்னே ரவிவர்மன் எழுந்து விட்டான்.

"இன்றும் நீ தூங்கவில்லையா?" வழக்கமான கேள்விதான். அவளும் வழக்கம்போலவே தலை குனிந்தாள்.

ஒரே கேள்வியை ஒவ்வொரு நாளும் கேட்டுக் கொண்டிருக்க அரசியல்வாதிகளால் தான் முடியும். அதற்கு ஒரே பதிலைச் சொல்லக் காதலிகளால்தான் முடியும்.

ரவிவர்மன் புறப்பட்டான்.

அவளது நெற்றியிலாவது ஒரு முத்தமிடக்கூடாதா! அது ஒரு புனிதமான சடங்குதானே! அதற்கும் அவன் காலத்தை எதிர்பார்த்தவன் போல் காணப்பட்டான்.

யூஜியானா வழக்கம்போல் நெருப்பிலே நீராடக் கிணற்றடிக்குச் சென்றாள்.

ரவிவர்மன் இல்லம் வந்தடைந்தான். அங்கே ஒருத்தி திருமணம் ஆகாமல் கண்விழித்திருக்கக் கண்ட அவன், இங்கே ஒருத்தி அது ஆன கொடுமையால் கண்விழித்திருப்பதைக் கண்டான். அவளிடம் அன்பு காட்டிய அவன், இவளிடம் இரக்கம் கூடக் காட்டவில்லை.

பத்மாவதி அதிகாலையிலேயே நீராடி சந்தனக் குழம்பை நெற்றியில் தடவி, அதிலே குங்குமமிட்டு, கேரளப் பெண்களுக்கே இயற்கையான கொண்டை போட்டு, அதில் முல்லை மலரைச் சுற்றிவிட்டு அவனை வரவேற்றாள். அவள் ரவிவர்மனுக்கு உறவு முறையில் தேர்ந்தெடுக்கப்பட்ட மணமகள். அவளைத் தேர்ந்தெடுத்தவரும் இரண்டாம் சேரமான் பெருமாள் தான்.

ஏன் அவன் அவளோடு உடல் உறவே கொண்டதில்லை? அதுவும் ஒரு தனிக் கதைதான்.

கொல்லத்தைச் சேர்ந்த ஒரு சேனாதிபதியின் மகள் பத்மாவதி. அந்தச் சேனாதிபதி விழிஞத்திலே நடந்த ஒரு போரில் கொல்லப்பட்டார். அப்போது பத்து வயதே ஆகியிருந்த பத்மாவதியை இரண்டாம் சேரமான் எடுத்து வளர்த்து வந்தார். காரணம் அந்தச் சேனாதிபதி ரவிவர்மனின் தந்தை வழிப் பாட்டனாருக்கு இரண்டாம் தாரத்து மகளின் கணவன். முறைப்படி பத்மாவதி ரவிவர்மனுக்கு அத்தை மகள்.

ரவிவர்மனுக்குப் பத்மாவதியை மணம் முடிக்க வேண்டும் என்பது, இரண்டாம் சேரமானின் விருப்பமாக அல்ல, முடிவாகவே இருந்தது. அவளுக்கு வயது வந்த பிறகு சேரமான் தன் விருப்பத்தை ரவிவர்மனிடம் தெரிவித்தார். ரவிவர்மன் அதைக் கடுமையாக மறுத்தான். அந்த மறுப்புக்கு ஒரே காரணம். பத்மாவதியின் தாய், முறைப்படி மணம் முடித்து வந்த ஒருத்திக்குப் பிறந்தவள் அல்ல என்பதே.

"அவள் உத்தமி; அவள் தாய் உத்தமி; அவள் பாட்டியைப்பற்றி உனக்கென்ன கவலை?" என்பது சேரமானின் வாதம்.

"நான் புஷ்பத்தை மட்டும் பார்ப்பவன் அல்லன்; கொடி முளைத்த இடத்தையும் பார்ப்பவன்" என்பது ரவிவர்மனின் வாதம்.

"பத்மாவதியைத் திருமணம் செய்துகொள்ளவில்லை என்றால், நீ அரண்மனைக்குள் நுழையவேண்டாம்" என்றே சேரமான் கூறிவிட்டார்.

ரவிவர்மன் பைத்தியம் பிடித்தவன் போலானான்.

பத்மாவதியையே நேரில் சந்தித்துத் தன்னைத் திருமணம் செய்துகொள்ள அவளுக்கே விருப்பம் இல்லை என்று சேரமானிடம் கூறும்படி கேட்டான்.

"தந்தையின் ஸ்தானத்தில் இருந்து என்னை வளர்த்த அவரிடம் நான் இதை எப்படிச் சொல்வேன்?" என்று தடுமாறினாள் பத்மாவதி.

"அப்படியென்றால், திருமணம் ஒரு சடங்கு என்ற அளவில்தான்" என்று சொல்லிவிட்டு வெளியேறினான் ரவிவர்மன்.

ஆசைக்கும் அச்சத்துக்கும் இடையிலே போராடினாள் பத்மாவதி.

தன்னிலும் ஒரு வயது சிறியவனான மார்த்தாண்டவர் மனிடமே நடந்ததையெல்லாம் சொன்னாள்.

"ரவிவர்மனை எனக்குத் தெரியும்! அவன் கோபத்தில் ஏதாவது பேசுவான்; ஆனால், குழந்தை உள்ளம். முதல்

நாளே எல்லாம் சரியாகிவிடும்" என்று அவன் பதில் சொல்லி விட்டான்.

அவ்வளவும் நடந்ததற்குப் பிறகு சேரமானிடம் ரவிவர்மன்தன் சம்மதத்தை வெளியிட்டது பெரும் ஆச்சரியமாகவே இருந்தது.

"மாமா, ஏழுமலையான் மணந்த பத்மாவதியைவிட நான் மணக்கப்போகும் பத்மாவதி எல்லாவகையிலும் உயர்ந்தவள். அவளது குணவிசேஷங்களைக் கவனியாமல் குலத்தைப் பழித்துவிட்டேன். நீங்கள் கால் என்றால், நான் தலை என்று சொல்கின்றவன். திருமணத்துக்குச் சம்மதிக்கிறேன்" என்றான்.

சேரமான் மகிழ்ச்சிப்பெருக்கில் நீந்தினார். திருமணம் அரண்மனையிலேயே நடந்தது.

அரச பரம்பரையினர் மட்டும் பெரும்பாலும் சாந்தி முகூர்த்தத்துக்கு நம்பூதிரி மண்டபத்துக்குத் தங்கள் மனைவிமாரை அனுப்புவதில்லை.

ரவிவர்மனுக்குத் தாய் தந்தையார் இல்லையாதலால் சேரமானின் அரண்மனையிலேயே முதலிரவு வைபவம் நடந்தது. அந்த இரவில் ஆணழகனான ரவிவர்மனிடம் தான் பெறப்போகும் சுகத்தைப் பற்றிய நினைவே பத்மாவதிக்கு அதிகமாக இருந்தது.

விசாலமான அந்தப் பள்ளி அறையில் சந்தன மரங்களால் அமைக்கப்பட்ட ஓர் இரட்டைக் கட்டில்; அதன் மீது மயில் பீலிகளால் செய்யப்பட்ட ஒரு மெத்தை; அதன்மேல் நான்கு மடிப்பாக மடிக்கப்பட்ட ஒரு சீனத்துப் பட்டு; காம்புகள் கிள்ளப்பட்டுத் தூவப்பட்ட மல்லிகை மலர்கள்; அரபு நாட்டு வாசனைப் புகை.

அழகுத் திருவதனம் நாணத்தால் சிவக்க, உள்ளமும் உடலும் நெருப்பாய்க் கொதிக்க ஒரு மூலையில் வந்து நின்றாள் பத்மாவதி. கொஞ்சம் காலதாமதமாக வந்து சேர்ந்தான் ரவிவர்மன். அலங்காரம் எதையும் அவனிடம் காணோம். அவளைப் பார்த்தும் பாராதவனாகக் கட்டிலில் சாய்ந்தான்.

கதவு மெதுவாகச் சாத்தப்பட்டது. அவளோ அவனோ அதைச் சாத்தவில்லை; வெளியிலே இருந்த கன்னியர் சிலர் சாத்தினார்கள். அவர்கள் அங்கிருந்தபடியே மங்கல வாழ்த்துப் பாடினார்கள். ரவிவர்மனின் ஐந்து சகோதரிகளும் வெளியிலே ஐந்து ஆசனங்களில் உட்கார்ந்தபடி யாழ்மீட்டிக் கொண்டிருந்தார்கள்.

இனிமையான குரலில் ஒரு பெண் பாடத் தொடங்கினாள்.

"காமனது கணைகளுக்குத் தினமும் வேலை வருகிறது.

இன்று அவன் எங்கள் அரண்மனையைத் தேர்ந்தெடுத்துக் கொண்டான்.

எங்கள் ரதியின் உடலும் ஆன்மாவும் சாந்தி பெறப் போகின்றன.

தண்ணீரையும் ஆடைகளையும் தவிர வேறு யாரும் தொட்டறியாத அவளது அங்கங்களை எங்கள் காமன் இன்று தொடப்போகிறான்.

காமனது சாகஸங்களை ரதி புரிந்து கொள்வாளாக.

அவன் முதலில் பயத்தைத்தான் உண்டாக்குவான். அதன்மூலம்தான் சுகம் இன்னது என்பதைக் காட்டுவான்.

அவன் பாராமுகமாக இருப்பான்; அது உன் ஆசையை வளர்க்கவே.

இந்த இரவு இறைவனால் நிர்ணயிக்கப்பட்டது. ஸ்ரீராமனுக்கும், சீதாப்பிராட்டியாருக்கும் நிச்சயிக்கப்பட்ட இரவும் இப்படித்தான்.

அடி பெண்ணே!

ஏன் தனியாக நிற்கிறாய்.

உனது நான்கு விலங்குகளையும் ஒவ்வொன்றாகக் கழற்று.

எங்கள் மன்மதன் ஆண்மையில் அனுமனைவிட உயர்ந்தவன்.

ஆகவே யார் பணிகிறார்கள் என்பதை அவன் கடைசி வரையில் பார்த்து விடுவான்.

இந்த ஊடலில் தோற்க வேண்டியவள் நீயே!

அதன்மூலம் கூடலில் வெல்லப்போகிறவளும் நீயே!

நெருங்கு; மயங்கு; நிதானத்தை இழந்துவிடு!

அப்போதுதான் இந்தச் சந்நிதானத்தில் சுகம் கிடைக்கும்!

"சாந்தி! சாந்தி! சாந்தி!"

வெளியே பாடல் முடிந்தது. உள்ளே ஊடல் முடியவில்லை. அது ஊடலாகவே இருந்திருந்தால், கூடலுக்காக அவள் பல காலம் காத்துக்கொண்டிருக்கத் தயார் துரதிருஷ்டவசமாக அது ரத்தான பிற்பாடு நடந்த விவாகம்.

பத்மாவதி விழித்துக்கொண்டே நின்று கொண்டிருந்தாள்; அவன் நிம்மதியாக தூங்கி முடித்தான். இத்தகைய நாடகங்களுக்கு அவன் முதலில் நடத்திய ஒத்திகை அதுதான்.

வழக்கம்போலவே அவள் பொழுதும் விடிந்தது. அது முதல் தினமும் ஒரு பொழுது விடிந்துகொண்டுதான் இருந்தது. அன்றும் அப்படித்தான் விடிந்தது.

ஊரார் கண்களுக்காக அவனை வரவேற்கும் பாக்கியத்தை மட்டுமே பெற்ற பத்மாவதி, அவன் கழற்றிக் கொடுத்த நகைகளையும் ஆடைகளையும் அவன் அறையில் வைத்து விட்டுத் தன் அறைக்குச் சென்று விட்டாள்.

அவசர அவசரமாகக் குளித்த ரவிவர்மன், முற்றிலும் மாறுபட்ட உடை அணிந்து கொண்டான்.

இடுப்பிலே ஜரிகை வேஷ்டி; அதன்மீது ஒரு சிவப்புப் பட்டுக் கச்சம்; கழுத்திலே சிறிய நவகண்டி மாலை; நெற்றியில் விபூதிப் பூச்சு; அதன்மீது சந்தனக் குழம்பு.

என்ன, ரவிவர்மனும் மதவாதியாகிவிட்டானா? இல்லை. திருவல்லிபுத்தூருக்கு புறப்பட்டுக் கொண்டிருந்த சேரமான் பெருமாளையும், அடியார்களையும் பரிவாரங்களையும் வழியனுப்ப அவன் அதே வேஷத்தில் புறப்பட்டான்.

சேரமான் பெருமாள் வைஷ்ணவ சம்பிரதாயத்தில் பக்திமிக்கவர் என்றாலும், விபூதிதான் பூசுவார். அதற்காகவே அவனும் விபூதி பூசிக்கொண்டான். அதன்றியும் சைவர்களும், வைஷ்ணவர்களும் சம்பந்திகள்தானே! திருமாலின் தங்கையைத்தானே சொக்கநாதர் திருமணம் முடித்துக்கொண்டார்.

ரவிவர்மன் அரண்மனையை அடைந்தபோது அலங்காரப் பல்லக்கு ஒன்று அங்கே வைக்கப்பட்டிருந்தது. அதைத் தூக்குவதற்குப் பன்னிரண்டுபேர் நின்றுகொண்டிருந்தார்கள். அரசன் அரசனாகச் செல்வதானால் ரதத்திலேயும், அடியாராகச் செல்வதானால் பல்லக்கிலேயும் செல்ல வேண்டும் என்பது சம்பிரதாயம்.

இரண்டாம் சேரமான் பெருமாள் அழகிய திருமேனியில் சந்தனம் துலங்க நெற்றி விபூதி நிலையாமையைக் காட்ட கற்றைக் குழல் மெதுமெதுவாகச் சடை பிடித்த நிலையில், கழுத்து ருத்திராட்சம் வாழ்க்கையின் நிலை இதுதான் என்பதைக் காட்டும் வகையில் வலது கையால், இடது கையை மூடியபடி வெளியில் வந்தார்.

அவர் பல்லக்கில் ஏறியதும் அந்தப் பல்லக்குக்கு முதலில் தோள் கொடுத்தவன் ரவிவர்மன்.

அவனது செயல்களையெல்லாம் வியப்போடு நோக்கி நோக்கி அலுத்துவிட்ட சேரமானுக்கு இது வியப்பாக இல்லை. பல்லக்குப் புறப்பட்டது.

4. குலசேகர ஆழ்வார்

சேரமான் பெருமாளின் வருகையை முன்கூட்டி அறிந்திருந்த பெரியாழ்வார் அவரை வரவேற்கச் சித்தமானார்.

பாண்டிய நாட்டில் பெரியாழ்வாரின் செல்வாக்கு ஓங்கி நின்ற காலம் அது. 'துறவிக்கு வேந்தன் துரும்பு' என்றபடி மன்னர் குலத்திலிருந்து எதையும் எதிர்பார்க்காமல் வாழ்ந்தவர் பெரியாழ்வார். ஓர் அழகான நந்தவனத்தை மட்டுமே உடைமையாகக் கொண்டவர். பொன் பொருள் இச்சை எதும் இல்லாதவர். பாண்டிய நாட்டில் அன்று அவர் பக்தசிகாமணியாகத் திகழ்ந்தார் என்றால் அது பொய்யல்ல. மனித வாழ்க்கையின் அவலத்தைச் சிறு வயதிலேயே உணர்ந்துகொண்டவர். 'இறைவனையன்றிப் பெரும் பொருள் எதுவும் இல்லை' என்று கண்டவர்.

சிறு வயதில் இந்த சம்பிரதாயங்களின் மீது ஏற்பட்ட பக்தியால், திருமாலுடன் தினமும் பேசுகிறவர் என்று புகழ் பெற்றவர். பின்னாளில் ஆண்டாள் என்று பெயர் பெற்ற கோதை நாச்சியார் அவரது ஒரே மகள். நாச்சியார் என்ற பட்டம் பாண்டி நாட்டில் அரச பரம்பரையினருக்கு மட்டுமே உள்ள பட்டமாகும். அந்த பட்டத்தைச் சூட்டிக் கோதையை அழகு பார்த்தது பாண்டிய நாடு. காரணம், பெரியாழ்வாரைக் குருபீடத்தில் மட்டுமன்று, அரசபீடத்திலும் வைத்து அது கௌரவித்தது.

பெரியாழ்வார் அமர்ந்து பேசுவார்; பாண்டிய மன்னர்கள் நின்றுகொண்டே பேசுவார்கள். சைவர்கள் வைணவர்கள் இரு சாராருமே பெரியாழ்வாரை மிகவும் கௌரவித்தார்கள்.

பரஞானத்தில் மட்டுமின்றி இகஞானத்தில் இறைவன் கண்ணுக்குத் தெரிகிறான் என்பதை நிரூபித்தவர் அவர்; தம் மகள் கோதைக்குப் பாடம் கற்றுக் கொடுத்தவரே அவர் தான்.

நாளங்காடி (பகல் கடைத்தெரு)யிலோ, அல்லங்காடி (இரவுக் கடைத்தெரு) யிலோ பெரியாழ்வார் வருகிறார் என்றால் எல்லோரும் ஒதுங்கி அவருக்கு வழிவிட்டுக் கொடுப்பார்கள்.

சேர, சோழ, பாண்டிய, கொங்கு மன்னர்கள் நால்வருக்கும் இவரே குருவாகத் திகழ்ந்தார். இவர்கள் நால்வரும் ஒரே பெரியாழ்வாரின் மாணவர்களாக இருந்தும் இவர்களுக்குள் எப்படிப் போர் மூண்டது என்று சரித்திரம் வியப்போடு நோக்குகிறது. இவரை, 'தென்னாடுடைய பெரியாழ்வார்' என்றழைப்பது பொருந்தும். பெரியாழ்வார் என்ற பெயரே காரணப் பெயர்தான்.

சேரமானை வரவேற்க அவர் செய்திருந்த ஏற்பாடுகள் ஆண்டி ஒருவன் மன்னனை வரவேற்கச் செய்யும் ஏற்பாடுகளே.

அவர் ரத்தினக் கம்பளம் விரிக்கவில்லை. பாதை எங்கும் பட்டுப் பாவாடை விரிக்க்வில்லை. வீட்டின் நடுப்பகுதியை நன்றாக மெழுகிக் கோபியினால் கோலம் போட வைத்தார். சிறிது அவல் பொரியும், பாலும் தயார் செய்து வைத்தார். ஒரு தட்டில் ஐந்து புஷ்பங்களை வைத்திருந்தார். அவை அனைத்தும் மொட்டுக்களே.

'அதிகாரத்தில் இருக்கும்போது மனிதனின் ஐந்து புலன்களும் மலராமலேயே இருக்கின்றன. அவை மலரும்போது ஆண்டவனிடம் போய்ச் சேர்ந்து விடுகின்றன' என்பதே அதன் பொருள்.

திருவில்லிபுத்தூரில் பெரியாழ்வாரின் இல்லம் ஊரின் எல்லையில் தனியாக இருந்தது. அதுவும் அவரது நந்தவனத்தை ஒட்டியே இருந்தது.

சிறிது தூரத்தில் பரிவாரங்களின் ஓசை கேட்டது.

சேரமான் அப்போது பாண்டிய நாட்டையும் தன் கீழ் வைத்திருந்தானாதலால், பாண்டியநாட்டுப் பரிவாரங்களும் சேர்ந்து வந்து கொண்டிருந்தன.

பெரியாழ்வார் ஆசனத்தில் அமர்ந்திருந்தார்.

சேரமானின் பரிவாரங்கள் நந்தவனத்துக்கு வந்து சேர்ந்தன.

இடுப்பிலிருந்த சிவப்புக் கச்சத்தை ஒழுங்குபடுத்திக் கொண்டு உள்ளே நுழைந்தான் சேரமான். தன் குருதேவரின் கால்களில் சாஷ்டாங்கமாக விழுந்து நமஸ்கரித்தான். அவன் கொண்டு வந்திருந்த சீர்வரிசைகளையெல்லாம் ஒவ்வொன்றாக கொண்டு வந்து அவர் முன் வைத்தார்கள்.

''இவை யாருக்காக?'' என்று கேட்டார் பெரியாழ்வார்.

அடக்கத்தோடு, ''தங்களுக்காக'' என்றார் சேரமான்.

''நல்லது. என்மூலம் திருமாலுக்காக'' என்றார் பெரியாழ்வார்.

''தங்கள் செல்வ மகளுக்குத் திருமணம் செய்யும்போது இவை பயன்படுமே!'' என்றார் சேரமான்.

''இவை அவள் வீட்டுக்குத்தான் போகின்றன!'' என்றார் பெரியாழ்வார்.

உள்ளிருந்து நாச்சியாரின் மெல்லிய குரல் அழகாக இசைக்கத் தொடங்கிற்று. அது, 'மைத்துனன் நம்பி மதுசூதன்' கைத்தலம் பற்றிய கதையைக் கூறிற்று.

''நல்லது குருதேவா! இந்தச் சீர்வரிசைகளைத் தாங்கள் கோயிலுக்கு அனுப்பச் சொன்னது புரிகிறது'' என்றான் சேரமான்.

''அரங்கனோடு ஐக்கியமாகிவிட்டால் ஜனனம் மரணம் ரண்டுமே முடிந்துவிடுகின்றன. திருமணம் முடியாமலிருக்குமா?''

''இந்த இளம்பிராயத்தில் நாச்சியார் மனித குலத்தை வெறுத்ததும் இறைவனோடு ஐக்கியப்பட்டதும் எப்படி முடிந்தது குருதேவா?'' என்று கேட்டார் சேரமான்.

"காம வெறி" என்றார் பெரியாழ்வார்.

சேரமானுக்குத் தூக்கி வாரிப்போட்டது.

பெரியாழ்வார் சொன்னார்:

"காமம் உடலிலும் உண்டு; உள்ளத்திலும் உண்டு, உடல் வெறிபிடித்துப் போனால், உள்ளம் ஒத்துவிடுகிறது. உள்ளம் வெறி கொண்டு விட்டால் உடல் ஒத்து விடுகிறது. அவள் உடல் ஒத்துவிட்டது. பக்தியும் ஒருவகைக் காமவெறியே!"

கைகளைக் கட்டிக்கொண்டு சேரமான் கொஞ்ச நேரம் யோசித்தான்.

"குருதேவா, நான் முடி துறப்பதென்று முடிவு செய்து விட்டேன்."

"இன்னும் உனக்குப் பக்குவம் ஏற்படவில்லை" என்றார் பெரியாழ்வார்.

"எப்படி, குருதேவா?" நடுங்கியபடி கேட்டார் சேரமான்.

"இன்னும் உன் தலையில் மகுடம் இருப்பதாகக் கருதிக் கொண்டிருக்கிறாயே, அது எவ்வளவு பெரிய மடமை? ஏழு உலகங்களிலும் ஒரே ஒருவனுடைய தலையில்தான் மகுடம் உண்டு. பரந்தாமன் கண்ணனே" என்றார் பெரியவர்.

மேலும் அவர் சொன்னார்.

"அவனுக்குக் கிடைக்காத சில ஆசனங்கள் நமக்குக் கிடைக்கின்றன. தச்சர்கள் செய்த அந்த ஆசனங்களைக் கண்டு, நாம் தன்னேரில்லாத தலைவர்கள் என்று எண்ணி விடுகிறோம். எவ்வளவு பக்குவத்துக்கிடையிலும் இந்தக் களை எப்படியோ முளைத்து விடுகிறது. மலையின் மீது முளைத்த செடி பூமியில் முளைத்த கற்பக விருட்சத்தை விடப் பெரியதா? மழைக் காலத்துக் காளான்களுக்கு இருக்கும் அழகு சமயங்களில் மலர்களுக்குக்கூட வாய்ப்பதில்லை. அதனால் அவை மலர்களைவிடச் சிறந்தனவா? 'நான் ஒன்றுமே இல்லை' என்று எவன் நினைக்கிறானோ

அவனுக்குத்தான் 'ஆண்டவனைத் தவிர ஒன்றுமே இல்லை' என்ற தெளிவு வரும். இன்னும் நீ அரசனாக இருப்பதாக நினைப்பதால்தானே 'முடி துறக்கப் போகிறேன்' என்ற வார்த்தையைச் சொன்னாய்?''

"ஆமாம் குருதேவா" பக்குவம் முக்கால் பாகம் வந்திருக்கிறது, பாக்கியும் வந்துவிடும்."

"நான் திருத்தலங்களைச் சேவிக்கப் புறப்படுகிறேன் தங்கள் ஆசியைப் பெறவே வந்தேன்" என்றான் சேரமான்.

"இதற்கு முன் சேரமான், பெருமாள் ஆனான்; இனி ஆழ்வாராகப் போகிறானா?" என்று கேட்டார் பெரியாழ்வார்.

"எனக்கு அந்தப் பாக்கியம்..."

"உண்டு. அவனிடம் யார் யாரெல்லாம் ஆழ்ந்து விட்டார்களோ, அவர்களெல்லாம் ஆழ்வார்களே. இதுவரை ராஜ குலசேகரனாக இருந்த நீ இனி மனித குலசேகரனாக ஆகப்போகிறாய். அதனால் உலகம் உன்னை இனி குலசேகர ஆழ்வார் என்றழைக்கட்டும்."

பெரியாழ்வார் இப்படிச் சொன்னதும் பூஜையறையில் இருந்த கோதைநாச்சியார் வெளியே வந்தார்.

"பார்வேந்தன் பரந்தாமனோடு கலக்கப் போகும் செய்தியைக் கேட்டேன்" என்றாள்.

"ஆமாம் தாயே!" என்றார் குலசேகர ஆழ்வார்.

ஆம்; இனி நாம் அவரைக் குலசேகர ஆழ்வார் என்றே அழைப்போம்.

தம் இரண்டு கைகளாலும் குலசேகர ஆழ்வாருக்கு ஒரு பரிசைக் கொடுத்தார் நாச்சியார். அது ஒரு விளாம்பழம். ஆம்! தோலும் பழமும் ஒட்டாத ஒன்று விளாம்பழம் அல்லவா? உடலும் உள்ளமும் வேறுபட்டு விட்டன என்பதற்கு அது சாட்சி.

பின்பு அனைவரும் கோயிலுக்குப் புறப்பட்டார்கள். உள்ளம் உருக, உடல் உருக அங்கே பாடிக்கொண்டே இருந்தார் குலசேகர

ஆழ்வார். அந்திபடும் நேரத்தில் அவருக்குப் பிரக்ஞை உண்டாக்கினார் பெரியாழ்வார்.

* * *

இரண்டாம் சேரமான் பெருமாள், குலசேகர ஆழ்வார் என்ற பட்டத்தோடு நாடு திரும்பினார். வஞ்சியின் எல்லையில் அவரை அமைச்சர் பிரதானியர் நாராயண நம்பூதிரி அனைவரும் வரவேற்றார்கள்.

மன்னர்கள் போருக்குப் போய்த் திரும்பினாலும் வேறு காரணங்களுக்காக அடுத்த நாடு சென்று திரும்பினாலும் ராஜகுலப் பெண்கள் எல்லையில் வந்து வரவேற்பதில்லை. அன்று அதிசயமாக ரவிவர்மன் மனைவி பத்மாவதியும் அவனது சகோதரிகள் ஐவரும் எல்லைக்கு வந்திருந்தார்கள். எதிலும் முதலாளாக நிற்கும் பாஸ்கர ரவிவர்மனை அன்று காணவில்லை.

5. அந்தரங்கங்கள்

ஐம்பெருங் குழுவும் எண்பேராயமும் அரசச் சுற்றமும், பரிவாரங்களும் வரவேற்க வந்திருக்கும்போது ரவிவர்மன் மட்டும் வராதது ஏன்?

அவ்வளவு கூட்டத்துக்கிடையிலேயும் அரசர் இதைக் கவனித்தார். வழக்கத்துக்கு மாறாகப் பத்மாவதியும், அவர் ரவிவர்மனின் சகோதரிகளும் வந்திருப்பதையும் கவனிக்கத் தவறவில்லை.

பத்மாவதி நாயகனோடு வாழாமல் இருக்கிறாள் என்பதை அவர் அறிவார். ஆன்மிகத்தில் அதிக அக்கறையுடையவராயினும் ஆழமான லௌகிக நோக்கு அவருக்கு உண்டு.

இல்லறம் காணும் ஒரு குலமகள் அதிகாலையில் எழுந்து தலை முழுகி நீராடிப் புன்சிரிப்போடும், முகமலர்ச்சியோடும் காணப்பட்டால் இரவில் அவள் திருப்தியான இல்லறம் நடத்தியிருக்கிறாள் என்பது பொருள். நீராடிப் பொட்டு வைத்து நேரிழையாக அரசர் பத்மாவதியைக் கண்டிருக்கிறாரே தவிர, முகமலர்ச்சியோடும் புன்முறுவலோடும் கண்டதில்லை. ஆனால் பல ஆண்டு காலமாகக் காணாத பத்மாவதியை இன்று அவர் கண்டார்.

சிறிது காலம் நாட்டை விட்டு வெளியே சென்றிருந்தாலும் திரும்பி வந்ததும் சேனாதிபதிகளிடமும் அமைச்சர்களிடமும் மட்டுமே முதலில் பேசுகிற அரசர் இன்று பத்மாவதியிடம் பேசினார்.

“உன் முகம் இன்று மலர்ந்திருக்கிறதே!” என்றார்.

“பல வருஷங்களுக்குப் பிறகு!” என்று திருத்தினாள் பத்மாவதி.

அவள் கூந்தலில் இருந்த மலர்களைத் திருத்தினாள் சாலியூர்த்தாவளி.

அரசர் ஏதோ குடும்ப விவகாரம் பேசப்போகிறார் என்பதுபோல, சுற்றியிருந்தவர்கள் ஒதுங்க ஆரம்பித்தார்கள்.

“இரகசியம் ஒன்றும் இல்லை” என்று அவர்களை நிறுத்தினார் சேரமான்.

“ரவிவர்மன் எங்கே?” என்று கேட்டார்.

“அரண்மனையிலேதான் இருக்கிறார்” என்றாள் பத்மாவதி.

‘நல்லது’ என்ற சேரமான், திரை மூடிய பல்லக்குகளில் பத்மாவதியையும், தாவளி சகோதரிகளையும் முதலில் அனுப்பிவிட்டுப் பிறகு தம் பல்லக்கில் ஏறி உட்கார்ந்தார்.

வளைந்து நீண்ட வாள் தாங்கிய படைவீரர்களும் அடியவர்களும் பல்லக்கைப் பின்தொடர்ந்தார்கள். எல்லையிலிருந்து சிறிது தூரத்தில் நம்பூதிரிகள் சபையினர் மன்னரை வரவேற்பது வழக்கம். பூரண கும்ப மரியாதைகளோடு சுமார் முந்நூறு நம்பூதிரிகள் அங்கே நின்று கொண்டிருந்தார்கள். அரசர் பல்லக்கை விட்டு இறங்கி அவர்களுக்கு வணக்கம் செலுத்தினார்.

அங்கேயும் ஓர் அதிசயம் மன்னருக்குக் காத்திருந்தது.

வழக்கமாக அரசரை வரவேற்க வரும் நாராயண நம்பூதிரி அன்று வரவில்லை.

அரசருக்கு அது வியப்பாக இல்லை! திகைப்பாக இருந்தது.

தான் முடிதுறப்பது என்று முடிவு செய்ததன் விளைவாக நாட்டில் ஏதோ நடந்துகொண்டிருக்கிறது என்பதை மட்டும் அவரால் யூகிக்க முடிந்தது.

ஈடுகட்ட முடியாத ஒரு தலைவன் தன் இடத்தைக் காலிசெய்யப்போகிறான் என்றால் அடுத்த வரிசையிலுள்ள வர்களுக்குள் பலப்பரீட்சை நடப்பது இயற்கை. முடிதுறக்க முடிவு செய்தபோது அப்படியொரு பலப்பரீட்சையைச் சேரமான் எதிர்பார்க்கவில்லை. காரணம், அவருக்கு வாரிசு இருந்தது.

மார்த்தாண்டவர்மன் அவரது பட்டத்து ராணியின் ஒரே மகன். வயதில் இளையவன் என்றாலும் அரசகுலதர்மங்களை நன்றாக அறிந்தவன். சாணக்கிய தந்திரம் புரியாதவன். அரசரின் உடலில் இறைவழி உணர்வு ஏற்பட்ட காலத்தில் பிறந்தவன் ஆதலால் அதே வழியில் வளர்ந்தவன்.

அந்த நேரத்தில் எல்லாப் பகைவர்களையும் வென்று முடித்துவிட்டவர் சேரமான். ஆகவே உள்நாட்டு அரசியலில் ஒரு பலப்பரீட்சையை அவர் எதிர்பார்க்கவில்லை. நாராயண

நம்பூதிரியும் ரவிவர்மனும் தன்னை வரவேற்க வராததால் அப்படி ஏதாவது இருக்குமோ என்று அவர் ஐயப்பட்டார்.

பல்லக்கு அரண்மனை வந்து சேர்வதற்குள் ஆயிரக்கணக்கான சிந்தனைகள் அவர் மனதில் அலைமோதின. முதன் முதலில் தாம் முடிதுறக்க இருப்பதை வெளியிட்டது நாராயண நம்பூதிரியிடம் தான். அது அவர் நினைவுக்கு வந்தது.

அரண்மனை அந்தரங்க மண்டபத்துக்கு அவர் நாராயண நம்பூதிரியையும், மற்றும் சில நம்பூதிரிகளையும் அழைத்திருந்தார். ஆனால் மற்றவர்கள் வராமல் நாராயண நம்பூதிரி மட்டும் தனியே வந்திருந்தார்.

"நான் உங்களை அழைத்ததற்குக் காரணம் புரிகிறதா?" என்று அரசர் கேட்டார்.

"தினசரி நான் உங்களைப் பார்க்கிறேன். ஆகவே இந்த அழைப்பில் புதுமையையோ ரகசியத்தையோ நான் எதிர் பார்க்கவில்லை."

"கொங்கு மண்டலத்தையும், பாண்டிய மண்டலத்தையும் வென்ற பெருமை என் தலைமுறைக்கு உண்டு. பல்லவ மன்னர்களும் சோழ மன்னர்களும் சேர நாட்டைச் சேர்த்து ஆண்டதாக மெய்க்கீர்த்தியில் எழுதியபோதெல்லாம் சேரநாட்டு மெய்க்கீர்த்தியில் வேறு நாட்டுப் பெயர்கள் வராதா என்று நான் ஏங்கியதுண்டு. அந்த ஏக்கத்தை நான் தீர்த்துக் கொள்வதற்கு உங்கள் ராஜதந்திர முன்னறிவு எனக்கு மிகவும் பயன்பட்டது. சேர நாட்டோடு வேணாட்டையும் சேர்த்தாளும் பெருமை எனக்குக் கிடைத்தது. வேணாட்டு அரசிளங்குமரியை என் மருமகளாக்கிக் கொள்ளும் யோசனையும் நீங்கள் சொன்னதே. நாற்பது ஆண்டுகளுக்கு மேலாக வஞ்சியர்கோன் தாங்கிய மணிமகுடம், என் வாள் வலிமையைவிட உங்கள் வாக்கு வன்மையால்தான் நிலைத்தது. இந்த சேர வம்சத்தை வளர்க்கவும் அழிக்கவும் சக்தி படைத்தவர் தாங்கள் என்பதை நான் அறிவேன். இந்தப் பூர்வாங்க

பீடிகையை நான் ஏன் போடுகிறேன் என்பது உங்களுக்குப் புரிகிறதா?''

"புரிகிறது. நீங்கள் ஏதோ ஒரு முடிவுக்கு வந்திருக்கிறீர்கள் என்பது மட்டும் புரிகிறது. அது என்ன முடிவு என்பது நீங்கள் சொல்லித்தான் புரியவேண்டும்.''

"நான் சுற்றி வளைத்துப் பேச நீங்கள் அந்நியரல்லர். நேரடியாகவே சொல்கிறேன். மார்த்தாண்டவர்மனுக்குப் பட்டம் சூட்டிவிட்டு நான் முடி துறக்கலாம் என்றிருக்கிறேன்.''

இந்த இடத்தில் திகைப்படைந்தவர்போல் நாராயண நம்பூதிரி காணப்பட்டார்.

அரசர் அவரையே கொஞ்ச நேரம் உற்று நோக்கினார்.

"அரசே! இறைவன் அருளால் உங்களுடைய உடல் நிலை நன்றாகவே இருக்கிறது. இயற்கையாக ஏதேனும் விபரீதங்கள் நேர்ந்தாலன்றித் தாங்கள் அந்த முடிவுக்கு வரவேண்டியதில்லை. நம்மிடம் தோற்றுப்போனவர்கள் எல்லாம் நிரந்தரமாகத் தோற்றவர்களல்லர். தங்கள் வல்லமை கருதி இன்று அவர்கள் அடங்கியிருக்கிறார்கள். மார்த்தாண்ட வர்மன் சிறுவன். மகுடம் அவன் தலையில் ஏறியதும், இதுதான் சமயம் என்று மற்றவர்கள் படையெடுக்கத் தொடங்கினால் அதை அவன் எப்படிச் சமாளிப்பானோ எனக்கு தெரியாது'' என்றார் நாராயண நம்பூதிரி.

"ஏன் உங்கள் வல்லமையின்மீதுகூட உங்களுக்குச் சந்தேகமா?'' என கேட்டார் சேரமான்.

"நான் வெறும் கைகாட்டி, வழிமுறைகளைத்தான் நான் சொல்ல முடியும். தளபதிகளை நம்பி ராஜ பரம்பரை படையெடுப்புகளை நடத்தியதில்லை. அரசரே தலைமை தாங்கிச் செல்வது நமது மரபாக இருந்திருக்கிறது. அதுதான் என்று அச்சத்துக்கு காரணம்'' என்றார் நாராயண நம்பூதிரி.

"தம்பிரான் சுவாமி, என்னுடைய முடிவை நான் மாற்றுவதற்கில்லை. ஆட்சிபீடம் ஏறிய நாற்பதாண்டுகளுக்குப் பிறகு நான்

அடியவராக ஆகிவிடுவேன் என்று யாரோ ஒரு சோதிடர் சொன்னதாக என் தந்தை அடிக்கடி சொல்வார். இயற்கையாகவே எனக்கு அந்தப் பக்குவம் வந்து கொண்டிருக்கிறது. சேர வம்சத்தின் பாதுகாப்புக்கும் ஒரு நல்ல வழியைச் சொல்லி நீங்கள் தான் எனக்கு விடை கொடுக்க வேண்டும்.''

நாராயண நம்பூதிரி வலது கையில் இருந்த தண்டத்தை இடது கையில் தட்டியவாறு சிறிதுநேரம் யோசித்தார். பிறகு சொன்னார்.

"அரசே! அதற்கு ஒரே ஒரு வழிதான் உண்டு. இதுவரை அரசாங்க அலுவல்களுக்கு மட்டுமே பொறுப்பேற்றுக் கொண்ட நம்பூதிரிகள் சபை, சேனைகளுக்கும் பொறுப்பேற்றுக்கொள்ள வேண்டும். நாற்படைத் தளகர்த்தர்களையும் மாற்றுகிற உரிமை அரசரின் கையில் இருந்து நம்பூதிரி களின் கைக்கு வரவேண்டும். நம்பூதிரிகள் வாளேந்திப் பழக்கப் பட்டவர்கள் அல்லர். எனினும் உள்நாட்டுக் குழப்பங் களையும், வெளிநாட்டுப் படை யெடுப்புக்களையும்

சமாளிக்க இதைத்தவிர வழியில்லை.''

இப்போது அரசர் யோசிக்க ஆரம்பித்தார். நாராயண நம்பூதிரியின் வேண்டுகோளில் ஏதோ சூழ்ச்சி இருப்பதாக அவருக்குத் தோன்றவில்லை. இளவரசனைக் கொன்று நாட்டைத் தளபதிகள் கைப்பற்றிய கதை அவருக்கும் தெரிந்த ஒன்றுதான். சாணக்கிய தந்திரத்தில் வல்லவரான நாராயண நம்பூதிரி சேனைகளின் மீது ஆதிபத்திய உரிமை கோருவதும் நாட்டு நலனை முன் வைத்ததாகவே இருக்கும் என்று அவர் நம்பத் தொடங்கினார்.

''நல்லது தங்கள் யோசனையை நான் பரிசீலிக்கிறேன்'' என்று கூறி அவரை அனுப்பி வைத்தார் சேரமான்.

பல்லக்கு நகர்ந்து கொண்டிருந்தது.

இந்தக் காட்சி அவர் மன அரங்கில் ஓடியது.

இராஜசிம்ம பாண்டியனோடு நடந்த போரில் தளபதியாகச் செயல்பட்டவன் பாஸ்கர ரவிவர்மன் அல்லவா? அவனுக்கு எந்தவித அதிகாரமும் இருக்கக் கூடாது என்று தானே முன்கூட்டியே நாராயண நம்பூதிரி அந்த வேண்டுகோளை விடுத்தார்?

அரசர் மனதில் இப்படி ஒரு முடிச்சு விழுந்தது.

பிரசன்ன மண்டபத்தில் தான் முடிதுறக்கப்போவதாக அறிவித்தபோது, பாஸ்கர ரவிவர்மன் அழுதானே அதன் நோக்கம் என்ன?

வாழாத மனைவியோடு ஒருநாள் வாழ்ந்து வழக்கமில்லாத வழக்கமாகத் தன்னை வரவேற்கவும் அனுப்பியிருந்தானே அதன் நோக்கம் என்ன?

அரசனின் முன்னால் கேள்விகள் நிறைய வந்து விழுந்தன. பதில் வரும் முன்னால் பல்லக்கு அரண்மனை வந்தடைந்தது.

முன்னாலேயே பல்லக்கில் வந்துவிட்ட பத்மாவதியும் தாவளி சகோதரிகளும் மலர் தூவி ஆராதனை காட்டி மன்னரை

வரவேற்றார்கள். பரம பக்தனாகக் காட்சியளித்த ரவிவர்மன் பலமுறை அவர் கால்களில் விழுந்து எழுந்தான்.

அரசருக்கு இப்போது யாரைப் பார்த்தாலும் சந்தேகமாக இருந்தது; எவன் வணக்கம் சொன்னாலும் 'இவன் அதில் சம்பந்தப்பட்டிருப்போனோ?' என்று சந்தேகப்படத் தொடங்கினார்.

அந்தரங்க அறைக்குள் சென்று முதலில் பத்மாவதியை அழைத்தார். என்றுமில்லாத பூரிப்போடு உள்ளே நுழைந்தாள் பத்மாவதி.

"மகளே! நான் திருத்தலங்களுக்குப் புறப்படுகின்ற நேரத்தில் உன்னை வாழுகின்ற பெண்ணாகப் பார்த்து விட்டுப் போவதில் மகிழ்ச்சியடைகிறேன். இவ்வளவு நாட்களாக உன் நாயகனுக்கு உன்னிடம் இல்லாத அன்பு இப்போது திடீரென்று ஏற்பட்டது எப்படி?"-

பத்மாவதி தலைகுனிந்து நின்றாள்.

'அந்தரங்கங்களைக் கேட்பது முறையல்லதான். ஆனால் காரணத்தைக் கேட்பது தவறல்லவே!'

"ஒன்றுமில்லை அப்பா. இரண்டு நாட்களாகவே அவர் மிகவும் மகிழ்ச்சிகரமாக இருந்தார். என்னை அழைத்து அழைத்துப் பேசினார். நீங்கள் முடிதுறப்பது பற்றிச் சொன்னபோது உண்மையிலேயே அழுதுவிட்டார். தாமும் கூட உங்களோடு வரலாமா என்று யோசித்தார். உங்கள் பிரிவு அவரை எவ்வளவு சுடுகிறது என்பதை இரண்டு நாட்களாக நான் கண்டேன். வெட்கத்தைவிட்டு நானே அவரிடம் கேட்டேன். 'அரசரின் பிரிவு உங்களை இவ்வளவு சுடுகிறதே, இத்தனை ஆண்டு காலமாக உங்கள் பாராமுகம் என்னை எவ்வளவு சுட்டிருக்கும்?' என்று. அதன் விளைவாக என் உள்ளத்துக்கும் உடலுக்கும் அன்று சாந்தி கிடைத்தது. தன் சகோதரிகளையும் என்னையும் உங்களை வரவேற்க அவர்தான் அனுப்பி வைத்தார்" என்றாள் பத்மாவதி.

"நல்லது மகளே! இந்த அன்பும் அமைதியும் நீடித்தால் சரிதான். நீ போய்வா. நான் எந்த ஸ்தலத்தில் இருந்தாலும் வஞ்சியிலிருந்து எனக்குச் செய்தி கொண்டு வரும்படி சிலரை நியமித்திருக்கிறேன். அவர்கள் யார் என்பது மார்த்தாண்டவர் மனுக்குத் தெரியும். அவனிடம் கேட்டு, நீ சொல்ல வேண்டிய செய்திகள் ஏதேனும் இருந்தால் அவர்களிடம் சொல்லி அனுப்பு" என்றார் சேரமான்.

பத்மாவதி அவரது கால்களைத் தொட்டு வணங்கிய போது குழந்தை போல் விக்கி விக்கி அழுதுவிட்டாள்.

சேரமான் அவளை அணைத்துக்கொண்டு தாமும் அழத்தொடங்கினார்.

இத்தனை ஆண்டு காலங்களில் மன்னவர் கண்களில் கண்ணீர் வந்ததை பத்மாவதி அன்றுதான் கண்டாள்.

பீறிட்டு எழுந்த பாசவெள்ளத்தில் சேரமான் தடுமாறினார், என்னதான் ராஜ்ய பாரங்களை இழந்து துறவியான போதிலும் பாச உணர்வு எவ்வளவு பாடுபடுத்தும் என்பதை அப்போது உணர்ந்தார்.

ஏதோ ஒரு காரணத்துக்காக பத்மாவதிக்கு ஒருநாள் வாழ்வளித்தான் ரவிவர்மன், இறுதிவரையில் அதை அவள் அடையவேண்டும் என்று வாழ்த்தி வழி அனுப்பினார்.

அடுத்தாற்போல் மார்த்தாண்டவர்மனை அழைத்து வரச் சொன்னார். அவன் வந்தான். இப்போது அவன் அழவில்லை. இரண்டு நாட்களாக அவன் அதைத்தான் செய்துகொண்டிருந்தான் என்பதை அவன் முகம் காட்டிற்று.

ஒரு மகனை வளர்ப்பதுபோல் சேரமான் அவனை வளர்க்க வில்லை! மான்குட்டியை வளர்ப்பதுபோல் வளர்த்தார். களியாட்டங்களிலோ ஆரவாரங்களிலோ சிக்கிக்கொள்ளாத இளவரசனாகவே அவன் வளர்ந்திருந்தான். அவனுக்கு இருபத்தொரு வயதானபோது வேணாட்டையும் சேர்த்து ஆண்ட சேரமான், வேணாட்டு இளவரசி மெல்லிளங்கோதையை மணம் முடித்துவைத்தார்

‘‘தந்தை சொல்மிக்க மந்திரமில்லை’’ என்று வாழ்ந்த வனாதலின், தந்தையின் துறவு அவனைத் தகித்தது.

சேரமான் சொன்னார்:

‘‘மகனே! நீ மகுடம் தாங்க வேண்டிய காலம் வந்து விட்டது. நான் இறந்து போய்விட்டால் நீ எதைச் செய்ய வேண்டி யிருக்குமோ, அதை என் கண் முன்னாலேயே செய்யப் போகிறாய், அவ்வளவுதான். அரசியற் கல்வி கேள்விகளில் உன்னை நான் ஆளாக்கிவிட்டிருக்கிறேன். ஆனால் குறுக்குவழி ராஜதந்திரத்தில்

உனக்குப் பழக்கமில்லை! நன்றோ தீதோ ஒரு நாட்டை ஆள்வதற்கு எதுவும் தேவைப்படுகிறது! நேரான சாலைகளைவிடக் குறுக்குச் சாலைகள் சீக்கிரம் ஊரில் கொண்டு போய்ச் சேர்த்து விடுகின்றன. அதே நேரத்தில் திருப்பி அனுப்பும் போதும் அதே வேகத்தில் அனுப்பி விடுகின்றன.

விளைவு எதுவாயினும் அரசியலில் அதுவும் ஒரு பாதையாகிவிட்டது. உன்னைச் சுற்றிலும் அதிலே பயிற்சி பெற்றவர்கள் பலபேர் இருக்கிறார்கள். அவர்கள் உன்னை எப்படி நடத்துவார்களோ என்ற அச்சம் எனக்கு இருக்கிறது. உன்னை நம்பி நான் பொறுப்பை ஒப்படைக்கிறேன். யாரை நம்பி நீ உன்னை ஒப்படைப்பாயோ எனக்குத் தெரியவில்லை. ஏற்கெனவே நான், உனக்குச் சொன்னபடி அரங்கன், பத்மநேயன், வில்லவன், அங்கதன் ஆகிய நான்கு அந்தரங்கப் பணியாட்களையும் நீ நம்பலாம். நான் இருக்கும் ஸ்தலத்தை அடிக்கடி தெரிவிக்கிறேன். ஏதேனும் செய்தி இருந்தால் அவர்கள் மூலம் அனுப்பு. கோதை எங்கே?''

மார்த்தாண்டன் திரும்பிச் சென்று அடுத்த அறையில் இருந்த தன் மனைவியை அழைத்து வந்தான்.

''மகளே! எனக்கு மருமகளும் மற்றொரு மகள்தான். சில ஆண்டுகளுக்கு முன்புவரை நீ வேணாட்டின் இளவரசி. நாளை முதல் சேரநாட்டின் மகாராணி. கணவனை நீ நடத்தும் விதத்தைப் பொறுத்துதான் உன் கணவன் மக்களை நடத்த முடியும். அதிகமாக உனக்கு நான் ஒன்றும் சொல்ல வேண்டியதில்லை. ஸ்ரீரங்கன் அருள் இருந்தால் நானே உன் வயிற்றில் வாரிசாக பிறப்பேன். நீங்கள் போகலாம்'' என்றார் சேரமான்.

மார்த்தாண்டவர்மனும் கோதையும் அவரது காலைத் தொட்டு வணங்கியபோது கண்ணீர் வடித்தார்கள்.

சேரமான் இப்பொழுது அந்தக் கண்டத்தை தாண்டி விட்டார்.

அடுத்து அவர் பாஸ்கர் ரவிவர்மனை அழைத்தார். அவன் வரும்போதே அழுதுகொண்டு வந்தான்.

"எங்கள் இதய தெய்வமே! எங்களை ஆளாக்கிவிட்ட அன்புத் தாயே! இந்த நாடும் காடும் மேடும் உங்கள் பெயரையே எதிரொலிக்க வேண்டுமென்று ஆசைப்பட்டோமே. நீங்களா எங்களைவிட்டுப் பிரியப் போகிறீர்கள்?"

சேரமான் பேசாமலேயே ரவிவர்மன் பேசிக் கொண்டிருந்தான். அது, அவன் பேசுவதாகச் சேரமானுக்குத் தோன்றவில்லை. நந்தவம்சத்துக்கும் குப்த வம்சத்துக்கும் நடுவில் நின்று சாணக்கியன் பேசுவதாகவே தோன்றியது. ஆனாலும் அமைதியாகச் சேரமான் சொன்னார்.

"ரவிவர்மா! உன் கவலை எனக்குப் புரிகிறது. உன்னைப் பற்றி பலநேரங்களில் நான் தவறாகக் கணக்கிட்டிருக்கலாம். ஒருவேளை அதுவே சரியானதாகவும் இருந்திருக்கலாம். ஆயினும் முக்கியமான காரியங்களில் உன்மீதுதான் நான் நம்பிக்கை வைத்திருக்கிறேன். ராஜசிம்ம பாண்டியனோடு நடந்த போரில் உன்னை நான் தளபதியாக்கியதும் கொங்குமண்டலப் போருக்கு உன்னை அனுப்பியதும் உன் சாமர்த்தியத்தின் மீது எனக்கு இருந்த நம்பிக்கையால்தான். பத்மாவதியை நான் எப்படி வளர்த்தேன் என்பது உனக்குத் தெரியும். நான் விரும்பியிருந்தால் அவளை ஒரு ராஜகுமாரனுக்கு மணம் முடித்திருக்க முடியும். ஆனால் அந்த ராஜகுமாரர்களையெல்லாம் விட நீ சிறந்தவன் என்ற எண்ணத்தால்தான் உனக்கு மணம் முடித்தேன். ஒரு பெண்ணைக் கண்ணீர் சிந்தாமல் வாழவைப்பது கணவனுடைய கடமை. ஒரு பெண் வாழ்கிறாள் என்று சொல்வதே உள்ளத்தாலும் உடலாலும் கலந்து வாழ்வதைத் தான். அந்த வாழ்க்கை அவளுக்குக் கிடைப்பதற்கு நீ ஒருவன்தான் உதவ முடியும் ஒரு மனைவிக்கும் கணவனுக்கும் இடையே இருக்கவேண்டிய அந்தரங்கங்களைப் பிறர் விளக்கமாகச் சொல்லமுடியாது. பத்மாவதிக்காக மகாதானபுரம், கொல்லிநாடு ஆகிய இரண்டு கிராமங்களையும் நான் எழுதி வைத்திருக்கிறேன். அது உனக்குப் போதுமானதாக இருக்கும் என்றும் நம்புகிறேன்.

ஸ்ரீரங்கன் கட்டளையால் சேரமன்னன் சேரமான் பெருமாள் குலசேகர ஆழ்வாராக மாறிவிட்டான். அவனது பட்டத்து வாரிசு பக்குவமற்ற நிலையில் மகுடத்தை மேற்கொள்ளப் போகிறான். அரசியல் சதுரங்கத்தில் எந்தக் காயை நகர்த்தினால் எந்தக் காய் வீழ்ச்சியடையும் என்பதெல்லாம் அவனுக்குத் தெரியாது. அவனுக்குத் துணையாக நீ இருந்தால், சேர நாட்டுச் சதுரங்கத்தை வேறு யாரும் விளையாட விளையாட முடியாது. நான்கு படைகளுக்குத் தளபதியாக உன்னை நியமிப்பதுதான் என் நோக்கமாக இருந்தது. நீ எப்படி நினைத்துக் கொண்டாலும் சரி. கோபமுள்ள இடத்தில் குணம் இருக்கும் என்பதை நான் அறிவேன். ஆனால் உன்னைத் தளபதியாக நியமிப்பதற்கு ஓர் இடையூறு இருக்கிறது.

நாராயண நம்பூதிரி தளகர்த்தர்களை மாற்றவும் நியமிக்கவு மான உரிமையைக் கோரியிருக்கிறார். நம்பூதிரிகள் சபையைப் பகைத்துக்கொண்டு எந்தச் சேர மன்னனும் ஆட்சி நடத்த முடியாது என்பது உனக்குத் தெரியாததல்ல. அதனால் அவர் கோரிய அதிகாரத்தை அவருக்குத் தரவேண்டியவனாக இருக்கிறேன். என்னுடைய நிலையில் சிந்தித்தால் நீயும் அதை ஒப்புக்கொள்வாய். ஆகவே நம்பூதிரிகள் சபைக்கும் மார்த்தாண்டவர்மனுக்கும் இடையே சரியான உறவு இருப்பதற்கு நீ கலங்கரை விளக்கமாகப் பயன்படவேண்டும். விரிவான விளக்கங்கள் சொல்லி மேற்கோள் காட்டி உனக்குப் புரியவைக்க வேண்டியதில்லை. நீ நீ நுணுக்கம் தெரிந்தவன். நமது வம்சத்தை நீதான் காப்பாற்ற வேண்டும்.''

சேரமான் பேசி முடித்தார். கண்ணீர் சிந்தியபடியே நின்றான் ரவிவர்மன்.

அதே நேரத்தில் அழைக்காமலேயே உள்ளே நுழைந்தார் நாராயண நம்பூதிரி. அவர் நீட்டிய ஓலையை வாங்கிப் பிரித்தார் சேரமான் பெருமாள். சேர நாட்டுப் பாதுகாப்பு சம்பந்தமான நடவடிக்கைகளை மேற்கொள்ளும் உரிமை நம்பூதிரிகள் சபைக்கே உண்டு என்பது அந்த ஓலையில் இருந்த சாராம்சம்.

ரவிவர்மனுக்கு கேட்கும்படி அதை உரக்கப் படித்த சேரமான் அதில் கையெழுத்திட்டார்.

ரவிவர்மன் முகத்தில் எந்தச் சலனமும் இல்லை. அதைத் திருப்தியோடு ஒப்புக்கொண்டவன் போலவே அவன் காணப்பட்டான்.

"தம்பிரான் சுவாமி ஏதாவது அரசரோடு தனியாகப் பேச விரும்புவார். நான் முடிசூட்டு விழாவுக்கான ஏற்பாடுகளைச் செய்கிறேன்" என்று கூறிவிட்டு அமைதியாகச் சென்றான் ரவிவர்மன்.

அவன் சென்றதும் சேரமானின் கரங்களைப் பற்றிக் கொண்டார் நாராயண நம்பூதிரி. அதுதான் அவர் எடுத்துக் கொண்ட விசுவாசப் பிரமாணம்.

"நான் உங்களை நம்புகிறேன்; நம்புகிறேன்; நம்புகிறேன்" என்று மூன்று முறை அழுத்தமாகச் சொன்னார் சேரமான் பெருமாள்.

முடிந்திருந்த தலைக்குடுமியை அவிழ்த்துவிட்டுக் கொண்டு, "இந்த நம்பிக்கைக்கு நான் துரோகம் செய்தால் என் தலை வெடித்துச் சிதறுமாக!" என்று அதை மீண்டும் முடிந்துகொண்ட நாராயண நம்பூதிரி, மன்னரை வணங்கி விட்டு வெளியேறினார்.

அவர் போனதும் அங்கிருந்த ஆசனத்தில் சேரமான் அமர்ந்தார். வெளியில் காவலன் ஒருவன் பறையறிவிக்கும் சத்தம் கேட்டது. அந்த அடியே அவர் நெஞ்சில் அடிப்பது போலிருந்தது.

6. இரு சிட்டுக்குருவிகள்

பத்மாவதி அப்போது மயக்கத்தில் கட்டுண்டுக் கிடந்தாள். கணவன் என்ன சொன்னாலும் செய்வதற்குத் தயாராக இருந்தாள்.

உதவியின் மூலம் நண்பனையும், பதவியின் மூலம் எதிரியையும், ஆண்மையின் மூலம் மனைவியையும் திருப்தி செய்பவன் அவர்களை எப்படி வேண்டுமானாலும் ஆட்டி வைக்க முடியும் என்பதை நன்றாக உணர்ந்தவன் ரவிவர்மன்.

ஆகவே, எப்படியும் பத்மாவதி சேரமானிடம் கையெழுத்து வாங்கி வருவாள் என்று அவன் உறுதியாக நம்பினான்.

"இதோ வந்துவிடுகிறேன்" என்று எழுந்துபோன பத்மாவதி ஓலையுடனேயே குளிக்கும் அறைக்குச் சென்றாள்.

முதலில் அந்த ஓலையைப் படித்தாள். அவள் முகம் வியர்த்தது. "இதை அரசரிடம் எப்படிக் காட்டுவது?" என்ற பயம் பிறந்தது. கொஞ்சநேரம் யோசித்தபடியே நின்றாள்.

ரவிவர்மன் அவளை அழைக்கும் குரல் கேட்டது. அவசரம் அவசரமாகத் தன்னைத் திருத்திக்கொண்டே வெளியே வந்தாள். "ஓலையை இந்த அறையிலேயே படித்திருக்கலாமே!" என்றான் ரவிவர்மன்.

அவன் கோபம் கொண்டவன் போல் காணப்பட்டான். "இல்லை; சேலையைத் திருத்திக் கொண்டேன்" என்றாள் பத்மாவதி.

"நீ அலங்கரிக்கும் நேரத்துக்குள் அரசர் போய்விடப் போகிறார்" என்றான் அவன்.

"அரசர் ஸ்ரீரங்கம் போய்ச் சேர்ந்து விட்டாலும் நானும் பின்னாலேயே போகிறேன்" என்றாள் பத்மாவதி.

அவள் அவனை சாந்தப்படுத்த விரும்பினாள்.

"ம்... புறப்படு!" என்றான் ரவிவர்மன்.

அவள் தேரில் ஏறி அமர்ந்தாள்.

தேரை இழுத்த குதிரையின் நெஞ்சத்தைவிட அவள் நெஞ்சம் அதிகமாகப் படபடத்தது.

அரசர் இருக்கையை நோக்கிக் குதிரை சென்று கொண்டிருந்தது.

"தேரை நிறுத்து!" என்றாள் பத்மாவதி.

தேர் நின்றது.

"அந்தப்புரத்து அந்தரங்க வாசலுக்குப் போ" என்றாள் தேரோட்டியிடம்.

அவன் தேரைத் திருப்பினான்.

சிறிது தூரம் சென்றதும் மீண்டும் "தேரை நிறுத்து" என்றாள் பத்மாவதி.

அவன் தேரை நிறுத்தினான். பிறகு ஏதோ யோசித்தவள்போல, "பரவாயில்லை; போ!" என்றாள்.

தேர் நகர்ந்தது.

அந்தப்புரத்தின் அந்தரங்க வாசல் அருகே நின்றது. அங்கு காவல் இருந்த அலிகள் தலைகுனிந்து வரவேற்று வழி விட்டனர்.

பத்மாவதி உள்ளே நுழைந்தபோது முற்றிலும் மாறுபட்ட ஆடை அணிந்து காட்சி அளித்தாள் மெல்லிளங்கோதை, அவள் இப்போது பட்டத்துராணி. அது பத்மாவதிக்குப் பெருமையாகத்தான் இருந்தது.

திடீரென்று பத்மாவதி முன்னறிவிப்பின்றி உள்ளே நுழைந்ததும் கோதை ஆச்சரியம் அடைந்தாள்.

''என்ன அண்ணி?'' என்று கேட்டாள்.

''உன்னிடம் தனியாகக் கொஞ்சம் பேசவேண்டும்'' என்று மெல்லிய குரலில் சொன்னாள் பத்மாவதி.

கோதை கையைத் தட்டினாள். அங்கிருந்த பெண்கள் விலகிச் சென்றார்கள்.

பத்மாவதி ஓர் ஆசனத்தில் அமர்ந்தாள். கோதையின் வலது தோளில் தன் இடது கையை வைத்தபடி பத்மாவதி கேட்டாள்.

''கோதை! ஒரு பெண் தன் கணவனிடம் நடந்து கொள்ள வேண்டிய முறை என்ன?''

கோதை சிரித்தாள்.

''ஏன் சிரிக்கிறாய்?'' என்று கேட்டாள் பத்மாவதி.

''ஆறு பிள்ளை பெற்றவள் மலடியிடம் வைத்தியம் கேட்ட கதையாக இருக்கிறது. எனக்கு முன்னால் மணம் புரிந்தவள் நீ. உனக்குத் தெரியாததா எனக்குத் தெரிந்து விடப்போகிறது?'' என்றாள் கோதை.

"இல்லை, கோதை, பந்தபாசங்களைக் காட்டி ராஜாங்க விஷயங்களில் ஒரு பெண் தன் நாயகனுக்காகக் குறுக்கிட முடியுமா?''

''நாயகன் அப்படி விரும்பினால், குறுக்கிடுவதிலென்ன தவறு? சேரமான் செங்குட்டுவனின் மனைவி வேண்மாள் சொல்லித்தான் செங்குட்டுவனுக்குப் பட்டத்தைக் கொடுத்துவிட்டு இளங்கோ அடிகள் துறவு பூண்டதாக நமது சரித்திரம் சொல்கிறதே.''

''நீ சரித்திரத்தைத்தானே சொல்கிறாய்?''

''வேறென்ன, நம் வீட்டுக் கதையையா சொல்கிறேன்; அண்ணன் தம்பிகளுக்குள் அதிகாரப் போட்டி என்பது எனக்குத் தெரிந்தவரையில் நம்முடைய வம்சத்தில் இல்லை.''

கோதை கள்ளம் கபடம் அறியாதவள். பத்மாவதியும் அப்படித் தான். அங்கே இரண்டு சிட்டுக்குருவிகள் ஒன்றோடொன்று பரிதாபமாகப் பேசிக் கொண்டன.

''ஆமாம் எதற்காக நீ திடீரென்று வந்தாய்? எதற்காகத் திடீரென்று இந்தக் கேள்விகள் எல்லாம் கேட்கிறாய்?'' என்றாள் கோதை.

அது சொல்லக்கூடிய விஷயமாக இருந்தால் பத்மாவதி சொல்லிருப்பாள். அவள் கண்கள் கலங்கின கோதை அதைக் கவனித்தாள்!

''ஏன் அழுகிறாய்?'' என்று குழந்தையைப் போலக் கேட்டாள்.

''இல்லையே; ஒன்றும் இல்லையே!'' என்று தடுமாறினாள் பத்மாவதி.

''எனக்குப் புரிகிறது. உன் நாயகர் உனக்கு ஏதோ ஆணை யிட்டிருப்பார் போலிருக்கிறது! அது என்னவென்று தெரிந்து கொள்ள நான் விரும்பவில்லை. ஆனால், எந்தக் கரங்கள் இந்தப் புஷ்பங்களை அணிவித்தனவோ அந்தக் கரங்களுக்காக; எந்தக் கண்கள் இந்தத் தேகம் முழுவதையும் பார்க்க உரிமை

பெற்றிருக்கின்றனவோ, அந்தக் கண்களுக்காக; எந்த உள்ளம் இந்த தேவதைக்குக் கோயிலாக இருக்கிறதோ அந்தக் கோயிலுக்காக நாம் எதைச் செய்வதும் நியாயமே!" என்றாள் கோதை.

"ஒரு பெண் தன் நாயகனுக்காகக் குலதருமம் தவறுவது கூட நியாயம் ஆகுமா?"

"நீ எதைக் கேட்கிறாய்? கற்பைப் பற்றியா?" என்று கேட்டாள் கோதை.

"சீச்சீ! அந்த நிலை நம் குடும்பத்தில் யாருக்கும் வராது" என்றாள் பத்மாவதி.

"அப்படிச் சொல். கற்பிழப்பது ஒன்றைத் தவிர வேறு எந்தக் காரியத்தையும் கணவனுக்காகச் செய்வது நியாயமே" என்று முத்திரை வைத்தாள் கோதை.

பத்மாவதி ஒரு பெருமூச்சு விட்டாள்.

‘‘சகோதரி பத்மாவதி தேவியாருக்கு சகல நலன்களும் உண்டாவதாக’’ என்று கூறிக்கொண்டே உள்ளே நுழைந்தான் மார்த்தாண்டவர்மன்.

அவர்கள் இருவரும் எழுந்து நின்றார்கள்.

புன்னகையோடு கோதை அவனைப் பார்த்து ‘‘உங்கள் சகோதரிக்கு, ஒரு பெண் எப்படி வாழவேண்டும் என்ற கேள்வியை என்னிடம் கேட்க வேண்டும்போல தோன்றியிருக்கிறது; அதனால்தான் இங்கே வந்திருக்கிறார்கள்’’ என்றாள்.

‘‘உன்னிடம் கேட்டது நியாயமே. ஓர் அரசன் எப்படி இருக்கவேண்டும் என்று எனக்கே போதிப்பவள் நீதானே!’’ என்றான் மார்த்தாண்டவர்மன்.

‘‘இதோ பாருங்கள், என்னை நேருக்கு நேராகப் புகழ்ந்தால் ஆணவம் வந்தாலும் வந்துவிடும். ஒருவேளை உங்களையே சிறையில் போட்டுவிட்டு ஆட்சி பீடத்தைக் கைப்பற்றிக் கொண்டாலும் கொள்ளுவேன்’’ என்றாள் கோதை.

‘‘இப்போதுதான் என்ன, நான் உன் சிறையில்தானே இருக்கிறேன்!’’ என்றான் மார்த்தாண்டவர்மன்

‘‘நான் ஒருத்தி நிற்கிறேன்!’’ என்று நினைவுபடுத்தினாள் பத்மாவதி.

‘‘ரவிவர்மர் எப்படி இருக்கிறார்?’’ என்று கேட்டான் மார்த்தாண்டவர்மன்.

‘‘நன்றாக இருக்கிறார்’’ என்றாள் பத்மாவதி.

‘‘அவர் நன்றாகத்தான் இருக்கிறார் காலையில்கூடப் பார்த்தேனே; உன்னிடம் எப்படி இருக்கிறார்?’’ என்று கேட்டான் மார்த்தாண்டவர்மன்.

பத்மாவதி தலைகுனிந்தபடி, ‘‘நீ கோதையிடம் எப்படி இருக்கிறாயோ, அப்படியே இருக்கிறார்’’ என்றாள்.

"ஐயோ! உங்கள் தம்பியைப்பற்றிச் சொல்லாதீர்கள்! அவர் என்னைப் படுத்துகிற பாடு பஞ்சு கூடப்படாது!" என்று தோளைக் குலுக்கிக்கொண்டு செல்லமாகக் கூறினாள் கோதை!

"அரண்மனை எவ்வளவு பெரிதாக இருந்தாலும் அந்தப்புரம் பாதியாக இருக்கிறதே, என்ன செய்ய!" என்றான் மார்த்தாண்டவர்மன்.

"நாயகனை அந்தப்புரம் இந்தப்புரம் அசையவிடாமல் காப்பாற்றுவது அந்தப்புரம்தானே?" என்றாள் கோதை.

"ஸ்ரீராமச்சந்திரமூர்த்தி காட்டுக்குச் செல்லும்பொழுது ஜானகி தேவியும் ஏன் கூடச்சென்றாள்? கணவன் மீது இருந்த காதலால் மட்டுமல்ல; அங்கும் ஒருத்தி பங்குக்கு வந்துவிடக்கூடாதே என்றுதான்!" என்றான் மார்த்தாண்டவர்மன்.

"அண்ணி! தெரியுமோ, இவர் ஒரு புதிய ராமாயணம் எழுதிக் கொண்டிருக்கிறார்" என்றாள் கோதை பத்மாவதியைப் பார்த்து.

"அந்த ராமாயணத்தில் நானும் வருகிறேனோ?" என்று கேட்டாள், பத்மாவதி.

"வேண்டுமானால் சேர்த்துவிடுவார்" என்று சொன்ன கோதை, மார்த்தாண்டவர்மன் பக்கம் திரும்பி "இதோ பாருங்கள். உறவைக் கொஞ்சம் மாற்றி அண்ணா ரவிவர்மரைப் பரதராகவும், அண்ணியாரை அவரது தேவியாகவும் எழுதிவிடுங்கள்" என்றாள்.

"வால்மீகி என்ன சொல்வாரோ!" என்றான் மார்த்தாண்டவர்மன்.

"நானே வால்மீகி என்று வைத்துக்கொள்ளுங்களேன்" என்றாள் கோதை.

"நீ வால்மீகியா? உனக்கு வால்தான் மீதி!" என்றான் மார்த்தாண்டவர்மன்.

"அதுவும் ராமாயணத்துக்குத் தேவைதானே!" என்றாள் பத்மாவதி.

"அண்ணி, அண்ணி! நாத்தனார் புத்தியைக் காட்டுகிறாயே!" என்று செல்லமாகச் சிரித்தாள் மெல்லிளங்கோதை.

"நல்லது ராமாயண ஆராய்ச்சி நீடித்துக் கொண்டே போனால், என் தம்பியும் மார்த்தாண்ட ஆழ்வார் ஆனாலும் ஆகிவிடுவான்! அப்பா அப்படித்தானே ஆனார். அதனால் இதை இதோடு நிறுத்திக் கொள்வோம்!" என்றாள் பத்மாவதி.

நாயகன்-நாயகியின் நெருக்கமான பாவத்தைக் கண்ட பத்மாவதி தான் வந்த காரியத்தை மறந்து விட்டாள். அந்தக் காரியத்தை மார்த்தாண்டவர்மனிடம் சொல்லவும் அவள் விரும்பவில்லை.

"சரி, நான் வருகிறேன்" என்றாள்.

7. ராஜயோகி

பத்மாவதி புறப்பட்டுவிட்டதைக் கண்டதும், "வேறு கேள்விகள் இல்லையா?" என்று சிரித்துக்கொண்டே கேட்டாள் கோதை.

"இப்போது நானே ஒரு கேள்வியாக நிற்கிறேன்" என்று கூறிவிட்டு வெளியேறிய பத்மாவதி தேரில் ஏறி உட்கார்ந்தாள்.

மார்த்தாண்டவர்மன் அவளது வருகைக்கு எந்தவிதப் புது அர்த்தத்தையும் காணவில்லை. ஆதலால் அவளிடம் வேறு எதையும் கேட்கவில்லை.

தேர் மெதுவாகப் போய்க் கொண்டிருந்தது.

"எங்கே போகட்டும்?" என்று கேட்டான் சாரதி.

"எங்கே குழப்பங்கள் இல்லையோ, எங்கே நிம்மதி இருக்குமோ அங்கே போ!" என்று அலுப்போடு சொன்னாள் பத்மாவதி.

தேரோட்டி நேரே அரசரின் இருக்கைக்குக் கொண்டுபோய் நிறுத்தினான்.

அதுவரையில் ஏதோ சிந்தனையில் இருந்த பத்மாவதி திடீரென்று விழித்தவள் போல், "ஏன் இங்கே கொண்டு வந்து நிறுத்தினாய்? நான் அரசரைப் பார்க்க விரும்பியது உனக்கு எப்படித் தெரியும்?" என்று கேட்டாள்.

"தேவி, இங்கேதான் குழப்பங்கள் இல்லை; இங்கேதான் நிம்மதி இருக்கிறது!" என்று விளக்கினான் சாரதி.

அதிர்ச்சியுற்ற பத்மாவதி ''அந்தக் குழப்பத்தை உண்டாக்கதான் நான் பிறந்திருக்கிறேன்'' என்று தனக்குள்ளே முணுமுணுத்தபடி கீழே இறங்கினாள்.

கால்கள் நடுநடுங்க, நெஞ்சம் படபடக்க கையிலே ஓலையோடு அரசிருக்கைக்கு உள்ளே நுழைந்தாள்.

அங்கே பெரும் கூட்டம் கூடியிருந்தது. அரசர் புறப்படத் தயாராகிக் கொண்டிருந்தார். வழிபாடுகள் முடிந்துவிட்ட நிலை.

அரசரின் அருகே நின்ற நாராயண நம்பூதிரி சில கோயில்களுக் கான நிவந்தங்களை அறிவித்துக் கொண்டிருந்தார். அதோடு சில ஊழியர்களுக்கான மானியங்களும் அறிவிக்கப்பட்டன. அரசர் பத்மாவதியிடம் கூறியிருந்தபடி, பத்மாவதிக்கும் ரவிவர்மனுக்கும் இரண்டு கிராமங்கள் மானியமாக அறிவிக்கப்பட்டன. அதைக் கேட்ட வண்ணம் தலைகுனிந்து நின்றாள் பத்மாவதி. பின்னாலேயே மார்த்தாண்டவர்மனும் மெல்லிளங்கோதையும் வந்து நின்றார்கள். 'இந்த நேரத்தில் அரசரோடு தனியாகப் பேசுவது எப்படி?' என்று தயங்கினாள் பத்மாவதி.

அரசர் புறப்பட சித்தமானார்.

ஒவ்வொருவரும் அவரது காலைத் தொட்டு நமஸ்கரித்தார்கள். பிறகு ஒரு தங்கத் தாம்பாளத்தில் வெற்றிலை பாக்கு பழம் புஷ்பம் தேங்காய் வைத்து அரசரிடம் கொடுத்தார்கள். அரசர் ஒவ்வொன்றாக வாங்கித் தன்கூட வர இருந்த அடியவர்களிடம் கொடுத்தார்.

பத்மாவதி திடீரென்று ஏதோ நினைவுக்கு வந்தவளாய்த் தானும் தாம்பாளத்தை வாங்கிப் பழங்கள், புஷ்பங்களுக்கு அடியில் மடியில் இருந்த ஓலையை மறைத்து வைத்து அரசரிடம் வழங்கினாள். அரசர் அதைக் கையிலே வாங்கிக்கொண்டார். ஓலையைக் கவனிக்காமல் அடியவர்களிடம் தாம்பாளத்தை நீட்டினார். யாரிடமும் பேசாத அரசர், ஏன் மார்த்தாண்டவர் மனிடம் கூடப் பேசாத அரசர் பத்மாவதியிடம் பேசினார். 'உன் கணவனைப் பத்திரமாகப் பார்த்துக் கொள்' என்பதே அது.

அரசரின் பல்லக்குப் புறப்பட்டபோது மார்த்தாண்ட வர்மனும் கோதையும் கதறி அழுதுவிட்டார்கள்.

பத்மாவதி மூர்ச்சித்து விழுந்தாள்.

எல்லாவற்றையும் கவனித்த நாராயண நம்பூதிரி இன்னொன்றையும் விசேஷமாகக் கவனித்தார்! பாஸ்கர ரவிவர்மன் வழியனுப்பு விழாவுக்கு வரவில்லை என்பதுதான் அது. அவரது வலதுகை ஆட்காட்டி விரல் ருத்திராட்சத்தை மேலும் ஒரு தட்டுத் தட்டிற்று!

இது திருவரங்கம்.

நான்கு புறமும் மதில் சுவர்கள் எழுப்பி நடுவிலே கோயில் கண்டு பள்ளி கொண்டிருக்கின்ற திருவரங்கன் படுத்த படுக்கையைச் சுருட்டாமலேயே பாராளும் அரங்கன் படுக்கை கொள்ளாமல் சுற்றிக் கொண்டிருக்கும் மன நோயாளிகளைக் கவர்ந்திழுக்கிறான்.

குலசேகர ஆழ்வார் மன நோயாளி அல்லர்; சொல்லப் போனால் மனத்தெளிவு பெற்ற ஞானி.

பகைவர்கள் கையில், மணிமுடியை இழந்தவர்கள் கூட மாறு வேடத்தில் அரண்மனையையே சுற்றிக் கொண்டிருக்கும் காலத்தில், இருந்த மகுடத்தையும் எடுத்து

வைத்து விட்டு வருகின்றவர். திருவரங்க நகரமே எழுச்சி கொண்டிருந்தது! உற்சவ காலத்திலும் கூடாத பெருங் கூட்டம் கூடியிருந்தது.

'கோழியர்கோன்' எனப் பெயர் பெற்ற உறையூர்ச் சோழன் அவரை வரவேற்கத் திருவரங்க வாசற்சாலையில் காத்திருந்தான்!

கோயிலின் கோட்டை வெளியில் ஏராளமான பெண்கள் கூடியிருந்தார்கள்! அவர்கள் முன்னிலையில் ஒரு மேடை போடப்பட்டிருந்தது! அந்த மேடையில் இருந்தபடியே ஞானியார் ஒருவர் ராமாயணத்துக்கு விளக்கம் சொல்லிக் கொண்டிருந்தார்.

''தர்மத்தின் மீது நம்பிக்கை உள்ளவனுக்குப் பதவி எதற்கு? அவன் எது நடக்கவேண்டும் என்று விரும்புகிறானோ அதை யாராவது நடத்திக் காட்டுவார்!

யாராவது என்றால், யார், யார்? அவர்கள் இறைவனுடைய பிரதிபிம்பங்கள்.

அரண்மனையில் இருந்தவரை ஸ்ரீராமனுக்கு இருந்த தம்பியர் மூன்றுபேர்! ஆனால் அவன் பதவி இழந்தபிறகு அவனுக்குக் கிடைத்த சகோதரர்கள் மேலும் மூன்றுபேர். பதவியில் அவன் அமர்ந்திருந்தால் அவர்களை எப்படி அவன் கண்டு கொள்ளப் போகிறான்? நல்லவனுடைய இழப்பு நன்மையிலேயே முடியும்! இழந்ததுபோலத் தெரிவதெல்லாம் ஏதோ வரப்போவதற்கு அறிகுறி!

நல்லவன் படகில் போகும்போது, துடுப்பு தண்ணீருக்குள் மூழ்கிவிட்டால் நதியே திசைமாறி அவன் சேரவேண்டிய இடத்தில் கொண்டு போய்ச் சேர்த்துவிடும்!

பதவி துறந்த ஸ்ரீராமனுக்குத் தேவைப்பட்ட போதெல்லாம் உதவி கிடைத்தது.

கங்கையைக் கடக்க நினைத்தான். உடனே குகன் கிடைத்தான். அடுத்து அங்கதன் கிடைத்தான். இலங்கையில் சீதையைக் கண்ட

பின் போருக்கு முன்னாலேயே விபீடணன் கிடைத்தான். போர் முடிந்தபின் நாடு கிடைத்தது.''

''எதை அவன் இழந்தான்?''

''பதினான்கு வருடங்கள் அவன் காடு சென்றானே அதன் மூலம்தான் தர்மத்தின் வெற்றி நிலைநாட்டப்படுகிறது.''

''அவனுக்கு முடி சூட்டுவதற்குக் கைகேயி ஒப்புக் கொண்டிருந்தால், சீதையின் கற்பைப்பற்றி யார் அறிவார்? ராமனின் கோதண்ட மகிமை எப்படிப் புலனாகியிருக்கும்?''

''பதவி வேண்டாம் என்று சொல்வது எல்லோருக்கும் எளிதன்று. தெய்வீக புருஷர்களுக்கே அது இயலும்.''

''ஆசை லயத்தில் கட்டுண்ட மனிதனை ஆட்டிப் படைப்பவை மூன்று. அவை: பதவி, பொருள், பெண்.

நோயாளி பதவியைத் துறப்பதும், சாகக்கிடப்பவன் பொருளைத் துறப்பதும், அனுபவிக்க முடியாதவன் பெண்ணா சையைத் துறப்பதும், ஆற்றாமையின் விளைவுகள். அனைத்திலும் வல்லவன் அனைத்தையும் துறப்பதே ஆண்மை மிக்க துறவு.

பரதனுக்காக நாடு இழந்த ராமன் பரதனே வந்து அழைத்தபோது திரும்பிச் சென்றிருக்கலாம் அல்லவா? செல்வது நியாயம் கூட அல்லவா? அந்த நியாயத்தையே கூட அவன் ஏற்றுக்கொள்ளவில்லை. அன்னைக்குத் தந்தை கொடுத்த வாக்கைக் காப்பாற்றுவதே நியாயம் என்று கருதினான். தந்தைதான் இறந்துவிட்டானே. இனி நாம் பதவியில் இருந்தால் என்ன என்று ஸ்ரீராமன் எண்ணியதில்லை.

நல்லவனுக்குக் கையெழுத்துத் தேவையில்லை; தீயவனிடம் கையெழுத்து வாங்கினாலும் பயனில்லை. தர்மம் மனத்திலிருந்தே வருகிறது.

அது சூழ்நிலைகளால் ஆசை காட்டப்பட்டாலும் மயங்குவதில்லை.

இத்தனைக்கும் நீ காட்டுக்குப் போகவேண்டும் என்று ராமனிடம் தசரதனா சொன்னான்? பரதனுக்கே நாடு என்பதும் அவன் சொன்ன வாசகமா? இல்லை. அவன் சொன்னதாகக் கைகேயி சொன்னாள்; அவ்வளவுதான்.

தந்தையே நேரில் ஆணையிட்டாலும் வாள்தூக்கும் உலகத்தில், தர்மத்தைக் காப்பாற்றியவன் ஸ்ரீராமன்.

ஸ்ரீராமனே கிருஷ்ணன், கிருஷ்ணனே திருமால், திருமாலே திருவரங்கன்.

அந்தத் திருவரங்கனைத் தேடி முடி துறந்து வரும் ஒரு மாமன்னரை-ராஜயோகியை நாம் இங்கே சந்திக்க இருக்கிறோம்."

ஞானியார் பேசிக் கொண்டிருக்கும் போதே வெளியில் ஆரவாரம் கேட்டது.

8. மணிமுடி வந்தது

நம்பூதிரிகள் சபைக் கட்டிடம் காலியாக இருந்தது. மன்னரை வழியனுப்பிய கையோடு நாராயண நம்பூதிரி கட்டிடத்துக்குள்ளே நுழைந்தார்.

ஆழ்ந்த சிந்தனையை அவர் முகம் பிரதிபலித்தது.

முடிசூட்டு விழாவில் நடந்த நிகழ்ச்சிகள் அவருக்கு நினைவுக்கு வந்தன. அந்தக் காட்சியை நீங்களும் காணவேண்டுமல்லவா?

கொஞ்சம் பின்னோக்கிச் செல்லுவோம்.

தனியறையில் ஒவ்வொருவரையும் சந்தித்துப் புத்திமதி கூறிய சேரமான் பெருமாள் ஆசனத்தில் அமர்ந்தபோது வெளியிலே முரசறையும் சத்தம் கேட்டதல்லவா?

முரசறைவோன் இப்படி முழக்கினான்; "கேரள சிங்கவள நாடாகிய வஞ்சிமாபுரத்து வேந்தன், கொங்கும்-கூடலும் கொண்டாண்ட மன்னவன் மும்முடிச் சேரன் ராஜாதி ராஜ - ஸ்ரீ சேரமான் பெருமாள் என்ற

குலசேகர ஆழ்வார், இளவரசர் ஸ்ரீமார்த்தாண்டவர்மருக்கு நாளைக் காலை உதயாதி நாழிகையில் அரசப் பட்டம் சூட்டிவிட்டு மாலை அஸ்தமன நேரத்தில் விடைபெற்றுக் கொள்கிறார். விழாக் கோலம் காண வருவோர் கோட்டை மைதானத்தில் கூடும்படி கேட்டுக்கொள்ளப்படுகிறார்கள். பிரதான அமைச்சர் ஸ்ரீலஸ்ரீ தம்பிரான் சுவாமி நாராயண நம்பூதிரியிடமிருந்து கைச்சாத்து வாங்கி வருவோர் மட்டுமே மண்டபத்துக்குள் அனுமதிக்கப்படுவார்கள்."

நகரம் பரபரப்படைந்தது. பொறையத் தெருவும், சேரலர் தெருவும், அராபியர் தெருவும், யூதர்கள் தெருவும், சிரியன் கிறிஸ்தவர்கள் தெருவும், மற்ற தெருக்களும் ஆடம்பரமாக அலங்கரிக்கப்பட்டன. நடுத்தர மக்கள் வாழ்கின்ற பகுதிகளில் இருபுறமும் பச்சை மூங்கில்கள் ஊன்றி மாவிலைத் தோரணங்களும், பாக்குச்சரத் தோரணங்களும் வாழைக் கால்களும் கட்டப்பட்டிருந்தன. பாதை நெடுகிலும் வண்ணக் கோலங்கள் போடப் பட்டிருந்தன. கோயில்களில் விசேஷப் பிரார்த்தனைகள் நடந்து கொண்டிருந்தன.

கொடுங்கோளூர் பகவதி அம்மன் கோயிலில் உடைபட்டுக் கிடந்த தேங்காய்களே ஒரு லட்சத்துக்கும் மேலிருந்தன. எங்கு பார்த்தாலும் சந்தன தூபங்கள் கமழ்ந்து கொண்டிருந்தன.

பிரம்ம தாளங்களை ஒலித்தபடி சைவர்கள் ஊர்வலம் வந்துகொண்டிருந்தனர். இளம் வைஷ்ணவத் துறவிகள் ஆங்காங்கு பிரார்த்தனையில் ஈடுபட்டிருந்தனர். ஒரு மகிழ்ச்சி விழாவையும். ஒரு துக்க விழாவையும், சேர்த்துக் கொண்டாட வேண்டிய நிலையில் வஞ்சி மக்கள் இருந்தனர்.

சுவாமி புறப்படுவதற்குமுன் வாசிக்கப்படும் மல்லாரி ராகத்தைச் சுமார் நூறு நாயனக்காரர்கள் சேர்ந்து வாசித்துக் கொண்டிருந்தனர்.

மண்டபத்தில் திருமால் விக்கிரகம் ஒன்று நவமணி நகைகளால் அலங்கரிக்கப்பட்டு, இருபுறமும், ஆறடி உயரமுள்ள அன்ன விளக்குகள் பிரகாசமாக எரிந்து கொண்டிருந்தன. நான்கு

இளம்பெண்கள் அவற்றுக்கு எண்ணெய் ஊற்றிக் கொண்டிருந்தார்கள். அதன்புறம் பெரிய சலவைக்கல் மேடை அமைந்திருந்தது. அதன்மீது தங்க இழைகள் ஓடிய சீனத்துப் பட்டுகள் விரிக்கப்பட்டிருந்தன. இரண்டு சிம்மாசனங்களுக்கு அருகில் இரண்டு வெள்ளி ஆசனங்களும் போடப்பட்டிருந்தன.

அதிகாலையிலிருந்தே கோட்டை வெளியில் கூட்டம் நிறையத் தொடங்கியது. நாராயண நம்பூதிரியின் கைச்சாத்து ஓலையை வாங்கியவர்கள் குடும்பம் குடும்பமாக மண்டபத்துக்குள் நுழைந்துக் கொண்டிருந்தார்கள். அரண்மனையின் ஒரு பகுதியிலிருந்த அந்த விழா மண்டபத்திற்கு, பின் பக்கமாக மூன்று வாசல்கள் உண்டு! வாசல்களுக்கும் விழா மண்டபத்துக்கும் நடுவில் முத்து மண்டபம் -மரகத மண்டபம், வெள்ளி மாடம் ஆகிய மூன்று இருக்கைகள் உண்டு.

அரசரின் நெருங்கிய உறவினர்கள் முத்து மண்டபம் வழியாகவும், அரச குடும்பத்தினர் மரகத மண்டபம் வழியாகவும் அமைச்சர் பிரதானிகள்-வெள்ளி மாடம் வழியாகவும் வருவது வழக்கம்.

முத்து மண்டபம் வாசல் வழியாக ரவிவர்மனும் பத்மாவதியும் தாவளி சகோதரிகளும் நுழைந்தார்கள். அவர்களை முத்து மண்டபத்திலே உட்காரவைத்துவிட்டு விழா மண்டபத்தினுள் நுழைந்தான் ரவிவர்மன். தளபதியைக் கண்டதும் கூட்டம் ஆரவாரித்தது. அப்போது விழா மண்டபமும் நிறைந்து காணப்பட்டது. கூட்டத்தின் இடையில் பெண்கள் பகுதியில் யூஜியானா அமர்ந்திருந்தாள். அவள் காண வந்தது முடிசூட்டு விழாவையல்ல; ரவிவர்மனைத்தான்.

சலவைக் கல் மேடையில் நின்ற ரவிவர்மன் எந்த ஆசனத்திலும் அமராமல் கை கட்டியபடியே நின்று கொண்டிருந்தான். யூஜியானாவுக்கு அதில் மிகவும் வருத்தம். அது அவனுக்கும் புரிந்தது. முத்து மண்டபத்தில் உள்ளவர்கள் திரையை விலக்கினால் விழாக்கோலத்தைக் காணமுடியும்.

சிறிது நேரத்தில் நாராயண நம்பூதிரியும் நூற்றுக்கணக்கான கிராம நம்பூதிரிகள் புடைசூழ வெள்ளி மாடம் வந்து சேர்ந்தார். தனது சகாக்களை எல்லாம் வெள்ளி மாடத்திலேயே உட்கார வைத்துவிட்டு, விழா மண்டபத்துக்குள் நுழைந்தார். அவர் எதிர்பார்த்தது போலவே ரவிவர்மன் நின்றுகொண்டிருப்பதால் தானும் நிற்கத்தான் வேண்டுமா, அமரலாமா? நாராயண நம்பூதிரிக்கு அது பெரிய பிரச்சினையாக இல்லை. அவரது உயர்மனப்பான்மை ஒரு வெள்ளி ஆசனத்தில் அவரை உட்கார வைத்தது.

சேரமன்னர்கள் முடிசூட்டு விழாவுக்கு நேரம் குறிக்கும் போது அரை நாழிகைக்கு அதிகம் போகாமல் ஒரு நேரத்தைக் குறிப்பார்கள். அந்த நேரத்துக்குள் முடிசூட்டு விழா நடந்தாக வேண்டும். குறிப்பிட்ட நேரம் தவறினால் அது ஓர் அபசகுனம் என்று கருதப்படும்.

மண்டபத்தின் மேற்புறத்தில் வழக்கம்போல் ஒரு நீர்த்தாழி தொங்கவிடப்பட்டிருந்தது. அதன் அடியிலே ஒரு சிறு துவாரம், அதன் கீழே மற்றொரு தாழி. மேல் தாழியில் ஊற்றப்பட்ட தண்ணீர் துவாரத்தின் வழியாகச் சொட்டுச் சொட்டாகக் கீழ்த் தாழியில்

விழும். கடைசிச் சொட்டும் விழுந்துவிட்டால் குறிப்பிட்ட நாழிகை முடிந்து விட்டதாக அர்த்தம்.

ரவிவர்மனும், நாராயண நம்பூதிரியும் மண்டபத்துக்கு வந்த பின்பும் சேரமான் பெருமாளும் மார்த்தாண்ட வர்மனும் வந்து சேரவில்லை. சேரமான் பெருமாள், ஸ்ரீகுலசேகர ஆழ்வார் ஆனபிறகு முதன்முதலாகத் தமது பூஜை அறையில் தியான யோகத்தில் ஈடுபட்டிருந்தார்.

அந்தத் தியானம் சர்வ அங்கங்களையும் ஒடுக்கி ஒரே சிந்தையாக ஸ்ரீரங்கனை ஜெபிப்பது-வேறு நினைவுகள் வராமல் ஒரு லட்சம் தடவை திருமாலின் நாமத்தை மனத்துக்குள்ளேயே சொல்லுவது- காற்றுக்கூடப் புகாதபடி பூஜை மண்டபம் அடைக்கப்பட்டிருந்தது. காரணம், யார் பேசுகிற பேச்சும் காதில் விழக்கூடாது என்பதே. சலனமற்ற அந்த இடத்தில் நூறு குத்துவிளக்குகள் கரம் கூப்பி எரிந்து கொண்டிருந்தன.

இளவரசன் சூடவேண்டிய மணிமகுடம் ஆறு மாதங்களுக்கு முன்பே பட்டத்து யானையின்மீது ஏற்றப்பட்டு நூறு யானைகள், நூறு குதிரைகள், ஆயிரம் காலாட்கள் அறுபது ரதங்கள் பின்தொடர திருக்கண்ணபுரம், திருமலை, ஸ்ரீரங்கம் ஆகிய திருத்தலங்களுக்கு அனுப்பப்பட்டிருந்தது.

முதலாவது சேரமான் பெருமாள் முடிசூட்டிக்கொண்ட போது அவரது மகுடம் வேணாட்டுப் பத்மநாபசுவாமி கோயிலில் மட்டுமே வைக்கப்பட்டுப் பூஜை செய்யப் பட்டது. அந்தப் பூஜையை நடத்தியவர் நம்பி ஆரூரர் என்ற சுந்தர மூர்த்தி சுவாமிகள்.

இரண்டாவது சேரமான் பெருமாள் முடிசூட்டிக் கொண்டபோதுதான் மணிமகுடத்தை வைணவத் தலங்களுக்கு அனுப்பும் பழக்கத்தை ஏற்படுத்தினார்.

ஆறு மாதங்களுக்கு முன்பு மகுடம் திருத்தலங்களுக்கு அனுப்பப்பட்டபோது மகனுக்கு முடிசூட்டப் போவதைப் பற்றித்தான் அவர் சொல்லியிருந்தாரே தவிர, தாம் முடிதுறக்கப்

போவதைச் சொல்லவில்லை. அவர் அதை முதன் முதலில் வெளியிட்டது நாராயண நம்பூதிரியிடம்தான்.

திருத்தலங்களில் தீர்த்தமாடிய மணிமுடி திரும்பி வரும்போது நவமணித் தேரில் கொண்டு வரப்படும். யானையில் கொண்டுபோய்த் தேரில் கொண்டு வருவதற்குக் காரணம் ஆணவத்தோடு சென்று அடக்கத்தோடு திரும்புவது என்பதே.

நாழிகை ஆகிக்கொண்டிருந்தது.

நாராயண நம்பூதிரி நீர்த் தாழியையே பார்த்துக் கொண்டிருந்தார், தூரத்திலே வாணவெடி ஓசை கேட்கத் தொடங்கிற்று. கோட்டை மைதானத்தில் பரபரப்பு ஏற்பட்டது. கொடுங்கோளூர் பகவதி அம்மன் கோயிலுக்கு மகுடம் வந்து சேர்ந்துவிட்டது என்பதற்கு அறிகுறியே அது. அம்மனுக்கு பூஜை செய்யப்பட்ட தீர்த்தத்தை மகுடத்தின் மீது தெளித்ததும் நவமணித்தேர், விழா மண்டபத்தை நோக்கிப் புறப்பட்டது.

தேர் ஊருக்குள் வந்துவிட்டது என்பதை அறிந்த நாராயண நம்பூதிரிக்கு ஒரு புதிய சிக்கல் விளைந்தது. அரசர் உயிரோடு இருக்கும்போது இளவரசருக்கு மகுடம் சூட்டப் பட்டால் தீர்த்தமாடி வரும் மகுடத்தை அரசரே வாங்குவது வழக்கம். அரசர் இறந்தபிறகு சூட்டப்பட்டால் அதை நம்பூதிரிகள் சபைத் தலைவரே வாங்குவது வழக்கம்; அரசர் உயிருடன் இருந்தும் வராமல் இருந்தாலோ!

அப்படி ஒரு சிக்கல் இதுவரை, சேர நாட்டில் முளைத்ததில்லை.

நவமணித்தேர் கோட்டை வாசலுக்கு வரும் ஓசை கேட்டது. நூற்றுக்கணக்கான மேள தாளங்களின் ஒலி காதைத் துளைத்தது. வேத விற்பன்னர்களின் வேத பாராயண ஒலியும் இடையிடையே கேட்டுக்கொண்டிருந்தது. அந்தப்புரத்தில் மெல்லிளங்கோதை அலங்கரிக்கப்பட்ட சிலையாக அமர்ந்திருந்தாள்.

தனியறையில் மார்த்தாண்டவர்மன் நிம்மதியில்லாமல் நடந்து கொண்டிருந்தான்.

அரசரது பூஜை இன்னும் முடியவில்லை, நீர்த்தாழியில் நீர் குறைந்து கொண்டே வந்தது.

நவமணித் தேர் கோட்டைக்குள்ளே வந்துவிட்டது. மகுடத்தைத் தன் கையில் வாங்குவதற்கு ரவிவர்மன் சித்தமானான்.

கோட்டைக்குள் நுழைந்து விழா மண்டப வாசலில் வந்து தேர் நின்றது. நான்கு முதியவர்கள் தங்கத் தகடு ஒன்றில் அந்த மகுடத்தை வைத்து அதில் நீண்டிருந்த வெள்ளி மூங்கில்களைத் தங்கள் தோள்களில் தாங்கிக் கொண்டார்கள். கெட்டி மேளங்கள் ஒலித்தன.

மண்டபத்திற்குள் நிறைந்திருந்த மக்கள் திரளை இரு புறமாக ஒதுக்கி நடுவிலே மகுடம் போவதற்குச் சேவகர்கள் வழி விட்டனர். மகுடம் சலவைக்கல் மேடையை நெருங்கிற்று. அதை வாங்குவதற்கு ஒரு புறத்தில் ரவிவர்மன் தன் கரங்களை நீட்டினான் மறுபுறத்தில், நாராயண நம்பூதிரி கை நீட்டினார்.

திடீரென்று இரண்டு கைகள் மகுடத்தை எடுத்தன. ஆம் - குலசேகர ஆழ்வார் என்ற சேரமான் பெருமாளின் கரங்களே அவை-நாராயண நம்பூதிரி ஒரு பெருமூச்சு விட்டார். அதே அளவிற்கு ரவிவர்மனும் ஒரு பெருமூச்சு விட்டான்.

மகுடத்தைக் கையில் எடுத்துக் கொண்ட சேரமான் பெருமாள் "இந்த மணிமகுடம் இந்தப் பரம்பரைக்கே நிலைக்கும்படி ஸ்ரீரங்கன் அருள்புரிவானாக" என்றார் அவர். அதை மார்த்தாண்டவர்மன் தலையில் சூட்டப் போகும்போது "நில்லுங்கள் மாமா!" என்றான் ரவிவர்மன்.

ரவிவர்மன் ஒரு தேங்காயின்மீது சூடத்தை வைத்து அந்த மகுடத்துக்குக் காட்டிக்கொண்டே இருந்தான். நாராயண நம்பூதிரி கவனித்துக்கொண்டே இருந்தார். சூடம் அணைந்தது. மன்னர் மகுடத்தை சூட்டப்போகும்போது நாராயண நம்பூதிரி நீர்த்தாழியைக் கவனித்தார். அதன் கடைசிச் சொட்டும் தீர்ந்து அது காலியாக இருந்தது, அதன் பிறகே மகுடம் சூட்டப்பட்டது.

நாராயண நம்பூதிரியின் கை தன் கழுத்திலிருந்த ருத்திராட்சத்தைச் சேர்த்து பிடித்து ஆள்காட்டி விரலால் ஒரு தட்டு தட்டிற்று.

மன்னர் மகுடத்தின்மீது ஒரு கொத்து மலர்களை வைத்தார். அந்த மலர் சரிந்து வலதுபுறம் நின்று கொண்டிருந்த ரவிவர்மனின் காலடியில் விழுந்தது. அவன் அந்த மலரை எடுத்துப் பத்திரமாகக் கைகளில் வைத்துக் கொண்டான். நாராயண நம்பூதிரி அதையும் கவனித்தார். ருத்திராட்சத்தை மேலும் ஒரு தட்டு தட்டினார்.

முடிசூட்டு விழா முடிந்தது.

அத்தனையும் நம்பூதிரியின் மனத்தில் மாறி மாறித் தோன்றின. அடுத்தடுத்து தாம் என்ன செய்யவேண்டும் என்ற யோசனையில் அவர் ஆழ்ந்தார்.

9. இன்பமும் துன்பமும்

வழியனுப்பு விழாவில் மூர்ச்சித்து விழுந்த பத்மாவதியைத் தனது ரதத்திலேயே தூக்கிக்கொண்டு அந்தப்புரத்துக்கு வந்தாள் மெல்லிளங்கோதை.

தன்னை உயிராக வளர்த்த மன்னரின் பிரிவால்தான் அவள் மூர்ச்சித்தாள் என்று கோதை கருதினாள். நாயகனிடம் விவரம் தெரிந்தவளாகப் பேசிய கோதை பத்மாவதியிடம் விவரம் தெரியாதவளாகவே இருந்தாள். அவள் முகத்தில் பன்னீரைத் தெளித்துத் துடைத்தாள். மார்த்தாண்டவர்மன் உள்ளே நுழைந்து, 'ஏன்-ஏன்- அக்காவுக்கு என்ன?" என்று கேட்டான். "ஒன்றுமில்லை பூ மயக்கம் போலிருக்கிறது" என்றாள் கோதை.

'சரி-நீ பத்திரமாகப் பார்த்துக்கொள். நான் தம்பிரான் சுவாமிகளைப் பார்த்துவிட்டு வருகிறேன்' என்று சொல்லி விட்டு மார்த்தாண்டவர்மன் சென்று விட்டான். இரண்டு தோழிப் பெண்கள் பெரிய மயில் பீலி விசிறி களால் பத்மாவதிக்கு விசிறிக் கொடுத்துக் கொண்டிருந் தார்கள். மெதுவாகக் கதவைச் சாத்திக்கொண்டு ஆடை மாற்றுவதற்காகச் சென்று விட்டாள் கோதை.

சிறிது நேரத்தில் பத்மாவதி கண் விழித்தாள்-தான் படுத்திருப்பது கோதையின் அந்தப்புரம் என்பதை அறிந்து கொண்டாள். அவளுக்கு ஒவ்வொன்றாக நினைவுக்கு வரத் தொடங்கின.

அன்று காலையில்...

முடிசூட்டு விழா முடிந்ததும், விழாவிலிருந்து திரும்பிய ரவிவர்மன் மிகுந்த உற்சாகமாகக் காணப்பட்டான். தனது பள்ளியறையில் அலுப்புத் தீரச் சாய்ந்தபடி படுத்திருந்தான். எதிர்த்த கதவோரமாக அவனது சகோதரிகள் சாலியூர்த் தாவளி, மூரின்னூர் தாவளி, பள்ளிவிருத்தித் தாவளி ஆகிய மூவரும் நின்று கொண்டிருந் தனர். ''முடி துறப்பது என்பது சேர நாட்டுமன்னர்களுக்கே வழக்கமாகப் போய்விட்டது'' என்றான் ரவிவர்மன்.

''இதற்கு முன் யாரண்ணா சேர நாட்டில் முடிதுறந் திருக்கிறார்கள்?'' என்று கேட்டாள் சாலியூர்த் தாவளி.

''ஏன், இளங்கோவடிகள் முடி துறக்கவில்லையா?'' என்றான் ரவிவர்மன்.

''அவர் மகுடத்துக்கு உரியவர் அல்லவே; தம்பிதானே?'' -என்றாள் மூரின்னூர் தாவளி.

''பட்டத்துக்காக ஒருவரை ஒருவர் வெட்டிக் கொல்லுவதும் கட்டிப்போடுவதும் சேரநாட்டில் அதிகமில்லை. பெரும்பாலும் விட்டுக் கொடுப்பதாகவே இருக்கிறது'' என்றாள் பள்ளிவிருத்தித் தாவளி.

''விட்டுக்கொடுப்பது ஒருவகை அரசியல் தர்மம். ஏன்- கட்டிப் போடுவதும் காட்டுக்குத் துரத்துவதும் கூட அரசியலில் நியாயமாகத்தான் இருந்திருக்கின்றன'' என்றான் ரவிவர்மன் சிரித்துக்கொண்டே.

''என்னவோ- நமது வம்சத்தில் இந்தச் சீர்கேடுகள் இல்லை'' என்று கபடமில்லாமல் சொன்னாள் சாலியூர்த் தாவளி.

ரவிவர்மன் படுத்திருந்த அறை, மாளிகையின் நடு வளைவில் ஒரு பகுதி, அதன் வலது பக்கத்தில் குளிக்கும் அறை இருந்தது. இடது

பக்கத்தில் பத்மாவதியின் பள்ளியறை இருந்தது. மாடத்திலேதான் சகோதரிகள் தங்குவது வழக்கம். அவர்கள் பேசிக்கொண்டிருக்கும் போது மார்போடு சேர்த்து ஒரு வெள்ளை முண்டு கட்டியபடி, தோளில் ஒரு மஞ்சள் சேலையைப் போட்டபடி விரிந்த கூந்தலோடு தன் அறையிலிருந்து குளிக்கும் அறைக்குள் சென்றாள் பத்மாவதி. போகிறபோக்கில் நாணத்தோடு தலைவனைப் பார்த்து ஒரு புன்னகையை வீசினாள். அவனும் புன்னகையாலேயே பதில் சொன்னான். இதை ஜாடையாகக் கவனித்த சகோதரிகள் மெதுவாக நடந்து மாடத்துக்குப் போய்விட்டார்கள்.

குளிக்கும் அறைக்குச் சென்று கதவைத் தாளிட்டுக் கொண்டாள் பத்மாவதி. அது ஓர் அழகான சலவைக்கல் மண்டபம். சுவர்கள் சலவைக்கல்லாலும், தரை கடைப்பைக் கற்களாலும் கட்டப் பட்டிருந்தன. நடுவிலிருந்த தொட்டி, முட்டை கலந்து சாந்து பூசி பளபளவென்று இருந்தது. எதிரே ஒரு பெரிய நிலைக்கண்ணாடி மாட்டப்பட்டிருந்தது. அவள் தன் ஆடையைக் களைந்து கொண்டிருக்கும்போது மெதுவாகத் தட்டினான் ரவிவர்மன்.

மெதுவாக "யாரது?"... என்றாள் பத்மாவதி.

"வேறு யார்?"- என்றான் ரவிவர்மன்.

"நான் குளிக்கிறேன்" என்றாள் அவள்.

"நானும் குளிக்க வேண்டும்" என்றான் அவன்.

"ஐயய்யோ - வேண்டாம்" என்றாள் அவள் - "நான் சத்தம் போட்டால் சகோதரி களுக்குக் கேட்கும்; கதவைத் திற" என்றான் அவன்.

மஞ்சளாடையால் உடம்பைப் போர்த்தியபடி

மெதுவாகக் கதவைத் திறந்துவிட்டுச் சுவரிலே மார்பை சாய்த்தபடி நின்றாள் பத்மாவதி.

உள்ளே நுழைந்த ரவிவர்மன் கதவைத் தாளிட்டான். அவள் தலைகுனிந்தபடி நாணத்தோடு "என்ன இது?" என்றாள்.

"அல்லிமலர்கள் தண்ணீருக்குமேல் ஆடையில்லாமல் தான் நிற்கின்றன; ஆடை, வாடையைத் தடுக்கவே கணவனின் ஜாடையைத் தடுக்க அல்ல" என்றான் ரவிவர்மன்.

"தயவு செய்து போய்விடுங்கள்; எனக்கு வெட்கமாக இருக்கிறது" என்றாள் அவள்.

"தண்ணீருக்குள் விழும்போது குளிரத்தான் செய்யும்; கொஞ்சநேரம் போனால் அதுவே சுகமாகிவிடும்" என்று அவள் ஆடையைப் பறித்தான் ரவிவர்மன். தடுப்பவள் போல் அவள் தடுத்தாள். ஆனால் தடுக்கமுடியாதவள் போல் நடித்தாள்! ஓடிப்போய் அவள் தண்ணீர்த் தொட்டிக்குள் விழுந்தாள்! இப்போது தண்ணீரே அவளது ஆடையாகி விட்டது. தண்ணீரைத் தொட்டுப் பார்த்த ரவிவர்மன்; "ஐயோ கொதிக்கிறதே!" என்றான்.

"உங்கள் கை குளிர்ந்திருக்கிறது!"

அப்போது பெண்மை பலமிக்கதாகவும் ஆண்மை பலவீனமாகவும் காட்சியளித்தன! கூரையில் பதித்திருந்த கண்ணாடி வழியாக வெயில் நிலவொளி போல் பாய்ந்து கொண்டிருந்தது. அந்த ஒளியில் அவளது அழகு 'தக தக' வென மின்னியது. கேரளப் பெண்களுக்கே உரிய இயற்கையான வாளிப்பான அந்த மேனியை வைத்த கண்கள் வாங்காமல் பார்த்தான் ரவிவர்மன்.

"மன்மதனுடைய அம்புகள் துளைத்த துளை வழியாகத் தென்றல் நுழைந்து சுவைத்துவிட்ட வெறுங்கூட்டை ஏன் சுடுகிறாய் நிலவே?' என்றாளாம் ஒருத்தி, இரண்டு வருஷ காலம் நீ எவ்வளவு பாடுபட்டிருப்பாய் என்பது எனக்குத் தெரியும். பெண்ணின் வாழ்க்கையே கணவன் அவளைத் திருப்தி செய்வதில்தான்

இருக்கிறது. பகவான் பரந்தாமனைப் பற்றிப் படிக்கும்போது ஜலக் கிரீடையைப் பற்றியும் படித்திருக்கிறேன்" என்றான் அவன்.

"ஐயையோ-வேண்டாம்" என்றாள் அவள்.

"கை வேண்டாம் என்கிறது! கண் வேண்டும் என்கிறதே."

"ஒரு யுகம் என்னைத் தனியாக இருக்கச் சொன்னாலும் நான் இருப்பேன்."

"எந்தக் குலப்பெண்ணும் இருப்பாள். ஆனால் தூக்கம் தான் வராது!"

"உங்களுக்குப் பதில் சொல்ல ஒருத்தி போதாது."

"இப்படிப்பட்ட அழகு இருந்தால் உலகம் உள்ளவரை ஒருத்தியே போதும்."

அவள் சிரித்தாள்.

"எதற்காக என்னைக் குளிப்பாட்டுகிறீர்கள்?" என்று கேட்டாள் அவள். அவள் இரண்டு அர்த்தத்தில் கேட்கவில்லை. ஆனாலும் இரண்டு அர்த்தம் இருந்தது.

அவள் ஆடை கட்டிக்கொண்டதும் கைகளில் அவளை தூக்கிக்கொண்டு கதவைத் திறந்து நடு வளைவு வழியாக அவளது பள்ளி அறைக்குக் கொண்டு சென்றான் ரவிவர்மன்.

கண்ணாடி முன்னால் அவளை உட்கார வைத்து நீண்ட கேசத்தை வாரிவிட்டு முடிசூட்டு விழாவில் எடுத்த மலரை இடது நெற்றி ஓரமாகச் செருகிவிட்டான்.

"இப்போது திருப்திதானா?" என்றாள் அவள்.

பெண் அதிகாரம் செய்யும் இடம் அதுதானே!

"இத்துடன் யார் திருப்தி அடைவார்கள்?" என்று அவளைப் பள்ளியிலே சாய்த்தான்.

புனிதமான தாம்பத்ய உறவில் சிறிது நேரம் கழிந்தது. அவள் இப்போது அடிமைபோலக் காட்சி அளித்தாள்!

பாதிக்கண்ணை மூடியபடி அவனைப் பார்த்தாள். உலகமெல்லாம் திரண்டு அவன் வடிவில் நிற்பதுபோல் தோன்றியது.

"நான் ஒன்று சொல்வேன், கேட்பாயா?" என்றான் அவன்.

"சரி" என்றாள் அவள்.

சுவர்க் கண்ணாடிக்குப் பின்னாலிருந்து நான்கு ஓலைகள் கொண்ட ஒரு கட்டை எடுத்து வந்தான்! அதை அவள் கையில் கொடுத்து, "இதில் நீ மன்னரின் கைச்சாத்தை வாங்கி வரவேண்டும்! கைச்சாத்தை வாங்காமல் திரும்பி வந்தால் என்னை நீ உயிரோடு காணமுடியாது" என்றான்.

அதன் பிறகுதான் அவள் அதை எடுத்துக்கொண்டு குளிக்கும் அறைக்குச் சென்றாள்.

அத்தனையையும் நினைத்துப் பார்த்த பத்மாவதிக்கு மீண்டும் தலை சுற்றிற்று.

விசிறிக் காற்று வெப்பக் காற்றாகத் தோன்றிற்று. தோழிப்பெண்களை வெளியே போகச் சொன்னாள். நாயகன் முகத்தில் எப்படி விழிப்பது என்று நடுங்கினாள்!

"என்ன அண்ணி" என்றபடியே உள்ளே நுழைந்தாள் மெல்லிளங்கோதை!

அவளைப் பார்த்ததும் அடக்கமுடியாத அளவுக்குப் பத்மாவதிக்குக் கண்ணீர் பெருக்கெடுத்தது.

10. இதயத்தில் அவள்

இரவுவரை பத்மாவதி வீடு திரும்ப வில்லை என்றதும் ரவிவர்மன் மனத்தில் சந்தேகம் எழத் தொடங்கிற்று. 'மன்னவர் ஓலையைப் பார்த்திருக்கக் கூடும். பத்மா வதியைக் கடுமையாக ஏசி இருக்கக்கூடும். பயம் மிகுந்த நிலையில் பத்மாவதி கோதையுடனே தங்கியிருக்கக் கூடும்' என்றெல்லாம் எண்ணத் தலைப்பட்டான்.

மூத்த தாவளி அவனைச் சாப்பிட அழைத்தபோது அவன் பொறுமை இழந்திருந்தான்.

"எனக்குப் பசி இல்லை" என்று சொல்லிவிட்டுச் சால்வையை எடுத்துப் போர்த்திக் கொண்டு யூஜியானாவின் இல்லம் நோக்கி நடந்தான்.

நாலைந்து இரவுகளாக அவனைக் காணாத யூஜியானா அந்த இரவுக்கு நன்றி செலுத்தினாள். அவனை அமர வைத்தாள். அலங்காரம் செய்து கொண்டாள். முதல் இரவுக்குச் செல்லும் பதுமைபோல் தன் முகத்தை வசீகரப் படுத்திக்கொண்டாள். அவன் காலடியிலே வந்து அமர்ந்தாள்.

இத்தனை ஆத்திரத்திலும் குழப்பத்திலும் இருந்தால் தெய்வப் பாவையே எதிரில் வந்து நின்றாலும் காதல் பிறக்காது. மனத்தின் நிம்மதியே மயக்கத்தை ஒருமுகப்படுத்துகிறது. உடலைச் செயலற்றதாக்கி விட்டு ரவிவர்மனின் மனம் எங்கெங்கோ பறந்து கொண்டிருந்தது.

அவள் அவனது கால்களில் சாய்ந்தபடி முழங்கால்களின் மீது இரண்டு கைகளையும் மடித்து வைத்துக் கொண்டு யூத மொழியில் பாடத் தொடங்கினாள்.

தேவலோகப் பறவைக்குத் தாகமெடுக்கிறது.

திரும்பிய பக்கமெல்லாம் தண்ணீர் இருக்கிறது.

குடிக்க முடியாமல் ஏதோ குறுக்கே நின்றது. எந்த ரகசியத்தில் தேவன் சுகங்களை எல்லாம் வைத்திருக்கிறானோ, அந்த ரகசியத்தின் கதவுகள் அடைபட்டே கிடக்கின்றன.

என் தலைவனின் மௌனம் எனக்குப் புரியவில்லை. விரிக்கப்பட்ட பஞ்சணையின்மீது தூவப்பட்ட மலர்கள் அங்கேயே மலர்ந்தனபோல் காட்சி அளிக்கின்றன.

பஞ்சணை விரிக்கப்பட்டது-அந்த மலர்கள் தூங்குவதற்காக அல்ல.

ஒரு மலரும் இன்னொரு மலரும் ரகசியங்களைப் பரிமாறிக் கொள்ள முடியும் என்றால் அதைப் பார்த்தாவது நான் ஆத்ம திருப்தி அடைவேன்.

போர்க்களத்தில் வாட்கள் மோதுகின்ற ஓசையையே கேட்டுப் பழகிப்போன தலைவனுக்கு, போக களத்தில் இதழ்கள் மோதுகின்ற ஆசை பிடிக்காதா?

இரண்டு விளக்குகளும் பக்கம் பக்கமாகவே எரிகின்றன. ஒன்றையொன்று தழுவக் கூடாதா?

ஆம்; தேவலோகப் பறவைக்குத் தாகம் எடுக்கிறது. ஜெருசலத்துக் கிணற்றில் இனிமையான நீர் சுரந்து கொண்டிருக்கிறது.

யூத வம்சத்து மேனி அதனால் அழகுபடுத்தப்படுகிறது.

அழகுக்குக்கூட வயதாகிக் கொண்டிருக்கிறதே?

தலைவனுக்கும் தலைவிக்கும் தாய்மொழிகள் வேறு வேறு.

அவனது தாய்மொழி மௌனம்;

அவளது தாய்மொழி மயக்கம்
என்ன செய்வது!

தேவலோகப் பறவைக்குத் தாகம் எடுக்கிறது.

- இப்படிப் பாடிக்கொண்டே தனது மெல்லிய கரங்களால் அவனது கால்களைப் பிடித்துவிட்டாள் யூஜியானா. சமயங்களில் முழங்கால்களில் முத்தமிட்டாள். விரகதாபத்தின் ஆற்றாமையால் அவள் கொஞ்சம் துணிச்சலாகவே காட்சி அளித்தாள்.

எழுந்து அவனது தலையை வாரிக் கொடுத்தாள். கன்னங்களைத் தடவிக் கொடுத்தாள். இதுவரையில் அவனிடம் நடந்து கொள்ளாத வகையில் நடந்து கொண்டாள். ஆனால், அந்தப் புதிய அனுபவத்தை கூட உணர முடியாத நிலையில் அவன் இருந்தான்.

அவன் மனத்தில் நாராயண நம்பூதிரியின் முகமும் மார்த்தாண்டவர்மனின் முகமுமே மாறிமாறிக் காட்சி அளித்தன. பத்மாவதியைப் பற்றிக்கூட அவன் அதிகம் சிந்திக்கவில்லை ஓலையில் அவள் கைச்சாத்து வாங்கியிருக்க மாட்டாள் என்பதை மட்டும் அவனால் உணர முடிந்தது.

''என்ன யோசித்துக் கொண்டேயிருக்கிறீர்கள்?'' என்று கேட்டாள் யூஜியானா.

''ம்...ஒன்றுமில்லை'' என்றான் அவன்.

''விழா மண்டபத்தில் நீங்கள் நின்றுகொண்டேயிருந்தது எனக்கு எப்படியோ இருந்தது'' என்றாள் அவள்.

''பரவாயில்லை..'' என்றான் அவன்.

“தம்பிரான் சுவாமிகளுக்கு உங்களைக் கண்டாலே பிடிக்கவில்லை!”

“காலம் வரும்” என்றான் அவன்.

“மண்டபத்தில் திரையை விலக்கிப் பார்த்ததுதான் உங்கள் மனைவியா? மிகவும் அழகாக இருந்தார்கள்!” என்றாள் அவள்.

“அழகுக்கென்ன!” என்றான் அவன்.

“பால் பழமாவது சாப்பிடுங்களேன்” என்றாள் அவள்.

அவன் தன்னிலைக்குத் திரும்பினான். அங்கிருந்த கத்தியை எடுத்துப் பழத்தின் மீது ஓங்கிக் குத்தினான். பழத்தை இரண்டாகப் பிளந்தான். ஒரு பாதியைக் கையில் எடுத்து, “இது மார்த் தாண்டவர்மன்” என்றான். இன்னொரு பாதியைப் பார்த்து, “இது நாராயண நம்பூதிரி” என்றான்.

“எனக்கொன்றும் இல்லையா?” என்றாள் அவள்.

அவளது வலது கையை எடுத்துத் தன் மார்பில் வைத்துக்கொண்டு, “இது யூஜியானா” என்றான்.

அவள் கண்களில் கண்ணீர் மல்கிற்று.

அவன் சில பழங்களை எடுத்து உண்டான். ஓடிப்போய்ப் பால் கொண்டு வந்தாள் யூஜியானா.

வழக்கம்போலவே வந்த யோகோவா இருவரையும் பாராதபடி உள்ளே சென்றுவிட்டார்.

ரவிவர்மன் எழுந்து உள்ளே சென்று கட்டிலில் சாய்ந்தான். யூஜியானா அவன் அருகிலே அமர்ந்து அவன் மார்பின் மீது சாய்ந்துகொண்டாள்.

அவனது அரசியல் குழப்பத்தை அவளால் தீர்க்க முடியவில்லை. அவளது ஆனந்த மயக்கத்துக்கு உடன்படும் நிலையிலும் அவன் இல்லை. அதனால் இருவருமே தூங்க வில்லை.

இங்கே இவர்கள்தான் தூங்கவில்லை என்றால், அரண்மனையில் பத்மாவதியும் தூங்கவில்லை.

மெல்லிளங்கோதை எவ்வளவு கேட்டும் தன் கண்ணீருக்கான காரணத்தை அவள் கூறவில்லை. அங்கே அப்போது மார்த்தாண்ட வர்மனும் இருந்தான். அவனாலும் எதையும் யூகிக்கமுடியவில்லை.

பத்மாவதியின் இல்லற தர்மத்தில் வழக்கம்போலவே ஏதோ குழப்பம் என்றுதான் கருதினானே தவிர அதற்குள்ளே ஓர் அரசியல் இரகசியம் ஒளிந்திருப்பதை அவன் அறியவில்லை.

'கோதை எவ்வளவு புனிதமானவள்! தம்பி மார்த்தாண்டவர்மன் எவ்வளவு கபடமில்லாதவன்! இவர்களுக்கு எதிராகவா?'...

அவள் தலை சுற்றிற்று.

கணவனோடு வாழாமல் இருந்த நாட்களே வளமான நாட்கள் என்பதுபோல் தோன்றிற்று!

மார்த்தாண்டவர்மன் சொன்னான்:

"ரவிவர்மர் பொதுவாகவே நல்லவர். திடீர் திடீரென்று முடிவுகள் எடுத்துவிடுவார். விளைவுகளைப்பற்றிக் கவலைப்பட மாட்டார். என்ன செய்வது? திறமையுள்ள ஒவ்வொருவருடைய

நெஞ்சிலும் இருண்ட பகுதி ஒன்றை இறைவன் படைத்திருக்கிறான். வேலைக்காரர்களிடையே கூடப் பார்க்கிறோமே! நல்லவனாக இருந்தால் முட்டாளாக இருக்கிறான். திறமை உள்ளவனாக இருந்தால் அயோக்கியனாக இருக்கிறான். ரவிவர்மர் அயோக்கியர் அல்லர். அவர் எல்லாருக்குமே ஒரு கேள்விக்குறி.''

கோதை சொன்னாள்:

"எல்லோருக்கும் கேள்விக்குறியாக தவறில்லை; மனைவிக்கு கூடவா அப்படி?"

மார்த்தாண்டவர்மன் சொன்னான்:

"மனைவிக்குக் கணவன் கேள்விக்குறியாக இருந்தால்தான், மனைவி எப்போதும் அவனைப் பற்றிச் சிந்தித்து கொண்டிருப்பாள்!"

"நல்ல வேளை, நான் பிழைத்தேன்" என்றாள் கோதை.

"உன் கணவன் அப்பாவி. அதனால்தான் நீ அகம்பாவியாக இருக்கிறாய்" என்றான் மார்த்தாண்டவர்மன்.

"நீங்கள் அப்பாவியா...!" என்றபடி ஜாடையாகக் கன்னத்தைத் தடவிக்கொண்டாள் கோதை!

இப்போது அவர்கள் சரசப் பேச்சில் பங்கு கொள்ளப் பத்மாவதியால் முடியவில்லை.

"சரி, என்னைக் கொண்டுபோய் வீட்டில் விடுங்கள்" என்றாள்.

அவளைத் தேரில் ஏற்றி, கோதையும் கூடவே சென்றாள். அரண்மனைக் காவலர் சிலரும் பின்னாலேயே ஓடினார்கள்.

ரவிவர்மன் மாளிகை திறந்தே கிடந்தது. மூத்த தாவளியும், இளைய தாவளியும் வாசலையே பார்த்தபடி இருந்தனர். பத்மாவதியோடு கோதையும் வருவதைப் பார்த்து, "என்னம்மா உடம்புக்கு?" என்று கவலையுடன் கேட்டாள் மூத்த தாவளி.

"ஒன்றுமில்லை. முதலில் அவளைத் தூங்க வையுங்கள்!" என்று சொல்லிவிட்டுக் கோதை விடை பெற்றுக் கொண்டாள்.

பத்மாவதி தன் அறைக்குள் சென்று படுத்து மீண்டும் அழ ஆரம்பித்தாள்.

11. பிரம்ம ரத்தம்

அந்த இரவில் பெரும்பாலும் எல்லோரும் தூங்காமல் இருந்தார்கள் என்றால், நாராயண நம்பூதிரி எப்படித் தூங்குவார்? அவரது சிந்தனை எங்கெங்கோ ஓடிக்கொண்டிருந்தது. அதிலே வேடிக்கை என்னவென்றால் ரவிவர்மனின் சிந்தனை எப்படி எல்லாம் ஓடிற்றோ, அப்படி எல்லாம் அவரது சிந்தனையும் ஓடிற்று.

அரசைக் கைப்பற்ற ரவிவர்மன் முயற்சி செய்வான் என்பதில் அவருக்குச் சந்தேகமே எழவில்லை. தனிமை நிறைந்த அவரது இல்லத்தில் அவர் கட்டிலில் புரண்டு புரண்டு படுத்த சத்தமே அதிகம் கேட்டுக் கொண்டிருந்தது.

மிகுந்த முன் எச்சரிக்கையோடுதான் அவர் சில பொறுப்புக்களை அரசரிடம் பெற்றுக்கொண்டிருந்தார். ஆனால் சேனையில் ரவிவர்மனுக்குள்ள செல்வாக்குப் பற்றியும் அவருக்கு அச்சம் இருந்தது.

பாண்டியனோடு நடந்த போரில் ரவிவர்மனுக்கு அடுத்த படியாக இருந்த இரும்பொறையை அழைத்து அவன் கையில் சேனையை ஒப்படைத்துவிடுவது என்று அவர் முடிவு கட்டினார். விடியும் வரையில்கூட அதற்காக அவர் காத்திருக்க விரும்பவில்லை. எழுந்து கதவைத் திறந்து, அந்த அர்த்தராத்திரியில், அடுத்த அறையில் படுத்திருந்த கேசவ நம்பூதிரியை எழுப்பி "இப்போதே போய் இரும்பொறையை அழைத்துவா" என்றார்.

இதுபோன்று அர்த்தராத்திரி அவசரச் செய்திகளில் பழக்கப்பட்ட நம்பூதிரி குதிரையில் ஏறிக் கிளம்பினார்.

சிறிது நேரத்தில் கதவு தட்டும் சத்தம் கேட்டது. வெகுவேகமாக எழுந்து கதவைத் திறந்தார் நாராயண நம்பூதிரி.

அங்கே முக்காடிட்ட நிலையில் பாஸ்கர ரவிவர்மன் நின்றான்.

"ஸ்ரீலஸ்ரீ தம்பிரான் ஸ்வாமிகளுக்கு வணக்கம்" என்று சொன்னபடியே உள்ளே நுழைந்தான் ரவிவர்மன்.

கைகளைப் பின்னால் கட்டி முகத்தைத் திருப்பிக் கொண்ட நாராயண நம்பூதிரி, "நள்ளிரவில் தளபதியார் நகர்ச் சோதனை செய்ய வந்தாரா?" என்று கேட்டார்.

"நகரில் சோதனை செய்ய என்ன இருக்கிறது? நகரமே சுவாமிகள் கையில்தானே இருக்கிறது?"

"நாடு, நாட்டு மக்களின் கையிலேதான் இருக்கிறது. அதன் பாதுகாப்பு என்னிடம் இருக்கிறது. யாரோ சிலருக்கு அதன் மீது ஒரு கண் இருக்கிறது."

"அந்த யாரோ சிலர்மீது தம்பிரான் சுவாமிகளுக்குக் கோபம் போலிருக்கிறது."

"குத்துவதற்கு முன்னால் கத்தியின்மீது கோபப்படுவதற்கு என்ன இருக்கிறது? ஆனால் கவனம்தான் கத்தியின் மீது இருக்கிறது."

"சிறுவன் மார்த்தாண்டவர்மனுக்குத் தெரியாதது தம்பிரான் சுவாமிகளுக்குத் தெரிந்திருக்கிறது."

"கன்றைப் பாதுகாக்க வேண்டிய பொறுப்பு பசுவின் கையில் இருக்கிறது."

"எந்தப் பசுவும் தன்னுடைய கன்றை இன்னொரு பசுவிடம் ஒப்படைத்ததில்லை. இங்கேதான் அது நடந்திருக்கிறது."

"நம் இருவருக்குமே நோக்கம் தெளிவாக இருக்கிறது. நல்லது. வந்த விஷயம்..?" என்றார் நாராயண நம்பூதிரி.

‘‘ஒன்றுமில்லை. தூக்கம் வரவில்லை’’ என்று இழுத்தான் ரவிவர்மன்.

‘‘தாலாட்டுப் பாட நான் தாயல்லவே. தழுவித் தூங்க வைக்க நான் மனைவி அல்லவே...’’ என்றார் நாராயண நம்பூதிரி.

‘‘எனக்குத் தாயும் நீங்களே, தந்தையும் நீங்களே!’’ என்றான் ரவிவர்மன்.

‘‘பந்தம் புதியதாகப் பிறக்கிறது. இந்தச் சொந்தம் எதற்காக ஆரம்பமாகிறது?’’ என்று கேட்டார் நாராயண நம்பூதிரி.

‘‘சந்தேகத்தை விட்டு விட்டால், சொந்தம் புதியதாகத் தோன்றாது. அந்தநாள் முதல் இந்தநாள் இந்தநாள் வரை சேர மண்டலத்தின் ராஜ பரம்பரைக்கே கரங்களாகவும், மூளையாகவும் திகழ்வது நம்பூதிரிகள் சபை. மன்னவர் ஆணையை எல்லாம் மகேசுவரனின் ஆணையாக்கி முத்திரையிட்டது நம்பூதிரிகள் சபை. முதலாம் சேரமான் பெருமாள் காலத்திலிருந்தே சிவானந்த நம்பூதிரியும், கேசவ நம்பூதிரியும் இப்போது நாராயண நம்பூதிரியும் இந் நாட்டைப் பொன்னாடாக்குவதில் பெருமை பெற்றிருக் கிறார்கள். விழிஞத்துக் கடற்கரையில் விளையாடிய நாவாய்கள் காற்றடிக்கும் திசையிலேதான் செல்லும். அந்தக் காற்று எந்த திசையிலே அடிக்க வேண்டும் என்பதைக் கூட நம்பூதிரிகள்தான் நிர்ணயிக்க வேண்டும். தம்பிரான் சுவாமிக்கு என்மீது ஏற்பட்டுள்ள சந்தேகங்கள் நிவர்த்தியாகி விட்டால் நான் சில விஷயங்களைச் சொல்ல முடியும். மன்னர் முடி துறந்த பிறகு கொங்குநாடும், பாண்டிய மண்டலமும் நம்மைவிட வலிமை பெற்றிருப்பதுபோல் எனக்குத் தோன்றுகிறது. அவை நம்மை விழுங்கிவிடாமல் இருக்க நான் சுவாமிகளோடு எந்த அளவில் ஒத்துழைக்க முடியும் என்று கேட்கவே வந்தேன்’’ என்றான் ரவிவர்மன்.

‘‘அதைக் கேட்பதற்கு நீங்கள் தேர்ந்தெடுத்த நேரம் அர்த்த இராத்திரியாக இருப்பது ஏன்...?’’ என்று வினவினார் நாராயண நம்பூதிரி.

"பகலிலே சுவாமிகளைச் சுற்றிலும் கிராம சபைத் தலைவர்கள் அதிகமாக இருக்கிறார்கள். இரவு நேரமே சுவாமிகள் சிந்திக்கும் நேரம். ஏன், இறைவனேகூடச் சிந்திக்கும் நேரம் அதுதானாம்!" என்றான் ரவிவர்மன்.

"எந்த நேரமும் நான் சிந்திக்கிறேன் என்னுடைய அரசாங்கம் இரவிலும் பகலிலும் நடந்து கொண்டிருக்கிறது" என்றார் நாராயண நம்பூதிரி.

"ஒரு வம்சத்தை அழித்து மறு வம்சத்தை உருவாக்கிய சாணக்கியன்கூட, இரண்டு நேரங்களிலும் சிந்தித்துக் கொண்டிருந்தான். அவன் உருவாக்கிய புதிய வம்சம் கடைசி வரையில் அவனைக் கைவிடவில்லை. காலின் மீது தடுக்கிய புல்லைக்கூட வஞ்சம் தீர்த்துக்கொண்ட சாணக்கியனைவிடத் தம்பிரான் சுவாமிகள் ஒருபடி உயர்ந்தவர் என்பதை நான் அறிவேன். அரசர்கள் கூட அறியாத அரச தர்மத்தைச் சாணக்கியன் போதித்தான். அரச தர்மத்துக்கான கர்மங்களை இங்கே வகுத்துக் கொடுப்பதே தம்பிரான் சுவாமிகள்தான். அந்த நம்பிக்கை யில்லாமலா மன்னவர் மார்த்தாண்டவர்மனுக்குப் பட்டம் கட்டி உங்கள் பாதுகாப்பில் விட்டுவிட்டுப் போனார்? வாளோடு அவதரித்த பரசுராமனின் பரம்பரை நீங்கள். உங்களைப்பற்றி நான் அதிகம் பேசுவது முகஸ்துதியாக முடியும். பத்மநாப சுவாமியின் மீது ஆணையாக உங்களுக்கு வலியூட்டவும் ஒத்துழைக்கவுமே நான் விரும்புகிறேன்" என்றான் ரவிவர்மன்.

நாராயண நம்பூதிரி, ரவிவர்மனின் சாகஸங்களை நன்றாக அறிந்தவர். இவன் நடிக்கிறான் என்று எதிரிகளுக்குத் தெரியும் போதுகூட நடிப்பது சிலரது பழக்கம். ஒரே நடிப்பைத் தொடர்ந்து நடித்தால், அதை உண்மையாக்கிவிடலாம் என்று நம்புவது அவர்கள் வழக்கம்.

ரவிவர்மன் தாழ்ந்த நிலையில் பேசப் பேச நாராயண நம்பூதிரி பதில் சொல்ல முடியாத நிலைமையிலானார்.

எதிர்த்துப் பேசினால் சுடச்சுடப் பதில் கொடுத்துவிட முடியும். புகழ்ந்துபேச ஆரம்பிப்பவனை அப்புறப்படுத்துவது கடினமாக காரியம்.

நாராயண நம்பூதிரி விவாதத்துக்கு முற்றுப்புள்ளி வைக்க விரும்பினார்.

"உங்கள் சேவை தேவைப்படும்போது அதைச் சேர மண்டலம் ஏற்கத் தயங்காது. வல்லமை உடையவனை அப்புறப்படுத்திவிட்டு நாட்டின் வலிமையை நான் சோதிக்க மாட்டேன். மன்னவர் இன்னும் திருவரங்கம் போய்ச் சேர்ந்திருக்கமாட்டார். கொங்கு நாட்டிலும் கூடல் நாட்டிலும் அதற்குள் மறு சிந்தனை தோன்றியிருக்க நியாயம் இல்லை. அப்படி ஏதாவது தோன்றினால் கூட உங்களை நான் அழைப்பேன்" என்றார் நாராயண நம்பூதிரி.

'இப்போது அவனை நம்பிக்கையோடு வெளியேறச் செய்து விட்டால் போதும்' என்று அவர் கருதினார். அவன் போவதற்குள் இரும்பொறையை அழைத்து வரச் சென்ற கேசவ நம்பூதிரி திரும்பிவிட்டால் நிலைமை இக்கட்டாக முடியுமே என்று அவர் கருதினார்.

துரதிருஷ்டவசமாக அந்த நேரத்தில் கேசவ நம்பூதிரி இரும்பொறையோடு வந்து சேர்ந்தார்.

இரும்பொறையை ஜாடையாகப் பார்த்த ரவிவர்மன் "தம்பிரான் சுவாமிகளின் அரசாங்கம் இரவிலும் நடப்பது உண்மைதான்" என்றான்.

நாராயண நம்பூதிரி சிறு குழப்பத்துக்குள்ளாகிச் சமாளித்தார். சமாளித்தது மட்டுமல்ல, பதவிப் பிரமாணத்தையே செய்து வைத்தவர் போலப் பேசினார்.

"இவர்தான் நமது புதிய தளபதி இரும்பொறை. உங்களோடு பாண்டிய நாட்டுப் போரில் தோளோடு தோள் நின்றவர்! மன்னவர் விருப்பத்துக்கு இணங்க இவர் தலைமைத் தளபதியாக நியமிக்கப்பட்டிருக்கிறார்" என்றார்.

தான் எப்போது நியமிக்கப்பட்டோம் என்பதே தெரியாத இரும்பொறை, இருவரையும் மாறி மாறிப் பார்த்தான்.

ரவிவர்மன் அவன் தோளிலே தட்டி, "சபாஷ் இரும்பொறை. அந்தப் பதவிக்கு நீ தகுதியுள்ளவனே. தம்பிரான் சுவாமிகள் விஷயம் தெரியாமல் எதையும் செய்யமாட்டார். பாண்டிய நாட்டுப் போரில் நீ காட்டிய சாமர்த்தியம் கொஞ்ச நஞ்சமல்ல. மீண்டும் ஒரு போரை நீ சந்திக்க நேர்ந்தால் நான் பெற்ற வெற்றியை நீ பெறுவாய். பாண்டியர்களையும் கொங்கு நாட்டவரையும் மீண்டும் போர்க்களத்தில் சந்திக்கும் வரை ஆண்டவன் அருளால் உன் பதவி நீடிக்க வேண்டும்" என்றான்.

நாராயண நம்பூதிரி ஓர் அசட்டுச் சிரிப்புச் சிரித்தார்.

இரும்பொறைக்கு அது கனவா நனவா என்று புரியவில்லை.

ரவிவர்மன் வேறு பக்கம் திரும்பும்போது நம்பூதிரி இரும்பொறையிடம் ஓரக் கண்ணால் ஜாடை செய்தார்.

கேசவ நம்பூதிரி நின்றபடி தூங்க ஆரம்பித்தார்.

"பொழுது விடியப்போகிறது" என்றார் நாராயண நம்பூதிரி.

"நல்லது ஸ்வாமி. நான் விடைபெற்றுக் கொள்கிறேன். இரும்பொறை! நாம் போகலாமா...?" என்றான் ரவிவர்மன்.

நம்பூதிரிக்குத் 'திக்' என்றது.

ரவிவர்மனின்கீழ் வேலை பார்த்தவனல்லவா இரும்பொறை! "நல்லது தளபதியாரே. போகலாம்!" என்றான்.

'இனி நீதான் தளபதி' என்று சொல்ல வாயெடுத்தார் நாராயண நம்பூதிரி. அதற்குள் இரும்பொறையின் தோள் மீது கைபோட்டபடி வெளியேறிவிட்டான் ரவிவர்மன்.

நாராயண நம்பூதிரிக்குத் தலை சுற்றியது. தூங்கிக் கொண்டிருந்த கேசவ நம்பூதிரியின் தலையில் அடித்தார். கேசவ நம்பூதிரி வணக்கம் செலுத்திவிட்டு அடுத்த அறைக்குச் சென்றார்.

வேதனையுற்ற நாராயண நம்பூதிரி, 'இந்த நேரத்தில் யாரை எழுப்பி என்ன செய்வது' என்று புரியாமல் முன்னும் பின்னும் நடந்தார்.

பொழுது விடிந்தது.

அவசரம் அவசரமாகக் குளித்தார். அரண்மனைக்குச் செல்வதற்காக வெளியிலே வந்தார்.

எதிரே நான்கு குதிரைகளில் நான்கு படைவீரர்கள் வேகமாக வந்து கொண்டிருந்தார்கள், பின்னாலே ஒரு குதிரை வந்து கொண்டிருந்தது. அந்தக் குதிரையின்மீது கத்திக் குத்துக் காயங்களோடு இரும்பொறையின் சடலம் சாய்த்து வைக்கப் பட்டிருந்தது.

12. சந்நிதியில் தமிழ் நிதி

குலசேகர ஆழ்வார் வருகிறார் என்பதை அறிந்து ஞானியார் தம் பேச்சை நிறுத்தினார்.

கூட்டம் முண்டியடித்துக்கொண்டு வெளியே ஓடத் தொடங்கிற்று.

ஸ்ரீரங்கநாதரின் மதில் சுவரில் மேளதாளங்களின் எதிரொலி எழுந்தது.

சோழநாட்டு இளவரசர் குலசேகர ஆழ்வாரை வரவேற்று அவர் கூடவே வந்துகொண்டிருந்தார்.

ஒரு பக்கம் கொள்ளிடமும், மறுபக்கம் காவிரியும் குலசேகர ஆழ்வாருக்கு அணிவிக்கப்பட்ட மற்றொரு நீர் மாலை போல் காட்சி அளித்தன. அந்த அழகை வானில் பறந்த பறவைகள் மட்டுமே உணர முடிந்தது.

ஆசைகளாலே உந்தப்பட்டு, அல்லாடி அவலமுற்று அவதிப்படும் மனித ஜாதியில் ஆசைகளைத் தூக்கி எறியும் ஒருவன் பெருமையைச் சுற்றி வரும் கூட்டம் தானே உணர்த்த முடியும்!

மரியாதைக்குரிய மன்னர், வணக்கத்துக்குரிய துறவியாகி விட்டதால், அதிகாரத்துக்குத் தலை வணங்கும் மக்கள் ஆன்மிகத் துக்குத் தலைவணங்கி அவர் முன்னே வந்து கொண்டிருந்தார்கள்.

எங்கே தேவைகள் செத்துவிடுகின்றனவோ, அங்கே தெய்வம் கோயில் கட்டிக்கொள்கிறது.

எங்கே பேராசை எடுத்தெறியப்பட்டுவிட்டதோ அங்கே ஆயிரக்கணக்கான தீபங்கள் மின்னலிடுகின்றன.

சேரமானாக இருந்தபோது இல்லாத ஜெகஜ்ஜோதியான அழகு குலசேகர ஆழ்வாரான பிற்பாடு அவர் முகத்தில் குடிகொண்டிருந்தது.

வழிநெடுகிலும் மக்கள் அவர் காலைத் தொட்டு வணங்கினர். பலர் தங்கள் குழந்தைகளை அவர் காலடியில் போட்டு எடுத்தனர்.

ஒரு முதியவர் மாலை அணிவிக்க வந்தபோது குலசேகர ஆழ்வார் அதைக் கையிலே வாங்கிக்கொண்டு "மலர்கள் இறைவனுக்கும், மங்கையர்க்கும் மட்டுமே உரியவை. மனிதன் சடலமாகும்போது தான் மலர்கள் அவனை அலங்கரிக்கலாம். மணக்கோலமும் பிணக் கோலமுமே மனிதன் மாலைகள் தாங்கும் கோலங்கள். உங்கள் அன்பு மாலையை நான் ஸ்ரீரங்கனுக்கு அளிக்கிறேன்" என்றார். முதியவர் அவரை வணங்கி வழிவிட்டார்.

கோயில் வாசலுக்கு வந்தபோது பூரணகும்ப மரியாதைகளோடு குலசேகர ஆழ்வார் வரவேற்கப்பட்டார்.

உடனே அவருக்குப் பெரியாழ்வாரின் ஞாபகம் வந்தது.

'நான் ஓர் அரசன் என்பதை இன்னும் இந்த மக்கள் மறக்க வில்லையே! அதனால்தானே ஆயிரக்கணக்கான பக்தர்களுக்கு இல்லாத மரியாதை எனக்குக் கிடைக்கிறது!' என்று எண்ணியபோது அந்த மரியாதையை மறுக்கும்படி மனம் தூண்டிற்று.

எனினும், தனக்குப் பிடிக்காத ஒன்றை பிரியத்தின் காரணமாக மற்றவர்கள் செய்தால், அதை மறுக்கக் கூடாது என்பது நாகரிக சம்பிரதாயமாயிற்றே!

குலசேகர ஆழ்வார் பல்லைக் கடித்துக்கொண்டு அந்த அன்புக் கொடுமைகளைத் தாங்கிக் கொண்டார்.

எல்லோரும் படியைத் தாண்டிக் கோயிலுக்குள்ளே புகுந்தார்கள்.

அவரோ படியின்மீது ஏறி நின்றார். அதிலும் படியின் மீதிருந்த தாமரைப்பூ வடிவத்தின் மீது நின்றார்; எல்லோரும் அவரையே பார்த்தார்கள். அவர் சொன்னார்.

"கோயிலுக்குள் நுழையும்போது படியின்மீது ஏறிச்செல்ல வேண்டும். திரும்பிப் போகும்போது படியைத் தாண்டிச் செல்ல வேண்டும். காரணம் என்ன தெரியுமா? நாம் படிப்பதற்காகவே கோயிலுக்குள்ளே போகிறோம். அதனால்தான் இதைப் 'படி என்று ஆணையிடும் வார்த்தையாகவே வைத்தார்கள். நடுவில் இருக்கும் தாமரை மலர் கல்வியின் சின்னம். திரும்பிப் போகும்போது படித்துக் கொண்டு விட்டோம் என்ற மரியாதையோடு இதை தாண்டிச் செல்லுகிறோம்."

உடனே எல்லோரும் முண்டியடித்துக் கொண்டு அவரோடு படியின்மீது ஏறிச் செல்லத் தொடங்கினார்கள்.

ஆழ்வார் அரங்கனைச் சேவித்துப் பாடத் தொடங்கினார்.

மெய்யில் வாழ்க்கையை மெய்யெனக் கொள்ளும்
இவ்வையத் தன்னோடும் கூடுவதில்லை யான்
ஐயனே! அரங்கா! வென்றழைக்கின்றேன்
மையல் கொண்டொழிந் தேனென்றன் மாலுக்கே!

நூலி னேரிடை யார்திறத்தேநிற்கும்
ஞாலந் தன்னொடும் கூடுவதில்லையான்
ஆலியா அழையா அரங்கா! வென்று
மாலெ ழுந்தொழிந் தேனென்றன் மாலுக்கே!

மாரனார்வரி வெஞ்சிலைக்காட் செய்யும்
பாரினாரொடும் கூடுவதில்லையான்
ஆர மார்வனரங்க னனந்தன்நல்
நார ணன்நா காந்தகன் பித்தனே!

உண்டி யேயுடை யேயுகந் தோடும்இம்
மண்ட லத்தொடும் கூடுவ தில்லையான்
அண்ட வாணன ரங்கன்வன் பேய்முலை
உண்ட வாயன்ற னுன்மத்தன் காண்மினே!

தீதில் நன்னெறி நிற்கஅல் லாதுசெய்
நீதி யாரொடும் கூடுவதில்லையான்!
ஆதி ஆயனரங்கன் அத் தாமரைப்
பேதை மாமண வாளன்றன் பித்தனே!

எம்பரத்தரல் லாரொடும் கூடலன்
உம்பர் வாழ்வையொன்றாகக் கருதிலன்
தம்பி ராமை ரர்க்கு அரங்கநகர்
எம்பி ரானுக் கெழுமையும் பித்தனே!

எத்திறத்திலும் யாரொடும் கூடும் அச்
சித்தந் தன்னைத் தவிர்த்தனன் செங்கண்மால்
அத்தனே! அரங்கா! வென்றழைக்கின்றேன்
பித்த னாயொழிந் தேனெம்பி ரானுக்கே!

பேய ரேயெனக் கியாவரும் யானுமோர்
பேய னேயெவர்க்கும்இது பேசியென்!
ஆயனே! அரங்கா! என்றழைக்கின்றேன்
பேய னரயொழிந் தேயெம் பிரானுக்கே!

அங்கை யாழி யரங்க னடியினை
தங்கு சிந்தைத் தனிப்பெரும் பித்தனாய்க்

கொங்கர் கோன்குல சேகரன் சொன்னசொல்
இங்கு வல்லவர்க் கேதமொன் றில்லையே!

விசேஷ தீபாராதனைகள் நடந்தன.

கூடி வந்த கூட்டம் முழுவதும் அப்படியே நின்று கொண்டிருந்தது.

ஆழ்வார் திரும்பி அவர்களைப் பார்த்தார். அனைவரும் அப்படியே அமர்ந்தனர்.

'தன்னை அவர்கள் பேசச் சொல்கிறார்கள்' என்பதை அறிந்தார்.

''பக்தகோடிகளே...'' என்று துவங்கினார்.

''இறைவனின் சிருஷ்டியில் மனிதன் மட்டுமே பேசுகிறான். ஆடு மாடுகளும், மரம் செடி கொடிகளும் பேசுவதில்லை! மற்றவற்றைவிட மனிதன் உயர்ந்து நிற்பது மனத்தினாலும், வாயினாலுமே.''

''காதல் என்பது காக்கைக்கும் தெரியும். கொஞ்சும் பழக்கம் குருவிக்கும் உண்டு. பசி எடுப்பதைப் பசுவும் அறியும். பயம் என்பது பாம்புக்கும் பிறக்கும்.''

''நீரில்லையேல் செடி கொடி வாடும். நீரை உண்டால் மலராக வெளியிடும்!''

''எல்லா ஜீவராசிகளுக்கும் எல்லா உணர்வுகளும் உண்டு.''

''சிந்தனையும் பேச்சும் மனிதனுக்கு மட்டுமே உண்டு!''

''சொல்லிவிட்டுச் சிந்திக்கிறவன், மனிதன்; சிந்தித்துச் சொல்கிறவன், ஞானி.''

''மனஸ் என்ற சொல்லில் இருந்துதான், 'மனுஷ்யன்' என்ற சொல்லே பிறந்தது! ஆகவே அனைத்துக்கும் மூலம் மனமே.''

''நன்மை தீமைகள் அனைத்துக்கும் பொறுப்பு மனமே.''

''வேண்டும் என்று சொல்வதும் மனமே; வேண்டாம் என்று மறுப்பதும் மனமே!''

"அந்த மனத்தை இழுத்துப் பிடிக்கத் தெரிந்து விட்டால், நீ இறைவனை - நெருங்கிவிட்டாய் என்று பொருள்."

"மனத்தை வென்றவன் மரணத்தைக் கண்டு பயப்பட மாட்டான்."

"வரவு வரும்போது குதிக்கமாட்டான்; செலவு வரும் போது திகைக்கமாட்டான்.

எந்தக் காலத்தில் எது நடக்கவேண்டும் என்று அவன் விரும்புகிறானோ அவன் வாழ்வில் அது நடக்கும்.

கோயிலுக்குச் சென்று தலையில் உள்ள ரோமத்தைக் காணிக்கையாகக் கொடுக்கிறீர்களே, அது ஏன்? அதையும் 'மொட்டையடித்தல்' என்று சொல்லாமல் 'முடியிறக்குதல்' என்று சொல்கிறீர்களே, ஏன்?

முடி என்றால் என்ன பொருள்? மகுடம் என்று பொருள். ஒவ்வொரு மனிதனின் தலையிலும் ஆணவம் என்ற முடி இருக்கின்றது. அந்த முடியை ஆண்டவன் முன்னால் இறக்கி வைக்கிறீர்கள். அவனுக்கு நீங்கள்

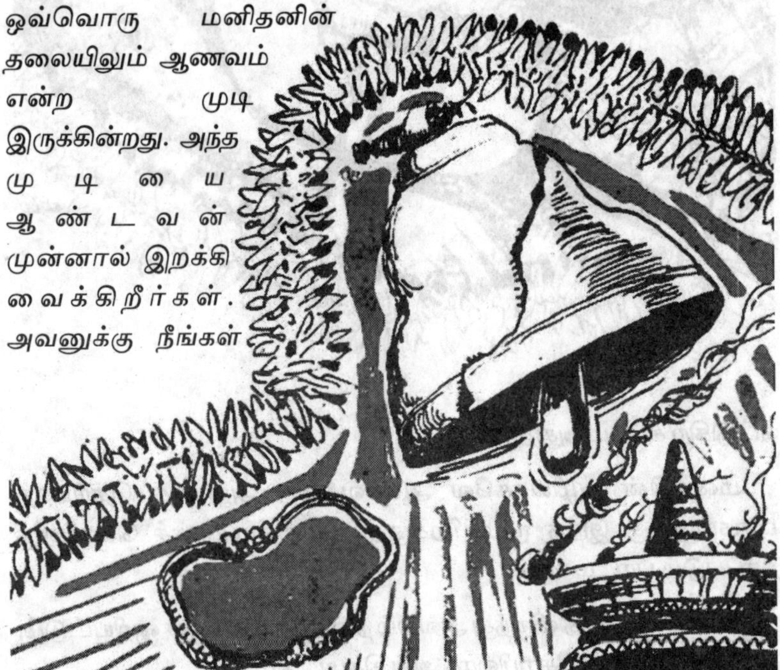

கட்டுகிற கப்பம் அதுதான்.

மனத்தின் வழியாகவே ஆணவத்தை அறுக்கத் தெரியாத பாமரனுக்கு இந்த முடியிறக்குதல் எளிமையாகச் சொல்லித் தரப்படும் பாடமாகும்.

'உங்கள் மனத்திலிருந்து அவலம் நிறைந்த மலங்கள் ஒழியட்டும்; அமைதி நிறைந்த கோயிலாக அது திகழட்டும்.

'நான் உங்களுடனேயே சில நாட்கள் தங்கியிருந்து விடைபெற இருக்கிறேன். நித்திய கருமத்துக்காக இப்போது விடை பெறுகிறேன்.''

பேசி முடித்த குலசேகர ஆழ்வார் சோழ மன்னர் ஏற்பாடு செய்திருந்த ஒரு விடுதிக்குப் புறப்பட்டுச் சென்றார். அவருடன் வந்த அடியார்கள் வஞ்சியில் இருந்து கொண்டு வந்திருந்த தங்கத் தாம்பாளங்களையெல்லாம் ஆலயப் பண்டாரகரிடம் ஒப்படைத்தார்கள்.

அந்தத் தாம்பாளங்களுக்கு நடுவே ஓர் ஓலைக் கட்டு இருந்ததை ஒருவன் பார்த்தான். மன்னர் மறதியாக இதை வைத்திருக்கக்கூடும் என்று நம்பினான். அதை அப்படியே எடுத்துக்கொண்டு விடுதிக்கு ஓடினான்.

அப்போது குளித்துவிட்டுப் புத்தாடை அணிந்து கொண்டிருந் தார் குலசேகர ஆழ்வார். பயபக்தியோடு அந்த ஓலையை நீட்டி, அது கிடைத்த விவரத்தைச் சொன்னான் வந்தவன்.

ஆழ்வார் அந்த ஓலையை வாங்கிப் படித்துப் பார்த்தார். அவர் நெற்றியில் வியர்வை துளித்தது.

நெற்றியில் வியர்வை துளிப்பது இருதயம் அதிர்ச்சியுற்றிருக்கிறது என்பதற்கு அடையாளம்.

13. மங்கலம் அமங்கலம்

நாராயண நம்பூதிரியும் ரவிவர்மனும் சந்தித்த அதே இரவில் பத்மாவதியை வீட்டில் விட்டுத் திரும்பிய மெல்லிளங்கோதை தன் அந்தப்புரக் கதவைத் திறந்தபோது மார்த்தாண்டவர்மன் அங்கேயே காத்துக்கொண்டிருந்தான்!

சாதாரணமாக இரவு நேரங்களில் ஏட்டுச் சுவடிகளைப் புரட்டிக்கொண்டிருக்கும் அவன், அப்போது ஆசையின் வடிவமாக நின்றான்.

பத்மாவதியின் நினைவாகவே உள்ளே நுழைந்த மெல்லிளங் கோதை மார்த்தாண்டவர்மனைப் பார்த்ததும் மயக்க நிலையில் ஆழ்ந்தாள்.

எவ்வளவு மயங்கிய நிலையிலும் தன் விருப்பத்தை வெளியிடாத பெருமை இந்துப் பெண்ணின் தனித்தன்மை.

மெல்லிளங்கோதை அங்கிருந்த நாற்காலி ஒன்றில் மெதுவாக அமர்ந்தாள்.

கொஞ்ச நேரம் பார்த்துக்கொண்டே நின்ற மார்த்தாண்ட வர்மன் தானும் வந்து அருகில் வந்து அமர்ந்தான். அவன் அமர்ந்ததும் நாற்காலி ஆடத் தொடங்கிற்று.

''உங்களைத் தாங்கக்கூடிய சக்தி நாற்காலிக்கு இல்லை!'' என்றாள் அவள்.

''உனக்கு இருக்கிறது அல்லவா?'' என்றான் அவன்.

"கொடிக்குச் சுரைக்காய் சுமையாகாது" என்றாள் அவள்.

"நீ படித்த படிப்பெல்லாம் இப்போது தான் பயன்படுகிறது" என்றான் அவன்.

"வயது குறைந்தாலும் உங்கள் மனம் பாடஞ் சொல்கிறதே" என்றாள் அவள்.

"அரசர் முடி துறந்தபிறகு இந்த அரண்மனையில், இருக்கவே பயமாக இருக்கிறது" என்றான் அவன்.

"அதற்கு நான்தான் காவலா?" என்றாள் அவள்.

"மனைவி பக்கத்தில் இருந்தால் தான் கணவனுக்குத் தைரியமே வருகிறது" என்றான் அவன்.

"சக்தி பிரிந்துவிட்டால் சிவமே சக்தி இழந்துவிடுகிறதாம்" என்றாள் அவள்.

"நாம் என்ன ஆராய்ச்சி நடத்தப்போகிறோமா இல்லை!.." என்று இழுத்தான் அவன்.

"உங்கள் அவசரம் எனக்குப் புரிகிறது" என்றாள் அவள்.

அவள் கழுத்தில் இரண்டு கைகளையும் சுற்றி வளைத்தான் அவன்.

அவள் உட்கார்ந்திருந்த நாற்காலி கீழே சாய்ந்தது.

அவன் அப்படியே அவளைக் கைகளில் தூக்கிப் பள்ளியில் கிடத்தினான்.

என்ன கேடுகாலமோ, அவர்கள் நடந்து கொண்ட முறை அவ்வளவும் அபசகுனமாக இருந்தது.

அவள் முகத்தோடு முகம் வைத்து அவன் விளையாடிய போது குங்குமம் கலைந்தது. கூந்தலைப் பற்றி அணைத்த போது மலர் சரிந்தது. அவன் அவளை வேடிக்கை செய்த போது புரண்டு படுத்த அவள் கீழே விழுந்தாள். இதுதான் அவள் பஞ்சணையில் படுக்கும் கடைசி நாள் என்று அது அறிவுறுத்திற்றோ!

அந்த இளங்கிள்ளைகள் எந்த அபசகுனத்தையும் உணரவில்லை.

அர்த்தசாமத்தில் ஒலித்த மணியின் ஓசையும் அவலமாகவே ஒலித்தது.

''பகவதி அம்மன் கோயில் மணி உடைந்து போயிருக்கிறது! எத்தனையோ முறை சொல்லிவிட்டேன். தர்மகர்த்தா மாற்றாமல் இருக்கிறார்'' என்றான் மார்த்தாண்டவர்மன்.

''அது சரி அர்த்தசாமமாகிவிட்டது. இன்னும் தூக்கம் வரவில்லையா?'' என்றாள் அவள்.

பளிச்சென்று அவள் கையைப்பற்றி தூக்கி உட்கார வைத்தான் அவன். கையில் இருந்த தங்க வளையல் நெளிந்து வளைந்தது. அதையும் உணராத மார்த்தாண்ட வர்மன் தத்துவம் பேச ஆரம்பித்தான்.

''ஆணுக்கும் பெண்ணுக்குமிடையே ரகசியத்தை வைத்த இறைவன், அந்த ரகசியங்களைப் பரிமாறிக் கொள்ளவே இரவைப் படைத்திருக்கிறான். இல்லை என்றால், இரவு என்ற ஒன்றே இல்லாமல் வாழ முடியாதா என்ன?''

இப்படிப் பேசிக்கொண்டே உறவுக்காக அவன் அவளை நெருங்கினான்.

அவள், ''தீபம், தீபம், தீபத்தை அணையுங்கள்'' என்றாள்.

அதுவும் அபசகுனமா?

கட்டிலில் உட்கார்ந்தபடியே தீபத்தை நோக்கி விசிறியால் வீசினான் மார்த்தாண்டவர்மன். தீபம் அணைந்தது. அணைந்த தீபம் ஓர் ஆனந்தமான இரவை அவர்களுக்குத் தந்தது.

நாராஷ09ண நம்பூதிரியின் பொழுது சூழப்பத்தில் விடிந்தது என்றால் இவர்கள் பொழுது ஆனந்த மயக்கத்தில் விடிந்தது.

எழுந்து வெளியே வந்த மார்த்தாண்டவர்மனுக்கு ஓர் ஆச்சரியம் காத்திருந்தது.

அரண்மனை மைய மண்டபத்தில் என்றும் காணாத அதிசயமாக ரவிவர்மன் அமர்ந்திருந்தான்.

"ரவிவர்மரா! எப்போது வந்தீர்கள்?" என்று திகைப்போடு கேட்டான் மார்த்தாண்டவர்மன்.

ரவிவர்மன் பதில் பேசாமல் எழுந்து நின்றான்.

"ஏதும் அவசரமான செய்தியா?" என்று கேட்டான் மார்த்தாண்டவர்மன்.

"அவசரம் மட்டுமல்ல; அபஸ்வரமான செய்தியும்தான்" என்றான் ரவிவர்மன்.

ஸ்ரீரங்கம் செல்லும் வழியில் தந்தைக்கு ஏதாவது ஆகியிருக்குமோ என்ற கலக்கத்தோடு "என்ன? என்ன?" என்றான் மார்த்தாண்டவர்மன்.

"நேற்று இரவு துணைத் தளபதி இரும்பொறையை யாரோ கொன்றுவிட்டார்கள்" என்றான் ரவிவர்மன்.

மார்த்தாண்டவர்மனுக்குத் திக்கென்றது.

பாண்டியநாட்டு அல்லது கொங்குநாட்டு வேவுகாரர்கள் அதைச் செய்திருக்கக்கூடும் என்று அவன் நினைத்தான்.

"யார்மீது உங்களுக்குச் சந்தேகம்?" என்று அவன் ரவிவர்மனையே கேட்டான்.

"சந்தேகத்துக்கே இடம் இல்லாதவர் என்று யாரை நீங்கள் நம்புகிறீர்களோ, அவர் மீதுதான்" என்றான் ரவிவர்மன்.

"நான் சிறியவன். புரியச் சொல்லுங்கள்" என்றான் மார்த்தாண்டவர்மன்.

"நான் சந்தேகப்படுவது யாரைத் தெரியுமா? நாராயண நம்பூதிரி...!" என்றான் ரவிவர்மன்.

மார்த்தாண்டவர்மனின் முகம் மாறிற்று. சிறிது நேரம் அவன் யோசித்தான். பிறகு ரவிவர்மனிடம் திரும்பி "தயவுசெய்து நீங்கள் வெளியே போகிறீர்களா?" என்றான்.

ரவிவர்மன் அவனையே உற்றுப் பார்த்துவிட்டு வெளியேறினான்.

அவன் வெளியே போவதற்கும் நாராயண நம்பூதிரி உள்ளே நுழைவதற்கும் சரியாக இருந்தது.

14. மக்களை அறிந்தவன்

இரும்பொறையின் வீட்டு வாசலில் பெரும் கூட்டம் கூடிவிட்டது.

போரிலே வீரம் காட்டிப் புகழ்பெற்ற ஒருவனின் அகால மரணம்- அநியாய மரணம் குறித்து சம்பந்தமில்லாத சிலர்கூட அழுதுகொண்டிருந்தார்கள்.

அந்தக் கூட்டத்தின் நடுவிலே அளவு கடந்த சோகத்துடன் நின்றுகொண்டிருந்தவன், ரவிவர்மன்.

இரும்பொறையின் மனைவி மக்களுக்கு அவன் ஆறுதல் கூறினான். "உங்கள் குடும்பத்துக்கு வேண்டிய உதவிகளை நான் செய்வேன்" என்று வாக்குறுதி கொடுத்தான். கொஞ்சநேரம் இரும்பொறையின் கைக்குழந்தையைத் தன் கைகளில் தூக்கி வைத்துக்கொண்டான்.

நேரம் ஆக ஆகக் கூட்டம் அதிகமாயிற்று.

கூடியிருந்த கூட்டத்தைப் பார்த்ததும் ரவிவர்மனுக்கு ஒரு யோசனை தோன்றிற்று. கூட்டத்தினரின் முன்னிலையில் அவன் பேசத் தொடங்கினான்.

"வஞ்சனையற்ற வஞ்சியின் மக்களே! நெஞ்சில் ஈரம் மிகுந்த சேரநாட்டு குடிமக்களே, தூய நம் தலைவர் சேரமான் பெருமாள் துறவியான அன்றே தீயவர் எவரோ திட்டம் தீட்டிவிட்டனர். வஞ்சியான் பிறரை வஞ்சியான், ஆனால் வாள் வலியும், தோள்

வலியும் மிக்க இரும்பொறையை எவரோ வஞ்சித்துக் கொன்று விட்டார்.

கொங்கு நாட்டுப் போரிலே குத்துண்டு தன் குதிரை இறந்துங்கூடப் பகைவர் குழாத்தின் நடுவிலே புகுந்து படபடவெனப் பகைவரின் தலையைச் சீவிய படைவீரன் இரும்பொறை. அவன் உயிரோடு இருந்தால் தங்கள் ஆதிக்கத்துக்கு ஆபத்து என்று எவரோ கருதியிருக்கிறார்கள்.

நான் யார்மீதும் குற்றம் சாட்டவில்லை.

பாண்டியரோடு நடந்த போரில் பல்லாயிரம் பிணங்களைத் தாண்டித் தாண்டிச் சென்று நீண்ட தன் உடைவாளால் பாண்டியர் படையை முறியடித்தவன் இரும்பொறை.

அவனைக் கொன்றது ஆண்டியின் கோலமோ அரசனின் கோலமோ நான் அறியேன்.

நான் யார்மீதும் குற்றம் சாட்டவில்லை.

மன்னவர், 'இரும்பொறை' என்று அழைப்பார் 'என்ன செய்ய வேண்டும்?' என்று கேட்பானேயன்றி 'ஏன்?' என்று கேட்டதில்லை.

'தான்' என்ற ஆணவக்காரன் எவனோ ஒருவன் அவனைக் கொன்றுவிட்டான்.

நான் யார்மீதும் குற்றம் சாட்டவில்லை.

அதிகாரம் மக்களுக்கா, இல்லை மமதையாளருக்கா என்பதில், 'மக்களுக்கே' என்று இருந்தவன் இரும்பொறை.

தக்கவர் கூடும் இடத்தில் தலை குனிந்து நிற்பான் கோழைத்தனத்தால் அல்ல; அடக்கத்தினால்!

எந்தக் கிராமத்தையும் வளைத்துப் போட்டுக்கொள்ள அவன் எப்போதுமே எண்ணியதில்லை.

அந்த நல்லவனை, பந்தபாசம் மிக்கவனை எந்தக் கொடியவனோ கொலை செய்துவிட்டான்.

நான் யார்மீதும் குற்றம் சாட்டவில்லை.

பாலுக்கு அழுகின்ற பச்சைக் குழந்தையைக் கூட கவனிக்க முடியாமல், கணவனின் சாவுக்கு அழுகின்ற தாய்மையைப் பாருங்கள்!

ஈவு இரக்கம் இம்மியளவு இருந்தாலும் அவனைக் காவுகொள்ள நினைக்குமா ஒருவனின் கைவாள்!

மாவீரர் பரம்பரையில் மணியாகத் திகழ்ந்தவன். மன்னவர் குலத்துக்கே கண்ணாக வளர்ந்தவன். என்ன நினைத்தானோ, எவன் நினைத்தானோ? இவனைக் கொல்ல நினைத்த பாவியும் வஞ்சியின் கூட்டத்திலேதான் உலாவிக் கொண்டிருக்கிறான்.

நான் யார்மீதும் குற்றம் சாட்டவில்லை.

இரும்பொறையின் குடும்பத்தைத் தவிக்கவிடும் இரும்பு நெஞ்சம் எனக்கு இல்லை.

"பத்துக் காணி நிலமும், பத்தாயிரம் வராகனும் என்னுடைய சொத்தில் இருந்து இரும்பொறையின் குடும்பத்துக்கு நான் அளிக்கிறேன்."

ரவிவர்மன் பேசி முடித்தான்.

இரும்பொறைக்காக அனுதாபப்பட்டவர்களெல்லாம் ரவிவர்மனிடம் அபிமானம் கொள்ளத் தொடங்கினார்கள்.

பிணத்தை வைத்துக் கொண்டு அரசியல் நடத்துவது ஒரு கலை! அதுவும் ஒரு வகை ராஜதந்திரம்.

"இயற்கையாக அழுது அறியாதவன், செயற்கையாக அழுது பழகுவதற்குப் பெயரே அரசியல்."

அரசியலில் செய்கின்ற காரியத்தைவிட, அது செய்யப்படும் காலமே முக்கியமானது.

பெரும் கூட்டத்தை இழுத்துக்கொண்டு தீமை செய்தாலும், அது நன்மையாகத் தோன்றுகிறது. அதே கூட்டத்தைப் பகைத்துக் கொண்டு நன்மை செய்தாலும், அது தீமையாகத் தோன்றுகிறது.

காலம் கருதி இடத்தாற் செய்து ஞாலத்தைக் கவர்வதில் ரவிவர்மன் வல்லவன்.

அரசியல் சாகஸமே தெரியாத மார்த்தாண்டவர்மனும் நேரடி அரசியலையே நம்பிய நாராயண நம்பூதிரியும் இரும்பொறையின் பிணத்தைக் கொண்டு எத்தனை பேரைக் கவரலாம் என்று திட்டம் போடவில்லை; அது ரவிவர்மனுக்கு மட்டுமே தெரிந்திருந்தது.

கூட்டத்திலிருந்த ஒருவர், "எப்போதுமே ரவிவர்மர் இரக்கமுள்ளவர்" என்று தம் கருத்தை வெளியிட்டார்.

"அன்றைக்கு நான்கூடப் பார்த்தேன். ஒரு துறவிக்கு ஆயிரம் பொன் கொடுத்தார்" என்றார் இன்னொருவர்.

"இவ்வளவு நல்ல சுபாவம் தம்பிரான் சுவாமிக்குக் கூடக் கிடையாது" என்றான் இன்னொருவன். அவன் ரவிவர்மனால் அங்கே நிறுத்தப் பட்டவன்.

கூட்டம் பிணத்தை விட்டு விட்டு ரவிவர்மனின் குணத்தைப்

புகழ ஆரம்பித்தது.

நெல்லைத் தூற்றும்போது பதர்கள் எல்லாம் ஒரு பக்கம் குவியும்; மணிகளெல்லாம் ஒரு பக்கம் குவியும்; மணியைவிட அதிக விலைக்குப் பதர்களை விற்கத் தெரிந்தவன் ரவிவர்மன்.

அவன் இரும்பொறையின் உறவினர்கள் ஒவ்வொருவரையும் நெருங்கிக் கட்டிப்பிடித்து ஆறுதல் கூறினான்.

சடலம் தூக்கப்பட்டபோது நால்வரில் ஒருவனாக அவனும் தோள் கொடுத்தான்.

சடலத்தைத் தூக்கித் தோளில் வைக்கின்ற நேரத்தில் மார்த்தாண்டவர்மனும், நாராயண நம்பூதிரியும் அங்கே வந்து சேர்ந்தார்கள்.

கூட்டத்தில் பெரும் பகுதியினர் அவர்களைத் திரும்பியே பார்க்கவில்லை. அது ரவிவர்மனின் வெற்றியே!

சுடுகாட்டில் சடலத்தைக் கொண்டுபோய் எரிக்கும் வரை ரவிவர்மன் கூடவே இருந்தான். ஆனால் மார்த்தாண்ட வர்மனும், நாராயண நம்பூதிரியும் சேவகர்களோடு அரண்மனைக்குத் திரும்பிவிட்டார்கள்.

சடலத்துக்குத் தீ மூட்டப்பட்டதும் கூட்டம் கலைந்தது. அப்போது ரவிவர்மன் இரும்பொறையின் குடும்பத்தினருடனே இருந்தான்.

இரும்பொறையின் மனைவியையும், மக்களையும் அழைத்துக் கொண்டு கொடுங்கோளூர் பகவதி அம்மன் கோயிலுக்குச் சென்றான்.

"பொட்டிழந்து, பூவிழந்து நிற்கும் இந்த தாயை, தாயே! பகவதி, நீதான் காப்பாற்ற வேண்டும்" என்று பிரார்த்தித்தான்.

இரும்பொறையின் மனைவி அங்கே தன் வளையல்களை உடைத்தாள்; குங்குமத்தை அழித்தாள். அங்கே ஒரு பெரும் கூட்டம் கூடிவிட்டது.

கூட்டத்தை விலக்கிக்கொண்டு வீரன் ஒருவன் வேகமாக ஓடிவந்தான். ஒரு குத்துவாளை ரவிவர்மனிடம் கொடுத்தான்.

"இரும்பொறை கொல்லப்பட்டுக் கிடந்த இடத்துக்குச் சிறிது தூரத்தில் ஒரு புதருக்கு நடுவில் இந்தக் கத்தி கிடந்தது" என்றான்.

எல்லோருக்கும் தெரியும்படி அந்தக் கத்தியை ரவிவர்மன் திருப்பித் திருப்பிப் பார்த்தான்.

நம்பூதிரிகள் மட்டுமே இடையில் செருகிக் கொள்ளும் குத்துவாள்.

"நான் நம்பூதிரிகளைச் சந்தேகிக்கவில்லை" என்று சொல்லி விட்டு, அந்தக் குத்துவாளைக் கையில் ஏந்தியபடி இரும்பொறையின் மனைவி மக்களை ரதத்தில் அனுப்பி விட்டு தனியாக ஒரு குதிரையில் சென்றான் ரவிவர்மன்.

15. இது பாண்டி நாடு

இரண்டாம் சேரமான் பெருமாளால் தோற்கடிக்கப்பட்ட ராஜசிம்ம பாண்டியனுக்குப் பிறகு கி.பி. 792இல் பாண்டிய நாட்டில் அரியணை ஏறியவன் வரகுண பாண்டியன் என்னும் சடையவர்ம பாண்டியனாவான்.

இவன் ஆட்சிக்கு வந்தபோதும் பாண்டிய நாடு, சேர நாட்டுக்கு உட்பட்டே இருந்தது. இவனது இரண்டு பேரில் ஒன்றான சடையவர்மன் என்ற பெயரிலேயே இவனை அழைப்போம்.

சடையவர்மன் தெய்வ பக்தியுள்ளவன். 'கானப்பேர் எயில்' எனும் காளையார் கோயிலைப் புதுப்பித்த பல பாண்டியர்களில் இவனும் ஒருவன்.

இரண்டாம் சேரமான் பெருமாள் பெரியாழ்வாரைப் பார்க்கத் திருவில்லிபுத்தூருக்குச் சென்றபோது வரவேற்றதும் இவனது ஆட்சியே.

பாண்டிய மன்னர்கள், சோழ மன்னர்கள் இருவரது பேரும் மெய்க்கீர்த்திகளில் எழுதப்படும்போது, 'தேவர்' என்ற பட்டப் பெயரோடு எழுதப்படுவது வழக்கம்.

பாண்டிய, சோழ நாடுகளை நீண்ட நாட்கள் ஆண்டவர்கள் மறவர்கள். மறவருக்கான பட்டங்களில் உயர்ந்த பட்டம் 'தேவர்' என்ற பட்டமாகும்.

பாண்டிய நாட்டுப் படைப் பிரிவுகள் மூன்று. ஒன்று கள்ளர் படை; மற்றொன்று மறவர் படை; மூன்றாவது அகப்படை. மூன்றும் மூன்று குலமாக 'முக்குலம்' என்று அழைக்கப்படும்.

கள்ளர் படை, எதிரியின் நாட்டுக்குள்ளும் கோட்டைக் குள்ளும் சென்று வேவு பார்ப்பது; மறவர் படை நேரடியாகப் போர்க்களத்துக்குச் சென்று போர் புரியும் படை; எதிரி கோட்டைக்கு வரும்போது கோட்டையைக் காப்பது அகப்படை.

இந்த மூன்று குலங்களில் மறவர் குலத்தைச் சேர்ந்தவர்களே மன்னர்களாக இருந்திருக்கிறார்கள். பாண்டிய நாட்டுக் கோயில்கள் அனைத்தையும் கட்டியவர்கள் இவர்களே.

இவர்களில் மறவர் குலத்தைச் சேர்ந்தவன் சடையவர்ம பாண்டியன்.

வலிமை மிக்க பாண்டிய வம்சம் வளமான நிலங்கள் அதிகம் இல்லாத காரணத்தால், பல நேரங்களில் நீண்ட நாள் போரைத் தாக்குப்பிடிக்க முடியாமல் -உணவுப் பொருள்கள் இல்லாமலேயே தோல்வி அடைந்திருக்கிறது.

ராஜசிம்ம பாண்டியன் காலத்தில் மழை இல்லாமல் அவதிப்பட்ட பாண்டிய நாடு, அந்த வறுமையினாலேயே வலிமை குன்றிச் சேரனிடம் தோற்றது. சடையவர்ம பாண்டியன் பட்டத்துக்கு வந்தபின்னும் அதை மீட்க முடியவில்லை. முடியவில்லை என்பதைவிட, அவன் முயற்சி செய்யவில்லை என்பது பொருந்தும்.

சடையவர்மனின் மனைவி கதலி நாச்சியார் கணவனைப் போலவே தெய்வ பக்தி மிக்கவர். பாண்டிய நாட்டுக் கோயில்களுக்குப் பல நிவந்தங்களை அவர் அளித்துள்ளார்.

சடையவர்மன் பட்டத்துக்கு வந்த சில ஆண்டுகளிலேதான் சேரமான் பெருமாள் முடிதுறந்தார். அதன்பிறகு சேர நாட்டில் நடந்த நிகழ்ச்சிகளை நாம் கண்டோம்.

இவ்வளவு குழப்பங்கள் சேரநாட்டில் இருப்பதை ஒற்றர்கள் மூலம் அறிந்தும்கூட, சடையவர்மன் படையெடுப்புக்கு ஆயத்தம் செய்யவில்லை.

அன்று...

அமைதி நிரம்பிய பாண்டிய தலைநகரான மதுரையில் திருவிழா கோலாகலமாக நடந்துகொண்டிருந்தது. கிராமத்து மக்கள் வண்டிகளிலும் குதிரைகளிலும் ஆயிரக்கணக்கில் வந்து குவிந்துகொண்டிருந்தார்கள். கூடல்நகரின் ஒவ்வொரு வீதியிலும் நாட்டிய நிகழ்ச்சிகள் நடத்துவது பாண்டிய நாட்டு வழக்கம். மூன்று சாலைகள் சந்திக்கும் இடம் அதற்காகத் தேர்ந்தெடுக்கப்படும். அந்த நிகழ்ச்சிகளை அரசர்களோ கோயிலைச் சேர்ந்தவர்களோ நடத்துவதில்லை. நிகழ்ச்சிக்கும் பொறுப்பேற்றுக் கொள்வது பெருந்தனக்காரர்களின் குடும்பங்களே. பெரும்பாலும் ஒவ்வோர் ஆண்டும் தேவதாசிகளே நாட்டியம் ஆட வருவது வழக்கம்.

அன்று மதுரை நகரம் திமிலோகப்பட்டது. காரணம் ஆவணி வீதியில் யாரோ ஒரு யூதப் பெண் நடனமாட வருகிறாள் என்ற செய்தியே.

மதுரையில் இருந்த மக்கள் அனைவரும் ஆவணி வீதியிலேயே கூடிவிட்டார்கள். மாலையிலிருந்தே விளக்குகள் ஒளிவிடத் தொடங்கின.

நாட்டியக்காரி வருகின்ற அரவம் கேட்டது. சலங்கை ஒலிக்கத் தொடங்கிற்று. மேடையின் திரையைப் பிடித்துக் கொண்டிருந்த கட்டியக்காரர்கள் திரையைக் கீழே விட்டார்கள். அங்கே சிங்காரப் பதுமையாக நின்றாள் யூஜியானா.

16. அசைந்தால் போதுமே!

மன்னவர் மகுடம் துறப்பதாக அறிவித்த அன்றே ரவிவர்மன் தீட்டிய திட்டங்களில் ஒன்று யூஜியானாவை மதுரைக்கு அனுப்புவது என்பது.

வஞ்சியை ஆளும் உரிமை தனக்குக் கிடைத்தால் சேர நாட்டுக்குக் கப்பம் கட்டுவ திலிருந்து விடுவித்து விடுவதாகத் தூது சொல்லவே யூஜியானாவை மதுரைக்கு அனுப்ப விரும்பினான்.

வேறு திறமையுள்ள தூதுவர்கள் இல்லை என்பதாலா? இல்லை. தன்னுடைய எந்த ரகசியத் தையும் காப்பாற்றக் கூடியவள் அவள் என்ப தால். அன்றியும் அவள் ஓர் அழகான பெண் என்பதால்.

ஆடவர்கள் நுழைய முடியாத இடத்தில் அழகிகள் நுழைந்து விட முடியும்.

யூஜியானாவிற்கு சாகஸம் தெரியாது; ஆனாலும் அழகு இருக்கிறது. தான் சொல்கிற செய்தியைக் கிளிப்பிள்ளை போல் சொல்லி, கிடைக்கிற பதிலை அப்படியே ஒப்புவிக்கிறவள் யூஜியானா என்பதால், அவளை அனுப்ப விரும்பினான் ரவிவர்மன்.

மேலும் அது ஒற்று வேலையல்லவே; தூதுதானே! ஒற்றனுக்கும் தூதனுக்கும் ஒரு பேதம் உண்டு. யாருக்கும் தெரியாமற் போய், யாருக்கும் தெரியாமல் வருகிறவனுக்குப் பெயர் ஒற்றன். எல்லோருக்கும் தெரியும்படி சென்று தெரியும்படி திரும்பி வருகிறவன் தூதன்.

எனினும் யூஜியானாவின் தூது வேறு வகையானது. அவள் ஒற்றனைப்போல் சென்று தூதனைப்போல் நடந்து கொண்டு, ஒற்றனைப்போல் திரும்பி வரும்படி அனுப்பி வைக்கப்பட்டாள்.

இலங்கைக்கு அனுமான் போனதும் அப்படித்தானே! அது, அவனை அனுப்பிய ராமனுக்கு நியாயம் என்றால், இது ரவிவர்மனுக்கு நியாயம் இல்லையா?

வெகுவேகமாகச் செல்லும் குதிரைகளில் ரவிவர்மனுக்கு வேண்டிய நால்வர் பின்தொடர மதுரை போய்ச் சேர்ந்த யூஜியானா ரவிவர்மனுக்கு வேண்டியவனும் மதுரைத் தளபதிகளில் ஒருவனுமான அரச மாணிக்கத் தேவன் இல்லத்தில் தங்கினாள்.

அவன் மூலம் பெருந் தனக்காரர் ஒருவரின் உதவியால் திருவிழா நடனத்துக்குத் தன்னை ஏற்பாடு செய்து கொண்டாள்.

அவள் முன்பின் ஆடிப் பழகியவள் இல்லை என்றாலும், ஆடத் துணிந்தாள்.

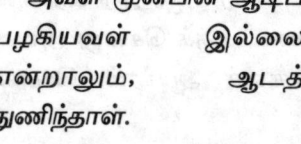

"தாளத்துக்கு ஏற்றபடி நீ அசைந்தாலே போதுமே, அதைவிடவா ஒரு நாட்டியம் இருக்கிறது?" என்று அவளைத் தயார் செய்து அனுப்பியிருந்தான் ரவிவர்மன்.

தூது, நாட்டியம் இரண்டுமே அவளுக்குப் புதிய காரியங்கள். முதலில் யோகோவா அதற்குச் சம்மதிக்கவில்லை. மதுரையில் அவளது கற்புக்கு உள்ள பாதுகாப்புப் பற்றி ரவிவர்மன் விளக்கியதும் யோகோவா சம்மதித்தார்.

ஒரு நாள் ஒத்திகையும் பார்த்துக்கொண்டுதான் யூஜியானா புறப்பட்டாள். ஆடல் அரங்கில் யூஜியானா தோன்றியதும் கூட்டமே மெய்மறந்து நின்றது. அரங்குக்கு முன்னால் அழகிய ஆசனங்கள் போட்டுப் பெருந்தனக்காரர்கள் அமர்ந்திருந்தார்கள். அவர்கள் நாட்டியம் பார்க்க வருவதே நாட்டியம் முடிந்ததும் அந்தப் பெண்ணை அழைத்துப் போகலாமா என்பதற்காகவே! பாண்டிய நாட்டில் அது மிகவும் சகஜமாக நடப்பது. கணிகையர் குலம் மட்டுமே ஆடிக்கொண்டிருந்த காலமாதலால் ஆடுபவரெல்லாம் கணிகையரே என்று அந்நாளில் கருதப்பட்டது.

யூஜியானாவின் அழகைப் பார்த்த பெருந்தனக்காரர்கள் பலர் தங்கள் பணியாட்களிடம் ரகசியம் பேசத் தொடங்கினர்.

இதை முன்கூட்டியே எதிர்பார்த்திருந்த தளபதி அரச மாணிக்கம் சில சேவகர்களையும் முச்சந்திக்கு அனுப்பி வைத்திருந்தான்.

யூத மொழியில் மட்டுமன்றிக் கொடுந்தமிழிலும் பயிற்சியுடைய யூஜியானா, வெப்பக்காற்றில் வியர்வை வழியவழிய ஆடிக் கொண்டிருந்தாள். அந்த வியர்வைத் துளிகள் எல்லாம் அவள் உடம்பில் ஒளிவிடும் வைரங்களாகத் தோன்றின.

ஆட்டத்தினிடையே ஒரு பெருந்தனக்காரர் ஐந்நூறு வராகன் மதிப்புள்ள ஒரு தங்க மாலையை மேடைக்குச் சென்று அவள் கழுத்தில் அணிவித்தார். இன்னொருவர் ஆயிரம் பொன் பணமுடிப்பை அளித்தார்.

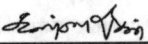

போட்டி போட்டுக்கொண்டு பெருந்தனக்காரர்கள் அவள் காலடியில் தங்கத்தைக் குவித்தனர். அவ்வளவையும் அரசமாணிக் கத்தின் ஆட்கள் வாங்கி மூட்டைக் கட்டிக் கொண்டனர்.

கூடியிருப்போர் அனைவரும், ''யார் அவளை அழைத்துப் போகப்போகிறார்?'' என்று வேடிக்கைப் பார்க்கக் காத்திருந்த போது கூட்டத்தை விலக்கிக்கொண்டு தளபதி அரசமாணிக்கம் மேடைக்கு வந்துவிட்டான்.

யூஜியானாவுக்கு அப்போதுதான் உயிரே வந்தது.

மேடையில் தோன்றிய அரசமாணிக்கம் ஜனங்களைப் பார்த்து, ''சேர நாட்டின் யூதக் குடிமகள் ஒரு குலமகள். அவள் எனது விருந்தாளி'' என்று சொல்லியபடியே தன் மகளைக் கைத்தாங்கலாக அணைப்பதுபோல அவளை அணைத்துக்கொண்டு கூட்டத்தை விட்டு வெளியேறினான்.

கூட்டம் முழுவதும் அதைக் கவனித்தது.

ஏமாற்றத்தோடு பெருந்தனக்காரர்கள் கவனித்தார்கள். அவர்கள் மட்டுமா கவனித்தார்கள்?

தலையில் வல்லவட்டுக் கட்டிக்கொண்டு பாண்டிய நாட்டுக் கிராமத்துக் குடிமகனைப்போல் காட்சியளித்த சங்கரநம்பூதிரியும் ஒரு மூலையில் நின்று கவனித்தார்.

17. இது கொங்கு நாடு

பச்சைப் பாவாடை கட்டி வெண்மையும் கருமையும் கலந்த தாவணி போட்டதுபோல் அழகாக நிற்கும் மலை முகடுகள்.

இனிய வாசத்தோடு அதிலிருந்து பிறந்து வரும் இளங்காற்று.

மங்கையர் கூந்தலெல்லாம் சங்கம் சேர்ந்ததுபோல் வானிலே தவழ்ந்து வரும் மேகங்கள்!

கோடையின் கொடுமையே அறியாத பூமி.

கொள்ளைச் சுவையை அள்ளித்தரும் தண்ணீர்.

வஞ்சகமே அறியாத மக்கள்.

அவர்கள் குடியிருக்க மூங்கில்களாலும், தென்னங்கீற்றுகளாலும் வனையப்பெற்ற சிறிய இல்லங்கள்.

ஒழுங்கற்ற சாலைகள்.

உயர்ந்து நிற்கும் மரங்களுக்கிடையே ஓடி விளையாடும் மான், மயில் கூட்டங்கள்.

துறவு பூண்ட இளங்கோவடிகள் உதகை முதுகில் ஏறி இறங்கித் தங்கி இருந்ததாகச் சொல்லப்படும் கொங்கு நாட்டின் தலைநகரம் இதுதான்.

நதியும் அதிகமில்லாமல், நிலமும் பாறைகள் நிறைந்ததாக இருந்ததால், நிலத்தடி நீரையும் பயன்படுத்த முடியாமல்

வறண்டுபோய்க் கிடந்த நிலங்கள் கொங்கு நாட்டை வளமில்லாமல் செய்து வைத்திருந்தன.

வளமிழந்த அந்நாட்டின் வலுவிழந்த மன்னனே, கவுடதேவன்.

கவுடதேவன் காதல் ரசனை மிக்கவன். மது மயக்கத்தில் திளைப்பவன்.

மக்களிடம் ஆறில் ஒரு பங்கு கடனை வாங்கி அதில் ஒரு பங்கை வஞ்சிக்குக் கப்பமாகக் கட்டிவிட்டு ஆனந்தமாக வாழ்ந்து கொண்டிருந்தான்.

அவனது அரண்மனையின் அந்தப்புரத்தில் மட்டுமல்ல, எந்தப் புறத்திலும் பெண்களே காணப்பட்டார்கள்.

இளம் வயதில் முறை தவறி ஒரு பெண்ணை நாடும் உள்ளம், வயது ஆக ஆகப் பல பெண்களை நாடுகிறது.

கவுடதேவனின் நிலையும் அதுதான்.

போரைப்பற்றிய சிந்தனையே இல்லாததால், அவன் காதற்போரிலே காலம் கழித்தான்.

அரசர்கள் அவனைச் சந்திப்பதைவிட அழகிகள் அவனைச் சந்திப்பது சுலபம்.

அன்று கொங்கு நாட்டுத் தலைநகருக்கு ஒரு பேரழகு வந்து சேர்ந்தது. சரஸ கலாசாலையில் பட்டம் பெற்ற தங்கமயில் அது.

மங்கலக் குலமகள்போல் காட்சி தரும் பொதுப் பொருள் அது.

நடனம் வல்ல நகைமுக மாது!
நளினம் வல்ல மன்மதன் தூது!
இடையின் அளவே இலக்கிய அளவே!
இனிய முகமோ சித்திரை நிலவு!
நடையில் பிறரைச் சுண்டி இழுக்கும்!
நாட்டியம் தொடங்கினால் ஊரையே மயக்கும்!
பள்ளி அறையில் கள்ளென இனிக்கும்!
பகைவரைக் கூடப் பணியவும் வைக்கும்!

எது அந்த அழகு? யாரந்த நிலவு?
வஞ்சியில் அவளோர் நாட்டியக்காரி!
அவள் பெயர் மாதவி!

சிலம்பு பிறந்த பின் சேரநாட்டு நாட்டியக்காரிகள் மாதவி என்று பெயர் வைத்துக் கொல்வது வழக்கமாயிற்று! பின்பு அது குலமகளிரிடையேயும் பரவிற்று.

ஆனால் அந்த மாதவி ஒரு விலைமகள்.

பாதுகாப்பாக மதுரைக்கு யூஜியானாவை அனுப்பிய ரவிவர்மன், எப்படி வேண்டுமானாலும் நடக்கக்கூடிய மாதவியைக் கொங்கு நாட்டுக்கு அனுப்பி வைத்திருந்தான்.

அரண்மனைக்குள் நுழைவதற்கு அவள் யார் தயவையும் எதிர்பார்க்கவில்லை. அவள் அழகைக் கண்டதும் அரண்மனைக் கதவுகள் தாமாகத் திறந்தன. அந்தப்புரக் கதவுகள் தாமாக வழிவிட்டன. கவுடதேவனின் பள்ளியறைக் கதவு தாழிடப் படாமலேயே இருந்தது. அங்கே ஒரு பஞ்சணையில் ஒரு பெண்ணின் மடிமீது தலையையும் இன்னொரு பெண்ணின் மடிமீது காலையும் வைத்தவாறு மதி மயங்கிக் கிடந்தான் கவுடதேவன். அந்தப் பெண்களும் குடிபோதையில் உட்கார்ந்தபடியே தூங்கிக் கொண்டிருந்தார்கள்.

காமதேவனின் அந்தப் பூஜையறைக்குள் சேர நாட்டின் ரதி தேவி காலடி எடுத்து வைத்தாள்.

18. யார் அந்த அதிதிகள்

அவள் சுற்று முற்றும் பார்த்தாள். பின் கைகளைத் தட்டினாள். ஏதோ அரண்மனை அந்தப்புரத்தில் நீண்ட நாள் வாழ்ந்தவள் போல, அவ்வளவு உரிமையோடு சேவகர்களை அழைத்தாள்.

ஆடிக்கொண்டே இரண்டு சேவகர்கள் அங்கு வந்து நின்றார்கள்.

மகாராஜா இரவு பகலாக ஆடுகிறார் என்றால், சேவகர்கள் கொஞ்ச நேரமாவது ஆடக்கூடாதா?

அங்கே இருந்த பெண்களை அப்புறப்படுத்தும்படி அவள் ஜாடை காட்டினாள். சேவகர்கள் ஒவ்வொரு பெண்ணையும் கைத்தாங்கலாக அழைத்துச் சென்றார்கள்.

மாதவி கதவைத் தாழிட்டாள். அது அவளுக்குப் புதியதல்ல!

அவளை நாடி வரும் ஒவ்வொரு ஆடவனும் அந்த இரவே அவளுக்கு முதலிரவு என்று எண்ணும்படி நடந்து கொள்பவள்; நாணம் கொண்டவள் போல் பிறரிடம் நடிக்கும் நடிப்பை அவள் கவுடதேவனிடம் நடிக்கவில்லை. காரணம் கவுடதேவன் எதையும் புரிந்துக்கொள்ளக் கூடிய நிலையில் இல்லை.

"என் பச்சைக்கிளி நீதான்!" என்றான்.

"இத்தனை நாட்களாக எங்கே போயிருந்தாய்?" என்றான்.

அவள் கைகளைப் பிடித்துக்கொண்டு, "நான் கொடுத்த கணையாழி எங்கே?" என்றான்.

"உன்னைப் பட்டத்து ராணி ஆக்கவில்லை என்று தானே என்மேல் கோபம்?" என்றான். அவளும் "ஆமாம்!" என்றாள். "இனி நீதான் என் பட்டத்து ராணி!" என்றான். அவள் சிரித்தாள்.

"நான் எவ்வளவு குடித்தாலும் நிதானமாக இருப்பேன்" என்றான்.

"எல்லோருமே அப்படித்தான்" என்றாள் மாதவி.

தான் வந்த காரியத்தைச் சொல்லும் நேரம் இதுவல்ல என்று கண்டுகொண்டாள்.

"இனிமேல் நீங்கள் அதிகம் குடிக்கக்கூடாது!" என்றாள்.

"நிச்சயமாகக் குடிக்கமாட்டேன். உன் கையால் கொஞ்சம் கொடு" என்றான்.

அவன் உளறிக்கொண்டே பேசினான். அவள் தெளிவாகவே பேசினாள்.

கொஞ்ச நேரமாவது அவன் நிதானத்தோடிருந்தால் வந்த விஷயத்தைச் சொல்லிவிடலாம் என்று கருதி குளிர்ந்த நீரை எடுத்து அவன் முகத்தில் தெளித்தாள்.

"மதுவைத் தெளிக்கக் கூடாது; குடிக்க வேண்டும்!" என்றான் அவன்.

"இது மதுவல்ல; தண்ணீர்!" என்றாள் அவள்.

"இதை நான் பார்த்ததே இல்லை" என்றான் அவன்.

அவன் உதடுகளை அவள் தடவிக்கொடுத் தாள். அவன் உதடு

உலர்ந்து போயிருந்தது. கொஞ்சம் குளிர்ந்த தண்ணீரை வாயில் ஊற்றினாள்.

"கொஞ்சம்... மது....!" என்று கொஞ்சினான் அவன்.

குடித்துவிட்டால் சிலபேர் அரக்கர்களாகி விடுகிறார்கள். சிலபேர் குழந்தைகளாகி விடுகிறார்கள். கவுடதேவன் குழந்தையாகும் ஜாதி. அவனை எப்படியும் பயன்படுத்தலாம் என்பது அவளுக்குப் புரிந்தது.

காமதேவனின் நாடகத்தில் பயிற்சி பெற்ற இருவர். ஒருவன் அலுத்துப்போனவன், ஒருத்தி செயற்கையாகி விட்டவள்.

அவன் மெதுவாக எழுந்தான். ஓர் இரும்புப் பெட்டகத்தில் இருந்து வைர நகை ஒன்றை எடுத்தான். தள்ளாடிக் கொண்டே வந்து அவள் கழுத்தில் அணிவித்தான். "ஏய் யாரங்கே...?" என்று கூச்சல் போட்டான்..

இரண்டு சேவகர்கள் ஓடோடி வந்தனர்.

"வாத்தியக்காரர்களை அழைத்து வா" என்றான்.

சேவகர்கள் வெளியே ஓடினர்.

கவுடதேவன் கட்டிலில் சாய்ந்தான்.

கட்டிலுக்குப் பின்புறம் இருந்த ஜன்னல் மெதுவாகத் திறந்தது. அங்கிருந்து மங்கலமே உருவான ஒரு திருமுகம் எட்டிப் பார்த்தது. கண்ணிலிட்ட மை கண்ணீரில் கரைந்து அந்தத் திருமுகத்தில் கோலமிட்டிருந்தது.

கவுடதேவனுக்கு எதிரே உட்கார்ந்திருந்த மாதவியால் அதைப் பார்க்க முடிந்தது! அவள் மெதுவாக எழுந்தாள்.

"என்ன...?" என்று குழறினான் அவன்.

"கொஞ்சம் மதுவூற்றி வருகிறேன்!" என்று ஜன்னலருகே சென்றாள்.

அந்த மங்கலத் திருமுகம் இவளை யாரென்று விசாரிக்கவில்லை!

"நான் அவரது பட்டத்துராணி. நேற்றிலிருந்து அவர் ஒன்றுமே சாப்பிடவில்லை" என்று, துயரத்தோடு கூறி விட்டுக் கதவைச் சாத்திக்கொண்டு போய்விட்டது.

மாதவியின் கண்களிலும் கண்ணீர் துளிர்த்தது.

"நமக்கோ குலமகளாக இருக்கும் வாய்ப்பில்லை. குலமகளுக்கோ குதூகலமாக இருக்கும் வாய்ப்பில்லை" என்று எண்ணியபோது ஒரு பெருமூச்சிலே அவள் மார்பு ஏறி இறங்கியது.

வாத்தியக்காரர்கள் உள்ளே நுழைந்தனர். அவர்கள் வாசிக்கத் தொடங்கினர்; அவர்களும் சாப்பிடவில்லை போல் இருக்கிறது! தொடக்கமே சோக கீதமாக ஒலித்தது. மாதவியின் மனோ நிலைக்கும் அது ஒத்ததாகவே இருந்தது.

பட்டத்து ராணி அகிலாண்டேசுவரியின் மனநிலையை அவள் பிரதிபலிக்கத் தொடங்கினாள்! பெண்மையின் மென்மை, அரசியல் சதுரங்கத்தை மறந்து ஆடத் தொடங்கிற்று.

"பேடைப் புறா ஒன்று கூட்டுக்குள்ளே
முடங்கிக் கிடக்கின்றது.

அதன் இறகுகள் ஒன்றாகப் படியாமல்
அலங்கோலமாகக் கிடக்கின்றன.

கண்கள் மயக்கத்தால் மூடி மூடித் திறக்கின்றன.

ஏ! மன்னவனே.

உனது மயக்கத்துக்கும் அதற்கும் வித்தியாசம் உண்டு.

நான் அவளாக இருந்தாலும், அவள்

நானாக இருந்தாலும் துரதிருஷ்டம் பிடித்தவர்களே.

வாழ்க்கைக்குக் குறைந்தபட்சம் ஒரு லட்சியம் வேண்டும்.

யாராவது ஒருவருக்காகவாவது நீ வாழ வேண்டும்.

அந்தப் பேடைப் புறாவுக்காக நீ வாழக்கூடாதா?"

அவள் பாடிக்கொண்டே ஆடினாள். களிப்பூட்டும் பாடல்களையே பாடி ஆடிய அவளுக்கு இந்த ரசனை எங்கிருந்து வந்தது?

நல்வாழ்விழந்த பெண்ணும் மற்றொரு பெண்ணின் துயரங்களிலே தன்னை மறந்து விடுகிறாள்!

அவள் வாத்தியக்காரர்களை ஜாடை காட்டி வெளியே போகச் சொன்னாள்! கவுடதேவன் அதற்குள் மேலும் குடித்துத் தள்ளாடிக் கொண்டிருந்தான்.

"நீங்கள் இரண்டு நாட்களாகச் சாப்பிடவே இல்லை! கொஞ்சம் சாப்பிடுங்கள்" என்றாள் மாதவி.

"அதிதிகள் சாப்பிடாமல் நான் சாப்பிடமாட்டேன்" என்று கத்தினான் கவுடதேவன்.

யார் அந்த அதிதிகள்? அவளுக்கு என்ன தெரியும்?

அவள் கதவைத் திறந்து வெளியே எட்டிப் பார்த்தாள்! முன் தோட்டத்தில் சில சந்நியாசிகள் நின்று கொண்டிருந்தார்கள்.

'குடித்தபின் பிறக்கும் கருணை சாதாரண காலங்களில் பிறப்பதில்லை' என்றெண்ணிய மாதவி, அந்த சந்நியாசிகளுக்கு அமுது படைக்கும்படி சேவகர்களுக்கு ஆணையிட்டாள்.

அவள் அந்த சந்நியாசிகளை முழுமையாகப் பார்க்கவில்லை! ஆனால் அந்த சந்நியாசிகளுள் ஒருவனாக முக்காடிட்டு நின்று கொண்டிருந்த ஜகந்நாத நம்பூதிரி அவளைப் பார்க்கத் தவறவில்லை!

19. நள்ளிரவில் நடந்தது

வேர் பிடுங்கப்பட்ட அல்லிக்கொடி நிலத்திலே காய்ந்து கிடப்பதுபோல் துவண்டு கிடந்தாள் பத்மாவதி.

"உறவுகள் பகையாகப் போகின்றன" என்ற உணர்வு அவளை உருக்கி எடுத்துக் கொண்டிருந்தது.

தர்மம் அதர்மம் என்பவை பற்றி எல்லாம் அவள் கேள்விப்பட்டிருக்கிறாள்.

தர்மத்தைக் காக்கக் கணவனைக் கொன்ற காப்பியத்தையும் அவள் படித்திருக்கிறாள்!

ஆனால் இல்லற வாழ்வின் தலைவாசலிலேயே தனக்கொரு பேரிடி காத்திருக்கும் என்று அவள் கனவிலும் கருதியதில்லை.

துயரங்களின் தொடக்கம் கண்ணீரில்தான்.

ஆனால் அதுவே தொடர்கதையாகி விட்டால் சிந்தனை செயலற்றுப் போகிறது!

வளமிழந்து கிடந்த பத்மாவதியை ஓரளவாவது சாப்பிடவைக்க வேண்டும் என்று தாவளி சகோதரிகள் முயன்றார்கள்.

அவளது துயரின் காரணத்தை அவர்களால் அறிந்து கொள்ள முடியவில்லை.

இரண்டொரு தினங்களாக ரவிவர்மன் திரும்பாததை ஒரு ரகசியத்துக்கு அடிப்படையாக அவர்கள் எடுத்துக்கொள்ளவில்லை; காரணம், அது அவர்களுக்குப் பழக்கப்பட்ட ஒன்று.

போருக்காகப் பிரிவதும் வாணிபத்துக்காகப் பிரிவதும் பரத்தையரைத் தேடிப் பிரிவதும் ஆடவருக்கு அனுமதிக்கப்பட்ட சம்பிரதாயங்கள்! அந்தச் சம்பிரதாயங்களுக்குத் தன் சகோதரன் விதிவிலக்கல்ல என்பதை அவர்களும் அறிவார்கள். அந்த அனுபவம் பத்மாவதிக்கும் உண்டு.

ஓலை ரகசியத்தை அறியாத அவர்கள் பத்மாவதியைத் தேற்ற முயன்றார்கள்.

சில துயரங்களைத்தான் வார்த்தைகள் தேற்ற முடியும்; பரிமாறிக்கொள்ள முடியாத இரகசியங்களுக்குப் பாஷை கிடையாது.

அந்தப் பௌர்ணமி நிலவு ஒவ்வொரு நாளும் தேய்ந்து வந்தது! சமயங்களில் தனக்குத்தானே முணுமுணுத்தது. திடீரென்று வாய்விட்டு அழுதது.

தம்பி மார்த்தாண்டவர்மனுக்கு ஆபத்து! மெல்லிளங் கோதைக்கு ஆபத்து! தான் ரகசியங்களை வெளியிட்டு, அது நாயகனுக்குத் தெரிந்துவிட்டால் தனக்கு ஆபத்து! நாயகனின் திட்டம் நம்பூதிரிகளுக்குத் தெரிந்துவிட்டால், அது அவனுக்கே ஆபத்து!

இவற்றில் எந்த ஆபத்தையும் அவளால் தாங்கிக்கொள்ள முடியாது.

மனத்திலே மலையிருக்கும்போது வயிற்றிலே பசி எப்படித் தோன்றும்?

அவள் பஞ்சணையில் படுக்கவில்லை; தரையிலே பாய் விரித்துப் படுத்திருந்தாள்.

'பஞ்சணையில் சுகமான உறவு தொடங்கிய உடனே இந்தப் பகை உருவாவதற்குப் பகவதியம்மனே முடிவு செய்து விட்ட பிறகு நாம் என்ன செய்யமுடியும்?' என்று ஆறுதல் கொள்ள முயன்றாள்.

கணவன் வரவில்லையே என்ற கவலையைவிட, வந்த பின்னால், என்ன நடக்குமோ என்ற கவலையே அதிகமாக இருந்தது.

இரவோடு இரவாக ஸ்ரீரங்கத்துக்கே புறப்பட்டுப் போய்ச் சேரமான் பெருமாளின் காலில் விழுந்து கதறலாமா என்று கூடக் கருதினாள்.

அனுபவித்தவர்கள் மட்டுமே அறியக்கூடிய அந்த இரகசியத் துயரத்தை, வார்த்தைகளால் விவரிக்க முடியாது.

நள்ளிரவில் அவளையும் மீறி அவள் கண்கள் மூடின.

தூக்கம் கண்களை நன்றாகத் தழுவத் தொடங்கிய போது காலடி ஓசை கேட்டது.

அவள் மெதுவாகக் கண்களை விழித்துப் பார்த்தாள்.

மங்கலான அந்த வெளிச்சத்தில் வெளுத்துப்போன அவள் கண்களில் ரவிவர்மனின் பயங்கரமான உருவம் தட்டுப்பட்டது.

எழ விரும்பினாள்; பயந்தாள்!

அழ விரும்பினாள்; அலுப்புற்றிருந்தாள்.

உபசரிக்க விரும்பினாள்; உள் அச்சம் தடுத்தது.

மௌனத்தில் அழுது கொண்டிருந்த அவள் கண்களில் மரண தேவதையே தோன்றியது போலிருந்தது.

கண்களை மூடினாள்; இமைகள் நடுங்கின!

மூடிய கண்களினாலேயே அவன் என்ன செய்கிறான் என்பதைக் கவனித்தாள்.

தாவளி சகோதரிகள் மேன்மாடத்திலேயே தூங்கி விட்டார்கள்.

ரவிவர்மன் அவளை லட்சியம் செய்யவில்லை. தன் ஆடைகளை மாற்றினான். போருக்குச் செல்லும்போது மார்பில் அணியும் கவசத்தை எடுத்து அணிந்து கொண்டான். குறுக்கும் நெடுக்குமாக வைக்கப்பட்டிருந்த குருதிபடிந்த இரண்டு வாட்களை எடுத்து ஒன்றை இடுப்பிலும், ஒன்றைக் கையிலும் வைத்துக்கொண்டான்.

அவனது செய்கைகளை ஜாடையாகக் கவனித்த பத்மாவதி முடிவான மரண பயத்துக்கு வந்துவிட்டாள்.

செயலற்ற நிலை - நடுங்கியபடியே கிடந்தது அந்தச் சிலை.

ரவிவர்மன் வெளியேறும் காலடி ஓசை அந்தக் குடும்பத்தில் கேட்கும் கடைசி மணியோசைபோல் அவளுக்குக் கேட்டது.

முன்கூட்டியே திட்டமிட்டு யூஜியானாவை மதுரைக்கும் மாதவியைக் கொங்கு நாட்டுக்கும் அனுப்பி வைத்திருந்த ரவிவர்மன், குதிரையில் ஏறி மகோதைப்பட்டினத்தை நோக்கிப் பறந்தான்.

மகோதைப்பட்டினத்தில் பிரம்மாண்டமான ஒரு தென்னஞ் சோலைக்கு நடுவேதான் சேனை இருக்கை இருந்தது.

அமைதியான காலங்களில் பெரும்பாலான சேனை வீரர்கள் இரவிலே - தங்கள் இல்லத்துக்குத் திரும்பி விடுவார்கள்.

திருமணம் ஆகாத சுமார் இரண்டாயிரம் சேனை வீரர்கள் மட்டுமே அந்த முகாமிலே தங்குவார்கள். அவர்களுக்கென நியமிக்கப்பட்டிருந்த ஆறு காவல் தலைவர்களும் அங்கேயே தங்குவது வழக்கம்.

படைவீரர்களின் உணவு விடுதி மூடி இருந்தது.

காற்றுக்காகச் சில வீரர்கள் பரந்த புல்வெளியில் தூங்கிக் கொண்டிருந்தார்கள்.

சுமார் ஐம்பது வீரர்கள் கையிலே தீவட்டி ஏந்தியபடி காவல் காத்துக் கொண்டிருந்தார்கள்.

ஒரு சிலர் ஒரு மூலையில் கணப்பு மூட்டியபடி ஆடிப் பாடிக் கொண்டிருந்தார்கள்.

காவல் தலைவர்கள் ஆறுபேரும் யாரையோ எதிர் பார்ப்பதுபோல் காணப்பட்டார்கள்.

அவர்கள் எதிர்பார்த்தது ரவிவர்மனையே.

ஆறு காவல் தலைவர்களும் அவனது கையாட்களாக மாற்றப்பட்டிருந்தார்கள்.

மண்டபத்திலும், வெளியிலுமாகத் தூங்கிக் கொண்டிருந்த வீரர்களில் சுமார் ஆயிரம் பேர் உண்மையில் தூங்கவில்லை; மற்றவர்கள் தூங்குவதற்காகத் தாங்களும் தூங்குவதுபோல் நடித்துக் கொண்டிருந்தார்கள்.

இரவோடு இரவாக மார்த்தாண்டவர்மனையும் நாராயண நம்பூதிரியையும் தனித்தனியாகச் சிறைப்படுத்திவிடுவது என்பது ரவிவர்மனின் திட்டம்.

மூன்று காவல் தலைவர்களும், ஐந்நூறு படை வீரர்களும் நாராயண நம்பூதிரியின் இல்லத்தை வளைப்பதென்றும் மற்றவர்கள் அரண்மனையை வளைப்பதென்றும் ஏற்பாடு.

காவல் தலைவர்கள் எதிர்பார்த்திருந்தபடி படை முகாமின் ஒரு மூலையில் வந்து இறங்கினான் ரவிவர்மன்.

வீரர்கள் தூங்கிக் கொண்டிருந்த இடத்துக்கும் அதற்குமிடையே ஐயாயிரம் காலடி தூரம் இருக்கும்.

ஆறு பேரிடமும் ரகசியமாக ரவிவர்மன் ஏதோ பேசினான்.

அந்த ஆறு பேரும் ஆயிரம் படைவீரர்களையும், தனித்தனியாக எழுப்புவதற்குப் புல்வெளிக்கும் மண்டபத்துக்கும் சென்றார்கள்.

எல்லோரும் எழுந்து வரும்வரை உட்காரலாம் என்று ஒரு தென்னை மரத்தின் ஓரமாகச் சாய்ந்து உட்கார்ந்தான் ரவிவர்மன்.

பளிச்சென்று மரங்களின் மேலிருந்து ஐம்பதுபேர் குதித்தார்கள். ரவிவர்மன் வாளைக் கையில் எடுக்கும் முன்பே அவனை வளைத்தார்கள். கையில் கொண்டு வந்திருந்த சால்வைகளால் அவனைப் போர்த்தி இறுக்கிக் கட்டினார்கள். அவனது குதிரையிலேயே தூக்கி வைத்தார்கள். ஓர் உருவம் அந்தக் குதிரையில் ஏறி அமர்ந்து கொண்டது. குதிரையைத் தொடர்ந்து அந்த ஐம்பது பேரும் ஓடினார்கள்.

குதிரை எல்லைப்புறச் சாவடிக்குப் போய்ச் சேர்ந்தது.

வஞ்சியின் சிறைச்சாலையும் அங்கேதான் இருந்தது.

அந்த ஐம்பதுபேரும் அவனைச் சிறைச்சாலைக்குக் கொண்டு வந்து கட்டுக்களை அவிழ்த்து நிராயுதபாணியாக்கினார்கள்.

ஒரு தீவட்டி அவன் முகத்துக்கு நேரே தோன்றிற்று.

அந்தத் தீவட்டியின் ஒளியில் அவன் முகம் மட்டும் தெரியவில்லை; அதைப் பிடித்திருந்த நாராயண நம்பூதிரியின் முகமும் தெரிந்தது.

நாராயண நம்பூதிரி சொன்னார்;

''எதிர்பார்த்தேன்.''

ரவிவர்மன் சொன்னான்:

''நானும்கூடத்தான்.''

''நான் கொஞ்சம் முந்திக் கொண்டுவிட்டேன், இல்லையா?''

''இல்லை. நான் கொஞ்சம் தாமதித்துவிட்டேன்.''

''நீ இன்னும் சுறுசுறுப்பாக இயங்கியிருந்தாலும் இதுதான் நடந்திருக்கும்.''

நம்பூதிரிகள் வாளெடுத்துப் பழகியவர்களல்லர்; நம்பியவர்களுக்குத் தோள் கொடுத்துப் பழக்கப்பட்டவர்கள். வாளைவிடக் கூர்மையான மூளை ஸ்ரீமந் நாராயணன் அவர்களுக்கு வழங்கிய பரிசு. ''ரவிவர்மா, உன்னைப் போலவே நானும் தூங்கி மூன்று நாட்களாகின்றன. மன்னர் பிரான் சொன்ன வார்த்தை என் கண்ணில் இமையாய் நின்று மூட மறுக்கின்றது. மரணமே பெறுவதேனும் நம்பூதிரி ராஜ விசுவாசி!''

''நல்லது; அரசனாக எவன் இருக்கிறானோ அவனை விசுவாசிக்கிறீர்கள் அது மார்த்தாண்டவர்மனாக இல்லாமல் வேறு யாருமாக இருந்தால்...?''

''இந்தப் பிரம்ம இரத்தத்தில் எவனுடைய ஜீவ அணுக்கள் கலந்திருக்கின்றனவோ, அவனை மட்டுமே நான் நேசிப்பேன், நன்றி கொல்வது ரவிவர்மனுக்குச் சாதாரணமாக இருக்கலாம்.

ஆனால் நாராயண நம்பூதிரியின் மனத்தை விட்டு நன்றி பறந்தோடும்போது, அவன் உயிரும் பறந்தோடி விடும்.''

"தம்பிரான் சுவாமியின் ராஜ விசுவாசம் சரித்திரத்தில் எழுதப்பட வேண்டிய ஒன்று.''

"சரித்திரம் எனக்காகவும் காத்திருக்கும் என்ற நம்பிக்கை எனக்கு உண்டு.''

"ஒருவேளை அதை எழுதுகிறவன் நானாகவே இருக்கலாம்!''

"அதிர்ஷ்டவசமாக அதைப் பார்க்க நான் உயிரோடிருக்க மாட்டேன்!''

"இறைவன் எதை எப்படி நிர்ணயிப்பான் என்பதும் சுவாமிகளுக்கு முன்கூட்டியே தெரியுமோ?''

"தெரியும். சதுர்மறைகள் என்னும் கல்வெட்டுக்களில் இருந்து நான் அவற்றைக் கற்றுக் கொண்டிருக்கிறேன்.''

"வேதங்கள் பல நேரங்களில் பொய் சொல்லி இருக்கின்றன.''

"நீ படித்த அந்த வேதங்களை நான் படித்ததில்லை.''

"தம்பிரான் சுவாமிகளுக்கு உள்ள இறை உணர்ச்சி எனக்கும் உண்டு.''

"இறை உணர்வு உள்ளவன் நம்பிக்கைத் துரோகம் செய்யமாட்டான்.''

"சேரமான் பெருமாள் எனக்கிட்ட கட்டளையைத் தான் நிறைவேற்றுகிறேன் என்பது சுவாமிகளுக்குத் தெரியுமா?''

"தம் மகனிடமிருந்து மகுடத்தைப் பறிக்கும்படி அவர் உனக்கு ஆணையிட்டாரா?''

"உங்கள் கையிலிருந்து அவனைக் காப்பாற்ற வேண்டும் என்பதே அவர் எனக்கு இட்ட கட்டளை.''

"நம் இருவருக்கும் ஒரே கட்டளையை இடுவதற்குச் சேரமான் பெருமாள் ஒன்றும் பைத்தியக்காரர் அல்ல.''

"ராஜவிசுவாசி ஸ்ரீலஸ்ரீ தம்பிரான் சுவாமிகளுக்கு ஒரு வேண்டுகோள். என்னை நீங்கள் வாதமிடக் கொண்டு வந்தீர்களா, சிறைப்படுத்தக் கொண்டு வந்தீர்களா?"

"இரண்டுமே என் நோக்கமல்ல, வஞ்சத்தைத் தடுப்பது முதல் கடமை. வாதிட்டுப் பார்ப்பது இரண்டாவது கடமை. முடியவில்லையேல் சிறைப்படுத்துவது மூன்றாவது கடமை."

"உங்கள் நோக்கங்களில் இருந்து நீங்கள் பின்வாங்க மாட்டீர்கள் அல்லவா?"

"நிச்சயமாக."

"நானும் அப்படியே!"

இந்த இடத்தில் நாராயண நம்பூதிரி ஓர் உறுமு உறுமினார்.

"ரவிவர்மா, சேரநாட்டில் உனக்குள்ள ஆதரவு எனக்குத் தெரியும். கொங்கு நாட்டுக்கும், பாண்டி மண்டலத்துக்கும் நீ நங்கையரை அனுப்பிய காரணமும் புரியும். பட்டம் பதவி பெற நீ போட்டிருக்கும் திட்டங்களால் மார்த்தாண்ட வர்மனின் உடம்பிலிருந்து ஒரு சொட்டு இரத்தமாவது சிந்துமானால், இந்தப் பிரம்ம இரத்தம் அதற்குப் பதில் சொல்லும். இரத்தத்துக்கு இரத்தம்! இரத்தத்துக்கு இரத்தம்!"

இப்படி உறுமிய நாராயண நம்பூதிரி அதற்குமேல் ஒரு பதிலை ரவிவர்மனிடமிருந்து எதிர்பார்க்கவில்லை.

ரவிவர்மனை மரியாதையோடு சிறைச்சாலைக்குள்ளே அழைத்துச் சென்றார்கள் காவலர்கள்.

நம்பூதிரி வெளியேறினார். அவரது குதிரை புறப்பட்ட காலடி ஓசை கேட்டதும், அங்கிருந்த காவலாளிகளும், ரவிவர்மனும் சேர்ந்து சிரித்தார்கள்.

20. மாங்கல்யம் தப்பியது!

பொழுது விடிந்தபோது ரவிவர்மன் சிறைப்பட்ட செய்தி வஞ்சி நகரம் முழுவதற்கும் தெரிந்த செய்தியாகவே ஆகியிருந்தது.

இரவிலே ரவிவர்மனால் தயார் செய்யப்பட்ட ஐந்நூறு படைவீரர்களும், அவன் இருந்த இடத்தில் அவனைக் காணாததால் சந்தேகமடைந்து இரண்டு ஒற்றர்களை அனுப்பிப் பார்த்தபோது, ரவிவர்மன் சிறைச்சாலைக்குக் கொண்டு செல்லப்பட்டது தெரிந்தது.

ஐந்நூறு பேருக்குத் தெரிந்த இரகசியம் அதிகாலையில் வஞ்சி நகரம் முழுவதற்கும் தெரிந்ததில் வியப்பென்ன?

ஆனால் அந்த ஐந்நூறு பேரும், அரண்மனையை வளைப்பதாக இருந்த மற்ற ஐந்நூறு பேரும் ரவிவர்மனை விடுவிப்பதற்கு எந்த முயற்சியும் செய்யவில்லை. அதற்கான உத்தரவையும் ரவிவர்மனிடமிருந்தே எதிர்பார்த்தார்கள்.

கணவன் போர்க்கோலத்தில் சென்றதிலிருந்து கண் மூடாமல் இருந்த பத்மாவதியும் இந்தச் செய்தியை அறிந்து கொண்டாள்.

கடைத்தெருவிலும் அங்கும் இங்குமாகப் பேசப்பட்ட பேச்சுக்கள் தாவளி சகோதரிகளுக்கும் செய்தியைத் தெரிவித்து விட்டன. அவர்கள் கண் கலங்கினார்கள். அரசியல் விளையாட்டு களில் என்ன நடந்தது என்பதை அவர்கள் அறியமாட்டார்கள்.

இன்னதுதான் நடந்தது என்பதைத் தெரிந்து கொண்டாலும் அவர்களால் என்ன செய்ய முடியும்?

''நாயகனைச் செம்மையாக வைத்திருக்க யோக்கியதை இல்லாதவள்'' என்று பத்மாவதியை ஏசினாள் சாலியூர் தாவளி.

மூரின்னூர் தாவளியோ, ''பகவதியம்மா! பகவதியம்மா!'' என்று புலம்பிக்கொண்டேயிருந்தாள்.

அவர்கள் ரவிவர்மனை நேசித்த அளவுக்கு மார்த்தாண்டவர் மனையும் நேசித்தார்கள்; இதிலே தாங்கள் செய்யக் கூடியது என்ன என்று யாருக்கும் புலனாகவில்லை.

அவர்கள் இப்போதுதான் கவலைப்பட ஆரம்பித்திருந்தார்கள். ஆனால் பத்மாவதியின் கவலை தொடங்கி மூன்று நாட்கள் ஆகிவிட்டதால் அவள் தெளிந்த நிலைக்குத் திரும்பினாள்.

கவலையின் அளவு கையளவாக இருக்கும்வரைதான் கண்ணீருக்கும் வேலை. அது மலையளவாகும்போது மனமும் மரத்துப்போகும்.

முதலில் கொதிக்கும்போதுதான் பால், பாத்திரத்தை விட்டு வெளியேறுகிறது; முற்ற கொதித்தால் வற்றிப் போகிறது.

நிற்கின்றவரைதான் தென்னை மரத்துக்குப் புயலைக் கண்டு பயம்; அதுவே விழுந்துவிட்ட பிறகு எந்தப் புயல் அதை என்ன செய்ய முடியும்?

'இன்னது செய்தால் சரியாக இருக்கும்' என்ற புத்திக் கூர்மைதான் பத்மாவதிக்கு அப்போது இல்லையே தவிர 'என்ன செய்யலாம்' என்று யோசிக்கும் அமைதி இருந்தது.

கஷ்டமான காலங்களில் முட்டாள் தனமான யோசனைகள் கூடக் கெட்டிக்

காரத்தனமாகத் தோன்றும். முயன்று பார்த்த பிறகுதான் அவை முட்டாள்தனமானவை என்று புரியும்.

பத்மாவதி உடனேயே மெல்லிளங்கோதையைப் பார்க்க விரும்பினாள்.

உடனே ரதத்தைத் தயார் செய்யும்படி சேவகர்களிடம் கூறினாள்.

"எங்கே புறப்படுகிறாய்?" என்று கேட்டாள் பள்ளி விருத்தித் தாவளி.

"என் கணவரை விடுவிப்பதற்கு எது சரியான வழியோ, அந்த வழியைத் தேடிப் புறப்படுகிறேன்" என்றாள் பத்மாவதி.

ஆத்திரத்தின் இடையிலும் "புதிய கண்ணகி புறப்படுகிறாள்!" என்று கேலி பேசினாள், மூரின்னூர் தாவளி.

பத்மாவதி அதைப் பொருட்படுத்தவில்லை.

ரதத்தில் ஏறி அமர்ந்தாள்.

அரண்மனை அந்தப்புரத்துக்குள் அவள் நுழைந்தபோது முகம் வெளிறிய நிலையில் குளிக்காமல் உட்கார்ந்திருந்தாள் மெல்லிளங் கோதை. மார்த்தாண்டவர்மன் அங்கே இல்லை! பத்மாவதியைப் பார்த்ததும் அவள் முகத்தைத் திருப்பிக் கொண்டாள்.

கொஞ்சநேரம் நின்றாள் பத்மாவதி.

கோதை அவளை உட்காரச் சொல்லவில்லை.

"நான் வீடு தேடி வந்திருக்கிறேன்" என்று நினைவுபடுத்தினாள் பத்மாவதி.

"நான் அழைக்கவில்லையே!" என்றாள் கோதை.

"சிலரை வறுமை, அழைக்காத வீட்டுக்குப் போகச் சொல்லு கிறது! கவலை சிலரை அதற்குத் தூண்டுகிறது, ஆதரவற்றவர்கள் அதற்குத் துணிந்துவிடுகிறார்கள்" என்றாள் பத்மாவதி.

"வஞ்சகர்கள் வாசற்படியிலேயே காத்துக் கிடக்கிறார்கள், என்ன செய்வது, வஞ்சிக்கப்பட்டவர்கள் அவர்களுக்கு வரவேற்பு உபசாரமா நடத்த முடியும்?" என்றாள் கோதை.

"வஞ்சத்திலோ துரோகத்திலோ எனக்கும் உனக்கும் சம்பந்தமில்லை."

"நீ சூடிக்கொண்ட புஷ்பங்களிலே அதற்குச் சம்பந்தம் இருக்கிறது."

"பாவமோ, புண்ணியமோ இது பகவதி அம்மன் கொடுத்தது."

"நாயகன் வஞ்சித்துக் கொல்லப்பட்டபோது, சினந்து எழுந்து பழிக்குப்பழி வாங்க மதுரையையே எரித்தவள் பகவதி! அவள் இந்தப் பாவத்தைச் செய்திருக்கமாட்டாள்! இது அவள் தான் செய்தது என்றால், நேற்றிரவு என் புஷ்பங்கள் பறிபோயிருக்கும்."

இந்த வார்த்தைகளில் பத்மாவதியின் கண்களிலிருந்து கண்ணீர் வந்தது.

"என் தம்பிக்கு அந்தக் கதி வராது!" என்றாள்.

"உன் பாசம் நன்றாகத்தான் இருக்கிறது! உன் கணவனுக்கு அந்தக் கதி வரக்கூடாது என்பதற்காகத்தானே நீ இங்கு வந்திருக்கிறாய்?"

"நம் இருவருக்கும் முண்டுகொடுத்த நம் மூதாதையர் உத்தமர்களாக இருந்தால் என் கணவனுக்கும் அந்தக் கதி வராது, என் தம்பிக்கும் அந்தக் கதி வராது."

"அப்படி வந்தால் யாரை யார் தேற்றப் போகிறோம்? மதுரை மன்னன் இறந்தது கேட்டு மானினத்தில் நானும் ஒன்றெனத்தானும் இறந்தாளே கோப்பெருந்தேவி! அவள் பாண்டிய நாட்டிலே பிறந்தவள்; நான் சேர நாட்டிலே பிறந்தவள்; அவ்வளவுதான்" என்றாள் கோதை.

"என்ன நடந்தது? எதைச் செய்வதற்கு முயற்சி நடந்தது என்பதெல்லாம் எனக்குத் தெரியாது. ஆனால் கல்லேயாயினும் அவர் என் கணவர். நான்கு சுவர்களுக்கு நடுவே இல்லறம் என்ற பெயரில் சில ஆண்டுகள் சிறைப்பட்டுக் கிடந்தபோது அது எனக்குத் துன்பமாக இல்லை. இன்று நான் கேட்ட செய்தி என் கண்களில் இருந்த கண்ணீரை எல்லாம் போக்கடித்து விட்டது. இதே செய்தியை உன் கணவரைப் பற்றி நீ கேட்டால் உன் மனம் எப்படி இருக்கும் என்பதை எண்ணிப் பார்த்தாவது என்மீது இரக்கப்படு!" என்றாள் பத்மாவதி.

"நான் அந்தச் செய்தியைக் கேட்டிருக்கவேண்டியவள் தான். பகவதியம்மன் எனக்குக் கொடுத்த குங்குமம். அந்தச் செய்தியைத் திசைமாற்றி உன் வீட்டுக்கு அனுப்பியிருக்கிறது" என்றாள் கோதை.

"இரவு அவர் புறப்பட்டது எனக்குத் தெரியும். எங்கு போனார். எதற்காகப் போனார் என்பது எனக்குத் தெரியாது. பகவதியின் மீது

ஆணை. இரவு அவர் என்ன செய்ய முயற்சி செய்தார் என்பதையும் நான் அறிய மாட்டேன்'' என்றாள் பத்மாவதி.

''இதில் விளக்கம் என்ன தேவை? அரசுக் கட்டிலில் இருக்கிறார் உன் தம்பி; அதை அபகரிக்க நினைத்தார் உன் கணவர். முரசு கொட்டி போருக்கு அழைத்தாரா? முறைப்படியாவது களத்துக்கு வந்தாரா? பின்புறமிருந்து தாக்க முயன்றார்; பேடிமையால் வெற்றி பெற நினைத்தார்! தென்புறத்தில் ஒரு மீனாட்சியும், மேற்புறத்தில் ஒரு பகவதியும் தம் பலத்தில் என்னை வைத்திருந்ததால், என் மாங்கல்யம் தப்பியது! விளக்கம் போதுமா? இன்னும் விவரம் வேண்டுமா?'' என்றாள் கோதை.

தலைகுனிந்தபடியே நின்ற பத்மாவதியின் கண்கள் தாரை தாரையாகக் கண்ணீரை வடித்தன.

ஆம்; மனம் மீண்டும் அழ ஆரம்பித்தது.

"அவரை என்ன செய்யப்போகிறீர்கள்?" என்று கேட்டாள் பத்மாவதி.

"சிரச்சேதம் செய்யமாட்டார்கள்; நீ கவலைப்படாதே!" என்றாள் கோதை.

"விளங்கும்படி சொல்லக்கூடாதா?" என்று கெஞ்சினாள் பத்மாவதி.

"நான் சொல்கிறேன்" என்றபடி உள்ளே நுழைந்தான் மார்த்தாண்டவர்மன்.

"அருமைச் சகோதரி! நான் எதிர்பார்க்காததெல்லாம் நடந்து விட்டது! உன்னை மணந்து கொள்ள ரவிவர்மன் சம்மதிக்காத போது வேறு இடத்தில் உன்னைத் திருமணம் செய்து கொடுத்திருந்தால் எவ்வளவு நன்றாக இருந்திருக்கும் என்பதே இப்போது என் கவலை! இந்தப் பாவத்தில் எந்தவித சம்பந்தமும் இல்லாத உன்மீது கோதை கோபப்பட்டதை நான் கேட்டேன்! ரவிவர்மனை நான் எப்படித் தண்டிப்பேன்? இல்லை. தம்பிரான் சுவாமிகள் தான் எப்படித் தண்டிப்பார்? அவரை நான் ஸ்ரீரங்கத்துக்கு அனுப்பப் போகிறேன்; என் தந்தை என்ன கட்டளை இடுகிறாரோ, அதுதான் நிறைவேற்றப்படும். துரதிருஷ்டவசமாக அவரைக் கைதியாகக் கொண்டு செல்வது தவிர்க்க முடியாததாகி விட்டது!" என்றான் மார்த்தாண்டவர்மன்.

"கூட நானும் போகலாமா?" என்று மெதுவாகக் கேட்டாள் பத்மாவதி.

"ராமன் இருக்கும் இடம்தானே அயோத்தி?" என்று கேலி செய்தாள் கோதை.

"அவளைப் புண்படுத்தாதே!" என்று கோதையைக் கண்டித்தான் மார்த்தாண்டவர்மன்.

"நீயும் புறப்படுவதற்கு ஆயத்தமாக இரு!" என்றான் பத்மாவதியிடம்.

பத்மாவதி விடைபெற்றுக் கொண்டபோதும் மெல்லிளங் கோதை பதில் சொல்லவில்லை.

அவள் ஏறிவந்த ரதம் வீடு வந்து சேர்ந்தபோது வீட்டுக்கு வெளியே ஏராளமான சேவகர்கள் நின்று கொண்டிருந்தார்கள். அதைப் பார்த்துக்கொண்டு போனவர்களெல்லலாம் "தளபதி வீட்டுக்கும் காவல் போடப்பட்டிருக்கிறது!" என்று பேசிக் கொண்டார்கள்.

பத்மாவதி உள்ளே நுழைந்தபோது அவளுக்கு ஓர் ஆச்சரியம் காத்துக்கொண்டிருந்தது.

அங்கே ரவிவர்மன் உட்கார்ந்திருந்தான்; அவனைச் சுற்றிலும் அவனது சகோதரிகள் அமர்ந்திருந்தார்கள்.

21. அங்கதன் தூது

சைவத் திருமேனியராய்க் குலசேகர ஆழ்வார் ரங்க நாதர் கோயிலுக்குப் புறப்பட்டுக் கொண்டிருந்தபோது, குதிரையின் குளம்படி ஓசை கேட்டது.

நகரத்து வீதிகளில் குதிரைகளின் குளம்படி ஓசை கேட்பது அதிசயமல்ல, ஆனால் இந்த ஓசைக்கு ஏதோ அர்த்தம் இருப்பதுபோல் ஆழ்வாருக்குத் தோன்றிற்று.

துரும்பு ஒன்று காற்றிலே பறக்கும்போதும் அது ஏன் பறக்கிறது என்பது ஞானிகளுக்குத் தெரியும். அவர்கள் சகுனங்களை அறிவார்கள். பிறர் வார்த்தைகளிலிருந்து அவர்கள் உள்ளத்தை அறிவார்கள். முக ஜாடையிலிருந்து அவர்கள் சுபாவத்தை அறிவார்கள்.

இறைவன் சிருஷ்டியில் ஒவ்வொன்றுக்கும் அர்த்தம் இருக்கிறது என்பதைக் கண்டு தெரிந்துவிட்ட காரணத்தால் காரணமில்லாமல் காரியம் முடியாது என்பதைப் புரிந்தவர்கள் அவர்கள்.

ஆயிரம் பேரை ஒன்றாக உட்கார வைத்து "இவன் யோக்கியன்; அவன் அயோக்கியன்" என்று இரண்டு கூறாகப் பிரிக்கச் சொன்னால் அவர்கள் பிரித்து விடுவார்கள்.

புடம் போட்டு எடுத்த பக்குவத்தின் காரணமாக அவர்கள் உள்ளம் பேசத் தொடங்குகிறது. ஒவ்வோர் உண்மையும் கலப்படம் இல்லாமல் புரிகிறது. அதன் பெயரே ஞான திருஷ்டி. அதையே பின்னாளில் பக்குவமற்ற சிலர் ஜோசியம் என்ற பெயரால் பிழைப்பாக்கிக் கொண்டார்கள்.

ஆழ்வார் ஒரு ஞான புருஷர்.

ஆயிரம் குதிரைகளின் காலடி ஓசைக்கு நடுவிலே ஒரு குதிரைக்கு மட்டும் அர்த்தம் இருப்பதைக் கண்டு கொண்டார்.

பஞ்சமுக ருத்திராட்ச மாலையை எடுத்து அவர் கழுத்திலே அணிந்து கொண்ட போது அதிலே உடைந்திருந்த ஒரு ருத்திராட்சம் தவறிக் கீழே விழுந்தது.

அது மனிதகுலத்திலே ஒருவனின் மரணம் போலவும், தனது குலத்திலே ஒருவனது தடுமாற்றம் போலவும் அவருக்குத் தோன்றிற்று.

ஏற்கெனவே பத்மாவதி வைத்திருந்த ஓலையையும் படித்திருந்தார் அல்லவா? அந்த நிலத்தில் இந்தச் சிந்தனை விதை முளைத்தது.

குதிரையில் வந்தவன் உள்ளே வரும்வரை அவர் காத்திருக்கவில்லை. விடுதி மண்டபத்தின் உள்வளைவில் இருந்து பரிவாரங்களோடு வெளியே வந்தார். அங்கே குதிரையை விட்டுப் பயபக்தியோடு இறங்கினான் மார்த்தாண்டவர்மனால் அனுப்பப்பட்டிருந்த அங்கதன்.

அங்கதன் தூது ராமாயணத்தோடு முடியவில்லை போலும்!

ஆழ்வார் அவனைப் பார்த்துத் தலை அசைத்துப் புன்னகை செய்தார். அங்கதன் சாஷ்டாங்கமாக அவர் கால்களில் விழுந்து நமஸ்கரித்தான். இடுப்பிலிருந்த ஓலையை எடுத்துப் பணிவோடு அவர் முன்னால் நீட்டினான்.

அதை வாங்கித் தம் இடுப்பில் செருகிக்கொண்ட ஆழ்வார், மறுமொழி ஏதும் கூறாமல் அரங்கன் கோயிலை நோக்கி நடந்தார்.

அனைவரும் போனபின்பு குதிரையில் வந்த களைப்புத் தீர அங்கதன் விடுதிக்குள் நுழைந்து கால்களை நீட்டிப்படுத்தான்.

அரங்கநாதர் கோயிலில் அமைதியாக ஒரு கூட்டம் உட்கார்ந்திருந்தது.

திருவரங்க விஜயத்தை முடித்துக்கொண்டு திருமலை, திருக்கண்ணபுரம் முதலிய தலங்களுக்குப் போகவேண்டும் என்று விரும்பியிருந்த குலசேகர ஆழ்வாரை, திருவரங்க மக்கள் விடவில்லை. தங்கள் அன்பு மழையில் நனைய வைத்திருந்தார்கள்.

பெரியவரின் சாந்தத் திருமுகத்தைக் காண, பெண்கள் கூட்டம் தினமும் திரளாகக் குழுமிக் கொண்டிருந்தது.

தாய் அறிகிற அறிவே மகளை வளர்க்கிறது என்பதை அறிந்திருந்த ஆழ்வார், சோழ நாட்டுத் தாய்க்குலம் முழுமைக்கும் புத்தி சொன்ன பிறகே திருமலைக்குப் புறப்படுவதாக இருந்தார்.

அன்று கடைசி நாள் உபதேசம்.

அதற்குப் புறப்படும்போதுதான் அங்கதன் வந்து சேர்ந்தான்.

அரங்கனின் சந்நிதானத்தில் மெய்மறந்து நின்றார் குலசேகர ஆழ்வார்.

"அரங்கநாதா!"

"பள்ளிகொண்ட கோலத்தில் இங்கே உன்னை நான் சிலையாகப் பார்ப்பது இதுதான் கடைசி முறை.

"நின்ற கோலத்தில் திருமலையில் சந்திக்கிறேன்" என்று கண்களை மூடி இரண்டொரு பதிகங்களைப் பாடினார்.

உபன்யாச மேடையில் அவர் வந்து அமர்ந்து, 'ஹரிஓம் நாராயணா' என்றதும் சபை முழுவதும் அதை ஒரே குரலில் எதிரொலித்தது.

"பக்தகோடிகளே,

உங்களை நான் பார்ப்பது இதுவே கடைசி முறையாக இருக்கலாம்.

திருத்தலங்கள் தோறும் நான் சென்று முடிப்பதற்குள் ஏதாவது ஒரு தலத்தில் நான் கண்மூடிவிடலாம்.

இறந்து போனவனை, சைவர்கள் 'சிவபதவி அடைந்தான்' என்கிறார்கள். அந்தப் பதவி இந்தப் பதவி என்று அலைகின்ற மனிதன், கடைசியாக அடைகின்ற பதவியே சிவ பதவி.

உச்சமான பதவி அது.

உன்னதமான பதவி அது.

எல்லோருக்கும் கிடைக்கக்கூடிய பதவி அது.

போட்டியிடுவோர் இல்லாத பதவி அது.

சீக்கிரம் கிடைக்கவேண்டும் என்று பலரும் விரும்பாத பதவி இது.

நீங்கள் விரும்பினாலும் விரும்பாவிட்டாலும் தப்ப முடியாத பதவி அது.

அந்தப் பதவி தவிர்க்க முடியாதது; ஆகவே அது வரப் போகிறதே என்று நான் அழமாட்டேன். ஆனால் ஏதாவது ஓர் ஆலயத்தில் கண் மூடவேண்டும் என்பதே என் பிரார்த்தனை.

வீடு என்று ஒரு விலங்கைப் பூட்டிக் கொண்ட மனிதன் காடு போனாலும் அது தொடர்ந்து வருகிறது.

இல்லம் என்ற சிறைச்சாலைக்குள் நுழைந்த பிற்பாடு சிறைச் சாலையின் கட்டுத்திட்டங்களுக்குள் உட்பட்டே வேண்டியிருக் கிறது. அங்கிருந்து வெளியேறி வந்தாலோ அந்தச்சாலை கூடவே வருகிறது.

விளங்காமல் பூட்டிக் கொண்ட வில்லங்கங்கள் விளங்கும் போதே வேதனையாகிவிடுகின்றன.

வேர் அறுக்க முடியாத பயிராகிவிடுகின்றன.

ஆறுமாதம் வளர்த்த நாயை நீங்கள் அடுத்த நாட்டிலே விட்டுவிட்டு வந்தாலும், அது அடுத்த நாளே உங்களைத் தேடி வந்துவிடுகிறது. நாளை அது வருகிறதோ இல்லையோ நாளை வரும் என்ற நினைவு இன்றே வந்துவிடுகிறது.

நாயை வளர்க்காமலே இருந்தால் நாளையைப் பற்றிய கவலையும் இருக்காது அல்லவா?

துறவியின் பக்குவம், உறவுகளிடம் செல்லுபடியாவதில்லை.

சித்தம் எவ்வளவுதான் பக்குவப்பட்டாலும், இரத்தம் பேசத் தொடங்கும்போது மொத்த ஞானமும் கெட்டுப் போகிறது.

சைவ வைணவ தர்மங்கள் இல்லறத்தை வெறுக்கும்படி உங்களை வற்புறுத்தவில்லை; அவை துறவறமே மேல் என்று போதிக்கவும் இல்லை.

உங்கள் இல்லறமே உங்களுக்கு துறவறத்தை நினைவு படுத்துகின்றன.

மனைவி என்றொருத்தி வந்த பின்னாலேதான், திருமணம் ஏன் கூடாது என்பதை உணர்கின்றீர்கள்.

மகன் என்றொருவன் பிறந்து வளர்ந்த பின்னாலேதான், குழந்தைகளை ஏன் பெறக்கூடாது என்பதை அறிகின்றீர்கள்.

நான் கொட்டிக் கிடந்த செல்வங்களையும், பட்டம் பதவிகளையும், பெற்ற மகனையும், பிற உறவுகளையும் துறந்து இங்கே வந்தேன்! ஆனால், என் மனக்குதிரையை வம்புக்கு இழுக்க மற்றொரு குதிரை வந்துகொண்டே இருக்கிறது.

எல்லா வில்லங்கங்களிலிருந்தும் தப்பிவிட்ட ஒருவனுக்கே அடிக்கடி சலனமும், சபலமும் ஏற்படுமாயின் இன்னும் அதிலே சிக்கிக்கொண்டிருப்பவர்களுக்கு எவ்வளவு ஏற்படும்?

சைவர்களும், வைணவர்களும் இறைவனுக்கும் ஏன் ஒரு துணைவியைப் படைத்தார்கள்?

நாம் படும் துன்பங்களை அவனும் படட்டும் என்றுதான்!

முற்றி முதிர்ந்த ஞானம் வற்றாமல் இருக்கவேண்டும் என்றால், பற்றும் பாசமும் வற்றிப்போய்விட வேண்டும்.

அது எப்படி முடிகிறது? யாரால் முடிகிறது?

யாருக்காகவும் அழக்கூடாது என்றுதான் துறவியாகித் தான் இங்கே வந்தேன்.

ஆனால், அழக்கூடாது என்ற நினைப்பு அடிக்கடி வருகிறதே; அது ஏன்!

காரணம், அழுவதற்கான சூழ்நிலை புரவியேறி வருகிறது; அவ்வளவுதான்!

சைவ வைணவ தர்மங்களில் வேதாந்தம், சித்தாந்தம் என்று இரண்டு வகைகள் உண்டு.

சித்தம் செய்யும் முடிவு, சித்தாந்தம்; வேதம் காட்டும் முடிவு, வேதாந்தம், சித்தத்தின் முடிவு தவறாகும்போது வேதத்தின் முடிவு ஆறுதல் தருகிறது.

பக்தி மார்க்கத்தில் உள்ள சுகம் இதுதான்.

வருவதைத் தடுக்க முடிவதில்லை; வந்த பின்னாலே ஆறுதல் தேவைப்படுகிறது.

ஆறுதல் சொல்ல வருகிறவர்களோ, அரைக் கழஞ்சி பொன்னாவது எதிர்பார்க்கிறார்கள்.

ஆனால், கையளவு தேங்காயிலும், கற்பூரத்திலும் அந்த ஆறுதலைக் கடவுள் நமக்கு வழங்கிவிடுகிறார்.

உங்களைப் போலவே நானும் லௌகிகத்தில் இருந்தவன் தான்.

இல்லம் என்ற தமிழ் வார்த்தைக்கு 'எதுவும் இல்லாமல் இருக்கிறோம்' என்பதே பொருள்.

'இல்லோம், இல்லம், இலம்.'

இந்த மூன்று சொற்களுக்கும் ஒரே பொருளே.

இல்லாது வந்தோம், இல்லாது போகிறோம்; இடையிலே சிலர் நம்மை இல்லாதவர்கள் ஆக்குகிறார்கள்.

நான் பேசிக்கொண்டிருப்பது என்னைப் பற்றியே.

இப்போதெல்லாம் நான் புறப்படும்போது பூனை குறுக்கே ஓடினால் அது எனக்குக் கெட்ட சகுனமாகப் படுவதில்லை; குதிரை எதிரே வந்தால் பயமாக இருக்கிறது.

அனைத்தையும் துறந்து வெளியே வரும்போது, 'ஏதாவது செய்தி இருந்தால் சொல்லி அனுப்பு' என்று சொல்லிவிட்டு வந்தேனே, அது ஏன்?

...ஆசை மிச்சமிருந்து அந்த வார்த்தையைச் சொல்ல வைத்தது.

இருக்கும் இடத்தைச் சொல்லாமலும், இருந்த இடத்தில் என்ன நடக்கிறது என்பதைப்பற்றிக் கவலைப் படாமலும், உயிர் பெற்று நடமாடும் மரமாக இருப்பதே நல்ல துறவு.

இத்தனை நாட்கள் உங்களுக்கு உபதேசித்த எனக்கே இப்பொழுது உங்களுக்குச் சொன்ன உபதேசம் தேவைப்படுகிறது.

நான் ஞானியாகிறேன். திடீரென்று மனிதனாகிறேன்.

பக்தி மார்க்கத்தின் விசேஷத்தால் மிருகமாகும் சந்தர்ப்பம் மட்டும் வரவில்லை.

என் இடுப்பிலே காத்திருப்பது அந்தச் சந்தர்ப்பம் தானோ என்னவோ?

பக்த கோடிகளே,

மனத்தின் உபாதைகளிலிருந்து மனத்தை மீட்கவாவது அரங்கனின் சந்நிதானத்தில் அடைக்கலம் புகுந்து கொள்ளுங்கள்.

அழகில்லாத மனைவியானாலும் அவள் முல்லைப்பூ சூடியிருந்தால், அந்த மணத்தில் கணவனுக்கு ஆசை வருவது போல், பக்தி மார்க்கத்தில் நம்பிக்கை இல்லாதவனும் சற்று நேரம் சந்நிதானத்தில் நின்றால் சஞ்சலம் மறைந்து போகும்.

அமைதியாகப் படுத்திருக்கலாம் என்றுதான் இங்கு வந்தேன்; என்னைச் செய்திகள் அடிக்கடி எழுப்பி விடுகின்றன.

அரங்கன் படுத்திருக்கிறான்; பாவம் அவனையும் எழுப்பிவிடாதீர்கள்!''

குலசேகர ஆழ்வார் பரிவாரங்களோடு விடுதிக்குத் திரும்பினார்.

ஆயிரம் பேருக்கு உபதேசம் செய்து விட்டு வந்திருந்த காரணத்தால் ஓலையைப் படிக்கும் துணிவு அவருக்கு வந்திருந்தது.

படித்தார். அவர் எதை எதிர்பார்த்தாரோ அதுதான் அதிலே இருந்தது.

"சரி, புறப்படலாம்" என்றார்.

ரதங்களும் குதிரைகளும் தயாராயின.

வரவேற்றதுபோலவே சோழநாடு அவரை வழி அனுப்பி வைத்தது.

திருவரங்கத்தின் எல்லையைக் கடக்கும் வரை எந்தப் பக்கம் செல்லவேண்டும் என்பதை அவர் முதலில் சென்ற குதிரை வீரனுக்குச் சொல்லவில்லை.

22. சினமும் சிவமும்

தளபதி அரசமாணிக்கத்தின் வீட்டில் தங்கிய யூஜியானாவுக்கு ரவிவர்மன் இரண்டு கட்டளை இட்டிருந்தான்.

ஒன்று, அவளது அழகையும், சகாயத்தையும் வைத்து எவ்வளவு பொன் கிடைக்குமோ அவ்வளவையும் திரட்டுவது. மற்றொன்று அரசமாணிக்கத்தின் மூலம் சடையவர்ம பாண்டியனைத் தூண்டி, வஞ்சியின்மேல் படையெடுக்கச் செய்வது.

பாண்டியர் படையும், கொங்கர் சேனையும் இரண்டு பக்கங்களில் வஞ்சியைத் தாக்கி மார்த்தாண்டவர்மனை முடி இழக்கச் செய்துவிட்டால், தான் அரியணை ஏறிச் சேர நாட்டுக்குக் கப்பம் கட்டுவதிலிருந்து இரண்டு நாடுகளையும் விடுவித்து விடுவதாக வாக்குறுதி கொடுத்து யூஜியானாவை மதுரைக்கும், மாதவியைக் கொங்கு நாட்டுக்கும் அனுப்பியிருந் தான்.

மதுரையில் யூஜியானா தன் முயற்சியைத் தொடங்கியதே முச்சந்தியில் அவள் ஆடிய ஆட்டம். அதில் ஓரளவு பொன் அவளுக்குக் கிடைத்தது.

அடுத்த கட்டம் பாண்டிய மன்னன் சடையவர்மனைச் சந்தித்து, இந்தத் திட்டத்தைச் சொல்வது.

அரசமாணிக்கத்துக்குச் சடையவர்மனிடம் மிகுந்த செல்வாக்கும் உண்டு. ஆனால், வஞ்சிக்குக் கட்டுவதைக் கப்பம் என்று கருதாதவன் சடையவர்மன், மகளுக்கு அனுப்புகின்ற சீதனம் போலவே வருஷா வருஷம் அனுப்பிக் கொண்டிருந்தவன்.

நாட்டின் அமைதியைக் கெடுக்க விரும்பாதவன். ஒவ்வொரு போரும் சில கைம்பெண்களை உற்பத்தி செய்கின்றன என்று கருதுகிறவன்.

அவனிடம் இந்தச் செய்தியை எப்படிச் சொல்லுவது?

அழகைக் காட்டி சாகசம் புரியலாமா? அதுவும் முடியாதே!

வரகுண பாண்டியன் என்ற சடையவர்மன் சிவபக்தன். மனைவி முகம் தவிர, மறுமுகம் பார்த்தறியாதவன். யூஜியானாவும் அதற்குப் பழக்கம் இல்லாதவள்.

'இந்தச் சிக்கலில் வந்து ஏன் மாட்டிக்கொண்டோம்?' என்று யூஜியானா நினைத்தாள்.

தான் முயன்று பார்ப்பதாக அரசமாணிக்கம் அரண்மனைக்குப் புறப்பட்டான்.

தான் பட்டத்துக்கு வந்ததிலிருந்து போரையே சந்தித்து அறியாத சடையவர்ம பாண்டியன், தளபதியைச் சந்திப்பதும் அபூர்வமாக இருந்ததால், அரசமாணிக்கத்தைப் பார்த்ததும் ஆச்சரியப்பட்டான்.

போர்வீரனின் வாள் நீண்ட காலத்துக்கு வேலை இல்லாமல் கிடக்கக்கூடாது என்பது, சம்பிரதாயம்.

சிவப்பழமாகக் காட்சி அளித்த வரகுண சடையவர்ம பாண்டியனின் முன்னால் கைகளைப் பின்னால் கட்டியபடி இந்தச் சம்பிரதாயத்தைச் சொல்லிப் பேச்சைத் தொடங்கினான் அரசமாணிக்கம்.

"குருதி படிந்திருக்கும் வாள்தான் கொற்றவனுக்குப் பெருமை தருவது. வேல் எப்போதும் பளபளவென்று இருக்கக்கூடாது. அதைத் துடைத்து வைத்து மினுமினுப்புத் தரக்கூடாது. வேலை மினுக்குதல் வீணானது என்பதால் தான், வீணாகச் செய்யும் வேலைகளை வேலை மினுக்கிட்டு (வேலை மெனக்கெட்டு) என்கிறோம். போர் இல்லாத காலங்களில் கைவாளாவது எதன் மீதாவது பதிய வேண்டும் என்பதற்காகவே புரட்டாசி மாதத்தில் வாழை மரத்தைக் கத்தியால் குத்துவதை வழக்கமாக வைத்துக்

கொண்டிருக்கிறோம். எவ்வளவு காலத்துக்கு நாம் அதையே செய்து கொண்டிருப்பது? இல்லை; எவ்வளவு காலத்துக்குத்தான் சேரநாட்டுக்குக் கப்பம் கட்டிக் கொண்டிருப்பது?- இரண்டாம் சேரமான் பெருமாள் முடி துறந்த பிறபாடு. சேரநாடு நிலைகுலைந்து போயிருக்கிறது. மார்த்தாண்ட வர்மன் போர்த் தகுதியற்றவன். படைகளைக் கட்டுப்படுத்தும் சக்திவாய்ந்த தளபதி ரவிவர்மன் அவனுக்கு விரோதியாகி விட்டான்! இரண்டாம் தளபதி இரும்பொறை கொல்லப்பட்டு விட்டான். நம்பூதிரிகள் சபைத்தலைவர் நம்பக்கூடிய சேனைத் தலைவர்கள் இப்போது யாருமில்லை. பாண்டியர் பரம்பரை தன் மரகதக் கொடியைக் கம்பீரமாகப் பறக்கவிட இதுதான் நேரம். பாதை தெளிவாக இருக்கிறது பயணம் சுளுவாக நடக்கும்! ஆணை பிறப்பித்தால் போதும்; அடியேன் முடித்து வைப்பேன்! 'கொங்கர்கோன்' என்றும், 'கூடலர்கோன்' என்றும், வஞ்சிவேந்தன் சேரமான் பெருமாள் பட்டம் கட்டிக் கொண்டதுபோல் 'கேரளர்கோன்' என்ற பட்டத்தையும் ஸ்ரீவரகுண சடையவர்ம பாண்டியருக்கு நான் கட்டுவேன். முடியுமானால் கொங்கு நாட்டையும் சேர்த்து வென்று, 'மும்முடி பாண்டியராக ஆக்குவேன்! நடக்கக்கூடிய காரியம் என்பதாலேயே மிகவும் சிந்தித்து உங்களிடம் பேச வந்தேன்' என்றான் அரசமாணிக்கம்.

ரவிவர்மன், யூஜியானாவிடம் எவ்வளவு உரையேற்றி அனுப்பியிருந்தானோ, அவ்வளவையும் யூஜியானா தன் மழலை மொழியில் அரசமாணிக்கத்தின் மூளையில் ஏற்றியிருந்தாள்.

அப்படியொரு படையெடுப்பை அரசமாணிக்கம் ஏற்பாடு செய்தால், அவனுக்கு ரவிவர்மன் தரும் வெகுமதிகளையும் அவள் சொல்லியிருந்தாள்.

வஞ்சியின் சேனைகள் ரவிவர்மன் கையிலே. ஆகவே படையெடுத்துச்சென்றால், எதிர்ப்பில்லாமலே ஜெயிக்கலாம் என்பதை நன்றாக அறிந்து அரசமாணிக்கம் உற்சாகமாகவே அரசனிடம் பேசினான்.

வாதம் செய்கிறவன் சாதுரியமாகச் செய்தால், அது நீதியையும் பிளந்து கொண்டு பாயும்!

வரகுண சடையவர்ம பாண்டியன் யோசிக்க ஆரம்பித்தான்.

ஏறக்குறைய படையெடுப்புக்குச் சம்மதித்துவிடும் நிலையில் அவன் இருந்தான்.

அப்போது வெளியிலே ஆரவாரம் கேட்டது!

அரண்மனைத் தலைமைச் சேவகன் உள்ளே ஓடி வந்தான்.

"மன்னவர்க்கு வணக்கம்."

"என்ன செய்தி?"

திருக்கயிலையிலிருந்து ஞானமூர்த்தி ஒருவர் பல்லக்குப் பரிவாரங்களோடு தங்களைக் காண வந்திருக்கிறார்.

"அவர் இருக்கும் இடத்தைக் கேள்; நானே வந்து அவரைச் சந்திக்கிறேன்."

"மன்னிக்க வேண்டும். அவர் வாரணாசிக்குச் சென்று கொண்டிருக்கிறாராம்! சிறிதுநேரம் தங்களைக் கண்டு செல்ல விழைகிறார்."

சடையவர்மன் அரசமாணிக்கத்தைப் பார்த்தான்.

அரசமாணிக்கம் கையிலே இருந்த சால்வையை இடையில் கட்டிக்கொண்டு, சம்மதித்தவன்போல் தோற்றம் அளித்தான்.

"சரி, வரச்சொல்!" என்று அனுமதி அளித்தான் சடையவர்மன்.

சிறிது நேரத்தில், "சைவமும், தமிழும் தழைத்தினி தோங்குக" என்று சொல்லிக்கொண்டே உள்ளே நுழைந்தார் அந்த ஞானமூர்த்தி.

அவர் வேறு யாரும் இல்லை; சங்கர நம்பூதிரிதான்.

23. நடுவில் சிக்கிய மான்கள்

அரசியல் சதுரங்கத்தில் இரண்டு வகையுண்டு. நேரடியாக இறங்கி உள்ளதை உள்ளபடி சொல்லி, உண்மை நேர்மை என்று பாடுபட்டு இறுதியில் இருக்குமிடம் தெரியாமல் போவது.

இன்னொன்று, குறுக்கு வழியில் இறங்கி, காய்களை நகர்த்தி, நண்பனையோ உறவினனையோ கொல்ல வேண்டுமென்றால்

கொன்று, அரங்கத்தில் நேர்மையாக நடித்து, அந்தரங்கத்தில் வஞ்சகனாகி எந்த வழியில் வெற்றி கிடைக்குமானாலும் அந்த வழியை நாடுவது.

மகாபாரதம் இரண்டுக்கும் உதாரணம் காட்டுகிறது.

நேர் வழிக்குப் பரந்தாமன், குறுக்கு வழிக்குச் சகுனி.

அண்ணனைக் கொன்ற தம்பி! அப்பனைக் கொன்று பட்டத்துக்கு வந்த மகன்-சரித்திரத்தில் ஒவ்வொரு பக்கத்திலும் இவையே மாறிமாறி வருகின்றன.

பதவிக்கு வருவதற்கு இவற்றில் எந்த வழியையும் கையாள்வதற்குத் தயாராக இருந்தான் ரவிவர்மன்.

பத்மாவதி உள்ளே நுழைந்தபோது அவன், அவளைப் பார்த்தும் பாராதவன்போல் இருந்தான். அவளும் அதே நிலையில் உட்புறமாகச் சென்றாள், ஆனால் மகிழ்ச்சிப் பெருக்கில் அவள் திளைத்திருப்பதை அவள் முகம் காட்டிற்று.

'கணவன் வெளியில் இருக்கிறான்; சிறையில் இல்லை' என்ற ஒன்றே அவளுக்குப் போதுமானதாக இருந்தது.

படைகளில் பெரும்பகுதி தன்வசம் என்ற துணிச்சலில் தான் ரவிவர்மன் வீட்டுக்கே வந்திருந்தான், விடை பெற்றுப்போக.

சிறைச்சாலைக் காவலர்களும் அவன்வசம் இருந்ததால் அது சுலபமாகவும் நடந்துவிட்டது.

சகோதரனின் திறமை, சாகஸம்... இவற்றில் தாவளி சகோதரிகளுக்குப் பெருமிதம் இருந்தது. அவன் பட்டத்துக்கு வருவதிலும் அவர்களுக்கு விருப்பம் இருந்தது. ஆனால் யாரை எதிர்த்து அவன் பட்டத்துக்கு வரப்போகிறான்? மார்த்தாண்ட வர்மனை!

யார் அந்த மார்த்தாண்டவர்மன்?

அவர்களுக்கு அவனும் ஓர் அன்புச் சகோதரன்.

ரவிவர்மன் சொன்னவற்றையெல்லாம் அவர்கள் கேட்டுக் கொண்டிருந்தார்கள்.

தான் தலைமறைவாகச் செல்வதாகவும், அடுத்து அவர்கள் தன்னை அரசனாகவே சந்திப்பார்கள் என்றும், அவன் சொன்னபோது சாலியூர் தாவளி இடைமறித்து "தம்பி மார்த்தாண்ட வர்மனின் உயிருக்கு ஒன்றும் ஆபத்து இருக்காதே..." என்று கேட்டாள்.

"மகுடம் தலையிலே இருக்கிறது. அதை மட்டும் தனியே கழற்ற முடிந்தால் ஆபத்து இருக்காது. தலையையும் சேர்த்து கழற்ற வேண்டியிருந்தால்...? அதுவும் பகவதியம்மன் ஆணையாகத்தான் இருக்கும்!" என்றான் ரவிவர்மன்.

"ஐயோ!" என்று தன்னை மறந்து கூவிவிட்டாள் மூரின்னூர் தாவளி.

"நான் அழ விரும்பவில்லை. நான் அழாமல் இருப்பதற்குச் சிலர் அழுதுதான் தீரவேண்டும் என்றால், அதை நிறுத்துவது என் கையில் இல்லை. தந்தைக்குப் பிறகு மகனே பட்டத்துக்கு வரவேண்டும் என்பது சம்பிரதாயமாக இருக்கலாம். ஆனால் தகுதியுள்ளவன் வரவேண்டும் என்பதே ஜனங்களின் விருப்பம். எனக்கே தகுதி இருப்பதாக ஜனங்கள் கருதுகிறார்கள்" என்றான் ரவிவர்மன்.

தாவளி சகோதரிகள் வாய்மூடி மௌனிகளாக இருந்தார்கள்.

எந்த நாடும் நீண்ட நாட்கள் அமைதியாக இருப்பது இறைவனுக்குப் பிடிக்காத காரியம் போலும்!

சேரமான் பெருமாள் ஆட்சி முழுவதும் நிம்மதியோடு இருந்த சேரநாடு இனி நிம்மதி இழக்கப்போகிறது!

இது தாவளி சகோதரிகளுக்குப் புரிந்தது. அவர்கள் அரசியல் யோசனை கூறக்கூடியவர்களாக இல்லை. மனத்துக்குள்ளேயே பகவதி அம்மனை வேண்டிக் கொண்டிருந்தார்கள்.

அறையின் உட்புறத்தில் கதவைப் பாதி சாத்தியபடி அனைத்தையும் கேட்டுக்கொண்டிருந்தாள் பத்மாவதி. இதில் அவள் செய்யக்கூடியதுதான் என்ன இருக்கிறது?

தோட்டத்து மயிலிடம் ஆட்டத்தின் அழகைத்தான் எதிர்பார்க்க முடியுமே தவிர, நரியின் தந்திரத்தையோ வேங்கையின் வீராவேசத்தையோ எதிர்பார்க்க முடியாது.

வீட்டுக்கு வந்திருந்த ரவிவர்மன் விடைபெற்றுச் செல்ல வந்தவன்தானே! விடை பெற்றுக்கொண்டான்.

ஒரு வீரனை வழியனுப்பும் முறையில் அவர்கள் அவனை வழியனுப்பவில்லை. 'நாளை நாம் அழப்போகிறோம்; அந்த அழுகை ஒன்று ரவிவர்மனுக்காக இருக்கலாம். இல்லையேல் தம்பி மார்த்தாண்டவர்மனுக்காக இருக்கலாம்' என்பதே அவர்கள் கவலை.

ரவிவர்மன் மாறுவேடம் அணியவில்லை. அசல் ரவிவர்மனாகவே குதிரையில் ஏறினான்.

வாசலில் இருந்த காவலர்கள் சிலரும் தங்கள் குதிரையில் ஏறி அவனைத் தொடர்ந்தார்கள்.

முதலில் அவன் சிரியன் கிறிஸ்தவர்கள் தெருவுக்குச் சென்றான். அங்கிருந்த சந்தைப்பெருவெளியில் நின்றான்.

தாரை தப்பட்டைகள் முழக்கி ஒரு சிறு கூட்டம் அவனை வரவேற்றது. அவர்கள் சிரியன் கிறிஸ்தவர்கள் அல்லர்; சேர நாட்டுக்காரர்களே.

சிரியன் கிறிஸ்தவர்கள் அங்கே கூடத் தொடங்கினார்கள். ரவிவர்மன் சிறைப்பட்ட செய்தியை அறிந்த அவர்கள் அவனை அங்கே கண்டதும் திகைப்படைந்தார்கள்.

"எனது கிறிஸ்தவ சகோதரர்களே, சேரநாட்டில் நீங்கள் குடியேறிப் பல ஆண்டுகள் ஆகிவிட்டன. அராபிக் கடலில் மிதந்து வந்த உங்கள் மூதாதையரின் கப்பலைக் கூட நீங்கள் மறந்து போயிருப்பீர்கள். வாணிபத்துக்காக வந்த உங்களை வரவேற்று இருக்கை தந்தது சேரநாடு. இருக்கை தந்ததே தவிரச் சேரநாட்டில் உங்கள் பங்கு என்ன? நீங்கள் வெறும் சந்தை வணிகர்கள்தானா? நான் ஆட்சிக்கு வந்தால் உங்களில் ஏழைகளாக உள்ளவர்களுக்கு ஆளுக்கு ஒரு வீடு கொடுப்பேன். அரசியலில் இடம் கொடுப்பேன். இந்த நாட்டு மண்ணின் மைந்தர்களுக்கு என்னென்ன உரிமைகள் உண்டோ அத்தனை உரிமைகளையும் நான் தருவேன். சிரியன் கிறிஸ்தவர்கள் தங்களுக்கு என்று ஆலயம் கட்டிக்கொள்ள வஞ்சியின் ஓரமாக நூறு காணி நிலத்தை உடனடியாக வழங்குவேன். எனக்கு நீங்கள் பதில் சொல்ல வேண்டாம். யோசித்துப் பாருங்கள்!"

உண்மையில் அவன் அவர்கள் பதிலுக்காகக் காத்திருக்க வில்லை. குதிரையில் இருந்தபடியே பேசினான்! குதிரையைத் தட்டிவிட்டுக் கிளம்பினான்.

அராபியர் தெருவுக்குக் குதிரை சென்றது. அங்கேயும் அவனை வரவேற்கச் சிலர் காத்திருந்தார்கள். அவர்களும் சேர மக்களே!

மக்கள்! அவர்கள் மிகவும் நல்லவர்கள். இரண்டாயிரம் ஆண்டுகளுக்கு மேலாக என்ன செய்கிறோம் என்பது

புரியாமலேயே அவர்கள் இயங்கி வந்தார்கள். அதற்கு முன்னிருந்த மக்களைப்போலவே எட்டாம் நூற்றாண்டிலிருந்த மக்களும் இருந்தார்கள். அவர்கள் முன்னிலையில் ரவிவர்மன் குதிரை நின்றது. அவனைச் சுற்றிலும் அவனது காவலர்களும் நின்றார்கள். ஆச்சரியத்தோடு அராபியர்கள் கூடி விட்டார்கள்.

"ஓ அராபியர்களே! உங்கள் கப்பல்களும் அராபிக்கடல் அலைகளிலேதான் மிதந்து வந்தன. நீலக்கடல் அலையில் நீந்தி வந்த உங்களைக் காலக்கடலில் கரைசேர்க்க நான் வந்துள்ளேன். வளமிகுந்த சேரநாட்டு மண்ணில் குடிமக்களாக உங்களை ஏற்றுக்கொண்டது சேர நாடு. இனி உங்களைச் சேர நாட்டு அமைச்சர் பிரதானிகளாக ஏற்றுக் கொள்வது என் பொறுப்பு! நான் சமயங்களைக் கடந்தவன். சமயத்துக்குத் தகுந்தாற் போல் பேசி அறியாதவன். ஒரு பாவமும் அறியாத, ஒரு திறமையும் இல்லாத மார்த்தாண்டவர்மனை ஆட்டிப்படைக்கிறார் நாராயண நம்பூதிரி. நம்பூதிரிகளின் அதிகாரம் இங்கே இருக்கும்வரை பிறசமயத்தவரின் எதிர்காலம் இருளடைந்தே இருக்கும். மகுடத்தை என் தலையில் ஏற்றுங்கள். அரண்மனை

வாசலை உங்களுக்காகத் திறந்து வைக்கிறேன். நீங்கள் எனக்குப் பதில் சொல்ல வேண்டாம், யோசித்துப் பாருங்கள்?''

ரவிவர்மன் குதிரை புறப்பட்டு யூதர்கள் தெருவுக்குச் சென்றது.

அங்கேயும் இதே மாதிரி ஒரு நாடகம்.

யூதர்களின் வரலாற்றைப் பற்றி, சமய அபிமானத்தைப் பற்றி அங்கேயும் சொற்பொழிவு நிகழ்த்தினான் ரவிவர்மன்.

அராபியர் தெருவிலும், சிரியன் கிறிஸ்தவர் தெருவிலும் நடைபெறாத ஒரு சம்பவம் இங்கே நடைபெற்றது.

யூத வணிகர்களிடம் சேர்த்து வைத்திருந்த ஒரு பொன் முடிப்பை யோகோவா அவனிடம் அளித்தார். ரவிவர்மன் புறப்படும்போது யோகோவாவிடம் மெதுவாக ''மதுரையில் யூஜியானா பத்திரமாக இருக்கிறாள்!'' என்று சொல்லி விட்டு புறப்பட்டான்.

வஞ்சியின் எல்லை ஓரமாகச் சேரமக்கள் பெரும் திரளாகக் கூடியிருந்தார்கள். ரவிவர்மனுக்கு ஆதரவான சேனா வீரர்களும் அங்கே கூடியிருந்தார்கள். அங்கே அவனுக்குப் பெரும் வரவேற்பு நிகழ்ந்தது. அவன் ஒவ்வொருவரையும் கட்டித் தழுவினான். ''கன்னத்தைத் தட்டினான்'' அதில் ஒரு பெண்ணுக்குகூட இல்லாத சாகஸம் அவனுக்கு இருந்தது. அங்கே பேசும்பொழுது அவனது தொனியும் வேறு விதமாக இருந்தது.

''வஞ்சியின் மக்களே! கொஞ்சும் மலையாளக் கொடுந்தமிழ் மொழியில் மழலை பேசும் சேர மக்களே! வந்தவன் வாழ, இருப்பவன் சாவதா? குதிரை வணிகத்துக்கு அராபியர்கள்; நவமணி வணிகத்துக்கு யூதர்கள்; மற்ற அத்தனை பொருள்களுக்கும் சிரியன் கிறிஸ்தவர்கள். வாயும் வயிறும் காயக்காயக் காயும் கறியும் விற்பதுதான் வஞ்சி மக்கள் தலையெழுத்தா? அவர்கள் மீது எனக்குப் பகையில்லை! அந்தப் பகை உங்களுக்கும் இருக்க வேண்டாம். வந்தவர்கள் ஆனாலும், அவர்களும் நம் சொந்தக் காரர்களே! ஏமாந்து போன உங்கள் வாழ்வில் புதிய விளக்கேற்றுவதே நமது பணி.

பத்தினிக் கோட்டத்துப் பகவதியம்மன் மீது ஆணை, சத்தியம் தழைக்க, தர்மம் நிலைக்கவே நான் மகுடத்தை நாடுகிறேன். மார்த்தாண்டவர்மன் நம்பூதிரிகள் சபையின் கைப்பாவை! மாணிக்கத் தேரேறி மரகதப் பூங்கா அடைந்து, ஆணிப்பொன் ஊஞ்சலி ஆடி விளையாடி, காணிக்கை வரும் பொருளில் கண் மூடி ஆடுகின்றான். கிராமச் சபைகளுக்கு நம்பூதிரிகளே தலைவர்களாக இருக்க வேண்டும் என்பது என்ன விதி? முதலாம் சேரமான் பெருமாளுக்கு முந்திய சேரமான், நம்பூதிரிகளின் கிராம சபை ஆட்சியை ஏற்றுக்கொண்டதில்லை. அதனால் அவர் பட்ட பாட்டை வரலாறு கூறுகிறது! பொறையர் பரம்பரைக்கும், குட்டுவர் பரம்பரைக்கும், இல்லாத பெருமை இவர்கள் பரம்பரைக்கு எப்படி வந்தது? ஆட்சி முறையையே நான் மாற்றுவேன். அரச தர்மத்துக்காக நான் பாடுபடுவேன். சூழ்ச்சிகளை நான் அறியேன், உங்கள் துணையையே வேண்டினேன்!''

ரவிவர்மன் பேசிமுடித்ததும் மக்கள் கை தட்டினார்கள். அவர்கள் எப்பொழுதும் தட்டுவார்கள்! ஆண்டவன் அவர்களுக்குக் கைகளைக் கொடுத்ததே தட்டுவதற்காகத்தானே!

அங்கிருந்து ஆயிரக்கணக்கான வீரர்களுடன் கொல்லி நகர், சேனை இருக்கைக்குச் சென்று, அதனைக் கைப்பற்றிக் கொண்டான் ரவிவர்மன்.

ரவிவர்மன் தப்பிவிட்ட செய்தியறிந்த நாராயண நம்பூதிரி, ராஜவிசுவாசம் மிக்க சேனைகளை மார்த்தாண்டவர்மனின் அரண் மனையைச் சுற்றிலும் நிற்க வைத்தார். கிராம சபைகளுக்குத் தூதுவர்களை அனுப்பினார். கிராமங்களில் இருந்த காவலர் களுக்குத் தலைமை தாங்கி, கிராம சபைத் தலைவர்கள் வஞ்சி நோக்கி நடந்தார்கள்.

வஞ்சி நகரம் பரபரப்படைந்தது.

கிணறுகள் இல்லாத வீடுகளில் இருந்து வேகவேகமாக வெளியேறி ஓடைத் தண்ணீரைக் குடங்களில் ஏந்திப் பல பெண்கள்

வீடுகளில் கொண்டுவந்து வைத்துக் கொண்டார்கள். கதவுகள் தாழிடப்பட்டன. உள்நாட்டுப் போருக்கு வஞ்சி நகரம் தயாராயிற்று.

நாராயண நம்பூதிரி மரணத்தைச் சந்திக்கவே தயாரானார்.

பரசுராமனின் இரத்தம் பழைய வேகத்தோடு துள்ளி எழுந்தது.

ஒவ்வொரு இமைப் பொழுதும் என்ன நடக்குமோ என்று நகரம் எதிர்பார்த்தது.

பொறுமை இழந்த நாராயண நம்பூதிரி, நம்பூதிரிகள் மண்டபத்துக்கும் அரண்மனைக்குமாக மாறி மாறிக் காவலர்களோடு பறந்து கொண்டிருந்தார்.

மார்த்தாண்டவர்மனுக்குப் பாதுகாப்பைப் பலப்படுத்தி விட்டு, அவர் நம்பூதிரிகள் மண்டபத்துக்குள் நுழைந்த போது, மதுரைக்குச் சென்றிருந்த சங்கரன் நம்பூதிரி கையைப் பிசைந்தபடி நின்று கொண்டிருந்தார்.

"என்ன ஆயிற்று?" நாராயண நம்பூதிரி கேட்டார்.

"உயிர் தப்பி வந்ததே பெரிய காரியமாயிற்று!"- சங்கரன் நம்பூதிரி சொன்னார்.

"யூஜியானா அவ்வளவு திறமை உள்ளவளா?"

"இல்லை. அவள் அண்டியிருந்த தளபதி அரசமாணிக்கம் அவ்வளவு ஆசையுள்ளவன்."

"சடையவர்ம பாண்டியனை நீ சந்தித்தாயா?"

"சந்தித்தேன். எந்த சைவத்தின் மீது அவனுக்குப் பக்தி இருக்கிறதோ, அந்தச் சைவத் திருக்கோலத்திலேயே அவனைச் சந்தித்தேன். சைவ தர்மங்களை அவனுக்குச் சொன்னேன். தளபதி அரசமாணிக்கமும் கூடவே இருந்தான். 'அடிமைப்பட்டுக் கிடப்பதிலிருந்து விடுதலை பெறுவது சைவ தர்மத்துக்கு விரோதமல்ல' என்று அவன் பாண்டியனை நம்பவைத்து விட்டான்!"

''பிறகு, என்ன நடந்தது?''

''பாண்டியர் படை புறப்பட்டு வருகிறது. ஆண்டிக் கோலத்தில் நான் முன்னாலேயே வந்துவிட்டேன்!''

நாராயண நம்பூதிரி திகைத்தார்; அவர் முகம் வியர்த்தது.

ஒரு பக்கம் உள்நாட்டுப் போருக்கான ஆயத்தம்; மறுபக்கம் பாண்டியர் படையை எப்படி சமாளிப்பது? கிராமத்துச் சேனைகளும் நகரத்துக்கு வந்துகொண்டிருக்கின்றன. பாண்டியர் படை இடையூறு இல்லாமல் உள்ளே நுழையப்போகிறது.

ஆத்திரம் தாளாத நாராயண நம்பூதிரி ருத்திராட்சத்தை ஓங்கித் தட்டியபோது கொங்கு நாட்டுக்குச் சென்றிருந்த ஜகந்நாத நம்பூதிரி உள்ளே நுழைந்தார்.

பயந்தபடியே அவனைக் கேட்டார் நாராயண நம்பூதிரி, ''என்ன செய்தி?''

''கொங்கர் படை வந்துகொண்டிருக்கிறது!''

''அதுவுமா?''

''கவுடதேவன் நிதானத்தில் இல்லை! எதையும் பேசக் கூடிய நிலையிலும் அவன் இல்லை, நிதானம் இழந்த நிலையில் நாட்டியக்காரி மாதவி நீட்டிய ஓலையில் அவன் கைச் சாத்திட்டான்! கவுடதேவனைப் படுக்கை அறையிலேயே மயக்கிய மாதவி கொங்கர் தளபதியையும் தன் உடலழகால் மயக்கினாள். ஆறாயிரம் படை வீரர்களோடு அவளும் வந்து கொண்டிருக் கிறாள்!''

- செய்தியைச் சொன்னார் ஜகந்நாத நம்பூதிரி.

வஞ்சி மக்களுக்கு அந்தக் குரல் கேட்டதோ இல்லையோ அவர்கள் கண்ணீர் வடித்தார்களோ இல்லையோ, சங்கர நம்பூதிரியும், ஜகந்நாத நம்பூதிரியும் கண்ணீர் வடித்தார்கள்.

24. ஞானப் புலம்பல்

ஸ்ரீரங்கத்திலிருந்து புறப்பட்ட குலசேகர ஆழ்வார் உறையூரைக் கடந்து விறலிமலை வழியாகச் செல்லும்படி முதலில் சென்ற குதிரை வீரனுக்குக் கட்டளையிட்டார். வழிநெடுகிலும் அவர் நிம்மதியற்ற வராகவே இருந்தார்.

"விறலிமலை வழியாகச் செல்" என்று அவர் ஆணையிட்ட உடனேயே, அவர் பாண்டி நாட்டுக்குத்தான் செல்ல விரும்புகிறார் என்பதனைச் சீட கோடிகளும் பரிவாரங்களும் தெரிந்து கொண்டன.

முன்பு அவர் கூறியிருந்தபடி திருமலைக்குச் செல்வதானால் ஸ்ரீரங்கத்திலிருந்து வடக்கு நோக்கித்தான் செல்ல வேண்டும்! திருமலைக்குச் செல்லாமல் பாண்டி நாடு நோக்கிச் செல்வதன் பொருள் என்ன? யாருக்கும் அதன் பொருள் விளங்கவில்லை. யாரிடமும் எதையும் சொல்லக் கூடிய நிலையிலும் அவர் இல்லை.

உடல் பல்லக்கில் இருந்ததே தவிர உள்ளம் சேர நாட்டிலேயே இருந்தது.

தமது வம்சம் அழியப்போவது போலவும், மார்த்தாண்டவர்மன் கொல்லப்படுவது போலவும் அவருக்குத் தோன்றின.

இரத்தம் வெகுவேகமாக விளையாடத் தொடங்கியது! ஞானத்தின் பக்குவம் முழுவதும் அடிபட்டுப் போயிற்று! இடையிலே அவர் தண்ணீர்கூட அருந்தவில்லை. பல்லக்கை நிறுத்தும்படி எங்கும் கேட்கவில்லை. வெறும் சடலம் போலவே வீற்றிருந்தார்.

விறலிமலை எல்லைக்குள் அவர் நுழைந்தபோது தான் அங்கே திருவிழா நடந்துகொண்டிருந்தது தெரிந்தது.

விறலிமலைக் கோயில் புதுப்பிக்கப்பட்டுக் குடமுழுக்கு விழா கோலாகலமாகக் கொண்டாடப்பட்டுக் கொண்டிருந்தது. கூட்டத்தை விலக்கிக் கொண்டு கையில் இருந்த சலங்கை கட்டிய வேல் கம்பைத் தட்டிக்கொண்டு ஏராளமான பரிவாரங்கள் வருவதையும் நடுவில் ஓர் அழகான பல்லக்கு வருவதையும் கண்ட விறலிமலை பக்த கோடிகள் யாரோ ஒரு ராஜயோகி வருகிறார் என்பதை மட்டும் கண்டு கொண்டார்கள்!

'யார் அவர்? யார் அவர்?' என்று ஒருவரையொருவர் கேட்டுக் கொண்டார்கள்.

ஆவல் தாளமுடியாமல் பரிவாரங்களில் ஒருவரிடம் ஒரு முதியவர் 'யாரப்பா அது?' என்று கேட்டுவிட்டார். அவனும் நடந்தபடியே, "ஸ்ரீலஸ்ரீ சேரமான் பெருமாள் குலசேகர ஆழ்வார்" என்றான்.

உடனே 'சேரமான் பெருமாள், சேரமான் பெருமாள்' என்று சிலரும், 'குலசேகர ஆழ்வார், குலசேகர ஆழ்வார்' என்று பலரும் பேசினர்.

இரண்டொருவர் வெகு வேகமாக மலையின் மீது ஏறி அங்கு முருகனுக்குச் சாத்துபடிகளைக் கவனித்துக் கொண்டிருந்த சரவணப் பெருமாள் நாயகரையும், வாண கோவரையரையும் அழைத்துக்கொண்டு ஓடிவந்தார்கள்.

இருவரும் பட்டுத்துண்டை இடுப்பிலே கட்டிக் கொண்டு கோயில் எதிரிலேயே குலசேகர ஆழ்வாரை வழிமறித்தார்கள். கீழே விழுந்து கும்பிட்டார்கள். பல்லக்கிலிருந்து வெளியே எட்டிப் பார்த்த குலசேகர ஆழ்வாருக்கு அது ஓர் இடையூறாகவே தோன்றிற்று.

சாதாரண காலங்களில் தனியொரு அடியவரைக் கண்டாலும், தம் நிலை மறந்து பேசிக்கொண்டிருக்கும் குலசேகர ஆழ்வார் அப்போது கொஞ்சம் சங்கடப்பட்டவர் போல் காணப்பட்டார்.

பரிவாரங்களை விலக்கிக்கொண்டு பல்லக்கை நெருங்கிய சரவணப் பெருமாளும் வாணகோவரையரும் ஆழ்வாரிடம் கை நீட்டினார்கள். இருவருக்கும் அவர் திருநீறு கொடுத்தார். ஆனால் அவர்கள் அவரை விடவில்லை.

"சுமாமி, கொஞ்சம் மலைக்கு வந்து ஏழை எளிய அடியவர்களுக்கு நான்கு வார்த்தை உபதேசித்துவிட்டுப் போக வேண்டும்" என்று கேட்டுக்கொண்டார் வாணகோவரையர்.

"நான் அவசரமாகத் திருவில்லிப்புத்தூருக்குச் சென்று கொண்டிருக்கிறேன். என்னை இடைமறிக்காதீர்கள்" என்றார் குலசேகர ஆழ்வார்.

"நாங்கள் எதிர்பாராதவண்ணம் விறலிமலை முருகன்தான் தங்களை இங்கு அழைத்து வந்திருக்கிறான். இனி நாங்கள் உங்களை எப்போது தரிசிக்கப் போகிறோம். இரண்டொரு நாழிகள் எங்களோடு தங்கி விடை பெறலா காதா?" என்று கெஞ்சினார் சரவணப் பெருமாள்.

முகத்தைச் சுழித்தபடியே பல்லக்கைக் கீழே வைக்கச் சொன்னார் குலசேகர ஆழ்வார்.

நிம்மதியற்ற நிலையில் ஒருவன் என்ன உபதேசிக்க முடியும்? கனவுலகில் நடப்பதுபோல் அவர் மலையின் மீது நடந்தார்.

விறலிமலை முருகனைத் தரிசித்தார். அந்த முருகனின்

முன்னிலையில்தான் சோழநாட்டுத் தேவதாசிகள் பொட்டுக் கட்டித் தங்களை அர்ப்பணித்துக் கொள்வது வழக்கம். அந்த மலைக்கு விறலிமலை என்ற பெயரும் வந்தது. தேவனுக்கு அடியவராகப் பெண்களே தங்களை அர்ப்பணித்துக் கொள்ளும் அந்தச் சந்நிதானத்தில் தம் நினைவற்றவர் போல் நின்றார் குலசேகர ஆழ்வார். இது மெய்மறந்த நிலையுமல்ல; பக்தி நிலையுமல்ல.

'கையிலே வேல் கொண்டு நிற்கின்ற முருகா! இந்த வேலோடு நீ வஞ்சி நகருக்குச் செல்லக்கூடாதா?' என்று வேண்டுகோள் விடுகின்ற நிலையே அது.

சந்நிதானத்து முன் மண்டபத்துக்கு அவர் திரும்பி வந்தபோது அங்கே ரத்தினக் கம்பளம் விரித்து ஆடுவதற்கு இரண்டு தாசிப் பெண்கள் நின்றிருந்தார்கள். அதைப் பார்த்ததும் ஆட்டம் பார்க்கும் ஆசை தோன்றவில்லை ஆழ்வாருக்கு; "இதிலே எவ்வளவு நேரம் போகுமோ?" என்ற கவலையே தோன்றிற்று.

அவர்கள் பாடிக்கொண்டு ஆடியது விரகதாபம் மிகுந்த ஒரு பதம்.

திருக்கோயில்களில் விரகதாப பாவம் என்பது பக்தி ரஸத்தின் உணர்ச்சிமயமான பாவம்.

பக்தி நிலை-காதல் நிலை இரண்டும்தான் மெய்மறந்த நிலைகள். முற்றி முதிர்ந்த பக்தி நிலைக்குக் காதல் நிலையின் சாயல் உண்டு. அது உடல்வழிக் காமம் அன்று; மனவழி உணர்வே. இறைவன் தன்னிடம் ஐக்கியமாக வேண்டும் என்று ஒருத்தி விரும்புகிற விருப்பமே அங்கே விரகதாபம். கணவன் தனக்கே உரியவனாக இருக்க வேண்டும் என்று விரும்புவதுபோல் இறைவனும் தனக்கே உரியவனாக இருக்க வேண்டிக் கொள்வதே அந்த விரகதாபத்தின் நோக்கம்.

சுற்றுச் சூழ்நிலைகளிலும் தேவதாசிகளின் நாட்டியத்திலும் கவலையைக் கொஞ்சம் மறந்திருந்தார் குலசேகர ஆழ்வார்.

நாட்டியம் முடிந்ததும் அவர் பேசத் தொடங்கினார்.

“இறைவனோடு ஐக்கியமாகும் பரிபூரண நிலையைத் தாசிப் பெண்களும் விரும்புகிறார்கள். அடியார்களையும், ஞானிகளையும் விட இவர்கள் அதிர்ஷ்டக்காரரர்கள். பருவம் வந்த காலத்தில் இருந்தே தங்களுக்கென்று ஒரு சுகம் அவர்களுக்குத் தேவைப்படு வதில்லை. எல்லோரிடத்தும் இறைவனைக் கண்டு அதிலே திருப்தி அடைந்து வருகிறார்கள். ஆனால் அடியவர்களும், ஞானிகளும் இறைவனைத் தேடி எங்கெங்கோ அலைகிறார்கள். கடை நிலையில் இருப்பவர்களுடைய நிம்மதி, உயர்நிலையில் இருப்பவர்களுக்கு வருவதில்லை. சொல்லப்போனால் அவர்களுடைய பக்குவம்கூட இவர்களுக்கு வாய்ப்ப தில்லை. உடல் நோய் கொண்டவனுக்கு உடல் நோயைவிட மனநோயே பரவாயில்லை என்று தோன்று கிறது. மனநோய் கொண்டவனுக்கோ உடல் நோயே பரவாயில்லை என்று தோன்றுகின்றது. இங்கே ஆடியவர்கள் மனநோய் இல்லாதவர்கள்; ஆகவே இன்றையக் கவலை இல்லை. உடல் நோயை எதிர்பார்த்தே வாழ் கிறார்கள்! அதனால் அன்றைய கவலையும் இல்லை. ஏதும் அறியாத இவர்களுக்கு இரண்டு

கட்டடத்தையும் கடந்த பக்குவம் இருக்கிறது. எனக்கும் அந்தப் பக்குவம் இருந்தால் இன்னும் கொஞ்ச நேரம் உங்களோடு பேசிக்கொண்டிருக்க முடியும்.

எனக்கு அந்தப் பக்குவம் இல்லை.''

''மீனுக்கு நதியே சுடுகாடாகிவிட்டால் அதற்கு வேறு போக்கிடம் ஏது?''

''எல்லாம் வல்ல முருகன் உங்களைக் காக்கட்டும்.''

- குலசேகர ஆழ்வார் நடக்கத் தொடங்கினார் அவரால் நடக்க முடியவில்லை. அவ்வளவு பெண்களும், குழந்தைகளும் அவர் காலடியில்.

அவர் மீண்டும் மனிதரானார்.

அவர் கண்களில் இருந்து கண்ணீர் தாரை தாரையாக வழிந்தது.

'உலகம் நம்மை வணங்குகிறது. ஒரே ஒருவன் மட்டும் நம்மைச் சித்திரவதை செய்கிறானே' என்று எண்ணிய போது அவருக்கும் உபதேசம் தேவைப்படுவது போல் தோன்றிற்று.

பல்லக்கு விடைபெற்றுக் கொண்டபோது விறலிமலை மக்களின் அத்தனை கரங்களும் மேல் நோக்கி உயர்ந்தன.

அதிகாலை நேரத்தில் ஆழ்வாரும், பரிவாரங்களும் மதுரை நகருக்குள்ளே நுழைந்தபோது அந்த நேரத்திலேயே மதுரை சுறுசுறுப்பாக இருப்பதுபோல் காணப்பட்டது.

முன்கூட்டியே சீடர்களுக்கும், பரிவாரங்களுக்கும் எச்சரித்தபடி அவர்கள் யாரும் வந்துகொண்டிருப்பது குலசேகர ஆழ்வார்தான் என்று மதுரை மக்களுக்குச் சொல்லவில்லை.

மதுரை நகரில் ஏராளமான குதிரை வீரர்களும் காலாட் படைகளும் திரண்டு கொண்டிருந்தன! அந்த வீரர்களுக்குள்ளே புகுந்த ஆழ்வாரின் சீடன் ஒருவன் விவரங்களைத் தெரிந்து கொண்டான்! ஆம்! அப்போது தான் அந்தப் படைகள் சேரநாட்டுக்குப் புறப்பட்டுக் கொண்டிருந்தன.

ஆழ்வார் பெருமூச்சோடு அந்த இடியையும் தாங்கிக் கொண்டார்.

சென்ற தடவை அவர் திருவில்லிப்புத்தூருக்குச் சென்ற போது, எந்த நான்மாடக்கூடல் அவரை மேளதாளங்களோடு வரவேற்றதோ, அதே கூடல் நகரம் தன் மகனது கொலைக்களம் போல் அவருக்குத் தோன்றிற்று.

இப்போது ரவிவர்மன் திட்டங்களெல்லாம் அவருக்குக் கற்பனையிலேயே புரியத் தொடங்கின.

'சேரநாட்டின் சரித்திரத்தில் மன்னர்கள் கண்ணீர் வடித்த பக்கங்கள் மிகவும் குறைவு. மார்த்தாண்டவர்மன் தான் அதைக் கண்ணீரால் நனைக்கப்போகிறான்' என்று எண்ணிய போது, அவரது கண்ணீர் பல்லக்கை நனைத்தது.

அப்போது அவர் மன்னருமல்லர்; ஆழ்வாருமல்லர்; ஒரு தந்தை.

ஸ்ரீரங்கத்தில் புறப்பட்டதிலிருந்து ஆழ்வார் தண்ணீர் கூட அருந்தாமல் உபவாசம் இருந்தார். இடைஇடையே உணவு உண்ணும்படி பரிவாரங்களை மட்டும் கேட்டுக் கொண்டார்.

ஆழ்வாரின் உபவாசத்துக்கு அர்த்தம் புரியாத சீடர்கள் இன்று என்ன கிழமை? என்று கேட்டுக் கொண்டார்களே தவிர என்ன நடந்தது என்று கேட்டுக்கொள்ளவில்லை.

அவரும், சீடர்களும், பரிவாரங்களும் திருவில்லிப்புத்தூருக்குள் நுழைந்தபோது, திருவில்லிப்புத்தூரும் அவர்களை எதிர்பார்க்க வில்லை.

அவர்கள் பெரியாழ்வார் வீட்டை நெருங்கியபோது வீட்டினுள்ளே பெரியாழ்வார் தம் மகளுக்குக் கீதோபதேசம் செய்து கொண்டிருந்தார்.

குதிரைகளின் குளம்படி ஓசை அவர்களைக் கலைக்கவில்லை.

குலசேகர ஆழ்வாரும், பரிவாரங்களும் வெளியே அப்படியே அசையாமல் நின்றனர்.

பெரியாழ்வார் சொன்னார்;

"கங்கைக் கரையில் நிற்பவன் கிணறு தேடி அலைய வேண்டியதில்லை.

யஸ்த்-வாத்மாதி-ரேவஸ்யா-தாத்மத்ரூப்தச்மானவ: I

ஆத்மன்யேச வஸ்ந்துஷ்டஸ்-தஸ்ய கார்யம் ந்வித்யதே II

அதனால் எந்த மனிதன் ஆன்மாவிலேயே இன்புற்றவனாக, ஆன்மாவிலேயே திருப்தியுற்றவனாக, ஆன்மாவிலேயே சந்தோஷத்தைப் பெற்றவனாக உள்ளவனோ அவன் செய்யவேண்டிய கர்மம் ஒன்றும் இல்லை.

லௌகிகத்தில் இருந்துகொண்டே ஆத்ம ஞானத்தைப் பெறமுடியும். உதாரணம் ஜனக மகாராஜா.

"இந்த வகையில் மானிட சரித்திரம் முழுவதற்கும் ஜனகன் ஒருவனே உதாரணமாகத் திகழ்கிறான். நீ உலகில் இருந்து கொண்டே ஜனகனைப்போல் வாழ்வதாக ஏமாந்து விடாதே! அந்த ஞானம் அரிதினும் அரிது."

இதுதான் முடிவுரைபோல் பெரியாழ்வார் ஒரு பாசுரத்தைப் பாடினார். அதைப் பாடி முடிந்ததும் குலசேகர ஆழ்வார் உள்ளே நுழைந்தார். அவரைப் பார்த்ததும் பெரியாழ்வார் திகைத்தார்.

குலசேகர ஆழ்வார் ஒன்றும் பேசவில்லை. மாறாகப் பெரியாழ்வாரின் கால்களில் விழுந்து தேம்பித் தேம்பி அழுதார்.

25. மயக்கமும் கலக்கமும்

கொங்கு நாட்டுப்படைகள் வஞ்சியின் ஒரு பக்கத்தில் பாடி இறங்கின.

பாண்டிய நாட்டுப் படைகள் மறுபக்கத்தில் பாடி இறங்கின.

நேரடியாக அறிவித்து நடக்கும் போரில்லை. ஆதலால், வஞ்சியில் இருந்து அவை உத்தரவை எதிர்பார்த்தன.

ஒரு நாட்டின்மீது படை எடுக்கும் எதிரிப் படைகள், அந்த நாட்டிலிருந்தே கட்டளையை எதிர்பார்க்கும் போர்த்தருமம் அங்கேதான் நடந்து கொண்டிருந்தது.

கொங்கு நாட்டுப் படைகளோடு கூட வந்த மாதவி, படைகள் பாடி இறங்கியதும் ஒரு குதிரையில் ஏறி வஞ்சிக்குள் நுழைந்தாள்.

பாண்டிய நாட்டுப் படைகளோடு வந்த யூஜியானா, ஏதும் அறியாதவள்போல், ஒரு ரதத்தில் பொன் முடிப்புகளை அள்ளிப் போட்டுக் கொண்டு தன் இல்லம் நோக்கி விரைந்தாள்.

இரண்டு திசைகளிலும் இரண்டு நாட்டுப் படைகள்- இடையிலே உள்நாட்டுக் கலவரம் - ராஜ விசுவாசப் படைகளின் எண்ணிக்கை தெரியாத நிலை. கை பிசைந்த நிலையில் இருந்தார் நாராயண நம்பூதிரி.

எந்தத் தளபதிக்கு ஆணையிடுவது? யாரை நம்புவது? கூட இருப்பவர்களில் குழி பறிப்பவன் யார், துணை இருப்பவன் யார்? எதையும் அவரால் நிர்ணயிக்க முடியவில்லை.

ஜகந்நாத நம்பூதிரியையும், சங்கர நம்பூதிரியையும் நம்பூதிரிகள் சபையில் விட்டுவிட்டு அவர் அரண்மனையை நோக்கி விரைந்தார்.

வஞ்சிக்குள் புகுந்த மாதவி, நகருக்குள் பரபரப்பாக அலைந்து கொண்டிருந்த ரவிவர்மனைச் சந்திக்க முந்தினாள்.

அவனது புரவி இடம் மாறி இடம் மாறிப் போய்க் கொண்டிருந்தது. மாதவியும் அவனைத் தேடித் தேடிப் பின்தொடர்ந்தாள்.

கொல்லிநகர் சேனை இருக்கை காலியாகக் கிடந்தது. அங்கே வந்து சேர்ந்த மாதவி ரவிவர்மனின் ஆதரவுச் சேனைகள் அரண்மனை நோக்கிச் சென்றிருப்பதை அறிந்து கொண்டாள். அவளும் அரண்மனை நோக்கி விரைந்தாள்.

ராஜ விசுவாசப் படைகளுக்கும் ரவிவர்மனின் சேனைகளுக்கும் அரண்மனையின் முன்னால் கடும் மோதல் நடை பெற்றது.

வஞ்சி நகரத்துச் சாதாரணக் குடிமக்கள் யாவரும் இல்லங்களை விட்டு வெளியில் வரவில்லை.

வணிகச் சந்தைகள் வெறிச்சோடிக் கிடந்தன.

நகருக்குள் போர் நடை பெற்றதை அந்நாட்டு மக்கள் பார்த்ததே யில்லை. போர்க்களம் நகரத்தின் எல்லையில் அமைந்திருப்பதே பழக்கமானது. அதன்றியும் பிற நாடுகளுடன் போர் பற்றி மட்டுமே கேள்விப்பட்டிருந்த வஞ்சி மக்கள் உள்நாட்டுப் போர் எப்படி இருக்கும் என்பதையும் அறிந்ததில்லை.

வஞ்சியின் கோட்டைவெளி ரணகளமாகிக் கொண்டிருந்தது. ராஜ விசுவாசச் சேனைகள் மரண பயமின்றிப் போராடிக் கொண்டிருந்தன. போர்த்திறமை மிக்க ரவிவர்மன் தலைமை தாங்கியும் வெற்றி தோல்வி நிர்ணயிக்கப்பட முடியாமல் இருந்தது.

எண்ணிக்கையில் ராஜவிசுவாச சேனைகள் அதிகமாகவே இருந்தன. ஒருவரையொருவர் நன்றாக அறிந்த இரண்டு பேர் போராடும்போது விரைவாகவும் முடிவதில்லை.

ரவிவர்மனுக்கு வெளிநாட்டுச் சேனைகளோடு மோதிய அனுபவம் உண்டே தவிர உள்நாட்டுப் போர் அனுபவம் இல்லை.

இதனைத் தூரத்திலிருந்து கண்ணுற்ற மாதவி, ரவிவர்மன் தோல்வியுற்றால் உடனே கொல்லப்படலாம் என அஞ்சினாள். கொலையல்லாமல் வெறும் தோல்வியாக அது இருக்குமானால் உடனடியாகக் கொங்கர் படையும் கூடற்படையும் உள்ளே புகுந்து அவனை விடுவித்து வெற்றி கொண்டாட முடியும்.

ஆனால் ரவிவர்மன் கொல்லப்பட்டு அதன் பிறகு இரண்டு நாட்டுப் படைகளும் வெற்றி பெறுமானால் சேர நாடே அடிமையாகிவிடக்கூடும்.

இங்கே போர் நடந்துகொண்டிருக்கும்போதே மாதவி எல்லைக்குச் சென்று அங்கிருந்த கொங்கர் படைகளை அழைத்து வந்துவிட்டாள். ரவிவர்மன் தோல்வியுற இருந்த தருணத்தில் கொங்கர் படைகள் வந்து விட்டன. ரவிவர்மனின் வெற்றி சுலபமாகிவிட்டது.

வெற்றி பெற்றதும் கொங்கர் படைகளை வெளியே

நிறுத்திவிட்டுத் தனது படைகளில் இறந்தவர்கள் போக எஞ்சி இருந்தவர்களோடு அரண்மனைக்குள் நுழைந்தான் ரவிவர்மன்.

அந்த அரண்மனை ரவிவர்மனை வரவேற்பது போலிருந்தது.

வெற்றி பெற்றவனைச் சுற்றிக்கொள்கிறவர்களும் சிலர் இருப்பார்களே! சில காவலர்கள் அவன் காலைத் தொட்டு வணங்கினார்கள்.

யார் ஆட்சிக்கு வந்தால் என்ன? அவர்கள் பதவி நிலைக்க வேண்டுமே!

குதிரையில் உட்கார்ந்தபடியே அரண்மனை உள் மண்டபத்துக்குள் நுழைந்தான் ரவிவர்மன்.

மாபெரும் மண்டபத்தின் நடுவில் இடது கையை இடுப்பில் வைத்தவாறு வலது கையால் ருத்ராட்சத்தைப் பிடித்தவாறு அமைதியாக நின்று கொண்டிருந்தார் நாராயண நம்பூதிரி.

ரவிவர்மன் குதிரையை விட்டிறங்கி அவர் அருகில் வந்தான்! நம்பூதிரி இடையில் செருகியிருந்த குத்துவாளை தன் கையில் எடுத்தான். தன்னைக் கொல்லப்போகிறான் என்றே நாராயண நம்பூதிரி நினைத்தார்.

ஆனால் எகிறி வரும் ஈட்டிக்கும் இமை கொட்டாத கண்கள் அவர் கண்கள்! அவர் அசையவில்லை. உடல் நடுங்கவில்லை! முகத்திலே வியர்வை இல்லை. மனத்திலே மரண பயம் இல்லை.

சலனமற்ற அவரது பார்வை ரவிவர்மனையே திகைக்க வைத்தது.

கையிலிருந்த குத்துவாளைப் பின்னாலிருந்த சேனைகளிடம் வீசினான். அவர்களில் ஒருவன் அதைக் கைகளிலே பிடித்துக் கொண்டான். "என்ன செய்யப் போகிறானோ" என்று சேனைகள் எதிர்பார்த்துக் கொண்டிருந்தன.

யாரும்-ஏன் நாராயண நம்பூதிரியே - எதிர்பாராத வண்ணம் அவரது கால்களைத் தொட்டு வணங்கினான் ரவிவர்மன்.

"தம்பிரான் சுவாமிகள் என்னை ஆசீர்வதிக்க வேண்டும்!" என்றான்.

நம்பூதிரி மெதுவாகச் சிரித்தார்.

"கடியுண்டவன் நாகத்தை ஆசீர்வதிக்கமாட்டான்!" என்றார்.

"நாகம் தங்களைக் கடிக்கவில்லை!" என்றான் ரவிவர்மன்.

"அது என்னைக் கடிப்பதைத்தான் எதிர்பார்க்கிறேன்" என்றார் நம்பூதிரி.

"நாம் அமைதியாகப் பேச வேண்டும். அதற்கு இது நேரமல்ல" என்றான் ரவிவர்மன்.

"வார்த்தைகள் கொல்லப்பட்டுவிட்டன பாஷை ஊமையாகி விட்டது. என் வாய்க்கு இனி என்றுமே வேலை இல்லை" என்றார் நம்பூதிரி.

"நல்லது! மார்த்தாண்டவர்மன் எங்கே?" என்று கேட்டான் ரவிவர்மன்.

"ஸ்ரீரங்கநாதன் அவனைக் காப்பாற்றி, அவனையும் அவன் மனைவியையும் அழைத்துப் போயிருக்கிறார்" என்றார் நம்பூதிரி.

ஏதோ யோசித்தபடி தன் சேனைகளைத் திரும்பிப் பார்த்தான் ரவிவர்மன்.

சேனைகள் அரண்மனை முழுவதிலும் தேடிவிட்டு வந்து 'மார்த்தாண்டவர்மன் இல்லை' என்பதைத் தெரிவித்தன.

ரவிவர்மன் நம்பூதிரியைப் பார்த்து, "மிக்க நன்றி; தங்களை எப்படி நடத்தவேண்டும் என்று விரும்புகிறீர்கள்?" என்று கேட்டான்.

அவர் தமது இரு கைகளையும் ஒன்றாக இணைத்து அவன் முன்னே நீட்டினார். "என் கைகளுக்கு விலங்கிடு" என்பது அதன் பொருள்.

"தம்பிரான் சுவாமிகள் போகலாம். பிறகு நாம் சாவகாசமாகச் சந்திக்கலாம்" என்றான் ரவிவர்மன்.

நம்பூதிரிகள் அதிர்ச்சியடையவும் இல்லை ஆச்சரியப்படவும் இல்லை. கைது செய்யப்பட்டால் எப்படி இருப்பாரோ அப்படியேதான் அப்போதும் இருந்தார்.

"நீங்கள் வணங்கும் ஸ்ரீமந் நாராயணன் மீது ஆணையாகவும், நான் வணங்கும் பகவதி அம்மன் மீது ஆணையாகவும் கூறுகிறேன். நீங்கள் போகலாம்" என்றான் ரவிவர்மன்.

அவர் தமது வலது கையை நீட்டினார்.

வீரனிடம் இருந்த குத்துவாளை வாங்கி அந்தக் கையில் வைத்தான் ரவிவர்மன்.

அந்தக் குத்துவாளை ஓங்கித் தன் மார்பை நோக்கிப் பாய்ச்சினார் நாராயண நம்பூதிரி.

பளிச்சென்று அவர் கையைப் பற்றிக் கொண்ட ரவிவர்மன், "நான் செய்யாத வேலையை நீங்கள் செய்யக் கூடாது!" என்றான்.

"கர்மத்தைச் செய்ய முடியாதவனும், தர்மத்தைக் காக்க முடியாதவனும் வாழ்வதில் அர்த்தமில்லை. என்னைவிடு!" என்றார் நாராயண நம்பூதிரி.

"இவ்வளவு நன்றியும் திறமையும் உள்ள உங்களைச் சாகும்படி விட நான் தயாராக இல்லை. உங்களைப் பாதுகாப்பதற்காகச் சிறை செய்கிறேன்" என்ற ரவிவர்மன் அவர் கையிலிருந்த குத்துவாளைப் பறித்துக் கொண்டான்.

இரண்டு சேனை வீரர்கள் நாராயண நம்பூதிரியின் இரண்டு பக்கங்களிலும் வந்து நின்றார்கள். அவர்கள் வழி காட்ட நாராயண நம்பூதிரிகள் நடந்தார்.

அவர் பல்லக்கில் ஏற்றப்பட்டார். நால்வர் அதைச் சுமந்தார்கள். அந்த இரண்டு வீரர்களோடு மேலும் சில வீரர்கள் பின்தொடர்ந்

தார்கள். அவர்கள் அவரைச் சிறைச்சாலைக்குக் கொண்டு போகவில்லை. நேராக நம்பூதிரிகள் சபைக் கட்டிடத்துக்கே கொண்டு போனார்கள்.

பல்லக்கில் இருந்து இறங்கிய நம்பூதிரிகள் உள்ளே நுழைந்தார். சபை மண்டபத்தில் இருந்த ஆயுதங்களை வீரர்கள் அப்புறப்படுத்தினார்கள். அங்கு இருந்த காவலாளிகளிடமிருந்த ஆயுதங்களையும் பறித்துக் கொண்டனர்.

"எப்போதும் போலவே தம்பிரான் சுவாமிகளுக்கு உபசாரங்கள் நடக்கட்டும்" என்று ஆணை பிறப்பித்தார்கள்.

நான்கு சேனை வீரர்கள் அங்கேயே நிற்க மற்றவர்கள் அரண்மனையை நோக்கி நடந்தார்கள்.

அரண்மனையில் ஒரே குதூகலம்.

கொங்கர் தளபதிகள் சிலரும், கூடல் தளபதி அரச மாணிக்கமும், நாற்படை முன்னோடிகளும் அரண்மனை மண்டபத்தில் வெற்றி விழாக் கொண்டாடினார்கள். விருந்து தயாராயிற்று.

வஞ்சியின் அரண்மனையில் ஒரு நூற்றாண்டுகள் இல்லாத வகையில் 'நறவு' (மது) பரிமாறப்பட்டது.

ரவிவர்மன் ஒன்றையும் தொடவில்லை. அதிகார வெறி ஒன்றைத் தவிர, மற்ற வகையில் அவனிடம் ஒரு கட்டுப்பாடு இருந்தது.

மாதவியும் மற்றும் சில பெண்களும் அந்த வீரர்களுக்குப் பரிமாறினார்கள்.

மாதவி நாட்டியமாடினாள். வீரர்களும் கூடவே ஆடினார்கள்.

அந்த நேரத்தில் சிங்காரச் சிலையாக யூஜியானாவும் அவள் தந்தை யோகோவாவும் அங்கே வந்து சேர்ந்தார்கள்.

எல்லையற்ற மகிழ்ச்சியில் திளைத்திருந்த ரவிவர்மன் அவளைத் தனியாக அழைத்துக் கொண்டு போனான். வெப்பம் மிகுந்த அரவணைப்பில் தன்னை மறந்தாள் யூஜியானா.

"உனக்கு எவ்வளவு தொல்லையைக் கொடுத்து விட்டேன்" என்றான் ரவிவர்மன்.

"இது உங்களுடைய ஜீவன். எந்தத் தொல்லையும் எனக்கு சம்மதமே" என்றாள் யூஜியானா.

"அங்கே யாரும் உன்னிடம் தவறாக நடக்கவில்லையே...?" என்று கேட்டான் ரவிவர்மன்.

"இல்லை. தளபதி அரசமாணிக்கம் மிகவும் உத்தமமானவர், என்னைப் பத்திரமாகக் காப்பாற்றினார்" என்றாள் யூஜியானா.

"நீ அந்த அறையில் இரு" என்று ஓர் அழகான பள்ளியறையைக் காட்டினான் ரவிவர்மன்.

அவள் உள்ளேபோய்க் கதவைத் தாளிட்டுக் கொண்டாள்.

மண்டபத்துக்குள் வந்த ரவிவர்மன் மயங்கிய நிலையில் கிடந்த அனைவருக்கும் உணவு பரிமாறச் செய்து, அவர்களை அவரவர் படை முகாம்களுக்கு அனுப்பினான்,

மறுநாள் காலையில் கொங்கு நாடும் பாண்டிய நாடும் சேரநாட்டிலிருந்து விடுதலை பெறும் ஓலையில் கைச்சாத்திடுவதாக வாக்குறுதி அளித்தான்.

மாதவியும் பிற பெண்களும் அவர்களுடனேயே சென்று விட்டார்கள்.

யூஜியானா இருந்த பள்ளியறைக்குத் திரும்பினான் ரவிவர்மன்.

அந்த நேரத்தில் அவன் குளித்தான். ஆடை மாற்றிக் கொண்டான். சேர மரபுப்படி யூஜியானாவுக்கு ஒரு வெள்ளை முண்டு வழங்கினான். நெற்றியில் பகவதியம்மனின் திருச்சூரணம் (குங்குமம்) அணிவித்தான். தனது கணையாழியை அவளது இடது கைவிரலில் அணிவித்தான்.

கைத்தாங்கலாக அவளைப் பஞ்சணையில் உட்கார வைத்தான். அவள் மேனி அழகு முழுவதையும் ரசித்தான். பொங்கிப் பூரித்து நின்ற அவள் பருவம் துடியாய்த் துடித்தது. கதகதப்பான அவனது

அணைப்பில் அவளது சரீரம் புல்லரித்தது. எத்தனை இரவுகள் ஏங்கிய பிறகு வந்தது அந்த முதலிரவு.

பூஜியானா இன்ப சாகரத்தில் நீந்தினாள். அவள் உள்ளமும் உடலும் சாந்தி பெற்றன.

நாராயண நம்பூதிரியும், ரவிவர்மனும் வாதாடிக் கொண்டிருந்தபோது ரவிவர்மனின் இல்லத்தில் தாவளி சகோதரிகளும் பத்மாவதியும் நிம்மதியின்றித் தவித்துக் கொண்டிருந்தனர்.

அப்போது கதவு தட்டப்பட்டது.

ரவிவர்மனை எதிர்பார்த்து ஓடிப்போய்க் கதவைத் திறந்தாள் சாலியூர்த் தாவளி. முழுக்கத் தங்களை மூடியபடி இரண்டு உருவங்கள் உள்ளே நுழைந்தன. அனைவரும் திகைத்தனர்.

வந்தவர்கள் மார்த்தாண்டவர்மனும் மெல்லிளங் கோதையும்!

தாவளி சகோதரிகளையும், பத்மாவதியையும் பார்த்துக் கைகூப்பியபடி "அடைக்கலம்" என்றாள் மெல்லிளங் கோதை.

அவள் கண்களிலிருந்து மாலை மாலையாகக் கண்ணீர் வடிந்தது.

அவள் மட்டுமா அழுதாள்?

அங்கிருந்த அத்தனைபேருமே அழுதார்கள்.

26. வனவாசம் நோக்கி...

அன்றைய இரவு முழுவதும் எப்படி வெற்றிக்களியாட்டத்தில் ரவிவர்மனும் பூஜியானாவும் தூங்கவில்லையோ அப்படியே அவனது வீட்டில் மார்த்தாண்டவர்மனும், மெல்லிளங்கோதை, பத்மாவதி, தாவளி சகோதரிகள் யாரும் தூங்கவில்லை.

ஜனனத்தில் சந்தோஷம் கொண்டாடும் ஒரு வீடும், மரணத்தில் துக்கம் கொண்டாடும் ஒரு வீடுமாகப் பூமி காட்சி யளிப்பதுபோலவே அந்த இரவில் வஞ்சி நகரம் காட்சியளித்தது.

பொழுது விடிந்தது.

வஞ்சி நகரத்து மக்களுக்கு என்ன நடந்தது என்பதே முழுவதும் புரியவில்லை. இரண்டு எல்லைப்புறங்களில் கொங்கர் படையும், கூடற்படையும் மகிழ்ச்சி கொண்டாடியதைப் பார்த்தவர்கள், போரில் சேரநாடு தோற்று விட்டதாகவே பேசிக்கொண்டார்கள்.

மார்த்தாண்டவர்மன் கொல்லப்பட்டுவிட்டதாகவும், ரவிவர்மன் சிறை செய்யப்பட்டு விட்டதாகவும் சிலர் பேசிக் கொண்டார்கள்.

'இது நாராயண நம்பூதிரியின் சூழ்ச்சி' என்று வேறு சிலர் பேசிக்கொண்டார்கள்.

மெதுமெதுவாகக் கதவைத் திறந்து வெளிவந்த மக்களிடையே வதந்திகள் விசுவரூபம் எடுத்தன.

ரவிவர்மனுக்கு ஆதரவானவர்கள், 'ரவிவர்மனால் நாடு பிழைத்துவிட்டது என்றும், 'கொங்கர், பாண்டியர், சேரர்களுக்கு நடுவே சமாதானம் ஏற்பட்டுவிட்டது' என்றும், 'ரவிவர்மன் இல்லை என்றால் என்னென்னவோ ஆகி இருக்கும்' என்றும் பேசத் தலைப்பட்டார்கள்.

கொஞ்சம் கொஞ்சமாக மார்த்தாண்டவர்மன் தலை மறைவாகிவிட்டதும், ரவிவர்மன் பட்டத்துக்கு வந்ததும் நாராயண நம்பூதிரி இல்லத்திலேயே சிறைப்படுத்தப் பட்டதும் அவர்களுக்குப் புரியத் தொடங்கின.

வணிக அங்காடிகள் திறக்க ஆரம்பித்தன.

வதந்திகளைக் கலைத்துக்கொண்டு அரண்மனை கோட்டை வாசலில் முரசு முழங்கிற்று.

'சேர நாட்டுக்கு வரவிருந்த ஆபத்து தடுக்கப்பட்டு விட்டதாகவும், 'கொங்கர் பாண்டியருக்கிடையே 'ரவி வர்மன் சமாதானம் செய்துவிட்டதாக'வும், மார்த்தாண்ட வர்மனை ரவிவர்மன் பத்திரமாக, வெளியேற்றி விட்டதாக'வும், 'நாராயண நம்பூதிரி சபைக் கட்டடத்திலேயே இருக்கிறார்' என்றும், 'சஞ்சலமின்றி மக்கள் நடமாடலாம்' என்றும், முரசறைபவன் முழங்கினான்.

மக்களுக்கொரு நிம்மதி.

பெரும்பாலான மக்கள் அரசு பீடத்தில் யார் இருக்கிறார்கள் என்பது பற்றிக் கவலைப்படுவதில்லை. தங்களது அன்றாட வாழ்க்கைக்கு இடையூறு இல்லாமல் இருந்தால் போதும் என்பதுதான் அவர்கள் நிலை.

சேர வம்சத்தில் அக்கறையுள்ள ஒரு பரம்பரையினர் மட்டுமே புதிய மாற்றங்கள் பற்றி வருந்தினார்கள்.

மார்த்தாண்டவர்மனைப் பற்றி பெருமிதப்படுவதற்கோ, புகழ்ந்துரை செய்வதற்கோ அவனது குறுகிய ஆட்சிக் காலத்தில் ஏதும் நடக்கவில்லையாதலால் அவன் எங்கிருக்கிறான் என்பது

பற்றிப் பெரும்பாலோர் கவலைப்படவில்லை. அந்தக் குறுகிய காலத்தில் ரவிவர்மனைப் பற்றிப் பெரிய நினைவுகள், அவன் செய்த சாகசங்கள் மூலம் ஏற்பட்டிருந்ததால், பலர் குதூகலத்தோடு அவனது வெற்றியைக் கொண்டாடினார்கள்.

பொழுது விடிந்ததிலிருந்து வஞ்சி மக்களின் நிலை இது. அரண்மனையில்...

தனது வெற்றியையும், யூஜியானாவுடன் தனது முதல் இரவையும் கொண்டாடிய ரவிவர்மன் காலையில் சுறுசுறுப்படைந்தான்.

அவனுக்கு முன்பாகவே யூஜியானா எழுந்து குளித்துப் பட்டத்து ராணிபோல் காட்சியளித்தாள்.

அரண்மனைச் சேவகர்கள் பலர்-சாலை ஊழியத்துக்கு வந்தவர்கள் கைகளைக் கட்டியபடி தங்களை அறிமுகப்படுத்திக் கொண்டார்கள். அவர்களில் பலர் ஏற்கெனவே அறிமுகமானவர் களாக இருந்தும் தங்களை அறிமுகப்படுத்திக் கொண்டதற்குக் காரணம், அது ஒரு விசுவாசப் பிரமாணம்.

அப்பொழுது ரவிவர்மனுக்கு மந்திரிப் பிரதானிகள் யாரும் தேவைப்படவில்லை. பதவிக்கு வந்த உடனே நோயாளிகூடச் சுறுசுறுப்பாக இறங்குவானல்லவா!

அவன் இரண்டு வகையான ஓலைகள் தயார் செய்தான். ஒன்று, கொங்கு நாடு பற்றியது; இன்னொன்று, பாண்டிய நாடு பற்றியது.

'சேரநாட்டுக்குக் கப்பம் கட்டுவதிலிருந்து இரண்டு நாடுகளும் விடுதலை பெற்றுவிட்டதாக' அந்த ஓலைகளில் அவன் கைச்சாத்திட்டான்.

கொங்கு மன்னன் கவுடதேவனுக்கும், கூடல் மன்னன் சடையவர்ம பாண்டியனுக்கும் நன்றி தெரிவித்துத் தனித்தனியே ஓலைகள் எழுதினான்.

கொங்கர் தளபதிகளையும், கூடல் தளபதிகளையும் வரவழைத்தான். வைரம் இழைக்கப்பட்ட இரண்டு தங்கப் பேழைகளில் சேரநாட்டு யானைத் தந்தங்களை அவர்களுக்குப் பரிசளித்தான்.

கொங்கு மன்னன் கவுடதேவனுக்கு நாட்டியக்காரி மாதவியையும், அவளது உறவுப் பெண்கள் பதினாறு பேரையும் பரிசாகக் கொடுத்தான்.

மதுரை அங்கயற்கண்ணிக்குச் சாத்துவதற்காக ஏழாயிரம் வைரங்கள் இழைக்கப்பட்ட அணிகலன் ஒன்றைச் சடையவர்ம பாண்டியனுக்குப் பரிசாக அனுப்பினான்.

அனைத்தையும் பெற்றுக் கொண்ட இரு நாட்டுப் படைகளும் தளபதிகளும் தங்கள் பாசறைகளைக் காலி செய்து கொண்டு புறப்பட்ட காட்சியை வஞ்சி மக்கள் கூடி நின்று வேடிக்கை பார்த்தனர்.

அத்தனை காரியங்களையும் முடித்த ரவிவர்மன் அரண்மனைச் சுவர்ப் பெட்டகத்தைத் திறந்தான். அலங்கரிக்கப்பட்ட அந்தப் பெட்டகத்துக்குள்ளேதான் மார்த்தாண்டவர்மனின் மணிமகுடம் இருந்தது. அந்த மகுடத்தை அவன் எடுப்பதற்கு முன்னாலே

இரண்டு மெல்லிய கைகள் எடுத்துவிட்டன. திரும்பிப் பார்த்த போது யூஜியானா நின்றாள்.

அவள் சிரித்துக்கொண்டே, அந்த மகுடத்தை அவன் தலையில் அணிவித்தாள்.

இங்கே இது நடந்து கொண்டிருக்கும்போது ரவிவர்மன் வீட்டில்...

எல்லோருமே பீதியடைந்தவர்கள் போல் காணப்பட்டார்கள்.

மாடத்தில் இருந்த ஓர் அறையில் மார்த்தாண்ட வர்மனும், மெல்லிளங்கோதையும் சிறைப்பட்டவர்கள் போல் இருந்தார்கள். நகரத்தைவிட்டு அவர்களைக் கடத்தி அகஸ்தீசுவரம் காட்டிலிருந்த ஓர் ஆசிரமத்துக்கு அனுப்புவதற்கு நாராயண நம்பூதிரி திட்டமிட்டிருந்தார். அந்த ஏற்பாடுகள் பூர்த்தியாவதற்கு முன்பே அரண்மனை வளைக்கப்பட்டுவிட்டதால் வேறு எங்காவது தலை மறைவாக இருக்கும்படி சுரங்கப் பாதை வழியாக அவர்களை அனுப்பி வைத்திருந்தார். அவர்கள் நம்பக்கூடிய இடமாக ரவிவர்மன் வீடு ஒன்றுதான் இருந்தது. அன்றியும் ரவிவர்மன் சந்தேகப்படமுடியாத இடமும் அதுதான். ஆகவே, அவர்கள் அங்கு வந்து சேர்ந்திருந்தார்கள்.

எந்த ரதத்தில் எப்படிப் போவது என்று புரியாத நிலையில், அங்கே சிறைப்பட்டுக் கிடந்தார்கள்.

இல்லத்திலிருந்த ஒவ்வோர் ஊழியனைக் கண்டும் தாவளி சகோதரிகள் பயந்து கொண்டிருந்தார்கள். ஆனால் பத்மாவதி பயந்தவளாக இல்லை.

"யார் மூலம் ரதம் கொண்டு வருவது? யார் அந்த ரதத்தை ஓட்டிச் செல்வது?" என்று யோசித்தாள்.

மெதுவாகக் கதவைத் தட்டி, தம்பி மார்த்தாண்டவர்மனிடமே அந்தக் கேள்வியைக் கேட்டாள். அவன் நம்பிக்கையோடு நினைவுபடுத்திச் சொன்ன பெயர் 'அங்கதன்' பெயராகும்.

அங்கதனை அழைத்துவர யாரை அனுப்புவது?

அந்த யோசனையில் ஆழ்ந்தாள்.

அந்த நேரத்தில் வெளியிலே ரவிவர்மனின் ரதம் வந்து நின்றது.

ரவிவர்மனைக் கண்டதும் எல்லோருமே பேயடித்த நிலையில் நின்றார்கள்.

மாடத்து அறையில் கதவைத் தாளிட்டபடி மூச்சு விடக் கூடப் பயந்தவர்களாக மார்த்தாண்டவர்மனும், மெல்லிளங்கோதையும் நடுங்கிக் கிடந்தார்கள்.

தலைகுனிந்தவண்ணம் மாடத்திலிருந்து இறங்கி வந்தாள் பத்மாவதி.

வெற்றிக் களிப்போடு அனைவரையும் பார்த்தான் ரவிவர்மன். ஆனால் யாரும் அந்த வெற்றியைக் கொண்டாடுவதாக அவனுக்குத் தோன்றவில்லை.

வஞ்சியின் மன்னன் வீடு வளமிழந்து கிடக்கிறது- ரவிவர்மன் அப்படி நினைத்தான். ஆனால் வஞ்சியின் முறையான மன்னனே வளமிழந்து அதே வீட்டு மாடத்திலேதான் இருந்தான்.

யாரும் ரவிவர்மனிடம் எதையும் கேட்டகவில்லை. அவனும் எந்தப் பீடிகை போட்டும் ஆரம்பிக்கவில்லை. "இரத்தபந்தம் எனக்கும் இருக்கிறது" என்றான்.

"மார்த்தாண்டவர்மனை நான் கொன்று விடவில்லை. அவன் எங்கிருந்தாலும் நன்றாக இருக்கட்டும்" என்றான்.

"இந்தப் போட்டியில் நான் இறந்து போயிருந்தால் நீங்கள் மகிழ்ச்சியடைவீர்கள் போலிருக்கிறது" என்றான்.

"ஏறக்குறைய அமங்கலி போலவேதான் பத்மாவதி காட்சியளிக்கிறாள்" என்றான்.

"அரண்மனையில் வந்து வாழ நீங்கள் விரும்புகிறீர்களா இல்லையா?" என்று கேட்டான்.

அதற்கும் அவர்கள் பதில் பேசவில்லை.

"நான் வருகின்ற வழியெல்லாம் மக்கள் கூடி நின்று வாழ்த்தினார்கள்.

எனது இல்லம்தான் துக்கம் கொண்டாடிக் கொண்டிருக்கிறது!'' என்றான்.

வரும்போதே யூஜியானாவை அவள் வீட்டுக்கு அனுப்பி விட்டு, மார்த்தாண்டவர்மன் தப்பிவிடாதபடி எல்லா எல்லைகளிலும் காவல் போட்டுவிட்டு, தனது சகோதரிகளையும் பத்மாவதியையும் அரண்மனைக்கு அழைத்துப் போகத்தான் வந்திருந்தான்.

அவர்கள் எல்லோரும் ஊமைகள்போல் நிற்பது கண்டு அவனுக்கு ஆத்திரம் வந்தது.

''ரதங்களில் ஏறுங்கள்'' என்று கூச்சலிட்டான்.

எல்லோரும் நடுங்கியபடியே தங்கள் ஆடை அணிமணிகளை எடுக்கத் தொடங்கினார்கள். சுமார் ஆறு ரதங்கள் அவர்களுக்கு வெளியிலே காத்து நின்றன. எல்லோரும் தங்கள் உடைமை களோடு ரதங்களுக்குச் சென்ற போது மெதுவாகச் சாலியூர்த் தாவளி ரவிவர்மன் அருகிலே வந்தாள்.

''தம்பி! இல்லத்தை முழுதும் ஒழுங்குபடுத்திவிட்டு நாளை நான் வருகிறேன்'' என்றாள்.

''ம்'' என்று சொன்ன ரவிவர்மன் அடிமைகளுக்கு வழிகாட்டுவது போல் அவர்களனைவருக்கும் வழி காட்டினான்.

சாலியூர்த் தாவளியைத் தவிர, மற்ற அனைவரும் ரதங்களில் ஏறி அமர்ந்தனர்.

என்ன கருணையோ, பத்மாவதியைத் தன் ரதத்தில் ஏற்றிக்கொண்டான் ரவிவர்மன்.

ரதத்தில் ஏறியதும் தேரோட்டியைப் பார்த்து ரவிவர்மன், ''அங்கதா, எங்களை அரண்மனையில் இறக்கிவிட்டு நீ திரும்பி வந்து இங்கேயே நின்றுகொள். எனது சகோதரிக்குத் தேவையானால், இந்த ரதத்தை எடுத்துக் கொண்டுபோ!'' என்றான்.

ரதத்தை ஓட்டுகின்றவன்தான் அங்கதனா? அவனையா திரும்பி இந்த இல்லத்துக்கு வரச் சொல்கிறான்?

பகவதி அம்மனே மார்த்தாண்டவர்மனுக்குக் கருணை காட்டுவதுபோல் பத்மாவதிக்குத் தோன்றியது.

'ஆனால் இவன்தான் அங்கதன் என்று சாலியூர்த் தாவளிக்குத் தெரியாதே! மார்த்தாண்டவர்மன் அங்கிருப்பது அங்கதனுக்கும் தெரியாதே! பகவதி அம்மா, இந்த வாய்ப்பு நழுவிவிடக்கூடாதே'- நெஞ்சு படபடக்கப் பகவதியம்மனை வேண்டிக்கொண்டாள் பத்மாவதி.

''அங்கதனிடம் துணிந்து விஷயத்தைச் சொல்லலாம் அவ்வளவு நம்பிக்கையானவன்'' என்று தம்பி மார்த்தாண்ட வர்மன் கூறியிருக்கிறான்; ஆனால் எப்படிச் சொல்வது?

அரண்மனை சென்று இறங்கியதும் தானும் உள்ளே வரும்வரையில் தன் நாயகனும் வெளியே நின்று கொண்டிருந்தால்...?

அவள் சிந்தித்து முடிப்பதற்குள், ரதம் அரண்மனை வந்து சேர்ந்தது.

மூத்த தாவளி, இளைய தாவளி, மூரின்னூர் தாவளி, பள்ளி விருத்தித் தாவளி ஆகிய நால்வரும் தங்கள் பொருள்களை எடுத்துக் கொண்டிருக்கும் போது, ரவிவர்மன் கீழே இறங்கிப் பத்மாவதியை உள்ளே அழைத்தான்.

பத்மாவதி எதையோ தவறவிட்டவள்போல் ரதத்திலே தேடிக்கொண்டிருந்தாள்.

''என்ன தவறிற்று? ஏதாவதுஅபசகுனமா?'' என்றான் ரவிவர்மன்.

''இல்லை... கணையாழியைக் காணவில்லை'' என்று இழுத்தாள் பத்மாவதி.

''நல்லது. அங்கதனிடம் சொல்லியனுப்பு'' என்றான் ரவிவர்மன்.

''அது மணநாள் கணையாழி. நானே போய்...'' என்று நடுங்கியபடி கூறினாள் பத்மாவதி.

"போ, போ!" என்று சொல்லிவிட்டு உள்ளே சென்றான் ரவிவர்மன்.

தாவளி சகோதரிகளும் உள்ளே சென்றார்கள்.

பத்மாவதிக்கு உயிர் வந்தது.

ரதத்தில் ஏறி அமர்ந்தாள்.

ரதம் போய்க்கொண்டிருக்கும்போதே அங்கதனிடம் கூறினாள்; "அங்கதா, உன்னைப்பற்றி மாமாவும் சொல்லியிருக்கிறார். தம்பி மார்த்தாண்டவர்மனும் சொல்லியிருக்கிறான். உன்னிடம் இரகசியத்தைச் சொல்லி விடுகிறேன். தம்பி மார்த்தாண்ட வர்மனும், மெல்லிளங்கோதையும் எங்கள் இல்லத்தில் இருக்கிறார்கள்."

திடீரென்று ரதம் நின்றது.

அங்கதன் திரும்பிப் பத்மாவதியைப் பார்த்தான். அவன் கண்களிலிருந்து பொலபொலவென்று கண்ணீர் வடிந்தது. விம்மி விம்மி அழுதான். நன்றிமிக்க அந்த ஊழியன் அடக்கி வைத்திருந்த துயரங்களெல்லாம் ஆறாகப் பெருகின.

பத்மாவதியின் கண்களும் கண்ணீர் வடித்தன.

"ரதம் போகட்டும்; எல்லோரும் பார்க்கிறார்கள்" என்றாள் பத்மாவதி.

எப்படியாவது மார்த்தாண்டவர்மனை எல்லை கடந்து கொண்டுபோவதற்கு அவன்தான் துணை புரிய வேண்டும் என்று கேட்டுக்கொண்ட போது, ரதம் இல்லத்தின் வாசலில் வந்து நின்றது.

தாழிடப்பட்ட கதவை அவள் தட்டியபோது தயங்கியபடியே திறந்தாள் சாலியூர்த் தாவளி.

மார்த்தாண்டவர்மனும் மெல்லிளங்கோதையும் மாடத்தி லிருந்து மெதுவாக எட்டிப்பார்த்து திரும்பி வந்திருப்பது பத்மாவதி தான் என்பதை அறிந்து கொண்டார்கள்.

பின்னாலேயே அங்கதனும் உள்ளே நுழைந்தான்.

கதவைத் தாழிட்டாள் பத்மாவதி.

அங்கதனைக் கண்டதும் மாடத்திலிருந்து இறங்கி வந்தான் மார்த்தாண்டவர்மன்.

மார்த்தாண்டவர்மனைக் கண்டதும் அவன் கால்களில் வீழ்ந்து கதறி அழுதான் அங்கதன்.

தன் ரதத்தைத் திருப்பி அனுப்புவதாகவும், பத்திரமாக எல்லை கடந்து போய்விடும்படியும் கூறி ஏற்பாடுகளைச் செய்துவிட்டு, அதே ரதத்தில் அரண்மனையில் வந்து இறங்கிக்கொண்டாள் பத்மாவதி.

அங்கதன் திரும்ப இல்லம் வந்து சேர்ந்தபோது, சாலியூர்த் தாவளி, மார்த்தாண்டவர்மன், மெல்லிளங்கோதை மூவரும் புறப்படத் தயாராக இருந்தார்கள்.

ரதத்துக்குத் திரையிட்டு உட்புறத்தில் மார்த்தாண்ட வர்மனையும் மெல்லிளங்கோதையையும் அமர்த்தி, முன் புறத்தில் அமர்ந்து கொண்டாள் சாலியூர்த் தாவளி.

ரதம் அகஸ்தீசுவரம் நோக்கிப் புறப்பட்டது.

அகஸ்தீசுவரம் காட்டிலுள்ள ஆசிரமம் பற்றி ஏற்கெனவே நாராயண நம்பூதிரி மார்த்தாண்டவர்மனிடம் கூறியிருந்தார்.

வஞ்சி நகரத்தின் எல்லையில் ஒவ்வொரு ரதத்தையும் சோதித்து அனுப்பிக் கொண்டிருந்தார்கள் ரவிவர்மன் வீரர்கள்.

அங்கதன் ஓட்டிய ரதம் அங்கே வந்து நின்றது.

முன்னால் சாலியூர்த் தாவளியைப் பார்த்ததும் சில வீரர்கள் சோதனை போடத் தயங்கினார்கள். ஆனால், ஒரு வீரன் மட்டும், 'மன்னிக்க வேண்டும். எல்லா ரதங்களையும் சோதனையிடும்படி மகாராஜா ரவிவர்மனின் கட்டளை'' என்றான்.

சாலியூர்த் தாவளிக்கு உயிரே நின்றுவிடும்போல் தோன்றியது.

27. பிரிவினும் சுடுமோ பெருங்காடு

அந்த நிலையிலும் சாலியூர்த் தாவளி விழிப்படைந்தாள்; தைரியமடைந்தாள். இக்கட்டான நேரங்களில் பெண்ணுக்கு வருகின்ற துணிச்சல், சிங்கத்துக்குக்கூட வராது.

சகோதரிகளிடம் மட்டுமே அதிகம் பேசிய சாலியூர்த் தாவளி, அந்த வீரனைப் பார்த்து, "நான் யார் தெரிகிறதா" என்றாள்.

வீரன் மௌனமாக நின்றான்.

"ரதத்திலே பருவம் அடைந்த பெண்கள் இருக்கிறார்கள். அவர்களை யாரும் பார்க்க முடியாது!" என்றாள்.

உடனே சில வீரர்கள் மற்ற வீரர்களை விலக்கி ரதத்துக்கு வழிவிட்டனர்.

"நடக்கட்டும்" என்றாள் சாலியூர்த் தாவளி.

ரதம் நடக்கவில்லை; பறந்தது.

சிறிது தூரம் சென்றதும் திரைச் சீலையை விலக்கிக் கொண்டு எட்டிப்பார்த்த மார்த்தாண்டவர்மன் ஈனக் குரலில் "அங்கதா" என்றான்.

"மகாராஜா!"

"நான் இப்பொழுது மகாராஜா இல்லை; ஓர் அநாதை; கதியற்றவன்: என்னை நீ பெயர் சொல்லியே அழைக்கலாம்."

அங்கதன் கண்கள் குளமாயின.

"ஸ்ரீரங்கத்தில் என் தந்தையைப் பார்த்தாயா? அந்தச் செய்தியை நீ எனக்குச் சொல்லவேயில்லையே!"

"பார்த்தேன்; ஓலையைக் கொடுத்தேன். வாங்கி இடுப்பில் செருகிக்கொண்டார். எதையும் என்னிடம் கூறவில்லை. நேரே வஞ்சிக்குத்தான் வருவார் என்று நினைத்தேன். வரவில்லை."

"வஞ்சிக்கும் மனிதர்களைப் பார்க்க அஞ்சியே அவர் வஞ்சிக்கு வரவில்லை. அவர் இருக்கும் இடம் தெரிந்தால் நாங்களே போய்ப் பார்க்கலாம், ஆனால் அன்பு மகன் அநாதையாக வருவதைப் பார்த்தால் அவர் ஆவி நிலைக்காது. இனி இந்தச் செய்தியைக் கேட்டாலே அவர் உயிரோடிருக்கமாட்டார். மகுடம் தாங்கும் வாய்ப்பை இழந்த மகனுக்குத் தந்தையின் மரண தரிசனம்கூடக் கிடைக்காமற் போய்விடும் போலிருக்கிறது. எங்கள் துயரங்கள்

எங்களுடனேயே இருக்கட்டும். நாடிழந்து வீடிழந்து நல்லோரையும் பிரிந்து காடு செல்லும் எங்களைப் பற்றிய செய்தி என் தந்தைக்கு எட்டவே வேண்டாம்.''

அங்கதன் மௌனியானான்.

சாலியூர்த் தாவளி தன்னை மறந்த நிலையில் கண்ணீர் வடித்து, தலைகுனிந்தபடி அமர்ந்திருந்தாள்;

ரதத்தை இழுத்துச் சென்ற புரவிகளும் அவர்கள் துயரத்தில் பங்கு கொள்வதுபோல் மெதுவாக நடை போடத் தொடங்கின.

சிறிது நேரம்வரை யாரும் பேசவில்லை. குதிரைகளின் குளம்படி ஓசை மட்டும் கேட்டுக் கொண்டிருந்தது.

கிராமியக் குரலில் கொடுந் தமிழில் தாலாட்டுப் பாடுவதுபோல் அங்கதன் பாடத் தொடங்கினான்.

ஸ்ரீராமச்சந்திர மூர்த்தி காட்டுக்குப் புறப்பட்டுக் கொண்டிருக் கிறார். தந்தையின் முகத்தைக்கூட அவர் காணவில்லை.

ஓங்கியடிக்கும் காற்றிலே அந்த விளக்கு அணையவிருந்தது.

அதைத் தாங்கிக் கொள்ளும் மனோதிடம் ஸ்ரீராமச்சந்திர மூர்த்திக்கு இருந்தது.

அயோத்தி அரண்மனையில் பசுக்கள் அழுதன; கன்றுகள் அழுதன; பாவையர் அழுதனர்; ஏழையர் அழுதனர்.

ஆனால் உரிமையோடு அழவேண்டிய பறவையோ பறந்து போய்விட்டது.

ஸ்ரீராமச்சந்திரமூர்த்தி சீதாதேவியிடம் வந்தார்.

"சீதா, நான் வனவாசம் செல்கிறேன். பதினான்கு ஆண்டுகளை பதினான்கு நாட்களாகக் கழித்துவிட்டு நான் திரும்பி வந்து விடுவேன். அதுவரையில் இந்த அரண்மனையில் உனக்கு எந்தக் குறையும் இராது" என்றார்.

அதுவரையில் அழாமல் இருந்த ஜனக குமாரி விம்மி விம்மி அழுதாள். "ஏன் சீதா அழுகிறாய்?" என்று கேட்டார் ஸ்ரீராமபிரான்.

"எனது நாயகன் நாடிழந்தான் என்றோ, காடு செல்கிறான் என்றோ நான் அழவில்லை. 'நீ கவலைப் படாதே நான் போய் வருகிறேன்' என்றானே, அந்த ஒரு சொல்லுக்காகவே அழுகிறேன்" என்றாள் ஜானகி.

"உனது மெல்லிய மேனிக்கு வனவாசம் ஏற்றதல்லவே, சீதா!" என்றார் ஸ்ரீராமபிரான்.

"உங்கள் பிரிவைவிடக் கொடியதா வனவாசம்" என்றாள் ஜானகி.

"காட்டிலே கொடிய மிருகங்கள் இருக்குமே" என்று கேட்டார் ராமபிரான்.

"இந்த அரண்மனையில் இருப்பதை விடவா...!" என்றாள் சீதா.

"என்னை மணந்து கொண்ட தனால்தானே உனக்கு இந்தத் துயரம்!" என்று கலங்கினார், ராமபிரான்.

'வேறு எவரை மணந்திருந்தாலும் திருமணமே

துயரமாகி இருக்குமே!' என்றாள் சீதா.

'மலர் கல்லிலே உறங்க முடியாது சீதா' என்றான் ராமபிரான்.

'மரத்தைவிட்டு நிழல் பிரியமுடியாதே பெருமானே!' என்றாள் சீதா.

அம்பிகை மூர்த்தியை விட்டு அகல மறுத்தாள்.

ஆதிநாயகம் ஒரு பெருமூச்சு விட்டான்.

உயிருக்குயிரான சகோதரன் கண்ணீர்விட்டு ரதத்தின் முன் பகுதியில் நிற்க, சலனமற்ற நிலையில் ஜானகியும் ராமனும் ரதத்தில் ஏறி அமர்ந்தார்கள்.

அந்த ரதம் தண்டகாரண்யத்தை நோக்கிப் புறப்பட்டது.

நீண்ட நாட்களுக்குப் பிறகு அப்படி ஒரு ரதம் அகஸ்தீசுவரம் காடுகளை நோக்கிச் சென்று கொண்டிருக்கிறது.

அங்கதன் பாடிக்கொண்டே இருக்கும்போது, மூடப்பட்ட திரைச்சீலைகளுக்கு நடுவே மார்த்தாண்ட வர்மனின் மார்பில் முகம் புதைந்து கிடந்தாள் மெல்லிளங் கோதை. அந்த ஆறுதல் அரவணைப்பில் துயரங்களும் ஓரளவு குறைந்திருந்தன.

இது அகஸ்தீசுவரம் காடு.

சாலைகளே இல்லாத அந்தக் காட்டில் சில வண்டிகள் சென்ற தடங்கள் மட்டுமே இருந்தன.

எவரும் விதையிடாமலும், தண்ணீர் வார்க்காமலும் இயற்கையாகவே முளைத்த மரங்கள், அனுமதி இல்லாமலே அவற்றின் மீது படர்ந்து வளைந்து கிடந்த கொடிகள்.

பறிப்பாரில்லாததால் பூமி எங்கும் உதிர்ந்து காய்ந்து கிடந்த கனிகள் சருகுகள்.

இடிப்பாரில்லாததால் மலையளவு ஓங்கி வளர்ந்த புற்றுகள்.

தூரெடுப்பார் இல்லாததால் சேறு நிரம்பிக் கிடந்த குட்டைகள்.

பிடிப்பாரில்லாததால் அவற்றில் பல்கிக் கிடந்த மீன்கள்.

தடுப்பாரில்லாததால் அவற்றைக் கொத்தக் கூட்டமாக வரும் நாரைகள்.

தூரத்தில் கம்பீரமான மேற்குத் தொடர்ச்சி மலையை முத்தமிட்டபடி விளையாடிக் கொண்டிருக்கும் மேகங்கள்.

மழைக்கால வெள்ளத்தில் அடிக்கடி திசைமாறும் காட்டாறுகள்.

ஆங்காங்கு காட்டுமரங்களை வெட்டிக் குடிசை போட்டபடி நாட்டு மக்களின் தொடர்பில்லாமல் வாழ்ந்த வேட்டுவக் குடிமக்கள்.

வரி கேட்போரும், வரி செலுத்துவோரும் இல்லாத அந்த சாம்ராஜ்யத்தின் சங்கீத விற்பன்னனாகத் திகழ்ந்தது மூங்கில் புதர்களில் மோதும் இளங்காற்று.

அரங்கமில்லாமலே நடமிடும் அழகுப் பாவையராகத் திகழ்ந்தன தோகைகள்.

பத்தாயிரம் வெற்றிலைகள் கொத்தாகப் பறப்பன போல் கூட்டம் கூட்டமாகப் பறந்து திரிந்தன கிள்ளைகள்.

புதர்களின் ஓரங்களில் குட்டிகளுக்குப் பால் கொடுத்தபடி தாய்மையை வெளிப்படுத்தின மான்கள்.

அச்சமில்லை என்றாலும் கொலைகாரர்கள் பற்றிய நினைவோடு பிறந்துவிட்ட காரணத்தால் புதர்களுக்கிடையில் பதுங்கிக் கிடந்தன முயல்கள்.

கட்டிக் காக்க முடியாத பெருஞ்செல்வத்தை அடைந்து என்ன செய்வது என்று திகைக்கும் செல்வந்தனைப் போல் விழுங்க முடியாத பெரிய எலிகளை விழுங்கிவிட்டு ஜீரணிக்க முடியாமல் திணறிக்கொண்டிருந்தன பாம்புகள்.

கண், காது, எல்லாம் இருந்தும் மனிதனின் கண்ணுக்குத் தெரியாத அளவு சிறிய பூச்சிகள்.

ஒழுங்குபடுத்தப்படாத இறைவனின் சிருஷ்டியால் உலகம் எவ்வளவு நிம்மதியாக இருக்கும் என்பதற்கு அடையாளம் அந்த வனம்.

நந்தவனத்தை மனிதன் பரிபாலிக்கிறான்! அந்த வனத்தை இறைவன் பரிபாலிக்கிறான்.

பாம்புகள்கூட ஆளைப் பார்த்தே கடிக்கும். அந்த வனம், வஞ்சியைவிட மரியாதைக்குரியதாகத் தோன்றிற்று மெல்லிளங் கோதைக்கு.

காட்டின் வழியே மேடு பள்ளங்களில் ரதம் ஏறி இறங்குவதை மெல்லிளங்கோதை வெகுவாக ரசித்தாள்.

கூடுகளில் இருந்த பறவைகளை வெளிவரச் செய்வதற்காக ஊளை இடுவதுபோல் வேட்டுவர்கள் எழுப்பிய குரல் அவள் காதுகளுக்குக் கேட்டது.

''குக்கூ... குக்கூ'' என்று கூட்டமாகப் பாடும் குயிலோசையும் எழுந்தது.

அந்திபடும் நேரமாதலின் மங்கிய இயற்கை வெளிச்சத்தில் அந்தக் காடும் காற்றும், அவர்களுக்கு இதம் அளித்தன.

'திருவேங்கடத்தான் ஸ்ரீவல்லபன்' என்ற மகாமுனிவர் தம் சீடர்களோடு வாழ்ந்த ஆசிரமத்தை நோக்கி ரதம் சென்று கொண்டிருந்தது.

அந்தி நேர பூஜையின் மணியோசை கேட்டது.

''ஓம் நமோ நாராயணா'' என்ற குரல் உறுதியாகவும் கம்பீரமாகவும் ஒலித்தது.

அரண்மனை நாயகன் ஆசிரமம் நோக்கி வருவதைத் தூதர் மூலம் ஸ்ரீவல்லபர் அறியமாட்டார். அவர் கண்களை மூடித் தியானத்தில் ஆழ்ந்திருந்தார். பின்பக்கம் சீடர்கள் கை கட்டியபடி நின்றுகொண்டிருந்தனர். அகல் விளக்குகள் வரிசையாக எரிந்து கொண்டிருந்தன.

அங்கதன் தேரை நிறுத்த மூவரும் இறங்கினார்கள்.

மகா முனிவர் ஸ்ரீவல்லபர் மௌன ஞானியாய் இருப்பதைக் கண்டதும் கை கட்டியபடி அங்கேயே நின்றனர்.

பூஜையை முடித்து ஸ்ரீவல்லபர் திரும்பிப் பார்த்தார். அவர்கள் அவர் காலில் விழுந்து வணங்கினார்கள்.

"அரசன் ஒருவன் ஆசிரமம் நோக்கி வருவதைத் திருவேங்கட நாயகன் எனக்குக் கனவில் உரைத்தான். அவனது சாந்திக்காகவே இந்த அந்திநேர பூஜையை நான் நடத்திக் கொண்டிருந்தேன்" என்றார் ஸ்ரீவல்லபர்.

கண்ணீர் வடித்தபடி, "நான் வஞ்சியின் வாரிசு. மார்த் தாண்டவர்மன். தம்பிரான் சுவாமிகள் எனக்கிட்ட கட்டளை தங்களைப் பார்க்கும்படி" என்றான் மார்த்தாண்டவர்மன்.

"அறிவேன்" என்றார் ஸ்ரீவல்லபர்.

"இவள் என் மனைவி மெல்லிளங்கோதை" என்றான் மார்த்தாண்டவர்மன்.

"அறிவேன்" என்றார் ஸ்ரீவல்லபர்.

"நான்..." என்று இழுத்தாள், சாலியூர்த் தாவளி.

"அறிவேன்" என்றார் ஸ்ரீவல்லபர்.

அவர் உரைத்த பாணியிலிருந்து அதற்குமேல் சொல்ல வேண்டியதில்லை என்பது போலிருந்தது.

"மணிமகுடங்கள் மனிதர்களால் செய்யப்படுகின்றன. ஆகவே, அவை எந்த சிரசுக்கும் பொருந்தக்கூடியவையே! ஒரே சிரசில் அவை அமர்ந்திருந்தால், சிருஷ்டி நாயகனின் இயக்கம் புரியாமல் போய்விடும். காலங்களே சிரசுகளை நிர்ணயிக்கின்றன. நீங்கள் அடுத்த குடிலில் ஓய்வெடுத்துக் கொள்ளுங்கள்" என்றார் ஸ்ரீவல்லபர்.

மார்த்தாண்டவர்மனும் மெல்லிளங்கோதையும், சாலியூர்த் தாவளியும் ஒரு சீடனால் அழைத்துச் செல்லப் பட்டார்கள்.

அவர்கள் ஆசிரமத்தை விட்டு வெளியேறியபோது, 'ஓம் நமோ நாராயணா' என்ற ஸ்ரீவல்லபரின் குரல் கேட்டது.

பல அர்த்தங்களைக் கொண்ட பெருமூச்சோடு எழுந்த அந்தக் குரல் தந்தை குலசேகர ஆழ்வாரின் குரல் போலவே மார்த்தாண்டவர்மனுக்குக் கேட்டது.

இப்போது அவரும் துறவி, தானும் துறவி என்பது போல் அவனுக்குத் தோன்றிற்று.

பக்கத்துக் குடிலில் அவர்கள் நுழைந்தபோது ஒரு புதிய அனுபவ அரங்குக்குள் நுழைவது போலிருந்தது.

அங்கே ஒரு கோரைப் பாய் விரிக்கப்பட்டிருந்தது. இரண்டு அகல் விளக்குகள் எரிந்து கொண்டிருந்தன.

இரண்டே அகல் விளக்குகள்.

அரண்மனையில் எரியமுடியாத மணி விளக்குகள் இப்போது ஆசிரமத்தில் அகல் விளக்குகள்.

அங்கே மூங்கிலினால் வனையப்பட்ட சிறிய கூடையில், நடுவிலே, தாமரை இலை போடப்பட்டு, வேகவைத்த அவல் வைக்கப்பட்டிருந்தது. அதன்மேல் தேங்காய்ப்பூ தூவப் பட்டிருந்தது. பக்கத்தில் ஒரு சிறுமண் கலயத்தில் பால் வைக்கப்பட்டிருந்தது.

ராஜபோகத்துக்கும் துறவறத்திற்கும் இடையே உள்ள மகத்தான இடைவெளிக்குக் கட்டியம் கூறியபடி அவை காட்சியளித்தன.

அவர்களது ஆடைகளை உள்ளே கொண்டு வந்துவைத்த அங்கதன், அங்கே வறுமையின் கம்பீரத்தைக் கண்டு மனம் உருகிவிட்டான். ஆனால் அந்தச் சூழ்நிலைக்குத் தயாராகி விட்டவர்கள் போல் மார்த்தாண்டவர்மனும் மெல்லிளங் கோதையும் காட்சியளித்தார்கள்.

"இருட்டிலே நீங்கள் போகவேண்டுமே புறப்படுங்கள்" என்றாள் மெல்லிளங்கோதை, சாலியூர்த் தாவளியைப் பார்த்து.

சாலியூர்த் தாவளியும், அங்கதனும் எவ்வளவு அழ முடியுமோ, அவ்வளவு அழுது முடித்தார்கள்.

சாலியூர்த் தாவளி மெல்லிளங்கோதையைக் கட்டிப் பிடித்துக் கன்னத்திலும் நெற்றியிலும் மாறிமாறி முத்த மிட்டாள்.

ரதம் புறப்படத் தொடங்கியபோது, ஆசிரமத்திலிருந்து 'ஓம் நமோ நாராயணா' என்ற ஸ்ரீவல்லபரின் குரல் கம்பீரமாக ஒலித்தது.

இளங்காற்று அதை எதிரொலித்தது.

(முதற்பாகம் முற்றிற்று)

சேரமான் காதலி
கண்ணதாசன்
இரண்டாம் பாகம்

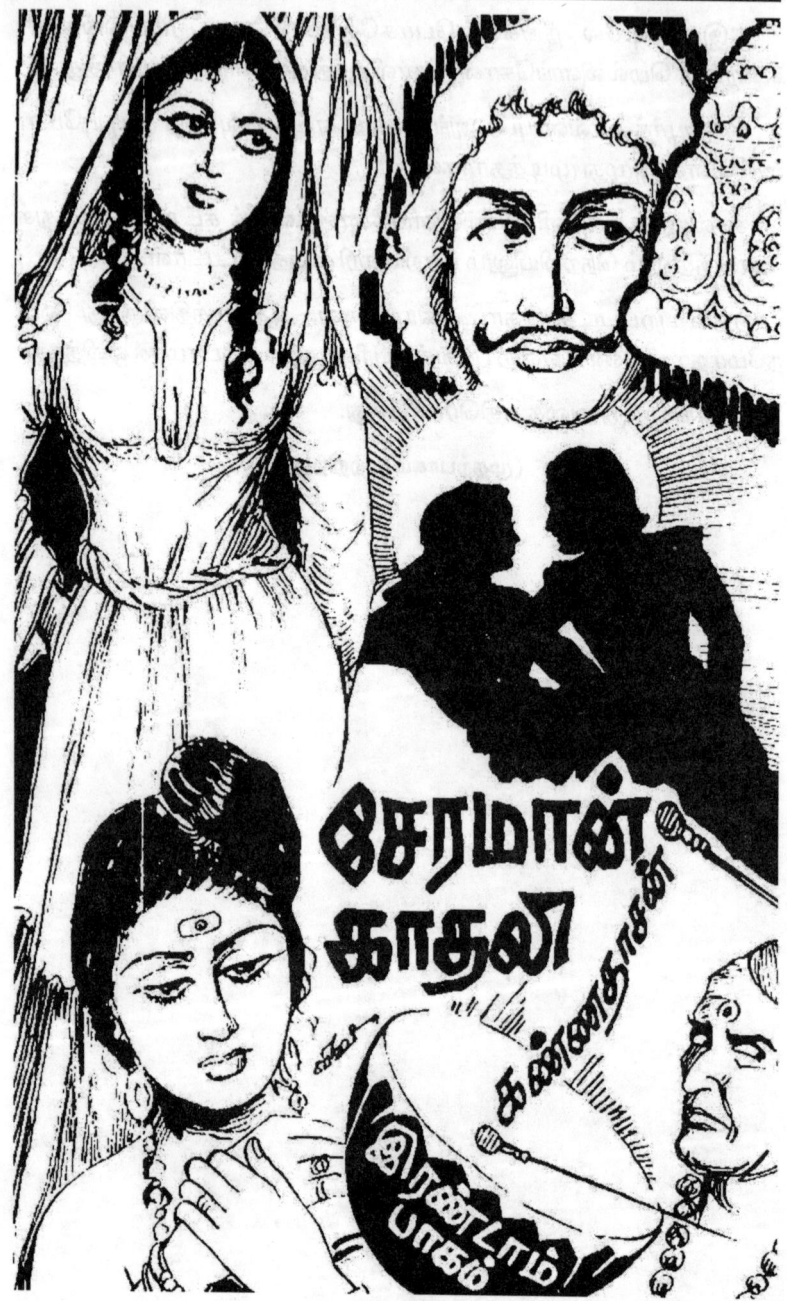

1. சிவப்பு மூக்குத்தி

சேர நாட்டின் சரித்திரத்தில், அரசன் மகன் அரசன், என்ற வாரிசு பாத்தியதை ஒரு நூறு ஆண்டு வந்தால், அடுத்த நூற்றாண்டில் அதில் ஒரு புதிய வம்சம் குறுக்கிடும்.

மார்த்தாண்டவர்மன் முடி இழந்து செல்லும் வரையிலும் சேரநாட்டின் கதை இதுதான்.

ஆனால் கடந்த காலங்களைப்போல் ஒரு வம்சத்தில் இன்னொரு வம்சம் குறுக்கிட்ட வரலாறல்ல இது. அதே வம்சத்தில் பிறந்த உறவின் முறையோன் ஒருவன் அரசன் மகன் அரசனாகாமல் தடுத்துத் தானே அரசனாகி விட்டான். அவனே பாஸ்கர ரவிவர்மன். சேரநாடு தலைதூக்கி நின்ற காலத்தில் அவன் அரசைக் கைப்பற்றி விட்டான்; ஆனால் பிற்காலத்துச் சேர வரலாறே அவனிடமிருந்துதான் தொடங்குகிறது. இப்போது இந்தக் கதையின் நாயகனே, சேர வரலாற்றின் கதாநாயகனாக எட்டாம் நூற்றாண்டின் இறுதியில் பயணத்தைத் தொடங்குகிறான்.

அன்று முரசறைவோன் மீண்டும், ஒரு முடிசூட்டு விழாவைப் பற்றி முரசறைந்தது கேட்டு, வஞ்சிமக்கள் ஆச்சரியப்படவில்லை.

நடைபெற்ற ஒவ்வொரு நிகழ்ச்சியும் அவர்களுக்குத் தெரியாதாயினும், மகுடம் தலைமாறிவிட்டது என்பதை அறிந்திருந்தார்கள்.

வஞ்சி நகரெங்கிலும் புதிய மன்னனுக்கு வரவேற்பு இருப்பதுபோலவே காணப்பட்டது.

ஒவ்வொரு வீட்டின் நிலையிலும் சந்தனக் கோலங்கள் போடப்பட்டிருந்தன.

மார்த்தாண்டவர்மனின் முடிசூட்டு விழாவுக்கு எவ்வளவு உற்சாகத்தோடு பந்தல் போட்டுப் பானகம் வழங்கினார்களோ, அப்படியே இப்போதும் வழங்கினார்கள்.

ஒவ்வோர் அரசு மாறும்போதும் தங்களுக்கு ஏதோ நன்மை நடக்கப்போகிறது என்று எண்ணுவது மக்களின் பழக்கம். ஆரம்ப கட்டத்தில் மளமளவென்று சில நன்மைகளைச் செய்துவிடுவது மன்னர்கள் வழக்கம்.

ரவிவர்மன் மக்களிடையே பெற்றிருந்த செல்வாக்கு இப்போது தெளிவாகத் தெரியத் தொடங்கியது.

முரசறைவோன் முரசறைந்தபோது 'பாஸ்கர ரவிவர்மருக்கு முடிசூட்டு விழா' என்று அறிவிக்கவில்லை. 'ராஜாதிராஜ கேரள சிங்க வள நாடாகிய வஞ்சிமாபுரத்து மாவேந்தர் மூன்றாம் சேரமான் இன்றிலிருந்து ஆறாவதுநாள் சோமவாரத்தில் உதயாதி நாழிகை ஒன்பதுக்குள் முடிசூட்டிக் கொள்கிறார். ஐம்பெருங் குழுவும் எண் பேராயமும் கலந்துகொள்ளும் இவ்விழாவில் மதுரை அங்கயற்கண்ணி ஆலயத்தின் தலைமை அர்ச்சகர் மகுடத்தைக் கையிலெடுத்துத் தருகிறார்' என்றே அவன் முழங்கினான்

ஆம்; சிவாலயத்திலிருந்து அர்ச்சகர் வருகிறார் - இது நம்பூதிரிகளை அலட்சியப்படுத்தும் நோக்கமா? ஆனால் இந்தமரபு மாற்றம் பற்றி மக்கள் பெரிதாகக் கருதவில்லை.

'நம்பூதிரிகள் யாரும் அதற்கு இணங்க மாட்டார்களாதலின், ரவிவர்மன் இந்த ஏற்பாட்டைச் செய்தான்' என்றே விவரமறிந் தோரும் பேசிக்கொண்டனர்.

'நாள் குறித்துக் கொடுத்ததுகூட மதுரைதான்' என்றும் அவர்கள் கூறிக்கொண்டனர்.

ஒன்றைப் பத்தாக்கும் மக்களின் சுபாவம், வஞ்சியையும் விடவில்லை!

முடிசூட்டுவிழாவுக்கு ஆறுநாட்கள் இருந்தும் வஞ்சி நகரத்தில் திருவிழா ஆரம்பமாகிவிட்டது.

மாடங்கள் உள்ள வீடுகளி லெல்லாம் நிலாமுற்றத்தில் ஆண்களும் பெண்களும் கூடி உண்டுகளிக்கத் தொடங்கினார்கள்.

வஞ்சியில், இரவு பகலாகவும், பகல் இரவாகவும் மாறிவிட்டது.

ஒரு மாடத்தின் மீது நின்ற ஒரு புலவர் நல்ல மயக்க நிலையில் வாழ்த்துப்பா பாடினார்.

சிறிய கலயங்களைத் தோளில் சுமந்த அழகிய இளம்பெண்கள் அவருக்கும் மற்றவர் களுக்கும் நறவு ஊற்றினார்கள்.

"பூவினும் மெல்லியவளே, போதை நிறைந்த விழிகளோடு உன்னையும் இந்த உலகத்தையும் பார்க்கும் போது பாதை மாறினாலும் பரவாயில்லை என்று தோன்றுகிறது.

"இரண்டாம் சேரமான் பெருமாள் சொன்ன பேரின்பத்துக்கு மூன்றாம் சேரமான் பெருமாள் காட்டும் சிற்றின்பமே தலைவாசல்!"

இப்படி ஓரிடத்தில் ஓர் இளம் பெண்ணுக்கும் ஒருவனுக்கும் உரையாடல்

ரவிவர்மன் காமக்களியாட்டங்களை ரசிப்பவனல்லன் என்றாலும், கொண்டாட்டங்களுக்கு அவன் தந்த அனுமதி அவனைப்பற்றியே இப்படி நினைக்கத் தூண்டிற்று.

அங்கதன் அவன் அரசர் குலசேகர ஆழ்வாருக்கு வாய்த்த அற்புதச் சீடன். அவனும் அவனது நண்பர்கள் சிலருமே அவர்களது இல்லங்களில் துக்கம் கொண்டாடினார்கள்.

பண்பாடுகள் பாழாகிவிடுமோ என்று பல பெரியவர்கள் அஞ்சிக் கிடந்தார்கள்.

நம்பூதிரிகள் மண்டபத்தில் நாராயண நம்பூதிரி எதிரேயிருந்த பரசுராமரின் ஓவியத்தைப் பார்த்தபடி "பழிக்குப்பழி; பழிக்குப்பழி" என்ற வார்த்தையைத் திரும்பத் திரும்ப உச்சரித்துக் கொண்டிருந்தார்.

சங்கரன் நம்பூதிரி, கேசவன் நம்பூதிரி, ஜெகந்நாத நம்பூதிரி ஆகியோர் கைகளைக்கட்டிக் கண்களை மூடியபடி தியானத்தில் ஆழ்ந்திருந்தனர்.

சேனைகளிடையே தான் உற்சாகம் அதிகமாக இருந்தது.

இப்போது ராஜவிசுவாசச் சேனைகளும் ரவிவர்மனோடு சேர்ந்து கொண்டுவிட்டன.

சேரநாட்டு ஆடற் கணிகையரெல்லாம் உடம்பு இளைக்கும் அளவுக்கு அன்று ஆடித் தீர்த்தார்கள்.

மார்த்தாண்டவர்மனின் முடிசூட்டு விழாவின் போது வஞ்சி நகரம் பக்திக்கோலம் கொண்டிருந்தது. இப்போது களியாட்டக் கோலம் கொண்டு இயங்கிற்று.

கொடுங்கோளூர் பகவதி அம்மன் கோயில் கவனிப்பாரின்றிக் கிடந்தது. வழக்கமாக வரும் இரண்டொரு பக்தர்கள் தங்கள் குடும்பத்தோடு அங்கே வந்துவிட்டுப் போனார்கள், அவ்வளவு தான்!

நள்ளிரவில்...

நகரம் தூங்கவில்லை. பண்பாடு மிகுந்த பெரியவர்கள் மட்டும் தூங்கிக் கொண்டிருந்தார்கள்.

பகவதிஅம்மன் கோயிலில் ஒரு சிறுவிளக்கு எரிந்து கொண்டிருந்தது. அந்த விளக்கின் ஒளியில் பகவதியின் முகம் தெரியவில்லை. ஆனால் அதன் உள்ளே நுழைந்த கம்பீரமான ஓர் உருவத்தின் முகம் தெரிந்தது. பலருக்கும் தெரிந்த முகந்தான். ஆனால் இதுவரை நாம் அறிமுகப்படுத்திக் கொள்ளாத முகம்; இரண்டாம் சேரமான் பெருமாளின் காலடியிலேயே கிடந்த முகம், அவன் பெயர் ராமவர்மன்; ஓர் ஏழை; அரண்மனைப் பரிசாரகன்.

உணவில் ஏதேனும் நஞ்சு கலந்திருக்குமோ என்று, தான் உண்டபிறகு அரசருக்குப் படைப்பவன். துர்பாக்கியவசமாக அவன் ஓர் ஊமை.

அரசர் விடைப் பெற்றுக் கொண்டபோது நாம் அவனை அறிமுகப் படுத்தவில்லை. காரணம் அவனே தன்னை யாரிடமும் அறிமுகப்படுத்திக் கொண்டதில்லை. அரசர் அறிவித்த மானியங்களில் மட்டும் அவன் பெயர் இருந்தது.

வஞ்சகம் சூழ்ச்சியறியாத அந்த உத்தம ஊழியன், ஏதோ ஒரு முடிவில் பகவதி கோயிலுக்கு வந்திருந்தான்.

அடையா நெடுங்கதவைக் கொண்ட அந்தக்கோயில் அப்போது அவனுக்காகவே திறந்திருப்பது போல் காணப்பட்டது.

பகவதியின் முன்னால் கைகட்டியபடி சிறிதுநேரம் நின்றான். பிறகு தான் சாப்பிட்டுப் பல நாட்கள் ஆகிவிட்டன என்பது போலக் கையை காட்டினான். உனக்குக் கருணை இல்லையே பாவி என்பதுபோல் இரண்டு கைகளையும் பகவதியின் முன்னால் நீட்டினான். 'அரசன் எங்கோ

இருக்கிறார்; இளவரசன் எங்கோ இருக்கிறானே' என்பது போல் கைகளை ஆட்டினான். கீழே சிதறிக் கிடந்த புஷ்பங்களை அள்ளிப் பகவதியின் மீது வீசினான். 'உன்னைக் கும்பிடமாட்டேன்' என்பது போல, வலது கையால் அலட்சிய பாவத்தைக் காட்டினான்.

திரும்பி அங்கே நட்டு வைக்கப்பட்டிருந்த சூலத்தைப் பார்த்தான். ஒரு பெருமூச்சு விட்டான்.

அருகிலே தேங்காய் உடைப்பதற்காக நடப்பட்டிருந்த கல்லின்மீது ஏறினான். அப்படியே சூலத்தின்மீது நறுக்கென்று தன் மார்பைச் சாய்த்தான்.

பீறிட்டெழுந்த இரத்தம் பகவதியின் முகத்திலும் சீறிட்டு விழுந்தது.

ஓர் உத்தம ஊழியனின் கதை இங்கேயே தொடங்கி இங்கேயே முடிகிற அதே நேரத்தில்...

அரண்மனையில் தூக்கம் பிடிக்காமல் தனியறையில் புரண்டுகொண்டிருந்தான் ரவிவர்மன்.

அந்தப்புரத்தில் பத்மாவதியும், தாவளிச் சகோதரிகளும் துயின்று கொண்டிருந்தனர்.

புகழ், பழி, வாழ்வு - இம்மூன்றும் பெருமளவில் வந்தால் தூக்கம் வராது. எழுவதும், நடப்பதுமாக இருந்தான்.

திடீரென்று அரசரது ஓலைச்சுவடிகள் அனைத்தையும் பார்க்க வேண்டும்போல் அவனுக்கு ஓர் எண்ணம் தோன்றிற்று.

சுவடிகள் வைக்கப்பட்டிருந்த அறைக் கதவைத் திறந்தான். திடீரென்று ஒரு சிரிப்புச் சத்தம் கேட்டது.

"யாரது, பத்மாவதியா...?"

மங்கிய விளக்கொளியில் அங்கே யாரையும் காணவில்லை.

சுவடிப் பெட்டகத்தை நெருங்கினான்; மறுபடியும் சிரிப்புச் சத்தம் கேட்டது.

அவன் உடம்பெல்லாம் வியர்த்தது.

எரிந்த விளக்கைக் கையில் எடுத்துக்கொண்டு அங்குமிங்கும் தேடினான்.

ஒரு மூலையில்...

சிவப்புச் சேலை; விரிந்த கூந்தல்; சிவப்பு மூக்குத்தி; நெற்றி நிறையக் குங்குமம்; கழுத்திலே அரளிப்பூ மாலை; பிரகாசமான கண்கள்; உட்கார்ந்திருந்த ஒரு பெண் ருத்திர தேவதைபோல் எழுந்தாள். ''யார் நீ? யார் நீ?'' என்று கத்தினான் ரவிவர்மன்.

2. வேட்டுவ மகள்

காலைச் சூரியோதயத்தின்போது மார்த்தாண்டவர்மனும் மெல்லிளங்கோதையும் காட்டில் ஓடிக் கொண்டிருந்த ஆற்றில் நீராடப் போனார்கள். அந்த ஆறு, மெல்லிளங்கோதையைவிட மென்மையானது.

ஆடையில் இருந்து ஒரு நூலை எடுத்து நீரில் போட்டுப் பார்த்தால் தான் அது ஓடுகிறதா இல்லையா என்பது தெரியும்.

கோதைக்கு அந்த அனுபவம் சுகமாக இருந்தது. மார்பில் இருந்து முழங்கால் வரை ஒரு முண்டு கட்டிக் கொண்டு ஆற்றில் இறங்கினாள்.

சில்லென்றிருந்த தண்ணீரில் அமர்ந்தாள். கோதையின் மேனியைத் தழுவிய நாணத்தில் ஆறு இன்னும் மெதுவாகப் போவதுபோலத் தோன்றிற்று. அவள் குளிக்கும் அழகைக் கண்டு களித்தபடி கவலையை மறந்தான் மார்த்தாண்டவர்மன்.

துயரங்கள் வரும்போது விம்மி அழவும் அதே நேரத்தில் துயரங்களை உடனே மறக்கவும் சமநிலை பெற்ற வயது.

காடு நாடாகிவிட்டது. நாடு மெதுவாக நினைவில் இருந்து நீங்கத் தொடங்கியது. ஆறு அழகாகக் காட்சியளித்தது. அதில் குளித்துக் கொண்டிருந்த மெல்லிளங்கோதை அவனுக்குச் சீதையைப் போலவே காட்சியளித்தாள். அவனும் ஆற்றில் இறங்கினான்.

நாணத்துக்குத் தேவை இல்லாத சூழ்நிலை. நாணற் புதர்கள் கரையில் ஒதுங்கி நின்றன. ஆற்றின் நடுநடுவே இருந்த திட்டுகளில் நாரைகள் மட்டுமே அமர்ந்து அவர்களைப் பார்த்துக் கொண்டிருந்தன.

அவன், அவள் உடலில் தேய்த்துக் குளிக்க மணமிக்க பொடிக் கலவைகள் இல்லை என்பதை உணர்ந்தான். அரண்மனை அந்தப்புரம் நினைவுக்கு வரத்தான் செய்தது. அது ஒரு பெருமூச்சோடு நின்று போயிற்று.

ஒருவர்மீது ஒருவர் நீரை வாரியடித்து விளையாடினார்கள்.

ராஜ பார்வைக்காகக் காத்துக் கொண்டிருப்போர் இல்லை; ஆயிரம் சேதிகள் சொல்லிக் காத்துக் கொண்டிருக்கும் அமைச்சர்கள் இல்லை. பொழுது போவதே தெரியவில்லை. நீண்ட நேரம் அவர்கள் குளித்தார்கள்.

அகத்தில் தூய்மை நிறைந்த குலசேகர ஆழ்வாரின் வாரிசுகள், புறத் தூய்மைக்கு அந்த நதியைப் பயன்படுத்திக் கொண்டார்கள்.

ஆழ்வார், அவர்களுக்கு ராமகாதை போதித்தபோது கங்கை நதியைப்பற்றி விவரித்திருந்தார்.

இந்த நதி அதைவிடக் குறைந்ததாக அவர்களுக்குத் தோன்றவில்லை.

அவர்கள் குளித்துவிட்டுக் கரையேறியபோது காட்டுப் பூக்களில் மோதி எழுந்த இளங்காற்று அவர்கள் மேனியைத் தழுவிற்று.

மனிதர்களின் துர்நாற்றம் படாத அந்தக் காற்றில்தான் என்ன இனிமை!

ஸ்ரீராமச்சந்திர மூர்த்தியைப் போலவே மார்த்தாண்ட வர்மன் நடந்தான். தனது நீண்ட கூந்தலை உலர்த்தியபடி மெல்லிளங் கோதையும் அவனைத் தொடர்ந்தாள்.

ஆசிரமத்துக்குள்ளே மெல்லிளங்கோதை நுழைந்து கண்ணாடியைத் தேடினாள். ஆசிரமத்தில் கண்ணாடி ஏது? அவசரத்தில் அவள் அதை எடுத்து வரவில்லை. ஒரு பாத்திரத்தில் தண்ணீரை வைத்து முகம் பார்த்தாள். அவள் திரும்பிப் பார்த்த போது ஒரு தட்டில் முல்லைப் பூக்களும், குங்குமமும் வைக்கப்படிருந்தன.

யார் அதைக் கொண்டுவந்து வைத்திருப்பார்கள். ஸ்ரீவல்லபரின் சீடர்களாக இருக்குமோ?

அவள் அதற்கொரு விசாரணை நடத்த விரும்பவில்லை.

மஞ்சள் முண்டு ஒன்றை எடுத்துக் கட்டிக்கொண்டாள். மார்பின்மீது வெள்ளைக் கச்சை ஒன்றை அணிந்து கொண்டாள். குங்குமம் இட்டுக்கொண்டாள். ‘‘காலை நேரத்துப் பூஜைக்காக ஸ்ரீவல்லபரின் குடிலுக்குப் போக வேண்டும்’’ என்று கூறியபடி திறந்த மேனியோடு, இடையில் வெண்ணிறப் பட்டு கட்டியபடி அவள் அருகில் வந்தான் மார்த்தாண்டவர்மன்.

ஸ்ரீவல்லபரின் ஆசிரமத்திலிருந்து மணியோசை கேட்டது.

அவர்கள் அவசர அவசரமாக அவரது குடிலுக்குள் நுழைந்தார்கள்.

திருவேங்கட நாயகன், கண்ணபெருமான், சீதாப் பிராட்டி யோடு நின்ற நிலையில் ஸ்ரீராமச்சந்திர மூர்த்தி- இவர்களது சிலைகளுக்கு எதிரே ஸ்ரீவல்லபர் அமர்ந்திருந்தார்.

மார்த்தாண்டவர்மனும் மெல்லிளங்கோதையும் அவரது பாதங்களைத் தொட்டு வணங்கிவிட்டு இடதுபுறமாக அமர்ந்தார்கள். சீடர்கள் வலதுபுறமாக அமர்ந்தார்கள்.

பூஜையைச் சிறிது நேரத்தில் முடித்துக் கொண்டு உபதேசத்தைத் தொடங்கினார் ஸ்ரீவல்லபர்.

குருக்ஷேத்திரத்தில் கௌரவ சைன்யமும் பாண்டவ சைன்யமும் எதிர்நின்றன. எதிரே நிற்கும் பாண்டவ சைன்யத்தைப் பார்த்த பிறகு, துரோணாச்சாரியாரின் அருகில் வந்தான் துரியோதனன்.

"குருநாதா..."

தங்கள் சீடனும் பேரறிவாளியும், துருபத மன்னனின் மகனுமான திருஷ்டத்யும்னனால் அணிவகுக்கப்பட்டுள்ள இந்தப் பாண்டவர்களின் பெரிய சேனையைப் பாருங்கள்.

இந்தப் பாண்டவ சேனையில் வில்வித்தை வீரர்களும், யுத்த நிபுணர்களும் பீம-அர்ஜுனர்களுக்குச் சமமானவர்களுமான பலர் இருக்கிறார்கள். தேரோட்டியும் குதிரைகளும், தானும் எதிரிகளின் ஆயுதங்களால் அடிபடாமல் பதினாயிரம் வீரர்களோடு போர் செய்யக்கூடிய மஹாரதர்கள் இவர்கள். இவர்களிலே சுபத்திரையின் மகனும், திரௌபதியின் குமாரர்களும் அடக்கம்.

"பிராமணோத்தமரே...

இனி நமது சேனையின் முக்கியமானவர்களைத் தெரிந்து கொள்ளுங்கள். அவர்களைத் தங்களுக்கு நினைவுபடுத்தவே அறிமுகப்படுத்துகிறேன்.

'தாங்கள் இருக்கிறீர்கள். அதோ, பீஷ்மர். அதோ கர்ணன். அதோ, கிருபாச்சாரியார். அதோ, அசுவத்தாமா. அதோ, விகர்ணன்.

அதோ, சோமதத்தனின் குமாரன். அதோடு பல்லாயிரக்கணக்கான வீரர்கள் அத்தனை பேரும் எனக்காக உயிரை விடக் கூடியவர்கள்.''

இப்படித் துரியோதனன் சொல்லிக் கொண்டிருக்கும் போது வீரச் செம்மலும், குரு வம்சத்து நாயகனும் பாட்டனாருமான பீஷ்மர் உரக்கச் சிங்கம்போல் அதிர்ந்து சங்கையும் முழங்கினார்.

பீஷ்மர் அதைத் தொடங்கியதும் துரியோதனன் மகிழ்ச்சி அடைந்தான்.

உடனே சங்குகள் முழங்கின; பேரிகைகள் எழுந்தன; தம்பட்டங்களும் கொம்புகளும் முழங்கின.

எதிர்த்தரப்பில் வெள்ளைக் குதிரைகள் பூட்டிய பெரிய தேரில் அமர்ந்திருந்த கண்ணனும், அர்ஜுனனும் தெய்வத்தன்மை பொருந்திய தங்கள் சங்குகளை முழங்கினார்கள்.

பாஞ்சஜன்யம் என்ற சங்கைக் கண்ணன் ஊதினான். தேவதத்தம் என்ற சங்கை அர்ஜுனன் ஊதினான்.

அடலேறு பீமசேனன் பௌண்டிரம் என்ற தன் பெரிய சங்கை ஊதினான்.

எல்லா ஒலியும் துரியோதனாதிகளின் இதயத்தைப் பிளந்தது.

போருக்குத் தயாராகிவிட்ட நிலை.

அந்த நேரத்தில் ஆஞ்சநேயரைத் தன் தேர்க்கொடியில் அமரச் செய்தவனான அர்ஜுனன் காண்டீபத்தைக் கையில் எடுத்தவாறு கண்ணனிடம் சொன்னான்.

அச்சுதா,

சேனைகள் இரண்டுக்கும் நடுவே என் தேரை நிறுத்து. போர் புரிய வந்திருப்போர் யார் யார் என்பதை நான் பார்க்க வேண்டும்.

துரியோதனின் ஆசைகளுக்குத் துணை போயிருப்பவர்கள் யார் என்பதை நான் காண வேண்டும்.

யாரோடு சண்டையிடப் போகிறோம் என்பதை நான் தெரிந்து கொள்ள வேண்டாமா?"

அர்ஜுனன் வேண்டுகோளுக்கு, கண்ணன் செவி சாய்த்தான்.

மரகதங்களாலும், மாணிக்கங்களாலும் இழைக்கப்பட்ட அந்த உயர்ந்த ரதத்தை பீஷ்மர், துரோணர், கௌரவர் அனைவருக்கும் எதிரே நிறுத்தி,

"அர்ஜுனா, அவர்களைப் பார்" என்றான்.

அர்ஜுனன் இருபுறமும் பார்த்தான்.

யார் அங்கே நின்றார்கள்?

தந்தை வழி உறவினர், பாட்டன்மார், ஆச்சாரியர்கள், மாமன்மார்கள், சகோதரர்கள், பிள்ளைகள், பேரர்கள், நண்பர்கள்.

எங்கு திரும்பினாலும் இரத்த பந்த உறவினர்.

அர்ஜுனன் கை நடுங்கிற்று.

"கண்ணா,

போர்க்களத்தில் நிற்கும் என் பந்துக்களைப் பார். என் மேனி தளர்கிறது; வாய் உலர்ந்து போகிறது; உடல் நடுங்குகிறது; மயிர் கூச்செடுக்கிறது; காண்டீபம் நழுவுகிறது. நிற்க முடியவில்லை; நெஞ்சம் குழம்புகிறது.

கேசவா,

இது என்ன கெட்ட சகுனம்!

இரத்தபந்த சகோதரர்களைப் போர்க்களத்தில் கொல்வதால் என்ன லாபம்?

கண்ணா,

நான் வெற்றியை விரும்பவில்லை; அரசபோகத்தையோ ஆனந்த போகத்தையோ நேசிக்கவில்லை.

ஒரு பூமிக்காகவா உடன்பிறந்தோரைக் கொல்வது?

ராஜ்ய சுகத்தில் ஆசை வைத்துப் பந்துக்களைக் கொல்லப் புகுந்து பெரிய பாவச் செயலைச் செய்யத் தொடங்கிவிட்டோமே!

ஒருவேளை நான் நிராயுதபாணியாக நின்று எதிர்க்காமலும் இருக்கும்போது, ஆயுதபாணிகளான கௌரவர்கள் யுத்தத்தில் என்னைக் கொன்று விட்டார்களானால், அதுவே எனக்கு மிகவும் நன்மையாக இருக்கும்."

இப்படிக் கூறிய அர்ஜுனன் காண்டீபத்தைக் கீழே எறிந்துவிட்டு, மனம் கலங்கித் தேர்த் தட்டில் உட்கார்ந்து விட்டான்.

- ஆச்சாரியர் ஸ்ரீவல்லபர் இந்த இடத்தில் நிறுத்திய போதுதான் மார்த்தாண்டவர்மனைத் திரும்பிப் பார்த்தார். அது வரையில் மார்த்தாண்டவர்மன் அழுது அழுது அவன் மார்பு நனைந்திருந்தது.

ஸ்ரீவல்லபர் மெதுவாகச் சிரித்தார்.

"இரத்தம் அப்போதும் பேசிற்று; இப்போதும் பேசுகிறது" என்றார்.

மெல்லிளங்கோதை குனிந்த தலை நிமிரவில்லை.

"பரந்தாமன் இதற்கு என்ன பதில் சொன்னான் என்பதை நீ அறிந்தால் அர்ஜுனனைப்போல் நீயும் ஒருவேளை காண்டீபத்தை கையில் எடுக்கக்கூடும்" என்று கூறிவிட்டு எழுந்தார்.

அவர் எழுந்துவிட்டால், அந்த நேரத்துக் கடமை முடிந்துவிட்டது என்று பொருள்.

ஸ்ரீவல்லபர் உள்ளே சென்றதும் மார்த்தாண்ட வர்மனும், மெல்லிளங்கோதையும் தங்கள் குடிலுக்குப் புறப்பட்டார்கள்.

தூரத்தில் வேட்டுவக் குடிமக்களின் பாட்டொலி கேட்டது.

காலை உணவுகூடக் கொள்ளாத மெல்லிளங்கோதை அந்தப் பாட்டைக் கேட்டபடியே நின்றாள்.

"ஏன், அங்கே போகவேண்டும்போல் தோன்றுகிறதா?" என்று கேட்டான் மார்த்தாண்டவர்மன்.

"நான் போய்ப் பார்த்து வரட்டுமா?" என்றாள் மெல்லிளங்கோதை.

"தனியாகவா......?" என்று கேட்டான் மார்த்தாண்டவர்மன்.

"ஏன், நான் இருக்கிறேனே......" என்றொரு பெண்குரல் கேட்டது.

இருவரும் திரும்பிப் பார்த்தார்கள்.

அங்கே சிவப்புச் சேலை கட்டியபடி, ஒரு வேட்டுவக்குடி மகள் நின்றாள்.

"நீங்கள் யார்?" என்று கேட்டான் மார்த்தாண்டவர்மன்.

"நானும் இந்தக் காட்டில் உள்ளவள்தான்!" என்று பதில் அளித்தாள் அவள்.

"உங்கள் பெயர்...?" என்று கேட்டாள் மெல்லிளங்கோதை.

"பத்ரை" என்றாள் அவள். அதோடு "என்னை நீங்கள் நம்பலாம்; நம்பியவர்கள் யாருக்கும் நான் துரோகம் செய்ய மாட்டேன்..." என்றாள்.

மார்த்தாண்டவர்மனுக்கும், மெல்லிளங்கோதைக்கும் அவள்மீது நல்லெண்ணம் பிறந்தது. ஏதோ ஓர் அன்பு ஏற்படுவது தெரிந்தது.

எடுப்பான தோற்றம்; விரித்த கூந்தல்; கால்களில் செப்புச் சதங்கை.

"சரி, நீ அவர்களோடு போய்வா" என்றான் மார்த்தாண்ட வர்மன்.

அவள் முன்னால் செல்ல, மெல்லிளங்கோதை பின்னால் நடந்தாள்.

அந்த வேட்டுவ மகள் நடக்கும்போது கால் சதங்கை எழுப்பிய ஒலி வெறும் சதங்கை ஒலிபோல் மெல்லிளங்கோதைக்குக் கேட்கவில்லை.

அவள் மனதில் ஒரு நடுக்கம் பிறந்தது.

திடீரென்று புதரில் இருந்து ஒரு வேங்கை சீறிக்கொண்டு வந்தது.

கோதை பயந்து போய் வேட்டுவ மகளின் தோளைப் பற்றிக் கொண்டாள்.

அந்த வேங்கையையே கூர்ந்து பார்த்தாள் வேட்டுவ மகள். திடீரென்று ஓங்கிச் சிரித்தாள். காடு அதை எதிரொலித்தது. வேங்கை பயந்து ஓடிற்று.

ஓடும்போது பணிந்து வணங்கிவிட்டு ஓடுவதுபோல், கோதைக்குத் தோன்றிற்று.

"திரும்ப என்னை ஆசிரமத்தில் கொண்டுபோய் விட்டு விடு. நான் வரவில்லை" என்று நடுங்கிக் கொண்டே சொன்னாள் கோதை.

"நீ பயப்படாமல் வாம்மா. இந்தக் காடும், நாடும் நான் சொன்னபடி கேட்கும்!" என்றாள் அவள்.

கோதைக்குப் போகவும் மனம் இல்லை; திரும்பவும் முடியவில்லை. பிரக்ஞையற்ற நிலையில் பின் தொடர்ந்தாள்.

சுமார் நூறு குடிசைகள் அடங்கிய இடத்தில் வேட்டுவக் குடிமக்கள் பாட்டுப் பாடியபடி தங்கள் கடமைகளை ஆற்றிக் கொண்டிருந்தார்கள்.

புலாலை வேகவைத்துக் கொண்டிருந்தாள் ஒருத்தி.

வேங்கைத் தோல்களை உலர்த்திக் கொண்டிருந்தாள் ஒருத்தி.

பலவகையான கற்களைக் குவித்து நல்ல கற்களைப் பொறுக்கிக் கொண்டிருந்தாள் ஒருத்தி.

வேட்டுவர்கள் யாரையும் அங்கே காணவில்லை.

ஒரு பெரிய குடிசையின் உட்பகுதிக்குக் கோதையை அழைத்துச் சென்றாள் அந்தப் பெண்.

கதவு தானாகச் சாத்திக்கொண்டது.

உள்ளே ஒரே இருட்டு.

"ஐயோ! ஒரே இருட்டாக இருக்கிறதே..." என்று கத்தினாள் கோதை.

"தர்மம் பிறகு எங்கே இருக்குமாம்?" என்றாள் அவள்.

ஒருவர் முகம் ஒருவருக்குத் தெரியவில்லை.

"எனக்குப் பயமாக இருக்கிறது" என்று கத்தினாள், கோதை.

"வெளிச்சம்தானே வேண்டும்; இதோ...?" என்றாள் அவள்.

திடீரென்று அந்தக் குடிசையில் சிவப்பு வெளிச்சம் படர்ந்தது. அதில் அவள் முகம் தெரிந்தது.

அந்த வெளிச்சம் எங்கிருந்து வந்தது?

வேட்டுவப் பெண் அணிந்திருந்த சிவப்பு மூக்குத்தியை அப்போதுதான் பார்த்தாள் கோதை. அவள் மேனி வியர்த்தது.

3. அங்கும் அவள் வந்தாள்!

மண்ணாளும் மன்னவன் விண்ணாளும் வேந்தனை எண்ணித் துறவியானான்.

"கண்ணா கண்ணா!" என்று கனிந்துருகும் அவன் வாய், பெரியாழ்வாரின் காலடியில் கரைந்துருகிற்றே அன்றி, ஏதும் பேச இயலவில்லை.

கண்ணீர் பெரியாழ்வாரின் கால்களை நனைத்தது.

பக்திக் கனலில் புடம்போட்டெடுத்த பெரியாழ்வார் பாசக் கனலில் கருகி நின்ற குலசேகர ஆழ்வாரைத் தேற்றினார்.

"இவை இவைதான் நடக்கும் என்று இறைவன் விதித்திருக்கும்போது, எவர் அதைத் தடுத்துவிட முடியும்?" என்பதை மீண்டும் அவர் நினைவுபடுத்தினார்.

"குலசேகரா! நீ துறவு நிலையைக் களைந்தெறிந்து அரசனாகவே மீண்டும் வஞ்சிக்குத் திரும்பினால் அரசியல் நிலை மாறிவிடக்கூடும். அது உன்னால் இயலுமா?" என்று கேட்டார்.

'இயலாது' என்பதைத் தலையசைத்துத் தெரிவித்தார் குலசேகர ஆழ்வார்.

"அரசியல் சதுரங்கங்கள், ஆரவாரப் போர்க்களங்கள், அரண்மனைப் பரிவாரங்கள் அனைத்தையும் மறந்த பிறகே அரசன் துறவியாக முடியும். துறவு நிலை பெற்ற பிறகு ஏற்கெனவே அவன் கட்டியிருந்த ஆடைகள் எல்லாம் கிழிந்த ஆடைகளே. அவிழ்த்துப்

போட்ட அந்த ஆடைகளில் ஒன்று புதிதாகக் கிழிந்து போய் விட்டதென்று அழுது பயன் என்ன? பொதுச்சாலையிலிருந்து உன் பாதை காடு திரும்பி விட்டது. இனி சாலையில் வழியனுப்பியவர்களின் க்ஷேமலாபங்களைப் பற்றிச் சிந்திப்பதில், அர்த்தமென்ன?

இனி நீ ஒரு ஞான புஷ்பம். பனியில் நனைவதும், வெயிலில் காய்வதும், இறுதியில் மண்ணிலே சாய்வதும், மாதவனின் வைகுந்தத்தில் இடம் பிடிப்பதுமே இனி உன் கடமைகள்.

“அரசன் என்ற கடமையை உதறிய பிறபாடு, அரச பீடத்தில் உனக்கென்ன கடமை இருக்கிறது? அந்த பீடத்தில் மகன் இருந்தாலும், மாற்றான் இருந்தாலும் துறவிக்கு ஒன்றே! நினைவுகள் அலைக்கழிக்கும், நெஞ்சு தடுமாறும். லௌகீகத்திலிருந்து, துறவறத்துக்கு வரும்போது சில அடையாளச் சின்னங்களும் கூடவே வரும். அவை மீண்டும் உன்னை லௌகீகத்துக்கே அழைத்துச் சென்று விட்டால் கவலை இல்லை.

“ஆனால் வைகை ஆற்றின் கரையிலே நின்று கொண்டு கங்கை ஆற்றின் வேகத்தைக் கட்டுப்படுத்த நினைப்பது பேதமை.

“பூமியின் சுழற்சி எவனால் இயக்கப்படுகிறதோ அவனாலேயே வாழ்க்கையின் நிகழ்ச்சிகளும் இயக்கப் படுகின்றன; காலம் அறிந்து அவற்றைக் கட்டுப்படுத்தும் உத்தியும் அந்தத் தேரோட்டியின் கைகளிலே இருக்கிறது.

“சேர நாடு என்று ஒரு நாடு இருப்பதையும், அங்கே வஞ்சி என்றொரு நகரம் இருப்பதையும், அதிலே மார்த்தாண்டவர்மன் என்றொரு மகன் இருப்பதையும், அவனுக்கு உறவினருக்குள்ளே பகை இருப்பதையும் நீ அறவே மறந்தால் ஒழியத் தெய்வீக உணர்வில் உனக்கு நிம்மதி கிட்டாது.

“இதே மகன் பிறந்த உடனேயே இறந்திருந்தால் எப்படி நீ அதைச் சில நாட்களிலேயே மறந்திருப் பாயோ அப்படியே இப்போதும் மறந்துவிடு.

“நேரே திருக்கண்ண புரம் போ. நின்ற கோலத்தில் உலகை

வென்று முடித்த சௌரிராஜனிடம் உன்னை அர்ப்பணித்துவிடு. மற்றவற்றை அவன் கவனித்துக் கொள்வான்.''

- குலசேகர ஆழ்வார் கூறாமலேயே நிகழ்ச்சிகளைக் குறிப்பால் அறிந்த பெரியாழ்வார், அவர் துயரங்களுக்கு இந்த முடிவுரையைக் கூறினார்.

"தூணைக் கட்டிப் பிடித்துக்கொண்டு நான் வீட்டை விட்டுப் போகிறேன் என்றால் போக முடியாது. முதலில் தூணைக் கைவிடு. பிறகு உன் பயணம் சுலபமாகி விடும்'' என்று கூறி முடித்தார்.

அறிவறியாத குழந்தை, பள்ளியில் பாடம் கேட்பது போல் அனைத்தையும் கேட்டுக்கொண்டிருந்த குலசேகர ஆழ்வார் ஒரு பெருமூச்சில் துயரங்களை ஜீரணித்தார்.

பஞ்சகிருஷ்ண க்ஷேத்திரங்களில் ஒன்றான திருக்கண்ண புரத்துக்கு அவர் புறப்பட்டார். அவர் விடை பெறும் போது கோதை நாச்சியார். "கொஞ்சம் நில்லுங்கள்'' என்று சொல்லிவிட்டு உள்ளே சென்றார்.

கண்ணபுரத் திருமாலைப்பற்றித் தான் எழுதிய பாடல் ஒன்றை அவர் கையில் கொண்டு வந்து கொடுத்தார். குலசேகர ஆழ்வார் அதைப் படித்துப் பார்த்தார்.

"காட்டில் வேங்கடங் கண்ணபுர நகர்
வாட்ட மின்றி மகிழ்ந்துறை வாமனன்
ஓட்டரா வந்தென் கைப்பற்றித் தன்னொடும்
கூட்டு மாகில் நீ கூடிடு கூடலே''

ஒரு முறைக்கு இருமுறை அதை அவர் வாய்விட்டுப் பாடினார்.

கண்ணபுரத்தானைக் கூடிக் களித்தால் வஞ்சிப்புரத்து வஞ்சம், நெஞ்சைவிட்டு மறைந்துவிடும். உண்மைதான்.

குலசேகர ஆழ்வார் பரிவாரங்களோடு புறப்பட்டு விட்டார்.

இது, திருக்கண்ணபுரம்.

கண்ணபுர நாயகி சமேதராய், நின்ற திருக்கோலத்தில் காட்சி தரும் சௌரிராஜன் இந்தக் கிராமத்திலேதான் கோயில் கொண்டிருக்கிறான்.

ஏற்கெனவே பெரியாழ்வாராலும், கோதை நாச்சியாராலும் மங்களா சாஸனம் செய்யப்பட்டது திருக்கண்ணபுரம் என்ற திருப்பதி. கண்வ மகிரிஷிக்குக் காட்சி தந்த இடம் என்று இதனைக் கூறுவார்கள்.

காவிரிக் கிளையின் வடகரையில் திருப்புகலூர், தெற்கில் திருக்கண்ணபுரம் சோழநாட்டுத் திருப்பதி.

இந்தத் திருப்பதிக்கே குலசேகர ஆழ்வார் வந்து கொண்டிருந்தார்.

இதயத்தில் பாய்ந்த முள்ளை அவர் எடுத்துவிட்டார். ஆனால் இரத்தம் மட்டும் கசிந்துகொண்டிருந்தது.

மதுரையைத் தாண்டிக் காட்டு வழியாக ஆழ்வாரின் பல்லக்கும் பரிவாரங்களும் வந்துகொண்டிருந்தபோது நன்றாக இருட்டி விட்டது. அங்கிருந்த பட்டி ஒன்றின் அருகிலேயே அவர்கள் தங்கினார்கள். அவர்களது பொருள்களைச் சுமந்து வந்து கொண்டிருந்த தேர்களும் அங்கே நிறுத்தப்பட்டன. அவற்றிலிருந்த தீவட்டிகளைப் பரிவாரங்கள் ஏற்றத் தொடங்கின.

நல்ல புல்வெளியில் ஆழ்வாரின் கூடாரம் அடிக்கப் பட்டது.

பட்டி தொட்டிகளிலிருந்த ஆண்களும் பெண்களும் அந்தத் துறவி அங்கு தங்குவது கண்டு கூடிவிட்டார்கள்.

எல்லோரையும் வாழ்த்திய குலசேகர ஆழ்வார் கூடாரத்துக்குள் நுழைந்தார். அவருக்கு திரு அமுது படைக்கச் சீடர்கள் விரைந்தனர். ஆழ்வார் உணவு கொள்ள மறுத்தவிட்டார். கீழே விரிப்பெதுவும் இல்லாமல் கையைத் தலையணையாக்கிப் பள்ளிகொண்டு விட்டார்.

தனிமையில் மனம் மீண்டும் வஞ்சி நோக்கிப்பாயத் தொடங்கிற்று; தடுத்துவிட்டார்.

தூக்கம் அவர் கண்களைத் தழுவத் தொடங்கிற்று. அமைதி அவர் நெஞ்சை ஆட்கொள்ளத் தொடங்கிற்று.

அப்போது 'ஐயா!' என்றொரு குரல் கேட்டது.

ஆழ்வார் எழுந்து உட்கார்ந்தார்.

எதிரே ஓர் அழகிய இளம்பெண்.

ஆழ்வாருக்குத் தான் மிதிலைக்கு வந்திருப்பது போல் தோன்றிற்று.

கண்ணைப் பறிக்கும் சிவப்புப் பட்டுசேலை கட்டி, இடையில் தங்க இடை அணி அணிந்து, கழுத்தில் மாங்கல்யம் திகழ, நெற்றியில் செந்தூரம் ஒளி வீச கால்களில் தண்டை அணிந்து, கை வளையல்கள் மின்ன–காட்சி கொடுத்தாள் அந்தப் பெண். அவள் கைகளில் இரண்டு வெள்ளிப் பாத்திரங்கள் இருந்தன. இரண்டிலும் 'அடிசில்' எனப்படும் சுவையமுது இருந்தது.

ஆழ்வார் தன்னை அறியாமல் அந்தப் பெண்ணை வணங்கினார். அந்தப் பெண் அவர் அருகிலேயே அமர்ந்தாள். ஆழ்வாருக்குத் தான் அரண்மனையில் உட்கார்ந்திருப்பதுபோல் ஒரு பிரமை உண்டாயிற்று; இளம் வயதில் தன் அன்னை தனக்கு உணவூட்டிய நினைவு வந்தது.

'யார் நீ?' என்று அவர், அவளைக் கேட்கவில்லை. ஏனோ கேட்கத் தோன்றவில்லை.

அவள் பேசினாள்;

''மிகவும் களைத்துப்போய் இருக்கிறாயே. அருந்து.''

அவள் ஒருமையில் பேசினாள்.

என்ன உரிமை?

ஆழ்வார் அதையும் கேட்கவில்லை. ஏனோ கேட்கத் தோன்றவில்லை.

அவர் திருவமுது அருந்தினார்.

அவள் அவர் கைகளைக் கழுவி, தன் முந்தானையாலேயே துடைத்துவிட்டாள்.

"நீ ஒன்றுக்கும் கவலைப்படாதே, தம்பி மார்த்தாண்டவர்மன் இப்போது அகஸ்தீசுவரம் காட்டில் இருக்கிறான். திருவேங்கடத்தான் ஸ்ரீவல்லபர் அவனைக் கவனித்துக் கொள்கிறார். மெல்லிளங் கோதை கொஞ்சம் வாடியிருக்கிறாள். எல்லாம் போகப் போகச் சரியாகிவிடும்" என்றாள் அவள்.

"இவையெல்லாம் உனக்கு எப்படித் தெரியும்?" என்று ஆழ்வார் கேட்கவில்லை; கேட்கவும் தோன்றவில்லை.

"ஸ்ரீராமச்சந்திரமூர்த்தியின் வனவாசத்தைப்பற்றி நீ எவ்வளவோ பேசி இருக்கிறாயே. அவர்களுக்கு ஒரு கோயிலையும் எழுப்பி இருக்கிறாயே. மார்த்தாண்ட வர்மனின் வனவாசம் அதற்குச் சற்றும் குறைந்ததல்ல. அவனும் ஒருநாள் திரும்புவான்" என்றாள் அவள்.

இப்போதும் ஆழ்வார் எதையும் கேட்கவில்லை. ஏனோ அவர் வாய் அடைத்துவிட்டதுபோல் தோன்றிற்று.

"சரி! நேரமாகி விட்டது. நீ நன்றாகத் துயில் கொள்!" என்றாள் அவள்.

ஆழ்வார் பள்ளி கொண்டார்.

இப்போது புல்வெளியில் படுப்பதாகத் தோன்றவில்லை. ஏதோ பஞ்சணையில் படுப்பதாகத் தோன்றிற்று.

பொழுது விடிந்தது.

எப்பொழுதுமே ஓர் இடத்தில் பாடி இறங்கினால் 'வெள்ளெனும் பாற்பொழுதிலேயே' எழுந்து பிறரை எழுப்பும் ஆழ்வார், இப்போது சூரியோதயத்துக்குப் பின்பே எழுந்தார்.

எழுந்த வேகத்தில் அங்குமிங்கும் தேடினார். பரிவாரங்களுக்குள்ளே ஓடினார். சுற்றியிருந்த கிராமத்துப் பெண்களையெல்லாம்

பார்த்தார். காவல் இருந்த காவல்காரர்களைப் பார்த்து, "இரவு நேரத்தில் யார் வந்து எனக்கு அமுது படைத்தது?" என்று கேட்டார்.

"யாரும் வரவில்லையே, பிரபு?" என்றார்கள் அவர்கள்.

"இல்லை யாரோ வந்தார்கள்; நீங்கள் தூங்கி விட்டீர்கள்" என்றார்.

காவல்காரர்கள் கைகட்டி, வாய் பொத்தி நின்றார்கள்.

ஆழ்வார் திடீரென்று சாந்தம் அடைந்தார்.

"நிச்சயமாகத் தெரியுமா? அழகாக ஆடை அணிந்த அழகான இளம்பெண் பார்வைக்குச் சீதாப்பிராட்டியாரைப்போல் இருப்பார். அவர் வந்து எனக்கு அமுது படைத்தாரே" என்றார்.

"இல்லை பிரபு! நாங்கள் இங்கேயேதான் இருக்கிறோம். ஒரு நொடிப்பொழுதும் நாங்கள் கண்ணயரவும் இல்லை; இந்த இடத்தைவிட்டு விலகவும் இல்லை" என்றார்கள், அவர்கள்.

"நான் கனவு கண்டிருக்கிறேன்" என்றார் ஆழ்வார்.

அவர்கள் பதில் பேசவில்லை.

பல்லக்குப் பரிவாரங்கள் கிளம்பின.

பல்லக்கு சோழ நாட்டில் திருப்புகலூரை நெருங்கியது. திருப்புகலூர் எல்லையில் ஆழ்வாரின் வருகையை அறிந்து ஒரு பெரும் கூட்டம் கூடி விட்டது. பல குலமகளிர் ஆரத்தித் தட்டோடு காத்திருந்தார்கள்.

பல்லக்கு நின்றது.

எல்லாப் பெண்களும் ஆரத்தியை எடுக்க முந்தும் போது "நில்லுங்கள்" என்ற குரல் கேட்டது; அவர்கள் அசையாமல் நின்றார்கள்.

ஒரு வெள்ளித் தட்டில் ஆரத்தியை ஏந்தியபடி, ஓர் அழகான பெண் ஆழ்வாரின் எதிரே தோன்றினாள். ஆழ்வாருக்கு உடலெல்லாம் வியர்த்தது.

இரவில் கூடாரத்தில் தனக்கு அமுது படைத்த அதே பெண்.

"ஐயா, சுகமாக வந்து சேர்ந்தாயா?" என்று அவள் கேட்டாள்.

அதே குரல்.

இப்போது ஆழ்வார் மௌனியாக இருக்கவில்லை. "நீ யார் தாயே?" என்று ஆவலோடு கேட்டார்.

"உன் தாய்தான்" என்று சொல்லிச் சிரித்தபடி, அவள் ஆரத்தி எடுத்தாள்.

"உனக்கு எந்த ஊர்?" என்று ஆழ்வார் கேட்டார்.

"எந்த ஊர் என்று எப்படிச் சொல்வது?" என்று அவள் மீண்டும் சிரித்தாள்.

சுற்றியிருந்த பெண்கள் எல்லாரும் "அவளொரு பைத்தியம் சாமி!" என்று கூறி, அவளை அப்புறத்தில் தள்ளிவிட்டுத் தாங்கள் ஆரத்தி எடுத்தார்கள்.

அவள் அந்தப் பெண்களைப் பார்த்து முறைத்து விட்டு, ஒரு குடிசைக்குள் நுழைந்தாள்.

ஆழ்வாருக்கு நிம்மதி இல்லை. நெஞ்சு படபடத்தது. யாரையும் அவர் கவனிக்கவில்லை. பளிச்சென்று கீழே இறங்கி அந்தப் பெண்களை விலக்கிக்கொண்டு குடிசைக்குள் நுழைந்தார்.

சுற்றுமுற்றும் தேடினார். அங்கே யாரையும் காணவில்லை. திகைப்போடு மீண்டும் பல்லக்கில் வந்து அமர்ந்தார்.

"உண்மையிலேயே அவள் பைத்தியம்தான் சுவாமி" என்றார்கள் பெண்கள்.

பல்லக்குப் புறப்பட்டது.

காவிரிக் கரையின் மீதிருந்த கட்டுப்பாலத்தைக் கடந்து பல்லக்கு திருக்கண்ணபுரம் வந்தது.

கண்ணபுரத்து வாசலிலேயே மேளதாளங்களோடு ஆலய அறங்காவலர்கள் அவரை வரவேற்றார்கள்.

ஆழ்வார் தனக்காக ஒதுக்கப்பட்டிருந்த கூடத்துக்குள் சென்று அநுஷ்டானங்களை முடித்தார்.

உடனே திருமாலின் நின்ற கோலத்தைக் காண ஆலயத்துக்குள் நுழைந்தார். கண்ணபுரத்தான்மீது கவி மலர் சொரிந்தார்.

இரவிலே தனக்கு அமுது ஊட்டிய தாயை நினைத்து ராகவனை அவர் தாலாட்டினார்.

''மன்னு புகழ்க் கௌசலைதன் மணிவயிறு வாய்த்தவனே!
தென்னிலங்கைக் கோன்முடிகள் சிந்துவித்தாய்!
செம்பொன்சேர்
கன்னிநன்மா மதிள்புடைசூழ் கணபுரத்தென்
கருமணியே!
என்னுடைய விண்ணமுதே! இராகவனே தாலேலோ!
கொக்குமலி கருங்குழலாள் கௌசலைதன் குலமதலாய்!
தங்குபெரும் புகழ்ச்சனகன் றிருமருகா! தாசரதீ!
கங்கையிலும் தீர்த்தமலி கணபுரத்தென் கருமணியே
எங்கள்குலத் தின்னமுதே! இராகவனே! தாலேலோ!
சுற்றமெல்லாம் பின்தொடரத் தொல்கான மடைந்தவளே!
அற்றவர்கட் கருமருந்தே! அயோத்திநகர்க் கதிபதியே!
கற்றவர்கள் தாம்வாழும் கணபுரத்தென் கருமணியே!
சிற்றவைதன் சொற்கொண்ட சீராமா! தாலேலோ!
கன்னிநன்மா மதிள்புடைசூழ் கணபுரத்தென் காகுத்தன்
தன்னடிமேல் தாலேலோ வென்றுரைத்த தமிழ்மாலை
கொல்நவிலும் வேல்வலவன் குடைக்குலசே கரன்
சொன்ன
பன்னியநூல் பத்தும்வல்லார் பாங்காய பக்தர்களே!''

- ராகவனைத் தாலாட்டி முடித்த ஆழ்வார் நன்கு இருட்டியபிறகு, ஆலயத்தில் இருந்து வெளியேறினார்.

கூடத்தின் முன்புறத்தே பரிவாரங்கள் தங்கின.

ஆழ்வார் தனியாகக் கூடத்துக்குள் நுழைந்தார்.

மங்கலான விளக்குகள் உள்ளே ஏராளமாக எரிந்து கொண்டிருந்தன. அவருக்கென்று விசேஷமாக அலங்கரிக்கப்பட்ட அநுஷ்டான அறைக்குள் அவர் நுழைந்தார். இரண்டு சர விளக்குகள் மட்டும் அந்த அறையில் தொங்கிக் கொண்டிருந்தன. அந்த நந்தா விளக்குகள் ஆலயத்துக்கென்று கோதை நாச்சியாரால் அளிக்கப் பட்டவை. அந்த விளக்குகளைக் கொஞ்சம் தூண்டிவிட்டு, இடையில் கட்டியிருந்த பட்டை அவிழ்த்துத் தரையில் விரித்தபடி அதன்மீது அமர்ந்தார் அவர். சற்று நேரத்தில் அறை எங்கும் சிவப்பு வெளிச்சம் படர்ந்தது. ஆழ்வார் அங்குமிங்கும் பார்த்தார்.

ஒரு பெண் நடந்து வரும் சலங்கை ஒலி கேட்டது. ஆனால் எதுவும் கண்ணுக்குப் புலனாகவில்லை.

ஆழ்வார் தம்மை அறியாமல் "யாரது?" என்றார்.

"அதற்குள்ளாகவா என்னை மறந்துவிட்டாய்?" என்று குரல் கேட்டது.

அவர் சிவப்பு வெளிச்சத்தைக் கூர்ந்து கவனித்தார். அங்கே அதே பெண்; அதே சிவப்புச் சேலை.

அவர் அப்போது கவனிக்காத ஒன்றை இப்போது கவனித்தார்.

அவள் மூக்கில் சிவப்பு மூக்குத்தி இருந்தது.

4. பார்க்கும் இடமெங்கும் நீக்கமற...

ரவிவர்மன் போட்ட சத்தத்தைக் கேட்டு அடுத்த கட்டிலில் படுத்திருந்த பத்மாவதியும் வெளியில் இருந்த சேவகர்களும் விழித்துக் கொண்டார்கள். கதவு தாழிடப் பட்டிருந்ததால் சேவகர்களால் உள்ளே நுழைய முடியவில்லை, வெகு வேகமாக உள்ளே நுழைந்த பத்மாவதி

அச்சத்தோடு அங்குமிங்கும் சுற்றிப் பார்த்தாள்.

முன்னும் பின்னும் பார்த்துத் தள்ளாடியபடியே "நீ போய்விடு; நீ

போய்விடு'' என்று சொல்லிக்கொண்டே பின் பக்கமாக நடந்து வந்தான் ரவிவர்மன்.

யாரோ எதிரிகள் உள்ளே வந்துவிட்டார்கள் என்று அஞ்சிய பத்மாவதி பளிச்சென்று ஓடிக் கதவைத் திறந்து விட்டாள்.

இரவு நேரக் காவலர்கள் தடதடவென்று உள்ளே நுழைந்தார்கள். இங்குமங்கும் ஒவ்வொரு பகுதியாகத் தேடினார்கள். யாரையும் காணவில்லை.

தலை தாழ்ந்து நின்றார்கள். பின்பு வெளியேறினார்கள்.

ரவிவர்மன் மேனி நன்றாக வியர்த்திருந்தது.

பத்மாவதி ஒரு துண்டினால் அவன் மேனியைத் துவட்டி விட்டாள்.

அதுவரையில் அவளோடு பேசாத ரவிவர்மன் அப்போதும் பேசவில்லை.

அவன் படுக்கையில் சாய்ந்தான்.

'நானும் இங்கேயே இருக்கட்டுமா' என்பதுபோல் பரிதாபமாக அவனைப் பார்த்துக் கொண்டிருந்தாள் பத்மாவதி.

"சரி; நீ போய்ப் படு" என்றான் அவன்.

அவள் தயங்கித் தயங்கி நின்றாள்.

"ஒன்றுமில்லை; நீ போய்ப் படு" என்றான் மீண்டும் அவன்.

பதில் சொல்ல வகையின்றிப் பத்மாவதி தன் அந்தப்புரத்துக்கு திரும்பினாள்.

'இது ஏதோ ஒருவகைப் பிரமை' என்று தன்னைத் தானே தேற்றிக்கொண்டான் ரவிவர்மன்.

'கண்ணால் பார்த்தேனே, அங்கொருத்தி இருந்தாளே' என்று, மனம் சொல்லிக் கொண்டேயிருந்தது.

தூக்கம் பிடிக்காமல் சுற்றும் முற்றும் பார்த்தபடியே பள்ளியில் சாய்ந்திருந்தான் ரவிவர்மன்.

"யார் நீ, யார் நீ?" என்று அவன் அந்தப் பெண்ணைப் பார்த்துக் கேட்டதும், அவள் எழுந்து அருகிலே வந்ததும், அவள் மூக்கிலிருந்த சிவப்பு மூக்குத்தியின் ஒளி கண்ணைக் குருடாக்குவது போல் பிரகாசமாக இருந்ததும், அவன் பயந்து பின்வாங்கியதும் அவன் நெஞ்சைவிட்டு நீங்கவில்லை.

சந்தேகம் வளர்ந்தால், தேகமே சந்தேகமாகிவிடும்.

அவன் மெதுவாக எழுந்து மீண்டும் மகுடம் இருந்த அறையை எட்டிப் பார்த்தான். அங்கே யாரும் இல்லை, நிச்சயமாக யாரும் இல்லை!

அவன் நிம்மதியோடு மீண்டும் பள்ளியில் வந்து சாய்ந்தான்.

அப்போதும் தூக்கம்

பிடிக்கவில்லை. எழுந்து ஒரு போர்வையைப் போர்த்திக்கொண்டு கதவைத் திறந்து வெளியே வந்தான்.

தன் குதிரையைக் கொண்டுவரச் சொல்லித் தான் மட்டும் தனியாகப் புறப்பட்டான்.

காவலர்களுக்கு விஷயம் புரியும். கேள்வி கேட்கவும் முடியாது; பேசாமல் இருந்தார்கள். இதில் துணைக்குப் போவது வழக்கமில்லை என்பதால்.

அவன் குதிரைக்கே வழி தெரியும். அது யூஜியானாவின் இல்லத்தை நோக்கிச் சென்றது.

அவன் வெளியேறியதை அறியாத பத்மாவதி தன் அந்தப்புரத்தில் படுத்தபடி சிந்தனையில் ஆழ்ந்தாள்.

நாயகனோடு தினமும் நிம்மதியாக வாழ்வது என்பது சில பெண்களுக்கு மட்டுமே வாய்த்த அதிருஷ்டம்.

வாணிபம் கருதியோ, போர் கருதியோ பிரிந்து சென்ற கணவனுக்காக ஏங்கித் தூங்காமல் இரவைக் கழிக்கும் தோகையர்கள் பலர்.

பரத்தையர் இல்லம் சென்ற கணவனை எண்ணிப் பள்ளியை நனைக்கும் பாவையர் சிலர்.

'இல்லையே' என்பது ஒரு வகைக் கவலை. 'இருந்தும் இல்லையே' என்பது மறுவகைக் கவலை.

'அருகில் இருந்தும் ஆதரவு இல்லையே' என்பது சித்திரவதை.

வெளியே சொல்லமுடியாத வேதனை, விரகதாபம்.

அதிகம் பேசுகிற பெண்ணையும் ஊமையாக்கும் அவலம் அது.

குலமகளிர் அல்லாதவர் நிலைமை வேறு.

பத்மாவதியோ குலமகள். பரபுருஷனை நினைக்கத் தெரியாதவள். அவள் ரவிவர்மனையே நினைத்தாள்; அவனுக்காகவே ஏங்கினாள்.

'கெட்ட கனவு கண்டு சத்தமிட்ட நாயகன், நல்ல கனவு கண்டு நம்மை எழுப்பியிருக்கக்கூடாதா?' என்று எண்ணினாள்.

பெருமூச்சு, அனல் மூச்சாக எழுந்தது. நெஞ்சம் விம்மித் தாழ்ந்தது. மேனி தணலாய்க் கொதித்தது. கழுத்தில் அணிந்த மாலைமணிகள் கருகுவதுபோல் தோன்றிற்று. வியர்வை ஆறாகப் பெருகிற்று.

இந்த வேதனைக்கு மருத்துவரையா அழைக்க முடியும்?

அந்தப்புரத்தின் பின்கட்டில் விழித்தபடியே உட்கார்ந்திருந் தார்கள், சில பெண்கள்.

அவசரம் என்று மகாராணி அழைத்தால், அழைத்த உடனே வருவதற்குத் தயாராக அவர்கள் அங்கே இருப்பது வழக்கம். அவர்கள் இருக்கும் இடத்தில் தலைக்குமேலே ஒரு மணி கட்டப்பட்டிருக்கும். அந்த மணியின் நாக்கில் கட்டப்பட்ட கயிறு மேல் சாளரத்தின் வழியாக அந்தப்புரத்துக்குள் கொடுக்கப் பட்டிருக்கும். அது மகாராணியின் கட்டிலுக்கு நேரே தொங்கிக் கொண்டிருந்தது. மணியை அடித்தால் ஒரு தோழி உள்ளே வருவாள்.

பத்மாவதி மணியை இழுத்தாள். ஒரு தோழி உள்ளே நுழைந்தாள். விவரம் தெரிந்தவள்போல் கையில் மயில் தோகை விசிறி வைத்திருந்தாள்.

பத்மாவதிக்கு அந்த அரண்மனையில் எல்லோரையுமே தெரியாது. முன்பு மெல்லிளங்கோதையைப் பார்க்க வரும் போது சில பெண்களை மட்டுமே பார்த்திருக்கிறாள்.

இந்தப் பெண் அவளுக்கு அறிமுகமானவள் அல்லள்.

இவள் பார்ப்பதற்கு அழகாக இருந்தாள்.

தோகை விசிறியும் கையுமாக அவளைப் பார்த்ததும் பத்மாவதி, "நான் விசுறுவதற்காகத்தான் உன்னை அழைத்தேன் என்பது உனக்கு எப்படித் தெரியும்?" என்று கேட்டாள்.

"மெல்லிளங்கோதை இதுபோன்ற நேரங்களில்தான் அழைப்பாள்" என்று அவள் சொன்னாள்.

"நீ எவ்வளவு நாட்களாக இங்கு இருக்கிறாய்?"

"ஐம்பது ஆண்டுகளுக்கு மேலாக!"

"பார்த்தால் இருபது வயது போல் தோன்றுகிறது..."

"இளமை எனக்கு வரம்! முதுமை என்னைத் தீண்டாது!"

"சொந்த ஊர் எது?"

"மதுரை."

"உன் பெயர்?"

"கண்மணி என்பார்கள் செல்லமாக; அசல் பெயர் காளியம்மை!"

"பிறந்தது மதுரையில்தானா?"

"இல்லை; சோழ நாட்டிலே!"

"சோழ நாட்டில் எந்த ஊர்?"

"அந்த ஊர் இப்போது இல்லை."

"அப்படியென்றால்..."

"ஊர் அழிந்துபோய்விட்டது. ஊரார் பலரும் பல ஊர்களில் சென்று குடியேறிவிட்டார்கள். நாங்கள் மதுரையிலே குடியேறி விட்டோம்."

"இங்கே எப்படிப் பணி புரிய வந்தாய்?"

"நதி இழுத்தால் படகு ஓடுகிறது. விதி இழுத்தால் வேற்றூர் செல்கிறோம்! வேறு என்ன?"

"உனக்குத் திருமணம் ஆகிவிட்டதா?"

"ஆகிவிட்டது. அம்மி மிதித்து, அருந்ததி பார்த்து, மங்கல நாளில் மனையறம் புகுந்தேன். பொங்கிய வாழ்வில் பங்கு கேட்க வந்தாள்

ஒருத்தி. இடம் கொடுத்தேன். இருந்த செல்வங்கள் அனைத்தையும் இழந்தேன். மதிமாறித் திரும்பி வந்த கணவனோ, பல நாட்கள் வாழவில்லை. மங்கலம் இழந்தேன். இந்த மன்னர் குலத்தில் சேவைக்கு வந்தேன்."

"மங்கலம் இழந்தாயா? நெற்றியில் குங்குமம் இருக்கிறதே!"

"மனத்திலே நாயகன் இருக்கிறான்; அதனால் மார்பிலே மாங்கல்யம் இருக்கிறது. கனவிலே அவனோடு உறவாடவே இந்த மாங்கல்யமும் இந்தக் குங்குமமும்!"

"உன் கதைக்கு வயது அதிகமாக இருக்கிறது; உன் கண்ணுக்கு வயது குறைவாக இருக்கிறது; உன்னை என்னால் நம்பமுடிய வில்லை."

அவள் விசிறியபடியே சொல்லிக்கொண்டு மெதுவாகச் சிரித்தாள்.

அவள் மெதுவாகத்தான் சிரித்தாள். ஆனால் அந்தச் சிரிப்பு இடியோசைபோல், பத்மாவதியின் காதில் விழுந்தது.

அவள் பயத்தோடு "ஏன் இப்படிப் பயங்கரமாகச் சிரிக்கிறாய்?" என்றாள்.

"இல்லையே, மெதுவாகத்தானே சிரிக்கிறேன்" என்று மெதுவாகவே சொன்னாள்.

"ஐயோ! ஏன் இப்படிச் சத்தம் போட்டுப் பேசுகிறாய்" என்றாள் பத்மாவதி.

"இல்லையே; மெதுவாகத்தானே பேசுகிறேன்" என்று அமைதியாகப் பார்த்தாள் அவள்.

"ஐயோ! ஏன் இப்படிக் குரூரமாகப் பார்க்கிறாய்?" என்றாள் பத்மாவதி.

"என்ன இது? என்னைப் பார்த்தாலே உனக்குப் பயங்கரமாகத் தெரிகிறதா?" என்றாள் அவள்.

'உனக்கு', ஒருமையில் பேசுகிறாளே!

பத்மாவதிக்குத் திகில் மூண்டது.

"ஏன் இப்படி மரியாதை இல்லாமல் பேசுகிறாய்?" என்றாள்.

"நமக்குள் என்ன மரியாதை?" என்றபடி அந்தப் பெண் பக்கத்திலே அமர்ந்தாள்.

பத்மாவதிக்கு எழவேண்டும் போல் தோன்றிற்று. எழமுடியவில்லை.

அந்தப் பெண் பத்மாவதியின் கழுத்திலிருந்த மாங்கல்யத்தைத் தொட்டு "இது உனக்கு வேண்டுமா?" என்றாள்.

"எதற்காக இப்படிக் கேட்கிறாய்?" என்று நடுங்கினாள் பத்மாவதி.

"இல்லை; இது உனக்கு வேண்டுமானால் நீதான் காப்பாற்றிக் கொள்ள வேண்டும்" என்றாள் அவள்.

பத்மாவதியால் பேசமுடியவில்லை. கை, கால்கள் மரத்துப்போவதுபோல் தெரிந்தது.

"நீ யார்? உண்மையைச் சொல்லிவிடு; நீ யார்?" என்று சத்தமிட்டாள்.

அவள்தான் சத்தமிட்டாளே தவிர, அந்தச் சத்தம் மெதுவாகவே அந்தப் பெண்ணுக்கும், அவளுக்கும் கேட்டது.

"ஆமாம்! இது மெல்லிளங்கோதை படுத்திருந்த கட்டில் தானே; இதில் நீ எப்படிப் படுக்கலாம்?" என்று கேட்டாள் அந்தப் பெண்.

பத்மாவதிக்குச் சித்தப் பிரமையே பிடித்துவிடும் போல் இருந்தது. அவளால் அதற்குமேல் பேச முடியவில்லை.

அந்தப் பெண் பத்மாவதியின் முகத்தருகில் தன் முகத்தைக் கொண்டு வந்தாள்.

"என்னை நன்றாகப் பார்" என்றாள்.

பத்மாவதியின் முகத்தில் சிவப்பு வெளிச்சம் படர்ந்தது.

அந்தப் பெண் அணிந்திருந்த சிவப்பு மூக்குத்தி ஏதோ பேசுவதுபோல அவள் காதுகளுக்குக் கேட்டது.

"அம்மா!" என்றவள் சத்தமிட்டாள். அந்தச் சத்தம் பெரியதாகவே இருந்தது.

அந்தப் பெண் சிரித்தாள்; அரண்மனை நடுங்கிற்று.

இப்போது பத்மாவதியின் சத்தம் வேறு பகுதியில் படுத்திருந்த சாலியூர்த்தாவளிக்கு மட்டும் கேட்டது. சாலியூர்த்தாவளி ஓடோடி வந்தாள். மரணப்படுக்கையில் கிடப்பதுபோல் பத்மாவதி கிடப்பதைப் பார்த்தாள். வேறு யாரும் அங்கே இல்லை.

"என்னம்மா? என்னம்மா?" என்று அவளை உலுக்கினாள் சாலியூர்த்தாவளி.

"யாரோ ஒரு பெண்... யாரோ ஒரு பெண்..." என்று குளறினாள் பத்மாவதி.

அங்குமிங்கும் சுற்றிப் பார்த்துவிட்டு, "யாரும் இல்லையே! ஏதோ கனவு கண்டிருக்கிறாய். என்றைக்கிருந்தாலும் உன் நாயகன், உன் நாயகன் தான். அமைதியாகத் தூங்கு" என்று எதையோ, மனத்தில் கொண்டு பேசிவிட்டு, மணியை மெதுவாக அடித்தாள். வெளியில் இருந்த பெண்கள் ஓடிவந்தார்கள்.

"நீங்கள் அனைவரும் இவள் அருகிலேயே இருங்கள்! நன்றாக விசிறுங்கள்! விடியும் வரை விலகவேண்டாம்" என்று கூறிவிட்டுத் தன் அறைக்குச் சென்றாள் சாலியூர்த் தாவளி.

சுற்றிலும் தோழியர் இருந்ததால் சற்று அச்சமின்றி மெதுவாகக் கண்களை மூடினாள் பத்மாவதி! இருப்பினும் அந்தப் பெண்ணைப்பற்றிய அச்சம் அவள் நெஞ்சை உலுக்கி எடுத்தது.

தன் அறைக்குச் சென்ற சாலியூர்த்தாவளி சற்றும் சலனமின்றி அமைதியாகப் பள்ளிகொண்டாள்.

பத்மாவதி போட்ட சத்தத்தில் அரண்மனையே விழித்திருக்க வேண்டும். மற்ற சகோதரிகளோ, காவல்காரர்களோ பின்கட்டில் இருந்த பணிப்பெண்களோ அந்தச் சத்தத்தை கேட்கவில்லை. சாலியூர்த் தாவளிக்கு மட்டும் தான் கேட்டது! ஆனால் தனக்கு மட்டுமே கேட்டது என்பதை அவள் அறியமாட்டாள்.

"என்ன தூக்கம் அந்தப் பாவிகளுக்கு! பத்மாவதியின் அலறல் யாருக்குமே கேட்கவில்லையே! நாளைக்கும் ஏதாவது நடந்தால் இவர்கள் இப்படித்தான் தூங்குவார்கள் போல் இருக்கிறது" என்று எண்ணிக் கொண்டே படுத்தாள்.

ஒரு நாழிகைகூட ஆகியிருக்காது. எங்கிருந்தோ பாடல் ஒன்று வரும் சத்தம் அவள் காதில் கேட்டது.

ஆம்; அவள் காதுகளில் மட்டுமே அந்தப் பாடல் விழுந்தது.

'இந்த நேரத்தில் யார் பாடுகிறார்கள்?'

குழப்பம் அடைந்த சாலியூர்த்தாவளி சாளரக் கதவுகளைத் திறந்து வெளிப்பக்கம் பார்த்தாள். அங்கே தோட்டத்தில் தலைவிரி கோலமாக நின்று, யாரோ பாடிக்கொண்டிருப்பது போல் அவளுக்குத் தோன்றிற்று.

அச்சத்தோடு கூர்ந்து கவனித்தாள் சாலியூர்த்தாவளி, உருவம் சரியாகத் தெரியவில்லை.

"என்னை யாரென்று நினைக்கிறீர்கள்?
நான் ஒன்றும் அனாதையல்ல.
மன்னர் குலத்துப் பூங்கொடி; மாணிக்கத் தேரில்
                                 ஊர்ந்தவள்:
அரண்மனையில் வாழ்ந்த பைங்கிளி,

அடிமையாக நிற்கிறேன் இன்று
என்னை யாரென்று நினைக்கிறீர்கள்? நானொன்றும்
                              அனாதையல்ல,
அரச சபையில் என்னை அவமதித்தார்கள்
அச்சங் கெட்டவர் நூறுபேர்
என்னை அவமானப் படுத்த முயன்றார்கள்.
இறைவனை நான் உதவிக்கு அழைத்தேன்.
எப்படியோ தப்பி வந்துவிட்டேன்.
என்னை யாரென்று நினைக்கிறீர்கள்?
நான் ஒன்றும் அனாதையல்ல.
மகுடம் பறிபோயிற்று.
மணந்தவர் கைகட்டி நின்றார்.
மன்னரையாவது மதித்தார்களா?
வனவாசத்துக்கு அனுப்பி வைத்தார்கள்.
என்னை யாரென்று நினைக்கிறீர்கள்?
நான் ஒன்றும் அனாதையல்ல.
தர்மம் உயிரோடு இருக்கிறது.
அது சாகவில்லை என்று நான் நம்புகிறேன்.
அதைப் பார்த்தவர்கள் யாராவது இங்கே
                              இருக்கிறார்களா?
அவர்கள் என்னிடம் வாருங்கள்.''

பாட்டு தொடர்ந்தது.

'என்ன பாட்டு இது? யார் இந்தப் பைத்தியக்காரி?'

யாரோ ஒரு பரிதாபத்திற்குரிய பெண் என்றுதான் சாலியூர்த் தாவளிக்குத் தோன்றியது.

இந்தப் பாடல் அவளுக்கு மட்டுமே கேட்டது.

இந்தக் காட்சி அவளுக்கு மட்டுமே தென்பட்டது.

மெதுவாக அவள் படிக்கட்டுகளில் இறங்கினாள். மெது மெதுவாக அந்தப் பெண்ணை நெருங்கினாள்.

காவலர்களை உதவிக்கு அழைக்கவேண்டும் என்று அவள் நினைக்கவில்லை. ஏனோ அவளுக்கு அது தோன்றவில்லை.

காவலர்கள் யாரும் அங்கு இல்லை.

அவளுக்கு அச்சமும் பிறக்கவில்லை; அந்தப் பெண்ணின் அருகே நெருங்க நெருங்க ஓர் அபூர்வ உணர்ச்சியும் உண்டாயிற்று.

கைகளைக் கட்டியபடி அமைதியாக அந்தப் பெண் நின்றாள்.

''யாரம்மா நீ?''

''நான் ஒரு ராஜகுமாரி.''

''என் இங்கே நிற்கிறாய்?''

''இங்கே நிற்க வேண்டும்போல் எனக்குத் தோன்றிற்று.''

''ராஜகுமாரி என்கிறாய்; அனாதையைப்போல் வந்திருக் கிறாயே...''

''அது என் தலையெழுத்து!''

''உனக்கு ஏதாவது தேவையா?''

''ஓர் அரண்மனை தேவை!''

சாலியூர்த் தாவளிக்குச் சிரிப்பு வந்தது.

காரணமில்லாமல் கண்களிலிருந்து கண்ணீர் வந்தது. கண்ணீரைத் துடைத்தால், அது மைபோலப் பிசுபிசு என்று இருந்தது.

''உன் கண்களில் இருந்து இரத்தம் வருகிறது!'' என்றாள் அந்தப் பெண்.

சாலியூர்த் தாவளிக்குத் தலை சுற்றிற்று.

''இந்த இருட்டில் என் கண்களில் இருந்து வருவது இரத்தம் என்பது உனக்கு எப்படித் தெரிந்தது?'' என்று கேட்டாள்.

''இதோ பார்'' என்று ஒரு பக்கமாகத் திரும்பினாள். அந்தப் பெண்.

சிவப்பு வெளிச்சம் படர்ந்தது.

சிவப்பு மூக்குத்தி ஜொலித்தது.

சாலியூர்த்தாவளி தடாலென மயங்கி விழுந்தாள்.

அந்தப்பெண் அவளைக் கைகளிலே தூக்கினாள். அவளது பள்ளியறையில் கொண்டுவந்து பஞ்சணையில் கிடத்தினாள்.

சற்று நேரத்தில் கண் விழித்த சாலியூர்த்தாவளி சுற்று முற்றும் பார்த்தாள்; அங்கே யாரையும் காணவில்லை.

அதே நேரத்தில் யூஜியானாவின் இல்லம் நோக்கிக் குதிரையிலே சென்று கொண்டிருந்தான் ரவிவர்மன். அவன் என்ன உதைத்தும் குதிரை வேகமாகச் செல்லவில்லை; 'யூஜியானாவின் இல்லம் செல்வதற்குள் விடிந்துவிடும்' என்றே அவன் கருதினான்.

'அந்தக் குதிரை அடிமேல் அடிவைத்து மெதுவாகச் செல்வானேன்?'

அவனுக்கே புரியவில்லை.

அவன் போவது யூஜியானாவின் இல்லத்துக்குத்தான்; நிச்சயமாக அங்கேதான்.

இதோ, ஒரு வழியாக அந்த இடம் வந்துவிட்டது.

"என்ன இது? இதுதான் யூஜியானாவின் இல்லமா? நாம் எங்கே வந்திருக்கிறோம்?" என்று சுற்றுமுற்றும் பார்த்தான்.

அவன் குதிரை நின்ற இடம் பகவதி அம்மன் கோயில்!.

5. அக்கினி அறியப்படுவது

நாராயண நம்பூதிரி சூடுபட்ட புலிபோல் குறுக்கும் நெடுக்குமாக நடந்து கொண்டிருந்தார்.

ஒருபுறமும், மறுபுறமுமாக அவர் திரும்பித் திரும்பி நடந்தபோது, "ஸ்ரீலஸ்ரீ தம்பிரான் சுவாமிகளுக்கு வணக்கம்" என்ற குரல் பின்புறமிருந்து வந்தது.

சங்கீதம் இழைவதுபோன்ற அந்த இனிமையான குரல் கேட்டு நின்ற நிலையிலேயே ராஜகம்பீரமாகத் தலையைத் திருப்பிப் பார்த்தார் நாராயண நம்பூதிரி.

அங்கே வெள்ளைக் கலையுடுத்தி, வெள்ளைப் பணி பூண்டு, தெள்ளு தமிழால் திருக்கோலம் போட்டது போல் பிள்ளை முகம் பால் வடியப் பேரழகு இசை பாட, கன்னங் கருங்கூந்தல் கால்வரையில் தெண்டனிட அன்னம் போல் நின்றாள் அழகு மயில் ஒருத்தி.

மன்னர் குலமகளோ, வண்ணக் கலைமகளோ, செல்வத் திருமகளோ, சிங்காரப் பூமகளோ- கண்ணைப் பறித்த அந்தக் கட்டழகிலும் அன்னை வடிவையே கண்டார் நம்பூதிரி.

அடைபட்ட கதவு, தடைபட்ட வாசல்; அங்கேயும் காவல்காரர்கள். எப்படி வந்தாள் இந்தப் பெண்?

தன்னை மறந்த நிலையில், "தாயே! யார் நீங்கள்?" என்றார் நம்பூதிரி.

"நான் வேதத்தின் எழுத்துக்கள். நாதத்தின் ஸ்வரங்கள். என் பெயர் உன் இதயத்தில் இருக்கிறது?" என்றாள் அவள்.

"கட்டுக் காவல் கடந்து, இங்கே நுழைந்தது எப்படி" என்றார் நம்பூதிரி.

"நான் வெள்ளத்தால் அழியாதவள். வெந்தணலால் வேகாதவள்; கள்ளர்க்கு அரிதானவள்; காவலையும் கடந்து நிற்பவள்" என்றாள் அவள்.

"இந்த நம்பூதிரி ஒரு நைஷ்டிக பிரம்மச்சாரி. நள்ளிரவில் நீங்கள் இங்கே வந்தது கள்ளமற்றதாயிருப்பினும் உள்ளங் கெட்டோரின் ஒரு சொல்லுக்கு நான் ஆளாக நேரிடும், வந்த காரணம் கூறி விடை பெறலாமா?" என்றார் நம்பூதிரி.:

"நம்பூதிரிகள் தர்மத்தின் காவலர்கள். தர்மம் ஊர்ப்பழிக்கு அஞ்சலாமா?" என்றாள் அவள்.

"என் வரையில் நானும், உங்கள் வரையில் நீங்களும் உத்தமர்களே. தம் வரையில் தர்மம் அறிந்தவர்கள் சமூகத்தில் எத்தனைபேர்?" என்றார் அவர்.

"அவர்கள் அரைகுடங்கள்; இன்னும் சிலர் வெறும் குடங்கள்; நீயோ நிறைகுடம்; நீதியின் உறைவிடம்; தாயும் மகனும் சந்திக்கும்போது வதந்திக்கு ஏது இடம்?" என்றாள் அவள்.

"நல்லது தாயே! சொல்வதைச் சொல்லிவிடுங்கள்" என்றார் நம்பூதிரி.

“தர்மம் மயக்க மருந்து தரப்பட்டுத் தூங்கிக் கொண்டிருக்கிறது. நீயும் தூங்கிக் கொண்டிருந்தால் என்ன கதி?”

“காவலனே கைதியாகிக் கிடக்கும்போது தர்மத்தை எப்படி எழுப்புவது?”

“அணுக்கள்தோறும் சாஸ்திரங்கள் இழையோடிக் கொண்டிருக்கும் பிரம்ம இரத்தத்தை யாரும் கைதியாக்க முடியாது. பரசுராமனின் கோடரி உன் பார்வையிலேயே இருக்கிறது. உன் கைகளில் உனக்குத் தெரியாமலேயே அக்கினி எரிந்துகொண்டிருக்கிறது. உனது வாக்குகள் தீப்பிழம்புகளால் உருவாக்கப்பட்டவை. ஆதி நாயகனோடு இரண்டறக் கலந்துவிட்டவன், அவனில் பாதி நாயகனாகி விடுகிறான். சக்தி உன்னிடம் இருக்கிறது. அதை நீ அறியாமல் இருப்பதே அனுதாபத்துக்குரியது.”

“என் சக்தியை நான் அறிவேன் தாயே, என் சக்தியை நான் அறிவேன். ராஜ விசுவாசத்தில் என் சக்தி பீறிட்டெழுகிறது. கையறு நிலையில் கலங்கி நிற்கிறேன்.”

“இதோ பார். இந்தக் கதவுகள். இவை மரத்தால் செய்யப்பட்டவை. இதன் காவலர்கள் வெறும் ஜடங்கள். ‘கதவு திறக்கட்டும்’ என்று ஆணையிட்டால் திறக்கும், “காவல் கூட்டம் பறக்கட்டும்” என்றால் பறக்கும். அந்தப் பதவியை ஆதிநாயகன் உனக்கு அருளியிருக்கிறான். பதவி, பூர்வ புண்ணியானாம் என்பது நீ அறியாததா?”

“நான் எல்லாம் அறிவேன்; ஆனால் ஏதும் அறியேன், வல்லவன் நான்; இன்று வலிமை இல்லாதவன். என்னை என்ன செய்யச் சொல்கிறீர்கள் தாயே!”

“இது மதிமயக்கத்தின் முரண்பாடு; வெளி இருட்டை நீக்க விளக்குண்டு. மன இருளை நீக்க மதியே விளக்கு. சத்தியத்தின் மீது ஆணையிட்டு இந்தக் கதவை உடைத்தெறி. தர்மத்தைக் காக்கவே தன்னலம் துறந்த குலசேகரன் சலனத்தில் தவிக்கிறான். மார்த்தாண்டவர்மன் வழி அறியாது திகைக்கிறான். கண்ணியில் விழுந்த பச்சைக் கிளியாய் மெல்லிளங்கோதை கலங்குகிறாள்.

இங்கே மகுடா பிஷேகத்துக்கு நாள் குறித்தாகிவிட்டது. சூழ்ச்சியும் சூதுமே வலிமையாகி விடுமானால், இத்தனை ஆலயங்களுக்குத் தேவை என்ன?"

அந்தப் பொன் மயில் பேசப் பேச, நம்பூதிரியின் தேகம் கொதித்தது. இரண்டு கைகளையும் ஓங்கிச் சுவரில் அடித்தார்.

"அம்மா! என்னைச் சோதிக்காதீர்கள்" என்று சத்தமிட்டார்.

"அங்கங்களைச் சித்திரவதை செய்துகொள்வது கேள்விகளுக்குப் பதிலாகாது" என்றாள், அந்தப் பொன் மயில்.

"சிங்கம் கூண்டுக்குள் அல்லவா இருக்கிறது!" என்று கர்ஜித்தார் நம்பூதிரி.

"கூண்டும் தனக்குக் கட்டுப்பட்டதே என்பதைச் சிங்கம் அறியாமல் இருக்கிறதே!" என்றாள் அவள்.

"மக்கள் அனைவரும் அயோக்கியர்களையே நம்புகிறார்களே! நான் என்ன செய்ய?" என்று கதறினார் நம்பூதிரி.

"மக்கள் அப்படித் தான் இருப்பார்கள். இல்லை; அப்படியேதான் படைக்கப்பட்டிருக் கிறார்கள். அதனால் தான் அவர்களுக்கு வழிகாட்ட ஞானிகள் தேவைப்படு கிறார்கள்!" என்றாள் அவள்.

"மக்களின் குரலே மகேசனின் குரல் என்கிறானே ரவிவர்மன்...?" என்றார் நம்பூதிரி.

"அவன் மக்களால் படைக்கப்பட்ட மகேசனைச் சொல்கிறான்; மக்களைப் படைத்த மகேசனையல்ல. இறைவனின் குரல் கோடியில் ஒருவரின் காதுகளில் மட்டும் ஒலிக்கும். கூர்ந்து கேள். உன் காதுகளில் அது ஒலிக்கிறதா இல்லையா?"

"நான் தனியாக வாளெடுத்துப் போர்க்களம் செல்லவா?"

"சமர் என்று வரும்போது அதுவும் தேவைதான். ஆனால், சிருஷ்டியில் கரங்கள் மட்டுமே வலிவுடையவை அல்ல, கரத்தையும், சிரத்தையும் எது ஆட்டிவைக்கிறதோ அந்த அறிவும் வலியதே!"

"நீங்கள் சொல்வது எனக்கு விளங்கவில்லை."

"இப்படி நீ சொல்வது முதல் தடவை என்று கருதுகிறேன்."

"எனது வேத ஞானம் உங்களிடம் தோற்றுப் போனதை வெட்கமின்றி ஒப்புக் கொள்கிறேன் தாயே!"

"நல்லது. அக்கினியில் பிறந்த பிரம்ம இரத்தம் இப்போது பேசட்டும். எங்கே கதவு திறக்கட்டும் என்று சொல்"

அவள் இப்படிச் சொன்னதும் "கதவு திறக்கட்டும்" என்று சத்தமிட்டார் நம்பூதிரி.

அடைப்பான்கள் உடைந்தன; கதவுகள் திறந்தன.

"காவலர்கள் உறங்கட்டும் என்று சொல்" என்றாள் அவள்.

நம்பூதிரி சொன்னார்; எழுந்து நின்ற காவலர்கள் உறங்கி விழுந்தார்கள்.

"இப்போது புரிகிறதா! நீ எது சொன்னாலும் நடக்கும். சத்தியத்தின் தலைவாசல் காவலன் நீ. அரண்மனையைக் கொளுத்தவும் உன்னால் முடியும். வஞ்சியைப் பொசுக்கவும் உன்னால் இயலும். நீ நினைத்தால் மதுரை நகரம் மறுபடியும் எரியும். பொங்கும் கனலில் கொங்கு நாடும் அழியும். சக்தி பெரிதல்ல; அதை உணர்ந்துகொள்வதே பெரிது" என்றாள் அவள்.

நம்பூதிரி துடிதுடித்து நின்றார்! இரண்டு கைகளையும் தோள் வரையில் தூக்கி உதறினார். மார்பை அகட்டி ஒரு மற்போர் வீரனைப் போல் நடந்தார்.

"வஞ்சகருக்குப் புத்தி புகட்டுவேன். வஞ்சியை மீண்டும் வசப்படுத்துவேன். மார்த்தாண்டவர்மனுக்கே மகுடத்தை அளிப்பேன். இவை நடக்கவில்லை என்றால், வஞ்சி நகரத்தையே இடுகாடாக்குவேன்" என்று ஓங்கிச் சிரித்தார்.

இடி இடித்ததைப் போன்ற அந்தச் சிரிப்பைக்கேட்டு, அடுத்த கட்டில் படுத்திருந்த கேசவ நம்பூதிரியும், ஜகந்நாத நம்பூதிரியும் எழுந்து ஓடிவந்தார்கள்.

நம்பூதிரி சிரித்துக்கொண்டேயிருந்தார். அவர்கள் "சுவாமி! சுவாமி!" என்று பதறினார்கள்.

"தாயே! தாயே!" என்று கூவினார் நம்பூதிரி.

சுற்று முற்றும் பார்த்தார்; யாரையும் காணவில்லை.

கேசவ நம்பூதிரியின் தோள்களைப் பிடித்து உலுக்கி, ''என் தாய் எங்கே? எங்கே?'' என்றார்.

''உங்கள் தாய் இறந்து முப்பது ஆண்டுகள் ஆகின்றனவே சுவாமி'' என்றார் அவர்.

''இப்போது நாங்கள் பேசிக்கொண்டிருந்தது உங்கள் காதில் விழவில்லையா?'' என்றார் நம்பூதிரி.

''இல்லையே, சுவாமி'' என்றார் ஜகந்நாத நம்பூதிரி.

அமைதியாக நின்று, நிதானித்துக் கதவுகளைப் பார்த்தார் நம்பூதிரி. அவை தாழிடப்பட்டேயிருந்தன.

6. பகவதி கீதை

நாம் எப்படிப் பகவதி அம்மன் கோயிலுக்கு வந்தோம்'' என்பதே புரியாமல், கோயிலுக்குள்ளே நுழைந்தான் ரவிவர்மன்.

மங்கிய அகல் விளக்கு வெளிச்சத்தில் அவன் கண்களுக்கு இரண்டு முகங்கள் தெரிந்தன.

ஒன்று, பகவதி அம்மன் திருமுகம்; இன்னொன்று; சூலாயுதத்தில் பாய்ந்து கிடந்த ராமவர்மனின் முகம்.

பகவதி அம்மன் ருத்ரதாண்டவம் ஆடுவதுபோல் அவன் கண்களுக்குத் தெரிந்தது.

''தர்மத்தைக் காட்டுக்கு அனுப்பிய சண்டாளனே! உனக்குப் புத்தி புகட்டவே இங்கு அழைத்து வந்தேன். உத்தமர்கள் அவதரித்த சேரமான் பெருங்குடியில் அதமனாக, அநியாயக்காரனாகப் பிறந்தவன் நீ! நமது சம்பிரதாயங்களின் பகைவன் நீ! வஞ்சியின் மகுடம் உன் தலையில் ஏறு முன்னாலே, சேரமான் பரம்பரைக்கு நியாயம் வழங்கப்படும்! அதுவும் உன்கண் முன்னாலேயே வழங்கப்படும்!''

பேசுவது பகவதி அம்மன்தானா?

ரவிவர்மனுக்கு அப்படித்தான் தோன்றிற்று.

உடனே 'ஓ' வென்று ஒரு சிரிப்புச் சத்தம் கேட்டது. ரவிவர்மன் திரும்பிப் பார்த்தான்.

சூலத்தில் தொங்கியபடியே ராமவர்மன் பேசினான்.

"ஆசை நிறைவேறிவிட்டதா? அரண்மனை கைக்கு வந்து விட்டதா? ஆள், அம்பு, பரிவாரம், யானை, சேனை எல்லாம் உன் கையிலா? கேரள சிங்க வளநாடாகிய வஞ்சிமாபுரத்து மாவேந்தரே, மகுடாபிஷேகத்துக்கு நாள் குறித்தாகிவிட்டதா? அரசிளங்குமரன் மார்த்தாண்டவர்மன் வனத்திலே துடிக்கிறானா? உங்கள் ஆனந்த நர்த்தனம் உற்சாகமாக நடக்கிறதா?..."

ரவிவர்மன் உடல் நடுங்கிற்று.

ராமவர்மன் சூலத்தில் இருந்தபடியே தன் உடலை ஒரு சுழற்றுச் சுழற்றினான். அவன் உடலில் இருந்து இரத்தம் பீறிட்டு ரவிவர்மன் முகத்தில் அடித்தது.

"இந்த இரத்தத்தில் என்ன வாசனை வருகிறது? சேரமான் வீட்டு உப்பு வாசனை வருகிறதா? அது செஞ்சோற்றுக் கடனை உங்கள் முகத்தில் எழுதுகிறதா? நன்றி கொன்ற பாதகர் உடம்பில் இரத்தம் ஓடாது; கழுநீர் ஓடும்! நான் சேரமான் வீட்டு நாய்க்குட்டி. வஞ்சிமாபுரத்து வேந்தரே, அமர்வதற்கு இடம் தேவை என்றால் அரண்மனைதானா கிடைத்தது? இந்த அம்மன் கோயில் விசாலமாக இருக்கிறதே! வேணாட்டு பத்மநாப சுவாமி கோயிலில் வேண்டிய இடம் இருக்கிறதே! இரண்டும் தேவையில்லை என்றால், மேற்கு கடலலை கரையேறிக் கரையேறி உம்மை அழைக்கிறதே! சூழ்ச்சியால் பதவி பெற்றவன் அதைக் கண்ணீரோடு ஒரு நாள் இழக்க வேண்டியிருக்கும். ஆட்சியைத் தவறாக அடைந்தவன் வீழ்ச்சிக்கும் தயாராக இருக்கவேண்டும். அரசர் பெருமானே! உங்கள் அந்தரங்கங்கள் அரங்கேறும் நாள் வெகுதூரத்தில் இல்லை. சந்திர சூரியர் காலம் வரை உங்கள் தலைமுறை வஞ்சியை ஆளப்போகிறது என்று கனவு காணாதீர்கள். ஒரு நாள் சகலமும் அற்றுச் சந்ததியும் அற்று நீங்கள் வெளியேற வேண்டியிருக்கலாம். என்ன, ஏழை நாய்க்குட்டி இவ்வளவு குரைக்கிறது என்று எண்ணுகிறீர்களா! இது, இருப்பவன் பேசினால் வெறும் பேச்சு. ஆனால் இப்போது நீங்கள் கேட்பது இறந்தவனின் ஆன்மா பேசும்

பேச்சு. ஆன்மா பொய் பேசாது. புறப்படுங்கள். உங்களுக்குத் துணையாக அன்னை பகவதியின் சூலம் கூடவே வந்து கொண்டிருக்கும்" என்று ஓங்கிச் சிரித்தது ராமவர்மனின் சடலம். உடனே படாரென்று தலை தொங்கிற்று.

ரவிவர்மன் வியர்க்க விறுவிறுக்கத் தட்டுத் தடுமாறிப் படிக்கட்டுகளில் ஏறினான். சூலம் முதுகில் குத்தி வெளியே தள்ளுவதைப்போல் தோன்றிற்று.

"ஐயோ! அம்மா, அம்மா!" என்று அலறினான் ரவிவர்மன்.

"என்ன? என்ன?" என்று திடுக்கிட்டு எழுந்து அவன் அருகில் அமர்ந்தாள் யூஜியானா.

"நான் எங்கிருக்கிறேன்?" என்று கேட்டான் ரவிவர்மன்.

"என் வீட்டில்தான்!"

"எப்படி வந்தேன்?"

"சிறிது நேரத்துக்கு முன்பு பிரமை பிடித்தமாதிரி வந்தீர்கள். நான்தான் கதவை திறந்தேன். ஒன்றும் பேசாமல் உள்ளே நுழைந்து படுக்கையில் படுத்தீர்கள்" என்றாள் யூஜியானா.

வியர்த்திருந்த அவனது முகத்தை அவள் துடைத்து விட்டாள்.

அவன் மீண்டும் கட்டிலில் சாய்ந்தான்; அவள், அவன் மார்பில் சாய்ந்தாள்.

7. பகலில் இரவு

“எனக்கு பயமாக இருக்கிறது. என்னைக் கொண்டு போய் ஆசிரமத்தில் விட்டுவிடு’’ என்று கெஞ்சினாள் கோதை.

“பயப்படாதே! சிலரது இரத்தத்தின் மேலேதான் தர்மம் உருவாக முடியும் என்பதற்கு அடையாளமே இந்தச் சிவப்பு வெளிச்சம். என்ன வேட்டுவப் பெண் தர்மத்தைப் பற்றி பேசுகிறாளே என்று எண்ணுகிறாயா? தர்மம் இப்போது காட்டுக்குத்தான் வந்திருக்கிறது. அது எங்கள் இதயங்களில் குடி கொண்டிருக்கிறது’’ என்றாள் அவள்.

“அதைப் பற்றியெல்லாம் விரிவாகப் பேச என்னால் இப்போது முடியாது. இப்போது என்னைக் கொண்டுபோய் விட்டுவிடு’’ என்று கலங்கினாள் கோதை.

“உன் மாமா குலசேகர ஆழ்வார் எங்கே இருக்கிறார் தெரியுமா? அவர் திருக்கண்ணபுரத்துக்கு வந்துவிட்டார். பாவம்! இன்னும் கொஞ்ச காலம்தான் அவர் இருப்பார்!’’ என்றாள் அந்தப் பெண்.

உடனே பயத்தை மறந்த நிலையில் “எங்கே? திருக்கண்ண புரத்திலா?’’ என்று கேட்டாள் கோதை.

“ஆம். திருக்கண்ணபுரத்தில் கொஞ்ச நாட்கள் இருப்பார். இந்தத் திவ்ய தேசத்திலும் அவர் பூத உடல் கொஞ்ச நாட்கள்தான் இருக்கும்’’ என்றாள் அந்தப் பெண்.

“இதென்ன ஆருடமா?’’ என்று கேட்டாள் கோதை.

"ஆம். அதை நான் நன்றாகக் கணிப்பேன்?" என்றாள் அவள்.

"அப்படியென்றால். இந்த வனத்திலிருந்து எங்களுக்கு எப்போது விடுதலை கிடைக்கும் என்று சொல்ல முடியுமா?"

"அதை நான் உனக்குச் சொல்லக்கூடாது. ஆருடத்தில் உள்ள ரகசியமே அதுதான். ஒருவருடைய வாழ்வைப்பற்றி அடுத்தவர்களிடம் கூறலாமே தவிர, அவர்களிடமே சொல்லக் கூடாது. ஒரு வேளை, உன் மாமன் குலசேகர ஆழ்வாரை நான் சந்திக்க நேர்ந்தால் அவரிடம் அதைச் சொல்வேன்" என்றாள் அவள்.

"எனக்குச் சந்தேகமாக இருக்கிறது. நீ ஒரு சூனியக்காரி. தயவுசெய்து என் உயிரைக் காப்பாற்றிக் கொண்டு போய் விட்டுவிடு" என்றாள் கோதை.

"நான் ஒரு சூனியக்காரிதான்! சூனியத்திலேதான் என் ராஜாங்கம் நடந்து கொண்டிருக்கிறது. நீங்கள் மட்டும் என்ன, சூனியத்தில் தொடங்கிச் சூனியத்தில்தான் முடியப் போகிறீர்கள்" என்றாள் அவள்.

"தாயே! இவ்வளவு ஆழமான தத்துவங்கள் எல்லாம் எனக்குப் புரியாதம்மா!" என்றாள் கோதை.

"ஒருநாள் உனக்குப் புரியும். சரி வா. உன்னைக் கொண்டு போய் விட்டு விடுகிறேன்!" என்று முன்னால் நடந்தாள்.

கொஞ்ச தூரம் நடந்ததும், "ஒன்றை மறந்து விட்டேன் கொஞ்சம் நில்" என்றாள்.

கோதை நின்றாள்.

"இப்போது இருக்கிற நிலைமையே நீடிக்கும் என்று நீ கருதாதே. இதோ இந்த வேரை வாயில் போட்டுக்கொள்" என்று ஒரு வேரைக் கொடுத்தாள் அந்தப் பெண்.

ஏதோ ஒரு சக்தி அதை வாங்கிக்கொள்ள வேண்டும் போல் தூண்டிற்று. வாங்கி வாயில் போட்டு விழுங்கினாள்.

வேட்டுவப் பெண் மீண்டும் முன்னால் நடந்தாள்.

இப்போது அவள் நடந்து செல்வதாகக் கோதைக்குத் தோன்ற வில்லை; ஒரு வேங்கையின் மீது சவாரி செய்து கொண்டுபோவது போல் தோன்றிற்று.

குடில் அருகே வந்ததும். "நீ உள்ளே போ!" என்றாள் அந்தப் பெண்.

அவளையே திரும்பிப் பார்த்தபடி உள்ளே நுழைந்தாள் கோதை.

உள்ளே ஒரே இருட்டு.

"பிரபு பிரபு!" என்று அழைத்தாள் கோதை; பதில் இல்லை.

வெளியிலே அந்தப் பெண் சிரிக்கும் சத்தம் கேட்டது.

மீண்டும் "பிரபு?! பிரபு!" என்று கத்தினாள் மெல்லிளங்கோதை. பதில் இல்லை.

தன் நாயகனைக் காணவில்லை என்று முடிவு காட்டினாள் கோதை. அடிவயிறு வலிக்க, "பிரபு!" என்று ஓங்கிக் கத்தினாள்.

"என்னம்மா!" என்று எழுந்து உட்கார்ந்தான் மார்த்தாண்ட வர்மன்.

பக்கத்தில் படுத்தபடியே திருதிருவென்று விழித்துக் கொண்டிருந்தாள் கோதை.

"அந்தப் பெண் போய்விட்டாளா?" என்று கேட்டாள்.

"எந்தப் பெண்?" என்று கேட்டான் மார்த்தாண்டவர்மன்.

"என்னை அழைத்துக்கொண்டு போனாளே சிவப்பு மூக்குத்தி, அவள்தான்" என்றாள் கோதை.

"உன்னை யாரும் அழைத்துக்கொண்டு போகவில்லையே!" என்றான் மார்த்தாண்டவர்மன்.

"பின் நான், நான்..." என்று இழுத்தாள் அவள்...!

"குருதேவரின் ஆசிரமத்தில் இருந்து வந்ததும் உன் முகம் வியர்த்திருந்தது. உனக்கு மயக்கம் வருவதுபோல் எனக்குத் தோன்றிற்று. உடனே உன்னைப் படுக்க வைத்து நான் விசிறிக் கொண்டிருந்தேன். நீ தூங்கிவிட்டாய். எனக்கும் இந்தப் பகல்பொழுதில் தூக்கம் வந்தது. நானும் தூங்கி விட்டேன்" என்றான் மார்த்தாண்டவர்மன்.

"பகவானே பட்டப் பகலிலும் ஒரு கனவா? பிரபு! யாரோ ஒரு பெண், அரசர் திருக்கண்ணபுரம் வந்திருப்பதாக எனக்குச் சொன்னாள். அது உண்மையாய் இருக்குமா? பகல் கனவு பலிக்குமா?" என்று கேட்டாள் கோதை.

"பகல் கனவு அர்த்தமில்லை என்றுதான் சொல்வார்கள். கனவிலே வந்த பெண் 'திருக்கண்ணபுரம்' என்று குறிப்பிட்டே சொன்னாளா?" என்று கேட்டான் மார்த்தாண்டவர்மன்.

"ஆமாம் பிரபு!" என்றாள் கோதை.

தூரத்தில் ஏதோ ஆரவாரம் கேட்டது. பதைப்போடு ஒரு சீடன் உள்ளே வந்தான்.

"உங்களைத் தேடிக்கொண்டு ரவிவர்மனின் சேனைகள் இந்தக் காட்டுக்குள் வந்திருக்கின்றன. என்னோடு வாருங்கள்" என்றான் அவன்.

அவர்கள் இருவரும் அவசரம் அவசரமாக எழுந்து அவன் பின்னே சென்றார்கள்.

8. திருமகள் தரிசனம்

ஞானப் பக்குவத்தின் இடையிலும் ஊசலாடிக் கொண்டிருந்த குலசேகர ஆழ்வாருக்கு ஏதோ ஒரு சக்தியின் ஆதர்சம் தம்முள் விளைவதுபோல் தோன்றிற்று.

மெதுமெதுவாக அவர் கண்களில் அழகிய மகாலட்சுமியின் உருவம் ஒன்று தோன்றத் தொடங்கிற்று.

அவர் சூழ்நிலைகளை மறந்தார்.

மீண்டும் ஒரு புதிய உலகத்தில் இருப்பது போன்ற பிரமையை அடைந்தார்.

"அம்மா! நான் கனவு கண்டவளும் கண்ணில் காணாதவளுமாகிய மகாலட்சுமியைப்போல் தோற்றம் அளிக்கும் நீ யார்? செல்லுமிட மெங்கும் பல்வேறு வடிவங்களில் எனக்குக் காட்சி தருவது நீதானா?" என்று கேட்டார்.

"மகனே! நானே மகாலட்சுமி! நானே சீதா! நானே நளாயினி. நானே அனுசூயை. நானே கண்ணகி. பிரதி பிம்பங்களில் தோற்றம் அளிக்கும் எனது ஆன்ம வடிவத்தையே நீ தரிசிக்கிறாய்.

''கம்பமத யானைக் கழுத்தகத்தின் மேலிருந்து
இன்பமரும் செல்வமும் இவ்வரசும் யான் வேண்டேன்''
என்று மைந்தனுக்கு முடிசூட்டிவிட்டு,

''எம்பெருமான் ஈசன் எழில்வேங் கடமலைமேல்
தம்பமதமாய் நிற்கும் தவமுடையேன் ஆவேன்''

என்று அரசு துறந்து வந்தாயே, அன்று முதல் உன்னை நான் தொடர்ந்து வருகிறேன். மாசி மாதம் புனர்பூச நட்சத்திரத்தில் நீ பிறந்தபோது உனக்கு மங்கலமாக ஆரத்தி எடுத்தது உன் அன்னை அல்ல, நானே! உன்னை மடியில் வைத்துக் கொஞ்சியதும் நானே! தாய்ப்பாலோடு தமிழ்ப்பால் ஊட்டியதும் நானே! குடத்து நாகத்தில் கை விட்டு ஆடவைத்த குலசேகரா! உனக்கு நான் காட்சி தரவேண்டும் என்பது, என் நாயகன் திருமாலின் ஆணை. வைகுந்த வாசல் உனக்காகத் திறக்கு முன்பு நீ வாழ்கின்ற வாசலிலேயே உன்னைச் சந்திக்க வேண்டும் என்பது என் விருப்பம்.

மனிதர்கள் தாங்களே பின்னிக்கொண்ட சிலந்தி வலையில் தாங்களே சிக்கிக்கொண்டு தவிப்பதற்குக் காரணம் என் கைகள் வழங்கும் செல்வத்தின்மீது வைக்கும் ஆசைதான்! கருவிலேயே திருவைப் பெற்ற நீயோ ஒரு கணத்திலே அதை உதறும் சக்தி பெற்றாய். எனினும், இகவாழ்வின் துயரங்கள் உன்னையும் விடவில்லை. அகம் புனிதமாய் இருப்பினும் புறம் தூசி படிந்து கிடந்தால் இகம் வெறுத்துப் போகும். உன்னைச் சுற்றிலும் முட்களே முளைத்திருந்தன. மன்னர் குலசேகரன் மாஞானி ஆனதற்குப் பின்னரும், அவனைப் பெரும் துயரம் சூழ்ந்ததென்றால் என்ன பாவமோ? எக்காலம் செய்ததுவோ?

கண்ணபுரத்தானை, காகுத்தனைத் தாலாட்டி வண்ண மிகும் தமிழ்ப் பாடல் வழங்கிய உன் மன ஞானம், எண்ணமெனும் மத யானையால் ஏறி மிதிக்கப்படுகிறது, எனினும், லோகநாயகன் உன்னை அறிவான்.

திருவஞ்சிக் களத்தில் சீராட்டப் பெற்ற குழந்தை திருக்கண்ணபுரத்தில் இறுதி யாத்திரை செய்யவேண்டும் என்பது மாலவன் இட்ட ஆணை. நடந்து வந்த காலடிச் சுவடுகளுக்காக நீ

ஏங்காதே! சுவடு தெரியாமல் நடந்து போகப்போகும் வைகுந்த வாசலை நினைத்துக்கொள்.

உனது பரம்பரைக்கு நேர்ந்த இன்னல், உனது தலைமுறையிலேயே தீரக்கூடியதல்ல. உனது பெரும் பயணத்தின் முடிவில் அது தீரக்கூடும். உனது கலக்கத்தைத் தவிர்ப்பதற்காகவே தான் நான் இங்கு அனுப்பி வைக்கப் பட்டேன். உன்னால் மணம் முடிக்கப்பட்டவளும், ஒரு மைந்தனை ஈன்றபின் மடிந்தவளுமாகிய பாண்டிய ராஜகுமாரி வைகுந்தத்தின் தலைவாசலில் உனக்காகக் காத்திருக்கிறாள். நாட்கள் எண்ணப்படுகின்றன. நாழிகைகளை அளந்து நடத்து. நீ அணிந்திருந்த திரு ஆபரணங்களைத் திருமாலுக்குச் சாத்தி மகிழ்வித்தாய். இனி உன்னையே மாலையாக்கி அவன் திரு மார்பில் ஊசலாடவிடு.''- அந்தச் சிவப்பு மூக்குத்தி செம்பொன் மேனியாள், ஒரே மூச்சில் பேசி முடித்தாள்.

"பச்சை மாமலை போல் மேனியும், பவள வாயும், கமலச் செங்கண்ணும் படைத்த அச்சுதன் நாயகி அவளே" என்பதைக் குலசேகர ஆழ்வார் அகத்தே உணர்ந்தார்.

திருவைத் துறந்த ஞானியைத் திருமகள் காப்பாற்றுகிறாள் என்று அவருக்குத் தோன்றிற்று.

பாதாதி கேச பரியந்தம் அவர் அவளை உற்று நோக்கினார்.

வேதங்களால் அளக்க முடியாதவனும் விவேகத்தைக் கடந்த விவேகியுமான அரங்கனின் நாயகியை, அவர் தம்மை மறந்து வணங்கினார்.

அவளை எல்லோரும் காண வேண்டும்போல் அவருக்குத் தோன்றிற்று.

வாய்விட்டுச் சீடர்களை அழைத்தார்.

ஆனால், வார்த்தைகள் வெளிவரவில்லை.

"தாயே! என் குரல் ஏன் அடைபட்டுவிட்டது?" என்று கேட்டார்.

"மகனே! எனது திருக்காட்சி உனக்கு மட்டுமே, இது உன் பாடல்களில் இடம் பெறமுடியாது. உன் சீடர்கள் கண்ணுக்கு நான்

தெரியமாட்டேன். பல கோடியில் ஒருவராகப் பிறக்கும் வைணவ ஞானிகளின் மகா மந்திரத்தில் நான் இரண்டு எழுத்துக்களாக நிற்கிறேன். என் எட்டு வடிவங்களும் அவர்களைப் பின்தொடர் கின்றன. எட்டிப் பார்ப்போர் கண்ணுக்கு நான் எட்டமாட்டேன். எட்டும்வரை விடமாட்டேன் என்று சொல்லுவோர் சொல்லை நான் தட்டமாட்டேன். இந்தத் தரிசனம் உன்னோடு இருக்கட்டும். இதுவே உன் தீர்க்க தரிசனமாக இருக்கட்டும்.

மரணம் உன்னால் உணரப்படும்போது மறுபடியும் என் நினைவு வரும். அடுத்த கணம் திருப்பாற்கடல் அலைகளின் மீது உன் பாதங்கள் நடந்து வரும். இந்தத் திருமகள் சமேதராய்த் திருமகள்நாதன் உனக்கு காட்சி அளிப்பான்'' என்றாள் அவள்.

"தாயே! வைகுந்த வாசல் திறக்கும் முன்னாலே என் மைந்தனை ஒருமுறை நான் காண்பேனா?'' என்று கேட்டார் குலசேகர ஆழ்வார்.

மகாலட்சுமி சிரித்தாள். "மகனே! பற்றை நீ அறுக்கிறாய்; அது மறுபடியும் ஒட்டிக்கொள்கிறது. தந்தை மகன் என்ற உறவு கால காலங்களுக்கும் நிரந்தரமாகி விட்டால் உலகம் வெறும் சந்தையாகிவிடும். பிறப்பைக் கொடுத்து விட்டு இறப்பை எடுத்துக்கொள்ளும் நிலை

மட்டும் பூமியில் இல்லாதிருந்தால், பகவானின் இயக்கமே பொய்யாகிவிடும். உன்னை நீ உணர்ந்துகொள்ளும்போது, உன்னால் உருவாக்கப்பட்ட தலைமுறைகளை நீ மறந்து விடவேண்டும். சிருஷ்டியின் நோக்கம் பரிபூணமாக உணரப் பட்டால்தான் திருஷ்டியில் ஞானம் வரும்.

உனது காலத்தின் முடிவை உணர்த்தவே நான் தோன்றினேன்.

எனது வேலை முடிந்துவிட்டது.

உனது தாயும், தந்தையும், மனைவியும் வைகுந்தத்தில் உனக்காகக் காத்திருக்கிறார்கள்.''

"நான் விடைபெறட்டுமா?" கலங்கிய கண்களோடு அவளையே பார்த்துக் கொண்டிருந்தார் குலசேகர ஆழ்வார்.

"தாயே! என் மரணத்தின் நாழிகையைக் குறித்தே சொல்லி விடலாமா?" என்று கேட்டார்.

"அதை நான் உனக்குச் சொல்லிவிட்டால் மீண்டும் பந்தபாசங்கள் தோன்றிவிடும். இவர்களையெல்லாம் விட்டுப் பிரியப்போகிறோமே என்று ஒவ்வொருவர் முகமும் நினைவுக்கு வரும்.

யோகியைக் கடைசிக்காலத்தில் ரோகியாக்குவது என் வேலை அல்ல."

"அந்த நாழிகை எது என்பதை உன் சிந்தையே ஒரு நாள் சொல்லிவிடும்" என்றாள் அவள்.

குலசேகர ஆழ்வாருக்கு அப்போதே கண்கள் செருகுவதுபோல் தோன்றிற்று.

அது தூக்கமா? சாக்காடா?

அவரால் உணர முடியவில்லை.

சந்தியா காலத்து மணி ஓசை கோயிலில் எழுந்தபோது, குலசேகர ஆழ்வார் கண் விழித்தார்.

பள்ளி எழுந்தார்.

இரவில் ஏதோ நடந்ததுபோல் அவருக்குத் தோன்றிற்று.

முன்பு அவர் முன் தோன்றிய உருவங்கள் அவர் நினைவில் இருந்ததுபோல் இரவில் நடந்த நிகழ்ச்சி அவர் நினைவில் இல்லை.

திரும்பத் திரும்ப யோசித்தார்.

'யார் வந்தார்கள்? என்ன பேசினார்கள்?' எதையும், அவரால் உணர முடியவில்லை.

இது ஊமை கண்ட கனவு என்று காலைக் கடமைகளுக்காக அவர் அறையைவிட்டு வெளியே றினார்.

9. பரிசுத்த ஆவிகள்

அகஸ்தீசுவரம் ஆசிரமத்திலிருந்து சீடனைப் பின் தொடர்ந்த மார்த்தாண்டவர்மனும், மெல்லிளங்கோதையும் திருவேங்கடத் தான் ஸ்ரீவல்லபரைக் கூடச் சந்திக்க முடியவில்லை.

நேரே ஒரு வேட்டுவர் குடிலுக்கு அவர்களை அழைத்துக் கொண்டு போனான் சீடன்.

அந்தக் குடிலைப் பார்த்தவுடனேயே மெல்லிளங்கோதைக்கு மேனியெல்லாம் வியர்த்தது.

அந்த சிவப்பு மூக்குத்திக்காரி அழைத்துக்கொண்டு போன அதே குடில்!

உள்ளே நுழைந்ததும் அவள் மார்த்தாண்டவர்மனைப் பார்த்து "இங்கேதான் அவள் என்னை அழைத்து வந்தாள்" என்றாள்.

என்ன ஏது என்று மீண்டும் நினைவுப்படுத்திக்கேட்கும் நிலையில் மார்த்தாண்டவர்மன் இல்லை.

"நாட்டைப் பறித்துக்கொண்ட ரவிவர்மன், தன்னைக் காட்டிலும் தேடிக்கொண்டிருக்கிறானே" என்று எண்ணிய போது அவன் உள்ளம் கொதித்தது. தெய்வ வழிபாட்டின் மீதே அவனுக்கு அவநம்பிக்கை தோன்றிற்று.

இறைவன் திருப்பணி எவ்வளவோ செய்தும், தெய்வம் சேரமான் குடும்பத்துக்கு எதிராகவே இருப்பதுபோல அவனுக்குத் தோன்றிற்று.

வஞ்சகம் அறியாத மார்த்தாண்டவர்மன் கண் கலங்கினான்.

சீடன் அவர்களை உள்ளே வைத்துவிட்டு வெளியே வந்து கதவைச் சாத்திப் பூட்டினான்.

வெளியிலே நின்றபடி, "நமோ நாராயணா!" என்று குரல் கொடுத்தான்.

அந்தக் குரல் வேட்டுவர்களுக்கு ஒரு பரிபாஷையாகும்.

திருவேங்கடத்தான் ஸ்ரீவல்லபரை, வேட்டுவர்கள். "சாமி! சாமி!" என்று அழைப்பார்கள்.

ஆசிரமத்துக்கு வெளியே 'நமோ நாராயணா' என்ற குரல் ஓங்கி ஒலித்தால், சுவாமிக்கு ஏதோ ஆபத்து என்று பொருள். அந்தக் குரல் யார் யார் காதில் விழுகிறதோ, அவர்களெல்லாம் 'நமோ நாராயணா' என்று ஒலிப்பார்கள். ஒலித்தபடியே, முதல் குரல் வந்த இடத்தில் எல்லோரும் கூடிவிடுவார்கள்.

சீடனின் குரல் கேட்டு நூற்றுக்கணக்கான வேட்டுவர்கள் அந்த இடத்தில் கூடிவிட்டார்கள்.

அதே நேரத்தில், ரவிவர்மனின் படைகள் ஸ்ரீவல்லபரின் ஆசிரமத்துக்குள் நுழைந்தன.

அவர்கள் சுமார் ஐம்பதுபேரே இருப்பார்கள்.

பல்வேறு திசைகளிலும் பல்வேறு குழுக்களாகப் பிரிந்து சென்று தேடும் படைகளில் அது ஒரு குழு- அவ்வளவுதான்.

உள்ளே புகுந்த படைகள் சுற்றும்முற்றும் தேடின. உள்ளே சுரங்கப்பாதை ஏதாவது இருக்கிறதா என்று பார்த்தன.

ஸ்ரீவல்லபர் பூஜை செய்யும் சிலையை உருட்டித் தள்ளினர்.

அந்தப் படைகளுக்குத் தலைமை தாங்கி வந்தவன் ஸ்ரீவல்லபரை நெருங்கினான்.

ஓர் ஈட்டியை அவர் மார்பில் சாய்த்தபடி, "ஏ சந்நியாசி, மரியாதையாகச் சொல். மார்த்தாண்டவர்மன் எங்கே?" என்று கேட்டான்.

ஸ்ரீவல்லபர் சிரித்தார்.

"சிரிக்கிறாயா? மரியாதையாகச் சொல்லவில்லையென்றால், உன் தலையை அறுத்து இந்த ஈட்டியிலேயே செருகி, மன்னர்பிரான் சேரமான் ரவிவர்மர் காலடியில் போடுவோம்?" என்றான் அவன்.

ஸ்ரீவல்லபர் மீண்டும் சிரித்தார்.

ஒருவன் அவர் கைகளைப் பின்புறமாகக் கட்டினான். சீடர்களின் கைகளையும் மற்ற வீரர்கள் கட்டினார்கள்.

"உங்களைக் கட்டி இந்தக் குதிரைகளிலேயே இழுத்துக்கொண்டு போகிறோம். வஞ்சிக்கு வந்து உண்மைகளைக் கக்குங்கள்" என்றான் ஒருவன்.

ஸ்ரீவல்லபர் அப்போதும் சிரித்தார்.

ஆனால் சீடர்களால் அந்த அவமானத்தைத் தாங்கிக் கொள்ள முடியவில்லை.

அவர்கள் உரத்த குரலில், "நமோ நாராயணா" என்று ஒலித்தார்கள்.

அந்தக் குரல் குடிலருகே கூடி நின்ற வேட்டுவர்கள் காதில் விழுந்தது.

அவர்களிலே சிலரைக் குடில் அருகேயே நிறுத்திவிட்டு மற்றவர்கள் கிளம்பினார்கள்.

அவர்கள் ஆசிரமத்தை நெருங்கும்போது ஸ்ரீவல்லபரை ஒரு குதிரையில் படுக்க வைத்துக் கயிற்றால் கட்டிக் கொண்டிருந் தார்கள், ரவிவர்மனின் படை வீரர்கள்.

சுவாமிக்கு நேர்ந்த கதியைப் பார்த்ததும் வேட்டுவர்களின் இரத்தம் கொதித்தது.

ஸ்ரீவல்லபரின் மீது உயிரையே வைத்திருந்த வேட்டுவர்கள் ஆத்திரத்தோடு படைவீரர்கள் மீது பாய்ந்தார்கள்.

அவர்கள் உண்மைக்காகப் போராடுபவர்கள். ரவிவர்மனின் படைவீரர்களோ பொருளுக்காகப் போராடுபவர்கள்.

ரவிவர்மனின் வீரர்கள் அனைவரும் ஒருவர் மீதமில்லாமல் பிணமாக்கப்பட்டார்கள்.

தளபதியின் பிணத்தைத் தவிர ஒவ்வொரு பிணத்தையும் வேட்டுவர்கள் இறுதிச் சடங்குகளுக்காக அப்புறப்படுத்தினார்கள்.

போனவர்கள் போக மிச்சம் இருந்த வேட்டுவர்கள் ஸ்ரீவல்லபரைப் பயபக்தியோடு குதிரையிலிருந்து இறங்கி அவர் காலில் விழுந்து தண்டனிட்டார்கள். சிலர் ஓவென்று அழுது விட்டார்கள்.

படைத் தளபதியின் சடலத்தை ஒருவன் குதிரையிலே கட்டினான். குதிரையை ஓங்கி முள் சவுக்காலே அடித்தான். குதிரை அந்தச் சடலத்தோடு வஞ்சி நோக்கிப் பறந்தது.

மற்றக் குதிரைகளைக் கையில் பிடித்துக்கொண்டு, வேட்டுவர்கள் ஸ்ரீவல்லபரையும், சீடர்களையும் அழைத்துக் கொண்டு மார்த்தாண்டவர்மன் தங்கியிருந்த குடிலை நோக்கிப் புறப்பட்டார்கள்.

குடிலருகே வந்து அன்பும் பாசமும் பொங்கி வழிய நின்ற வேடர்களைக் கண்டதும், பக்குவஞானி ஸ்ரீவல்லபரின் கண்களிலும் ஒரு சொட்டுக் கண்ணீர் வந்தது.

குடிலைத் திறந்து மார்த்தாண்டவர்மனையும், மெல்லிளங் கோதையையும் வெளியே அழைத்து வந்தான் முதல் சீடன்.

ஸ்ரீவல்லபர் சொன்னார்;

"என் அன்புக்குரிய குழந்தைகளே...

மனித குலம் முழுவதும் உங்களைப்போல் கள்ளம் கபடமின்றி இருந்தால், வைகுந்த நாயகனை நாம் வணங்குவது போய், அவன் நம்மை வணங்கி இருப்பான்.

இவ்வளவு காலம் உங்களோடு இருந்த நான் உங்களைப் பிரியும் நேரத்தை நெருங்கிக் கொண்டிருக்கிறேன்.

ஆழ்வார் திருமகனை, அரசிளங்குமரனைக் காப்பாற்றிக் கொடுத்த உங்களுக்கு எப்படி நான் நன்றி சொல்லப் போகிறேன்!

ஏழுமலையையும் ஒரு மாலையாக்கி உங்கள் தோளுக்குப் போட்டாலும் என் மனம் நிறைவு பெறாது.

உங்களுக்கு நான் எதுவும் செய்ததில்லை; எனக்கு நீங்கள் செய்யாத உதவியே இல்லை!

தானே முளைத்து, தானே தண்ணீர் குடித்து, தானே வளர்ந்து, தன்னையே வழங்கும் பனைமரம்போல் தன்னலமற்றுப் பணி புரிந்த உங்களைக் கண்ணன் காப்பாற்றுவான்.

ஆயர் குலத்தின் அருமருந்து இங்கே ஒரு தாயின் வயிற்றில் பிறப்பான்.

காலம் கண் திறக்கும்போது மீண்டும் நாம் சந்திப்போம்!

இப்போது நாங்கள் புறப்படுகிறோம்!''

வேட்டுவர்களில் பலர் விம்மி விம்மி அழத் தொடங்கினார்கள்.

"சாமி! சாமி!" என்று கதறினார்களே தவிர, தடுக்க முடியவில்லை.

"இனி இங்கிருந்தால் ரவிவர்மனின் ஆயிரக்கணக்கான படைகள் வரக்கூடும். குறை தொகையினராயுள்ள வேட்டுவர் குலமே நாசமாகிவிடக்கூடும். நான் மார்த்தாண்டவர்மனையும் காப்பாற்றி, உங்களையும் காப்பாற்ற விரும்புகிறேன்... எங்களுக்கு விடை கொடுங்கள். நாங்கள் கள்ளியங்காட்டுக் கிருஷ்ணன் கோயிலுக்குச் செல்ல விரும்புகிறோம்'' என்றார் ஸ்ரீவல்லபர்.

மீண்டும் "சாமி சாமி!" என்று வேட்டுவர்கள் கதறினார்கள். வேட்டுவப் பெண்கள் எல்லாம் ஓடிவந்து காலில் விழுந்தார்கள். கடைசியாக ஒரு முறை,

'நமோ நாராயணா' என்றார் ஸ்ரீவல்லபர்.

முன்பு தாலாட்டாகவும், பின்பு போர்ப் பாட்டாகவும் பாடிய வேட்டுவர்கள் இப்போது ஒப்பாரியாக அதைப் பாடினார்கள்.

ஸ்ரீவல்லபர், சீடர்கள், மார்த்தாண்டவர்மன் மெல்லிளங் கோதை அனைவரும் குதிரையில் ஏறி அமர்ந்தார்கள்.

வேட்டுவர்களிடம் பிரியாவிடை பெற்றுக் கொண்டார்கள்.

இது கள்ளியங்காட்டுக் கிருஷ்ணன் கோயில்.

கற்றளிகள் ஆரம்பமாகிவிட்ட காலம்தான் என்றாலும் இந்தக் கோயில் ஒரு சுதைக் கோயில்.

சேரநாட்டு அரச கட்டிலில் பல நூற்றாண்டுகளுக்கு முன்பே அரசு வீற்றிருந்த சேரமான் பெருஞ்சோற்று உதியன் சேரலாதன் இதனைக் கட்டினான் என்பார்கள். ஆகவேதான் அது சுதைக் கோயிலாக இருக்கிறது' என்பார்கள்.

எட்டாம் நூற்றாண்டில் கற்றளிகள் ஆரம்பமானபோது மாற்றிக் கட்டப்படவில்லை.

பலவகையான மண்டபங்களைக் கொண்டது இந்தக் கோயில்.

சுற்றிலும் அடர்ந்த காடு.

இந்தக் கோயிலுக்கு யானைகளையே நிவந்தம் விட்டவர்கள் பலர்.

பறவைகள், விலங்குகளின் சரணாலயம் போலிருந்த அந்தக் காட்டில், அவற்றுக்கு ஆசி புரியவே பகவான் கிருஷ்ணன் அங்கே அமர்ந்திருந்தான்.

பெருஞ்சோற்று உதியன் கட்டியது என்பது உண்மையோ பொய்யோ, காட்டுவழி யாத்திரீகர்களுக்குப் பெருஞ்சோறு படைக்கும் கோயிலாகவே அது அமைந்திருந்தது.

அந்தக் கோயிலைப் பல தலைமுறைகளாகக் காப்பாற்றி வந்தது ஒரு நம்பூதிரிக் குடும்பம். அந்தக் குடும்பத்தின் அப்போதைய வழித்தோன்றல் கிருஷ்ணன் நம்பூதிரி.

நள்ளிரவில் குதிரைகளின் காலடிச் சத்தம் கேட்டது.

ஏராளமான அகல் விளக்குகளை எரியவிட்டுக் கொண்டு உள்ளே படுத்திருந்த கிருஷ்ணன் நம்பூதிரி யாரோ அதிதிகள் வருகிறார்கள் என்று அறிந்து, கதவைத் திறந்தான்.

கிருஷ்ணன் நம்பூதிரிக்குச் சுமார் இருபத்தைந்து வயது இருக்கும். 'ஓயா மடம்' என்று சொல்லத்தக்க அந்தக் கோயில் மடத்துக்கும் அவனே தலைவன். ஆகவே வரும் அதிதிகளுக்கு அமுது படைப்பதோடன்றி, அவர்கள் தங்கும் வசதிகளையும் செய்யக்கூடியவன் அவனே. அவன் கதவைத் திறக்கவும், வாசலில் குதிரைகள் வந்து நிற்கவும் சரியாக இருந்தது.

எல்லோரையும் உள்ளே அழைத்துக் கோரைப் பாய்களை விரித்து உட்கார வைத்தான், கிருஷ்ணன் நம்பூதிரி.

"மகனே! நீதான் இந்தக் கோயில் காப்பவனா?" என்று கேட்டார் ஸ்ரீவல்லபர்.

"ஆமாம் சுவாமி!" என்றான் கிருஷ்ணன் நம்பூதிரி.

அருகில் நின்ற மார்த்தாண்டவர்மன் அவன் முகத்தைக் கூர்ந்து கவனித்தான்.

கவனித்தான், கவனித்துக் கொண்டேயிருந்தான்.

என்ன ஆச்சரியம்!

அவன் முழுக்க முழுக்க மார்த்தாண்டவர்மனைப் போலவே இருந்தான்.

10. சூனியக்காரர்

அதிகாலையில் அரண்மனைக்குத் திரும்பினான் ரவிவர்மன்.

சாதாரணமாக யூஜியானாவின் இல்லத்துக்குச் சென்று அவன் திரும்பும்போது எல்லோரும் விழிப்பதற்கு முன்பாகத் திரும்பி விடுவது வழக்கம்.

இப்போதும் அரண்மனையில் காவலர்களைத் தவிர மற்ற அனைவருமே தூங்கிக் கொண்டிருப்பார்கள் என்று கருதித்தான் அவன் அரண்மனை நோக்கி வந்தான்.

ஆனால் அங்கே தாவளிச் சகோதரிகள் விழித்துக் கொண்டிருந்தார்கள்.

மற்ற சகோதரிகள் அனைவருக்கும் தான் கண்ட காட்சியைப் பற்றி விவரித்துக்கொண்டிருந்தாள் சாலியூர்த் தாவளி.

அவர்களும் திகைப்போடு அதனைக் கேட்டுக் கொண்டிருந்தார்கள்.

சாதாரண காலத்திலேயே சகோதரன் எங்கே சென்றான், எப்போது திரும்பினான் என்று கேட்டுப் பழகியவர்கள் அல்லர் அவர்கள்.

இப்போது எப்படிக் கேட்பார்கள்?

பேயறைந்தமாதிரி அவனும் உள்ளே நுழைகிறான்; அவர்களும் அப்படியே இருக்கிறார்கள்.

ஏதோ ஒரு பயங்கரம் நடந்துவிட்ட அரண்மனைபோல் அது காட்சியளித்தது.

உள்ளே சென்ற ரவிவர்மன் அந்தப்புரத்துக்குள் எட்டிப் பார்த்தான்.

கட்டிலில் சாய்ந்தபடி பத்மாவதியும் அதே நிலையில் இருந்தாள்.

பொழுது மெதுவாக விடியத் தொடங்கிற்று.

புள்ளினங்களின் ஓசை எழுந்தது.

ஆயர்கள் பசுக்களை ஓட்டிச் செல்லும் ஒலி அவர்கள் காதிலும் விழுந்தது.

இரவு நேரக் காவலர்களை மாற்றி, காலை நேரக் காவலர்கள் வந்துகொண்டிருந்தார்கள்.

பயந்த நிலையிலிருந்து மெதுமெதுவாக ரவிவர்மன் விடுபட்டான்.

பொழுது புலர்ந்ததே தவிர கண்ட கனவுகளால் அவன் உள்ளம் இருளத் தொடங்கிற்று.

குறித்த நாளில் மகுடாபிஷேகத்தை நடத்தித் தீருவது என்று முடிவு கட்டினான்.

நாராயண நம்பூதிரி ஒரு சூனியக்காரர்.

இரவு நடந்த நிகழ்ச்சிகளெல்லாம் அவரது சித்து வேலைகளே என்று முடிவு கட்டினான்.

நேரம் ஆக ஆக அந்த ஆத்திரம் அதிகமாயிற்று.

முன்பு மார்த்தாண்டவர்மனைக் கொலை செய்ய அவன் கருதியதில்லை.

சிறை செய்யவே நினைத்திருந்தான். இப்பொழுதோ பழிவாங்கும் எண்ணம் தலை தூக்கியது.

அதற்காகவே படைவீரர்களை அழைத்தான்.

ஆறேழு பிரிவாக அவர்கள் நாடு முழுவதும் சென்று, மார்த்தாண்டவர்மனைக் கொண்டு வரவேண்டும்; இல்லையேல் கொன்று வரவேண்டும் என்று கட்டளையிட்டான்.

'நாராயண நம்பூதிரியையே கொலை செய்துவிட்டால் என்ன?' என்று அவனுக்குத் தோன்றியது.

ஆனால் அதன் விளைவு பயங்கரமாக இருக்கும் என்பதை அவன் அறிவான்.

கிராமங்கள் தோறும் செல்வாக்குப் பெற்ற நம்பூதிரிகள் கிளர்ச்சி செய்யத்

தொடங்கினால் அவர்களிடத்தில் அதிக ஈடுபாடுள்ள சிரியன் கிறிஸ்துவர்களும் சேர்ந்து கொள்ளக்கூடும்.

அப்பொழுது பொருளாதாரத்தில் அதிக வலுப் பெற்றிருந்த சிரியன் கிறிஸ்துவர்கள் நம்பூதிரிகளுக்கு உதவத்தொடங்கினால் முடிவு எப்படியாகும் என்று சொல்ல முடியாது.

அதனால் அந்த எண்ணத்தைக் கைவிட்டான்.

களை இழந்த அரண்மனையில், பசியிழந்த ரவிவர்மன், பயமிழந்த வெறியனாகக் காட்சியளித்தான்.

பத்மாவதி பக்கத்தில் வந்தால் கடிந்து கொண்டான்.

சகோதரிகளிடம்கூட முகம் கொடுத்துப் பேசவில்லை.

அந்த வேகத்தில், பகவதி கோயில் பூசாரி ஓடி வந்து கோயில் சூலத்தில் ராமவர்மன் மாண்டு கிடக்கும் கோரத்தைக் கூறினான்.

மறுபடியும் திடீரென்று பயம் வந்தது ரவிவர்மனுக்கு!

கனவில் கண்டது உண்மையாக இருக்கிறதே!

மறுபடியும் திடீரென்று அவனுக்குக் கோபம் வந்தது நாராயண நம்பூதிரி மீது.

"இதுவும் அவனது சித்து வேலைதான்" என்று தன்னைச் சமாதானப்படுத்திக் கொண்டான்.

பாதி பயமும் பாதி சமாதானமும் மாறி மாறி வந்தன.

"பிணத்தைத் தூக்கிச் சுடுகாட்டில் போட்டுவிட்டு, சூலத்தைக் கழுவிவிடு" என்றான்.

"இன்னும் மகுடாபிஷேகத்துக்கு ஐந்து நாட்களே இருக்கின்றன" என்று அவன் வாய் முணுமுணுத்தது.

அந்த ஐந்து நாட்களுக்குள்ளேதான் திருவில்லிப்புத்தூரிலிருந்து குலசேகர ஆழ்வார் புறப்பட்டது. திருக்கண்ணபுரம் வந்து சேர்ந்தது-அங்கே அவர் சிவப்பு மூக்குத்திக்காரியைச்

சந்தித்தது-அகஸ்தீசுவரம் காட்டில் மெல்லிளங்கோதை அதே சிவப்பு மூக்குத்தியைச் சந்தித்தது- ரவிவர்மன் படைகள் தேடி வந்தது-மார்த்தாண்டவர்மன், திருவேங்கடத்தான் ஸ்ரீவல்லபர், மெல்லிளங்கோதை ஆகிய அனைவரும், கள்ளியங்காட்டுக் கிருஷ்ணன் கோயிலில் அடைக்கலம் புகுந்தது ஆகிய அனைத்து நிகழ்ச்சிகளும் நடைபெற்றன.

நாளைக் காலையில் முடிசூட்டு விழா!

அந்த இரவு!

கள்ளியங்காட்டுக் கிருஷ்ணன் கோயிலில் ஸ்ரீவல்லபரும் மற்றோரும் அடைக்கலம் புகுந்த இரவு...!

வஞ்சி நகரத்து அரண்மனை கோலாகலமாகக் காட்சி அளித்தது.

ஒவ்வொரு பகுதியிலும் ஒவ்வோர் ஏற்பாடு நடை பெற்றுக் கொண்டிருந்தது.

பகவதி கோயில் பூஜைக்காக ஏராளமான நகைகளையும் தங்க ஆராதனைத் தட்டுக்களையும், ஏழை எளியவர்களுக்குத் தானம் கொடுக்க வஸ்திரங்களையும், தயார் செய்து கொண்டிருந்தாள் சாலியூர்த் தாவளி.

பத்மாவதியை அலங்கரிப்பதற்கு மும்முரமான ஏற்பாடுகளைச் செய்துகொண்டிருந்தாள் பள்ளிவிருத்தித்தாவளி.

மகுடாபிஷேக மண்டப அலங்காரத்தை மேற்பார்வையிட்டுக் கொண்டிருந்தாள் மூரின்னூர்த் தாவளி!

இளைய தாவளியும் மூத்ததாவளியும் வண்டி வண்டியாக வந்து குவிந்த உணவுப் பொருள்களை எங்கெங்கே இறக்குவது என்று கட்டளையிட்டுக் கொண்டிருந்தனர்.

முடிசூட்டு விழாவின்போது, ஏதேனும் தகராறுகள் நடக்கக் கூடும் என்று எண்ணிய ரவிவர்மன், கோட்டை வெளியில் காவலர்களைக் கூட்டிவைத்து எச்சரித்துக் கொண்டிருந்தான்.

பாண்டி நாட்டிலிருந்து கோயில் அர்ச்சகர்கள் முடிசூட்டு விழாவுக்கு வந்துவிட்டார்கள்.

அவர்களைப் பழைய அரண்மனையில் தங்க வைத்தான் ரவிவர்மன்.

கோட்டை மைதானத்தில் அவன் நிற்கும்போது, அகஸ்தீசுவரம் காட்டில் கொல்லப்பட்ட தளபதியின் உடலோடு அவனது குதிரை கோட்டைக்குள் நுழைந்தது.

இதைப் பார்த்துத் திடுக்கிட்ட காவலர்கள், குதிரையிலிருந்து அந்த உடலை இறக்கினார்கள்.

ரவிவர்மனுக்குப் பழையபடியும் திக்கென்று ஒரு பயம் வந்தது.

ஏதோ ஒரு பலமான கூட்டத்தின் ஆதரவில் மார்த்தாண்ட வர்மன் இருப்பதாக அவனுக்குத் தோன்றிற்று.

ஆகவே முடிசூட்டு விழாவின்போது மண்டபத்துக்குள் கட்டுக்காவலை பலப்படுத்த வேண்டும் என்று அவன் தளபதியை எச்சரிக்கை செய்தான்.

ஒவ்வொருவரையும், சோதித்த பின்னரே உள்ளே அனுப்ப வேண்டும் என்று உத்தரவிட்டான்.

காவலர்களை எச்சரித்துவிட்டு அவன் அரண்மனைக்குள் திரும்பியதும், சாலியூர்த் தாவளி ஒன்றை நினைவு படுத்தினாள்.

"வழக்கம்போல் மணிமகுடம் எந்தக் கோயிலுக்கும் செல்லவில்லை; அதுவே ஓர் அபசகுனமாயிற்றே" என்பதுதான் அது.

எல்லாவற்றையும் அலட்சியப்படுத்திய ரவிவர்மனால் அதை அலட்சியப்படுத்த முடியவில்லை.

"நல்லது, நாளைக் காலையில் வேணாட்டுக்கு மகுடத்தைக் கொண்டுசென்று திரும்புவது இயலாத காரியம்.

"இன்றிரவே பகவதி அம்மன் கோயிலில் வைத்துப் பூஜை செய்துவிடுவோம்" என்றான்.

மளமளவென்று ஏற்பாடுகள் நடந்தன.

பகவதி அம்மன் கோயிலுக்கு ஏராளமான விளக்குகள் கொண்டு போகப்பட்டன.

உடனே கோயிலுக்கு வரும்படி பூசாரிக்கு உத்தரவிடப்பட்டது.

ஏராளமான காவலர்களோடு தாவளி சகோதரிகள் கோயிலுக்குச் சென்று, அணிமணிகளால், அம்மனை அலங்காரம் செய்தார்கள்.

அமைச்சர் பிரதானிகள் மட்டுமே வரவழைக்கப்பட்டார்கள்.

நள்ளிரவில் அர்த்தஜாம பூஜையின்போது, மகுடத்துக்கும் பூஜை செய்வதாக ஏற்பாடு!

அவன் யூஜியானாவுக்கும் சொல்லி அனுப்பத்தவறவில்லை.

புறப்படும் நேரம் வந்துவிட்டது.

தானும் தன் நாயகியும் மட்டுமே மகுடத்தை எடுத்துச் செல்வது என்று முடிவு கட்டினான் ரவிவர்மன்.

அலங்காரத் தேவதையாக நின்ற பத்மாவதியும் அவனும் மகுடம் இருக்கும் பெட்டகத்தைத் திறந்தார்கள்.

தேடினார்கள்; தேடினார்கள்; மகுடத்தைக் காணவில்லை!

இங்கே அவர்கள் மகுடத்தைத் தேடிக்கொண்டிருக்கும் போது, சாலியூர்த் தாவளி, அங்கே பகவதி அம்மன் கோயிலில், தன் கையாலேயே அம்மனுக்கு அலங்காரம் செய்து கொண்டிருந்தாள்.

புதிய புதிய நகைகளை எடுத்து அவள் கொடுக்கப் பூசாரி அணிவித்துக் கொண்டிருந்தான்.

பகவதி அம்மனுக்குக் கழுத்தணி அணிவிக்கும் போது பூசாரி, சிலையின் முகத்தைக் கூர்ந்து கவனித்து விட்டு, "தாயே!" என்று கதறினான்.

பதறிப்போய் "என்ன என்ன?" என்று கேட்டாள் சாலியூர்த் தாவளி!

"இருநூறு ஆண்டுகளாக, தாயின் மூக்கில் அணிவிக்கப் பட்டிருந்த சிவப்பு மூக்குத்தியைக் காணோம்" என்று துடித்தான் பூசாரி.

11. சந்நிதியில் தியாக நீதி

மார்த்தாண்டவர்மனின் திகைப்பு நீங்குமுன்னரே ஸ்ரீவல்லபர் கேட்டார்:

"தம்பி! திருவமுது ஏதேனும் உண்டா?"

கிருஷ்ணன் நம்பூதிரி பணிவோடு சொன்னான்.

"இதோ ஒரு நொடியில் தயாரித்து விடுகிறேன்."

ஸ்ரீவல்லபர் சொன்னார்;

"இந்த நேரத்தில் உனக்கு ஏன் தொல்லை? காலையில் பார்த்துக்கொள்ளலாம்."

கிருஷ்ணன் நம்பூதிரி சொன்னான்:

"தேவரீர் வருவதை அடியேன் முன்கூட்டியே அறிய மாட்டேன். அறிந்திருந்தால் அடிசில் படைத்துத் தயாராக வைத்திருப்பேன். ஆயினும் கவலையில்லை சுவாமி! எனது இல்லாளுக்கும் இவ்விடமே உறைவிடம். நீங்கள் சிரம பரிகாரம் செய்துகொள்ளும் நேரத்திலேயே அமுது தயாராகிவிடும்."

இப்படிச் சொல்லிவிட்டுக் கிருஷ்ணன் நம்பூதிரி உள்ளே ஓடினான்.

அவன் சென்றதும் ஸ்ரீவல்லபர் மார்த்தாண்டவர்மனைத் திரும்பிப் பார்த்தார்... மெல்ல சிரித்தார்.

"உலகத்தில் ஒரேமாதிரி உருவம் படைத்த சிலரும் இருக்கிறார்கள். வைகுந்த நாயகன் கைரேகை ஒன்றில்தான் பேதம் காட்டியிருக்கிறான்" என்றார்.

மார்த்தாண்டவர்மன் மெதுவாகச் சிரித்தான்.

"நாயகன் ஒரே நேரத்தில் மண்ணெடுத்து இரண்டு பிரதி பிம்பங்களைச் செய்திருக்கிறான். இது எதற்கோ..." என்றபடி உள்ளே நடந்தார் ஸ்ரீவல்லபர்.

உள்ளே சென்று திரும்பிய கிருஷ்ணன் நம்பூதிரி மார்த்தாண்ட வர்மனையும், மெல்லிளங்கோதையையும் ஒரு தனிமண்டபத்தில் இருக்கை செய்துவித்தான்.

கோயிலின் பின்பகுதி வெளிப்பிராகாரத்தில் உயர்த்திக் கட்டப்பட்டிருந்த திண்ணையின்மீது ஸ்ரீவல்லபரும் சீடர்களும் அமர்ந்தார்கள். அந்த இடத்தில் காற்று சுகமாக வீசியது.

அத்தகைய காற்றை அகஸ்தீசுவரம் காட்டிலும் சுவாசித்துப் பழக்கப்பட்டவரல்லவா அவர்?

பளபளப்பாக இருந்த திண்ணையில் மண்ணாலேயே கட்டப்பட்ட திண்டின் மீது தலைவைத்தபடி அவர் சாய்ந்தார்.

இரண்டு சீடர்கள் அவரது காலடியில் வந்து அமர்ந்தார்கள்.

"வலி ஏதுமில்லை. நீங்களும் சிரமபரிகாரம் செய்து கொள்ளுங்கள்" என்றார் அவர்.

மார்த்தாண்டவர்மனும் மெல்லிளங்கோதையும் தனி மண்டபத்துக்குள் நுழைந்தார்கள்.

அந்த மண்டபம் சில நாட்களாக மூடப்பட்டிருந்தது போலும்! அங்கே இரண்டு நாகங்கள் அவர்களைக் கண்டதும் படமெடுத்து ஆடின.

மெல்லிளங்கோதை அதைப் பார்த்ததும், 'வீல்' என்று சத்தமிட்டுவிட்டாள்.

"பயப்படாதே, மீன் இல்லாத குளமா? மான் இல்லாத வனமா? நாகம் இல்லாத கோயிலா? பாம்பணையில் துயில் கொண்டான், ஐயன், பாம்பின்மீது நடனமிட்டான், கண்ணன். அவனைப் பார்க்க வந்திருக்கின்றன, இந்த நாகங்கள்" என்றான் மார்த்தாண்டவர்மன்.

"நாகம்மா, போய்விடு" என்றாள், மெல்லிளங்கோதை.

சத்தியத்துக்குக் கட்டுப்பட்டவை போல் அந்த நாகங்கள் ஊர்ந்து வெளியேறின.

"பிரபு, இருண்ட மண்டபம்; மங்கிய வெளிச்சம் இன்னும் என்னென்ன இருக்குமோ? எனக்கு அச்சமாக இருக்கிறது" என்றாள் மெல்லிளங்கோதை.

"மணம் முடிக்கும் வரைதான் பெண்ணுக்கு அச்சம், அது இன்னும்

இருக்கிறதா மிச்சம்! மகுடியின் முன் நாகம் போல் உனக்கு நான் அடங்கியிருக்கிறேன். உன் அச்சத்தைத்தான் எனக்குக் கொடுத்துவிட்டாயே! இன்னும் ஏன் நடுங்குகிறாய்?" என்று கேலி செய்தான் மார்த்தாண்டவர்மன்.

"கேலி செய்யாதீர்கள். இங்கே தனியாகத் துயில் கொள்ள என்னால் ஆகாது!" என்றாள் மெல்லிளங்கோதை, செல்லமாக.

"என் மார்பு உன் மாளிகை, என் கரங்கள் உன் காவல். எவையும் என்னையே தீண்டட்டும்" என்ற மார்த்தாண்டவர்மன் அதை நடித்தும் காட்டினான்.

மெல்லிளங்கோதை சூழ்நிலையை மறந்தாள். அவள் மேனி கதகதப்பாயிற்று. உடலிலே மெதுவாக அனல் பறப்பது போலிருந்தது.

அங்கே...

கிருஷ்ணன் நம்பூதிரியின் மனைவி கல்யாணி அடுப்பேற்றி அதிலே உலையேற்றி வைத்தாள். உடனிருந்து அவளுக்குத் துணைபுரிந்தான் கிருஷ்ணன் நம்பூதிரி.

சுவாமிக்குப் பசிக்குமே, பசிக்குமே' என்றெண்ணிய போது அடுப்பில் எரியும் அனலுக்கும் சக்தி இல்லாதது போல் அவனுக்குத் தோன்றியது.

உலையைக் கிளறியவாறே, "வந்திருப்பது யாராம்?" என்று கேட்டாள் கல்யாணி.

"யாரென்று எப்படிக் கேட்பது? பார்த்தால் ராஜ குடும்பம்போல் தெரிகிறது. நாம் இந்தக் கோயிலுக்குள் தானே அடைபட்டுக் கிடக்கிறோம்! யாரென்று கண்டோம்?" என்றான் கிருஷ்ணன் நம்பூதிரி.

"எத்தனை பேர் வந்திருக்கிறார்கள்?" என்று கேட்டாள் கல்யாணி.

"நல்லவேளை, உலையை இறக்கியபிறகு கேட்காமல் போனாயே! ஒரு சுவாமி; ஏழு சீடர்கள். ராஜகுமாரன் போல ஒரு

வாலிபன். திருமகளின் வடிவாகவே அமைந்த ஓர் இளமங்கை. அந்த மங்கை அந்த யௌவன புருஷனின் மனைவிபோல் தெரிகிறது'' என்றான் கிருஷ்ணன் நம்பூதிரி.

"அந்த மங்கை என்னைவிட அழகா?'' என்று கேட்டாள் கல்யாணி.

"உன்னைவிட ஓர் அழகு உலகத்திலேயே இல்லை-என் கண்களுக்கு'' என்றான் கிருஷ்ணன் நம்பூதிரி.

வலது கைக் காப்பைக் கொஞ்சம் பின்னால் தள்ளிக் கொண்டு, கணவன் நறுக்கிய காய்கறிகளைப் பாத்திரத்தில் போட்டபடி, "சரி, அவர்கள் ஏறிவந்த குதிரைகளுக்குக் கொள்ளு வைக்க வில்லையே!'' என்றாள் கல்யாணி.

அப்பொழுதே அதை நினைவு கூர்ந்த கிருஷ்ணன் நம்பூதிரி கொள்ளுப் பாத்திரத்தை எடுத்துக்கொண்டு வெளியே ஓடினான்.

அங்கே குதிரைகள், நிறுத்திய இடத்திலேயே நின்று கொண்டிருந்தன.

அந்த குதிரைகளின் முகக் கயிற்றைப் பிடித்தபடி கொஞ்ச தூரம் நடத்திக் குதிரைகள் கட்டுவதற்காக அடிக்கப்பட்ட முளைகளில் அவற்றைக் கட்டினான். பிறகு வைத்த இடத்திலிருந்து பாத்திரத்தை எடுத்து வந்தான்.

பாத்திரத்தை அவன் குதிரைகளின் முன்னால் வைத்ததும் மேலும் சில குதிரைகளின் குளம்படி ஓசை கேட்டது. 'இன்னும் சில அதிதிகள் வருகிறார்கள்' என்று தனக்குள் சொல்லிக்கொண்டான்.

"சரி, வருகிறவர்கள் இங்கேதானே வரப் போகிறார்கள்" என்று எண்ணி உள்ளே நுழைந்தான்.

அந்தக் குளம்படி ஓசை தனி மண்டபத்தில் படுத்திருந்த மார்த்தாண்டவர்மனுக்கும் மெல்லிளங்கோதைக்கும் கேட்டது.

பின் திண்ணையில் படுத்திருந்த ஸ்ரீவல்லபருக்கும், சீடர்களுக்கும் கேட்டது.

யார் அவர்கள்?

ரவிவர்மனின் படைகளில் ஒரு பிரிவாக இருக்குமா?

அங்கே மார்த்தாண்டவர்மனுக்குத் தோன்றிய அதே ஐயம் இங்கே ஸ்ரீவல்லபருக்கும் தோன்றியது.

ஸ்ரீவல்லபர் தம் சீடர்களில் திறமையுள்ள ஒருவனை அழைத்து, "ஒரு புரவியில் ஏறி, அவர்கள் யார்? எந்தப் பக்கம் வருகிறார்கள் என்பதைக் கவனித்து முன்னால் வா!" என்று அனுப்பினார்.

சீடன் குதிரையில் ஏறி வெகுவேகமாகக் காட்டுக்குள் பறந்தான்.

பாம்புகள் சீறும் ஓசை, பறவைகளின் ஒலி, புலிகள் உறுமும் சத்தம், காற்றிலே மரங்கள் ஆடும் ஓசை இவற்றுக்கு நடுவே அந்த ஒற்றைக் குதிரையின் குளம்படி ஓசை கேட்காதபடி அவன் வேகத்தைத் தடைப்படுத்திக் கொண்டான்.

சுமார் அரைக்காத தூரத்தில் அந்தக் குதிரைகள் வந்து கொண்டிருந்தன.

இடையில் ஏரியில் தண்ணீர் தேங்கி நின்றதால் அந்த ஓசை பக்கத்தில் கேட்பதுபோல் கேட்டது.

கரிய நிறம் படைத்த தன் புரவியின்மீது அமர்ந்தபடி அவர்களைக் கூர்ந்து கவனித்தான் சீடன்.

அவர்கள் ரவிவர்மனின் படைகளே. அவனுக்குத் தெளிவாகத் தெரிந்துவிட்டது.

மெதுவாகத் தன் குதிரையைத் திருப்பிக்கொண்டு கோயிலுக்கு வந்தான் சீடன்.

பதற்றத்தோடு பின் பக்கம் ஓடினான்.

"சுவாமி! அவை ரவிவர்மனின் படைகளே. இங்கே வருவதுபோலத்தான் தோன்றுகிறது" என்றான்.

ஸ்ரீவல்லபர் துரிதம் அடைந்தார்.

எழுந்து வெகு வேகமாக மடப்பள்ளி அருகே ஓடினார்.

"தம்பி, ஒரு விஷயம்!" என்றபடி உள்ளே நுழைந்தார் ஸ்ரீவல்லபர்.

கைகளைக் கட்டிக்கொண்டு எழுந்து நின்றார்கள் கல்யாணியும் கிருஷ்ணன் நம்பூதிரியும்.

ஸ்ரீவல்லபர் அவர்களிடம் தான் யார் என்பதையும் தன்னோடு வந்திருப்பது மார்த்தாண்டவர்மனும் பட்டத்து ராணியும் என்பதையும் அவனிடம் விளக்கிக் கூறினார். படைகள் தேடி வருகின்றன என்பதையும் கூறி எச்சரித்தார்.

"மார்த்தாண்டவர்மன் தங்கியிருக்கும் தனி மண்டபத்துக்கு நான் போகக்கூடாது. இந்த விஷயத்தை உடனே நீ போய்ச் சொல், கதவைத் தாழிட்டுக் கொண்டிருக்கும்படி அவர்களுக்குச் சொல். வருகிறவர்களுக்கு அவர்களைத் தெரியும் என்னைத் தெரியாது.

அதனால் நான் வெளியே இருப்பதில் தவறில்லை. சீக்கிரம் போய்ச் சொல்!" என்றார்.

"சுவாமி! நானும் அங்கே போவது உசிதமல்ல. இருப்பினும் தங்கள் ஆணையைத் தலைமேற்கொண்டு எனது இல்லாளையும் அழைத்துக்கொண்டு செல்கிறேன்" என்ற கிருஷ்ணன் நம்பூதிரி, கல்யாணியையும் அழைத்துக் கொண்டு தனி மண்டபத்துக்குச் சென்றான்.

முன் மண்டபத்திலேயே படை வீரர்களை எதிர்பார்த்தப்படி தம் சீடர்களோடு வந்தமர்ந்துகொண்டார் ஸ்ரீவல்லபர்.

கதவு திறந்தேயிருந்தது.

சுமார் நாற்பது ஐம்பது படை வீரர்கள் கோயிலின் முன் பகுதியில் குதிரையில் வந்திறங்கினார்கள். எல்லோருமே களைப்பாக இருந்தார்கள்.

கோயிலுக்குள்ளே அவர்கள் நுழைந்தவிதம் ஒரு புனிதமான இடத்துக்குள் நுழைவதுபோல் இல்லை. அவர்களில் சிலர் மட்டுமே பயபக்தியோடு இருந்தார்கள்.

முன் மண்டபத்தில் தவம் செய்யும் பாவனையில் அமர்ந்திருந்த ஸ்ரீவல்லபரைக் கண்டதும், ஒருவன், "இங்கேயும் ஒரு வைஷ்ணவ சந்நியாசியா? இந்தப் பெரிய மன்னர் படுத்திய பாடு எங்கு பார்த்தாலும் வைஷ்ணவ சந்நியாசிகள்!" என்றான்.

"ஏ, சந்நியாசி! மன்னவர்தான் திருவரங்கத்துக்குப் போய் விட்டாரே, நீயும் போகவேண்டியதுதானே? ஏன் இந்தக் கிருஷ்ணன் கோயிலில் அடைக்கலம் புகுந்திருக்கிறாய்?" என்றான் ஒருவன்.

"காட்டில்தானே அப்பா இருக்கிறேன். இதில் உனக்கு என்ன கஷ்டம்?" என்றார் ஸ்ரீவல்லபர்.

"நீங்கள் காட்டைக்கூடக் கெடுத்துவிடுவீர்கள். உங்களை நம்பக்கூடாது!" என்றான் ஒருவன்.

"நல்லது. உங்களுக்கு என்ன வேண்டும்?" என்று சிரித்துக் கொண்டே கேட்டார் ஸ்ரீவல்லபர்.

"உண்ண உணவு வேண்டும். உறங்க இடம் வேண்டும். கொடுக்க மறுத்தால் உங்கள் உயிர் வேண்டும்!" என்றான் அவன்.

"எது வேண்டுமானாலும் கிடைக்கும். முதலில் சிரமபரிகாரம் செய்து கொள்ளுங்கள்!" என்றார் ஸ்ரீவல்லபர்.

சிப்பாய்கள் அனைவரும் மேலாடைகளைக் கழற்றி விட்டுக் கோயிலின் வெளிப்புறத்தில் வந்து அமர்ந்தார்கள்.

அங்கிருந்தபடியே ஒருவன், "ஏ, சந்நியாசி! உணவு தயாரானதும் கூப்பிடு!" என்று சத்தம் போட்டான்.

ஸ்ரீவல்லபர் பதில் பேசவில்லை. அதற்குப் பதிலாகக் கிருஷ்ணன் நம்பூதிரி ஓடோடி வெளியே வந்தான்.

வந்திருப்பவர்கள் வஞ்சி மாவேந்தரின் படைகள் அல்லவா! அதற்குரிய மரியாதையோடு அவர்களை வரவேற்க வேண்டாமா?

தலையில் உருமால் கட்டிக்கொண்டு, இடையில் ஒரு பட்டுக் கச்சத்தோடு ஓடி வந்து, "ஐயா, உணவு தயாராயிருக்கிறது" என்றான் கிருஷ்ணன் நம்பூதிரி.

"என்ன, அதற்குள்ளாகவா?" என்று கேட்டான் ஒரு வீரன்.

"சுவாமிகளுக்குத் தயார் செய்தது. அதை நீங்கள் சாப்பிடுங்கள். அடுத்து அவர்களுக்குச் சமையல் செய்கிறேன்" என்றான் கிருஷ்ணன் நம்பூதிரி.

அவனை மேலும் கீழுமாகப் பார்த்த ஒரு வீரன் "என்ன இடையிலே பட்டுக் கச்சம்! தலையிலே, வல்லவட்டு! ஒரே ராஜமரியாதையாக இருக்கிறதே!" என்று கேலி செய்தான்.

"தங்களைப்போன்ற பெரிய இடத்து மனிதர்களை இப்படி வரவேற்க வேண்டுமென்பது கோயில் விதி. அதனால்தான்..." என்று இழுத்தான் கிருஷ்ணன் நம்பூதிரி.

"நல்லது. இவ்வளவு பேருக்கும் உணவு இருக்குமா?" என்று கேட்டான் ஒரு வீரன்.

"பத்துப்பேருக்குச் சமையல் செய்திருக்கிறேன்" அதைப் பகிர்ந்துகொள்ளலாம். பழ வகைகளும் நிறைய இருக்கின்றன" என்றான் கிருஷ்ணன் நம்பூதிரி.

"இது கோயில்; அருந்துவதற்கு வெறும் தண்ணீர்தான் இருக்கும்" என்றபடி எல்லா வீரர்களும் எழுந்து பாட்டுப் பாடிக்கொண்டே உள்ளே நுழைந்தார்கள்.

ஸ்ரீவல்லபரைப் பார்த்துக் கேலியாகச் சிரித்தபடி உணவருந்தும் இடத்துக்குச் சென்றார்கள்.

அங்கே முன் கூட்டியே இலை போட்டு வைத்திருந்தான் கிருஷ்ணன் நம்பூதிரி.

அனைவரும் வரிசையாக அமர்ந்து அத்தனை உணவையும் பழ வகைகளையும் தீர்த்து முடித்தார்கள்.

உணவு முடிந்து கைகழுவிக் கோயிலின் பின்பக்கத்தைப் பார்ப்பதற்குப் பின்பக்கமாகவே வெளியேறினார்கள்.

அங்கே குதிரைகள் சில ஏற்கெனவே கட்டப்பட்டிருப்பது அவர்கள் கண்ணில் பட்டது.

அவர்களைப் பார்த்ததும் அந்தக் குதிரைகள் கனைத்தன.

பழக்கப்பட்ட குதிரைகள்-பக்கத்திலே சென்று பார்த்தார்கள் அனைவரும்.

"இது ராஜவர்மன் குதிரையல்லவா?" என்றான் ஒருவன்.

"இது கேசவன் குதிரையல்லவா?" என்றான் மற்றொருவன்.

தங்களைச் சேர்ந்த படைவீரர்களின் குதிரைகள் அவை என்பதைக் கண்டுகொண்டு விட்டார்கள் அவர்கள்.

"அகஸ்தீசுவரம் காட்டுக்குப் போன குதிரைகள் இங்கே எப்படி வந்தன? அதிலும் பல குதிரைகளைக் காணோமே!

அந்தக் காட்டுக்குச் சென்றவர்கள் இரண்டு மூன்று அணியாகப் பிரிந்துவிட்டார்களா? அப்படியென்றால் வந்தவர்கள் இங்கே தானே இருக்கவேண்டும்?"

அவர்கள் சுற்றுமுற்றும் தேடிப் பார்த்தார்கள்; யாரையும் காணவில்லை.

பின்பு கோயிலுக்குள் நுழைந்தார்கள்.

அங்கே துடிக்கும் மனத்தோடு அமர்ந்திருந்தார்கள், ஸ்ரீவல்லபரும், சீடர்களும்.

கையைக் கட்டிக்கொண்டு நின்றான் கிருஷ்ணன் நம்பூதிரி.

"ஏ, சந்நியாசி! இங்கே கட்டப்பட்டிருக்கும் குதிரைகள் யாருடையவை?" என்று கேட்டான் ஒருவன்.

"எனக்குத் தெரியாது அப்பா!" என்று அமைதியாகப் பதில் சொன்னார் ஸ்ரீவல்லபர்.

"ஏ நம்பூதிரி, நீ சொல்" என்றான் இன்னொருவன்.

"யாரோ வந்தார்கள்; சாப்பிட்டுவிட்டுப் போய் விட்டார்கள்" என்றான் கிருஷ்ணன் நம்பூதிரி.

"இரவு நேரத்தில் காட்டிலே எங்கே போவார்கள்? பொய் சொல்லாதே!" என்றான் ஒரு வீரன்.

"இதில் ஏதோ சூழ்ச்சி இருக்கிறது" என்றான் மற்றொரு வீரன்.

'சாதாரணமாக இவர்கள் சொல்லமாட்டார்கள் சாட்டையடிதான் பலன்தரும்" என்றான் இன்னொருவன்.

கிருஷ்ணன் நம்பூதிரியையும், ஸ்ரீவல்லபரையும், சீடரையும் சில வீரர்கள் தூணோடு சேர்த்துக் கயிற்றால் கட்டினார்கள்.

மற்றும் சிலர் அகல் விளக்குகளைத் தூக்கிக்கொண்டு கோயில் முழுதும் தேடினார்கள்.

அவர்களிலே ஒருவன் கண்ணில் தனி மண்டபம் பூட்டப்பட்டிருப்பது தெரிந்தது.

முதலில் அவன் அதை ஏதோ ஒரு தானியக் கிடங்கு என்றுதான் கருதினான்.

ஆனால், அதையும் திறந்து பார்க்க வேண்டும் போல் இன்னொரு வீரனுக்குத் தோன்றிற்று.

அவன் நேரே கிருஷ்ணன் நம்பூதிரியிடம் வந்து, "ஏய், அந்த மண்டபத்துச் சாவியைக் கொடு" என்றான்.

"அதில் ஒன்றுமில்லை. அது வெறும் உக்கிராண அறை; தானியங்களும், பழவகைகளுமே இருக்கின்றன" என்றான், கிருஷ்ணன் நம்பூதிரி.

"அதைத்தான் பார்க்க விரும்புகிறேன். கொடு சாவியை" என்றான், அவன்.

கிருஷ்ணன் நம்பூதிரி கொடுக்க மறுத்தான்.

அவன் இடுப்பைத் தடவி, ஆடைக்குள் செருகியிருந்த சாவியைப் பறித்துக் கொண்ட வீரன், மற்றும் சில வீரர்களோடு சென்று அந்த மண்டபத்துப் பூட்டைத் திறந்தான்.

திறந்த உடனேயே பளிச்சென்று கதவைத் திறந்து கொண்டு வெளியே வந்தான் மார்த்தாண்டவர்மன். அவனும் தலையில் உருமால் கட்டியிருந்தான்.

அவர்கள் உள்ளே நுழைந்து மெல்லிளங்கோதையையும் கல்யாணியையும் பார்த்துவிடக்கூடாதே என்ற பயம் அவனுக்கு.

மார்த்தாண்டவர்மனைப் பார்த்ததும் எல்லா வீரர்களும், 'ஓ' வென்று கத்தினார்கள்.

"இளவரசர் பிடிபட்டுவிட்டார்" என்று கூச்சலிட்டார்கள்.

ஸ்ரீவல்லபரின் பக்கத்தில் நின்ற வீரர்களும் அங்கே ஓடி வந்தார்கள்.

"இளவரசருக்கு வணக்கம்! மன்னவர் மூன்றாம் சேரமான் என்ற பாஸ்கர ரவிவர்மனின் ஆணைப்படி நீங்கள் கைது செய்யப்படு கிறீர்கள்" என்று, மார்த்தாண்டவர்மனை நெருங்கினான் அந்தப் படைக் கூட்டத்தின் தலைவன்.

இமை மூடித் திறக்கும் முன்பே அவன் இடையில் இருந்த வாளை உருவிக்கொண்டான் மார்த்தாண்டவர்மன்.

அந்த ஐம்பதுபேரோடும் தனியொருவனாக நின்று போரிட்டான். எவ்வளவு நேரம் அது சாத்தியமாகும்?

ஆயினும் அவன் சிறைப்பட விரும்பவில்லை.

இரண்டு வீரர்களை வெட்டிக் குவித்தான்.

ஒரு வீரன் ஆத்திரம் தாங்காமல் அவன் மார்பில் ஈட்டியால் ஓங்கிக் குத்தினான்.

அவனை அப்படியே தூக்கிக்கொண்டு வெற்றி பெற்றுவிட்ட களிப்பில் மற்ற அனைத்தையும் மறந்து குதிரையின் மீது போட்டுக் கொண்டு படை வீரர்கள் பறந்தார்கள்.

அவர்கள் சென்றதும் கதவைத் திறந்துகொண்டு ஓடிவந்தார்கள், மெல்லிளங்கோதையும், கல்யாணியும்.

"சுவாமி" என்று கதறியபடி மூர்ச்சித்து விழுந்தாள் கல்யாணி.

ஆம்; கல்யாணி!

12. வஞ்சகர்க்கு ஓரிரவு

சிவப்பு மூக்குத்தியைக் காணோம் என்றதும் சாலியூர்த் தாவளிக்குப் பளிச்சென்று நினைவுக்கு வந்தது அன்று இரவு நடந்த நிகழ்ச்சிதான்.

நெற்றி வியர்த்த நிலையில் பகவதியம்மனை அவள் கூர்ந்து நோக்கினாள்.

பார்க்கப் பார்க்க இரவில் அவள் பார்த்த பெண்ணுக்கும் பகவதியம்மனுக்கும் ஏதோ சம்பந்தம் இருப்பது போல் அவளுக்குத் தோன்றியது.

''அம்மனின் மூக்குத்தியைத் திருடுகிற

அளவுக்கு வஞ்சியில் ஒருவனுக்குத் தைரியம் வந்துவிட்டதா?'' என்றான் பூசாரி.

அது திருட்டாகச் சாலியூர்த் தாவளிக்குத் தோன்றவில்லை. அதனுள் ஏதோ மர்மம் இருப்பதாகவே அவள் கருதினாள்.

அம்மனுக்குக் கோபம் வந்திருக்குமோ? அவளது ஆன்ம வடிவமே தங்களை அலைக்கழித்திருக்குமோ? ''சமயம் வரும்போது தேவி உயிரோடு வருவாளா?'' என்று தமது மூதாதையர் சொன்னதை அவள் நினைத்துப் பார்த்தாள்.

அவளது கைகள் நடுங்கின.

மற்றச் சகோதரிகள் அயர்ந்து நின்றார்கள்.

காவலர்கள் கண்ணை இமைக்காமல் அந்தக் காட்சியையே பார்த்துக் கொண்டிருந்தார்கள்.

'சகோதரன் வருவான்; பத்மாவதி வருவாள்; மகுடம் வரும்; விஷயத்தைச் சொல்லலாம்' என்று தயங்கியபடியே மூலஸ்தானத்தில் நின்றாள் சாலியூர்த் தாவளி.

அர்த்தசாமம் நெருங்கிற்று.

''தாயே'' அர்த்தசாமப் பூஜைக்கு நேரம் நெருங்குகிறது என்று நினைவுபடுத்தினான் பூசாரி.

''மகுடம் இன்னும் வரவில்லையே...'' என்றாள் சாலியூர்த் தாவளி.

மகுடம் வராமல் பூஜையை நடத்துவது எப்படி?

இதோ, அர்த்தசாமமும் வந்துவிட்டது.

வழக்கமான பூஜையாவது நடந்தாக வேண்டும்.

''நேரம் தாண்டிப் பூஜை நடத்தக்கூடாதே...'' என்று மறுபடியும் நினைவுபடுத்தினான் பூசாரி.

''சரி, நீ பூஜையை நடத்து'' என்று கண் கலங்கியபடியே கூறினாள் சாலியூர்த் தாவளி.

சேரநாட்டில் இதுவரை நடந்திராத நிக்ழ்ச்சிகள் நடைபெறு கின்றன. பக்திமயமான மன்னர் பரம்பரை சீரழிக்கப்படுவதைத் தேவி விரும்பவில்லைபோலும். இதை யாரிடம் சொல்வது?

அதுவும் ரவிவர்மனிடம் எப்படிச் சொல்வது?

ரவிவர்மனையும் பத்மாவதியையும் வரவிடாமல் இதே தேவிதான் தடுத்திருக்கவும் கூடும்.

இன்னும் என்னென்ன நடக்குமோ?

சித்தப் பிரமை பிடித்தவள் போல் நின்றாள் சாலியூர்த் தாவளி.

அர்த்தசாமப் பூஜைக்கான மணி ஓங்கி ஒலித்தது.

“மகுடம் வராமல் பூஜையா?”

அமைச்சர், பிரதானிகள், காவலர்கள் திகைத்து நின்றார்கள்.

அந்த மணியோசை, அரண்மனையில் பித்துப் பிடித்தவன் போல் நின்ற ரவிவர்மன் காதிலும் விழுந்தது.

பல தலைமுறைகளாகப் பல மன்னர்களின் தலையை அலங்கரித்த மணி மகுடம்; ஈடு இணையில்லாத விலை மதிப்பற்ற பொக்கிஷம்.

அந்த மகுடத்தின் முன்னால் பாண்டிய நாடு மண்டியிட்டிருக் கிறது. சோழ நாடு தொழுது நின்றிருக்கிறது.

பாண்டிய ராஜகுமாரி அந்த மகுடத்துக்குக் கிடைத்த பரிசு.

ஒரு சேர மன்னன் மணந்த சோழ ராஜகுமாரி அந்த மகுடத்தின் மகத்துவத்தால் வந்த ராணி.

அது காணாமற்போகும் என்பதைக் கற்பனை செய்ய முடியவில்லையே!

இதுவும் ஏதோ சூழ்ச்சிதான்.

இதை முறியடிக்க நாளை புதிய மகுடத்தைச் சூடிக்கொண்டால் என்ன?

நல்லது. இந்த நேரத்தில் ஒரு மகுடத்தை எப்படி செய்வது? விடிவதற்குள் முடிகிற காரியமா அது? இல்லை, மகுடம்தான் என்ன, அங்காடியில் வாங்கக் கூடிய பொருளா?

அச்சமும், ஆத்திரமும், அவமானமும் ரவிவர்மனை மாறி மாறி மோதின.

ஊமையாகவே நின்று பழக்கப் பட்ட பத்மாவதி அப்போதும் ஊமையாகவே நின்றாள்.

தேவி சோதிக்கிறாள் என்றே அவளுக்குத் தோன்றியது.

"நாராயண நம்பூதிரி" என்று ஓங்கிக் கத்தினான் ரவிவர்மன்.

அரண்மனை கிடுகிடுத்தது.

விடிந்தால் முடிசூட்டு விழா, ஊர் மக்களெல்லாம் கூடிவிடுவார்கள்.

மகுடத்தைக் காணோம் என்றால் ஊர் சிரிக்காதா?

நாராயண நம்பூதிரிக்கும், மார்த்தாண்டவர் மனுக்கும் வேண்டியவர்களே இதைத் திருடியிருக்கக் கூடும் என்று ஆத்திரப்பட்டான் ரவிவர்மன்.

ஆயிரம்பேர் உலவும் அரண்மனையில் யாரை விசாரிப்பது? யாரைத் தண்டிப்பது? அதுவும் அர்த்த சாமத்தில்?

"என் மானம் பறிபோகிறதே..." என்று கத்தினான், ரவிவர்மன்.

"மார்த்தாண்டவர்மனின் வாழ்க்கையே பறிபோன போது உன் மானம் போவதில் என்ன தவறு?" என்றொரு குரல் கேட்டது. திரும்பிப் பார்த்தான்; பத்மாவதி நின்றாள்.

திகைத்துப் போய் "நீயா?" என்றான்.

"குற்றங்கள் மன்னிக்கப்படும்; பாவங்கள் தண்டிக்கப்படும். அரசு கட்டிலில் ஆசை வைத்து உறவு இரத்தத்தை ஓட ஓட விரட்டும் உனக்கு இந்த அவமானம் போதாது! நாளை மக்கள் மன்றத்தில் நீ தலைகுனிந்து நிற்கவேண்டும். மானிட வர்க்கமே உன்னை 'மகாபாவி' என்று ஏசவேண்டும். முடிசூட்டு விழாவாம் முடிசூட்டு விழா! மூன்றாம் சேரமான் நீயா? தோன்றா தோற்றித் துறை பல முடிக்கும் ஆன்ற பெரியோரால் அலங்கரிக்கப்பட்ட இந்த அரியாசனம் உன்னையா ஏற்றுக் கொள்ளப்போகிறது? என்று இந்த அரண்மனைக்குள் நீ நுழைந்தாயோ அன்றிலிருந்தே உனக்குச் சித்ரவதை ஆரம்பமாகி விட்டது" என்றாள் பத்மாவதி.

"பத்மாவதி! நீயா பேசுகிறாய்...?" என்று கத்திக் கொண்டே அவள் கழுத்தைப் பிடித்தான் ரவிவர்மன்.

"கையை எடு. பிறரை அழ வைப்பவர்கள் தங்கள் கண்களிலும் கண்ணீர் உண்டு என்பதை மறந்துவிடக் கூடாது. பிறரது அவமானத்தில் மகிழ்ச்சி கொள்பவர்கள் தாங்களும் அந்தச் சந்தர்ப்பத்துக்காகக் காத்திருக்க வேண்டும். பயத்தை உண்டாக்குவோன் எவனோ அவனே பயத்தையும் அழிப்பவன். பகவான் நாமத்தை உச்சரிப்பதற்காக ஒருவன் மகுடத்தைக் கழற்றி வைத்தான்; பாபத்தின் மூலமே அந்த மகுடத்தை நீ சூடத் துணிந்தாய். எத்தனையோ தெய்வீகச் சிரங்களை அலங்கரித்த அந்த மகுடம் உன் சிறுமையைக் கண்டு எள்ளி நகையாடி ஓடி ஒளிந்துவிட்டது. பாபங்களின் தலைமகனே, அழு, அஞ்சு; தலை குனி; வெட்கப்படு; அவமானப்படு!" என்று ஆவேசமாகக் கூறினாள் பத்மாவதி.

ஓங்கி அவளை அறைந்தான் ரவிவர்மன். கையில் வலுவுள்ள மட்டும் அறைந்தான்.

அதே நேரத்தில் அம்மன் கோயிலில் இருந்த அவனது சகோதரிகளும், அமைச்சர் பிரதானிகளும், காவலர்களும் திரும்பி வந்து சேர்ந்தார்கள்.

அலங்காரச் சிலையாக நின்ற பத்மாவதியை அவன் அடித்து நொறுக்கிய காட்சியை அப்போதுதான் பார்த்தாள் சாலியூர்த் தாவளி.

அவளும் அவளது சகோதரிகளும் ஓடிப்போய்ப் பத்மாவதியைத் தூக்கிக் கொண்டார்கள்.

அமைச்சர் பிரதானியர் கைகட்டி நின்றார்கள்.

அவமானத்துக்கு மேல் அவமானம்.

பத்மாவதியா அப்படிப் பேசினாள்?

அவனால் நம்ப முடியவில்லை.

தான் சொல்ல வந்த விஷயத்தை விட்டுவிட்டு, சாலியூர்த் தாவளி "என்ன நடந்தது? என்ன நடந்தது?" என்று கேட்டாள்.

"நீ, நான் என்று பேசுகிறாள்! நீ நான் என்று பேசுகிறாள்" என்று கத்தினான் ரவிவர்மன்.

சாலியூர்த் தாவளி, ஆத்திரத்தோடு, "பத்மாவதி, நீயா அப்படிப் பேசினாய்?" என்றாள்.

பத்மாவதி திருதிருவென்று விழித்தாள். திரும்பத் திரும்ப அவளை உலுக்கி, "என்ன பேசினாய், சொல்!" என்று வினவினாள் மூரின்னூர் தாவளி.

"நான் ஒன்றும் பேசவில்லையே...!" என்றாள் பத்மாவதி அமைதியாக.

அவள் முகம் சிவந்திருந்ததைச் சகோதரிகள் கவனித்தார்கள்.

எதிரே நின்ற அமைச்சர் பிரதானிகளைப் பார்த்து, "நீங்கள் போகலாம்!" என்று கத்தினான் ரவிவர்மன்.

அவர்கள் பதில் சொல்லாமல் விடை பெற்றுக் கொண்டார்கள்.

காவலர்களும் மெதுவாக வெளியேறினார்கள்.

"நீங்களும் போங்கள்!" என்று கத்தினான் ரவிவர்மன்.

பத்மாவதியை அணைத்தபடி சகோதரிகள் அந்தப்புரத்துக்குள் சென்றார்கள்.

என்ன நடந்தது என்றே பத்மாவதிக்கு நினைவில்லை.

அடிபட்ட வேங்கைபோல் முன்னும் பின்னும் உலாத்தினான் ரவிவர்மன்.

அவன் தலை கனத்தது. இரத்தம் கொதித்தது. 'பொழுது விடியப்போகிறது' என்று அவன் வாய் முணுமுணுத்தது.

இந்த அமளியில் யூஜியானாவைப் பற்றிய நினைவு கூட அவனுக்கு இல்லை. என்ன நடக்கிறது என்பதை அறியாத அவன் கோயிலிலிருந்து இரவோடு இரவாக வீடு போய் சேர்ந்துவிட்டான்.

பொழுது விடிகின்ற தருணத்தில் அதே ஆடை அலங்காரங்களோடு குத்தீட்டியை எடுத்து இடுப்பில் மறைத்துக் கொண்டு புறப்பட்டான் ரவிவர்மன்.

சுமார் ஐம்பது காவலர்களோடு அவன் நாராயண நம்பூதிரியின் இல்லம் நோக்கிச் சென்றான்.

நம்பூதிரியின் இல்லத்தில் வாயில் காப்போர் அயர்ந்து தூங்கிக் கொண்டிருந்தார்கள். குதிரைகளின் குளம்படி ஓசை கேட்டு விழித்தார்கள். உடனடியாகப் பூட்டை திறந்து விட்டார்கள்.

அனைவரையும் வெளியே நிறுத்திவிட்டு, தான் மட்டும் உள்ளே நுழைந்தான் ரவிவர்மன்.

அங்கே திருப்பாற்கடலில் பள்ளிகொண்ட நாராயணனைப் போல் சயனத்தில் இருந்தார், நம்பூதிரி. ஆனால் மெதுவான காலடி ஓசைகூட அவர் காதில் விழுந்தது.

"ஸ்ரீமந் நாராயணன் சயனத்தில் இருக்கிறாரா...?" என்றான் ரவிவர்மன்.

"சயனத்தில் இருந்தாலும் உலகத்தைக் கவனித்துக் கொண்டுதான் இருக்கிறார்!" என்றார் நம்பூதிரி.

"தம்பிரான் சுவாமிகளுக்கு நிம்மதியான தூக்கம் வருகிறது!" என்றான் ரவிவர்மன்.

"குற்றவாளிகளுக்கும், பாவிகளுக்கும் மட்டுமே தூக்கம் வராது" என்றார் நம்பூதிரி.

நெருங்காமலே நின்று பேசினான் ரவிவர்மன். எழுந்து நின்றார் நம்பூதிரி.

"வந்திருப்பது பழைய பாஸ்கர ரவிவர்மன் அல்ல; சேரநாட்டின் மன்னன்!" என்று தனக்கும் நினைவு படுத்திக்கொண்டு அவருக்கும் சொன்னான் ரவிவர்மன்.

"அறிவேன். முடிசூட்டு விழாவுக்கு இன்னும் சில நாழிகைகளே இருக்கின்றன."

இந்த இடத்தில் ரவிவர்மன் திகைத்தான். முடிசூட்டு விழா என்று நம்பூதிரி சொல்வானேன்? ஒன்று மகுடம் களவு போனது இவருக்குத் தெரிந்திருக்கவேண்டும்; அல்லது இவரது ஆட்கள் களவாடியிருக்கவேண்டும்

என்பதை உறுதி செய்யத் தொடங்கினான்.

"விழாவுக்குத் தம்பிரான் சுவாமிகள் வராவிட்டாலும் மகுடத்தையாவது கொடுத்துவிடுவார் என்று நம்புகிறேன்" என்றான்.

"என் கையால் எடுத்துத் தரவா...? அது இந்த ஜன்மத்தில் நடவாது" என்றார் நம்பூதிரி.

"எடுத்துத் தரவேண்டாம்; இருக்கும் இடத்தைச் சொல்லுங்கள், நான் எடுத்துக் கொள்கிறேன்" என்றான் அவன்.

"அரண்மனையில் மகுடம் இருக்கும் இடத்தை ஆயிரம் தடவை பார்த்திருக்கிறாய்; உனக்குத் தெரியாதா?" என்றார் நம்பூதிரி.

"அது இப்போது அரண்மனையில் இல்லை."

"ஒருவேளை பூஜைக்காகத் திருத்தலங்களுக்குப் போயிருக்கும்!"

"தம்பிரான் சுவாமிகள் விளையாடுகிறாரா?"

"பருவம் தாண்டிவிட்டது."

"ரவிவர்மன் நினைத்ததை முடிப்பவன்."

"நம்பூதிரி முடியக்கூடியதையே நினைப்பவன்."

"திருடிய மகுடத்தைத் திருப்பித் தரப்போகிறீரா இல்லையா?"

"அரண்மனையைத் திருடியவன்தான் மகுடத்தையும் திருடியவனே தவிர, நான் அல்ல!"

"புரிந்துவிட்டது; மகுடம் களவு போனது உமக்கும் தெரிந்திருக்கிறது!"

"நீ சொல்லச் சொல்லத்தான் புரிந்தது!"

"நான் சந்தேகப்பட்டது சரியாகிவிட்டது!"

"அதிகம் பேசுகிறவனாலேதான் ஆயிரம் விஷயங்கள் வெளியாகின்றன."

"பொழுது புலரப்போகிறது. மரியாதையாக மகுடத்தைக் கொடுத்து விடுங்கள்."

"ரவிவர்மன்! எனக்குச் சித்தப்பிரமை இல்லை."

"எனக்குப் பிடித்திருக்கிறது. அது இன்னும் முற்றினால் என்ன நடக்கும் தெரியுமா?"

"ஒரு கொலை நடக்கும். இனி நீ தொடர்ச்சியாகச் செய்யப் போகிற வேலைக்கு அரங்கேற்றம் நடக்கும். கடைசியில் கொலைகாரர்கள் கொல்லப்பட்டுத்தான் சாவார்கள் என்ற தர்ம சாஸ்திரத்தின் விதியும் நடந்து முடிந்து விடும்."

"தம்பிரான் சுவாமி!"

"ஏன்? நம்பூதிரி என்றே கூப்பிட்டேன்...!"

குழப்பத்தில் இருந்த ரவிவர்மன் பொழுது விடிய விடியக் கெஞ்சத் தொடங்கினான்.

"சுவாமி! எது நடந்திருந்தாலும் மன்னித்துக் கொள்ளுங்கள். மற்றவற்றைப் பிறகு பேசுவோம். இப்போது மகுடம் கிடைக்க ஏற்பாடு செய்யுங்கள்!"

"பரசுராமன் மீது ஆணையாகச் சொல்கிறேன் மகுடம் என்னிடம் இல்லை. அது இருக்கும் இடமும் எனக்குத் தெரியாது. நான் எதிர்காலத்தைத் தர்மத்தின் கையிலே ஒப்படைத்து விட்டவன். எதற்காக நான் மகுடத்தை மறைக்க வேண்டும்? இறைவனோடு பேசப்போவது மனிதனின் பாவ புண்ணியமே தவிர, மகுடமல்ல! ரவிவர்மா, நாயகன் நம்பியவரைக் கைவிட்டதில்லை. குலசேகர ஆழ்வாரின் குலத்தைக் காப்பாற்ற ஸ்ரீமந் நாராயணன் ஏதேனும் அவதாரம் எடுத்திருக்கக் கூடும்."

...ரவிவர்மனுக்கு இப்போது அழுகை வந்தது. அழவில்லை.

ஆத்திரம் வந்தது; ஆத்திரப்படவில்லை.

தம்பிரான் சுவாமி பொய் சொல்லமாட்டார். நம்பினான்.

ஜனங்களின் முகத்தில் எப்படி விழிப்பது? கலங்கினான்.

அவன் அறிவு முழுவதும் மயங்கிக் கலங்கிற்று.

ஒன்றும் பேசாமல் வெளியேறினான்.

அரண்மனையை நெருங்கியதும் முரசறைவோனை அழைத்துவரச் சொன்னான்.

'முடிசூட்டு விழா ஒத்திவைக்கப்பட்டிருக்கிறது' என்று முரசறையச் சொன்னான்.

பித்தம் பிடித்தவன்போல் அவன் உள்ளே நுழைந்த போது மைய மண்டபத்தில் மார்த்தாண்டவர்மனின் சடலம் கிடத்தப் பட்டிருந்தது!

அவனைக் கொன்ற படைவீரர்கள் அருகே நின்றிருந்தார்கள்.

பத்மாவதியும், தாவளி சகோதரிகளும் அழுது கொண்டிருந் தார்கள்.

அதை அவன் பார்த்தான்.

அவன் அதிர்ச்சி அடைந்தானா? மகிழ்ச்சியடைந்தானா?

13. அரங்கன் அழைக்கிறான்

திருக்கண்ணபுரத்துக்குக் குலசேகர ஆழ்வார் வந்ததிலிருந்து, சோழநாடே அங்கே திரள ஆரம்பித்தது.

தென்னந் தோப்புகளும் பசுமை நிறைந்த வயல்களும் பொங்கிப் பொலிந்து காணப்படும் அந்தச் சிற்றூர் மக்களை ஈர்க்கும் திருத்தலமாயிற்று.

மக்களைக் காணக் காண ஆழ்வாரின் மனத்தில் புதிய தெம்பும், உற்சாகமும் உண்டாயிற்று. ஆயினும் நாடி நரம்பெங்கும் ஓடிப்பாயும் இரத்தபாசம், அத்தனை மக்களுக்கிடையேயும் பெற்ற மகனையே சிந்தித்தது.

இல்லறங்கண்டு துறவறம் பூண்ட ஆழ்வார், தம் சொல்லறத் தினால் மக்களை நல்லறத்துக்குத் திருப்பினார்.

எனினும் அவர் மனிதர்.

மனசை உடையவன் என்ற பொருளில்தான் 'மனுஷ்யன்' என்ற வார்த்தை பிறந்தது.

அவர் அரண்மனையைத் துறந்தார். அரியணையைத் துறந்தார். அணிமணிகளைத் துறந்தார். மகுடத்தைத் துறந்தார். மனத்தைத் துறக்க வழியில்லை.

குற்றவாளியையும், நிரபராதியையும் கூடவே இருந்து குழம்ப வைக்கும் மனக்காய்ச்சல் அவரைப் பாடுபடுத்திற்று.

"அங்கணெடு மதின்புடைசூழ் அயோத்தி என்னும்
அணிநகரத் துலகனைத்தும் விளக்கும் சோதி
வெங்கதிரோன் குலத்திற்கோர் விளக்காய்த்தோன்றி
விண்முழுதும் உயக்கொண்ட வீரன்றன்-"

- கதையைக் கேட்டுத் தன்னை மறந்து, புகுந்தானைப் பின்பற்றி நாடு துறந்து, அஞ்ஞானத்திலிருந்து மக்களை மீட்கப் புறப்பட்ட அவரால், அன்பில் இருந்து மனத்தை மீட்க முடியவில்லை.

தடவரைத்தோள் தசரதனே பிள்ளைப் பாசம் தாளாது உயிர் நீத்தான் எனில், குலசேகர ஆழ்வாரின் நிலை என்ன?

நெற்றியில் கோபியிட்டுக் கூடிநின்று "பற்றற்றவனே! பாசத்தை வென்றவனே" என்று மக்களெல்லாம் கோஷிக்கும் போது, அவர் தமக்குள் சிரித்துக் கொள்வார்.

'பாசத்தில் சிக்காதவனே, பாசத்தை வென்றவன்' என்று, தமக்குத்தாமே கூறிக்கொள்வார்.

'பாதுகாப்பான ஏற்பாடுகளோடு பட்டம் துறந்தும், அத்தனை பாதுகாப்பும் மனித முயற்சியின் பலவீனமாகவே ஆகிவிட்டதே' என்ற கவலையிலிருந்து அவரால் மீள முடியவில்லை.

பத்துத் திசைகளிலும் தேர் நடத்திய தசரதன், பல நாடுகளையும் வென்று காட்டிய குலசேகர ஆழ்வார், என்று ஒரு பெரியார் அவரைப் புகழ்ந்த நேரத்தில் அவர் மகிழ்ந்ததுண்டு.

தசரதனோடு தம்மை ஒப்பிட்ட அந்தப் பெரியாரை ஆழ்வார் திருக்கண்ணபுரத்திலேதான் நினைவுகூர்ந்தார்.

தசரத புத்திரன் காடு சென்றதற்காவது ஒரு கால வரம்பு இருந்தது.

ஏழிரண்டாண்டில் நாடு திரும்புவான் என்ற எண்ணம் இருந்தது.

மார்த்தாண்டவர்மனின் நிலை அப்படி இல்லையே!

காட்டில் அந்தக் கூடாரத்தில் சீதை வடிவாய்த் தோன்றிய சிவப்பு மூக்குத்திக்காரி, அகஸ்தீசுவரம் காட்டில் மார்த்தாண்டவர்மன் இருப்பதாகச் சொல்லி யிருந்தாள்.

அங்கே போய் மகனைப் பார்க்க வேண்டும்போல அவருக்குத் தோன்றிற்று.

'வந்தெதிர்த்த தாடகை தன் உதிரத்தைக் கீறி வல்லரக்கர் உயிருண்ட ராமனைப்போல் மார்த்தாண்டவர்மனும் பகையை வெல்லமாட்டானா?

வஞ்சியின் மக்கள் எவ்வளவு வஞ்சகர்கள்?

அபகரிக்கப்பட்ட அரியணைக்கும் அவர்கள் தலை தாழ்ந்து வணக்கம் செலுத்துகிறார்கள்.

அரசுரிமையை யார் ஏற்றாலும் அவர்களுக்கொரு வாழ்த்துப் பாடுகிறார்கள்.

ஆழ்வார் பரம்பரை போதித்த எதுவும் அனைத்து மக்களிடமும் செல்லவில்லையே.'

அவர் நினைத்தார், நினைத்தார்; நெஞ்சுருக நினைத்தார்.

ஊனுருக, உளமுருக, உயிரெல்லாம் நெக்குருக அரங்கனைப் பாடி மகிழ்ந்த அவர், இப்போது உண்மையிலேயே உடலுருகத் தொடங்கினார்.

திருக்கண்ணபுரம் திருவரங்கில் அவர் தினமும் தோன்றினார்.

அங்கே அவர் மக்களுக்கு உபதேசிக்கும் சில நாழிகைகளே, அவருக்கு நிம்மதியளிக்கும் நாழிகைகள்.

கனவில் தோன்றிய காரிகையை நினைவுக்குக் கொண்டு வர இயலாமல் தடுமாறிய அவர், அவள் தந்த உணர்ச்சிகளால் உந்தப்பட்டு அன்றைய அரங்குக்கு வந்தார்.

அரங்கத்தின் முன்னால் மக்கள் நிரம்பி வழிந்தனர்.

ஆயிரக்கணக்கான மாதர்குழாங்கள் கைகட்டி நின்றன.

பேதையர், பெதும்பையர், பேரிளம் பெண்களெனப் பலவகை மாதரும் பல்கிக் கிடந்தனர்.

திறந்த திருமேனியோடு வீற்றிருந்த பக்தர்கள் பல்லாயிரம்.

அவர்களுக்காக ஆங்காங்கு நிறுவப்பட்டிருந்த இரவு நேர அங்காடிகளின் விளக்கு வெளிச்சமே, அவையைச் சோதிமய மாக்கிக் கொண்டிருந்தது.

ஆழ்வார் அரங்கில் தோன்றியதும் அந்த மாபெரும் கூட்டமும் தலைக்குமேல் கரம் கூப்பி அவரை வணங்கிற்று. மக்களின் வணக்கமும், வாழ்த்தும் அவரது மனநோயைச் சற்று மறையச் செய்தன.

"அவையை நிரப்பிய பக்த கோடிகளே."

அவர் குரல் மெதுவாகவே ஒலித்தது.

எள் விழுந்தாலும் ஒலி கேட்கும் அளவுக்குக் கூட்டம் அமைதியுற்றிருந்தது.

"அன்பே வடிவாய் அமர்ந் திருக்கும் உங்களைக் காண எம்பெருமான் கண்ணபுரத்தான் எனக்களித்த வாய்ப்புக்கு அவனுக்கு நான் நன்றி சொல்கிறேன்."

இந்த ஒரு வரியிலேயே அவருக்கு மேல்மூச்சு வாங்கிற்று. சில வினாடிகள் அமைதியுற்றிருந் தார்.

"பாண்டிய நாட்டு மலையிலே பிறந்த கல்லொன்று, சோழ நாட்டுக் கோயிலிலே சிலையாக நிற்கிறது.

ஒரு கல்லின் யாத்திரை அதன் மூலம் நிரந்தரமான புனிதத்துவம் பெற்றுவிட்டது.

அவ்வண்ணமே வஞ்சியில் தோன்றிய இச்சிறிய கல் தனது யாத்திரையைத் திருக்கண்ணபுரத்தில் புனிதமாக்கப் போகிறது.

மரணம் வெல்ல முடியாததென்பதை அறிந்தும், மனிதர்கள் மரணத்தை எண்ணிக் கலங்குகிறார்கள்.

எனது மூதாதையர் மரணத்தை வென்றதில்லை. ஆகவே, நானும் வெல்லப்போவதில்லை. அதனால் எனக்கு மரண பயமில்லை.

இறைவனுக்கு இரண்டு பெயர்கள் உண்டு.

ஒன்று 'பயத்தை உண்டாக்குகிறவன்' என்பது. இன்னொன்று 'பயத்தை போக்குகிறவன்' என்பது.

ஆக்கும் சக்தியுடையவனே அழிக்கும் சக்திக்கும் நாயகன்.

பிறப்புக்கு எவன் மூலமோ, இறப்புக்கும் அவனே மூலம்.

இதில் மனிதன் செய்யக்கூடியது காலத்தை எதிர்பார்ப்பதே.

திருமால் இயக்கத்தில் சங்கும், சக்கரமும் முக்கியமானவை.

சக்கரம் சுற்றுகிறது; சங்கு ஒலிக்கிறது.

அதன் தத்துவம், உலகம் சுற்றிக்கொண்டிருக்கிறது; உயிர்கள் ஒலித்துக் கொண்டிருக்கின்றன.

அவன் சங்கொலிப்பது நின்றாலும், சக்கரம் சுழல்வது நிற்காது.

இயக்கிவிட்டவன் கவனித்துக் கொண்டிருக்கிறான்; இயங்குகிறவர்கள் ஓடியாடிக்கொண்டிருக்கிறார்கள்.

இதோ நீங்கள் அமர்ந்திருக்கும் மண்ணிலே எத்தனை காலடிச் சுவடுகள் பதிந்திருக்கின்றன!

அவற்றைப் பதித்த கால்கள் எங்கே?

கால்களைக் காணோம், சுவடுகள் தென்படுகின்றன.

இங்கே சில சுவடுகளில் இருந்து மட்டுமே கம்பீரமான ஒலி தட்டப்படுகிறது.

அது வாழ்வாங்கு வாழ்ந்த தெய்வீக புருஷர்களின் காலடி.

மானிட தர்மத்தை மறக்காமலும், தெய்வ இயக்கத்தை மறுக்காமலும் அவர்கள் பாலம் போல் நின்றார்கள்.

கால காலங்களாகப் போதிக்கப்பட்டும் இன்னும் மானிட தர்மம் போதனைக்குரியதாகவே இருக்கிறது.

வேதனைக்குரிய எதுவும், போதனைக்குரியதுதான்.

இன்னதுதான் நடக்கும் என்று ஏற்கெனவே ஒரு விதி இருக்கும்போது கண்ணீருக்கு அர்த்தமென்ன?

எனக்கும் தெரிகிறது; ஆனாலும் கண்ணீர் வருகிறது.

எப்படி அமைதியடைவது?

அழுவதற்கும் சேர்த்துத்தானே கண்களை அவன் கொடுத்தான்! அவை தன் கடமையைச் செய்யட்டும் என்று விட்டுவிடுவது.

கால்கள் நடக்க விரும்புகின்றன; குழந்தைகள் அதைக் கட்டிப்பிடிக்கின்றன.

கைகள் வணங்க விரும்புகின்றன; வயிறு அதை வேலை செய்யச் சொல்கிறது.

விலங்குகளைப் பூட்டிக்கொண்டு நாட்டியமாடுவது லௌகிக வாழ்வு.

இதிலிருந்து விடுபட முடியாவிட்டாலும், 'கண்ணபுரத் திருமாலே' அடுத்த பிறப்பிலாவது என்னை, விலங்குகள் இல்லாத குழந்தையாகப் பிறக்க வை என்று வேண்டிக் கொள்வதே நமது கடமை.

காய்கறிகளை நாம் பயிரிடுவோம்; அதன் விலையை அவன் நிர்ணயிக்கட்டும்.

கர்மத்தை நாம் செய்வோம், அதன் பலனை அவன் கையில் விட்டுவிடுவோம்.''

ஆழ்வாருக்கு மேல் மூச்சு வாங்கியது; சிந்தனை குழம்புவது போல் தோன்றியது.

மெது மெதுவாக இளைத்திருந்த அவரது மேனி நல்ல காற்றோட்டமான அந்த இடத்திலும் வியர்த்தது.

"எனக்கு மயக்கம் வருவதுபோல் தோன்றுகிறது" என்றார் அவர்.

அவையில் பரபரப்பு எழுந்தது.

அரங்கில் ஏறிச் சீடர்கள் பலர் அவர் உடம்பைத் துடைத்தனர்.

கைத்தாங்கலாக அவரை எழுப்பினர்.

பல்லக்கு பக்கத்திலேயே கொண்டுவரப்பட்டது.

"ராமா! கிருஷ்ணா!" என்ற குரல் அவை முழுவதும் எழுந்தது.

ஆழ்வார் பல்லக்கில் உட்கார வைக்கப்பட்ட போது, அவை கண்ணீர் சொரிந்தது.

அந்தப் பல்லக்கு அவர் தங்கும் இடத்துக்கு வந்து சேர்ந்த போது கூட்டத்தில் பெரும்பகுதியும் முண்டியடித்துக் கொண்டு அங்கே வந்திருந்தது.

சிறிது மயங்கிய நிலையில் ஆழ்வார் படுக்க வைக்கப் பட்டபோது கூட்டத்தில் ஊடுருவிக் கொண்டு அங்கதன் உள்ளே நுழைந்தான்.

அவன் மார்த்தாண்டவர்மனின் மரணச் செய்தியைக் கொண்டு வந்திருந்தானா?

ஆழ்வாரின் மரணச் செய்தியைக் கொண்டுபோக வந்திருந்தானா?

ஆழ்வாரின் கையைப் பிடித்துப்பார்த்தார் அவசரமாக வந்த மருத்துவர்.

''இப்போதைக்குப் பயமில்லை'' என்று மட்டுமே அவர் சொன்னார்.

14. கண்ணகியின் ஆத்மா

கல்யாணி மூர்ச்சித்து விழுந்த கோலம், மெல்லிளங் கோதையையும் கலங்க வைத்துவிட்டது.

மார்த்தாண்டவர்மன் வேஷத்தில் கொல்லப்பட்டவன் கிருஷ்ணன் நம்பூதிரி! கல்யாணி அழாமல் யார் அழக்கூடும்?

ஆனால், அவளைவிட அதிகமாகக் குமுறி அழுதவன் மார்த்தாண்டவர்மன்.

தந்தை இரண்டாம் சேரமான் பெருமாளின் ஆட்சி எத்தனை விசுவாசமிக்க குடிமக்களை உருவாக்கி இருக்கிறதென்பதை அன்றுதான் அவன் கண்டான்.

துரோகிகளைப் பார்த்துச் சலித்த அவன் கண்களுக்கு, அந்தத் தியாகியின் வடிவம் தெய்வதீபம் போல் தோன்றிற்று.

'நாம் அவனுக்கு என்ன செய்தோம்? நமக்காக அவன் உயிரை விடவும் சித்தமானானே' என்று எண்ணியபோது ராமனுக்கு வாய்த்த குகனின் உருவமே அவன் கண்முன் நின்றது.

சடலத்தை வீரர்கள் தூக்கிக்கொண்டு போனதும், 'ஓம் நமோ நாராயணா' என்ற ஒரே குரலோடு அமைதியுற்றிருந்தார் ஸ்ரீவல்லபர்.

மெல்லிளங்கோதை கண்ணீர் உகுத்தபடியே அவர்களைக் கட்டியிருந்த கயிறுகளை அவிழ்த்துவிட்டாள்.

மூர்ச்சித்து விழுந்த கல்யாணியின் தலையை மடியில் தூக்கி வைத்துக்கொண்டாள்.

சீடர்கள் ஒரு பாத்திரத்தில் தண்ணீர் கொண்டு வந்தார்கள். மெல்லிளங்கோதை அவள் முகத்தில் அதைத் தெளித்தாள்.

மெதுவாகக் கண்விழித்த கல்யாணி, ''சுவாமி சுவாமி!'' என்று புலம்பினாள்.

அந்தக் கிருஷ்ணன் கோயிலின் கிருஷ்ண விக்கிரகம் அசைவற்று நின்றது.

ஆம்; கிருஷ்ணன் நம்பூதிரியின் சடலம் எப்படித் தெய்வீக வடிவெடுத்ததோ, அப்படியே அந்த விக்கிரகமும் நின்று கொண்டிருந்தது.

கல்யாணிக்கு யார் ஆறுதல் கூற முடியும்?

மார்த்தாண்டவர்மன் மயங்கிய நிலையில் நின்றான்.

மெல்லிளங்கோதை விம்மி விம்மி அழுது கொண்டிருந்தாள்.

ஞானாசிரியர் ஸ்ரீவல்லபரோ நாயகனின் லீலையில் இதுவொரு கட்டம் என்று எண்ணிக் கொண்டிருந்தார்.

சிலை வடிவாக நின்ற பரந்தாமனோ யுத்தம் மூண்டாலொழியத் தன் சக்தியைக் காட்டமாட்டான்.

அந்த சோகப் படலத்தில் சில விநாடிகள் கழிந்தன. அதிலிருந்து முதலில் மீண்டவர் ஸ்ரீவல்லபர்.

''கல்யாணி... கவலைகளை வளர்ப்பதன் மூலமே, இறைவன் நண்பர்களைத் தேர்ந்தெடுக்கிறான். கண்ணீர் வற்றியபின்பே, அவன் கருணையெனும் தண்ணீர் கண்ணுக்குத் தெரிகிறது. சோதனையைத் தாங்கிக் கொள்ளும்படி போதிக்க எனக்குச் சக்தியிருக்கிறது. ஆனால், நானே நீயாக இருந்தால், நானும்தான் இப்படிக் கதறி அழுதிருப்பேன்.

இதயம் அவரவருக்கென்று தனித்தனியாகப் படைக்கப்பட்டு விட்டது. வேதனைகளைப் பரிமாறிக் கொள்ள முடியுமே தவிர இன்னொருவருக்காகத் தாங்கிக்கொள்ள முடியாது.

கிருஷ்ணன் நம்பூதிரி ஒரு தியாகத் திருவிளக்கு, ஆழாக்கு அரிசியை ஓர் ஆண்டிக்குப் போட்டுவிட்டு அதன் பலனை ஆயுள் காலம் வரைக்கும் எதிர்பார்க்கும் உலகத்தில், ஆயுளையே அர்ப்பணித்துவிட்டுப் பலனை எதிர்பாராமல், போய்விட்டான் கிருஷ்ணன் நம்பூதிரி. ஆய்ந்தோய்ந்து பாராமல் வணிக மகனைக் கொன்ற பாண்டி மன்னனைப்போல், கிருஷ்ணன் நம்பூதிரியின் உயிரையும் பறித்துக்கொண்டுவிட்டன ரவிவர்மனின் படைகள்.

இந்தத் துயரத்துக்கிடையேயும் ஒரு நிம்மதி. சேர நாட்டின் முறையான வாரிசை உன் கணவன் காப்பாற்றியதே.

உன் நாயகன் உயிரை யாரும் ஈடுசெய்ய முடியாதென்றாலும், இந்தச் சேரநாட்டின் உயிரைக் காப்பாற்றியவனின் மனைவி என்ற பெருமை உனக்கு உண்டு!

நீயும் எங்களுடன் வா. ரவிவர்மன் கொடுமைக்கு ஓர் இலக்கணமாய் எங்களைத் தொடர்ந்து வா, எல்லோரும் ஸ்ரீகுலசேகர ஆழ்வார் இருக்கும் இடத்துக்குச் செல்லுவோம். அவரைத் தரிசிப்பதன் மூலம் உனக்கோர் ஆத்ம சாந்தி கிட்டும்.''

- என்றார் ஸ்ரீவல்லபர்.

"மாமா திருக்கண்ணபுரத்தில் இருப்பதாக என் கனவில் வந்த சிவப்பு மூக்குத்திக்காரி சொன்னாள்'' என்று விம்மியபடியே கூறினாள் மெல்லிளங்கோதை.

"நல்லது. இனி நாம் அவரை அண்டிப் பரிகாரம் தேடுவதைத் தவிர, வேறு வழி எனக்குத் தோன்றவில்லை'' என்றார் ஸ்ரீவல்லபர்.

தலைவிரிகோலமாகத் திடீரென்று எழுந்து நின்றாள் கல்யாணி.

"இல்லை; 'காய்கதிர்ச் செல்வனே, என் கணவன் கள்வனா?', என்று கேட்டு மதுரையை எரித்தாள் கண்ணகி. நாயகன் கொலைக்குப் பழிக்குப் பழி வாங்கினாள் கண்ணகி. நானும்

வஞ்சிமாபுரத்துக்குச் செல்வேன். எங்கள் குல அவையைக் கூட்டுவேன். முடியுமானால் வஞ்சியின் அரண்மனையையே எரிப்பேன். எங்கே என் நாயகன் சடலம் போயிருக்கிறதோ அங்கேயே சென்று நானும் மடிவேன்; பரசுராமன் மீது ஆணை!'' என்று உரத்த குரலில் சூளுரைத்தாள் கல்யாணி.

''கல்யாணி, அவசரப்படாதே. இந்த நேரத்தில், இந்தச் சூழ்நிலையில் நீ வஞ்சிக்குச் செல்வது சரியல்ல. கொல்லப்பட்டது மார்த்தாண்டவர்மனல்லன் என்பது இந்நேரம் ரவிவர்மனுக்குத் தெரிந்திருக்கும். அதையே அவனொரு அவமானமாகக் கருதியிருப்பான். பொறியிலே நீயும் சிக்கிக் கொண்டால் உன் கற்புக்குக் கூடக் களங்கம் நேரக்கூடும். இந்த அளவுக்குத் துணிந்த ரவிவர்மன், இனி அந்த அளவுக்கும் செல்லமாட்டான் என்பது என்ன நிச்சயம்?'' என்று அமைதிப்படுத்தினார் ஸ்ரீவல்லபர்.

''என் கற்புக்குச் சக்தியுண்டாயின் அந்தக் கனல் ரவிவர்மனை மட்டுமல்ல, அவனுக்குத் துணை புரிந்த அனைவரது குடும்பத்தையும் வேர் அறுக்கும். வில்லால் முடியாத வீரத்தை ஒரு சொல்லால் நடத்தினாள் கண்ணகி. சிவந்த கண்களில் தீ பறக்கும். விரித்த கூந்தலில் காற்றடிக்கும். அந்தத் தீயை அந்தக் காற்று வளர்க்கும். அசோகவனத்துச் சீதை அமைதியுற்றிருந்தாள், தன் நாயகனின் கோதண்டம் தன்னைக்காக்குமென்று. என் இதயத்து நெருப்பு என்னையும் காக்கும்!'' என்று ஓங்கி உரைத்தாள் கல்யாணி.

பேசப்பேச அவள் முகம் சிவந்தது; அவள் உருவமே மாறுவதுபோல் மெல்லிளங்கோதைக்குத் தோன்றிற்று.

''இது யார், கல்யாணிதானா? அகஸ்தீசுவரம் காட்டுக் குடிசையில் தோன்றிய சிவப்பு மூக்குத்திக்காரியைப் போல் இப்போது காட்சியளிக்கிறாளே!''

மெல்லிளங்கோதை திகைத்தாள்; ஸ்ரீவல்லபர் வாயடைத்துப் போனார்.

15. வெஞ்சின வஞ்சி

வஞ்சிக்குக் கல்யாணி செல்வதற்கு தம்மை அறியாமல் சம்மதம் கொடுத்தார் ஸ்ரீவல்லபர்.

"எப்படி நீங்கள் வஞ்சிக்குச் செல்வீர்கள்?" என்று கேட்டான் மார்த்தாண்ட வர்மன்.

"சிம்மத்தின் மீதேறி!" என்று திட்டமாகக் கூறினாள் கல்யாணி.

மெல்லிளங்கோதையின் மெய் சிலிர்த்தது.

கள்ளியங்காட்டுக் கிருஷ்ணன் கோயிலில் இரண்டு பல்லக்குகள் உண்டு.

கோயிலுக்கு வந்த யாராவது நோயுற்றால் அந்தப் பல்லக்கில் அவர்களை ஏற்றி ஊதியம் பெறும் ஊழியர்களைக் கொண்டு அதைத் தூக்கச் செய்து அனுப்புவது வழக்கம்.

அந்தப் பல்லக்குகளில் ஒன்றில் கல்யாணியை அமர்த்தி, நான்கு சீடர்களையே அதைத் தூக்கச் செய்தார் ஸ்ரீவல்லபர்.

அவரும் மார்த்தாண்டவர்மனும், மெல்லிளங்கோதையும் புரவிகளில் ஏறி அமர்ந்தார்கள். பல்லக்கைப் பார்த்து அவர்கள் கண்ணீர் சொரிந்தார்கள்.

பல்லக்கு வஞ்சி நோக்கி நகர்ந்தது. புரவிகள் திருவனந்தபுரம் நோக்கி நடந்தன.

மார்த்தாண்டவர்மனின் சடலத்தைப் பார்த்ததும் தானும் ஒரு சடலம் போலவே நின்றான் ரவிவர்மன்.

அழுகை, சிரிப்பு அனைத்தையும் தாண்டிவிட்ட ஒரு மயக்க நிலை.

'மார்த்தாண்டவர்மன் இருந்தால் என்ன? இறந்தாலென்ன? மகுடமும் களவுபோய், மக்களும் கேலிசெய்கிற அளவுக்கு வந்த பிறப்பாடு, அரசு பீடத்தில் இனித் தான் அனுபவிக்கப்போகிற சுகம்தான் என்ன? ஒருவேளை மார்த்தாண்டவர்மன் உயிரோடிருந்தாலாவது அவனை அனுசரித்துக் கொண்டிருக்கலாம். நாராயண நம்பூதிரியையும் வசப்படுத்தியிருக்கலாம். வஞ்சி மக்களைத் திருப்திப்படுத்தி அரியாசனம் ஏறியிருக்கலாம். அவனுடைய மரணத்தில் தான் அடையப்போகும் லாபம் என்ன?'

அவன் சிலையாகச் சமைந்து நின்றான்.

தாவளி சகோதரிகளும், பத்மாவதியும் அழுத கண்ணீர் ஆறாகப் பெருக, அந்தச் சடலத்தைத் தொழுத கையோடு நின்று கொண்டிருந்தார்கள்.

அவர்களைப் பார்த்ததும் திடீரென்று மார்த்தாண்டவர்மன்மீது அவனுக்கொரு பாசம் பிறந்தது. மெதுவாக அவன் அருகில் அமர்ந்து,

அவன் தலையைத் தடவிக் கொடுத்தான். சடலத்தின் தலையில் இருந்த வல்ல வெட்டு நழுவி விழுந்தது.

ரவிவர்மன் உடம்பு முழுதும் இரத்தம் கொதிப்பது போலிருந்தது.

கொல்லப்பட்டவன் நம்பூதிரி என்பது அப்போதுதான் அவனுக்குத் தெரிந்தது.

தாவளி சகோதரிகளும், பத்மாவதியும் அதிர்ச்சி அடைந்தார்கள்.

சுற்றி நின்ற காவலர்களை அவன் பார்த்தான். அவர்கள் மயங்கி விழுந்துவிடுகிற நிலையில் இருந்தார்கள்.

இறந்து கிடப்பவன் யாரோ ஒரு நம்பூதிரி என்பதிலே தாவளி சகோதரிகளுக்கும் பத்மாவதிக்கும் மகிழ்ச்சி. ரவிவர்மனுக்கும் கூட ஓர் அமைதி.

காவலர்கள் விளக்கம் கூற முற்பட்டார்கள். விளக்கம் தேவை இல்லை என்பதுபோல் கையசைத்தான் ரவிவர்மன். சடலத்தைத் தூக்கிக்கொண்டு போகும்படி ஜாடை காட்டினான்.

அவர்கள் சடலத்தைத் தூக்கிக்கொண்டு வெளியேறினார்கள்.

முழுக்க அந்தச் சடலத்தின் உடலை ஒரு போர்வையால் போர்த்தி ரதத்தில் வைத்து அவர்கள் இடுகாட்டுக்குக் கொண்டு சென்றார்கள்.

அதற்குள் நகர் முழுவதும் மார்த்தாண்டவர்மன் கொல்லப்பட்டுவிட்டான் என்ற வதந்தி பரவியது.

அரச குடும்பத்தில் அக்கறையுள்ள பலர் ஏதோ காரணத்துக்காக உலாவுவது போல் கோட்டை வெளியிலும் அங்கும் இங்குமாகவும் உலாவிக் கொண்டிருந்தார்கள்.

ரதம் வெளியே போகும்போது கூட அதில் ஒரு சடலம் போகிறது என்பது அவர்களுக்குத் தெரியாது.

இடுகாடு நோக்கி ரதம் போய்க்கொண்டிருந்தபோது எதிரே கல்யாணி வந்த பல்லக்கு வந்தது.

பல்லக்கில் உட்கார்ந்திருந்த கல்யாணி எதிரே வந்த ரதத்தைக் கவனிக்கவில்லை என்றாலும், ரதம் பல்லக்கை நேர் கொண்டதும், அவள் உள்ளமும் உடலும் உணர்ச்சி வசப்பட்டன.

"நிறுத்துங்கள்" என்று அவள் சத்தமிட்டாள்.

பல்லக்கு மட்டுமல்ல ரதமும் நின்றது.

பல்லக்கு கீழே வைக்கப்பட்டது. கல்யாணி பல்லக்கிலிருந்து இறங்கி ரதத்தில் ஏறி அமர்ந்து கொண்டாள்.

"தேவியின்மீது ஆணை! ரதத்தைத் திருப்புங்கள்" என்றாள்.

ரதத்தை ஓட்டிவந்த இருவரும் ஏதோ ஒரு சக்திக்கு ஆட்பட்டவர்கள்போல் ரதத்தைத் திருப்பினார்கள்.

"ரதம் செல்லட்டும்!" என்று ஆணையிட்டாள் அவள்.

'எங்கே செல்ல வேண்டும்' என்றுகூட அவள் கூற வில்லை.

ரதம் நேரே பகவதி அம்மன் கோயிலுக்கு முன்பிருந்த ஓர் இடத்துக்குச் சென்றது.

"சடலத்தை இறக்கி வையுங்கள்" என்று அவள் கத்தினாள்.

அங்கிருந்த மேடையில் சடலத்தை இறக்கி வைத்தார்கள் காவலர்கள்.

ஏன் அப்படிச் செய்கிறோம் என்பதுகூட அவர் களுக்கு நினைவில்லை.

அந்தச் சடலத்தின்மீது விழுந்து கல்யாணி 'ஓ'வெனக் கதறியழுதாள்.

அங்கே மெதுமெதுவாகக் கூட்டம் கூடத் தொடங்கிற்று.

"வஞ்சி நகரத்து மக்களே, ஏ! வஞ்சகக் குடிமக்களே, வஞ்சகம் அறியாத என் மணவாளன் கொல்லப்பட்டுக் கிடப்பதைப் பாருங்கள்.

பகைவர்களைக் கொல்லவேண்டிய உங்கள் கத்தி, பக்தி மார்க்கத்தில் உள்ள ஒருவரைக் குத்திச் சாய்த்திருப்பதைப் பாருங்கள். என் கணவர் மன்னர் குலத்தை அழித்தாரா? பட்டத்தை அபகரித்தாரா? தன்னலங் கருதித் தாயகத்தைக் காட்டிக் கொடுத்தாரா? கண்ணனின் அடியில் கனிந்துருகிக் கிடந்த அவரைக் கொன்று குவித்ததொரு கூட்டம்.

கோட்டையைக் கைப்பற்றிக் கொலுவிருக்கும் அந்தக் கூட்டம், என் மங்கலம் பறித்தது; மஞ்சளை அழித்தது; குங்குமச் சாந்தைக் கொத்தோடு கலைத்தது.

அறியாமற் கொன்றேன் கோவலனை, என்றலறி அரியணையில் இருந்து விழுந்து உயிர்விட்டான் மதுரைப் பாண்டியன்! அறிந்து கொல்லும் வஞ்சகர் கூட்டம் இன்னும் சிறந்து வாழ்கிறது இங்கே, நன்றிக்குப் பேர்போன நம்பூதிரிகள் வம்சத்தில் கொன்று போடப்பட்ட முதல் தம்பிரான் என் நாயகன்.

இன்னும் நம்பூதிரிகள் சபை என்ன செய்கிறது? என்ன செய்கிறது? என்ன செய்கிறது?''

கல்யாணி இப்போது குலமகள் கல்யாணியாகப் பேசவில்லை. ஆத்திரத்தில் பொறி பறக்கும் தீத்திறத்து மறமகளாக நின்று பேசினாள்.

கூடியிருந்த கூட்டத்தில் சிலர் அனுதாபப்பட்டார்கள். மாதர்கள் கண்ணீர் வடித்தார்கள். நம்பூதிரிகள் சடலத்தைச் சூழ்ந்துகொண்டார்கள்.

சடலத்தை அப்படியே விட்டுவிட்டு, தலைவிரிக் கோலமாக வஞ்சி நகரத்து வீதிகளிலே ஓடினாள் கல்யாணி.

சிலம்பு வடித்த சேரநாடு சிலம்பின் செல்வியைக் கண்ணெதிரே கண்டுவிட்டதுபோல் அவளுக்கு வழிவிட்டது.

'நம்பூதிரி ஒருவர் கொல்லப்பட்டார். அவர் மனைவி நியாயம் கேட்கிறாள்' என்ற செய்தி காட்டுத் தீ போல் எங்கும் பரவியது.

வஞ்சியில் இருந்த நம்பூதிரிகளில் பலர் நம்பூதிரிகள் சபைக்கு ஓடிவந்தார்கள்.

கிராம சபைத்தலைவர்கள் வேறு காரியமாக நாராயண நம்பூதிரியைச் சந்திக்க ஏற்கெனவே அங்கே வந்திருந்தனர்.

சபை மண்டபத்துக்குள் தலைவிரிக் கோலமாக நுழைந்தாள் கல்யாணி.

"நாராயண நம்பூதிரி..." என்ற பெயரை ஓங்கி உச்சரித்தாள்.

அப்படி அவர் பெயரைச்சொல்லி ஒரு பெண் அழைப்பது இதுவே முதல் தடவை.

நம்பூதிரி அவளையே கூர்ந்து பார்த்தார்.

"உன் சபை என்ன செய்கிறது? நம்பூதிரிகள் வம்சத்துக்கு நாசகாலம் தொடங்கிவிட்டது. பரசுராமன்

உண்டாக்கிய சேரநாட்டின் ஆதித் தலைமுறை ஒடிந்து தொங்கும் தென்னைபோல் தலை கவிழ்ந்து நிற்கிறது. இதற்கு மேல் ஒரு கெட்ட காலம் இந்த வம்சத்துக்கு வரப்போவதில்லை.

கள்ளியங்காட்டுக் கிருஷ்ணனுக்கே தன்னைக் கட்டளையாக்கிக் கொண்ட என் நாயகன் மரணத்துக்கு நீங்கள் என்ன பரிகாரம் தேடப்போகிறீர்கள்?

நாளை இந்தச் சேர நாட்டில் ஒரு நம்பூதிரியும் உயிரோடிருக்கக்கூடாது. நம்பூதிரிகள் எல்லாம் தீக்குளியுங்கள். ராஜதந்திரிகள் இல்லாமல் இந்தச் சேரநாடு அழியட்டும்.

ஈன்ற தாயையும் இனிய பொன்நாட்டையும் கட்டிக் காத்து, சான்ற திருமாலின் சந்நிதியில் தலைவைத்து ஆன்ற பெரியோனாய் அடங்கப்போகும் குலசேகரனின் நாடா இது?

வஞ்சகப் பாவிகள் கொஞ்சி விளையாடும் வஞ்சி நகரம் அழியட்டும்! வஞ்சி நகரம் அழியட்டும்!'' என்று அலறினாள் கல்யாணி.

''அமைதி தாயே, அமைதி'' என்றார் நாராயண நம்பூதிரி.

''போர்க்களத்தில் அமைதியா? புகை மூண்ட பின் நெருப்பு வராமல் இருக்குமா? இடி இடித்து மழை வராமற் போனால் எவனோ ஒரு பாவி இருக்கிறான் என்றல்லவா பொருள்!'' என்றாள் கல்யாணி.

''நீ பட்ட துயரம் அறிவோம் தாயே! திக்குகள் எட்டும் நடுக்குறும் வண்ணம் கட்டிய நாயகன் சடலத்தின் முன்னே உன் கண்ணீர் கனலாக எழுந்ததையும் அறிவோம் தாயே.

விண்ணிலிருந்து ஒருத்தி மண்ணுக்கு வந்ததுபோல் பெண்ணுலகில் மறங்கொண்டு விளங்கும் நீ, ஆத்திரப்பட்டால் சாத்திரங்களும் வெந்துபோகும்.

''தேவியின் பெயரால் அமைதி கொள். தேவியின் பெயரால் அமைதி கொள்'' என்றார் நாராயண நம்பூதிரி.

"நீதியை உலகம் அறிய ஆதிசக்தியே என்னை அனுப்பியிருக் கிறாள். அவளது ருத்ரதாண்டவத்துக்கு நீங்கள் தாளம் தட்டுங்கள். இனி அமைதி என்பதில்லை.

"எனது திருமுக மஞ்சளே வானத்து மஞ்சளாயிற்று. எனது விழிகளின் நெருப்பே வஞ்சிக்கு நெருப்பாகட்டும்" என்று வெஞ்சினம் உரைத்த கல்யாணி, அங்கு சுவரோரமாக இரவுபகல் எரியும் தீவட்டி ஒன்றை அப்படியே எடுத்து மண்டபத்தின் உச்சியில் ஓங்கி எறிந்தாள்.

பொன் மயமாக இருந்த நம்பூதிரிகள் சபை, வஞ்சிக்கு வருவோர்க்கெல்லாம் கண்காட்சியாக இருந்த நம்பூதிரிகள் சபை கொழுந்து விட்டு எரியத் தொடங்கிற்று.

அங்கு பற்றிய தீயைக் காற்று விசிறிக் கொடுத்தது; வான மண்டலத்தில் கரும் புகை பறந்தது; அது வஞ்சி மக்களின் கண்களுக்கெல்லாம் தெரிந்தது.

"நம்பூதிரிகள் சபை எரிகிறது; எரிகிறது" என்று ஊரெங்கும் கூச்சல் கேட்டது.

அது ரவிவர்மனின் காதிலும் விழுந்தது.

நான்கு புறமும் வேடர் தாக்க நடுவில் துடிக்கும் புலிக்குட்டியைப்போல அவன் துடித்தான்.

சித்தப் பிரமை பிடித்தவர்கள் போல் தாவளி சகோதரிகளும், பத்மாவதியும் இருந்தார்கள்.

நம்பூதிரி சபை மண்டபத்தைவிட்டு நாராயண நம்பூதிரியும் கல்யாணியும் மட்டுமே தீக்காயம் ஏதுமின்றி வெளியில் வந்தார்கள்.

மண்டபத்தில் உள்ளிருந்த அத்தனை நம்பூதிரிகளும் ஆன்மாவை அடக்கித் தண்ணீரிலே குளிப்பதைப் போல் அந்தத் தீயிலே குளித்தார்கள்.

பல்லாண்டு காலம் ஒளி மயமாகத் திகழ்ந்த அந்தப் பளிங்கு மண்டபம், விதவைக் கோலத்தில் காட்சியளித்தது.

உள்ளே எரிந்து கிடந்த நம்பூதிரிகளின் சாம்பல் வஞ்சி நகரம் முழுவதுமே எரிந்து கிடப்பதைப்போல் காட்டிற்று.

அரண்மனைக் கோட்டை வெளியில் கல்யாணியும் நாராயண நம்பூதிரியும் நுழைந்தபோது சாபக்கேடான அந்த அரண்மனை அவர்களைத் தலைகுனிந்து வரவேற்றது.

பல்லாயிரம் படைவீரர்கள் வருகிறார்கள் என்றாலும் நடுங்காத ரவிவர்மன், 'கல்யாணியும் நாராயண நம்பூதிரியும் வருகிறார்கள்' என்றதும் நடுங்கினான்.

சேர நாடே தனக்கு எதிராகத் திரும்பிவிட்டதோ என்ற பயங்கரத் துயரில் ஆழ்ந்தான்.

தாவளி சகோதரிகள் மரண தேவதையை எதிர்கொண்டு அழைத்தார்கள்.

"பாபங்களின் தலைநாயகனே, பாவப்பட்ட பெண்ணொருத்தி உன்னைப் பார்க்க வந்திருக்கிறாள்" என்ற நாராயண நம்பூதிரியின் குரல் எங்கோ தொலைதூரத்தில் இருந்து கேட்பதுபோல் ரவிவர்மனுக்குக் கேட்டது. ஆனால் நாராயண நம்பூதிரி பக்கத்திலேதான் நின்று கொண்டிருந்தார்.

கடல் பொங்கிய நிலையில் உடல் பொங்கிய கனக மணிச்சிலை கல்யாணி இப்போது ருத்ர தேவதையாக இல்லை; சாந்த நாயகியாக நின்றிருந்தாள்.

"தாயே, காப்பாற்று!" என்று அவள் காலில் விழுந்தாள்.

யார்?

ஆம்; பத்மாவதி.

ரவிவர்மன் கீழே விழாமல் நின்றதே அதிசயம்.

அடுக்கடுக்காகத் துன்பம்; ஏமாற்றம்; அந்தப் பயங்கரத்திலிருந்து அவன் எழவே இல்லை.

கல்யாணி எதுவும் பேசவில்லை; முன்னால் நடந்தாள்.

பக்கத்திலேயே நாராயண நம்பூதிரி நடந்தார்.

பின்னால் ரவிவர்மன் நடந்தான்.

அவனைத் தொடர்ந்து பத்மாவதி நடந்தாள்.

அவளுக்குப் பின்னால் தாவளி சகோதரிகள் நடந்தார்கள்.

தூக்கத்தில் நடப்பதுபோல் அனைவரும் நடந்து வெளியே வந்தார்கள்.

அவர்களைத் தொடர்ந்து வஞ்சியின் குடிமக்கள் பலர் நடந்தார்கள்.

வஞ்சியின் தெருக்களிலே அவர்கள் நடந்தார்கள்.

வஞ்சியின் எல்லையையும் கடந்தார்கள்.

கல்யாணி அவர்களை எங்கே அழைத்துச் செல்கிறாள்?

16. விண்ணுலகில் புதிய தாமரை

குலசேகர ஆழ்வார் உடல் நோயுற்றுப் பள்ளி கொண்டார் என்ற செய்தி சோழ நாடெங்கும் பரவுவதற்கு வெகு நாட்களாகவில்லை. செவி வழிச் செய்தியாகவே அது ஒரே நாளில் பரவிவிட்டது.

ஆயிரக்கணக்கான அடியார்கள் பல திசைகளிலிருந்தும் திருக்கண்ணபுரத்தை நோக்கி விரைந்து கொண்டிருந்தார்கள்.

அரங்கத்திலிருந்து அவர் வந்ததும் மருத்துவர் அவரைச் சோதித்ததும் உள்ளே நுழைந்த அங்கதன் ஆழ்வாரின் பாதங்களில் விழுந்து அழுது புலம்பினான்.

அவனிடம் எந்தச் செய்தியையும் கேட்க அவர் விரும்பவில்லை.

தமது படுக்கை இறுதிப் படுக்கை என்பதை உணர்ந்து கொண்டுவிட்ட ஆழ்வார் இனி தன் மகனுக்குத் தாம் சொல்லவேண்டிய செய்தி எதுவும் இல்லை என்று கருதினார்.

'அவன் இறந்துபோயிருந்தாலும் வைகுந்தத்தில் அவனைப்பற்றி நினைப்பதற்கு இனி என்ன இருக்கிறது?' என்றும் நினைத்தார்.

அங்கதனோ மார்த்தாண்டவர்மன் கொல்லப்பட்டு விட்டதாகச் சொன்னால் ஆழ்வாரின் ஆவி உடனே பிரிந்து விடும் என்று கருதினான்.

அவனால் அழத்தான் முடிந்தது; ஆனால் ஆழ்வாரால் அவனைத் தேற்ற முடியவில்லை.

கடைசிக் காலத்தில் மன்னர் திருமுகத்தைச் சந்தித்து விட்டோம் என்பதிலேயே அவன் அமைதியடைந்தான்.

நன்றி மிக்க அந்த ஊழியன் கைகளைக் கட்டிக்கொண்டு காலடியிலேயே நின்றான்.

ஆழ்வாரின் திருமுக தரிசனத்துக்காக வந்த பல்லாயிரம் மக்களையும் சோழநாட்டுப் படைவீரர்கள் ஒழுங்குபடுத்திக் கொண்டிருந்தார்கள்.

சிறுசிறு கூட்டமாக உள்ளே சென்று பார்ப்பதற்கு அனுமதித்தார்கள்.

"பார்த்தவர்கள் விலகுங்கள்; பார்த்தவர்கள் விலகுங்கள்" என்ற சத்தம் அங்குமிங்குமாக கேட்டுக் கொண்டேயிருந்தது.

கண்ணபுரத்துக் கோயில்மணி இடைவிடாமல் ஒலித்துக் கொண்டேயிருந்தது.

"யாருக்கும் சொல்லக்கூடியதும் இல்லை; யாரிடமும் கேட்கக்கூடியதும் இல்லை" என்ற நிலையில் ஆழ்வார் பள்ளிகொண்டிருந்தார்.

திடீரென்று உட்புறத்திலிருந்து அவரது பட்டத்து ராணி வந்து அவர் அருகிலே அமர்ந்தாள்.

மறைந்துபோன பாண்டியகுமாரி, மாமன்னர் சேரமான் பெருமாளின் மனைவிதான் அவள்.

இம்மையில் அவரைப் பிரிந்த அவள் மறுமைக்கும் அழைத்துப்போக, தானே வந்திருந்தாள்.

ஆம்; அவரது கண்களில் மட்டும் அவள் காட்சியளித்தாள்.

அவர் பள்ளிகொண்டிருந்த கற்கட்டிலிலேயே அவரது பக்கத்தில் அவள் அமர்ந்தாள்.

ஆழ்வாரைச் சுற்றிலும் ஏதோ ஒரு ஜோதி மின்னுவது மட்டுமே சுற்றியிருந்தவர்களின் கண்களுக்குத் தெரிந்ததே தவிர அவரது பிராட்டியார் வந்திருப்பதை அவர்கள் அறியவில்லை.

பக்திமான்களின் இறுதிக் காலத்தில் பகவானே வந்து அழைத்துக்கொண்டு போவது அவர்கள் கண்களுக்கு மட்டுமே தெரியும்.

அருகில் அமர்ந்த பிராட்டியாரைப் பார்த்து, "தேவி நீ சுகமாக இருக்கிறாயா?" என்று கேட்டார் ஆழ்வார்.

யாரைப் பார்த்துக் கேட்கிறார் என்பது அங்கிருந்தவர்களுக்குப் புரியவில்லை.

"பெருமானே! உங்கள் வருகைக்காகவே நான் காத்துக் கொண்டிருந்தேன். விண்ணுலகில் இப்போது ஒரு தாமரை பூத்திருக்கிறது. திருமகள் அந்த ஆசனத்தை உங்களுக்காகச் சிருஷ்டித்திருக்கிறாள். நாம் இருவரும் அமர்வதற்கு அதில்

இடமிருக்கிறது. நாம் ஒன்று சேரவேண்டிய நேரம் நெருங்கி விட்டது" என்றாள் அவள்.

ஆழ்வாரின் கண்களில் வைகுந்தக் காட்சிகள் தென்படலாயின.

அரங்கனின் திவ்ய தேசம் ஒளிமயமாக அவர் கண்ணுக்குத் தெரிந்தது.

உயர்ந்த சக்கர வாசல், அதன் நடுவே கோபி இடப்பட்ட அழகிய கதவுகள்; பொன் மயமான விதானங்கள்; குளிர்ச்சியான நீலநிறத்தில் அமைக்கப்பெற்ற மதில் சுவர்கள்; பஞ்ச நாகங்கள் அணிவகுத்த ஒரு பள்ளி; நன்கு வாழ்ந்து சுமங்கலியாக இறந்த திருமகள் போல் தோற்றமுடைய அழகிய மாதர்கள் உடலையும் சுமந்து வைகுந்தம் சென்ற உத்தம பக்தர்கள்.

ஆழ்வாரின் கண்கள் அந்தக் காட்சிகளைச் சுவைக்கத் தொடங்கின. அங்கிருந்து அவர் மீண்டும் திரும்பிப் பார்த்த போது பூவுலகம் அவர் கண்ணுக்குத் தெரிந்தது.

கண்கலங்கி நிற்கும் அடியவர்கள், காலடியில் அங்கதன்.

விடைகொடுப்போர் ஒருபுறம், வரவேற்க வந்திருக்கும் பட்டத்து ராணி மறுபுறம்.

"தேவி! உனது மைந்தனை நீ பிரிந்ததைப் போல் நானும் பிரியப்போகிறேன். உனது தனி வருகையில் இருந்து நமது மைந்தன் இன்னும் மண்ணுலகில் இருப்பது எனக்குப் புரிகிறது. மண்ணுலகில் இவை எனது கடைசிக் காலங்கள். மன்னர் சேரமான் பெருமாள்

மறைந்து பல நாட்களாகின்றன. அடியவர் குலசேகர ஆழ்வார் இப்போது மடியப் போகிறார்.

எனது சுதர்மம் முழுதும் இன்னும் பூர்த்தியடையவில்லை. ஆகவே இன்னும் ஒரு பிறவி எனக்குக் காத்திருக்கிறது.

குலதர்மத்தில் உனது பங்கு முடிந்துவிட்டதாலேயே நீ வைகுந்தத்தில் தங்கிவிட்டாய்.

எனக்கு மீண்டும் ஒரு பிறப்பு இருந்து உனக்கு இல்லாமல் போகுமானால் நான் இளமைத் துறவியாகவே வாழ்வைத் தொடங்க, திருமால் திருவருள் புரியவேண்டும்.

நாராயணனை உச்சரித்த இந்த நாவினால் நரர்களை உச்சரிக்கும் இந்த ராஜப்பிறவி வேண்டாம்.

என் சுதர்மம் பூர்த்தியாகிவிட்டதாக ஏற்றுக்கொண்டு வைகுந்தத்திலேயே நிரந்தரமாகத் தங்கிவிட அரங்கன் அருள் புரிந்தால் அதைவிட வேறு பாக்கியம் எனக்கு இல்லை!" என்றார் ஆழ்வார்.

கூடியிருந்தவர்கள் அவர் பேச்சைக் கேட்டு அவர் தம் வயமிழந்த நிலைக்கு வந்துவிட்டதாகவே கருதினார்கள். அருகில் இருக்கும் சேரமாதேவியை அவர்கள் அறியவில்லை.

கடைசிக்கால மரணப்படுக்கையில் மனிதர்கள் பேசும் பேச்சு, தம்மை மறந்து பேசும் பேச்சல்ல; தம்மை அழைக்க வந்திருப்பவர்களிடம் பேசும் பேச்சே.

சொந்த பந்தம் ஏதுமற்ற அடியவர்களை, மூலவனே நேரில் வந்து அழைக்கிறான்; அல்லாதவர்களை முதலில் பிரிந்து சென்ற உறவினர்கள் வந்து அழைக்கிறார்கள்.

சேரமாதேவி தன் நாயகனை அழைக்க வந்திருக்கிறாள் என்பது யாருக்குத் தெரியும்?

வெளியே கூட்ட நெரிசல் வரன்முறை இல்லாமல் அதிகரித்துக், கொண்டிருந்தது.

அந்த நேரத்தில் ஸ்ரீவல்லபரும், மார்த்தாண்டவர்மனும் மெல்லிளங்கோதையும் திருக்கண்ணபுரம் வந்து சேர்ந்தார்கள்.

பரந்து விரிந்து நின்ற கூட்டத்தில் எங்கோ ஒரு மூலையில்தான் அவர்கள் நின்றார்கள்.

கூட்டம் பெருகியிருப்பதேன்? தந்தை இறந்து விட்டாரா? மார்த்தாண்டவர்மனும் மெல்லிளங்கோதையும் விம்மி அழத் தொடங்கினார்கள்.

ஓர் அடியவரிடம் ஸ்ரீவல்லபர் கேட்டார்.

"ஆழ்வாருக்கு என்ன நிகழ்ந்தது?"

அடியவர் சொன்னார்.

"மரணப் படுக்கையில் இருக்கிறார்; ஆட்களை அடையாளம் கண்டு கொள்ளும் நிலை மாறிவிட்டது."

"இவ்வளவு தூரம் வந்தும் தந்தை, தன்னைக் கண்டு கொள்ள முடியாதா?"

மார்த்தாண்டவர்மன் மேலும் அழுதான்.

ஸ்ரீவல்லபர் கூட்டத்தினரைப் பார்த்துச் சொன்னார்.

"ஐயா! கொஞ்சம் வழிவிடுங்கள். ஆழ்வார் திருமகனும் அவரது மருமகளும் வந்திருக்கிறார்கள்."

கூட்டத்தில் சிலர் திரும்பிப் பார்த்தார்கள்.

தாங்கள் வழி விட்ட தோடன்றி, மற்றவர்களையும் விலக்கி வழியுண்டாக்கத் தொடங்கினார்கள்.

கூட்டத்துக்குள்ளே நடந்து செல்லும்போது மார்த்தாண்ட வர்மனின் இதயம் துடித்தது.

"நினைவிழந்த நிலையில் தந்தையைக் காணப்போகிறோம்" என்று எண்ணியபோது அவன் நெஞ்சம் வெடித்து விடும் போலிருந்தது.

சுற்றியிருந்த கூட்டத்தையோ அது துடித்த துடிப்பையோ அவனால் காண இயலவில்லை.

விடுதி வாசலுக்கு வந்தபோது அவன் கால்கள் தள்ளாடின.

மெல்லிளங்கோதையும் அதே நிலையில் இருந்தாள்.

ஸ்ரீவல்லபர் திருவேங்கடத்தானை ஜபித்துக் கொண்டிருந்தார்.

''இளவரசர் மார்த்தாண்டவர்மன் வருகிறார்; வழிவிடுங்கள்'' என்று மண்டபத்து வாசலை அடைத்துக் கொண்டிருந்த அடியவர்களையும் விலக்கினார்கள் சிலர்.

உள்ளே நுழைந்த மார்த்தாண்டவர்மன், கூரையை நோக்கிக் கண்களை விழித்தபடி மல்லாந்திருந்த தன் தந்தையைப் பார்த்தான்.

தன்னைத் தூக்கி வளர்த்த தோள்கள் தான் தவழ்ந்து விளையாடிய மார்பு. அவன் குழந்தையைப் போல் 'அப்பா!' என்று கதறி அந்த மார்பின்மீது சாய்ந்தான்.

மார்த்தாண்டவர்மனைப் பார்த்த அங்கதன் அதிர்ச்சியடைந் தான். தானே மரணத்தை வென்றதுபோல மகிழ்ச்சியடைந்தான்.

மகனின் கண்ணீர் மலர்ச்சரம்போல் உதிர்ந்தது.

அசைவற்றிருந்த குலசேகர ஆழ்வார் சற்று அசைந்தார்.

தம் இண்டு கரங்களாலும் தம் மார்பின் மீதிருந்த மார்த்தாண்டவர்மன் முகத்தை மெதுவாகத் தூக்கிப் பார்த்தார்.

''மகனே!'' என்றார்.

தந்தைக்கு நினைவிருக்கிறது. தாளாத உணர்வோடு ''அப்பா! அப்பா!'' என்றான் மார்த்தாண்டவர்மன்.

''எப்போது வந்தாய், எப்படி வந்தாய்?'' என்று எதையும் அவர் கேட்கவில்லை.

''உன் தாயைப் பார்த்தாயா? சிறு வயதில் பார்த்தது; நினைவிருக்காது. இதோ பார்'' என்று இடதுபுறம் கையைக் காட்டினார்.

மனைவியின் தலையைத் தடவிக்கொடுப்பதுபோல் இடது கையால் தடவிக்கொடுத்தார்.

மார்த்தாண்டவர்மனுக்கும், மற்றவர்களுக்கும் அவர் வெறும் கையை மேலும் கீழும் அசைப்பதாகவே தோன்றிற்று.

நினைவிழந்த நிலைதானா? நினைவு வந்து வந்து திரும்புகிறா?

முந்தானையில் வாய் புதைத்தபடி ''மாமா'' என்றாள், மெல்லிளங்கோதை.

ஆழ்வார் இடதுபுறம் திரும்பி, ''உன் மருமகளைப் பார்த்தாயா?'' என்று கேட்டார்.

அவர் கண்ணுக்கு மட்டும் தெரிந்த அவரது மனைவி, ''அழகாக இருக்கிறாள்'' என்று சொன்னது, அவர் காதுக்கு மட்டும் கேட்டது.

உடனே ஆழ்வார் வலதுபுறம் திரும்பி, ''கோதை, நீ அழகாக இருப்பதாக என் மனைவி சொல்கிறாள்!'' என்றார்.

கோதையால் அழத்தான் முடிந்தது.

ஆனால் ஸ்ரீவல்லபருக்கு மட்டும் ஏதோ புரிந்தது.

''மரணத்தின் வாசற்படியில் மனைவியைச் சந்தித்துக் கொண்டிருக்கிறார் ஆழ்வார்'' என்பதை அவரது ஞான உள்ளம் உணர்ந்தது.

ஸ்ரீவல்லபரைக் காட்டி, ''அகஸ்தீஸ்வரம் காட்டில் உன்னைக் காப்பாற்றியவர் இவர்தானே?'' என்று கேட்டார் ஆழ்வார்.

''ஆமாம், அப்பா!'' என்றான் மார்த்தாண்டவர்மன்.

''எனக்குத் தெரியுமே...'' என்றார் ஆழ்வார்.

உடனே இடதுபுறம் திரும்பி மனைவியைப் பார்த்து ''சுவாமியை வணங்கிக்கொள்'' என்றார்.

அவள் எழுந்து வந்து ஸ்ரீவல்லபரின் கால்களைத் தொட்டு வணங்கினாள்.

மார்த்தாண்டவர்மனைக் கட்டிப்பிடித்து உச்சி மோந்து நெற்றியில் முத்தமிட்டாள்.

அதை ஆழ்வார் ரசித்தாரே தவிர, மார்த்தாண்டவர்மனுக்கு எந்தவித ஸ்பரிச உணர்ச்சியும் இல்லை.

அதுபோலவே மெல்லிளங்கோதையின் நெற்றிலும், கன்னங்களிலும் மாறிமாறி முத்தமிட்டாள் பட்டத்துராணி.

"அப்பா, எவ்வளவோ உங்களோடு பேசவேண்டும் என்று ஆவலோடு ஓடிவந்தேன். இப்படி நினைவிழந்த நிலையில் உங்களைச் சந்திக்க நேர்ந்ததே. நான்கு நாட்களுக்கு முன்னதாகவே இறைவன் என்னை இங்கு அனுப்பியிருக்கக்கூடாதா? முடிவைப் பார்க்க அனுமதித்த இறைவன், என் எதிர்காலம் பற்றி உங்கள் முடிவைக் கேட்க அனுமதிக்கவில்லையே!" என்று மார்பில் விழுந்து மேலும் புலம்பினான் மார்த்தாண்டவர்மன்.

"மகனே! நான் நினைவிழந்த நிலையில் இருப்பதாகவே நீ கருதுகிறாய்? நான் விண்ணுலகம், மண்ணுலகம் இரண்டையும் பார்த்துக் கொண்டிருக்கிறேன். இவ்வளவு காலம் அரங்கனிடம் நான் செலுத்திய பக்திக்கு அவன் எனக்குக் கடைசியாகக் கொடுத்த பரிசு இரண்டையும் ஒன்றாகக் காண்பதே. விண்ணுலகை நான் நெருங்கிக் கொண்டிருக்கிறேன். மண்ணுலகில் உன் எதிர்காலத்தை இனி நான் நிர்ணயிக்க முடியாது. ஆனால், இந்தக் குலசேகரன் செய்த தர்மங்கள் உண்மையானவை என்றால், சேரநாட்டின் மகுடம் உன்னைத் தேடிவரும். எதிரிகளை அழிப்பதற்குரிய ஆற்றல் உனக்கு இல்லாமற் போயினும். அந்த ஆற்றலை அரங்கன் இழந்துவிடவில்லை" என்று சொன்ன ஆழ்வார் இடதுபுறம் திரும்பி, "இல்லையா ராணி?" என்று கேட்டார்.

"பிரபு தங்களைத் தாங்களே அழித்துக்கொள்ளக் கூடிய எதிரிகள்தான் நமது செல்வனை எதிர்த்துக் கொண்டிருக்கிறார்கள். அன்னை பகவதி அவர்களைக் கண்காணித்துக் கொண்டுதான் இருக்கிறாள்" என்றாள் அவள்.

'தந்தை சரியாகவும் பேசுகிறார்; தன் தாயிடம் பேசுவது போலவும் பேசுகிறாரே' என்று குழப்பம் அடைந்தான் மார்த்தாண்டவர்மன்.

"நேரமாகிவிட்டது பிரபு; நாம் புறப்படலாமா?" ராணி கேட்டாள்.

வெளியிலே, "வழிவிடுங்கள்; விழிவிடுங்கள்" என்று ஒரு பெண்ணின் ஆங்காரக் குரல் கேட்டது.

அது கல்யாணியின் குரல் அல்லவா!

மெல்லிளங்கோதை திகைத்தாள்.

17. கல்லிலும் ஈரம்

கூட்டத்தை விலக்கிக்கொண்டு உள்ளே நுழைந்தாள் கல்யாணி.

அவளோடு நாராயண நம்பூதிரி, ரவிவர்மன், பத்மாவதி, தாவளி சகோதரிகள் அனைவரும் நுழைந்தார்கள்.

மெல்லிளங்கோதைக்குக் கல்யாணியைப் பார்த்ததும் வேறு யாரையும் பார்க்கத் தோன்றவில்லை.

எனினும் பத்மாவதி அவள் அருகில் வந்து நின்று கொண்டாள்.

ஸ்ரீவல்லபருக்கு ரவிவர்மனைப் பார்த்ததும் வேறு யாரையும் பார்க்கத் தோன்றவில்லை.

மார்த்தாண்டவர்மனுக்கு நாராயண நம்பூதிரியைப் பார்த்ததும் யாரையும் பார்க்கத் தோன்றவில்லை.

குலசேகர ஆழ்வாருக்கோ எல்லோரையும் பார்க்கத் தோன்றிற்று.

ஒவ்வொருவராக மாறி மாறிப் பார்த்தார்.

பத்மாவதி தன்னை அறியாமல், "அப்பா!" என்று கூவி விம்மி விம்மி அழுதாள்.

தாவளி சகோதரிகள் அழுதார்கள்.

ரவிவர்மன் சிலைபோல் நின்றான்.

நாராயண நம்பூதிரி அவர் முகத்தையே பார்த்தபடி நின்றார்.

கல்யாணி சுற்றுமுற்றும் பார்த்தாள்.

அவள் மிகவும் அமைதியுற்றிருந்தாள். இப்போது ஆவேசம் எங்கே போயிற்று?

ஏதோ சித்தப் பிரமையில் இருந்து மீண்டவள்போல ''நான் எங்கே வந்திருக்கிறேன்?'' என்று கேட்டாள்.

இப்போதுதான் அவள் முகத்தைப் பிரக்ஞையோடு பார்த்தார் குலசேகர ஆழ்வார்.

அதிர்ச்சியோடு எழுந்து உட்கார முயன்றார்.

நாராயண நம்பூதிரி அவர் தோளைத் தொட்டு மறுபடியும் படுக்கவைத்தார்.

ஆழ்வார் கல்யாணியைப் பார்த்து, ''அம்மா! தாயே, அன்று நான் காட்டு வழியில் பாடி இறங்கியபோது எனக்கு திருவமுது ஊட்டிய சீதேவி நீதானே? இதே விடுதியில் எனக்கு ஆறுதல் சொன்ன தேவதை நீதானே? உண்மையைச் சொல். நீ ஏன் தலைவிரி கோலமாய் வந்திருக்கிறாய்?'' என்றார்.

கல்யாணி ஒன்றும் புரியாமல் தலை குனிந்தபடி நின்றாள்.

''தெய்வம் மானுஷ ரூபணே'' என்றார். திருவேங்கடத்தான் ஸ்ரீவல்லபர்.

''அதையே சொல்ல நினைத்தேன்'' என்றார் நாராயண நம்பூதிரி.

ஆனால், இது ஆழ்வாரின் நினைவிழந்த நிலையில் மற்றும் ஒரு கட்டம் என்றே எண்ணினார்கள் மற்றவர்கள்.

அவருக்கு விளக்கம் சொல்லக்கூடிய நிலையில் யாரும் இல்லை.

வெளியிலே கூட்ட நெரிசல் தாளமுடியாத அளவுக்கு அதிகமாகி, ''ராமா! கிருஷ்ணா!'' என்ற குரல் ஓங்கி எழுந்து கொண்டிருந்தது.

ஆழ்வார் இடதுபுறம் திரும்பி, ராணியைப் பார்த்து ''ராணி! நீ என்னை அழைத்துவரத் தாமதிக்கிறாய் என்று அரங்கநாயகி நேரிலே வந்திருக்கிறாள் பார்த்தாயா?'' என்றார்.

''கோசலையின் மருமகளாகவும், தாமரையில் திருமகளாகவும் கொலுவிருக்கும் என் அன்னை, பாசம் தாங்காமல் ஓடி வந்திருக்கிறாள்.

பிள்ளைப் பாசத்தை மறக்க முடியாதவன் நான். என் மீது கொண்ட பிள்ளைப் பாசத்தை மறக்க முடியாதவள் என் அன்னை. சங்கிலித் தொடர் எப்படி நீளுகிறது பார்த்தாயா?''

என்று கேட்டுவிட்டு கல்யாணியின் பக்கம் திரும்பி ''இப்போது உன் பெயர் என்னம்மா?'' என்றார்.

கல்யாணி அடக்கத்தோடு, ''எப்போதும் என் பெயர் கல்யாணிதான்'' என்றாள்.

''கல்யாணி! சர்வசக்தி வாய்ந்த என் மாதாவுக்கு எந்த வடிவத்திலும் இந்தப் பெயர் பொருந்தும். அவள் சீதாவாயினும் கல்யாணியே! திருமகளாயினும் கல்யாணியே. குலமகள் வடிவில் தோன்றும் போதெல்லாம் சியாமள ரூபத்தில் திகழும் என் அன்னை கல்யாணி என்று பெயர் பெறுகிறாள்'' என்றார் ஆழ்வார்.

“பெருமானே, இவள் அரங்கநாயகியின் ஆதர்ஸம். இதுவரையில் இவள் செய்த காரியங்களை இவள் செய்யவில்லை. இங்கே வந்து சேர்ந்த பிறகுதான் அரங்கநாயகி இவள் உடம்பிலிருந்து வெளியேறினாள். உங்களால் மட்டுமே என்னைப் பார்க்க முடிகிறது. என்னால் மட்டுமே அவளைப் பார்க்க முடிந்தது’’ என்றாள் ராணி.

கல்யாணிக்கும், மற்றவர்களுக்கும், யாரும் இல்லாத இடதுபுறத்தில் திரும்ப அவர் பேசுவது வியப்பாகவே இருந்தது. இது நினைவிழந்த நிலைதான் என்று அவர்களும் கருதத் தலைப்பட்டனர்.

இவ்வளவுக்கும் நடுவே ஒரு சடலம் நிற்பதுபோல் நின்று கொண்டிருந்தான் ரவிவர்மன். அரங்கத்தில் ஆழ்வார் சொன்னது போல், மரணம் வெல்லமுடியாததுதான். ஆனால் மரணத்துக்கு நேரம் குறித்து எதிர்பார்த்துக் கொண்டிருக்கும் கொடுமைக்கு ஈடு வேறு எதுவும் இல்லை.

ஆழ்வாரைச் சுற்றி நின்ற ஒவ்வொருவரின் இதயத்திலும் கேள்விக்குறிகள் நிறைய விழுந்திருந்தன. அனைத்துக்கும் பதில் சொல்ல வேண்டியவர் ஆழ்வார் ஒருவரே.

ஆனால் அந்தக் கட்டத்தை ஆழ்வார் தாண்டிவிட்டார்.

கேள்விகளில் சிக்குண்டவர்கள் அதற்குள்ளேயே தடுமாறிக் கொண்டிருந்தார்கள்.

அந்த இடத்தில் பசுவும் புலியும் ஒரே துறையில் தண்ணீர் குடித்துக் கொண்டிருந்தன.

தாளமுடியாத வெயில்.

வறண்டுபோய் வெடித்துக் கிடக்கும் ஓர் ஏரி.

அதில் வெப்பம் தாளாது படம் எடுத்து நின்றது ஒரு நாகம்.

எங்கும் நிழல் கிடைக்காமல் தத்தித் தத்தி வந்தது ஒரு தேரை.

கடைசியாக அந்தத் தேரைக்கு ஒரு நிழல் கிடைத்தது.

அது அந்த நாகப் படத்தின் நிழல்.

நாகத்தைத் தேரை பார்க்கவில்லை; தேரையை நாகம் பார்க்கவில்லை.

இது காளிதாஸனின் வருணனை.

இந்த நிலைதான் ஆழ்வாரைச் சுற்றிலும் நிலவியது.

மாபெரிய மரணம் ஒன்று நிகழப்போகிறது என்ற வெப்பம் தாங்காது, ரவிவர்மன் என்னும் பாம்பு படம் எடுத்து அசையாது நின்றது.

அதன் அருகிலே மார்த்தாண்டவர்மன் என்னும் தேரை உட்கார்ந்திருந்தது! ஆனால் பதவி வெறி ஒன்றைத்தவிர, பிறவகைகளில் ரவிவர்மன் ஒரு மனிதனாகவே இருந்தான்.

மன்னர்பிரான் மரணத்தோடு போராடிக் கொண்டிருக்கிறார் என்ற நிலையில், மனித மனத்தின் சலனங்களால் அவன் மெழுகுபோல் உருகினான்.

இப்போது அவன் அழுதால் அதை யாரும் நம்ப மாட்டார்கள்.

துன்பம் அளவுக்கு அதிகமாகிவிட்டால் கண்ணீரும் வியர்வை யாகிவிடுகிறது. வியர்க்க விறுவிறுக்க அவன் நின்றிருந்தான்.

நாராயண நம்பூதிரி ஆழ்வாரிடம் எவ்வளவோ கேட்க நினைத்தார்.

ஆனால் அவரும் கருதியபடி ஆழ்வார் நிலை நினைவிழந்த நிலையல்லவா?

அங்கே ஒரே மௌனம்.

வெளியே ஒரே கூச்சல்.

''பிரபு! குறித்த நேரம் வந்துவிட்டது புறப்படுவோம்'' என்றாள் ராணி.

புறப்படலாமா என்ற கேள்வி இப்போது இல்லை. புறப்படுவோம் என்ற வாக்கே வேத வாக்காகிவிட்டது.

வைகுந்த வாசலில் மேள தாள ஒலி கேட்டது.

கச்சணிந்த இள மாதர்கள் மலர் தூவுவது அவர் கண்ணுக்குத் தெரிந்தது.

திருவரங்கத்தில் பள்ளிகொண்ட அரங்கன் நின்ற கோலத்தில் அவரை வரவேற்பதுபோல் அவருக்குத் தோன்றிற்று.

ஆழ்வாரின் கண்கள் விசாலமாகத் திறந்தன. சுற்று முற்றும் பார்த்தன.

மண்ணுலகை அவர் மறக்கத் தொடங்கிய நிலையிலும் அவர் கரங்கள் தாமாகவே எழுந்தன.

வலதுகை நாராயண நம்பூதிரியின் கையைப் பிடித்தது.

இடது கை மார்த்தாண்டவர்மன் கரத்தைப் பற்றியது.

அந்த இரண்டு கைகளையும் இந்த இரண்டு கரங்கள் இணைத்தன.

"அரங்கா!" என்ற குரல் ஈனஸ்வரத்தில் வெளிவந்தது.

அந்தச் சொல்லைக் கூறிய வாய் கடைசியாக அரங்கன், திருவமுது ஊட்டுவதற்குத் திறந்ததுபோல், திறந்தபடியே நின்றது.

நீண்டதூரப் பயணத்தின் காலடிச் சுவடுகளை முடித்துக்கொண்டு இமைகள் மூடின.

"அப்பா!" என்று அலறினான் மார்த்தாண்டவர்மன்.

அனைவரும் 'ஓ' வென்று கதறி அழுதார்கள்.

அழுகையைக் கடந்த நம்பூதிரியின் கண்களிலும் ஸ்ரீவல்லபரின் கண்களிலும் கூடக் கண்ணீர் வெளிவந்தது.

ரவிவர்மன் வாய்விட்டு அழவில்லை. காரணம், பழைய காரணம்தான்.

அவன் அழுதால் யாரும் நம்பமாட்டார்கள்.

உள்ளே இருந்து வெளியே ஒருவன் ஓடிவந்து ஸ்ரீகுலசேகர ஆழ்வார் வைகுந்த பதவி அடைந்தார் என்று ஓங்கிக் கூவினான்.

கூட்டம் முழுவதிலும் விக்கலும், விம்மலும் எழுந்தன.

சோழநாட்டு வானத்தில் அவர் ஆவி பறந்தபோது சேர நாட்டு வானத்தில் ஒரு பெரிய கேள்விக்குறி விழுந்தது.

18. கோழியர்கோன் தூது

மனிதர்கள் எப்படி வந்தார்கள் என்பதை அவர்களது மரணமே காட்டுகிறது.

நாதியற்ற மரணம், நாடே திரளும் மரணம் என்று மரணத்திலும் இரண்டு வகை உண்டு.

இரத்த பந்தமில்லாதவர்களையே கதறி அழ வைக்கும் அற்புத மரணம் ஒருவருக்கு வாய்க்கிறதென்றால் அவர் வையத்துள் வாழ்வாங்கு வாழ்ந்தவர் என்று பொருள்.

சுடுகாடு வரையிலே தொடர்ந்து வரும் கூட்டம் சடலத்தைச் சுட்ட பின்பும் பல ஆண்டுகள் வரை நினைவிலே வைத்திருக்கிற தென்றால் அந்தச் சடலம் ஆவியோடிருந்த போது செய்த தவம் அது.

நித்திய கருமங்கள் தவறாமலும், சத்திய கருமங்கள் வழுவாமலும் நடந்துகொண்ட மனிதர்களையே உலகம் அடையாளம் கண்டுகொள்கிறது.

எங்கோ பிறந்து, எங்கோ வளர்ந்து, எங்கோ மறைகின்ற ஒருவரை அங்கே இருக்கின்ற கூட்டமும் அழுது வழியனுப்புகிற தென்றால், தங்கும் இடம் அனைத்தையும் தனது சங்கம் ஆக்கிக்கொண்டவர் அவர் என்று பொருள்.

நந்தா விளக்கனைய நாயகன்-

நானிலத்தின் தந்தை; தயாநிதி.

சிந்தை அணுவெல்லாம் சிலிர்க்கச் செய்யும் சந்திர சூரிய வடிவம்.

அரசியல் பரிபாலனத்தில் தசரதன்.

ஆன்மிக பரிபாலனத்தில் ஞானமுனிவன்.

சேரலர் கோன்; கொங்கர் கோன்; கூடலர் கோன்; கொல்லி நகர்க்கு இறை-குலசேகர ஆழ்வாரின் மரணம் அபூர்வமாக அவதரித்திருக்கும் ஒரு மகானின் மரணம்.

அது மரணமல்ல; புகழுடம்பெய்திய புதுப்பிறப்பு.

அவரது இறுதியாத்திரை அதனைச் சுட்டிக்காட்டிற்று.

சோழ நாடே திருக்கண்ணபுரத்தில் திரண்டிருந்தது.

இறுதி அஞ்சலி செலுத்த சோழநாட்டின் இளவரசன் இரண்டாம் விக்ரம சோழன் தனது பட்டத்து ராணியோடு வந்திருந்தான்.

வயது காரணமாக அவன் இளவரசன். ஆயினும் அப்போது அவனே பட்டத்துக்கு வந்திருந்த அரசன்.

அவனது ராணியின் பெயர் அறியக்கிடைக்காததால் அவளைச் சோழமாதேவி என்றே அழைக்கின்றோம்.

விக்ரம சோழனும் சோழமாதேவியும் குலசேகர ஆழ்வாரின் திருப்பாதங்களைத் தொட்டு வணங்கினார்கள்.

இடுவதும் சுடுவதுமாகிய இரண்டு பழக்கங்களும் சங்ககாலம் தொட்டே இந்துக்களின் சம்பிரதாயமாக இருந்தமையால், 'இடுவதா, சுடுவதா' என்ற கேள்வி விக்ரம சோழனுக்கும், நாராயண நம்பூதிரிக்கும் ஏற்பட்டது.

இறுதியில் ஒரு முடிவுக்கு வந்து ஆழ்வாரின் திருமேனியை வழியனுப்பி வைத்தார்கள்.

தந்தைக்குச் செய்யவேண்டிய கடைசிக் கருமங்களைச் செய்யவே கண்ணபுரத்துக் காகுத்தன் தன்னை அழைத்து வந்திருக்கிறான் என்று மார்த்தாண்டவர்மன் கருதினான்.

தனது பாபங்களுக்குப் பரிகாரமாகவே பகவதி அம்மன் கல்யாணியை அனுப்பித் தன்னை அழைத்து வரச் செய்திருக்கிறாள் என்று ரவிவர்மன் கருதினான்.

இளம் வயதிலேயே நம்பூதிரிகள் சபையின் தலைவராகி ஆழ்வாரோடு இணைபிரியாதிருந்த தன்னை இறுதிக் காலத்திலும் கொண்டுவந்து சேர்த்ததற்கு நாராயண நம்பூதிரி நாயகனுக்கு நன்றி செலுத்தினார்.

அன்புக்கு அடிமையாய், நாயினும் நன்றியுடையோனாய்க் கிடந்த அங்கதன் ஆழ்வாரின் இறுதிக்காலத்தில் கூட இருக்க முடிந்தமைக்கு, ஆண்டவனுக்கு நன்றி செலுத்தினான்.

திருவேங்கடத்தான் ஸ்ரீவல்லபர், மரண காலத்தில் ஆழ்வாரின் திருமுக தரிசனம் தமக்குக் கிடைத்தமைக்கு வேங்கடத்து நாயகனுக்கு நன்றி கூறினார்.

மெல்லிளங்கோதையும், பத்மாவதியும் ஒருவரை யொருவர் அணைத்த படி, 'இனியாவது இறைவன் நம்மைப் பிரிக்காமல் இருக் கட்டும்' என்று வேண்டினார்கள்.

தாவளி சகோதரிகள் இதயம் துடிக்க "அடுத்து என்ன?" என்பதிலேயே ஆர்வம் காட்டினார்கள்.

கருமங்கள் முடிந்துவிட்டன.

கேள்விக்குறிகள் எங்கே போவது என்று தெரியாமல் திகைத்து நின்றன.

விக்ரம சோழனுக்கு அனைத்தும் தெரியும்

அவன் வயதில் இளைஞனாயினும் அறிவில் முதியவன். சேர நாட்டோடு பகையில்லாமல் வாழ்ந்தவன்.

அகன்ற மார்பும், திரண்ட தோள்களும், அமைதி பொலியும் திருமுகமும், அடக்கம் உடைய குணமும் மிகுந்த விக்ரம சோழன் அனைவரையும் தமது அரண்மனைக்கு அழைத்தான்.

சோழ நாட்டின் தலைநகரில் அவர்களை வரவேற்று, சேரநாட்டின் தலைவிதியை அங்கே நிர்ணயிக்க அவன் விரும்பினான்.

கூட்டம் கலைந்து சென்ற பிற்பாடு ஆழ்வார் தங்கியிருந்த இடத்தில் அனைவரையும் சந்தித்தான்.

நுண்ணிய அறிவு படைத்த விக்ரம சோழன் முதலில் மார்த்தாண்டவர்மனிடமோ ரவிவர்மனிடமோ பேச வில்லை.

கேள்விக்குறியை எழுப்பக்கூடியவரும், அதற்கு ஓர் ஆச்சரியக்குறியைக் காணக்கூடியவருமாகிய நாராயண நம்பூதிரியிடமே முதலில் பேசினான்.

"இதில் பேசுவதற்கு என்ன இருக்கிறது? வஞ்சியின் அரசுரிமை மார்த்தாண்டவர்மனையே சார்ந்தது. அதை ரவிவர்மன் ஒப்புக்கொள்ளவேண்டியதுதான் பாக்கி. ஒப்புக்கொள்ள மறுத்தால் நடப்பது நடக்கட்டும்" என்று கூறிவிட்டார் நாராயண நம்பூதிரி.

"கேள்வி ஒன்று எழுந்த பிற்பாடு அதற்கு ஒரே பதில் தான் இருக்க முடியும். அந்தப் பதிலைச் சொல்ல வேண்டியவன் ஒருவன் தான் என்றாலும், அவனை அமைதிப்படுத்த வேண்டியதோ, அவனுக்கு

புரியவைக்க வேண்டியதோ நமது கடமை. எடுத்த எடுப்பில், என்ன சொல்கிறாய் என்று கேட்பது நல்ல பதில் சொல்ல வழி செய்யாது. சீற்றத்தை உண்டாக்கி முடிவைத் தாமதப்படுத்துவதைவிட, தேற்றித் தெளிய வைத்து முடிவைக் காண்பது நல்ல பலன் தரும். நாம் உறந்தைக்குச் சென்று அமைதியாக உட்கார்ந்து பேசினால் கேள்விக்கே இடமில்லாத முடிவொன்று கிடைக்கும்" என்று அவரை அமைதிப்படுத்த முயன்றான் விக்ரமசோழன்.

நாராயண நம்பூதிரி அதை ஒப்புக்கொள்வதாக இல்லை.

அதன்பிறகு அவன் மார்த்தாண்டவர்மனைச் சந்தித்தான்.

"சரியாகவோ தவறாகவோ வஞ்சியில் பல நிகழ்ச்சிகள் நடந்துவிட்டன. நடந்தவற்றை மறந்தால் தானே நடக்க வேண்டியதை நினைக்கமுடியும். வஞ்சம் வளர்ந்து கொண்டே போனால் வஞ்சி அழிந்து போகும். ஈட்டி முனையால் சாதிக்க முடியாததைக்கூட இதயக் கனிவால் சாதிக்க முடியும். நீங்கள் என்ன சொல்கிறீர்கள்?" என்று மார்த்தாண்டவர்மனை அவன் கேட்டான்.

கண்ணை மூடிக்கொண்டு மார்த்தாண்டவர்மன் சொன்ன ஒரே பதில், "தம்பிரான் சுவாமிகள் கருத்து என்னவோ அதுவே என் கருத்தாகும்" என்பதே.

தன்வாதம், பிடிவாதத்தில் சிக்கிக் கொண்டிருக்கிறது என்பதை உணர்ந்த விக்ரம சோழன் இது காலத்தால் தீர வேண்டிய நோய் என்று கருதினான்.

நாராயண நம்பூதிரி, மார்த்தாண்டவர்மன், பாஸ்கர ரவிவர்மன், ஸ்ரீவல்லபர், அவர்களது குடும்பத்தினர், அவர்களோடு கல்யாணி-அனைவரையும் 'ஓய்வெடுத்துக் கொண்டு புறப்படலாம். அனைவரும் உறந்தைக்கு வாருங்கள்!" என்று அழைத்தான்.

அதையும் மறுக்கக்கூடிய நாகரிகக் கேடு அங்கே யாருக்கும் இல்லை.

இது உறையூர்.

காஞ்சியிலே ஒரு காலும், வடக்கே உஜ்ஜைனியில் ஒரு காலும், தெற்கே ஈழத்தில் ஒரு காலும் வைத்து, நாலாவது காலை உறையூரில் வைக்கும், 'கோழியர்கோன்' என்ற விக்ரம சோழனின் பட்டத்து யானையும் படைவீரர்களும் எல்லையிலே அவர்களை வரவேற்றார்கள்.

கரை ஏறி மீன் விளையாடும் காவிரிக் கரைக்கு அவர்கள் வந்து சேர்ந்தபோது ஒவ்வொருவர் இதயத்திலும் ஒவ்வொரு மாறுதல் இருந்தது. ஆனால் நாராயண நம்பூதிரி மட்டும் பரசுராமனின் அவதாரமாகவே காட்சியளித்தார்.

ஆடியில் பெருகும் காவிரி நீர்போல் அவர் உள்ளத்தில் ஆத்திரம் பெருகிக் கிடந்தது.

உறையூரின் வனப்பில் அவர் மயங்கிவிடவில்லை.

கருநாடக மாதர் தெருவும், சாளுக்கிய மாதர் தெருவும், சிங்களத்து மங்கையர் தெருவும், பல்வகை வணிகர் தெருவும், யவனர் இருக்கையும் கொண்ட அழகிய உறையூர் இளகிய மனத்தோடு அவர்களை வரவேற்றது.

பனஞ்சாறு பிழிந்து களிமண்ணால் கட்டப்பெற்று முட்டைக் கருவினால் மெருகு போடப்பட்ட விக்ரம சோழன் அரண்மனை காவிரியின் அருகிலேயே இருந்தது.

அதிலே அந்தப்புரம் தனியாகவும், மந்திராலோசனை மண்டபம் தனியாகவும், விருந்து மண்டபம் தனியாகவும், நெற்களஞ்சியம் தனியாகவும் பகுதி பகுதியாக இருந்தன.

அனைவரும் அங்கு வந்து சேர்ந்தபோது அந்தி சாயத் தொடங்கிற்று.

அரண்மனையில் காவல் காத்துக் கொண்டிருந்த படை வீரர்களும் அந்தப்புரத்தைக் காத்துக்கொண்டிருந்த அலிகளும் கடமையாற்றிக் கொண்டிருந்தனர்.

ஆவின்பாலும் தேனும், அரம்பை முதல் முக்கனியும் விருந்து மண்டபத்தின் பளிங்கு மேடையில் வரிசையாக வைக்கப் பட்டிருந்தன.

ஐம்பெரும் குழுவினரும் எண்பேராயத்தவரும் மட்டுமே அங்கே அனுமதிக்கப்பட்டிருந்தனர்.

விருந்து முடியும் வரையில் அங்கே அரசியல் வாதங்கள் ஏதுமில்லை.

மாதர்கள் அந்தப்புரத்துக்கும், மற்றையோர் மந்திராலோசனை மண்டபத்துக்கும் திரும்பினர்.

சேரநாட்டின் தலைமுறைக் கேள்வியை அங்கேயே எழுப்ப விக்ரம சோழன் விரும்பவில்லை.

இத்தகைய சூழ்நிலைகளில் அந்தப்புரத்தின் சக்தி என்ன என்பது அவனுக்குத் தெரியும்.

அவன் தனது அந்தரங்கத் திருவறைக்குச் சென்று சோழமாதேவியை அழைத்து வரச் செய்தான்.

வேத காலத்துத் திருமகள், மாதர்குலத்து மணிவிளக்கு மங்கல மடந்தை சோழமாதேவி வடமொழிச் சூத்திரம் உரைத்தபடி கணவனுக்கு யோசனை சொல்வதில் மந்திரியாகவும் விளங்கியவள்.

"தேவி, திருவஞ்சைக் களத்தின் மீது விழுந்துள்ள கேள்வி உனக்குத் தெரியாததல்ல. பட்டத்துக்குரியவர் மார்த்தாண்டவர்மா; அதைப் பறித்துக்கொண்டவர் ரவிவர்மா. நேரடியாகப் பார்த்தால் இவருக்கு அவர் கொடுத்து விடவேண்டியதுதானே என்றுதான் உனக்குத் தோன்றும். கெட்டுப்போனாலும் விட்டுக்கொடுக்க மாட்டேன் என்று ஒருவரும், நான் பட்டுப்போனாலும் விட்டுவிட மாட்டேன் என்று ஒருவரும் நின்றால் அங்கே நியாயத்தை

நிலைநாட்ட ஒரு சபையே தேவைப்படும். மார்த்தாண்டவர்மர், ரவிவர்மர் இருவருக்குமிடையே விழுந்துள்ள கேள்விக் குறியைத் தீர்த்துவைக்க நான் ஐம்பெருங் குழுவையும் எண்பேராயத்தையும் மட்டும் நம்பவில்லை. ஒரே முடிவிலே நிற்கிறார் நாராயண நம்பூதிரி. அந்த விஷயத்தில் அவரது பிரதி பிம்பமாக நிற்கிறார் மார்த்தாண்டவர்மர். இதில் பரிகாரம் என்பது அந்தப்புரத்தின் வழியாகத்தான் வரவேண்டியிருக்கிறது. உனது மொழிதான் மெல்லிளங்கோதைக்குப் புரியும். மெல்லிளங்கோதையின் மொழிதான் மார்த்தாண்டவர்மருக்குப் புரியும். மார்த்தாண்டவர் மருக்குப் புரிந்துவிட்டால் தம்பிரான் சுவாமிகள் தலையிடுவதற்கு நியாயமில்லை. மெல்லிளங்கோதையும், பத்மாவதியும், தாவளிச் சகோதரிகளும் ஓர் உடன்பாட்டுக்கு வந்துவிட்டால் அந்தப்புரத்து உடன்பாடு இந்தப் புறத்துக்கும் வந்துவிடும். நீ மெதுவாக மெல்லிளங்கோதையைத் தயார் செய். சரியோ தவறோ ஆதிக்கம் ரவிவர்மர் கையிலே இருக்கிறது. அவர் அதைச் சாதிக்க முயன்றால் நீதிக்கு ஒரு போர் நடத்த வேண்டியிருக்கும். அந்தப்போரை நடத்தும் வல்லமை மார்த்தாண்டவர்மருக்கு இல்லை என்பதை மெல்லிளங்கோதைக்கு நீ தெளிவுபடுத்திவிடு" என்றான் விக்ரம சோழன்.

சோழமாதேவி அனைத்தையும் உணர்ந்தவளாய் அந்தப் புரத்துக்குச் சென்றாள்.

அவள் மெல்லிளங்கோதையைத் தனியே அழைத்துப் பேசவில்லை. கோதை, பத்மாவதி, தாவளி சகோதரிகள், கல்யாணி அனைவரையும் வைத்துக்கொண்டே பேசினாள்.

"உடன் பிறந்தோர் இருவருக்குள் மோதல் வந்து ஒருவர் அதில் தோற்றாலும் தோற்பது அவர்கள் குலமே. இருவரும் வெற்றி பெறுவது இயற்கையில் நடக்கக் கூடியதல்ல. ஆனால் இருவரும் வெற்றி பெறுவதற்கு இதில் வழி இருக்கிறது. யாருக்கு யார் விட்டுக்கொடுப்பது என்பதே கேள்வி. கோதை, எனது நாயகர் செய்துவைக்கும் சமரசத்தை ஒப்புக்கொள்ளும்படி நீ உன் நாயகனை வற்புறுத்த வேண்டும். பத்மாவதி, நீயும் அப்படியே!"

கோதை மௌனமாக இருந்தாள்.

பத்மாவதி பயத்தோடு சொன்னாள்.

''நான் சொன்னதை அவர் கேட்டதாக வரலாறே இல்லையே!''

சோழமாதேவி சொன்னாள்.

"வரலாறு அடிக்கடி மாறும். இல்லறத்தில், சூரியன் இருக்கும்போது நடக்கும் வரலாறு சந்திரன் வந்தபிறகு மாறுவதில்லையா? ஒரு பெண்ணின் புத்திக் கூர்மை எதையும் மாற்றிவிட முடியும். நீங்கள் தனித்தனியே உங்கள் துணைவரை அழைத்துப் பேசுங்கள். வேறொன்றும் வேண்டாம். எனது நாயகர் சொல்வதையும் நடுவர்களாக நிற்கும் பதின்மூவர்-அதாவது ஐம்பெரும் குழுவினரும் எண்பேராயத்தவரும் சொல்வதையும்

ஒப்புக்கொள்ளும்படி அவர்களை வற்புறுத்துங்கள். தாங்கள் சொல்வதை ஒப்புக்கொள்ளும்படி தம்பிரான் சுவாமிகளை அவர்கள் வற்புறுத்தட்டும்.

மெல்லிளங்கோதையும் பத்மாவதியும் ஒருவரையொருவர் பார்த்துக் கொண்டார்கள். அவர்கள் கண்களில் கண்ணீர் துளிர்த்தது.

"இனி நாம் பிரியக்கூடாது" என்று தழுதழுத்த குரலில் கூறினாள் பத்மாவதி.

அப்பொழுது அலி ஒருவன் உள்ளே ஓடி வந்தான்.

"தம்பிரான் சுவாமிகளும் மார்த்தாண்டவர்மரும் புறப்பட்டுக் கொண்டிருக்கிறார்கள். தேவி மெல்லிளங்கோதையாரை உடனே வரும்படி கூறினார்கள்" என்றான்.

பத்மாவதி "கோதை" என்று கதறினாள்.

கல்யாணி அவர்கள் முகத்தையே பார்த்தாள்.

நாயகன் கட்டளைக்கிணங்கக் கோதை புறப்படத் தயாரானாள்.

பத்மாவதி அவளைக் கட்டிப் பிடித்துக்கொண்டாள்.

"அப்படியே நில் அசையாதே" என்று கத்தினாள் கல்யாணி.

19. சரித்திரம் துவங்குகிறது

பகை நடுங்கும் புலிக்கண்கள்போல் அவள் கண்கள் சிவந்தன.

மெல்லிளங்கோதை நின்றாள்; அதிர்ச்சியுற்றிருந்த அவளுக்குக் கல்யாணியின் இத்தகைய ஆவேசம் பழக்கமானதே.

கள்ளியங்காட்டுக் கிருஷ்ணன் கோயிலில் அவள் கல்யாணியையா பார்த்தாள்; கண்ணகியை அல்லவா பார்த்திருந்தாள்!

தாவளி சகோதரிகளுக்கும் பத்மாவதிக்கும் இது இரண்டாவது காட்சி!

'ஏதோ அதிசயம் நடக்கப்போகிறது' என்று மெல்லிளங் கோதை கருதியதுபோலவே, அவர்களும் கருதினார்கள்.

ஆனால் சோழமாதேவிக்கு இது முதல் காட்சி; அவள் மெய் சிலிர்த்தது.

''நாயகன் ஆணையை மீறக்கூடாது. உண்மை. ஆனால் நாயகனுக்கும் மந்திரியாவது பெண்மை. காரியம் பெரிதா, உங்கள் வீரியம் பெரிதா என்று உன் கணவனைக் கேட்காமல் 'அழைக்கிறான்' என்று காதினில் கேட்டதும், காலடி தானாகவே நடை போடுகிறதே, ஏன்? கோதை! கோதையர் நாடு ஒரு கோதையால் வாழ்ந்ததென்று வரலாறு கூற வேண்டும்.வா, என் பின்னால்'' என்று கூறியபடியே முன்னாள் நடந்தாள் கல்யாணி.

முன்பு வஞ்சியில் கண்ட அதே நிகழ்ச்சி. எல்லோரும் பின்னால் சென்றார்கள். இதில் ஒரு புதிய அம்சம், சோழமாதேவியும் பின்னால் சென்றது.

மந்திராலோசனை மண்டபத்தின் வெளிப்புறத்தில் குதிரைகள் தயாராக நின்றன. அவற்றின் அருகே மார்த்தாண்டவர்மனும், நாராயண நம்பூதிரி, ஸ்ரீவல்லபரும் நின்றார்கள்.

மண்டபத்தின் வெளிமுகப்பிலுள்ள தூணில் சாய்ந்தபடி மிகவும் அமைதியாக ரவிவர்மன் நின்றான்.

ஐம்பெருங் குழுவினரும், எண்பேராயத்தவரும் அங்கேயே வாயடைத்துப்போய் நின்றார்கள்.

காரியம் தன் கையைவிட்டுப் போய்விட்டது என்ற நினைப்பில் கைகளைக் கட்டியபடி நின்றுகொண்டிருந்தான் விக்ரம சோழன்.

மெல்லிளங்கோதைதான் வருவாள் என்று எண்ணிய மார்த்தாண்டவர்மனுக்குப் பெண்கள் படையெடுத்து வருவதும், முன்னால் ஒரு பெண் தலைமை தாங்கி வருவதும் தெரிந்தது. அவள் கையில் ஒரு தீவட்டி இருந்தது.

அவர்கள் அருகில் வர வர ஏதோ ஓர் உணர்ச்சியால் தாக்கப்பட்டவர்கள்போல் நம்பூதிரியும், மார்த்தாண்டவர்மனும் நின்றார்கள்.

நேரே நாராயண நம்பூதிரியிடம் வந்த கல்யாணி, தீவட்டியைத் தன் முகத்துக்கும் அவர் முகத்துக்கும் நடுவில் காட்டியபடி "நம்பூதிரி, பரசுராமன் மீது ஆணை, மண்டபத்துக்குள்ளே வா!" என்றாள்.

முன்பு வஞ்சியில் இருந்ததுபோல் பிரக்ஞையற்ற நிலை என்றாலும் அவள் சொல்லுக்குக் கட்டுப்பட வேண்டும்போல் நாராயண நம்பூதிரிக்குத் தோன்றிற்று.

குதிரை நடந்தால் வாலும் நடக்குமே, மார்த்தாண்ட வர்மனும் நடந்தான்.

மந்திராலோசனை மண்டபத்துக்குள் எல்லோரும் வந்து சேர்ந்தார்கள்.

பளபளக்கும் விதானமும் தூண்களும் கொண்ட அந்த மண்டபம் இப்போது முன்பு இருந்ததைவிடப் பிரகாசமாக இருந்தது.

இப்போது மற்றொரு நீதிமன்றம் ஆரம்பமாயிற்று.

வானவெளியில் ஒரு தேவதை தோன்றி உபதேசம் செய்வதுபோல் கல்யாணி பேச ஆரம்பித்தாள்.

"சேர நாட்டின் தலையெழுத்தை நிர்ணயிக்க வேண்டிய பரிதாபத்துக்குரியவர்களே! மானம் காக்க உயிர்விட்ட சேரமான் கணைக்கால் இரும்பொறையும், ஆட்சிச் சிறப்புக்குப் பேர்பெற்ற செல்வக் கடுங்கோ வாழியாதனும், பாரதப் போரில் சோறளித்த பெருஞ்சோற்று உதியனும் அலங்கரித்த ஆசனம் உங்களுக்குக் கிடைத்திருப்பதே ஐயன் கண்ணனின் கருணையால் தான். புலி இருந்த குகையில் நாம் இருக்கிறோம் என்று நினைத்துப் பூரிக்க வேண்டாமா நீங்கள்?"

ஆடும் ஆடும் மோதினால், நரி இரத்தம் குடிக்கும். யானையும் யானையும் மோதினால் தந்தம் எடுக்க ஊர் கூடும்.

அன்பே நிலையாய், அறமே தலையாகக் கொண்ட குலசேகர ஆழ்வார் என்பு, சதை, குருதி, ஆவி அனைத்தையும் தேசத்துக்கும், தெய்வத்துக்கும் அர்ப்பணித்தவர்.

அவர் ஊட்டி வளர்த்தது மார்த்தாண்டவர்மனை; தூக்கி வளர்த்தது ரவிவர்மனை; அணைத்து வளர்த்தது நாராயண நம்பூதிரியை; தழுவி வளர்த்தது தாய் நாட்டை

அவர் காத்த மண்ணிலே தங்களுக்குள் உறவுகாண முடியாத பேதைகளா, நீங்கள்?

வீச வேண்டிய நேரத்தில் வாளை வீச வேண்டும், பேச முடியாத நேரத்தில் உட்கார்ந்து பேச வேண்டும்.

இரத்தபந்தமில்லாத சோழ குலத் தோன்றலுக்கு, சேர நாட்டின் மீது இருக்கும் அன்பு கூட உங்களுக்கு இல்லை.

நீங்கள் விற்கொடியை முறித்துப் போடப் போகிறீர்களா? வேறு கொடிக்கு இடமளிக்கப் போகிறீர்களா?

சொல்லுங்கள்; சொல்லுங்கள்."

கல்யாணியின் உபதேசம் எல்லோருக்கும் தெளிவாகவே கேட்டது. முன்புபோல் கட்டுண்ட நிலையில் யாரும் இல்லை; அதுதான் அதிசயம்.

ஆனால் நாராயண நம்பூதிரிக்குக் கோபமே வந்து விட்டது.

"தாயே, நாங்கள் சரணாகதி அடைவதற்கா நீ ஆவேசம் கொண்டிருக்கிறாய்? வஞ்சியின் மகுடம் மார்த்தாண்ட வர்மனுக்குத்தான் என்பதிலே சிந்திப்பதற்கு என்ன இருக்கிறது? உட்கார்ந்து விவாதிக்கவும், ஒன்பது பேர் யோசனை கூறவும் அவ்வளவு சிக்கலான விஷயமா வஞ்சியின் வாரிசு பற்றிய விஷயம்? சோழ மன்னர் அழைத்தார் என்றுதான் இங்கே வந்தோமே தவிர, சொத்துரிமையை இழப்பதாகச் சத்தியம் செய்து கொடுக்க அல்ல.

ஆண்டால் மார்த்தாண்டவர்மன் ஆளுவான்; மாண்டால் நாங்கள் இருவரும் சேர்ந்து மாளுவோம்'' என்றார் நாராயண நம்பூதிரி.

"எரியும் நெருப்பில் தண்ணீரை ஊற்றவேண்டியவனா, எண்ணெயை ஊற்றுகிறாய்? சாத்திரம் கற்ற நம்பூதிரியை ஆத்திரம் அடக்கி ஆளுகிறதா? தீத்திறன் கொண்ட நான் சினமின்றிப் பேசுகிறேன். உன் நாத்திறத்தை என்னிடமே காட்டுகிறாய். வாரிசில்லாமல் கிடக்கிறது சொந்த வீடு. அதற்கு ஒரு வழி காண அழைத்திருக்கிறது சோழ நாடு'' என்று மேலும் பேசப்போன கல்யாணியை இடைமறித்தார் நாராயண நம்பூதிரி.

"வாரிசு இல்லையா? வஞ்சிக்கு வாரிசு இல்லையா! கண்ண புரத்துக் காகுத்தனாய், தசரத குமாரன் ராமச்சந்திரமூர்த்தியாய்க் காட்சி அளிக்கும் மார்த்தாண்டவர்மனைப் பார், தாயே, பார்'' என்றார் நம்பூதிரி.

"என் கண்கள் குருடாக வில்லை. மார்த்தாண்ட வர்மனின் வாரிசு பாத்தியதையை நான் மறுத்தேனா?'' என்று கேட்டாள் கல்யாணி.

"அதை நீ மறுக்கவில்லை என்றால் பேச வேண்டியது என்னோடல்ல!" என்றார் நாராயண நம்பூதிரி.

"ரவிவர்மனோடு தான்; நன்றாகப் புரிகிறது. ஆனால் இருவரது எதிர்காலமும் என் கண்ணுக்குத் தெரிகிறது. இங்கே நீங்கள் ஒரு முடிவுக்கு வரமுடியாமற் போனாலும் அதுதான் நடக்கப்போகிறது என்ன நடக்கப் போகிறது என்பதை நான் சொல்லவா, சொல்லவா?" என்று கத்தினாள் கல்யாணி.

"சொல் தாயே, சொல்" என்று கத்தினார் நாராயண நம்பூதிரி.

"ரவிவர்மன், ரவிவர்மன்..." என்று இழுத்தாள் கல்யாணி.

அவள் வாயில் நுரை தள்ளியது.

"மார்த்தாண்டவர்மன், மார்த்தாண்டவர்மன்" என்று மேலும் அலறினாள் கல்யாணி.

அவள் வாயிலிருந்து இரத்தம் வெளிவந்தது.

"வஞ்சி, வஞ்சி..." என்று அலறினாள் கல்யாணி.

அவள் கண்கள் மிரண்டன.

"வேணாடு, வேணாடு..." என்றாள் கல்யாணி.

அவள் குரல் இறங்கிற்று.

"தாயே!" என்று ஓடிப்போய்த் தாங்கிக் கொண்டார்கள் பத்மாவதியும், மெல்லிளங்கோதையும்.

விக்ரம சோழன் பரபரப்படைந்து அரண்மனை மருத்துவருக்கு ஆள் அனுப்பினான்.

ரவிவர்மன் சிலையாக நின்று கொண்டிருந்தான்.

பெண்கள் அனைவரும் கல்யாணியைப் பள்ளி கொள்ள வைத்தார்கள்.

அரண்மனை மருத்துவர் கொஞ்சம் காலம் தாழ்ந்து விட்டார்; காலதேவன் அவரை முந்திக்கொண்டு விட்டான்!

"தாயே..." என்று பெண்களின் குரலுக்கு நடுவே ஆடவர்கள் கண்ணீரோடு நின்றிருந்தனர்.

சேரநாட்டின் எதிர்காலத்தைக் கணித்துக் கூற வந்த கல்யாணியை அவள்மீது ஆவேசம் கொண்டிருந்த சக்தி பேசவிடாமல் கழுத்தை நெரித்து விட்டதா? ஆம்; அப்படித்தான் தோன்றிற்று.

கல்யாணியின் மரணத்தில் கருத்து வேற்றுமைகளை மறந்து அனைவரும் ஒன்றுகூடி நின்றார்கள்.

அரண்மனைக் காவலர்களும், மற்றவர்களும் சொல்லக்கேட்டு, வாய் மொழியாகவே காட்டுத் தீ போல் பரவிய செய்தி, அரண்மனை இருந்த கோட்டை வெளியில் பெரும் கூட்டத்தைக் கூட்டிவிட்டது.

அந்தக் கூட்டத்தின் விருப்பத்துக்கிணங்க, கல்யாணியின் சடலம் மாலை அணிவிக்கப்பெற்றுக் கோட்டை வெளியில் அழகான நவமாணிக்கக் கட்டிலில் காட்சிக்கு வைக்கப்பட்டது.

காலைத் தொட்டு வணங்கியவர்கள் பலர்; 'கண்ணகி அவதாரம்' என்றவர்கள் சிலர்; 'காணக்கிடைத்ததே பெரும் பாக்கியம்' என்றனர் ஒரு சாரார்.

சடலத்தின் வலதுபுறம் ரவிவர்மன், பத்மாவதி.

இடதுபுறம் மார்த்தாண்டவர்மன், மெல்லிளங்கோதை.

தலைமாட்டில் விக்ரமசோழன், சோழமாதேவி.

காலடியில் நாராயண நம்பூதிரி.

சடலத்தை இடுவதற்கோ, சுடுவதற்கோ உரிமை பெற்றவர் அவரல்லவா?

கணவன் மறைந்த நாளில் இருந்து பூச்சூடாத அவள் மீது பூக்கள் தூவப்பட்டன. அந்தப் பூக்களுக்கும் பேசும் சக்தி இருந்தது.

இறுதிக் கிரியைகள் முடிந்த பிற்பாடு, மீண்டும் விக்ரம சோழன், ரவிவர்மன், மார்த்தாண்டவர்மன், நாராயண நம்பூதிரி மூவரிடமும் பேசத் தொடங்கினான்.

இப்போது நிலைமையே தலைகீழாக மாறிவிட்டது.

"தம்பிரான் சுவாமிகள் சொல்வதை நான் ஒப்புக் கொள்கிறேன்" என்றான் ரவிவர்மன்.

"ரவிவர்மன் சொல்வதை நான் ஒப்புக்கொள்கிறேன்" என்றான் மார்த்தாண்டவர்மன்.

"மார்த்தாண்டவர்மன் சொல்வதை நான் ஒப்புக் கொள்கிறேன்" என்றார் நாராயண நம்பூதிரி.

"இதென்ன புதிய சிக்கல்? இனி ஒருவருமே முதலில் சொல்லமாட்டீர்கள். மற்றவர்கள் சொல்லட்டும் என்று

விட்டுவிடுவீர்கள். ஆகவே நான் சொல்லட்டுமா...?" என்று கேட்டான் விக்ரம சோழன்.

திரை மறைவில் இருந்து, "கொஞ்சம் இங்கே வாருங்கள்" என்று அழைத்தாள் சோழமாதேவி.

எல்லோரையும் பார்த்து, "அந்தப்புரம் அழைக்கிறது" என்று சிரித்துக்கொண்டே சொன்னான் விக்ரம சோழன்.

"அவர்கள் சொல்வதை எல்லாருமே ஒப்புக் கொள்கிறோம்" என்று அனைவரும் சொன்னார்கள்.

"விட்டுக் கொடுத்தாலும் தொல்லை; விடாப்பிடியாக நின்றாலும் தொல்லை" என்று சொல்லிச் சிரித்தபடியே, உள்ளே சென்றான் விக்ரம சோழன்.

சோழமாதேவியிடம் அவன் பேசிக்கொண்டிருக்கும் போது, ரவிவர்மனின் உடல்நலம் பற்றி விசாரித்தார் நாராயண நம்பூதிரி.

மார்த்தாண்டவர்மனின் உடல் நலம் பற்றி விசாரித்தான் ரவிவர்மன்.

விக்ரம சோழன் திரும்பி வந்து வெளியிட்ட செய்தியில் எல்லோருக்குமே சிறிது அச்சம் ஏற்பட்டது என்றாலும், அதுதான் பரிகாரம் என்று அனைவரும் நம்பினார்கள்.

என்ன அது?

சேர நாட்டை இரண்டாகப் பிரிப்பது.

ஆம், சேரநாட்டின் சரித்திரத்தில் அது முக்கியமான ஆண்டு.

'வஞ்சி' என்ற தலைநகரத்தின் கீழிருந்த ஒரே சேர நாட்டில் புதிய கிளை உற்பத்தியாகப்போகிறது.

அந்தப் பிரிவினைக்கு அவர்கள் சம்மதித்தார்கள்.

புதிய நாடு எது? புதிய தலைநகரம் எது?

வஞ்சியை யார் ஆள்வது? அந்த நாட்டை யார் ஆள்வது?

20. புதிய வம்சம் உதயம்

அரண்மனை கைப்பற்றப்பட்டபோது ஆனந்த மயமான ஓர் இரவைச் சந்தித்த யூஜியானா, அதிர்ச்சி கலந்த மற்றோர் இரவைச் சந்தித்தாள். அத்தோடு அவளது ஆனந்த வாழ்க்கை மயங்கிக் கிடந்தது.

கார்காலத்துப் புஷ்பங்கள் கோடை காலத்தை சந்தித்தது போல், காய்ந்து கிடந்தன அவளது அங்கங்கள்.

அரசியல் மனிதனைத் துணைவனாகக் கொண்ட பேதைக்கு நீடித்த நிம்மதி என்பது ஏது?

அலை அலையாய்ச் சுருண்டு கிடக்கும் அவளது அழகிய கூந்தல் காற்றில் பறந்தபடி காதலனைத் தேடிற்று.

ஆற்றங்கரையில் ஒதுங்கிய நுரைபோல அழகு பொலியும் பால் நிறக் கன்னங்கள் கண்ணீர்க் கோடுகளால் தாலாட்டப்பெற்றன.

கருநீலம் பாய்ந்த குவளை மலர் விழிகள் சித்திரை மேகங்கள்போல் வெளிறத் தொடங்கின.

அந்தியில் வருவான் காதலன் என்று சந்திர ஒளிமின்னும் மேனிக்குச் சந்தன வண்ண ஆடை கட்டி, மந்திரம் மொழியும் மனநிலையோடு முன்னொரு காலும் பின்னொரு காலும் வைக்கும் யூஜியானா தன்னினைவற்றவளாய்த் தடுமாறிக் கிடந்தாள்.

தட்டிலே பழங்களை வைப்பதும் அவை கெட்டுப் போனதும் கொட்டிவிடுவதுமாய்ச் சஞ்சல நதியில் நீராடினாள்.

இளம் பருவத்து வீணை மீட்டப்படும்வரை இசையை அறியாது, ஒருதரம் மீட்டி ஸ்வரங்களைக் கூட்டியவன், மறுதரம் மீட்ட மறந்துவிட்டானானால், அந்த ஸ்வரங்களே வீணையின் பகையாகிவிடுகின்றன.

இன்ப நினைவுகள், அதைத் தொடர்ந்து வரும் துன்பத் தனிமை-கண்ணீர் வந்தும் வராமலும் பெண்ணை அலைக்கழிக்கும்.

கொல்லர் உலைக்களத்துப் பெரு நெருப்புப்போல் அவளது மூச்சே அவளது இதழ்களைச் சுட்டெரித்தது.

அவ்வப்போது, 'குளிக்கவில்லையா மகளே!' என்று தந்தை கேட்டால் அந்த மேனியின் சுடுநெருப்பைத் தணிக்க அவள் நீராடுவது வழக்கம்.

கண்ணாடியின் முன்னிருந்து பொன் நகைகளை அணியும் போது கழுத்து நகையைக் கையில் வைத்துக் கொண்டு "இதை எங்கு அணிவது?" என்று மயங்குவாள்.

ஓர் இந்துவின் மனைவியாகிவிட்டதால் அவள் குங்குமம் வாங்கி வைத்திருந்தாள்.

சேர மங்கையர் திருமுகத்துக்கே குங்குமம் தெய்வீக வடிவம் கொடுக்குமென்றால், யூத மங்கையின் பொன் முகத்துக்குக் காலைச் சூரியன் வடிவளிக்காதா!

அவள் திலகமிடப் பழகினாள். ஆனால் அதைக் காண வேண்டியவனைக் காணாது ஏங்கினாள்.

செம்பருத்திப் பூப்போன்ற உள்ளங்கைகளைக் கன்னங்களில் வைத்து முழங்கைகளால் பளிங்கு மேடையில் முட்டுக்கொடுத்துச் சிந்தனை வானில் பறக்கும் அந்தச் சிட்டுக் குருவிக்கு எந்த நேரத்தில் தன் தனிமை தீரும் என்பது தெரியாது.

அரண்மனைச் செய்திகள் அடிக்கடி வரும்; அவை வெறும் அரசியல் செய்திகளே! அந்தச் செய்திகளோடு தன் நாயகனுக்குத் தொடர்பிருந்தால் மட்டுமே அவற்றில் அவளுக்கு அக்கறை.

'மகுடத்தைக் காணவில்லை என்றால், நானில்லையா அவரை அலங்கரிக்க' என்று எண்ணுவாளே தவிர, 'ஐயோ! மண்ணிழந்தானா நம் 'மன்னவன்' என்று எண்ணுவதில்லை.

பெண்ணாசையை மிஞ்சிய மண்ணாசையில் ரவிவர்மன் பேய் போல் அலைய, தன்னாசையைத் தனக்குள் அடக்கியபடி யூஜியானா தான் வணங்கும் தெய்வங்களோடு, தன் நாயகன் வணங்கும் தெய்வங்களையும் தியானிப்பாள்.

'பழைய ஏற்பாடு'களிலேயே மதிமயங்கிக் கிடந்த அவளுக்கு அரசியலில் தோன்றிய 'புதிய ஏற்பாடு'கள் மகிழ்ச்சியை அளிக்கவில்லை. ஆனால் அந்த இரவு-உலக வாழ்க்கையில் மையமாகத் திகழும் உடல் உறவை அறிந்து கொண்ட அந்த இரவு-காட்டு வாழ்க்கை நடத்தினாலும் கணவனோடு நடத்தவேண்டும் என்ற ஆசையையே தூண்டிற்று.

இரவுகள் வந்தன; சென்றன. எது இரவு எது பகல் என்று எவராவது சொல்லித்தான் அவள் அறிய வேண்டியிருந்தது.

உணவு நேரங்கள் தந்தையால் நினைவுபடுத்தப்பட்டன. அவளுக்கு உள்ளப் பசி இருந்ததே தவிர, வயிற்றுப் பசி புரியவில்லை.

நிலாக் காலத்து சாம்ராஜ்யத்தைச் சந்தியா காலத்தில் முடித்துக்கொள்ளும் அல்லி மலராகவும், சந்தியா காலத்து சாம்ராஜ்யத்தை அந்தி நேரத்தில் முடித்துக் கொள்ளும் தாமரை மலராகவும் அவள் மாறி மாறி விளங்கினாள்.

குதிரை களைத்துப்போய், வீரன் இறங்கிவிட்டால் போரின் முடிவு அவனுக்கே தெரியும். வீரன் களைத்துப்போய்க் குதிரையில் இருந்தாலும் போரின் முடிவு குதிரைக்கும் தெரியும்.

யூஜியானா இறங்கிச் சென்ற வீரனுக்காக ஏங்கி நிற்கும் புரவி.

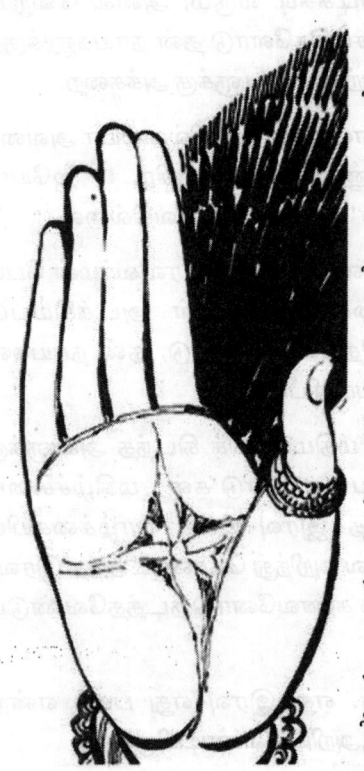

திடீரென்று நள்ளிரவிலே அவள் குளிப்பாள்; தன் தனிமையைத் தானே தணித்துக் கொள்வதற்காக மெல்லிய குரலில் பாடுவாள்.

ஊர் அறிந்தது அவள் கதை. தான் பட்டத்து ராணி அல்லள் என்பதும் அவள் அறிந்ததே. பட்டத்து ராணியின் மீது இவ்வளவு பந்தம் இருக்காது என்பதும் அவளுக்குத் தெரிந்ததே. 'அந்தப்புரத்து ஆசைநாயகி' என்று ஊரார் அழைத்தாலும், அந்த வார்த்தைகளிலும் அவள் அமங்கலத்தைக் காணவில்லை.

அவளது ஆசை அல்லும் பகலும் அறுபது நாழிகையும் ரவிவர்மன் தன் அருகிலேயே இருக்க வேண்டும் என்பதே.

தளர்ந்து கிடந்த இடையைத் தன் கைகளாலேயே தழுவியபடி, மலர்ந்து கிடந்த அந்த மகிழம்பூ வாசம் அறியவும், வண்ணத் தேன் உண்ணவும் தன் வண்டு வரவில்லையே என்று கலங்கிற்றே தவிர, தன் வாழ்க்கையில் ஒரு புகழை எதிர்பார்க்கவில்லை.

ஆடவர் நெஞ்சம் அவ்வப்போது மலரும்; ஆரணங்கின் நெஞ்சமோ மலர்ந்தால் மலர்ந்ததுதான்;

நாடு எவர் கையில் இருந்தால் என்ன? நாயகன் நாயகன் என்றே வாடிற்று அவள் உள்ளம்.

கோடுகளை ஓவியங்களாக்கிவிட்டு, அவற்றைக் கோட்டையில் மாட்ட மறந்துபோனான் ரவிவர்மன்.

ஓவியம் அழுதது. அந்த ஓவியத்துக்கே புரிந்தது. அவள் மனத்தின் ராகங்களைக் காவியமாக்கி இருந்தால் காலங்களால் அழியாத கற்பனைப் பெருக்கில் அது மிதந்திருக்கும்.

இத்தனைக்கும் இந்தத் துயரங்கள் நாட்கணக்கிலே தான் போய்க்கொண்டிருக்கின்றன.

இவையே மாதங்களாகி ஆண்டுகளானால் யூஜியானாவின் சடலத்தை எரிக்க அவள் மூச்சே போதும்.

அவளது மனக்கோயிலில் அடிக்கடி கற்பூரம் ஏற்றப்பட்டது. ஒவ்வொரு கற்பூரமும் தனக்கொரு காலத்தை நிர்ணயித்துக் கொண்டு அணைந்துவிட்டது. ஆனாலும் புதிய புதிய கற்பூரங்கள் ஏற்றப்பட்டுக் கொண்டே இருந்தன.

அவளோடு பாடித்திரிந்த பறவைகள், பழகிக்களித்த யூதப்பெண்கள்-வாடிக்கிடந்த அவள் முகத்துக்கு வார்த்தைகளால் மெருகு போட முயன்றனர்.

உலகில் வார்த்தைகளுக்குக் கட்டுப்படாத ஒரே மயக்கம் அதுதானே! ஒரே பருவம் இதுதானே!

அவள் நட்சத்திரங்களோடு பேசினாள்.

சாளரத்துத் திரைச்சீலையைத் தாலாட்ட வரும் காற்றோடு பேசினாள்.

அவளோடு பேசுவதற்கு அவன் வரவில்லை என்றாலும் அவனது இரத்தம் வந்திருந்தது. ஆம்; யூஜியானா கருவுற்றாள்; யோகோவாவுக்கு முதலில் அது தெரியாது.

பெண்மை கருவுறத் தொடங்கினால் தூக்கம் அற்புதமாக வரும்.

மகள் தூங்கத் தொடங்கியபோதே அவள் கருவுற்றிருப்பதைத் தந்தை அறிந்தார்.

21. திருவிதாங்கோடு உதயம்

சேரநாட்டின் வரலாற்றில் ஒரு புதிய அத்தியாயம் ஆரம்பமாகிறது.

நீண்ட காலமாகவே, 'சேரலம்' என்றும், 'கேரளம்' என்றும் அழைக்கப்பட்ட மலைநாட்டில் ஒரு புதிய நாடு உதயமாகப் போகிறது.

விக்ரம சோழன் செய்து வைத்த உடன்படிக்கையின்படி, 'திருவஞ்சைக்களம்' என்ற வஞ்சியைத் தலைநகராகக் கொண்டு பாஸ்கர ரவிவர்மன் மூன்றாம் சேரமானாக ஆள்வதென்றும், திருவிதாங்கோட்டைத் தலைநகராகக் கொண்டு 'வேணா'ட்டை மார்த்தாண்டவர்மன் ஆள்வதென்றும் முடிவாயிற்று.

இது நடந்தது கி.பி. 798இல்

நாராயண நம்பூதிரி முதலில் இதற்குச் சம்மதிக்க வில்லை. 'திருவஞ்சைக்களத்துக்கு ரவிவர்மன் மன்னனாவதை நம்பூதிரிகள் சபையைக் கலந்துகொள்ளாமல் ஒப்புக்கொள்ள முடியாது' என்று வாதிட்டார்.

மார்த்தாண்டவர்மனுக்குத் திருவிதாங்கோட்டையும், ரவிவர் மனுக்குத் திருவஞ்சைக்களத்தையும் கொடுப்பதென்று விக்ரம சோழன் தான் செய்த முடிவுக்கான காரணத்தை அவருக்கு விளக்கினான்.

கொங்கு நாட்டில் விவஸ்தையற்றிருந்த கவுடதேவன் அப்போது காலமாகிவிட்டிருந்ததால், அவனது குமாரன் மல்லதேவன் பலம்

பொருந்திய மன்னனாகக் கொங்கு மண்டலத்துக்கு முடிசூட்டிக் கொண்டிருந்தான்.

அதுபோலவே ரவிவர்மனால் விடுவிக்கப்பட்ட பாண்டிய நாட்டில் வரகுணபாண்டியன் கையும் மேலோங்கி இருந்தது.

இந்த இரண்டு நாடுகளும் உண்மையிலேயே படையெடுத்து வருமானால், அதை எதிர்த்து நிற்கும் சக்தி மார்த்தாண்டவர்மனுக்கு இல்லை.

ஆகவே, சேர நாட்டின் வாரிசு பாத்தியதை யாருக்கு என்பதைவிட, பாதுகாப்புக்கு யார் தகுதியானவர் என்பதையே விக்ரம சோழன் தெளிவாக விளக்கினான். தன் உயிருள்ள வரையில் சேரர், சோழர் மோதல் வராது என்று உறுதியளித்தான்.

விவேகம் நிறைந்த நாராயண நம்பூதிரியும் இதை உணர்ந்தவர்தான். ஆயினும் அவர் உள்ளத்தில் காயம் ஆறிய பின்னும் ஒரு வடு நின்றுகொண்டிருந்தது.

இரண்டு விஷயங்களை அவர் பரிசீலித்தார். ஒன்று, ரவி வர்மனுக்குக் கீழ் தாம் பணி புரிவதா என்பது. இரண்டு மார்த் தாண்டவர்மனை விட்டுவிட்டுத் தாம் இயங்குவதா என்பது.

ரவிவர்மன் நாராயண நம்பூதிரியின் கையைப் பிடித்துக் கொண்டு, "தம்பிரான் சுவாமி, திருவஞ்சைக் களத்துக்கு நான் மன்னனானால் நீங்கள் முடிசூட்டிக் கொண்டிருப்பதாகப் பொருளே தவிர, நான் அரசுரிமை கொண்டு விட்டதாகப் பொருளல்ல. மார்த்தாண்டவர்மனுக்கு வஞ்சியைக் கொடுத்து விட்டு, திருவிதாங் கோட்டை ஏற்றுக் கொள்ள நான் தயார். ஆனால் பல்வேறு இனத்தவர் குடியேறி வாழும் வஞ்சியை நம் இருவரது கூட்டுறவே காப்பாற்ற முடியும். பாண்டிய நாடும், கொங்கு நாடும் மட்டுமே நாம் எதிர்பார்க்கும் பகை நாடுகளல்ல. அரபிக் கடல் கடந்தும் பகை வரக்கூடும். அவற்றைச் சாமாளிப்பதற்காகவும் ஆழ்வார் பெருமகன் கட்டிக்காத்த வஞ்சியை அணுகமுடியாத மண்டல மாக்கவுமே நான் இந்த மகுடத்தை வேண்டுகிறேன். இவை உங்கள் கைகளல்ல; கால்கள்

என்று எண்ணிக்கொள்ளுங்கள். பழைய ரவிவர்மன் மறைந்து விட்டான். இரண்டாம் சேரமான் பெரு மாளின் குலசேகர ஆழ்வாரின் தோன்றா நிழலான மூன்றாம் சேரமான் பெருமாளையே நீங்கள் காண்கிறீர்கள். நடக்கப் போவது பாகப்பிரிவினையல்ல; திருவஞ்சைக்களத்தைக் காப்பாற்று வதற்கான யாகம். ராஜதந்திரத்தில் நான் செய்த தவறுகளுக்கு நானே பரிகாரம் தேடவே இதை நான் யாசிக்கிறேன். பாண்டி நாட்டையும் கொங்கு நாட்டையும் சேரநாட்டின் பிடியில் இருந்து விடுவித்தவன் நானே. இனி அவற்றைக் கண்காணிக்கும் சக்தி வஞ்சிக்கு வேண்டும். அதைச் சாதிக்கும் சக்தி எனக்குண்டு என்பதை அறிவீர்கள். என்னை ஊக்குவிக்கக்கூடிய சகல சக்தியும் உங்களுக்குண்டு என்பதை நானறிவேன். மனம் திருந்திப் பேசுவ தானால் இதுவரை எனக்குப் பிள்ளைப்பேறில்லை. வஞ்சியின் நான்காவது சேரமானாக மார்த்தாண்டவர்மனோ அவனது குலத்தோன்றலோதான் வரப்போகிறார்கள். இந்த இடைக் கால ஏற்பாட்டைத் தடை செய்யாமல் ஒப்புக்கொள்ள வேண்டுகிறேன்" என்றான்.

நாராயண நம்பூதிரிக்கும் அது சரியாகவே பட்டது. ஆயினும் இனம்புரியாத உணர்ச்சி அதை ஏற்றுக்கொள்ள மறுத்தது. ஆனால், உணர்ச்சியை உடனடியாக மாற்றிக் கொள்ள ஞானியால் முடிந்தது.

இதைப்பற்றி மார்த்தாண்டவர்மனிடம் பேசலாம் என்று சென்றபோது அங்கே, "இதில் இரண்டாவது யோசனைக்கே இடமில்லை" என்று விக்ரம சோழன் சொன்னது அவர் காதில் விழுந்தது.

அதனால் விவரமாகப் பேசவந்த நாராயண நம்பூதிரிக்கு நிறைய வார்த்தைகள் தேவைப்படவில்லை.

"தம்பிரான் சுவாமியின் சம்மதம்.." என்று இழுத்தான் மார்த்தாண்டவர்மன்.

"கொஞ்ச காலத்துக்கு இது சரியென்றே படுகிறது" என்றார் நாராயண நம்பூதிரி.

"நானும் அப்படித்தான் நினைக்கிறேன்" என்றான் மார்த்தாண்ட வர்மன்.

"என் வேலை முடிந்தது" என்றான் விக்ரம சோழன் மகிழ்ச்சியோடு.

எப்படி எப்படியோ வந்திருந்த அவர்கள் அனைவரையும் அழகிய ரதங்களில் பரிவாரங்களோடு அனுப்பி வைத்தான் விக்ரமசோழன்.

அவர்களது பிரிவில் சோழமாதேவி சிந்திய கண்ணீர், "காவேரி நதிக்கு இது ஆடி மாதம்" என்பது போலிருந்தது.

'திருவஞ்சைக் களம்' என்ற வஞ்சி கோலாகலமாக அவர்களை வரவேற்றது.

ஆட்கள் வரும் முன்னாலே செய்தி வரும் வேகம் அந்நாளிலும் இருந்தது போலும்!

கோழியர்கோன் செய்து வைத்த உடன்படிக்கை கொடுங் கோளூர் பகவதி அம்மனாலேயே அங்கீகரிக்கப்பட்டது போல் தோன்றிற்று.

நால்வகைப்படைகளும் அவர்களை எதிர்கொண்டு அழைத்தன.

அங்கதன் புது மாப்பிள்ளை போல் முன்னணியில் நின்றான்.

எல்லையில் இருந்து அனைவரும் அரண்மனைக்குத் தான் செல்வார்கள் என்று எதிர்பார்த்த மக்களுக்கு ரவிவர்மனின் ரதம் எரிந்துபோன நம்பூதிரிகள் சபைப் பக்கம் திரும்பி மற்ற ரதங்களுக்கு வழிகாட்டியது ஆச்சரியமாக இருந்தது.

கேரளத்துக் காற்றில் தனது சாம்பலைக் கொஞ்சம் கொஞ்ச மாகத் தூவிவிட்டபடி, இடுகாடுபோல் கிடந்த அந்த இடத்தில் ரவிவர்மன் ரதத்தை விட்டு இறங்கினான்.

இடிபாடுகளுக்கு நடுவே சென்று அந்தச் சாம்பலின் மீது இரண்டு கரங்களையும் வைத்துக் கண்களில் ஒற்றிக் கொண்டான்.

திடீரென்று, "கேசவா, ஜகந்நாதா, சங்கரா" என்ற நம்பூதிரியின் அலறல் கேட்டது.

அவர் கண்களிலிருந்து மாலை மாலையாகக் கண்ணீர் வழிந்தது.

நூற்றுக்கணக்கானோர் ஒன்றாக எரிந்துபோன இடத்தில், ''இது கேசவ நம்பூதிரியின் சாம்பல்; இது ஜகந்நாத நம்பூதிரியின் சாம்பல்; இது சங்கரன் நம்பூதிரியின் சாம்பல்'' என்று எப்படிக் கண்டுபிடிப்பது?

எல்லோருமே அந்தச் சாம்பலைத் தொட்டு நெற்றியில் இட்டுக் கொண்டார்கள்.

அந்தத் துன்பத்தில் மீண்டும் ஓர் ஒற்றுமை.

அவர்கள் அரண்மனைக்கு வந்து சேர்ந்தபோது பந்த பாசங்களில் மிதந்தார்கள்.

திடீரென்று ரவிவர்மனின் கண்களில் கண்ணீர் வந்தது.

எல்லோரும் அவனைக் கூர்ந்து கவனித்தார்கள்.

''பெருமாக் கோதையாரும், செங்கோற்பொறையனும், சேரமான் பெருமாளும் அணிந்து பெருமை அளித்த மணி மகுடம் பறந்துபோன பிற்பாடு நாம் அரண்மனையில் கூடியுள்ளோம். தம்பிரான் சுவாமி, இப்போது இரண்டு மகுடங்களுக்கு நீங்கள் பொன் தட்டிக்கொடுக்க வேண்டும்'' என்றான் ரவிவர்மன்.

என்ன நினைத்தோ மார்த்தாண்டவர்மன் மகுடம் வைக்கும் பெட்டகத்தைக் திறந்தான். அங்கே அந்த மணி மகுடம் அப்படியே இருந்தது.

ரவிவர்மன் மெய் சிலிர்த்தது.

''தாயே, பகவதி!'' என்று ஓங்கி ஒலித்தான்.

அதே நேரத்தில் கோயில் மணியும் ஓங்கி ஒலித்தது.

திடீரென்று பகவதி அம்மன் கோயில் பூஜை செய்பவர் உள்ளே ஓடி வந்தார். ''மன்னர் பெருமானே!'' என்று அலறினார்.

ரவிவர்மனும் மார்த்தாண்டவர்மனும் ஏக காலத்தில் ''என்ன? என்ன?'' என்றார்கள்.

''பகவதி அம்மன் திருமுகத்தில் மறுபடியும் சிவப்பு மூக்குத்தி இருக்கிறது!''

22. முடிவல்ல; தொடக்கம்

சேர மண்டலத்தின் வரலாற்றில் ஒரு புதிய நாடு உதயமாகிறது. அப்போது மொத்தமான சேரமண்டலத்தின் எல்லை கீழ்க்கண்டவாறு இருந்தது.

வடக்குத் திசை பழனி, வான்கீழ் தென்காசி
குடக்குத் திசை கோழிக்கோடாம்-கடற்கரையின்
ஓரமே தெற்காகும்; உள் எண்பது காதம்
சேரநாட் டெல்லையெனச் செப்பு.

- இந்த எண்பதுகாதச் சேரமண்டலத்தில் வேணாட்டுப் பகுதி பாண்டியர் வசமிருந்து, சேர மன்னர்கள் கைக்கொண்ட பகுதி என்றோம்.

அந்தப் பகுதியையே 'வேணாடு' என்று தனி நாடாகப் பிரிப்பது என்றும், அதற்கு மார்த்தாண்டவர்மனை முடி சூட்டுவது என்றும் ரவிவர்மன், நாராயண நம்பூதிரி, மார்த்தாண்டவர்மன், ஸ்ரீவல்லபர் ஆகியோர் முடிவு செய்தனர்.

விக்ரம சோழனின் யோசனைப்படியே இந்த முடிவு மேற்கொள்ளப்பட்டது.

இதற்கு வேணாடு என்று ஏன் பெயர் வந்தது?

'ஆய்' என்னும் மலையவேள் ஆண்டது இந்நாடு என்று வரலாற்று ஆசிரியர்கள் கூறுகிறார்கள்.

சங்க காலத்தில் வாழ்ந்த மன்னன், ஆய்.

அவன் காலத்தில் தான், வேணாடு பழனி வரையில் விரிந்திருந்தது.

அதன் பிறகு சேர நாட்டில் இது சேர்க்கப்பட்டதால், பழனி சேர நாட்டின் வடக்கு எல்லையாயிற்று.

வேள் + நாடு = வேணாடு.

ஆய் எனும் மலையவேளின் காலத்திலேயே அழகிய சிறிய கிராமமாக இருந்தது திருவிதாங்கோடு.

மலையவேளின் தலைநகரமே அதுதான்.

கோடுகளும் குன்றுகளும் அடர்ந்த அந்த இடத்துக்குத் திருவிதாங்கோடு என்று வந்த பெயர் ஒரு மரூஉ ஆகும்.

ஆயின் கோடு.

திரு ஆயின் கோடு.

திரு ஆய்தன் கோடு.

திரு வாதங்கோடு.

திருவிதாங்கோடு.

காலத்தால் இப்படி மருவி வந்த பெயர்தான் திருவிதாங்கோடு என்பது.

பழனி அருகில் ஆயின் குடியினர் வாழ்ந்த பகுதிகள் இன்னும் ஆயக்குடி என்று அழைக்கப்படுகிறது.

அதில், பழைய ஆயக்குடி என்பது 'ஆய் அண்டிரன்' காலத்தில், அவனது சந்ததியைச் சேர்ந்த ஒருவன் குறுநில மன்னனாக ஆண்ட பகுதியாகும்.

இப்போது மலையவேளின் நாடான வேணாடு, பல நூற்றாண்டு களுக்குப் பிறகு வஞ்சி என்னும் திருவஞ்சிக்களத்திலிருந்து தனியாகப் பிரிக்கப்பட்டது.

திருவிதாங்கோட்டைப் புதிய தலைநகர் ஆக்குவதற்கு ரவிவர்மனும் நாராயண நம்பூதிரியும் உடனடியாக முயற்சிகளை மேற்கொண்டனர்.

பத்மநாபபுரத்தில் புதிய கோட்டை ஒன்றை எழுப்பும் வேலை தொடங்கிற்று.

திருவிதாங்கோட்டில் அழகிய அரண்மனை ஒன்றைக் கட்டும் பணியும் ஆரம்பமாயிற்று.

இந்தப் பணிகள் முடியும் வரையில் மார்த்தாண்டவர்மனும் மெல்லிளங்கோதையும் வஞ்சி நகர் அரண்மனையிலேயே தங்கியிருப்பது என்று முடிவாயிற்று.

திருவஞ்சைக்களத்தில் வஞ்சியில் எரிந்துபோன நம்பூதிரி சபையும் புதுப்பிக்கப்பட்டது.

இந்தப் பணிகளுக்கான காலம் ஆறு திங்கள் என்று வரையறுக்கப்பட்டு வேலை தொடங்கிற்று.

இந்த ஆறு திங்களும், மெல்லிளங்கோதைக்கும் பத்மாவதிக்கும் சுவையான காலங்களாகும்.

இருவரும் அம்மானை ஆடுதல், தாயம் விளையாடுதல் என்று உற்சாகமாகப் பொழுதைக் கழித்தனர்.

மார்த்தாண்டவர்மனே மெல்லிளங்கோதையைப் பார்த்து, "நீ மணந்துகொண்டது என்னையா, பத்மாவதி அக்காவையா?" என்று கேலி பேசும் அளவுக்கு அவர்கள் இணை பிரியாமல் இருந்தனர்.

இரவு நேரங்களில் யாருக்கும் தெரியாமல் யூஜியானாவின் இல்லத்துக்குச் செல்ல விரும்பும் ரவிவர்மனுக்கு இது இடையூறாகவே இருந்தது.

பத்மாவதி விழித்துக் கொண்டிருக்கும்போது, யூஜியானாவைத் தேடிச் செல்வது அவனுக்குப் புதிதல்ல.

ஆனால், மெல்லிளங்கோதையோ, மார்த்தாண்டவர்மனோ அதை ஒரு கேள்வியாகக் கேட்டுவிடக் கூடாது என்று அவன் பயந்தான்.

சோழ நாட்டிலிருந்து திரும்பி ஏழு நாட்கள் வரையிலே அவன் யூஜியானாவைச் சந்திக்கவில்லை.

வந்தும் வராத தலைவனை எண்ணி, வெந்து விழுந்தாள் யூஜியானா.

மனம் அரசியலில் போராடிய காலங்களில் அவளை மறந்திருக்க ரவிவர்மனாலும் முடிந்தது.

ஆனால் நாடு தானும் அமைதியுற்ற நேரத்தில், அவன் மனத்தில் மகுடாபிஷேகத்தைப் பற்றிய சிந்தனையை விட யூஜியானாவைப் பற்றிய சிந்தனையே மேலோங்கி நின்றது.

பொன்னிற மேனிப் பூவையின் நினைவால் தன்னினைவிழந்த அண்ணலைப் பார்த்துத் தானும் கலங்குவாள் பத்மாவதி.

யாரிடம் சொல்வாள் நாயகன் நிலையை?

''அண்ணா! அண்ணா!'' என்று மெல்லிளங்கோதைதான் ரவிவர்மனை உபசரிப்பாள்.

''தம்பி! தம்பி!'' என்று பத்மாவதிதான் மார்த்தாண்ட வர்மனை உபசரிப்பாள்.

அன்புமிக்க குடும்பத்தின் பாசப் பிணைப்பில் ரவிவர்மன் கட்டுண்டானாயினும் முன்புபோல் அடிக்கடி யூஜியானாவைச் சந்திக்க முடியாமல் இருந்தது அவனுக்குப் பாரமாகவே இருந்தது.

ஒரு நாள் நள்ளிரவு.

மங்கையர் அனைவரும் உறங்கிவிட்டார்கள்.

மன்னவன் மூன்றாம் சேரமான்-ஆம்! ரவிவர்மன்-பழைய பாணியிலேயே யூஜியானாவின் இல்லம் நோக்கி புறப்பட்டான்.

ஆனால் முன்பிருந்த தைரியம் இப்போது அவனுக்கு இல்லை.

ஏற்றுக்கொண்டுவிட்ட பொறுப்பு எல்லோரும் மதிக்கும்படி நிறைவேற்றப்படவேண்டும் என்ற நிலையில் அவன் அச்சத்துக்கு ஆளாகியிருந்தான்.

அந்தப்புரத்தில் ஆசை நாயகிகளை வைத்துக்கொள்வது சேர மன்னர்களுக்கு அனுமதிக்கப்பட்ட சம்பிரதாயமே.

ஆனால் குலசேகர ஆழ்வாரின் அரண்மனை ராமச்சந்திர மூர்த்தியின் திருமனையாக விளங்கியதல்லவா?

அரண்மனையை அபகரித்தபோது தோன்றாத அந்த உணர்வு அது அங்கீகரிக்கப்பட்டுவிட்டதால், ரவிவர்மனுக்குத் தோன்றலாயிற்று.

நள்ளிரவில் முக்காடிட்டு, குதிரையில் ஏறி அவன் செல்லும் போது குதிரை மீண்டும் பகவதி அம்மன் கோயிலுக்குப் போவது போன்றே அவனுக்குத் தோன்றிற்று.

உலகம் வெறுக்கும்போது, உள்ளம் துணிந்து விடுகிறது. உலகம் மதிக்கும்போது உள்ளம் அணைபோடுகிறது.

யூத இரத்தத்தில் சேர இரத்தம் கலந்து ஒரு புதிய வம்சம் உருவாகியிருப்பதை அறியாத நிலையிலேயே ரவிவர்மன் யூஜியானாவின் இல்லம் வந்தான்.

முன்பு அக்கம்பக்கம் பார்த்தாலும் வெட்கப்படாத ரவிவர்மன், இப்போது அங்குமிங்கும் பார்த்தபடியே கதவைத் தட்டினான்.

காற்றடிக்கும் ஓசையைக்கூட அவனது காலடி ஓசை என்று கருதும் அளவுக்கு அவனை எதிர்பார்த்துக் கொண்டிருந்த யூஜியானா ஓடிவந்து கதவைத் திறந்தாள். அவள் காத்திருந்தது வீண் போகவில்லை.

அங்கங்கள் வாடி அழகிழந்த நிலைக்குத் தள்ளப்பட்டுக் கொண்டிருந்த யூஜியானா, அவனைக் கண்ட மாத்திரத்திலேயே தங்கமயமாக ஜொலிக்கத் தொடங்கினாள்.

அனல்படும் மூச்சினால் தாலாட்டப்பட்ட அவளது இதழ்களில், வியர்வை முத்துக்கள் அரும்பத் தொடங்கின.

மௌனம் பரிபாஷையாயிற்று.

மயக்கம் அபிநயமாயிற்று.

மார்பு பஞ்சணையாயிற்று.

தன்னை மறந்து அவன் மார்பில் சாய்ந்த யூஜியானா விம்மி விம்மி அழுதாள்.

அவன், அவளது கன்னங்களைத் தடவிக் கொடுத்தான்.

எப்போதும் வெட்கம் மிதக்கும் அந்தக் கன்னங்களில் இப்போது வெப்பம் மிதந்தது.

கண்ணீர்க் குளத்தில் அந்த தெப்பம் மிதந்தது.

ஒன்றும் பேசமுடியாத நிலையில் அந்தச் சிறப்பம் இருந்தது.

அவளை அப்படியே வாரி எடுத்து அமளியில் சேர்த்தான் ரவிவர்மன்.

மயில் தோகை விசிறியால் விசிறிக் கொடுத்தான்.

அவள் அவன் கைகளைப் பற்றிக் கொண்டாள்.

'உங்கள் கால்களுக்கு சேவை செய்யவே நான் காத்திருக்கிறேன். உங்கள் கைகள் எனக்குச் சேவை செய்ய வேண்டாம்' என்பதுபோல் இருந்தது அது.

அவன் குனிந்து இதழுடன் இதழ் சேர்த்தான்.

உலர்ந்துபோன அவள் இதழ்கள் தளிர்விடத் தொடங்கின.

அவள் கனவுலகில் மிதக்கத் தொடங்கினாள். இது வரையில் எத்தனை இரவுகளை ஒவ்வொரு நாழிகையாக அவள் வழி அனுப்பி வைத்தாள்?

"துட்டமதன் கணை துளைத்த துளை வழியே தென்றல் வந்து சுவைத்துத் தாவிவிட்ட வெறுங் கூட்டை இனிச் சுட்டதனால் என்ன பயன் வெண்ணிலாவே" என்று எத்தனை முறை அவள் பாடியிருப்பாள்.

யூத தேவதைகள் அவள் நினைவில் தோன்றி ஆறுதல் சொல்வது போல் எப்படி எல்லாம் அவள் அமைதி அடைந்திருப்பாள்!

''ஆயிரம் குதிரைகளின்மீது உன் நாயகன் ஆரோகணித்து வருவான்'' என்று சிறு வயதில் யாரோ கணித்துச் சொன்னதை அவள் எத்தனை முறை நினைவு கூர்ந்திருப்பாள்?

கருவுற்ற காலத்தில் தூக்க மயக்கம் வரும் பெண்களுக்கு.

அந்தத் தூக்கத்தைக்கூட அவள் அறியமாட்டாளே.

பிரிவின் துயரம் பெண்ணைச் சுடுவதை அறிவால் உணர்ந்தான், ரவிவர்மன்.

ஒன்றிரண்டு பேசுவதானால் உடனே பேசிவிடலாம்.

ஆயிரம் பேச நினைத்தால் அரை வார்த்தைகூடத் தேறாது.

நயனங்கள் -அவற்றில் நாடகங்கள்.

இடையிடையே அந்த மேகங்களிலிருந்து சிறிய நீர்த் துளிகள்.

அவை காய்ந்த பயிருக்கு உயிரூட்ட வந்த வெள்ளங்கள்.

''யூஜி?''

''ராஜா!''

ஒரே அழைப்பு-மாறி மாறி அதே வார்த்தைகள்.

கேள்வி கேட்க நேரமில்லை.

விளக்கம் சொல்லத் தேவை இல்லை.

அவளை மார்புறத் தழுவி உச்சி மோந்து அலங்கோலமாகக் கிடந்த கூந்தலில் தன் விரல்களால் வீணை மீட்டி ஆனந்த பைரவி பாடினான் ரவிவர்மன். செல்லும்போது சொல்லிவிட்டா சென்றான்; திரும்பி வரும்போது கேட்டுக் கொண்டா வந்தான்!

எங்கெங்கோ பிறந்த இருவரைக் காதல் தேவதை சங்கமத்தில் முடிசூட்டிப் பார்த்தாள்!

வர்மாக்கள் பரம்பரையில் இப்போது ஒரு புதிய வாரிசு உருவாகிக் கொண்டிருப்பதை அவள் வார்த்தைகள் சொல்ல வில்லை.

அப்படி ஒன்று உருவாகிறதா என்று கேட்கும் எண்ணமும் அவனுக்கு இல்லை.

ஆனால் தூங்காத அந்த இரவின் நெடிய போதையில், அவள் தன்னை மறந்து உளறிய வார்த்தைகளில் அந்தச் செய்தியும் அடங்கியிருந்தது.

ரவிவர்மனுக்கு இல்லை மன்னவர் மூன்றாம் சேரமானுக்கு அதிலே அளப்பரிய ஆனந்தம்.

பத்மாவதிக்குப் பிள்ளைப்பேறு இல்லாததால், தன் மகுடத்துக்கு ஒரு வாரிசு இல்லாவிட்டாலும் தன் மார்புக்கு ஒரு வாரிசு வரப்போகிறது என்று எண்ணி மகிழ்ச்சி அடைந்தான்.

அந்தச் சலவைக்கல் சிலையிலிருந்து ஒரு தங்க விக்கிரகம் வரப்போகிறது.

நினைவு வளர்ந்தபோது நெருக்கம் மேலும் அதிகமாயிற்று.

அன்பு வெறியாயிற்று!

குழந்தையின் கன்னம் எவ்வளவு தாங்கும் என்பதைக் கூட மறந்து தந்தை அதைக் காயப்படுத்துவதுபோல் அவனும் நடந்து கொண்டு விட்டான்.

பொழுது புலர்வதற்கு அறிகுறியாக, எல்லா நாட்டிலுமே சேவல்தான் கூவுகிறது.

சேர நாடென்ன அதற்கு விதிவிலக்கா?

தான் வளர்த்த சேவலே தனக்குப் பகை என்று கருதினாள் யூஜியானா.

உயிர் பிரியும் நேரத்தைவிட உறவு பிரியும் நேரம் மிக மோசமானது.

பிரிவதைத் தவிர வேறு வழியில்லை என்னும்போது இரண்டு சொட்டுக் கண்ணீர் வழி அனுப்பி வைக்கிறது.

கிழக்கு வெளுக்கும் நேரமே அவள் உள்ளம் சிவக்கும் நேரமாயிற்று.

அவன் பிரிந்தான்.

அரண்மனைக்குள் அவன் நுழைந்ததும் அந்த அதிகாலைப் போதிலும், 'அண்ணா!' என்ற குரல் ஒலித்தது.

மெல்லிளங்கோதை அவனை வரவேற்றாள்.

அந்தக் குரல் கேட்டதும் அவனுக்கு அச்சமாக இருந்தது.

அஞ்சாதவன் அஞ்சுவது அன்புக்கு மட்டுமே.

"நாங்கள் இங்கு இருப்பது உங்களுக்கு இடையூறாக இருக்கிறதா அண்ணா?" என்றாள் மெல்லிளங்கோதை.

"இல்லை, சத்தியமாக இல்லை; பகவதி அம்மன்மீது ஆணையாக இல்லை" என்றான் ரவிவர்மன்.

"நாங்கள் வேணாட்டுக்குச் செல்லும் வரை நீங்கள் இருந்த மாளிகையில் தங்கலாம் என்று கருதுகிறோம்" என்றாள் அவள்.

"ஏன்; எதற்காக? நீங்கள் எங்களை விட்டுப் போகக் கூடாது" என்றான் ரவிவர்மன்.

"யாராவது ஒருவர் அழுதே தீரவேண்டும் என்பது பகவதி அம்மன் நமக்கிட்ட ஆணைபோல் தெரிகிறது. பத்மாவதியின் கண்ணீரை என்னால் தாளமுடியவில்லை" என்று தலை குனிந்துகொண்டே சொன்னாள் மெல்லிளங்கோதை.

ரவிவர்மன் தலை குனிந்தது. அவன் குற்றவாளிபோல் நின்றான்.

"இனி அவள் கண்ணீர் சிந்தமாட்டாள்" என்று மெதுவாகச் சொன்னான்.

அவள் உள்ளே செல்லத் திரும்பினாள்; அவள் கண்களைத் துடைத்துக்கொள்வதை அவன் கவனித்தான்.

சிறிது நேரத்தில், அவன் குளிப்பதற்காகச் சென்றபோது, "பத்மாவதி!" என்று குரல் கொடுத்தான்.

"நீ குளிக்கவில்லையா?" என்று கேட்டான்.

"நான் குளிக்கவேண்டும், வா" என்றான்.

இவையெல்லாம் மெல்லிளங்கோதைக்குக் கேட்க வேண்டும் என்பதற்காகவே கூறினான்.

இருவரும் குளிக்கச் சென்றபோது கள்ளமின்றி மாடத்திலிருந்து இறங்கி வந்த மார்த்தாண்டவர்மன் கோதையைப் பார்த்து, "ஆண்டுக்கு ஒரு முறையாவது நீயும் குளிக்கவேண்டும்" என்றான்.

அரண்மனையும் அந்தப்புரமும் மீண்டும் கலகலப்பாயின.

அந்தப்புரத்தில் வேடிக்கைப் பேச்சுக்கள் தொடங்கின. அரண்மனையில் அரசியல் ஆரம்பமாயிற்று.

மகோதைப்பட்டினம் நாராயண ஆசிரமத்தில் தங்கியிருந்த திருவேங்கடத்தான் ஸ்ரீவல்லபர் விடை பெற்றுக்கொள்ள வந்தார்.

"அகஸ்தீசுவரம் குடிசைக்கு நீங்கள் மறுபடியும் போக வேண்டாம். எங்களுடனேயே தங்க வேண்டும்" என்று கேட்டுக் கொண்டான் ரவிவர்மன்.

நாராயண நம்பூதிரியும் அவரை அப்படியே வற்புறுத்தினார்.

"நாட்டில் இருந்தால் எனக்கு நல்ல அமைதி கிடைக்காது; நான் காட்டில் இருப்பதே கண்ணனின் கட்டளை. வஞ்சியிலும் திருவிதாங்கோட்டிலும் நடைபெறப்போகும் முடிசூட்டு விழாக்களுக்கு நான் சீடர்களோடு வந்து சேருவேன்" என்றுகூறி விடை பெற்றுக் கொண்டார் அவர்.

திருவிதாங்கோட்டில் அரண்மனை வேலைகளைப் பார்வை யிடவும், பத்மநாபபுரத்தில் கோட்டை அமைப்பைப் பார்வை யிடவும், குதிரைகள் பறந்தன.

அங்கே இரவு பகலாக வேலைகள் நடந்து கொண்டிருந்தன.

அமைதியாக இரண்டு நாடுகள் தொடங்கப் போகின்றன. அற்புதமான முடிசூட்டு விழாக்கள் நடைபெறப்போகின்றன.

சேரநாட்டின் வரலாற்றில் அவற்றைத் தொடர்ந்து ஒரு விசித்திரமான அத்தியாயத்தை எழுத இறைவன் தயாராகிக் கொண்டிருந்தான்.

ஆம்! சேரநாட்டின் தலை எழுத்தையே மாற்றப் போகும் ஒரு பாய்மரக் கப்பல் அராபியாவிலிருந்து புறப்பட்டது!

23. அரபுச் சிலை வந்தது!

வஞ்சியின் மகுடத்தைத் திருத்தலங்களுக்கு அனுப்புவதற்கான ஏற்பாட்டை நாராயண நம்பூதிரி செய்து முடித்தார்.

அந்த மகுடத்தைப் போலவே வேணாட்டுக்கு ஒரு மணி மகுடம் தயார் செய்ய அவரே பொன் தட்டிக் கொடுத்து வஞ்சியின் அரண்மனையிலேயே அதற்கான வேலைகள் நடந்து கொண்டிருந்தன.

அரபு நாட்டின் தங்கமும், இஸ்ரவேல் மணிகளும், பாண்டிய நாட்டு முத்துக்களும் புதிய மகுடத்துக்காக வரவழைக்கப்பட்டன.

குலசேகர ஆழ்வார் முடிசூட்டிக்கொண்ட போதும் மார்த்தாண்டவர்மன் முடிசூட்டிக்கொண்ட போதும் மகுடத்துக்கு என்னென்ன சடங்குகள் செய்யப்பட்டனவோ அதே சடங்குகள் இப்போதும் செய்யப்பட்டன.

பாண்டிய நாட்டிலிருந்து பட்டுநூல் நெசவு செய்வோர் வரவழைக்கப்பட்டு வண்ண வண்ணப் பட்டாடைகள் ஒரு புறம் தயாராகிக் கொண்டிருந்தன.

ஆவணி மாதம் கிருஷ்ண பக்ஷத்தில் வஞ்சியின் முடிசூட்டு விழாவை நடத்துவதென்றும் அடுத்த ஏழாவது நாள் வேணாட்டு முடிசூட்டு விழாவை நடத்துவதென்றும் நாள் பார்த்து முடிவு செய்யப்பட்டது.

சோழ நாட்டிலிருந்து விக்ரம சோழனும், சோழமா தேவியும் பத்துத் தினங்களுக்கு முன்பாகவே வந்து விடுவதாகச் செய்தி அனுப்பியிருந்தார்கள்.

திருக்கண்ணபுரத்தில் மகுடத்தை வரவேற்றுப் பூஜைகள் செய்த பிற்பாடு அதைத் தொடர்ந்தே அவர்களும் வந்து விடுவதாக ஏற்பாடு.

திருவிதாங்கோட்டைத் தலைநகராகக் கொண்ட வேணாட்டுக்கென்று வஞ்சியின் சேனைகளில் ஒரு பகுதி ஓதுக்கப்பட்டது. அங்கதன் அதன் தளபதியாக நியமிக்கப்பட்டான்.

அதோடு புதிய பரிவாரங்களைத் தேர்வு செய்யும் வேலையும் அவன் வசம் ஒப்புவிக்கப்பட்டது.

முடிசூட்டு விழாவுக்குப் பின் தாவளி சகோதரிகள் தங்குவதற்காகத் தனி அரண்மனை ஒன்றும் கட்டப்பட்டது.

வஞ்சி நகரத்து எல்லையில் தென்னஞ்சோலைகளுக்கு நடுவே அமைந்த ஒய்வு மாளிகையை முடிசூட்டு விழா முடிந்ததும் யூஜியானாவுக்குக் கொடுத்துவிட ரவிவர்மன் முடிவு செய்தான்.

எந்த வகையான மனக்கசப்பும், பகை உணர்வும் இல்லாமல், எல்லா வேலைகளிலும் எல்லோரும் பங்கு பெற்றனர்.

கொடுங்கோளூர் பகவதி அம்மன் கோயில் புதுப்பிக்கப்பட்டது.

முடிசூட்டு விழாவுக்கான நாள் நெருங்கிற்று.

அதே நேரத்தில் அரபிக் கடலில் அந்தப் பாய்மரக் கப்பல் மிதந்துகொண்டிருந்தது.

ரோம வம்சத்தின் புரூரவச் சக்கரவர்த்தியின் வாரிசுகள் என்று தங்களை அழைத்துக்கொள்ளும் வஞ்சி வேந்தர்களின் அலங்காரச் சிம்மாசனம் வாரிசு பாத்தியதையற்ற ஒருவனுக்காகக் காத்துக் கொண்டிருந்தது.

எழில்மிகு மாந்தரின் இலக்கியச் சோலையில் கவின்மிகு காவியங்கள் உருவாகத் தொடங்கின.

சிறைச்சாலைக் கைதிகளில் பலர் முடிசூட்டு விழாவை முன்னிட்டு விடுதலை செய்யப்பட்டனர்.

நாளை வஞ்சியின் முடிசூட்டு விழா!

அதே நேரத்தில் அரபிக் கடலில் அந்தப் பாய்மரக் கப்பல் மிதந்து கொண்டிருந்தது.

பொழுது விடிந்தது!

இன்று முடிசூட்டு விழா!

கோட்டை மைதானத்தில் கூட்டம் பெருகிற்று.

மார்த்தாண்டவர்மன், மணிமுடி சூடியபோது கண்ட அதே காட்சி!

ஆனால் ஒரு மாற்றம்.

இப்போது நாராயண நம்பூதிரி சர்வ சக்தி உள்ளவராக விளங்கினார்.

அவர் சொன்னபடியே காரியங்கள் அனைத்தும் நடந்தன.

பூஜியானாவும் விழாவுக்கு வந்திருந்தாள்.

வழக்கம்போலவே அவள் உரிமையற்ற ஒருத்தியாகத்தான் உட்கார்ந்து பார்த்திருந்தாள்.

பத்மாவதியைவிட அவள் அழகி என்றாலும் மகாராணி பத்மாவதிதானே!

துந்துபி முழங்க, தூயவர் மலர்தூவ, மங்கையர் வாழ்த்துப் பாட, மறையவர் வேதம் ஓத, சங்கொலி மங்கலம் காட்ட, திருவஞ்சைக்களம் என்ற வஞ்சியின் மூன்றாம் சேரமானாகப் பாஸ்கர ரவிவர்மன் தலையில் மணிமகுடம் ஏறிற்று.

அந்த மகுடத்தை அவன் சரி செய்துகொண்ட போது, அது தவறிக் கீழே விழுந்தது.

அதே நேரத்தில் அரபிக்கடலில் மிதந்து கொண்டிருந்த அந்தப் பாய்மரக் கப்பல் ஓர் ஆட்டம் போட்டு அமைதிகொண்டது.

மகுடம் கீழே விழுந்ததும் சமய நம்பிக்கைமிக்க நாராயண நம்பூதிரி கலங்கினார்.

"தவறு நன்மைக்கே" என்றான் ரவிவர்மன்.

விக்ரம சோழன் ரவிவர்மனைக் கட்டித் தழுவி வாழ்த்தினான்.

கொங்கு மன்னன் மல்லதேவன் அவன் காலைத் தொட்டு வணங்கினான்.

வரகுண பாண்டியன் நோயுற்றிருந்ததால், பதினெட்டு ஆண்டுகளே நிரம்பப்பெற்ற அவனது இளவல் சீர்மாறன் சீர்வல்லபன், ஐம்பெருங் குழுவினரோடு வந்திருந்து வாழ்த்தினான்.

அந்தப்புரத்துக்கு அழைத்துப் பத்மாவதியை உச்சி மோந்து கொஞ்சினாள் மெல்லிளங்கோதை.

அப்போது பத்மாவதியின் தலையிலிருந்த மலர் சரிந்து கீழே விழுந்தது.

அப்போதும் அரபிக்கடலில் அந்தக் கப்பல் மிதந்து கொண்டிருந்தது. பகவதி அம்மனின் சிவப்பு மூக்குத்தி ஜொலித்தது.

அங்கே யாத்திரீகர் கூட்ட நெரிசல் அதிகமாகக் காணப்பட்டது.

மன்னரும் மகாராணியும் அங்கு பூஜைக்கு வந்த போது, கோயில் காப்பாளர் ஒரு தட்டு குங்குமத்தை நீட்டினார்.

பத்மாவதியும் மெல்லிளங் கோதையும் தாவளி சகோதரி களும் அந்த குங்குமத்தை அணிந்தபோது, மூத்த தாவளியின் நெற்றியில் அது பவளம்போல் பிரகாசித்தது. பத்மாவதியின் நெற்றியில் அது அலங்கோலமான கோடாக விழுந்தது.

அப்போதும் அரபிக்கடலில் அந்தக் கப்பல் அழகாக மிதந்து கொண்டிருந்தது!

முடிசூட்டு விழாவுக்கு முந்திய பூஜையில் பத்மாவதியின் நெற்றியில் குங்குமம் சரியாக ஒட்டாததைக் கவனித்திருந்த நாராயண நம்பூதிரி இப்போதும் அதைக் கவனித்தார்.

இறைவனையே அவர் மனதுக்குள் தியானித்தார்.

விக்ரம சோழனும், சோழ மாதேவியும் வெற்றிப்பெருமிதத்தோடு காணப்பட்டனர்.

மூன்று தினங்கள் திருவஞ்சைக்களம் அல்லோல கல்லோலப்பட்டது.

அரண்மனை இரவு பகலாக ஆனந்தமயமாக இருந்தது.

நாலாவது நாள் அனைவரும் பரிவாரங்களோடு நூற்றிருபது ரதங்களில் வேணாட்டுக்குப் புறப்பட்டார்கள்.

பொலிவு மிக்க புதிய அரண்மனையில் மார்த்தாண்ட வர்மனும் மெல்லிளங்கோதையும் குடிபுகுந்தார்கள்.

புதிய தலைநகரான திருவிதாங்கோட்டின் புதிய மன்னன் என்ற முறையில் மார்த்தாண்டவர்மனை உதய மார்த்தாண்டவர்மன் என்று அந்தத் தலைநகர மக்கள் அழைத்தார்கள்.

மலையடிவாரத்தில் கட்டப்பட்ட பத்மாநாபபுரக் கோட்டை, படைவீரர்களால் நிரப்பப்பட்டது.

வேணாட்டு பத்மநாபசுவாமி கோயிலில் மார்த்தாண்ட வர்மனின் மணிமகுடம் பூஜை செய்யப்பட்டது.

புதிய மன்னனுக்கு மரியாதை தெரிவிக்கும் வகையில் கோயிலுக்குள் செல்லும் தெய்வ பக்தியுடையோர் அனைவரும் மேலாடையைக் கழற்றிவிட்டுச் செல்லும் பழக்கம் அன்றுதான் ஏற்பட்டது.

திருவிதாங்கோட்டிலும் முடிசூட்டு விழா கற்பனை செய்ய முடியாத அற்புதத் திருவிழாவாக அமைந்தது.

இங்கே மெல்லிளங்கோதையை உச்சிமுகந்து குங்குமம் அணிந்து விட்டாள் பத்மாவதி.

சிவந்த அந்த முகத்தில் அது காலைச் சூரியன்போல் பிரகாசித்தது.

இரண்டு நாடுகளுக்கும் பிரதான அமைச்சராக விளங்கிய நாராயண நம்பூதிரி யானையின்மீது அமர்த்தப்பட்டு ஊர்வலமாக அழைத்து வரப்பட்டார்.

வஞ்சியின் மன்னனும் மகாராணியும், வேணாட்டு மன்னனும் மகாராணியும் அந்த ஊர்வலத்தில் நடந்தே வந்தனர்.

ஊர்வலம் முடிந்தபோது மேற்குக் கடலில் கதிரவன் மூழ்கத் தொடங்கினான். இருள் பரவத் தொடங்கிய அந்த நேரத்தில்

அராபியப் பாய்மரக் கப்பல் சேரநாட்டுக் கடற்கரை மண்ணில் மோதி நின்றது.

சேர நாட்டின் புதிய வரலாறு முழுவதையும் எழுதுவதற்கு அந்தக் கப்பல் வந்ததோ என்னவோ?

அந்தக் கப்பலிலிருந்து நாற்பது வயதான மகமதுவும் அவரது பேகமும் அவர்களது ரத்தினச்சிலை சலீமாவும் சேர நாட்டு மண்ணை மிதித்தார்கள்.

(இரண்டாம் பாகம் முற்றிற்று)

மூன்றாம் பாகம்
சேரமான் காதலி
கண்ணதாசன்

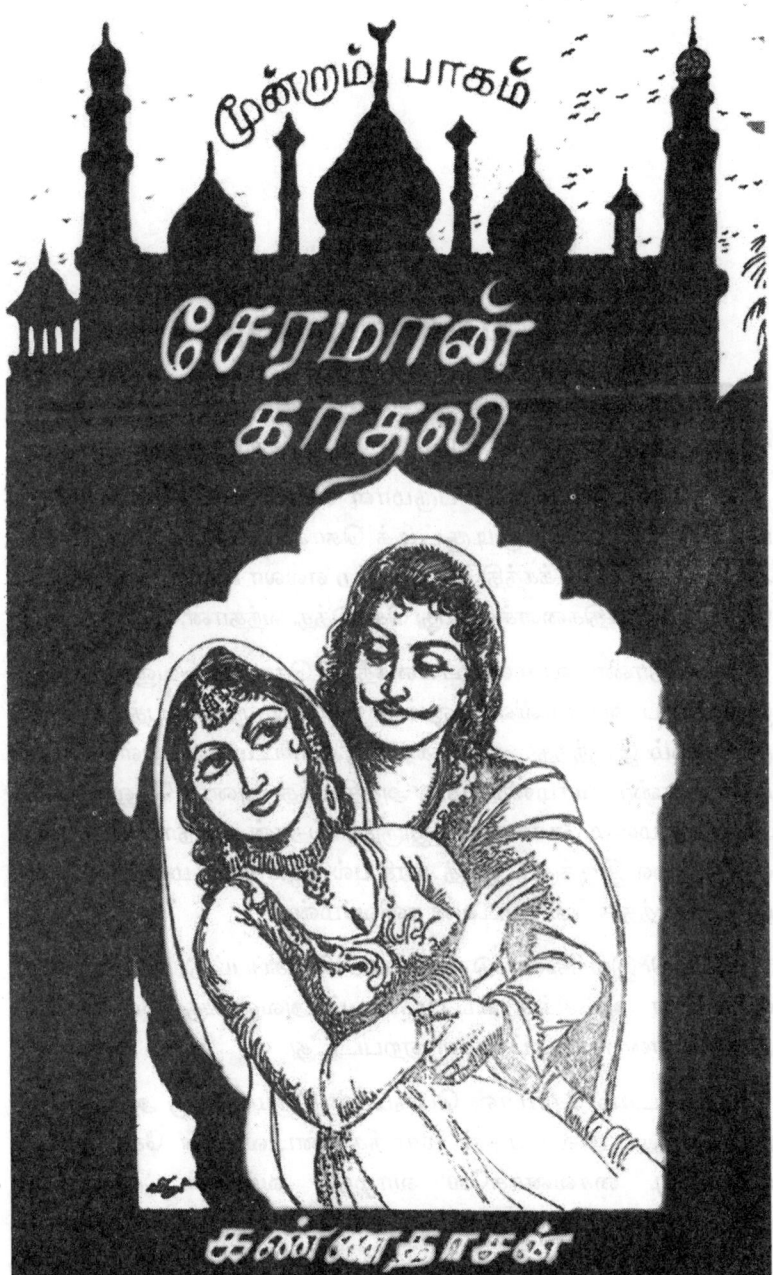

1. புதிய வரலாறு

சேர மண்டலத்தின் வரலாற்றில், புதுமையான மாற்றங்கள் ஏற்பட்டுத் துரிதமாக யாவும் செயல்படத் தொடங்கின.

மூன்றாம் சேரமான் பெருமாள் என்ற பட்டப் பெயருடன் பாஸ்கர ரவிவர்மன் மூடிசூட்டிக் கொண்ட பிறகு தன்னுடைய ஆட்சியின் தொடக்கத்திலேயே மற்ற எல்லா மதத்தினர்களுக்கும் வேண்டிய வசதிகளைச் செய்து கொடுத்து வந்தான்.

மார்த்தாண்டவர்மனைப் பகைத்துக் கொள்ள அவனுக்கு மனம் இல்லை. பாஸ்கர ரவிவர்மனுக்கு இன்னொரு விஷயத்தில் சிறிது கலக்கமும் இருந்தது. குலசேகர ஆழ்வாரிடம் பக்தியுள்ளவர்கள் மார்த்தாண்டவர்மனிடமும் அத்தியந்த அன்பு செலுத்தினர். அவர்கள் மனம் கோணாமல் இருந்தால்தான் உள்நாட்டுக் கலகம் ஏற்படாமல் இருக்கும். இந்த அரசியல் சூழ்ச்சியை மனத்தில் நன்கு பதிய வைத்துக் கொண்டவன் ரவிவர்மன்.

கி.பி.798இல் வேணாடு தனியாகப் பிரிக்கப்பட்டு, மார்த்தாண்ட வர்மனின் ஆட்சிக்கு உட்பட்டதும் அவனுக்கு 'வேணாட்டு அடிகள்' என்ற பட்டப் பெயர் ஏற்பட்டது.

இரண்டாம் சேரமான் பெருமாள் திருமாலுக்கு அடியவராக இருந்தாலும் அவர் மகன் மார்த்தாண்டவர்மன் சேர நாட்டு மரபுப்படி சைவனாகவே வாழ்ந்து வந்தான். சைவனாக வாழ்ந்தாலும் எம்மதமும் சம்மதம் என்ற உயர்ந்த நோக்கத்துடன்

எல்லாச் சமயத்தவரிடமும் அன்பும் ஆதரவும் காட்டி, பண்பில் சிறந்தவனாக ஆட்சி செலுத்தி வந்தான். திருமால் அடியார்களையும், திருமால் திருப்பதிகளையும் நல்ல முறையில் பேணிப் பாதுகாத்து வந்தான்.

திருவிதாங்கோட்டில் (திருவாங்கூர்) உள்ள பத்மநாபசுவாமி கோயிலுக்கு வேண்டிய அளவுக்கு நிவந்தங்கள் செய்து வைணவ பக்தர்களின் நன்மதிப்புக்குப் பாத்திரனாக வாழ்ந்தான். தந்தையைப் போலவே இவனும் கல்வி கேள்விகளில் சிறந்து விளங்கினான்.

ஒருவாறு சேரநாட்டு அரசியலில் பெரிய கொந்தளிப்பு ஏற்பட்டு அதன் காரணமாகச் சேர ராஜ்யம் இரண்டாகப் பிரிந்து இரு ஆட்சிப் பீடங்கள் அமைக்கப்பட்டு இப்பொழுது பூரண அமைதி நிலவியது.

ஆனால் இந்த அமைதி நெடுங்காலம் நிலைத்திருக்க வில்லை.

இரண்டாகப் பிரிந்த சேரநாடு மேலும் பல குழப்பங்களுக் குள்ளாகி, ஒன்பது நாடுகளாகப் பிரிந்து விட்டது.

கேரள நாட்டில் மருமக்கள் தாயம் வந்து பலமாக வேரூன்றியது. இதனால் சமூகத்தில் பல மாற்றங்கள் ஏற்பட்டன.

இதையும்விட அதிசயம், கேரள நாட்டு மக்களில் ஒரு பகுதியினருக்கு 'மாப்பிள்ளா' என்ற பட்டம் வந்து சேர்ந்ததுதான்.

வரலாற்றுப் பெருமை வாய்ந்த மேற்கூறிய இம்மாற்றங்களை யெல்லாம், இப்பகுதியில் பின்வரும் அத்தியாயங்களில் விரிவாகப் பார்க்க போகிறீர்கள். அதற்கு முன்பு கேரளநாட்டு அரசியல் வானில் மின்னல் கீற்றெனத் தோன்றிய ஓர் அதிசய மாறுதலைக் கொஞ்சம் பார்ப்போம். அது அரபிக் கடலில் மிதந்து வந்து கொண்டிருந்த அந்தப் பாய்மரக் கப்பலில் தான் வந்து கொண்டிருந்தது.

கேரளத்தின் இரு பகுதிகளுக்கும் பிரதான மந்திரியாக விளங்கிய நாராயண நம்பூதிரி யானை மீது ஏறி ஊர்வலம் வந்து முடிந்தபோது, செக்கர் வானம் பரந்து, மேற்றிசையில் கதிரவன்

அஸ்தமித்து, செவ்வந்தி மகளுக்கு அவன் சுற்றி விட்ட தீவண்ண ஆடை நெருப்பாய் ஜ்வலித்தது. ஊர் மக்கள் ஊர்வலம் முடிந்ததும் உற்சாகமாக அன்றைய நிகழ்ச்சிகளைப் பற்றிப் பேசிக்கொண்டே கூட்டம் கூட்டமாக அவரவர் இல்லம் திரும்பினர்.

அந்தி நேரத்தில், இருள் பரவத் தொடங்கிய அந்த வேளையில் அராபியப் பாய்மரக் கப்பல் சேரநாட்டுக் கடற்கரை மண்ணில் உராய்ந்து நின்றது. அது அந்த மண்ணில் இனி வருங்காலத்தில் நிகழப்போகும் பல அதிசய மாறுதல்களுக்கு அடிக்கல் நாட்டியதுபோல் இருந்தது. கரை தட்டிய கப்பலிலிருந்து ஜகஜ்ஜோதியாகத் தீப்பந்தங்கள் எரியத் தொடங்கின. கப்பலில் வேலை செய்யும் ஆட்களின் ஆரவாரம் ஆழ்கடலின் அலை ஓசையையும் எதிர்த்து நின்றது. கப்பலின் மேல் தளத்திலிருந்து சிறுசிறு 'ஆபத்து உதவிப் படகுகள்' பலமான தாம்புக் கயிறுகளின் மூலம் கடலில் இறக்கி விடப்பட்டன. அவற்றில் வீரர்கள் பலர் மளமளவென்று இறங்கினர். மகமது, அவரது மனைவி, அவர்களின் அன்புக்குரிய ரத்தினச் சிலை - அழகி சலீமா ஆகிய மூவரும் வெகுபத்திரமாக ஒரு படகில் இறக்கி விடப்பட்டனர். படகு நகர்ந்ததும் ஆடி ஆடிக் கரையை அடைந்தது. மூவரும் கீழே இறங்கினர்.

வானப் பந்தலில், விண் மீன்கள் கண் சிமிட்டி வடிவழகி சலீமாவுக்ுக் கட்டியம் கூறி

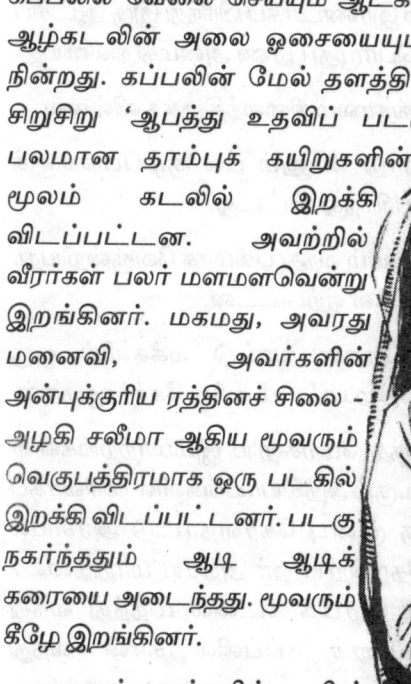

வரவேற்றன; சற்றுத் தூரத்தில் தெரிந்த பாதி மதி வெள்ளி ஓடம்போல் மிதந்து, நட்சத்திர ஒளியின் முத்து விதானத்திலிருந்து சலீமாவின் பொன்னுடலுக்கு நிலாக் கதிரினால் சல்லாப் புடைவை சுற்றி அவள் மேனிக்கு மேலும் வனப்பை அளித்தது. கடற்கரையில் வீசும் காற்று இந்தக் காரிகையின் மேல் பட்டுக் கேரள நாட்டுக்குள் புகுந்து ஆனந்த பரவசத்தில் மக்களைத் தீண்டி அவர்களையும் மெய்சிலிர்க்க வைத்தது.

நீண்ட நெடுநாள் கடற் பிரயாணத்தில், அலுத்துப் போயிருந்தாலும் அந்த வனதேவதை சலீமாவின் முகம் அதிகாலையில் பனித்துளியில் முக்குளித்த தாமரை மலரைப் போல் துல்லியமாய்ப் பிரகாசித்தது. சலீமாவின் நெற்றியைப் போன்றிருந்த பிறைநிலா, தான் அதற்கு ஒப்பாகமாட்டோமென்று அறிந்து திடீரென்று நாணம் உற்றதோ! பின், ஏனோ அது வெண்முகில் திரையில் தன்னைப் புதைத்துக் கொண்டுவிட்டது!

சலீமாவைப் பெற்றவர்கள் சற்றுக் கவலை தோய்ந்த முகத்துடன் அங்கும் இங்கும் பார்த்தபடி இருந்தனர். ஆனால் சலீமா...! கானகத்தில் துள்ளித் திரியும் மான்குட்டியின் தனியானதோர் உற்சாகத்துடன் அந்தக் கடற்கரை மணற்பரப்பில் சுற்றிச்சுற்றி வந்து தன்னை மீறிய மகிழ்ச்சியில் திளைத்தாள் - தாயின் கவலை அறியாத மகவைப்போல் அவள் உள்ளத்தில் இனந்தெரியாத இன்ப உணர்ச்சி உதித்து உடலெங்கும் பரவி அவளைப் பரவசப் படுத்தியது.

எதிர்பாராதவிதமாக, அராபியக் கப்பல் அந்த இடத்தில் வந்து மண்திட்டில் மோதியதில் மகமதுவும் அவன் மனைவியும் சற்றுக் கலங்கித்தான் போனார்கள். திடீரென்று முன்பின் அறியாத ஒரு புதிய பூமியில் வந்து அவர்கள் கால் பரவியது ஓர் அதிசய நிகழ்ச்சிதான். மகமதுவின் கவலையெல்லாம், மனைவியையும் பேரழகுப் பெட்டகமான அருமை மகள் சலீமாவையும் இந்த இருள் பரவும் நேரத்தில் எங்கு அழைத்துப் போவது என்பதுதான்.

கடற் காற்றின் சுகம் அவர்களைக் கனவுலகத்துக்கு இட்டுச் சென்றது. வானத்து வீதியில் உல்லாச பவனி வந்த பிறை நிலா, கடல்

அலைகளில் தன் வெண்ணிலவைப் பொழிந்து அதைப் பாற்கடலாக மாற்றும் இரசவாத வித்தையைச் செய்து கொண்டிருந்தது.

விருந்தோம்பலில் இணையற்று விளங்கிய நம் பாரத புண்ணிய பூமியின் பெருமையை உயர்த்தும் விதத்தில், கடற் காற்று, அராபியக் கப்பல் பிரயாணிகளின் பிரயாணக் களைப்பைப் போக்குவதில் முனைந்து வேகமாகச் செயல்பட்டது.

கடற்காற்று அவர்களுக்கு நல்வரவு கூறி, 'ஓ'வென்று முகமன் வார்த்தைகள் பேசி உபசரித்தது.

திசை தெரியாமல் வந்த கப்பல் நல்ல வளமான பூமியில் கால் ஊன்றிவிட்டது தெரியாவிட்டாலும் மகமதுவுக்கும் அவர் மனைவிக்கும் மட்டற்ற மகிழ்ச்சியும், இனம் தெரியாத ஓர் அமைதியும் மனத்தில் பொங்கி எழுந்தன.

தூரத்தில், ஊருக்குள்ளிருந்து பற்றியெரியும் சுளுந்துகளுடன் மக்கள் பலர் கடற்கரையை நோக்கி ஓடி வருவது தெரிந்தது.

2. தண்ணிலவும் தாரகையும்

முடிசூட்டு விழாவையொட்டி அராபியர் தெருவும், யூதர்கள் தெருவும், சிரியன் கிறிஸ்துவர்கள் தெருவும்கூட அற்புதமாக அலங்கரிக்கப்பட்டிருந்தன.

ஒவ்வொரு தெருவுக்கும் அந்தந்த நாடுகளிலிருந்து புதிய வருகைகளும் இருந்தன.

பரத கண்டத்திலேயே சேர நாட்டுத் துறைமுகமும், சோழநாட்டுப் பூம்புகாரும்தான் அதிகமாக வெளிநாட்டவரை இறக்குமதி செய்த துறைமுகங்களாகும்.

தெற்கே ஐரோப்பியர்களும் யவனர்களும் வருவதற்குப் பல நூற்றாண்டுக்கு முன்னமேயே மேற்குக் கடற்கரை அவர்களைச் சந்தித்து விட்டது.

ஒவ்வொரு திங்களிலும் ஒவ்வொரு பாய்மரக் கப்பலாவது அராபியாவில் இருந்து மேற்குக் கடற்கரைக்கு வந்து கொண்டிருந்தது.

ஏற்கெனவே குடிபெயர்ந்து வந்தவர்களின் உறவினர்கள் தாங்களும் வாணிப நிமித்தம் அங்கே வருவது பழக்கமாயிருந்தது.

அப்படி வந்தவர்களில் மூவர்தான், மகமதுவும், அவரது பேகமும், சலீமாவும்.

மகமதுவின் சகோதரி பாத்திமாவும் அவளது கணவன் அகமதுவும் இவர்கள் வருகைக்கு மூன்றாண்டுகளுக்கு முன்பே வஞ்சியில் குடியேறியிருந்தனர்.

அவர்களது ஆதரவில் வாணிபம் செய்யக் கருதியே மகமது தன் குடும்பத்தோடு வந்திருந்தார்.

சுமார் அறுபது பேர் வந்த அந்தக் கப்பலில் விலை உயர்ந்த வாணிபப் பொருளைக் கொண்டு வந்திருந்தவர்கள் அவர்களே.

அந்நாளில் சேர நாட்டுக்குச் சுங்கச் சாவடிகள் கிடையாது. வெளியில் இருந்து வரும் பொருள்கள் தாராளமாக அனுமதிக்கப்பட்டன.

வஞ்சியில் இருந்து வெளியே செல்லவும் அனுமதி தேவையில்லாமல் இருந்தது.

ஓரளவுக்குச் சுதந்திரத் துறைமுகமாகவே மேற்குத் துறைமுகம் காட்சி அளித்தது.

பாய்மரக் கப்பலைவிட்டு இறங்கிய மகமதுவும் குடும்பத்தினரும் தங்களை எதிர்கொண்டு அழைக்கும் வீரர்களைப் பார்த்ததும் முதலில் சற்றுத் திகைத்தாலும் திசை தப்பிய கப்பலுக்குத் திசை காட்டித் தைரியம் ஊட்ட நியமிக்கப்பட்டிருக்கும் அரசாங்க வீரர்கள் அவர்கள் என்று தெரிய வந்ததும் தைரியமடைந்தனர். தாங்கள் வந்த கப்பல் திசை தப்பினாலும், தாங்கள் வந்து சேரவேண்டிய கேரள மண்ணில்தான் அது உராய்ந்து நின்றுவிட்டிருக்கிறது என்பதை அறிந்ததும் அல்லாவின் அருளை எண்ணி வியந்து மெய் சிலிர்த்துத் தொழுதனர். வீரர்கள் அவர்களுக்கு நகர்ப்புற எல்லை வரையில் துணை போயினர்.

நகர்ப்புறத்துக்கு வெகு தூரத்துக்கு வெகு தூரத்தில் பாய்மரக் கப்பல்

நின்றுவிட்டபடியால், நகரத்தின் அப்புறத்தில் உள்ள அராபியத் தெருவில் குடியிருக்கும் மகமதுவின் சகோதரி பாத்திமாவின் இல்லத்தைத் தேடி வெகுநேரம் அலைய வேண்டியிருந்தது.

பாஸ்கர ரவிவர்மன் என்ற மூன்றாம் சேரமான் பெருமாளின் புதிய தளபதிகளில் ஒருவனான மானீச்சன், சில படை வீரர்களோடு புரவியேறி வந்தவன் அல்லங்காடியில் அவர்களைச் சந்தித்தான்.

அராபியர் தெருவுக்கு, அவர்களுக்கு அவனே வழி காட்டினான்.

அந்த இரவில் வழியெங்கும் விசாரித்துக் கொண்டு பாத்திமாவின் இல்லத்தை வந்து அடைந்தார்கள் மகமதுவும் குடும்பத்தினரும்.

கதவைத் தாழிட்டுவிட்டு உள்ளே தூங்கிக் கொண்டிருந்த அகமது, கதவு தட்டும் சத்தம் கேட்டு எழுந்து கதவைத் திறந்தார்.

மைத்துனரைக் கண்டதும் மட்டற்ற மகிழ்ச்சி பொங்க பாத்திமாவை எழுப்பினார்.

அந்த இல்லத்திலேயே அகமதுவின் குடும்பத்தோடு வேறு இருவரும் தங்கியிருந்தார்கள்.

அராபியாவில் ஆதரவில்லாமல் சேர நாட்டுக்கு வந்து அவர்களோடு தங்கிய இருவரும் உடன்பிறந்தவர்கள் சகோதரன் யூசுப், சகோதரி ஜெபுன்னிஸா. அவர்களும் எழுந்து ஓடிவந்தார்கள்.

மங்கலாக எரிந்து கொண்டிருந்த விளக்கைத் தூண்டிவிட்டார் அகமது.

தாயகத்தில் இருக்கும்போது தங்களோடு சண்டை இட்டவர்கள் கூட, வேற்றகத்தில் குடிபுகும்போது பாசப் பிணைப்பில் கட்டுண்டுக் கிடப்பார்கள்.

அந்த நேரத்திலும் விருந்து படைத்தாள், அன்புத் தேவதை பாத்திமா. அவளோடு ஒத்துழைத்தாள் மகமதுவின் பேகம்.

அராபியாவில் உள்ள உறவினர்கள் பற்றி அகமது பேகம் விசாரிக்க, சேர நாட்டு வாழ்க்கை பற்றி மகமதுவின் பேகம்

விசாரிக்க ஒருவருக்கொருவர் சுவையான விஷயங்களைப் பரிமாறிக் கொண்டு சமையலில் ஈடுபட்டார்கள்.

ஜெபுன்னிஸாவும், சலீமாவும் நிலா முற்றத்தில் சென்று அமர்ந்தார்கள்.

அகமதுவும் மகமதுவும் வாணிபக் கதைகளைப் பேசிக் கொண்டு வாணிபப் பொருள்களைப் பிரித்து வைக்கத் தலைப்பட்டார்கள்.

மூன்று இடங்களுக்கும் ஓடோடிச் சென்று உதவி செய்வதில் ஈடுபட்டான் யூசுப்.

நிலா வெளிச்சத்தில் சலீமாவையே கூர்ந்து நோக்கினாள், ஜெபுன்னிஸா,

சலீமா!

அங்கமெல்லாம் தங்க நிறம். வண்ண நிலாவொளி அவள் கன்னமெனும் கிண்ணத்தில் விழுந்தபோது தன்னையும் அறியாமல் தோல்வியை ஒப்புக்கொண்டது.

தாழம்பூவில் இழை எடுத்து கருஞ் சாந்து பூசி சரம் சரமாய்த் தொங்கவிட்டது போன்ற அழகான கூந்தல்.

ஏழு கடல் தேடி எடுத்து வந்த சிப்பிகளில் கோல மெருகிட்டுக் கொஞ்சி வரவிட்டதுபோல், சின்னஞ் சிறகெடுத்துச் சிங்காரக் கலை காட்டும் வண்ண இமை இரண்டு.

'அதை மூடி வைத்தால் ஊரடங்கும்; திறந்து வைத்தால் உலகடங்கும் என்பதுபோல், பளிச்சென்று மின்னும் கண்ணிரண்டு.

சின்னஞ்சிறிய சங்குகளில் கருந்திராக்ஷைகளை வைத்தது போல், மின்னி மின்னி எழில் காட்டும் அந்தக் கண்களில் தன்னையே பறிகொடுத்தாள் ஜெபுன்னிஸா.

சலீமா, பெண்ணுக்குப் பெண் ஆசை கொள்ளும் வண்ண மயில் பேடு.

சந்திரனின் சாறெடுத்த சந்தனக்கூடு.

செம்பவழ இதழ் இரண்டு தேன் வடிக்கும் காடு.

திரண்டெழுந்த மேலழகோ மரகதப் பூ மேடு.

மேல் பாதி கீழ் பாதி பிரித்தெடுக்கும் இடையாள்.

விண்மீன்கள் அணிவகுத்துப் பண் இசைக்கும் நகையாள்.

விரல் அழகில் பூமியையே விலை பேசும் மலர்கள்.

மெல்லியதோர் பொன்னடியில் தென்றலுக்கும் இளையாள்.

பஞ்சவர்ணக் கிளியொன்று பருவநிலையெய்தி, பட்டாடை கட்டிவந்த பாவனையில் இருந்தாள்.

கழுத்துமுதல் கால்வரையில் ஒருடைதான் அணிந்தாள்.

கனகமணிச் சரம் ஒன்றைக் கழுத்தோடு கலந்தாள்.

உலகிலுள்ள அழகெல்லாம் ஒரு வடிவமான, உற்சவத்துச் சிலைபோல் உட்கார்ந்திருந்தாள்.

பாரசீகக் கவிஞனுக்குப் பசியெடுக்கும் விருந்து பார்ப்பவர் கண்களுக்கு நோய் கொடுக்கும் மருந்து.

- அந்த அராபியச் சிலை அமர்ந்திருந்த பாவனையைப் பார்த்தபடியே நிலவு மெல்ல நகர்ந்து கொண்டிருந்தது.

தாங்கள் நாடுவிட்டு வந்த காரணத்தை அவள் ஜெபுன்னிஸாவுக்கு விளக்கினாள்.

அராபியப் பொருள்களுக்கு அராபியச் சந்தையில் விற்பனை குறைந்து விட்டதாகவும், சேரநாட்டு வாணிபத்தைத் தேடி வந்ததாகவும் கூறினாள்.

சேர நாட்டு இளங்காற்று அவள் கூந்தலைத் தாலாட்டியது.

"இந்தக் காற்று எனக்கு மிகவும் பிடிக்கிறது. இந்த நாடு எப்படி?" என்று கேட்டாள் சலீமா.

தான் அறிந்திருந்த சரித்திரத்தைத் தாளத்தோடு ஒப்புவித்தாள் ஜெபுன்னிஸா.

"மன்னவர் மூன்றாம் சேரமான் பெருமாள் முடிசூட்டு விழா சமீபத்தில்தான் நடந்தது. இரண்டாம் சேரமானின் குமாரர் மார்த்தாண்டவர்மனின் முடிசூட்டு விழா திருவிதாங்கோட்டில் இன்றுதான் நடந்தது. சேரநாடு இரண்டாகிவிட்டது. திருவிதாங் கோடு சிறிய நாடுதான்; ஆனால் அழகு மிகுந்தது. வஞ்சிக்கு நீங்கள் இரவு நேரத்தில் வந்திருக்கிறீர்கள். காலை நேரத்தில் இதன் அழகைப் பார்க்க வேண்டும். கதிரவன் மலையிலே உதித்துக் கடலிலே மறையும் நாடு இது. கடலில் குளித்த சூரியன் கொதிப்பு மாறிக் குளிரடைந்து இரவு நேரத்தில் சந்திரனாக வருகிறான். நமது நாட்டைப் போலவே இங்கு எல்லாப் பெண்களும் அழகாக இருக்கிறார்கள்."

ஜெபுன்னிஸா சொல்லச் சொல்ல அந்தச் சின்னக் கிளி அதை வேடிக்கையாகக் கேட்டுக் கொண்டிருந்தது.

பதினாறே வயது நிரம்பிய அந்தப் பருவக் கொடி உலக விவகாரங்கள் எதையும் அறியாது, தாய் தந்தையையே வணங்கும் பண்புடையாள். ஒரு வயிற்றில் பிறந்த ஒரே மாணிக்கம்.

சேரநாட்டுச் சம்பிரதாயங்கள் அவளுக்குத் தெரிந்திருக்க நியாயமில்லை. ஜெபுன்னிஸா அதை விளக்கினாள்.

"வஞ்சிக்கு வரும் வெளிநாட்டு வணிகர்கள் மன்னரைப் பார்த்துப் பொக்கிஷத்துக்கு ஒரு சிறிய காணிக்கை செலுத்த வேண்டும். ஒரு குடும்பத்தில் மூன்றுபேர் இருந்தால் அந்த

மூன்றுபேருமே காணிக்கை செலுத்த வேண்டும். காணிக்கை செலுத்துவோருக்குச் சேரநாட்டு இலச்சினை பொறித்த ஒரு மோதிரத்தை அரசர் அளிப்பார். இந்த நாட்டுக் குடிமக்களாக அவர்கள் ஏற்றுக்கொள்ளப்பட்டதற்கு அதுவே அடையாளம். இப்போது மன்னவர் திருவிதாங்கோட்டில் இருக்கிறார். நாளை மறுநாள் அவர் வஞ்சிக்கு வரக்கூடும். வந்ததும் அகமது பாவா உங்களை அழைத்துக்கொண்டு அவரிடம் செல்லக் கூடும்'' என்றாள் ஜெபுன்னிஸா.

"சிலரை அங்கீகரிக்க மறுப்பதும் உண்டா?" என்று கேட்டாள் சலீமா.

"சந்தேகத்துக்கு இடமானவர்கள் என்று ஒற்றர்களால் தீர்மானிக்கப்பட்டவர்கள் மட்டுமே அங்கீகரிக்கப்படுவதில்லை. அப்படிப்பட்டவர்களை நகருக்குள் உலவ விடுவதும் இல்லை. அடுத்த கப்பல் வரும்வரை துறைமுகத்துக்கு அருகில் உள்ள காவல் விடுதியில் வைத்து விடுவார்கள். சாதாரணமாக இது அதிக அளவில் இருப்பதில்லை."

"நமது பெண்களிடம் இந்த நாட்டுக்காரர்கள் தவறாக நடந்துகொள்ள மாட்டார்களே...!" என்று கேட்டாள், சலீமா.

"இல்லை. அப்படி ஒரு நிகழ்ச்சிகூட இதுவரையில் நடந்ததில்லை. யூதப் பெண்கள் மட்டுமேதான் எல்லோரிடமும் சகஜமாகப் பழகுகிறார்கள். நமது பெண்கள் அப்படிப் பழகுவதும் இல்லை; சேரநாட்டு வீரர்கள் தவறு செய்வதும் இல்லை" என்றாள் ஜெபுன்னிஸா.

சலீமா ஒரு பெருமூச்சு விட்டாள்.

"எதற்கும் நீ வெளியில் செல்லும்போது கறுப்புத் துணியால் கண்களுக்குக் கீழே மறைத்துக் கொண்டு போ. கல்லுக்குக்கூட உன்னைக் கண்டால் ஆசை வந்து விடும்" என்று சிரித்தாள் ஜெபுன்னிஸா.

"நம் நாட்டில் கூட சேரநாட்டு மன்னர்களைப் பற்றி நல்ல விதமாகத்தான் சொல்கிறார்கள். அதனால்தான் என் பெற்றோர் என்னையும் தைரியமாக அழைத்து வந்தார்கள்!" என்றாள் சலீமா.

"மன்னருக்கு யூதப்பெண் ஒருத்தி காதலியாக இருக்கிறாள். அது மிகவும் ரகசியம். அந்தக் காதலுக்குக்கூட அவள்தான் முதல் காரணம். மன்னர் அவளை மனைவியாகவே ஆக்கிக் கொண்டு விட்டார்!" என்றாள் ஜெபுன்னிஸா.

"அவள் எப்படி இருப்பாள்?" என்று கேட்டாள் சலீமா.

"உன் கால் விரல்களைப்போல இருப்பாள்!" என்றாள், ஜெபுன்னிஸா.

"மன்னரின் பட்டத்து ராணி...!" என்று இழுத்தாள் சலீமா.

"மகாராணி பத்மாவதி, இந்துப் பெண்களுக்கு அவள் ஓர் இலக்கணம். அவர்கள் எல்லோரும் நெற்றியில் குங்குமம் என்று ஒன்று வைக்கிறார்கள். அது அவர்கள் நெற்றிக்கு எவ்வளவு அழகாக இருக்கிறது, தெரியுமா?"

"நீ ஏதாவது இந்து திருமணத்துக்குப் போயிருக்கிறாயா?"

"ஓ, நிறைய. மாதவி என்று எனக்கொரு தோழி. அவளது திருமணத்தில் ஒரு நாள் முழுவதும் நான் இருந்தேன். அவள் கொண்டையிட்டு அதிலே பூவைச் சுற்றி வைத்துக்கொண்டாள். நெற்றி வகிட்டிலேயும் அந்தக் குங்குமத்தை வைத்திருந்தாள். சங்கு, சக்கரம் போட்ட சங்கிலி ஒன்றைக் கட்டியிருந்தாள்; ஆனால் அவர்கள் திருமணத்தில் நிறையச் சடங்குகள். எல்லாவற்றுக்கும் அர்த்தம் கூறுகிறார்கள்."

இப்படி நேரம் போவது தெரியாமலேயே நிலா முற்றத்தில் சலீமாவும், ஜெபுன்னிஸாவும் பேசிக் கொண்டிருந்தபோது யூசுப் உள்ளே நுழைந்தான்.

"உணவு தயாராக இருக்கிறது. உங்களைக் கூப்பிடுகிறார்கள்" என்றான்.

"எனக்குப் பசியே இல்லை, பாய்மரக் கப்பல் ஆடிய ஆட்டத்தில் பலமுறை வாந்தி எடுத்துவிட்டேன்" என்றாள் சலீமா.

"இல்லை. நீ சாப்பிடத்தான் வேண்டும். உணவு உன் கழுத்துக்குள் இறங்குவதை நான் பார்க்க வேண்டும்" என்றாள் ஜெபுன்னிஸா.

"என் கழுத்தென்ன கண்ணாடியா?" என்று சிரித்தாள் சலீமா.

"உன் கழுத்தைப் பார்த்துத்தானே கண்ணாடியே செய்திருக்கிறார்கள்!" என்றாள் ஜெபுன்னிஸா.

இருவரும் சிரித்துக்கொண்டே கீழே வந்தார்கள்.

ஒரு சலவைக் கல் மேடையைச் சுற்றிலும் ஏழு கருங்கல் நாற்காலிகள் போடப்பட்டிருந்தன.

ஒரு நாட்டு உணவைப் பிறநாட்டில் தயார் செய்யும்போது அதன் சுவையே தனி. அவர்கள் பேசிக்கொண்டே உணவருந்தினார்கள்.

பேச்சுவாக்கில், "நாளை மறுநாள் நாம் மன்னரைச் சந்திக்கப் போகிறோம்" என்றார் அகமது.

அப்போது அதைச் சாதாரணமாகத்தான் கேட்டாள் சலீமா.

3. நான்கு குவளைகள்

அரண்மனை விவாத மண்டபத்தில் கைகளைக் கட்டியபடி முன்னும் பின்னும் உலாவிக் கொண்டிருந்தார் மன்னவர் மூன்றாம் சேரமான்.

சேர மண்டலத்தின் மணி மகுடத்தை உரிமை கொண்டு விட்ட மன்னவர் பாஸ்கர ரவிவர்மன் என்ற மூன்றாம் சேரமானை இனி இரண்டாவது பேரிலேயே அழைப்போம்.

"...அழைத்ததாகச் செய்தி வந்தது" என்று சொல்லிக் கொண்டே உள்ளே நுழைந்தார் நாராயண நம்பூதிரி.

"தம்பிரான் சுவாமிகளுக்கு வணக்கம்" என்று பணிவோடு சொன்னார் மூன்றாம் சேரமான்.

பதிலுக்கு தலை அசைத்தார் நாராயண நம்பூதிரி.

நம்பூதிரிகள் கையெடுத்து யாரையும் வணங்குவதில்லை; அவர்கள் மன்னர்களாயினும் சரியே!

"நாடு அமைதியாக இருக்கிறது; மக்கள் மகிழ்ச்சியாக இருக்கிறார்கள். நிம்மதியான சூழ்நிலை நீண்ட நாட்களுக்குப் பின் வாய்த்திருக்கிறது. மன்னவர் குலசேகர ஆழ்வார் மகுடம் துறக்கும் வரை திருவஞ்சைக்களத்தில் எவ்வளவு அமைதி நிலவிற்றோ, அதே அமைதி இப்போதும் நிலவுகிறது. ஆகவேதான் தங்கள் அழைப்பில் அவசரமான காரியம் ஏதும் இருக்காது என்று கருதி நான் சற்றுத் தாமதித்தே வந்தேன். செய்தி என்னவோ?" என்றார் நாராயண நம்பூதிரி.

"தம்பிரான் சுவாமி, நாடு நிம்மதியாய் இருக்கும் போதுதான் நிம்மதி இழந்தவனாகி விட்டேன். பிறரிடம் சொல்லி ஆறுதல் தேட முடியாத நினைவுகளும் கனவுகளும் என் நெஞ்சை உலுக்குகின்றன. ஆயினும் நான் எடுத்த முடிவு தவறு என்று கருதவில்லை. இனி அதன் விளைவுகளையும் எதிரொலியையும் பற்றியே எனக்கு ஓர் அச்சமிருக்கிறது. நான் வெறும் பாஸ்கர ரவிவர்மனாக இருந்தபோது எனக்கிருந்த தைரியம், பொறுப்புக்கு வந்தபின் குறைந்து வருவதைக் காண்கிறேன். என்னால் தீர்வு காணமுடியாத ஒரு கேள்விக்கு விடை காணவே தங்களை இங்கு அழைத்தேன்.''

"நல்லது. ஆனால் இதுவரை நீங்கள் சொன்ன விஷயங்களை எவ்வளவு அறிவாற்றல் உள்ள அமைச்சரும் புரிந்து கொள்ள முடியாது. ஓவியத்தை உள்ளே வைத்துக் கொண்டு கோடுகளை மட்டுமே காட்டியிருக்கின்றீர்கள். அது என்ன ஓவியம் என்று எப்படி நான் கண்டுபிடிப்பது?''

"இதை நான் சொல்வது உங்களிடம் என்பதால் தான் என்னால் சொல்ல முடியவில்லை.''

"இரகசியங்களைப் பரிமாறிக் கொள்ளவே நான் இங்கே இருக்கிறேன்.''

"அந்தத் தைரியம்தான் உங்களை அழைக்கும்போது எனக்கு இருந்தது.''

"இப்போதும் அது இருக்கலாம்.''

"தம்பிரான் சுவாமி! சில விஷயங்களில் நான் விளையாட்டுப் பிள்ளை அல்ல. வேடிக்கையாகப் பொழுதுபோக்க விரும்பினால் கூட வில்லங்கங்களில் மாட்டிக்கொள்வதில்லை.''

"நான் அறிவேன்.''

"சில ஆண்டுகளாக என் நாடித்துடிப்போடு, வேறொரு நாடியும் சேர்ந்து துடிக்கிறது.''

"கேள்விப்பட்டிருக்கிறேன்.''

நாராயண நம்பூதிரி இப்படிச் சொன்னாரோ இல்லையோ, மூன்றாம் சேரமான் ஒருகணம் திகைத்தார்.

"தம்பிரான் சுவாமி, இன்று செரோட்டி தேவியாகி விட்ட பத்மாவதியை நான் எந்த நிர்ப்பந்தத்தில் மணம் முடித்துக் கொண்டேன் என்பது தங்களுக்குத் தெரியாததல்ல. ஒரு வகையில் அது கட்டாயத் திருமணமே ஆயினும் அவளை நான் அடியோடு புறக்கணித்ததில்லை. இன்று அவள் திருவஞ்சைக்களத்தின் மகாராணி. உரிமைக்குப் பாத்தியப்பட்டவள் பெருமைக்கும் பாத்திரமாகியிருக்கிறாள். அதுவரையில் சேர வம்சத்தின் சரித்திரத்துக்கு எந்தக் குந்தகமும் இல்லை. ஆனால் அன்புக்கும் காதலுக்கும் ஏங்கிய என் உள்ளம் ஒரு சிறிய தடாகத்தில் பூத்த ஒரு புதிய தாமரையைத் தேடிக்கொண்டு விட்டது. அது வெறும் இரத்தத் துடிப்பின் சபலமல்ல. கால தேவதை என் காட்டில் பெய்த மழை. ஆனால் தளபதி பாஸ்கர ரவிவர்மனாக இருந்த வரையில் அவை அனைத்தும் சரியே. இனி...?"

''இனியும் அது சரியே! ஆனால், மன்னவர்! நமக்கென்று சில சமூக சம்பிரதாயங்கள் உண்டு. அந்தச் சம்பிரதாய வேலிகளுக்கு அப்பால், ஓர் உறவைத் தேடிக்கொள்ளும் போது நம்முடைய வண்ணம் அந்தத் தேகத்தில் பூசப்பட வேண்டுமே தவிர, அந்த வண்ணத்தை நாம் ஒட்டிக்கொள்ள முடியாது.''

''மத மாறுபாட்டை நீங்கள் குறிக்கிறீர்கள். எனக்குப் புரிகிறது. தங்களைப் போலவே நானும் வைதீக நெறியைப் பின்பற்று கிறவனே! அந்த நெறிக்கு அப்பாற்பட்ட ஈடுபாடுகளில் எனது பிறப்பை நான் மறந்துவிடவில்லை. தெளிவாகவே சொல்கிறேன். அவள் ஒரு யூதப் பெண். பெயர் யூஜியானா. யூதர்களின் மதக் கோட்பாடுகள் நம்முடையவைபோல் அவ்வளவு கட்டுப் பாடானவையல்ல... ஆகவே அவளை மதம் மாற்றுவது என்பது கடினமானதல்ல. ஆனால் சேரநாட்டு மன்னன் என்ற நிலையில், அவளுடைய அந்தஸ்தென்ன?''

''நமது அந்தப்புரம் ஆயிரம் பேரை அனுமதிக்கும்; ஆனால் பட்டத்து ராணி ஒருத்திதான். பிறகு வருவோரெல்லாம் என்ன பெயரிட்டு அழைக்கப்படுவார்கள் என்று கேட்கிறீர்களா? இதுவரையில் இந்த அரண்மனை அந்தப் பெயரைக் கேட்டதில்லையாதலால் உங்களுக்குத் தெரிந்திருக்க நியாயம் இல்லை.''

''என்ன பெயர் அது?''

''ஆசை நாயகி!''

''இருக்கட்டுமே! உரிமை நாயகியிடம் ஆசை இல்லாதபோது, ஆசை நாயகி உரிமை இல்லாது வருவதில் தவறில்லை. ஆனால் அப்போதும், மதமாற்றம் ஒரு கேள்விக் குறியாகுமா?''

''ஆகாது. ஆனால் பிறக்கப்போகும் குழந்தை யூதக்குழந்தையாக வளருமா, சேரக் குழந்தையாக வளருமா? அதற்காகவே மதமாற்றம் தேவைப்படுகிறது.''

"தம்பிரான் சுவாமி, யூஜியானாவுக்குக் குழந்தை பிறக்கப் போவது தங்களுக்கு எப்படித் தெரியும்?'

"என்ன அந்தப் பெண் கருவுற்றிருக்கிறாளா?"

"சுவாமி, நான் ஒரு கேள்வி கேட்டால், நீங்கள் ஒரு கேள்வி கேட்கிறீர்களே!"

"உதாரணத்துக்குச் சொல்லும் ஒன்று உண்மையாக இருக்கும் என்று எனக்கு எப்படித் தெரியும்?"

"உண்மைதான், இந்த நிலையில் நான் செய்ய வேண்டிய தென்ன?"

"அவளை மதம் மாற்றிவிடுவது ஒன்றே சரியான வழி. வர்மாக்கள் வம்சம் அந்தக் குழந்தையை அங்கீகரிக்க வேண்டுமானால், அவளும் சேரப் பெண்ணாகவே ஆகிவிடுவது நல்லது."

''அப்படி ஒரு சடங்கைப் பலர் அறியச் செய்ய வேண்டும், என்கிறீர்களா?''

''யாரும் அறியாமல் வைத்திருக்கும் ஒருத்திக்குப் பலரறியச் சடங்கு செய்யச் சொல்வேனா?''

''முண்டு கட்டி, கொண்டை போட்டுக் குங்குமமிட்டுப் பகவதி கோயிலுக்குச் சென்று வந்தால், அவளும் நம்முடையவள் ஆகிவிடுவாள், இல்லையா?''

''அது போதுமே, நமது சமயம் ஒருத்தியை ஏற்றுக்கொள்ள!''

''ஆனால் அதன் பிறகு அவளை யூதத் தெருவிலேயே வைத்திருப்பது அவளுக்குத் தொல்லையாக இருக்குமே, சுவாமி!''

''அதற்காக அரண்மனைக்குக் கொண்டு வந்தால் செரோட்டித் தேவிக்குத் தொல்லையாக இருக்குமே, அரசே!''

''இரண்டும் இல்லாத ஓர் இடத்தில் அவளைக் குடியேற்றத் தாங்கள் அனுமதிப்பீர்களா?''

''இதிலே தலையிடுவதும் என் கடமைகளில் ஒன்றல்ல.''

''எல்லைப்புற மாளிகையை அவளுக்காக ஒதுக்க விரும்புகிறேன்.''

''அந்த உத்தரவில் நான் கையெழுத்திடுகிறேன்.''

நாராயண நம்பூதிரி இப்படிச் சொன்னதும் ஓர் ஆனந்தமான நிம்மதிப் பெருமூச்சு விட்டார், மூன்றாம் சேரமான்.

எல்லைப்புற மாளிகைக்குத் தாமே உடன் சென்று ஏற்பாடு களைச் செய்யவேண்டும்போல் அவருக்குத் தோன்றிற்று. அதை உணர்ந்துகொண்ட நாராயண நம்பூதிரி விடைபெறும்போது, ''நான் மட்டும் தங்களை இங்கேதான் சந்திப்பேன்!'' என்று கூறிவிட்டுச் சென்றார். அதுவே யூஜியானாவின் அந்தஸ்து என்ன என்பதைச் சேரமானுக்குப் புலப்படுத்திற்று.

உடனே அவர் சில பணியாட்களை அழைத்து எல்லைப்புற மாளிகையை அழகுபடுத்தச் சொன்னார். மாலைக்குள் அந்த அலங்காரம் முடியவேண்டும் என்று உத்தரவிட்டார்.

சகல வசதிகளும் படைத்த ஒரு மன்னன் ஆணை இட்டால் வாராத பொருளெல்லாம் வரும் அல்லவா!

அலங்கார விளக்குகள், சலவைக்கல் நாற்காலிகள், வாசனைப் பொருள்கள், அற்புதமான பஞ்சணைகள் அனைத்தும் அங்கே குவிந்தன.

மாதர் விளையாடும் விளையாட்டுக் கருவிகள், அழகான தோழிப் பெண்கள் அனைவரும் குடியேறினர்.

யூத உணவு தயாரிக்கும் பணியாட்கள், கேரளப் பணியாட்கள் ஆகியோர் அமர்த்தப்பட்டனர்.

அந்தி மயங்கும் நேரத்தில் தன்னை அலங்கரித்துக் கொண்டு நின்றாள் யூஜியானா.

இந்த ஏற்பாடுகளை அவள் அறியமாட்டாள் என்றாலும் இரவில் வருவான் நாயகன் என்ற எண்ணத்தில் அழகு கொழிக்கும் பதுமையாக நின்றாள். அந்த அந்தி நேரத்திலேயே சிறிய பெட்டகம் ஒன்றைச் சுமந்தவாறு ஒரு ரதம் அவள் வீட்டு வாசலில் நின்றது. அதில் இருந்து அந்தப் பெட்டகத்தோடும், கையில் ஓர் ஓலைச் சுவடியோடும் இறங்கினான் தூதன் ஒருவன்.

நாதனைத் தேடிய நங்கை தூதனைக் கண்டதும் ஓலையை வாங்கிப் பார்த்தாள்.

"கீதம் இனிய குயிலே,

"தலைநகரிலேயே தலைவன் இருக்க ஏன் இந்த ஓலை என்று மயங்குகிறாயா?

தலைவன், தலைவியைச் சந்திக்கத் தயாராகிக் கொண்டிருக் கிறான்.

தலைவியின் இல்லத்திலல்ல; தனியொரு மாளிகையில்.

உன்னை என் இல்லத்து மங்கல மடந்தையாக அமைச்சர் அங்கீகரித்துவிட்டார். ஆனால் நமது உல்லாச வாழ்க்கைக்குச் சந்தடி நிறைந்த அரண்மனை ஏற்றதல்ல என்று, தனி மாளிகையில் வைக்க நான் விரும்பியதை அவர் ஏற்றுக் கொண்டுவிட்டார்.

இன்று இரவே அந்த ஆனந்த மாளிகையில் நாம் குடி புகுகிறோம்.

ஆனால் ஒன்று. அதற்கு முன்னால் நான் இத்துடன் அனுப்பியிருக்கும் வெள்ளை நிற முண்டு கட்டி கொண்டையிட்டு மலர் முடித்து, குங்குமமிட்டுக் கொடுங்கோளூர் பகவதி அம்மன் கோயிலுக்கு நீ சென்று வர வேண்டும்.

இன்று முதல் என் காதல் தேவதை என் குலத்துப் பெண்ணா கிறாள். ஆகவே இந்தக் கோட்பாடுகளை நீ ஏற்றுக்கொண்டே தீரவேண்டும்.

இதே ரதத்திலேயே நீ பகவதி அம்மன் கோயிலுக்குச் சென்று அங்கிருந்து நேரே எல்லைப்புற மாளிகைக்கு வந்து விடு.''

ஓலையைப் படித்து யூஜியானா உற்சாகத்தில் மிதந்தாள்.

பெட்டகத்தைத் திறந்து பார்த்தாள்.

முண்டுகட்டி, கொண்டையிட்டுக் குங்குமம் வைத்தாள். அதே கோலத்தில் தன் தந்தையின் எதிரில் வந்து நின்றாள். யோகோவா இதை எதிர்பார்க்கவில்லை. அவரது யூத இரத்தம் சிறிது கவலைப்படத்தான் செய்தது.

இஸ்ரவேலின் தந்தச் சிலை, நல்ல விலைக்கு விற்பனையாகி விட்டது போல் அவருக்குத் தோன்றிற்று.

அவர் மௌனமாகத் தன்னைப் பார்த்துக் கொண்டிருப்பதைக் கண்ட யூஜியானா, தான் கருவுற்றிருப்பதை மறைமுகமாக நினைவுபடுத்தினாள்.

ஒரு பெருமூச்சுவிட்ட யோகோவா தாமும் கொஞ்சம் குங்குமம் எடுத்து அவள் நெற்றியில் அணிவித்தார்.

''நீங்களும் என்னோடு மாளிகைக்கு வாருங்கள் அப்பா!'' என்று அழைத்தாள் யூஜியானா.

''இல்லையம்மா. முட்டை கப்பலேறிப் போனாலும் கோழி கூண்டிலேதான் இருக்கும். நீ சந்தோஷமாகச் சென்று வாழ்க்கை நடத்து'' என்று கூறி அவளை வழியனுப்பினார்.

அவள் ரதத்தில் ஏறி அமர்ந்ததும் தூதனைப் பார்த்து, ''பகவதி அம்மன் கோயிலுக்கு என்னென்ன கொண்டு செல்ல வேண்டும்?'' என்று கேட்டாள்.

''தேங்காய், பழம், புஷ்பம்'' என்றான் அவன்.

''ஓர் இடத்தில் நிறுத்தி அவற்றை வாங்கிக்கொள்'' என்றாள் அவள்.

''கோயிலுக்குப் பக்கத்திலேயே அவை கிடைக்கும்'' என்றான் அவன்.

ஒரு புதிய இந்துப் பெண்ணை வரவேற்பதுபோல் பகவதி அம்மன் கோயில் மணி ஓங்கி ஒலித்தது.

அங்காடியில் வண்டியை நிறுத்தினான் தூதன். அவன் இறங்கிப் பூஜைப் பொருள்கள் வாங்கிக் கொண்டிருந்த போது, நகரைச் சுற்றிப் பார்த்துக்கொண்டு வந்த சலீமா, ஜெபுன்னிஸா, யூசுப் மூவரும் அந்த வழியாக வந்தார்கள்.

சலீமா, கண்களுக்குக் கீழே கறுப்புத் துணியால் மூடியிருந்தாள்.

ரதத்தில் உட்கார்ந்திருந்த யூஜியானாவைப் பார்த்த ஜெபுன்னிஸா சலீமாவின் காதைக் கடித்தாள்.

சலீமா அவளையே கூர்ந்து நோக்கினாள்.

தற்செயலாக யூஜியானாவும் அவளைப் பார்த்தாள்.

நான்கு கண்களும் போட்டியிடத் தொடங்கின.

4. மலைத்தேன்

அழகே அழகைப் பார்த்துப் பிரமிக்கிறது. கலையே கலையைக் கண்டு கனிந்து நிற்கிறது. சிலையே சிலையைப் பார்த்துத் திகைத்து விடுகிறது.

சலீமா யூஜியானா சந்திப்பின் இரகசியம் அவ்வளவுதான்.

அராபியாவில் சலீமா பார்க்காத அழகல்ல. யூத ஜாதியில் யூஜியானா காணாத கலையல்ல.

அராபிய திராக்ஷையும், இஸ்ரவேலின் மாணிக்கமும் போட்டி போட்டுக் கொண்டு ஒன்றையொன்று பார்த்ததற்கு விசேஷக் காரணம் எதுவுமில்லை.

"சேரமன்னன் காதலிக்கும் யூதப்பெண் இவள்தானா?" என்ற சிந்தனையிலேயே சலீமா யூஜியானாவைப் பார்த்தாள்.

இந்தக் கோயிலின் அருகே ஒரு மகமதியச் சிலை எப்படி வந்தது என்ற ஆச்சரியத்துடனேயே யூஜியானா சலீமாவைப் பார்த்தாள்.

இருவரும் தத்தம் நிலைக்குத் திரும்பியபோது சலீமா ஒன்றையும் கவனியாதவள்போல் ஜெபுன்னிஸாவோடு நடக்கத் தொடங்கினாள்.

யூஜியானா ரதத்தைவிட்டு இறங்கிப் பகவதி அம்மன் கோயிலுக்குச் சென்றாள்.

ஏற்கெனவே கோயிலுக்கு ஆள் அனுப்பி ஏற்பாடுகள் செய்திருந்தார், மூன்றாம் சேரமான்.

ஆகவே யூஜியானாவை வரவேற்கவே அங்கு சிலர் காத்திருந்தார்கள்.

தேங்காய் பழங்களைப் பூஜை செய்பவரிடம் கொடுத்து விட்டுக் கண்களை மூடி, கரங்களைக் கூப்பி யூதமொழியில் பாடத் தொடங்கினாள் யூஜியானா.

"தாயே!"

மலைத் தோட்டத்து வெண் புறா ஒன்று உன் மாளிகைக்குள் அடைக்கலம் புகுந்திருக்கிறது.

பெத்லகாமிலிருந்து உனக்கு இந்தக் காணிக்கை வந்திருக்கிறது.

சாலமனுடைய அரண்மனையில் எரிய வேண்டிய இந்த விளக்கு, சேரமானின் அரண்மனையில் எரியப்போகிறது.

ஜாதி மதங்களையும், தேச பேதங்களையும் கடந்து எங்களைச் சந்திக்க வைத்தது உன் கருணையே.

இஸ்ரவேலின் காதல் தேவதையைப் போல் இல்லாமல் நீ ஒரு ருத்ர தேவதையாக இருக்கிறாய்.

என் பழக்க வழக்கங்களில் உனக்கு மாறுபாடாக ஏதேனும் கண்டால், இது சுவீகாரக் குழந்தையின் அறியாமை என்று மன்னித்துவிடு.

என் குழந்தை ஒரு சேரக் குழந்தையாகவே பிறக்கப் போகிறது.

அது ஒரு பெண் குழந்தையானால் அதன் பெயர் உன் பெயரே.

புதிய வாழ்க்கையைக் கண்டு ஆணவம் அடைந்து விடாமலும், பழைய வாழ்க்கையை மறந்துவிடாமலும் இருக்க எனக்கு அருள்புரி."

பாடி முடிந்து அவள் கண்களைத் திறந்தபோது பழத்தட்டு அவள் முன்னால் நீட்டப்பட்டது. அதைக் கையில் வாங்கிக் கொண்டு அவள் ரதத்தில் ஏறும் போது "கேரள நாட்டு ஆடை

அணிமணிகள்தான் இந்த யூதப்பெண்ணுக்கு எவ்வளவு அழகாக இருக்கின்றன'' என்று யாரோ சொன்னது அவள் காதில் விழுந்தது.

அவளது ரதம் தனி மாளிகைக்குள் நுழைந்தபோது மகாராணி களுக்கு மட்டுமே கிடைக்கக்கூடிய வரவேற்பு அவளுக்குக் கிடைத்தது.

சில தோழிப் பெண்கள் மாளிகையில் ஒவ்வொரு பகுதியையும் அவளுக்குக் காட்டிக்கொண்டு வந்தனர்.

அனைத்தையும் பார்த்துப் பிரமித்த யூஜியானா அழகான ஓர் அறையின் அருகே வந்தபோது தோழிப் பெண்கள் அவளை உள்ளே தள்ளிவிட்டுக் கதவைச் சாத்திக் கொண்டனர்.

அங்கே ''இனிமேல் தான் வருவார்'' என்று எண்ணியிருந்த அவளது அன்பு நாயகன் மூன்றாம் சேரமான் இடது முழங்கையைத் தலையணையில் ஊன்றியவாறு மஞ்சத்தில் சாய்ந்திருந்தார்.

அடிமேல் அடியெடுத்து அவன் அருகிலே வந்தாள் யூஜியானா.

மஞ்சத்தில் சாய்ந்திருந்த மன்னன் அப்படியே எழுந்திருந்து அவள் நெஞ்சத்தில் சாய்ந்து கொண்டார்.

''நீங்கள் வந்து வெகுநேரம் ஆகிவிட்டதா? நான் சற்றுத் தாமதித்துவிட்டேன்'' என்றாள் அவள்.

''காக்க வைப்பது பெண்களுக்கு அழகு. காத்துக்கொண்டிருப்பது ஆண்களுக்கு அழகு'' என்றார் மன்னவர்.

அவள் தன் கைமலரால் அவனது முகமலரை வருடிக் கொடுத்தாள்.

புதிய சூழ்நிலையில் இருவரும் மெய்மறந்திருந்தனர்.

கதகதப்பான அந்த உறவில் காலம் போவதே தெரியாமல் இருந்தனர்.

வசந்த காலத்துப் புஷ்ப மரங்களுக்கு நடுவே வளைய வளைய விளையாடும் பறவைகள்போல் அவர்கள் விளையாடினார்கள்.

ஒரு பெண்ணுக்குக் கிடைக்க வேண்டிய சகல சுகங்களையும் பெற்றுவிட்ட பாக்கியசாலியாக யூஜியானா விளங்கினாள்.

நள்ளிரவு.

களைப்புற்றிருந்த நான்கு கண்களும் மெல்ல மூடத் தொடங்கின.

அந்த நேரத்தில் மாளிகையில் ஒரு பரபரப்பு.

அரண்மனைத் தளநாயகன் ஒருவன், 'அரசரை உடனே பார்க்கவேண்டும்' என்று காவல்களைக் கடந்து வேகமாக வந்துகொண்டிருந்தான்.

கதவைத் தட்ட அவனுக்கு அச்சம். வெளியில் இருந்தவாறே 'மகாராஜா!' என்று குரல் கொடுத்தான்.

ஆனந்தத் தூக்கமும் அரசியல் விழிப்புமாகப் படுத்திருந்த சேரமான் உடனே எழுந்து கதவைத் திறந்தார்.

"திருவிதாங்கோட்டிலிருந்து செய்தி வந்திருக்கிறது. மன்னவர் மார்த்தாண்டவர்மரை இனம் தெரியாத ஒருவனின் விஷ அம்பு தாக்கிவிட்டதாம். மரணப் படுக்கையில் இருக்கும் அவர் தங்களைக் காண விரும்பு கிறாராம். திருவிதாங்கோடு அல்லோலகல்லோலப்பட்டுக் கிடக்கிறதாம். மகாராணி பத்மாவதி தேவியாரும், சகோதரிகளும் துடிதுடித்துப் போயிருக்கிறார்கள். தம்பிரான் சுவாமிகள் புறப்பட்டுப் போய் விட்டார்" என்றான் அவன்.

உடனே மேலாடையை எடுத்து அணிந்துகொண்ட

சேரமான், யூஜியானாவிடம்கூட ஒரு வார்த்தை சொல்லாமல் புறப்பட்டார்.

"இந்த நேரத்திலா இந்தச் செய்தி வரவேண்டும்" என்று அவர் கலங்கினார்.

"இது என்ன துர்ச்சகுனமோ?" என்று அவள் கலங்கினாள்.

அரண்மனையில் ரதங்கள் தயாராக நின்றன. கண்கள் குளமாகப் பத்மாவதியும் தாவளிச் சகோதரிகளும் நின்றார்கள்.

"இது யார் செய்த வேலையாக இருக்கும்?" என்பதே சேரமானின் சிந்தனையாக இருந்தது.

நாராயண நம்பூதிரி முன்கூட்டியே திருவிதாங்கோட்டுக்கு வந்துவிட்டார்.

மார்த்தாண்டவர்மனின் உடல் பஞ்சணையில் சாய்ந்திருந்தது. இடது விலாப்புறத்தில் பாய்ந்திருந்த விஷ அம்பு எடுக்கப்பட்டு அங்கு மஞ்சள் வைத்துக் கட்டப்பட்டிருந்தது.

கண்களைத் திறந்து யாரையும் காணமுடியாதவாறு இருந்தான் மார்த்தாண்டவர்மன்.

அவன் காலடியில் கண்ணீர் சிந்தியபடி அமர்ந்திருந்தாள் மெல்லிளங்கோதை.

"இது யார் செய்த வேலை? எப்படி நடந்தது?" என்று கேட்டுக்கொண்டிருந்தார் நாராயண நம்பூதிரி.

அங்கு தளபதியாக இருந்த அங்கதன் பதிலிறுத்தான்.

"புதிய கோட்டையை நானும் மன்னரும் சுற்றிப் பார்த்துக் கொண்டு வந்தோம். கோட்டையின் கீழ்த்திசைக் கொத்தளத்தின் மீது மன்னர் ஏறி நின்றார். மலை உச்சியிலிருந்து பறந்து வந்த ஓர் அம்பு அவரது விலாப்புறத்தில் பாய்ந்தது" என்றான் அவன்.

"எய்தவனை நீ பார்த்தாயா?" என்று கேட்டார் நாராயண நம்பூதிரி.

"பார்த்தேன். அவன் மலையவேள் குடியினன் போல் காட்சியளித்தான். வேணாட்டில் சொந்தம் கொண்டாடும் மலையமான் குடியினரின் ஒரு பகுதியினர் இன்னும் உதயகிரி மலையில் மறைந்திருப்பது தங்களுக்குத் தெரிந்ததுதான். எய்தவன் அவர்கள் தலைவனாகவே இருக்க வேண்டும்" என்றான் அங்கதன்.

"அவனைப் பிடிப்பதற்கு முயற்சி செய்தீர்களா?" என்று கேட்டார் நாராயண நம்பூதிரி.

"நமது மலையேறும் படையினரும், காடு வெட்டிகளும் போயிருக்கிறார்கள். எப்படியும் அவனைப் பிடித்துக் கொண்டு வருவார்கள்" என்றான் அங்கதன்.

உடனே நாராயண நம்பூதிரி மருத்துவர் பக்கம் திரும்பி, "உயிருக்கு ஆபத்தில்லையே?" என்றார்.

"இல்லை. அம்பு இடதுபுறத்து விலா எலும்பிலேயே பாய்ந்திருக்கிறது. அது விரைவிலேயே எடுக்கப்பட்டு விஷத்துக்கு மாற்று மருந்தும் போடப்பட்டுவிட்டது. அதிர்ச்சியால் வந்த மயக்கம் மட்டுமே நீடிக்கிறது. ஆபத்து ஒன்றும் இல்லை" என்றார் மருத்துவர்.

அப்போது திருவஞ்சைக் களத்தில் இருந்து புறப்பட்ட ரதங்கள் வரிசையாக வந்து நின்றன.

தாவிக் குதித்து ஓடிவந்தார் சேரமான். பின்னாலேயே தள்ளாடி நடந்து வந்தாள் பத்மாவதி.

கையறு நிலையில் காட்சி தந்தார்கள் தாவளிச் சகோதரிகள்.

படுக்கையில் மார்த்தாண்டவர்மனைக் கண்டதும் 'தம்பி!' என்று அலறினாள் பத்மாவதி.

மெல்லிளங்கோதையைக் கட்டிப்பிடித்துக் கொண்டார்கள் தாவளிச் சகோதரிகள்.

நடந்த நிகழ்ச்சிகள் சேரமானுக்கு விரிவாகச் சொல்லப்பட்டன.

அப்போது பொழுது விடிந்துவிட்டது.

மலை நாட்டுத் தலைவனைப் பிடிக்கப்போன படைகள் இன்னும் வந்து சேரவில்லை.

அந்த அவமானத்தைப் பொறுத்துக்கொள்ளச் சேரமானால் முடியவில்லை.

"எத்தனை நாடுகளை வென்ற படைகள்! ஒரு மலைநாட்டுத் தலைவனைப் பிடிக்க முடியவில்லையே!" என்று குமுறினார் அவர்.

தன்னோடு ஒரு நூறு வீரர்களை மட்டுமே அழைத்துக் கொண்டு, மலையேறும்போது காலில் கட்டுகிற சங்கிலி, கட்டி இழுத்து ஏறுகிற வடக்கயிறு, எந்த இடத்தில் விழுந்தாலும் அந்த இடத்தைப் பற்றிக்கொள்கிற பாதாளக் கரண்டி, அனைத்தையும் எடுத்துக் கொண்டு மலையேறப் புறப்பட்டார்.

"நீங்கள் எதற்கு? படைகள் செல்லட்டுமே" என்று தடுத்தார் நாராயண நம்பூதிரி.

"இல்லை. அவன் யார், அவன் சக்தி என்ன என்பதை நான் பார்த்தாக வேண்டும்" என்று சொல்லிப் புறப்பட்டார் சேரமான்.

உதயகிரி மலை மிகவும் உயரமானதல்ல. ஆனால் செங்குத்தானது. மேலே சென்றுவிட்டால் இருபது கல் சுற்றளவுக்குச் சமவெளி உண்டு. ஆங்காங்கு மரங்களின் மீது அமைக்கப்பட்ட பரண் வீடுகள் உண்டு. தேன், பலா, வாழை மூன்றும் நிறையக் கிடைக்கும் இடம் அது.

வேணாட்டை ஆண்டு வந்த மலையவேள் குடியினரின், நாகரிகம் அடையாத ஒரு கூட்டத்தினர் அங்கே இருந்து வந்தனர்.

திங்கள் ஒரு முறை அவர்கள் மலையில் இருந்து இறங்கி வந்து, திருவிதாங்கோட்டுச் சந்தையில் தேனும் பலாவும் விற்று, தேவைப்பட்ட பொருள்களை வாங்கிச் செல்வார்கள்.

முதுகிலே அந்தப் பொருள்களைக் கட்டிக்கொண்டு மலை யேறும் திறமை அவர்களுக்கு இருந்ததுபோல் மற்றவர்களுக்கு இல்லை.

வேணாடு கேரளத்தில் சேர்க்கப்பட்டதிலிருந்து அவர்கள் வெறுப்புற்றிருந்தார்கள்.

திருவிதாங்கோடு தனி நாடு ஆனதும் தங்கள் கை வரிசையைக் காட்டத் தொடங்கினார்கள்.

அதன் முதல் கட்டம்தான் மார்த்தாண்டவர்மன்மீது எய்யப்பட்ட அம்பு.

சேரமான் செங்குத்தான மலையில் ஏறிப் பயிற்சி பெற்றவர் அல்லவென்றாலும், உணர்ச்சிப் பெருக்கில் ஏறத் தொடங்கினார். படை வீரர்களும் மடமடவென்று ஏறத் தொடங்கினார்கள்.

அவர்கள் ஏற ஏற, ஒவ்வொரு பாறை இடுக்கிலும் ஒரு சேர நாட்டு வீரன் அம்பு பட்டு மாண்டு கிடப்பதைப் பார்த்தார்கள்.

பாதி தூரம் ஏறியதும் மலை உச்சியில் வில்லும் அம்புமாக வரிசையாக நின்ற மலை ஜாதியினர் அவர்கள் கண்களுக்குத் தெரிந்தார்கள்.

முன்னெச்சரிக்கையாக அவர்கள் கவசம் அணிந்திருந்ததால் மலையிலிருந்து பறந்து வந்த அம்புகள் அவர்களை ஒன்றும் செய்ய முடியவில்லை.

எதிர்த்து அம்பு விட்டுக்கொண்டே அவர்கள் மலை உச்சியை நெருங்கினார்கள்.

எனினும் வீரர்கள் நூறுபேரில் சுமார் நாற்பதுபேர் மடிந்தார்கள். வீரர்களோடு வீரனாக அடையாளம் தெரியாமல் சென்ற சேரமான் முதலில் சில வீரர்களோடு மலை உச்சியை அடைந்துவிட்டார்.

அங்கே சேரமானுக்கும் மலை ஜாதியினருக்கும் பலமான யுத்தம் நடந்தது. ஆனால் இறுதியில் ஆயிரம் பேருக்குமேல் இருந்த மலை ஜாதியினரிடம் சேரமான் தோற்றார்.

அவரையும், மிஞ்சிய இருபது படை வீரர்களையும் கயிற்றால் பிணைத்து மரங்களில் கட்டினார்கள்.

மலை ஜாதியினர் தலைவன் - அஞ்சலவேள் ஒரு மன்னனைப் போலவே கம்பீரமாக அவர்முன் தோன்றினான். மலை ஜாதி ஆண்களும் பெண்களும் அவர்களைச் சுற்றிச் சுற்றி ஆடத் தொடங்கினார்கள்.

பெரிய காட்டு எருமை ஒன்றை அறுத்து வாட்டத் தொடங்கினார்கள்.

அப்போது பறவைகளின் இறகுகளால் அழகான ஆடை தரித்து முத்து, பவளம், சங்கு ஆகியவற்றைக் கழுத்தில் அணிந்து காதிலே நான்கு வளையங்களைத் தொங்கவிட்டுப் பளபளக்கும் முகத்தோடு சேரமானின் எதிரே தோன்றினாள் மலைஜாதித் தலைவனின் மகள் தரங்கிணி.

கட்டப்பட்டிருந்த சேரமானின் அருகிலே வந்து பார்த்தாள். அவள் கண்களைப் பார்க்கவே சேரமானுக்குப் பயம் உண்டாயிற்று.

மத்தளம் போன்ற வாத்தியங்கள் முழங்க அந்த மலை ஜாதிக் கலைமகள் அபிநயம் பிடிக்கத் தொடங்கினாள்.

5. நாகர் கோயில்

மலை நாட்டில் அப்படி ஒரு தனி ஆட்சி நடப்பதை இதுவரை அறிந்திராத சேரமான், அந்தச் சூழ்நிலைகளைக் கண்டு ஆச்சரியமுற்றார்.

கொங்கு நாட்டையும், கூடல் நாட்டையும் ஒருசேரச் சந்தித்து வெல்லக்கூடிய ஆற்றல் படைத்த அந்தத் தோள்கள், சாதாரண மலைவாசிகளுக்கு அடிமையாகி விட்டதை எண்ணி அவர் வெட்கப்பட்டாலும், அந்தப் புதுமையான சூழ்நிலையில் திகைப்புற்றவராகவும் காணப்பட்டார்.

'வேளிர் குடியினர் மற்ற மலைஜாதியினரைவிட நாகரிகம் வாய்ந்தவர்கள்' என்று அவர் நினைத்திருந்தார். ஆனால் அவர்களிடையேயும் ஒரு சிலர் பரம்பரைப் பழக்க வழக்கங்களில் மூழ்கிக் கிடப்பது அப்போதுதான் தெரிந்தது.

பகைவனைக் கைது செய்து கட்டி வைத்துவிட்டு, நகராக்களை முழங்கி நாட்டியமாடும் ஆதிவாசிகளின் மனோபாவம் மலையமான் குடியினருக்கும் இருப்பது கண்டு அவர் வியந்தார். எனினும் ஒன்றை அவர் காணத் தவறவில்லை.

பழக்க வழக்கங்கள் எப்படி இருந்தாலும் தரங்கிணியின் அழகு, மற்றக் கேரளப் பெண்களின் அழகுக்கு ஈடு கொடுப்பதாகவே இருந்தது.

நல்ல குளிர்ந்த காற்றடிக்கும் இயற்கையான சூழலில் கட்டுப் பட்ட நிலையில் அவர் நின்றார். எருமையை வாட்டுவதற்காக

ஏற்றப்பட்ட நெருப்பின் கதகதப்பு அவர் உடம்புக்கு இதமாக இருந்தது. அதைவிட அடிக்கடி தரங்கிணி அவர் கன்னத்தைத் தட்டி நாட்டியமாடியது அவருக்கு வேடிக்கையாக இருந்தது.

மலையர் தலைவன் அஞ்சலவேள் தரங்கிணியையும் மற்ற பெண்களையும் அங்கேயே விட்டுவிட்டு மற்ற வீரர்களை அழைத்துக்கொண்டு மலையின் உட்பகுதிக்குச் சென்றுவிட்டான்.

'திருவஞ்சைக்களத்துக்கு முடிசூட்டப்பட்ட மூன்றாம் சேரமான் இவர்தான்' என்பது அஞ்சலவேளுக்குத் தெரியவில்லை. 'படைத்தளகர்த்தர்களில் ஒருவர்' என்றே அவன் கருதியிருந்தான்.

அவனைப் பொறுத்தவரை, திருவிதாங்கோட்டுச் சந்தைக்குக் கூட ஒரே ஒரு முறைதான் போயிருக்கிறான். 'இரண்டாம் சேரமான் பெருமாள்' என்ற குலசேகர ஆழ்வார் முடிதுறந்த சேதி மட்டும் அவனுக்கு கிடைத்திருந்ததே தவிர, வஞ்சியின் புதிய மன்னர் பற்றிய மற்ற விவரங்கள் அவனுக்குத் தெரியவில்லை. திருவிதாங்கோட்டு முடிசூட்டு விழாவைத்தான் அவன் அறிவான்.

காட்டிலே வேலை செய்து கடமை முடித்த பெண்கள் இரவிலே கூடுமிடத்தில்தான் சேரமான் கட்டப்பட்டிருந்தார். ஆகவே இயற்கையாகவே அங்கு வரும் வேளிர் பெண்கள், அன்று சிலர் கைது செய்யப்பட்டிருப்பதைக் கேட்டு வேடிக்கை பார்க்கவும் வந்தார்கள்.

அந்தப் பெண்களிலே பலருக்கும் கள் அருந்தும் பழக்கம் இருந்தது. 'நறவு' எனப்படும் கள்ளை அவர்கள் 'நறா' என்று அழைத்தார்கள்.

நேரம் ஆக ஆக, அவர்களில் கன்னிகளாக இருந்தவர்களுடைய காதலர்கள், கல்யாணமான பெண்களின் கணவன்மார்கள் ஆகியவர்கள் 'உண்டாட்டுப் படலம்' நடத்த அங்கு வந்து சேர்ந்தார்கள்.

ஆடிக்களிப்பதும் சிறிது நறவு அருந்துவதுமாக இருந்தாள் தரங்கிணி. இரவு நேரத்தில், மலைவாசிகளைத் தவிர வேறு யாரும் மலையின் மீது ஏறவோ, மலையிலிருந்து இறங்கவோ முடியாது. அந்தத் தைரியத்தில் சேரமானின் கைக்கட்டுகளையும் அவள் அவிழ்த்து விட்டாள்.

காட்டுச் சூதங் கம்புகள் எரிக்கப்பட்ட வெளிச்சத்தில் பகலில் கவனித்ததைவிட அதிகமாக அவள் அழகைக் கவனித்தார் சேரமான். அவள் கழுத்திலே அணிந்திருந்த 'புலி நகம்' அவர் கருத்தைக் கவர்ந்தது.

உதயகிரி மலையில் அவ்வளவாகச் சிறுத்தைகள் கிடையாது. இருப்பினும் அந்த மலையோடு தொடர்பு அறுந்துபோய் நிற்கும் பல மலைகளில், சிறுத்தைகளும் காட்டு யானைகளும் உண்டு.

அந்த மலைகளுக்குச் சென்று வேட்டையாடி, புலி நகமும், யானைத் தந்தமும் கொண்டு வருவது உதயகிரி மக்கள் வழக்கம்.

ஆடவர்களில் சிலர் புலித்தோல் அணிந்திருந்ததையும் சேரமான் பார்த்தார். துணிமணிகள் அணிந்த பெண்களும் அங்கே இருந்தார்கள்.

துணிமணி அணியும் பழக்கம் இருக்கும் போது தரங்கிணி மட்டும் ஏன் பறவை இறகுகளால் ஆன ஆடை அணிந்திருந்தாள்? மலைவாசிகளின் அழகான அந்தத் தேசிய உடையில் அவளுக்கு இருந்த மோகம் அவருக்குப் புரிந்தது.

அவள் பாடிய பாடலில் செம்மையான மலையாளக் கொடுந்தமிழ் வார்த்தைகள் நிறைந்து காணப்பட்டன. கொச்சையாக அவள் பாடியபோதும் சங்கம் மருவிய காலத்துத் தமிழ்ச் சொற்கள் பலவற்றை அதில் கண்டுபிடிக்க அவரால் முடிந்தது.

தரங்கிணி அளவுக்கு மீறிய போதையில் இல்லை. 'இந்திரர் அமிழ்தம் இதுவெனக் கருதிச் சந்திரன் இறங்கித் தவழும் உதயமலை என்றவள் பாடினாள். சித்திர வேலைப்பாடு அமைந்த ஒரு கைப்பாத்திரத்தில் நிறைய நறவினை எடுத்து அவர் முன்னே நீட்டினாள்.

தன் கரங்களால் வாயையும் மூக்கையும் பொத்திக் கொண்டு ''இது எனக்குப் பழக்கமில்லை'' என்றார் சேரமான்.

அவள் சிரித்தாள். அது என்னவோ, குயில் விட்டு விட்டுக் கூவுவதுபோல அவருக்குக் கேட்டது.

அவர் அருகே வந்து, மெதுவாக, ''நின் பெயர் என்ன?'' என்று கேட்டாள் தரங்கிணி.

தன்னை யாரும் அறிந்து கொள்ளவில்லை என்பதை முன்னே தெரிந்து கொண்டிருந்த சேரமான், சுருக்கமாகத் தன் பெயரை, ''ரவி'' என்றார்.

''நீ எழிலாக இருக்கிறாய்!'' என்றாள் அவள்.

''ஏன்? நீயும்கூடத்தான்!'' என்றார் அவர்.

''இம்மலையில் பருவம் எஞ்ஞான்றும் இளவேனிலே, ஆதலின் என் தோற்றம் அழகு குலையாதது!'' என்றாள் அவள்.

அந்தத் தமிழை அவர் வெகுவாக ரசித்தார்.

''இங்கு கல்விச் சாலைகள் உண்டா?'' என்று அவர் கேட்டார்.

''எங்களுக்கு நாங்களே!'' என்று பதில் சொன்னாள் தரங்கிணி.

அவளிடம் பல விஷயங்களைப் பேசவேண்டும் போல அவருக்குத் தோன்றிவிட்டது. 'பழம் பெரும் தமிழ்க் குடியினர் ஆயவேளின் குடியினர் என்று கேள்விப்பட்டிருந்த அவருக்கு நீண்ட காலத்து மரபுகள் பற்றி அவளோடு உரையாட வேண்டும் போல் தோன்றிற்று.

சுற்றியிருந்த ஆண்களும் பெண்களும் சத்தமிட்டுச் சிரித்ததும் கட்டிப்பிடித்து விளையாடியதும் அவரது ரசனைக்கு ஏற்றதாக இல்லை.

''வேடிக்கைக் காட்சிகளை ரசிப்பதைவிட, சில விவரங்களைத் தெரிந்து கொள்வது நலம்!'' என்று அவரது அரசியல் உள்ளம் கூறிற்று.

தரங்கிணியும் நன்கு விவரம் தெரிந்தவளாகவே அவர் கண்களுக்குத் தென்பட்டாள்.

"நான் உன்னோடு நிறைய பேசவேண்டும்" என்றார் அவர்.

"நன்று, நவிலுங்கள்!" என்றாள் அவள்.

சரி! சரி! உதயகிரி மக்கள் தொல்காப்பியர் காலத்திலேயே வாழ்ந்து கொண்டிருந்திருக்கிறார்கள் என்பது அவருக்குப் புரிந்தது.

"யான் சேரநாட்டுத் தளபதி. இம்மலை பற்றிய வழக்காறுகள், மரபுகள் சிலவற்றை நின்பால் அறிந்துகொள்ள வேண்டும்!" என்றார் அவர்.

உடனே அவள் சாதாரணத் தமிழில் 'அப்படியா?' என்றாள்.

அது அவருக்கு வேடிக்கையாக இருந்தது. காலங்களால் மாறியும் மாறாமலும் இருக்கும் அவளது மழலை மொழியே சுவை மிகுந்த ஒன்றாக அவருக்குப்பட்டது.

"இவர்கள் களி மயக்கத்தில் இருக்கிறார்கள். பொழுது நடக்க நடக்கப் புலம்புவார்கள். இவ்விடம் நல்லதன்று. யாம் நாகர்கோயிலுக்குப் போவோம்" என்றாள் அவள்.

"அது எவ்விடம்?" என்று கேட்டார் சேரமான்.

"அதோ ஒரு கல் தொலைவில் கனல் எரிகிறது தெரிகிறதா?' என்றாள் அவள். சேரமான் கூர்ந்து கவனித்தார். மலையில் நெருப்பு வெளிச்சம் ஆங்காங்கு தெரிந்தாலும் ஒரே ஒரு இடத்தில் மட்டும் சீராகவும் வரிசையாகவும் தெரிந்தது.

அவள், "போகலாம்" என்று சொல்வதற்கு முன்னாலேயே சேரமான் நடக்கத் தொடங்கினார்.

"செல்லக் கிடக்க" என்றாள் அவள். சேரமான் நின்றார்.

அங்கு ஒரு மரத்தின் கிளையில் இருந்து தொங்கிக் கொண்டிருந்த சலங்கை போன்ற மணியை அவள் அசைத்தாள். சத்தம்

போட்டுக்கொண்டிருந்த அத்தனை பேரும் அப்படியே அசையாது நின்றார்கள்.

"மகளிர் இருவர்" என்றாள் அவள்.

இரண்டு பெண்கள் எரிந்து கொண்டிருக்கும் கழிகளோடு அவள் அருகில் நடந்தார்கள். அவள் முன்னால் நடக்க, சேரமான் பின்னால் நடந்தார். அந்தச் சூழ்நிலையும் அந்த மொழியும் அவருக்கு வெகு சுகமாக இருந்தன. அங்கேயே தங்கியிருக்கலாம் போலவும் அவருக்குத் தோன்றிற்று.

'படையெடுப்புக்களாலும் நாகரிகக் கலப்புக்களாலும் சமவெளி மக்கள்தான் மாறியிருக்கிறார்கள்; மலைவாழ் குடியினர் பழைய மரபுகளை அப்படியே காப்பாற்றி வருகிறார்கள்; எவ்வளவு ஆழமான தமிழ் வார்த்தைகளை இவள் மழலை மொழியில் உச்சரிக்கிறாள்?'

சேரமான் சிந்தித்தபடியே அவள் பின்னால் நடந்து கொண்டிருந்தார்.

மெல்லிய காற்றில் தவழ்ந்து வந்த சந்தன வாடை, மகிழ மலர்வாடை அனைத்தும் மனத்தில் புதிய பரவசத்தை உண்டாக்கின.

தரங்கிணி நடந்து சென்ற போது சில மான்கள் அச்சமில்லாமலேயே அவள் எதிரில் வந்து நின்றன. அவற்றை அவள் தட்டிக் கொடுத்து விலக்கினாள்.

ஓர் இடத்தில் காட்டு எருமைகள் கூட்டமாக ஓடின. ஒரு சிறிய ஏரிக்குள்ளே அவை இறங்கின.

அவை இறங்கிய வேகத்தில் மீன்களில் சில துள்ளிக் கரையிலே விழுந்தன. நெருப்பு வெளிச்சத்திலேயே அவற்றைக் காணச் சேரமானால் முடிந்தது.

அழகான ஒரு கோயிலின் முன்னே அவர்கள் வந்து சேர்ந்தார்கள்.

அது ஒரு சுதைக் கோயில்.

களிமண்ணும் சுண்ணாம்பும் கொண்டு கட்டப்பட்டது.

அந்தக் கோயிலின் முன்பக்கச் சுவரில், வாசலுக்கு இருபுறமும் 'சாரையும் சர்ப்பமும் பின்னியிருப்பது' போல் ஓவியம் இருந்தது.

இருவருக்கும் வழிவிட்டு இரண்டு பெண்களும் நெருப்புக் கழிகளோடு இருபுறமும் ஒதுங்கி நின்றபோது அந்தப் படங்களை அவர் பார்த்தார்.

அந்த வாசலிலேயே ஒரு சங்கு வைக்கப்பட்டிருந்தது.

அது ஒரு வலம்புரிச் சங்கு.

அந்தச் சங்கை எடுத்து அவள் ஊதினாள்.

சிறிது நேரத்துக்கெல்லாம் கோயிலின் உட்புறத்திலிருந்து தொண்ணூறு வயது மதிக்கத்தக்க 'குடுகுடு' கிழவர் ஒருவர் கையில் தீப்பந்தத்தோடு காட்சி அளித்தார். அவர் வெளியே வரவில்லை. தாமும் ஒரு சங்கை ஊதினார்.

தரங்கிணியும் அவரும் மாறிமாறி மூன்று முறை சங்கை ஊதினார்கள்.

பிறகு தரங்கிணி சேரமான் பக்கம் திரும்பி "வருக" என்றாள்.

உள்ளே இருந்த கிழவர் மடமடவென்று சில கழிகளுக்கு நெருப்பை வைத்தார். கோயிலின் உட்பகுதி பிரகாசம் அடைந்தது.

தரங்கிணியைத் தொடர்ந்து உள்ளே நுழைந்த சேரமான் வாசற்படியைத் தாண்டியதுமே பயந்து நின்று விட்டார்.

ஒரு பிரம்மாண்டமான நாகப்பாம்பு அவர் முன்னே படமெடுத்து நின்றது.

தரங்கிணி அதன் முன்னாலே மண்டியிட்டு, ஏதோ ஒரு சுலோகத்தை உச்சரிப்பது போல உச்சரித்தாள். படமெடுத்த பாம்பு அப்படியே படத்தைச் சுருக்கிக் கொண்டு தலை தாழ்த்தி, மரியாதை செலுத்துவது போல் தரையிலேயே தலையை வைத்தது.

பின் மெதுவாக ஊர்ந்து சென்றது.

தரங்கிணி அங்கேயே நின்றாள். சேரமானும் அங்கேயே நின்றார்.

உள்ளே சென்ற நாகம், வாயிலே ஒரு மலரைக் கவ்விக் கொண்டு வந்தது.

தரங்கிணி இடது கையின் மீது வலது கையை வைத்து, பணிந்து அதை வாங்கிக் கொண்டாள். பிறகு அது முன்னால் செல்ல அவள் பின்னால் சென்றாள். அவளுக்கு பின்னால் சேரமான் சென்றார்.

'உஸ் உஸ்' என்ற சத்தம் எங்கும் கேட்டுக் கொண்டிருந்தது.

'கர்ப்பக்கிரகம்' போன்ற ஒரு சிறிய அறை, அதற்கு மூன்றடி உயரம் மட்டுமே உள்ள சிறிய வாசல். அந்த வாசலின் முன்னே வந்து அவள் மண்டியிட்டாள்.

சேரமானை நிமிர்ந்து பார்த்தாள்.

அவரும் அங்கே மண்டியிட்டார்.

இருண்ட உட்பகுதியில் விளக்கு எதுவும் இல்லாமலேயே வெளிச்சம் தெரிந்தது.

"ஈண்டு காணும் ஒளி, இயற்கையின் தோற்றம்" என்றாள், தரங்கிணி.

குருவிடம் சிஷ்யன் பாடம் கேட்பது போல் அதைக் கேட்டுக் கொண்டார் சேரமான்.

சிறிது நேரத்தில் உட்புறத்தில் ஒரு பெரிய நாகம் படமெடுத்து நின்றது.

சுமார் பத்துப் பதினைந்து நாகங்கள் படமெடுத்த பாவனையில் அந்தப் பெரிய நாகத்தைச் சுற்றிச் சுற்றி வந்தன.

அப்போது அந்த முதியவர் இடைவிடாது சங்கை ஒலித்துக் கொண்டிருந்தார்.

ஒரு மண் பாத்திரத்தில் தண்ணீரைக் கொண்டு வந்து அவள் முன்னாலே வைத்தார் அந்தக் கிழவர்.

பெரிய நாகம் உள்ளிருந்து வெளியே வந்து தண்ணீரில் தலையை விட்டுவிட்டுத் திரும்பி போய்விட்டது. அந்தத் தண்ணீரில் ஒரு கை அள்ளிக் குடித்தாள் தரங்கிணி.

'நீங்களும் குடியுங்கள்' என்பதுபோல் சேரமானுக்கு ஜாடை காட்டினாள் அவள்.

''ஐயோ! பாம்பு குடித்த தண்ணீரையா?'' சேரமான் பயந்தே போய்விட்டார். தண்ணீரை அள்ளிக் குடிப்பது போல முழங்கை வழியே விட்டுவிட்டார்.

பிறகு அந்தச் சிறிய வாசல் கதவு தானாகச் சாத்திக் கொண்டது. கிழவரையும் காணவில்லை.

கோயிலின் முன்பகுதி மண்டபத்தில் வந்து அமர்ந்தாள் தரங்கிணி.

அவள் எதிரிலே தானும் உட்கார்ந்தார் சேரமான்.

''இக்கோயில் காலங்கடந்தது; காலந் தோற்றாதது. ஆய் வணங்கியது இவ்விடம்'' என்றாள் அவள்.

சேரமான் தலையை ஆட்டிக் கொண்டே இருந்தார்.

''நச்சற்ற நாகங்கள் இம்மலையில்தான் உண்டு'' என்றாள் அவள்.

சேரமான் மேலும் தலையை ஆட்டினார்.

''நீ பற்றிக் கூறு'' என்றாள் அவள்.

''நீ பற்றி என்று சொல்லக் கூடாது; உன்னைப்பற்றி'' என்று திருத்த அவர் நினைத்தார். ஆனால் வாயடைத்துவிட்டது.

''இங்கே யாரெனினும் பொய் கூறினால் ஏது நடக்கும் தெரியுமா?'' என்று அவள் கேட்டாள்.

மேலேயிருந்து ஒரு நாகம் அவர் கழுத்தில் விழுந்தது.

சேரமான் அலறிவிட்டார்.

6. பூர்வ ஜென்மமா?

"அஞ்சற்க! இந்நாகம் நம்மை எதுவும் செய்யாது!" என்றாள் தரங்கிணி.

கழுத்தில் விழுந்த நாகம் கைவழியே இறங்கி, மெதுவாகக் கர்ப்பக்கிரஹ அறைக்குள் நுழைந்தது.

"இந்த நாகர்கோயில் எப்போது கட்டப்பட்டது என்ற விவரம் உனக்குத் தெரியுமா?" என்று கேட்டார் சேரமான்.

உடனே தரங்கிணி எழுந்து, நெருப்பு கொழுந்து விட்டு எரிந்து கொண்டிருந்த ஒரு சூந்தங் கம்பைக் கையில் எடுத்து, சுவரின் ஒரு பகுதியைக் காட்டினாள். அங்கே ஒரு பெரிய கருங்கல் பதித்திருந்தது.

சுமார் ஐந்நூறு ஆண்டுகளுக்கு முந்திய தமிழ் எழுத்துக்களில், ஏதோ அதில் எழுதப்பட்டிருந்தது. ஓரளவுக்கு அதைப் படிக்கக் கூடிய சக்தி சேரமானுக்கு இருந்ததால் படிக்க முயன்றார்.

"பறம்பின் கோமான் பாரியும், கொல்லி நாடன் வல்வில் ஓரியும் ஒருங்கே தோன்றியவன் போல் தோன்றியவனும், சேர, சோழ, பாண்டியர் மூவரையும் ஒருங்கே எதிர்த்த மலையமான் திருமுடிக்காரியின் இனத் தோன்றலுமாகிய மலையமான் ஆய் ஆதற்கு யாண்டு பதினேழு ஆயின்கோடு கொண்டு அரசு புரிந்தகாலை உதயகிரி கைவசமாக, ஆய் ஆதன் கண்டது இக்கோயில். வெள்வேல் ஏரிக்கரையில் ஐந்து தலை நாகம் தோன்ற

ஆய் ஆதன் அதனை சீவ, மறுநாகம் தோன்றிற்று. ஆதலின் இக்கோயில் ஆய் ஆதனால் எழுப்பப்பட்டது. இவ்வுதயகிரி மலையும் ஆயிரத்து ஐந்நூறு கோக்களும் நிவந்தமாயின.''

- இவ்வளவுதான் சேரமானால் படிக்க முடிந்தது.

ஆய் ஆதன் பற்றிச் சேரமானும் கேள்விப்பட்டதுண்டு. 'வஞ்சியை ஆண்ட எழினியின் மரபினனே ஆதன்' என்று சேரமான் படித்ததுண்டு.

'இவன் ஆய் அண்டிரனுக்குப் முந்தியவனா, பிந்தியவனா' என்பது சேரமானுக்குப் புரியவில்லை. எனினும் அவர் அது பற்றிக் குழப்பிக் கொள்ளவில்லை.

'ஆய் வழியினர் திருவிதாங்கோட்டுக்கு உரிமை கொண்டாடு வதில் நியாயம் இருக்கிறது' என்பது மட்டும் அவருக்குப் புரிந்தது.

"இவ் ஆய் வழி வழியே நாங்கள்" என்றாள் தரங்கிணி.

"இந்தக் கல்வெட்டை உன்னால் படிக்க முடியுமா?" என்று கேட்டார் சேரமான்.

"இயன்றவரை" என்றாள் தரங்கிணி.

அந்தக் கல்வெட்டையும், அவள் முகத்தையும் மாறி மாறிப் பார்த்தார் சேரமான். இப்போது அவள் முகத்தில் ஒரு ராஜ வம்சத்தின் களை தோன்றலாயிற்று.

"இம்மலையாங்கணும் நீ பார்த்ததில்லை. வியன்மிகு காட்சிகள் உண்டு" என்றாள் தரங்கிணி.

"அப்படி என்ன உண்டு" என்று கேட்டார், சேரமான்.

"பாடும் மீன்கள் நிறைந்த ஊருணி. அவ்வூருணியின் நீர் இரவிலே வெப்பம், பகலிலே குளிரும்" என்றாள் தரங்கிணி.

"அதை நான் பார்க்கலாமா?" என்று கேட்டார் சேரமான்.

"இதுவே நேரம்" என்ற தரங்கிணி, கைதட்ட ஏற்கெனவே தீக்கம்பு எடுத்து வந்த இரண்டு பெண்களும் உள்ளே நுழைந்தார்கள்.

"வருக" என்று தரங்கிணி முன்னால் நடந்தாள்.

படிக்கட்டைத் தாண்டியதும், மீண்டும் அங்கிருந்த சங்கை எடுத்து ஊதினாள். கோயிலுக்குள் இருந்த கிழவரும் அதுபோலவே ஊதினார்.

தரங்கிணியைப் பின் தொடர்ந்து ஊருணியை நோக்கி நடந்தார் சேரமான்.

"உலகில்தான் எத்தனை அற்புதமான காட்சிகள் இருக்கின்றன! அதிலும் சேரநாட்டின் ஒரு பகுதியிலேயே எவ்வளவு சிறப்பான காட்சிகள்! அரசியல் ஆரவாரத்தினால் இவற்றைக் காணக்கூட முடியாமல் இருந்ததே" என்று அவர் வருந்தினார்.

போகின்ற வழியில், மரங்களின் மீது கூட்டம் கூட்டமாக அமர்ந்திருந்த வண்ண வண்ணப் பறவைகளை அவர் கண்டார். நெருப்பைப் பார்த்தும் மனித அரவத்தைக் கேட்டும் அவை 'குப்'பென்று பறந்ததும் மீண்டும் மரத்தில் வந்து அமர்ந்ததும் கண்கொள்ளாக் காட்சியாக இருந்தது.

ஒரு சிறிய ஊருணி. பழங்காலக் கற்கட்டு. சில கற்கள் பெயர்ந்து அங்கே சிறு சிறு மரங்கள் முளைத்திருந்தன. ஒரு கல்லுக்கும் மறு கல்லுக்கும் இடையே உள்ள வெளியில் பெரிய அளவுள்ள புற்கள் முளைத்திருந்தன.

பச்சை நிறத்தில் தண்ணீர் காட்சி அளித்தது. அதன் கரையிலே வந்து நின்றாள் தரங்கிணி. முதற்படிக்கட்டில் இறங்கினாள். மெதுவாக அமர்ந்தாள். சேரமானையும் அமரச் சொன்னாள்.

கன்னத்திலே கை வைத்தபடி மெல்லிய குரல் கொடுத்தாள். திரும்ப அதேபோல் ஒரு குரல் எதிரொலித்தது. அதை 'எதிரொலி' என்றுதான் சேரமான் கருதினார். ஆனால் திடீரென்று தண்ணீரில் மெதுவாக அலை எழுந்தது.

'வரால் மீன்' அளவுக்குப் பொன் நிறத்து மீன் ஒன்று. ஆனால் உருவத்தில் வட்ட வட்டமாகத் தலை தூக்கிற்று.

அவள் மீண்டும் குரல் கொடுத்தாள். அந்தக் குரலின் கடைசிப் பகுதியை மட்டும் அந்த மீன் பாடிற்று.

மெதுமெதுவாக ஒன்று, இரண்டு, மூன்று என்று நூற்றுக்கணக்கான மீன்கள் தண்ணீருக்குமேல் தலை காட்டின. ஒரு பெரிய கூட்டு இசையையே அவை பாடத் தொடங்கின.

ஆனால் அது பாட்டு மாதிரி சேரமானுக்குத் தெரியவில்லை. 'பசியில் அலறுவது' போலவே தோன்றிற்று.

அவர் தண்ணீரில் கை வைத்துப் பார்த்தார். நல்ல வெந்நீராக அது இருந்தது.

அவள் நாணத்தோடு, "நான் குளிக்கப்போகிறேன்" என்றாள்.

சேரமான் தம் கண்களை மூடிக் கொண்டார்.

மார்புக் கச்சையை அவிழ்த்து வைத்து விட்டு

கரங்களால் மார்பகத்தை மூடியவண்ணம் ஊருணியில் இறங்கினாள் தரங்கிணி. பார்த்தால் ஆழம் நிறைந்ததாகத் தோன்றிய ஊருணி, அவளுக்குக் கழுத்தளவே இருப்பதாகச் சேரமானுக்குத் தோன்றியது.

உண்மையில் அது ஒரு வகையான நீச்சல். வடமொழியில் 'ஜல ஸ்தம்பம்' என்பார்கள். தேவதைகள் மட்டும் அப்படி குளிப்பதாக ஐதீகம்.

அவள் குளித்துக்கொண்டே பாடினாள்; பாடிக் கொண்டே குளித்தாள். அல்லிக் கொடியின் வேர்கள் தண்ணீருக்கு மேல் பரந்து கிடப்பது போல், அவளது கூந்தல் நீரிலே மிதந்தது.

"மலை நாடுடையாய்; மாணிக்கவல்லி!
சற்றே உன் கதவைத் திற!
உனது இளங்காற்றில் நான் குளிக்க வேண்டும்.
உனது இனிய தாலாட்டுக்காக நான் மறுபடியும்
  குழந்தையாக விரும்புகிறேன்.
மேலே வானத்தையும், சுற்றிலும் மலையையும் தவிர,
என் கண்ணுக்கு வேறு எவையுமே தோன்றவில்லை.
நல்லவேளை, நான் தனியாக இருக்கிறேன்.
என் தனிமைக்கு நீ தான் துணை.
என்னோடு நீயும், உன்னோடு நானுமாகப் பேசிக்
  கொண்டிருப்போம்.
மூங்கிலில் மோதி நீ எழுப்பும் இசையே என்
  பாடலுக்கு இசை.
இப்படியே என் பொழுது கழிய வேண்டும்.
எவரும் இதில் குறுக்கிடுவதை நான் அனுமதிக்க
  மாட்டேன்."

- அவள் பாடியதன் பொருள் இதுதான்.

ஆனால் பாடிய தமிழோ சங்ககாலத் தமிழாக இருந்தது.

கொஞ்ச நேரமாக, அந்தத் தமிழைக் கேட்டுக் கேட்டு சேரமானுக்கு அதில் பிரியமும் பழக்கமும் ஏற்பட்டு விட்டன.

திடீரென்று தண்ணீருக்குள் மூழ்கினாள் தரங்கிணி. அலைகள் விலகி மீண்டும் இணைந்தன.

ஒரு விநாடி...

இரண்டு விநாடிகள்...

பத்து விநாடிகள்...

முப்பது விநாடிகள்...

தரங்கிணியைக் காணவில்லை..

பயத்தோடு "தரங்கிணி!" என்று அழைத்தார் சேரமான்; பதில் இல்லை.

கொஞ்சம் சத்தம் போட்டு "தரங்கிணி" என்றார் பதில் இல்லை.

தாளமுடியாத பயத்தோடு "தரங்கிணி" என்று உரக்கக் கூவினார் சேரமான்.

பின்பக்கம் இருந்து சிரிப்புச் சத்தம் கேட்டது.

மார்புக் கச்சையை எடுத்துக் கட்டியவண்ணம் "செல்லலாமா?" என்று கேட்டாள் தரங்கிணி.

"எப்படி நீ கரை ஏறினாய்?" என்று கேட்டார், சேரமான். ஐம்பது காலடி தூரத்தில் இருந்த ஓர் இடத்தைக் காட்டினாள் தரங்கிணி. இரண்டு தோழிப் பெண்களும் நெருப்புக் கம்பை அந்தப் பக்கம் காட்டினார்கள்.

அங்கே 'யாழி' ஒன்று வாய் திறந்திருப்பதைப் போலக் காணப்பட்டது. அதன் வாய்க்குள்ளே ஒரு படிக்கட்டு இருந்தது.

மேல் படிக்கட்டு வரையில் தண்ணீர் ததும்பிக் கொண்டிருந்தது.

"இதுவும் மலையமான் ஆய் ஆதனுடைய படைப்பா?" என்று கேட்டார் சேரமான்.

"அங்ஙனமே" என்றாள் தரங்கிணி.

இருவரும் முதலில் சேரமானால் கட்டப்பட்டிருந்த இடம் நோக்கிச் செல்லலாம் என்று திரும்பியபோது பெரும்மழை பிடித்துக்கொண்டது. நனைந்தபடியே அவர்கள் நாகர்கோயிலை நோக்கி நடந்தார்கள்.

பெரும் மழையினால் கம்புகளில் எரிந்து கொண்டிருந்த நெருப்பு அணைந்தது. இடையிலே மின்னல் மின்னி வழி காட்டிற்று.

சேரமானின் கையைப் பிடித்துக் கொண்டு நடந்தாள் தரங்கிணி.

நாகர்கோயில் வாசலுக்கு வந்ததும், அந்தப் பெருமழையிலும், மீண்டும் சங்கெடுத்து ஊதினாள் தரங்கிணி.

வழக்கமான சடங்கு. உள்ளே நுழைந்த இருவரும் நன்றாக நனைந்திருந்தார்கள். அந்த நிலையிலும் ஒருவருக்கொருவர் 'வேறு வகையான' எண்ணத்தோடு பார்த்துக் கொள்ளவில்லை.

இரண்டு பெரிய போர்வைகளைக் கொடுத்தார் முதியவர். மார்பில் இருந்து கால் வரையிலும் இருவரும் அதைக் கட்டிக்கொண்டு நனைந்த ஆடைகளைக் களைந்தார்கள்.

வாய் சிறிதான இரண்டு பாத்திரங்களில் நெருப்புக் கம்புகளை ஊன்றிப் பக்கத்தில் வைத்துக் கொண்டு அமர்ந்தாள் தரங்கிணி. எதிரே அமர்ந்தார் சேரமான்.

"இதுகாறும் நீ யாரென நான் அறியேன்" என்றாள் தரங்கிணி.

அப்பொழுதுதான் சேரமானுக்கு அவள் முன்பு சொன்ன வார்த்தை நினைவுக்கு வந்தது. 'இந்த இடத்தில் யாரும் பொய் உரைக்கக்கூடாது' என்று அவள் கூறி இருந்தாள் அல்லவா?

"உண்மையைச் சொல்லட்டுமா?" என்று கேட்டார் சேரமான்.

"உண்மைதான் சொல்ல வேண்டும்" என்று அழுத்தமாகச் சொன்னாள் தரங்கிணி.

"நான்தான் வஞ்சிக்கு முடிசூட்டப்பட்ட மூன்றாம் பெருமாள். என் இயற்பெயர் 'பாஸ்கர ரவிவர்மன்...' திருவிதாங்கோட்டுக்கு

முடிசூட்டப்பட்டிருப்பது என் மைத்துனன் மார்த்தாண்டவர்மன்" என்றார் அவர்.

தரங்கிணி திகைப்போடு அவரைப் பார்த்தாள்.

ஒரு சிறிய மலையில் உள்ள மக்களை அடக்குவதற்கு ஒரு பெரிய நாட்டின் மன்னனே மலையேறி வருவானா? என்ன அதிசயம்?

"உங்கள்பால் தளநாயகர் எவரும் இல்லையா?" என்று கேட்டாள் தரங்கிணி.

"இருக்கிறார்கள்" என்றார் சேரமான்.

"பின் இம்மலை முகடு ஏற உனக்கு ஏன் தொல்லை?" என்று கேட்டாள் தரங்கிணி.

"நானே வந்தது நல்லதாய்ப் போயிற்று" என்றார் சேரமான்.

"எவ்வண்ணம்?" என்று வினவினாள் தரங்கிணி.

"நானே வரவில்லையென்றால் இவ்வளவு அற்புதங்களை, அதிசயங்களைக் காண வாய்ப்பு ஏது?" என்றார் சேரமான்.

"நச்சுக் கணையினால் நீ மாண்டிருந்தால்...?" என்று அனுதாபத்தோடு கேட்டாள் தரங்கிணி.

"போர் வீரன் அவற்றுக்கு அஞ்ச முடியுமா?" என்றார் சேரமான்.

மெதுமெதுவாக, பரிவுமிக்க பாவையாக மாறத்தொடங்கினாள் தரங்கிணி.

"உனக்கு நன்மனம். எம்மலையைப் பிறர் கொள்ளாது காப்பதே எம் பணி. ஆதலின் அன்று நச்சுக் கணை தொடுத்தோம். நீ உரைக்கலாம். தன் பொருள் பிறர் கொள்ள உனக்குச் சம்மதம் உண்டா? அவ்வண்ணமே இதுவும்!" என்றாள் அவள்.

"உன் பேச்சில் நியாயம் இருக்கிறது. ஆனால் வேணாடு வஞ்சியோடு சேர்ந்து வெகுநாட்களாகி விட்டன. அதைத் தனியாகப் பிரித்துத் திருவிதாங்கோட்டைத் தலைநகராக்கிய போது அதில் உங்களுக்கு விருப்பம் இல்லாதிருந்தால் தூது

வந்திருக்கலாமே? அப்படி வந்திருந்தால் உதயகிரியைத் தனியாக அனுமதிக்க நான் தயங்கியிருக்க மாட்டேனே! வள்ளல் ஆய் அண்டிரனும், ஆய் ஆதனும் தோன்றிய ஒரு மரபைப் பகைத்துக் கொள்ள நாங்கள் விரும்ப மாட்டோமே. மலையமான் குடியினர் இப்படி ஒரு மாற்சர்யம் கொண்டுள்ளார்கள் என எனக்கும் தெரியாதே'' என்றார் சேரமான்.

''இனி எங்கள் மலையை நீங்கள் கைக்கொள்ளமாட்டீர்களே?'' என்று கேட்டாள் தரங்கிணி.

''அந்த எண்ணம் எங்களுக்கு இல்லை. வேணாட்டில் ஒரு பகுதியாகத்தான் இந்த மலையைக் கருதினோம். இனி இந்த மலை தனியாக இருக்க வேண்டுமெனில் எங்களுக்கும் சம்மதமே'' என்றார் சேரமான்.

''நீயாகியர் என்நெஞ்சு நேர்பவரே'' என்றபடி ஒருவருக் கொருவர் விட்டுக் கொடுத்த பாவனையில் பேசத் தொடங்கினர். சேரமான் அவளிடம் மிகுந்த ஈடுபாடு கொண்டாராயினும், அவளும் அவரிடம் மிகுந்த அன்புடையவளானாள்.

அந்த அன்பு எத்தகையது?

இனம் விளங்காத ஒரு பந்தம்.

''காலையில் எந்தை திருவிதாங்கோட்டுக்கு நின்னை அனுப்ப நான் முயல்வேன்'' என்றாள் அவள்.

''இன்னும் ஒரு நாள் இங்கிருக்க ஆசை'' என்றார் சேரமான்.

''மலையில் நீ மடிந்துவிட்டதாகத் திருவிதாங்கோட்டில் எண்ணுவார்களே!'' என்றாள் தரங்கிணி.

''பத்திரமாக இருப்பதாக ஓலை அனுப்பிவிடுகிறேன்'' என்றார் சேரமான்.

''யானும் அவ்வண்ணமே விழைகிறேன்'' என்றாள் தரங்கிணி.

''உன்னோடு பேசிக் கொண்டிருப்பதில் பொழுது போவதே தெரியவில்லை'' என்றார் சேரமான்.

"எந்தை என்னினும் இனியவர்" என்றாள் அவள்.

"இப்பொழுதே நீ உன் இல்லம் செல்ல வேண்டுமா?" என்று கேட்டார் சேரமான்.

"கார் காலத்தில் எம் இல்லத்தினும் இக்கோயில் சுகமானது. இங்கேயே உரையாடிக் கொண்டிருப்போமே!" என்றாள் அவள்.

இருவரது பந்தப் பெருக்கில் உணவு உண்ண வேண்டியதையே அவர்கள் மறந்திருந்தார்கள்.

அதை அவள் நினைவுபடுத்தினாள்.

தோழிப் பெண்களை அழைத்து, "சிற்றருவிக்காவுக்குச் சென்று உணவெடுத்து வாருங்கள்" என்றாள்.

அப்பொழுதுதான் தான் கட்டப்பட்டிருந்த இடம் 'சிற்றருவிக்கா' என்று சேரமானுக்குத் தெரிந்தது.

"இங்கே அருவி உண்டா?" என்று கேட்டார் சேரமான்.

"அழகிய அருவி" என்றாள்.

"காலையில் குளிக்க வேண்டும்" என்றார் அவர்.

அவள் சிரித்தாள்.

எப்பொழுதோ ஒரு முறைதான் அவள் சிரிப்பது வழக்கம்.

ஆனால் அந்தச் சிரிப்பு, பிறரை மெய்மறந்த நிலைக்குக் கொண்டு வந்துவிடும்.

அவள் மெதுவாக எழுந்து, சங்கை எடுத்து ஊதினாள்.

இப்போது அதன் தொனி வேறு விதமாக இருந்தது.

முதியவர் அவள் முன் தோன்றினார். ஆனால் அவர்தம் சங்கை ஊதவில்லை.

வடமொழியில், "ரக்ஷா" என்றாள்.

திடீரென்று அவள் வடமொழி பேசியது சேரமானுக்கு வியப்பாக இருந்தது.

கிழவர் உள்ளே சென்றார்.

தரங்கிணி மண்டியிட்டாள்.

மீண்டும் அதே நாகப்பாம்பு வந்து தண்ணீரில் தலையை நனைத்தது.

முதியவர் சிறிய சிவப்புத் துணியோடு வந்துவிட்டார்.

அவள் தனது வலது கையை நீட்டி, தன் இடது கையால் சேரமானின் வலது கையை எடுத்து அதனோடு இணைத்துக் கொண்டாள்.

முதியவர் நாகம் குடித்த தண்ணீரில், அந்தச் சிவப்புத் துணியை நனைத்து இரண்டு கரங்களையும் இணைத்துக் கட்டினார்.

திகைப்போடு, "இது எதற்காக?" என்று கேட்டார் சேரமான்.

அவள் மீண்டும் சிரித்தாள்.

7. பிறவாத பிறப்பு!

உதயகிரிக்கு வரும் புதியவன் ஒருவனைச் சகோதரனாக ஏற்றுக் கொண்டால் இப்படி ரட்சை ஒன்றைக் கட்டுவதென்றும், தாய் ஒருத்தி அவனை மகனாக ஏற்றுக் கொண்டால் குழந்தைப் பாலில் கொஞ்சம் கொடுப்பதென்றும், காதல் கொண்ட ஒருத்தி அவனைக் காதலனாக வரித்து விட்டால் சங்கு சக்கரம், புலி நகம் கோத்த தங்க நூல் ஒன்றை அவன் கழுத்தில் அணிவிப்பதென்றும் தங்கள் பழக்க வழக்கங்களைத் தரங்கிணி சேரமானுக்கு விளக்கினாள்.

அப்போதுதான் தன்னை அவள் சகோதரனாக வரித்திருக்கிறாள் என்பது சேரமானுக்குப் புரிந்தது.

அவரையும் அறியாமல் எங்கிருந்தோ ஒரு பாசம் அவரை ஆட்கொண்டது.

தன் கூடப்பிறந்த ஐந்து சகோதரிகளோடு மலையமான் குடும்பத்திலிருந்து ஒரு சகோதரியும் தனக்குக் கிடைத்திருப்பதிலே அவர் பெருமிதம் அடைந்தார்.

தூக்கம் தரங்கிணியின் கண்களைத் தழுவத் தொடங்கிற்று.

சேரமான் முன்னிலையில் படுத்துத் தூங்க வெட்கப்பட்டுச் சுவரிலே சாய்ந்தபடியே அவள் தூங்கத் தொடங்கினாள்.

கையைத் தலையணையாக வைத்துச் சேரமான் பள்ளிகொண்டார்.

கண்ணை விழித்து அதை மெதுவாகக் கவனித்த அவள், பரிவோடு, 'அண்ணா' என்று அழைத்தாள்.

சேரமான் தலையைத் தூக்கிப் பார்த்தார்.

அவள் தன் மடியைக் காட்டினாள்.

தலைக்கு அணை இல்லாத இடத்தில் தாய் தன் மடியையே குழந்தைக்குத் தலையணையாகத் தருவது போல், அவளும் தன் மடியில் தன்னைத் தூங்கச் சொல்வதாகச் சேரமான் கருதினார்.

களங்கமற்ற இதயத்தோடு அவர் எழுந்து அவள் மடியிலே தலையை வைத்துப் படுத்தார்.

''அலைகடலே! ஒருபொழுது ஓய்ந்திருப்பாயாக'' என்னும் கருத்தமைந்த ஒரு பாட்டைப் பாடத் தொடங்கியவாறே அவளும் தூங்கிவிட்டாள்.

அதிகாலையில் அவர்களால் கண்விழிக்க முடியவில்லை.

பொழுது விடிந்து சிறிது நேரம் கழித்தே அவர்கள் விழித்தார்கள்.

விழித்த கண்களில் ஒருவருக்கொருவரே காட்சிப் பொருளாக விளங்கினார்கள்.

ஆனால், திறந்திருந்த காதுகளில் திடீரெனப் புதிய ஆரவாரம் கேட்டது.

''அது என்ன ஆரவாரம்?'' என்று கேட்டார் சேரமான்.

''இவ்வோசை எனக்கும் புதிதாகவே படுகிறது'' என்றாள் தரங்கிணி.

''உனக்கு இது பழக்கமான சத்தம் இல்லையா?'' என்று கேட்டார் சேரமான்.

''வேளின் மாதர் காடு கண்டு, கடமை நடத்தச் செல்லுங்கால் எழும் ஓசையல்ல இது. ஒரு பெரும் குழுவின் ஒலி எனத் தோன்றுகிறது'' என்றாள் தரங்கிணி.

சேரமானுக்கு உடனே சந்தேகம் தட்ட ஆரம்பித்தது.

ஒரு வேளை, நேற்று முழுதும் தான் திரும்பி வரவில்லை என்ற உடனே நாராயண நம்பூதிரி ஒரு பெரும் படையையே மலைமீது அனுப்பியிருப்பாரோ என்ற ஐயம் ஏற்பட்டது.

மேற்கு மலைகள் பலவற்றிலும் மலை ஏறும் குடியினர் உண்டு. அன்றியும் சேரர் படையிலேயே மலை ஏறும் பிரிவும் காடு வெட்டும் பிரிவும் உண்டு.

பெருமளவுக்கு மக்கள் மலை ஏறினால் ஏறிவிடுவது சுலபம். அப்படி ஒரு படை சூரியோதயத்துக்கு முன்பே மலைக்கு வந்திருக்கக்கூடுமோ என்று அவர் ஐயுற்றார்.

அந்த ஐயத்தை அதிகப்படுத்துவது போல ஆரவாரமும் அதிகமாயிற்று.

உடனே அவர் பரபரப்பாக எழுந்து உலரப் போட்டிருந்த தம் உடைகளை எடுத்து அணிந்து கொண்டு போர்வையைக் களைந்தார்.

தரங்கிணியும் அவ்வண்ணமே செய்தாள்.

இருவரும் வேகமாகச் சிற்றருவிக்காவை நோக்கி ஓடி வந்தார்கள்.

ஆம்; சேரமானின் அச்சமும், ஐயமும் பொய்யாகி விடவில்லை.

திருவிதாங்கோட்டிலிருந்து ஏராளமான சேனைகள் மலையின்மீது வந்திருந்தன.

நூற்றுக்கணக்கான மலையமான் குடியினர் கைகள் பிணைக்கப்பட்டு நின்றிருந்தார்கள்.

மற்றும் சுமார் நூறுபேருக்கு மேற்பட்டோர் இரத்த வெள்ளத்தில் மிதந்தார்கள்.

சேரமான் அங்கே ஓடி வந்து, "நிறுத்துங்கள்" என்று சத்தமிட்டார்.

சேரமானைக் கண்ட திருவிதாங்கோட்டுச் சேனைகள் அப்படியே செயலற்று நின்றன.

"யாருடைய தலைமையில் வந்தீர்கள்?" என்று கத்தினார் சேரமான்.

"தளபதி அங்கதன் தலைமையில்" என்று தலைகுனிந்து கொண்டே சொன்னான் ஒரு வீரன்.

"அங்கதன் எங்கே?" என்று ஆத்திரத்தோடு வினவினார் சேரமான்.

"மலையமான் அஞ்சலவேளைத் தேடிச் சில படைகளோடு போயிருக்கிறார்" என்று பதிலிறுத்தான் அந்த வீரன்,

தன் சகோதரர்கள் இறந்து கிடந்ததைப் பார்த்தவுடனேயே, 'ஓ' வென்று கதறி அழுத தரங்கிணி தன் தந்தையைத் தேடி ஒரு படை போயிருக்கிறது என்பதைக் கேட்டவுடனேயே தலை முதல் கால் வரையில் நடுக்கமுற்றாள்.

மயங்கிக் கீழே விழும் நிலையில் இருந்த அவளை மார்போடு சேர்த்துப் பிடித்துக்கொண்ட சேரமான், "போய் அங்கதனைத் தடுத்து நிறுத்துங்கள். அஞ்சலவேளுக்கு ஏதும் நேரக்கூடாது" என்று படைகளை பார்த்துச் சத்தமிட்டார்.

படைகள் நாலா பக்கமும் ஓடத்தொடங்கின.

தரங்கிணியைக் கைத்தாங்கலாக அணைத்தபடி அஞ்சலவேளின் அரண்மனைக்குடிலை நோக்கி நடந்தார் சேரமான். ஆனால், அந்தோ!

அவர் அங்கு சேர்வதற்குள் மிஞ்சிவிட்டது.

அஞ்சலவேள் ஒரு குத்தீட்டியினால் குத்தப்பட்டு மாண்டு கிடந்தான்.

அந்த ஈட்டி மார்பில் நுழைந்து முதுகுப்பக்கமாக வெளிவந்து நின்றது.

அரண்மனைக் குடிலைப் படைகள் முற்றுகையிட்டிருந்தன.

தளபதி அங்கதன் அங்கு வெற்றி வீரனாக நின்றிருந்தான்.

தந்தையின் சடலத்தைப் பார்த்த தரங்கிணி அதன் மீது விழுந்து புரண்டு அழுதாள்.

பிறந்த உடனேயே தாயை இழந்துவிட்ட அந்தப் பேதைக்குத் தாயும் தந்தையுமாக இருந்தவன் அல்லவா அஞ்சலவேள்?

"எந்தாய்! ஏறும் களிறும் வெல்லவொண்ணா எந்தாய்! ஆறுபோற் குருதி பாய அகன்ற மார்பொடும் வீழ்ந்தாயே! மகளைத் தாங்கிய மார்பகம் மண்ணில் குவிந்ததே! எனக்கு மணவினை காண மனம் விழைந்த எந்தாய்! இன்று நான் கையறுந்தேன், கண் இழந்தேன்" என்று தரங்கிணி புலம்பினாள்.

அங்கதனின் கன்னத்தில் ஓங்கி அறைந்தார் சேரமான்.

"நீ என்னைத் தேடி வந்தாயா? குறைந்து வரும் மலையமான் மக்களை அழித்துவிட வந்தாயா? பாவி! அவனைக் கைது செய்து எனக்கு என்ன ஆயிற்று என்றல்லவா கேட்டிருக்கவேண்டும்? புதிய பொறுப்பல்லவா? எடுத்த எடுப்பிலேயே கொன்று குவிப்பதில் துடித்து நின்றிருக்கிறாய்! படைத்தளம் காக்கும் எவனும் எதிரியை உயிரோடு பிடிப்பதிலேதான் முதல் கவனம் செலுத்த வேண்டும். எவ்வளவு பெரிய மரபில் வந்தவனை எவ்வளவு விரைவில் கொன்று விட்டாய்?" என்று கலங்கினார் சேரமான்.

தன்னைக் கொல்லவும் முதலில் அவன் முயன்றானே என்பதை அவர் எண்ணவில்லை. அந்த நேரத்தில் அது தவிர்க்க முடியாத நடைமுறை. அதன்றியும், தரங்கிணி சகோதரியான பிற்பாடு

அஞ்சலவேள் கொல்லப்பட்டது தன் தந்தையே கொல்லப்பட்டது போல் அவருக்குத் தோன்றிற்று.

பதில் பேசாமல் அங்கதன் நின்றிருந்தான்.

அழகிய தமிழில் மழலைத் தொனியில் அழுது புலம்பிய தரங்கிணியைக் கண்டதும் அவருக்கும் கண்ணீர் வந்து விட்டது.

ஒரு கட்டத்தில் கல் மனத்தனாக இருந்த பாஸ்கர ரவிவர்மன், சோழ நாட்டில் ஏற்பட்ட ஒற்றுமைக்குப் பிறகு -முடிசூட்டு விழாவுக்குப் பிறகு, உன்னத மனிதனாக மாறியிருந்தார்.

அந்த மனிதத் தன்மையின் உச்சகட்டம் உதயகிரி மலையில் வெளிப்பட்டது.

மலையமான் குடியினர் அனைவரும் அங்கே கூடிவிட்டார்கள்.

அவர்கள் கதறி அழுததைக் காடு எதிரொலித்தது.

துயரம் முழுவதும் விம்மித் தணியும்வரை சேரமான் பொறுத்திருந்தார்.

அழுகின்றவர்கள் அழுது முடிக்குமுன் ஆறுதல் சொல்வது பயனற்றது என்பதை அவர் அறிவார்.

ஒரு நாழிகை முழுவதும் அவர் அப்படியே நின்றிருந்தார்.

அந்த ஒரு நாழிகையும் தன் தந்தையின் சடலத்தின் மீதே மயங்கிக் கிடந்தாள் தரங்கிணி.

அவளது கண்ணீர் வற்றிய நிலையில், கதறல் நின்ற நிலையில் அவளைக் கைத்தாங்கலாக எடுத்தார் சேரமான்.

ஆயிரக்கணக்கான வார்த்தைகளில் அவர் அவளுக்கு ஆறுதல் சொல்லவில்லை. "சகோதரி, நான் இருக்கிறேன்" என்ற ஒரே வாக்கியத்தைதான் சொன்னார்.

மலையமான் குடியினரைப் பார்த்து அவர் பேசலானார்:

"எனது அன்புக்கு உரிய சகோதரர்களே! அருமைத் தலைவனை இழந்து நிற்கும் உங்களுக்கு நான் சொல்லும் ஆறுதல் பகைவனின்

பசப்பு மொழியாகக்கூடத் தோன்றக் கூடும். பகைவனின் மரணத்தைக் கொண்டாடும் பழக்கம் எங்கள் மரபில் இல்லை. சரியாகச் சொல்வதாயின் நீங்கள் பகைவரும் அல்லர். கசப்பான உணர்வில் எழுந்த சிறிய பகை உணர்வு மகத்தான சகோதரத்துவத்தில் முடிந்திருக்கிறது என்று நான் மகிழ்ச்சி உற்றிருந்தேன். ஆனால் தாள முடியாத துயரத்தில் அது முடிந்து, நீங்கள் தலைவனை இழந்து நிற்கிறீர்கள். தன் கையில் என் கையை வைத்து எனக்குத் தங்கையாகிவிட்டாள் தரங்கிணி. அவள் மட்டும் தன் தந்தையை இழக்கவில்லை; நானும் என் தந்தையை இழந்திருக்கிறேன். அதற்கு ஈடாக மலையமான் குடியினர் உள்ளவரை அவர்கள் விரும்புகிறவரை உதயகிரி மலை தனி நாடாகவே இருக்கும் என்று நான் உறுதி கூறுகிறேன். மன்னவன் மரணமடைந்தால், அவன் தலை மாட்டிலேயே புதிய மன்னவன் தேர்ந்தெடுக்கப்பட வேண்டும் என்ற மரபுப்படி நீங்கள் யாரைத் தேர்ந்தெடுக்க விரும்புகிறீர்கள்?" என்றார் சேரமான்.

மலைக்குடியினர் அனைவரும் தலை தாழ்த்தி நின்றார்கள்.

"யாராவது பேசுங்கள்" என்று அன்போடு கேட்டார் சேரமான்.

அப்போதும் பதில் இல்லை;

"அஞ்சலவேளுக்கு யாராவது இளவல் உண்டா?" என்று தரங்கிணியைப் பார்த்து வினவினார்.

தரங்கிணி விம்மலோடும் விக்கலோடும், ஒருவரைக் கைகாட்டினாள். "எந்தையின் இளவல்" என்று இரண்டே வார்த்தைகளில் சொன்னாள்.

அகன்ற மார்பு; நிமிர்ந்த தோள்கள்; பரந்த நெற்றி; அழகிய திருமுகம் - அப்படி ஒரு வாலிபன்.

அவன் அருகிலே சென்றார் சேரமான்.

"சகோதரா, உன் பெயர் என்ன?" என்று கேட்டார்.

அவன் கண்ணீரோடு, "திருமுடி நள்ளி" என்றான்.

"நல்லது. இம்மலையின் மன்னவன் நீயே" என்று கூறிய சேரமான், "சடலத்தை நல்லடக்கம் செய்ய ஏற்பாடு செய்யுங்கள்" என்றார்.

அஞ்சலவேளைக் குத்தியிருந்த ஈட்டியை மெதுவாக அவரே எடுத்தார்.

தரங்கிணி இறங்கிக் குளித்த மீன் பாடும் ஏரியில் இருந்து தண்ணீர் கொண்டு வரப்பட்டது. சடலம் குளிப்பாட்டப்பட்டது.

பச்சை நிறத்தில் இருந்த ஒரு தைலத்தைச் சடலத்தின் தலையில் வைத்தாள் தரங்கிணி.

மலையமான் குடியினர் தாங்கள் இறந்துபோனால் தங்களை வைத்துப் புதைப்பதற்கான இரும்புத் தாழிகளைத் தங்கள் ஆயுட் காலத்திலேயே செய்து வைத்துக் கொள்வது வழக்கம்.

அத்தகைய ஒரு தாழியில் அஞ்சலவேளின் சடலம் வைக்கப் பட்டது.

அஞ்சலவேள் பயன்படுத்திய பொருள்கள், அவர் உடலோடு சேர்த்து வைக்கப்பட்டன.

தாழியை மூடி நான்கு புறமும் பழுக்கக்காய்ச்சினார்கள் இருவர். தாழியின் அடித்தட்டும் மூடியும் ஒரே வடிவமாகி விட்டன.

சிலவகை மலர்களை அதன் மீது வைத்து நால்வர் அந்தத் தாழியைத் தூக்கினர். அவர்களில் ஒருவனை விலக்கிவிட்டுத் தானொருவனாக நின்று அதனைத் தூக்கினார் சேரமான்.

மலைக்குடிப் பெண்கள் மஞ்சள் அரளிப் பூவை வழியெங்கும் தூவிக் கொண்டு வந்தனர்.

தாழியைப் புதைக்கும் இடத்துக்கு வந்து பார்த்த போதுதான் அது ஒரு மிகப் பழைய கல்லறை என்பது சேரமானுக்குத் தெரிந்தது.

உதயகிரி மலைய மன்னர்கள் பலரது நடு கற்கள் அங்கே இருந்தன.

வெட்டிய குழிக்குள் தாழி இறக்கப்பட்டபோது மலைக்குடிப் பெண்கள் குலவையிட்டனர்.

குழி மூடப்பட்டபோது வேகமாகக் கூட்டத்துக்குள்ளே புகுந்து ஒரு நாகம் ஓடிவந்தது. சேரமான் நாகர்கோயிலில் பார்த்த அதே நாகம்.

அஞ்சலவேளின் கல்லறைமீது அது ஒரு மலரை வைத்துவிட்டுத் திரும்பியது.

புதுமை நிறைந்த அந்த மலையில் கொடிய நாகங்களுக்குப் பாச உணர்ச்சி இருப்பதை அவர் மீண்டும் கண்டார்.

அடுத்தது முடிசூட்டு விழா...

சிம்மாசனம் இல்லாத அந்த அரண்மனையில் நின்றபடியே நடந்தது.

திருமுடி நள்ளியின் தலையில் வைக்கப்பட்ட மகுடம் முந்நூறு ஆண்டுகள் பழமையானது என்பதைச் சேரமானுக்கு விளக்கினான், ஒரு மலைக்குடி மகன்.

அதைத் தலையில் வைத்து அதே ஏரித் தண்ணீரைத் தெளித்ததோடு அந்தச் சடங்கும் முடிந்தது.

சேரமான் தரங்கிணியை மார்போடு அணைத்து ''சகோதரி! இந்த மலையில் உன்னை நான் விட்டு விட்டுச் செல்வதாக இல்லை. எனக்கு நீ ஆறாவது சகோதரி. இப்பொழுதே உன்னை நான் திருவிதாங்கோட்டுக்கு அழைத்துப்போகிறேன்'' என்றார்.

தரங்கிணி அதை மறுக்கவில்லை. ஒவ்வொருவரிடமும் விடை பெற்றாள்.

தன் சிறிய தந்தையிடம் அவள் விடை பெற்றுக் கொண்டபோது, திருமுடி நள்ளி அவளை அணைத்து அழுதான்.

பாச உணர்ச்சி பொங்கி வழிந்த அந்தக் காட்சியில் இருந்து அவர்கள் மீண்டு, மலையில் இருந்து இறங்கத் தொடங்கியபோது, மலை உச்சியில் நின்றவாறே மலைக்குடி மக்கள் அவர்களை வழியனுப்பினார்கள்.

அப்போதுதான் மலையில் இருந்து இறங்குவதற்கு ஒரு தனி வழி இருப்பதைச் சேரமான் கண்டார்.

பாறைத் தடங்கல் அதிகமில்லாத அந்த வழியில் அவர்களை ஒரு சிறிய சக்கரவண்டியில் உட்கார வைத்து மலையில் இருந்தபடியே கயிற்றைக் கொஞ்சம் கொஞ்சமாக விட்டுக் கொண்டிருந்தார்கள் மலைக் குடியினர்.

அடிவாரத்துக்குச் சக்கர வண்டி வந்து சேர்ந்தது.

சேரமான் மடியிலும், தரங்கிணி மடியிலும் இரண்டு அம்புகள் வந்து விழுந்தன.

அவை விஷ அம்புகள் அல்ல; மலர் அம்புகள்.

அது மலைக்குடியினரின் வழியனுப்பு உபசாரத்துக்கு அடையாளம்.

அடிவாரத்தில் இருந்தபடியே இருவரும் மலைஉச்சியைக் கைகூப்பி வணங்கினார்கள். அங்கிருந்த மலைக்குடிமக்களும் வணங்கினார்கள்.

அப்போது, 'உஸ்' என்று ஒரு சத்தம் கேட்டது.

ஆம்; நாகர்கோயில் நாகம் அடிவாரம் வரை வந்து அவர்களை வழி அனுப்பி விடை பெற்றுக் கொண்டது.

திருவிதாங்கோட்டு அரண்மனைக்குள் சேரமானும், தரங்கிணியும் நுழைந்தபோது எல்லோரும் ஆனந்தத்தோடும், ஆவலோடும் அவர்களை எதிர்கொண்டார்கள்.

தரங்கிணியைப் பார்த்த பத்மாவதிக்கு, 'இன்னும் ஒருத்தியா?' என்ற எண்ணமே தோன்றிற்று.

8. பூர்வ பாவம்; பிரத்யட்ச புண்ணியம்

நடந்தவற்றைச் சேரமான் விவரிக்க விவரிக்க நாராயண நம்பூதிரியே திகைப்போடு கேட்டுக் கொண்டிருந்தார்.

கட்டிலில் சாய்ந்தபடியே மார்த்தாண்டவர்மனும், அவன் அருகில் அமர்ந்தபடி மெல்லிளங்கோதையும், சுவரில் சாய்ந்து தலைகுனிந்து நின்றபடி பத்மாவதியும், கீழே மண்டியிட்டு உட்கார்ந்தபடி தாவளி சகோதரிகளும் அந்தக் கதையைக் கேட்டுக் கொண்டிருந்தார்கள்.

உரிமை மிக்க ஒரு சகோதரியாகப் பக்கத்திலேயே உட்கார்ந்திருந்தாள் தரங்கிணி.

உதயகிரி மலையில் இப்படி ஒரு ராஜாங்கம் நடப்பது தனக்கே தெரியாமல் இருந்ததை எண்ணி நாராயண நம்பூதிரி வெட்கப் பட்டார்.

திருவஞ்சைக்களத்தோடு வேணாடு சேர்க்கப்பட்டு அதன் ஒரு பிரிவாக ஆன பிற்பாடு, அதன் பழைமை நிலைகளைத் தாம் ஆராயாதது அவருக்கே வெட்கமாக இருந்தது.

கதையைச் சொல்லி முடித்தபோதுதான், தரங்கிணி தன் கணவனுக்குப் பக்கத்தில் உட்கார்ந்திருக்கும் நியாயமான காரணத்தை அறிந்து, பத்மாவதி ஒரு பெருமூச்சு விட்டாள்.

அரசன் இல்லாத வஞ்சி இப்போதுதான் அவர்கள் கவனத்துக்கு வந்தது. அது மட்டும் அல்ல; யூஜியானாவின் நினைவும் சேரமானுக்கு வந்துவிட்டது.

காயம் ஆறிக் கொண்டிருந்த நிலையில் மார்த்தாண்ட வர்மன் அவர்களை வழியனுப்பத் தயாரானான்.

எல்லோரும் புறப்பட்டுக் கொண்டிருந்தபோது வாசலில் ஒரு பல்லக்கு வந்து நின்றது.

பல்லக்கிலிருந்து சைவத் திருமேனி கொண்ட ஒருவர் இறங்கினார்.

அவரைக் கண்டதும் சாதாரணமாக யாரையும் வணங்காத நாராயண நம்பூதிரி, ஏதோ ஒரு சுலோகத்தை முணுமுணுத்தபடி அவரை வணங்கினார்.

'திருமேனி' என்றும் 'தம்பிரான் சுவாமி' என்றும் மரியாதையோடு அழைக்கப்படும் நாராயண நம்பூதிரியே தம்மை மறந்து ஒருவரை வணங்குகிறார் என்றால், மற்றவர்கள் விழுந்து கும்பிடமாட்டார்களா!

ஆம்; வந்திருப்பவர் யாரென்றுகூடத் தெரியாமல் சேரமான் உட்பட அனைவரும் அவர் காலில் விழுந்து கும்பிட்டார்கள்.

"தென்னாடெங்கும் புகழ்பெற்ற ராஜசேகர சுவாமிகள் இவர்தான்."

கொங்கு மண்டலம், சோழ மண்டலம், பாண்டிய மண்டலம் மூன்றுக்குமே நிமித்திகர் இவர்தான்.

ஒவ்வொருவருடைய முற்பிறப்பையும் ஊழ்வினையையும் நாடிச் சாத்திரத்தின் மூலம் ஆராய்ந்து சொல்லக் கூடிய வல்லமை இவருக்கு உண்டு.

மன்னவர்களே பணி செய்யக் கூடிய மகான் இவர்.

"புறப்படும் நேரத்தில் இவரை நாம் எதிர்கொண்டது நல்ல சகுனமே!" என்று

நாராயண நம்பூதிரி சேரமானுக்கும், மார்த்தாண்டவர்மனுக்கும் அவரை அறிமுகப்படுத்தி வைத்தார்.

சேரமானைப் பார்த்து, "அவசரமா?" என்று கேட்டார் ராஜசேகர சுவாமிகள்.

"அப்படி ஒன்றும் இல்லை..." என்று இழுத்தார் சேரமான்.

"உங்களுடன் நான் தனியாகப் பேச வேண்டும்" என்றார் நிமித்திகர்.

"உள்ளே சென்று அமரலாமே...!" என்றார் நாராயண நம்பூதிரி.

புறப்பட்டவர்கள் மீண்டும் உள்ளே திரும்பினார்கள்.

அரண்மனை ஆலோசனை மண்டபத்தில் தரையிலே புலித் தோலை விரித்து அதன்மீது அமரப்போனார் ராஜசேகர சுவாமி.

நாராயண நம்பூதிரி அவரைத் தடுத்து உயரமான இரண்டு சலவைக் கல் சதுக்கங்களைத் தூக்கி வரச் செய்து அதன் மீது அமரச் செய்தார்.

"மன்னவர் தனியாக இருக்க வேண்டுமா? எல்லோரும் இருக்கலாமா?" என்று கேட்டார் நாராயண நம்பூதிரி.

"அவர்தம் குடும்பத்தினர் இருப்பதில் எனக்கு மறுப்பில்லை" என்றார் ராஜசேகர சுவாமி.

அனைவரும் சுற்றிலும் அமர்ந்தார்கள்.

"அரசனே! என் ஐயன், அங்கிங்கெனாதபடி எங்கும் ஒளிவீசும் பரம்பொருள், உன்னைச் சந்திக்கும்படி எனக்குக் கட்டளை இட்டான். அதுவே என் வருகையின் நோக்கம்" என்றார் சுவாமி, சேரமானைப் பார்த்து.

"நல்லது, சுவாமி" என்று மட்டும் சொன்னார் சேரமான்.

"நான் ஒரு சித்து வேலைக்காரனல்லன். ஆனால் உன் எதிர்காலத்தில் என்ன நடக்கப் போகிறது என்பதைச் சொல்ல என்னால் முடியும். நான் கடவுளின் அவதாரம் அல்ல; ஆனால்

முற்பிறப்பில் உன் கதை என்ன என்பதை நாடி சாத்திரத்தின் மூலம் என்னால் உணர்த்த முடியும். கேள்...! இரண்டு நாட்கள் நீ ஒரு மலையில் இருந்தபின் இறங்கி வந்திருக்கிறாய்... குறிப்பிட்ட ஒரு நாளில் நீ அந்த மலைக்குச் செல்ல வேண்டும் என்று உன் முற்பிறப்பில் வகுக்கப்பட்டிருந்தது. அந்த விவரம் உனக்குத் தெரியுமா?'' என்று கேட்டார் ராஜசேகர சுவாமி.

''தெரியாது சுவாமி!'' என்றார் சேரமான்.

''தெரிந்துகொள்ள விரும்புகிறோம்'' என்றார் நாராயண நம்பூதிரி.

மற்றும் ஒரு கதை கேட்க எல்லோரும் தயாரானார்கள்.

ராஜசேகர சுவாமி தொடங்கினார்.

''கடல் கொள்ளப்பட்ட கபாடபுரத்தைப் பற்றி உனக்குத் தெரியும். அந்தக் கபாடபுரத்தில் தேவதத்தன் என்றொரு வைசியன் இருந்தான். அந்த வைசியனுடைய ஒரே குமாரனாக நீ அவதரித்தாய். **காலசூரியன்** என்று உனக்குப் பெயரிட்டார்கள். நவமணிகளால் உன்னை இழைத்தார்கள். கடல் வாணிகமும், கூல வாணிகமும் செய்து கொண்டிருந்தவன் தேவதத்தன். வாணிகர்களுக்கெல்லாம் தலைவனாகக் காட்சி அளித்தவன் அவன். ஏராளமான நாவாய்களுக்குச் சொந்தக்காரன்.

ஆகவே, செல்வத்தில் உன்னை வளர்த்தான். இல்லத்திலேயே ஒரு குருவை வைத்துக் கல்வி தந்தான். செல்வச் செருக்கில், பால பருவத்திலேயே பிறரைத் துன்புறுத்தும் வேடிக்கை விளையாட்டுக்களில் நீ ஈடுபட்டாய். மண் பானைகளில் தண்ணீர் எடுத்துச் செல்லும் இளம் பெண்களை அந்தப் பானைகளை உடைத்துத் துன்புறுத்தினாய். அழகான பெண்களின் ஆடைகளை நடுச்சாலையில் களைந்து அவர்களை அவமானப்படுத்தினாய். ஈடுஇணையில்லாத ஒரு வணிகனின் மகனல்லவா நீ! கபாடபுரத்தில் ஒவ்வொருவரும் கடனுக்காக உன் தந்தையிடம் கைகட்டி நின்றதால் உன்னைக் கோபித்துக் கொள்ளக்கூட அவர்களால் முடியவில்லை.

இந்த நிலையில் இருபது அகவைக்கொண்ட இளைஞனாக நீ மாறினாய். கபாடபுரத்தில் 'கோதத்தன்' 'பூதத்தன்' என்று இரண்டு வணிகர்கள் இருந்தார்கள். அவர்களும் உங்கள் இனத்தைச் சேர்ந்தவர்களே. அதிலே கோதத்தனுக்குக் 'கதலி' என்றொரு மகளும், 'அநுபூதி' என்றொரு மகனும் இருந்தார்கள். பூதத்தனுக்குப் 'பவளவல்லி' என்றொரு மகள் மட்டும் இருந்தாள். கபாட புரத்திலேயே மாடங்கள் கொண்ட வீடுகள் வணிகர் தெருவிலேயே இருந்தன. நீ அடிக்கடி கோதத்தன் இல்லத்தின் வழியாகச் செல்வது வழக்கம்.

வாலிபத்தின் துடுப்பிலே வாணிபத்தை மறந்த நீ கோதத்தன் மகள் கதலியின்மீது காதலுற்றாய். கதலி பேரழகி. செக்கச் சிவந்த திருமேனி. செதுக்கி எடுத்த திருமுகம். அலங்காரங்களில் அவள் விருப்புடையவள் அல்லள். எளிமையான ஆடை அணிமணிகளே அணியக் கூடியவள். கற்பெனும் நகையே கடவுள் அளித்த நகை என்று கருதுபவள். உன் குறும்புத்தனமான போக்கு அவளுக்கும் பிடித்திருந்தது. ஆகவே அவளும் உன்மேல் காதலுற்றாள். இன்ன இடத்தில் சந்திப்பது என்று இருவரும் பேசிக்கொள்ளாமலேயே இயற்கையான சந்திப்பு நிகழ்ந்துகொண்டே இருந்தது.

ஒருநாள் கபாடபுரத்துக் கடற்கரையில் அவளை நீ சந்தித்தாய். சந்திர கிரகணத்துக்காக அவள் நீராட வந்திருந்தாள். கடலில் அவள் நீராட இறங்கும்போது அவளை நீ பார்த்துக் கொண்டிருந்தாய். சற்று நேரத்துக்கெல்லாம் துள்ளிவந்த அலை அவளை அடித்துக்கொண்டு போகத் தொடங்கிற்று. நீ உயிரையும் மதியாது கடலில் நீந்தி அவளைக் கரையேற்றினாய். நனைந்திருந்த அவளது அங்கங்களைத் தொட்டுத் தூக்கி நீ கரையேறுவதை அவளது சகோதரன் அநுபூதி பார்த்துக் கொண்டிருந்தான். கரையில் அவளைக் கொண்டுவந்து போட்டுப் பாதங்களைத் தேய்த்து அவள் உடலெங்கும் நீ சூடேற்றுவதை அவன் கவனித்தான். ஆத்திரம் தாங்காத அநுபூதி உன் அருகில் வந்து மாறி மாறி உன் கன்னங்களில் அறைந்தான்.

அப்போது கதலி கண் விழித்தாள்.

அவன், அவள் கையைப் பற்றிப் பரபரவென்று இழுத்துக் கொண்டு தன் இல்லம் நோக்கிச் சென்றுவிட்டான்.

பெற்றோருக்குக் கட்டுப்பட்ட அந்தப் பேதை பிறகு உன்னைப் பார்க்க முடியாமல் அறைக்குள்ளே அடைக்கப் பட்டாள்.

அவள் அடைக்கப்பட்டிருந்த அறைக்கு எதிரே ஒரு பாம்புப் புற்று வளர்ந்தது. அதில் இரண்டு கருநாகங்கள் குடிபுகுந்தன. அவையே அவளுக்குக் காவலாகவும் அமைந்தன.

நீ விரக வேதனையில் துடித்தாய்.

ஆனால் அவளோ, காதலில் கற்பியல்போடு இருந்தாளே தவிர விரகதாபத்துக்கு ஆளாகவில்லை.

வெறி உணர்வு தாங்க முடியாத நிலையில் ஒருநாள் இரவு சில ஆட்களை அழைத்துக்கொண்டு வாளும் கையுமாக அவள் அடைக்கப்பட்டிருந்த இடத்துக்கு நீ சென்றாய்.

அப்பொழுது கோதத்தனும், அநுபூதியும் இல்லத்தில் இல்லை. கடல் வாணிபத்துக்காக அவர்கள் கடல் தாண்டிச் சென்றிருந்தார்கள்.

உன்னையும், அந்த வீரர்களையும் அங்கே எதிர்த்து நின்றவை அந்தக் கருநாகங்கள்தாம்!

அந்தக் கருநாகங்களை நீ வெட்டிக் கொன்று விட்டாய்!

கதலியை நீ கைப்பிடித்துத் தூக்க முயன்றபோது அவள் மறுத்தாள்.

களவியல் என்னும் காந்தர்வ மணம் பற்றி அவள் அறிவாள். எனினும், அதை அவள் விரும்பவில்லை. தடுத்தாள்; திமிறினாள். நீ அவளைப் பலவந்தமாக ஒரு

தனி இல்லத்துக்குக் கொண்டு போய்விட்டாய்.

உங்களை நான் நேசிக்கிறேன்; ஆனால் முறைப்படி திருமணம் இல்லாமல் ஒருவரையொருவர் தொடுவதை நான் விரும்பவில்லை. என்னை விட்டுவிடுங்கள்'' என்று அவள் கெஞ்சினாள்.

அவள் அழகைப் பார்க்கப் பார்க்கக் காமவெறி உன் தலைக்கு ஏறிற்று. என்ன செய்கிறோம் என்ற உணர்வே இல்லாமல் அவளோடு நீ உடலுறவு கொண்டு விட்டாய். மயங்கிய நிலையில் மூர்ச்சையடைந்துவிட்டாள் அந்தப் பேதை.

மறுநாள் காலையில் இல்லம் திரும்பிய கோதத்தனும், அநுபூதியும் கதலியைக் காணாமல் துடித்தார்கள். கருநாகங்கள் கொல்லப்பட்டுக் கிடப்பதைக் கண்டார்கள். உன்னைத் தவிர, வேறு யாரும் அவளைத் தூக்கிச் சென்றிருக்க முடியாது என்று முடிவு கட்டினார்கள்.

உன்னிடம் பேசிப் பயனில்லை என்று உன் தந்தை தேவதத்தனிடம் வந்து முறையிட்டார்கள்.

தேவதத்தன் உன்னை அழைத்து, கதலி இருக்குமிடம் கேட்டான். நீ 'எனக்குத் தெரியவே தெரியாது' என்று மறுத்துவிட்டாய்.

தேவதத்தன் அதை நம்பவில்லை.

உனக்கு உன் தந்தைக்கும் வாக்குவாதம் மூண்டது.

கடைசியில் தம் செல்வத்தில் உனக்குப் பங்கில்லை என்று உன் தந்தை உன்னை வீட்டை விட்டுத் துரத்தினான்.

ஆத்திரம் அடைந்த நீ அவனையும் வெட்டிக் கொன்றுவிட்டாய்.

கபாடபுரத்து மன்னனிடத்தில் உங்களுக்கு இருந்த செல்வாக்கினாலே அப்படிச் செய்தும் நீ தப்பினாய்.

தந்தையைக் கொன்ற கையோடு நீ நேரே கதலி வைக்கப்பட்டிருந்த இல்லத்துக்கு ஓடினாய். அங்கே படுத்த படுக்கையாகக் கிடந்தாள் கதலி.

அவள் உன்னை வெறுத்துப் பேசவில்லை. அன்போடு பக்கத்தில் அமரச் சொன்னாள். நீ அமர்ந்தாய்.

அவள், 'நான் மரணத்தை நெருங்கிக் கொண்டிருக்கிறேன்' என்றாள். 'இனி ஒரு பிறவி நாம் எடுத்தால், இந்தக் காதல் உணர்வு நமக்கு வேண்டாம். நாம் சகோதரர்களாக இருப்போம்' என்றாள்.

உன்னுடைய இடைவாளையே உருவித் தனது இடது கையைக் கிழித்துக் கொண்டு அந்த இரத்தத்தால் உனக்குத் திலகமிட்டாள். அவள் ஆவி பிரிந்தது.

அதன் பிறகு உன் கதை வேறு விதமாகத் தொடர்ந்தது. அதனைத் தொடர்ந்து சொல்கிறேன்.

உனது தந்தை தேவதத்தன்தான் மலை மீது அவதரித்து அஞ்சலவேள் என்ற பெயரோடு உதயகிரியை ஆண்டவன்.

சகோதரர்கள் ஆவோம்'' என்று உன்னிடம் வேண்டிக் கொண்டாளே, அந்தக் கதலிதான் அஞ்சலவேளுக்கு மகளாகப் பிறந்த தரங்கிணி.

முதன் முதலில் கடல் அலைகளில் உங்கள் உடல் சந்திப்பு நிகழ்ந்ததால் இயற்கையாகவே அவளுக்குத் தரங்கிணி என்ற பெயர் வைக்கப்பட்டு விட்டது.

நீ உன் தந்தையை வெட்டியபோது, 'எந்தப் பிறவியிலும் நாம் சந்திக்கமாட்டோம்' என்று தேவதத்தன் சொல்லி இருந்தான். அதன் விளைவுதான் அஞ்சலவேள் மலைமீது உயிரோடிருந்தும் நீ சந்திக்க முடியவில்லை.''

நிமித்திகர் ராஜசேகர சுவாமிகள் சொன்ன கதையை அனைவரும் வாய் பிளந்து கேட்டுக் கொண்டிருந்தார்கள்.

தரங்கிணி, சேரமானின் கால்களில் விழுந்து வணங்கினாள்.

இப்போது நாராயண நம்பூதிரி, மார்த்தாண்டவர்மன், மெல்லிளங்கோதை எல்லோருக்கும் பூர்வ ஜன்மத்தில் தாங்கள் யார் என்பதை அறிய ஆவல் வந்துவிட்டது.

"நான் யார் சுவாமி? நான் யார்?" என்று ஒவ்வொருவரும் கேட்டார்கள்.

"அனைத்தையும் பிறகு சொல்கிறேன், சேர வம்சத்தையே மாற்றப்போகும் ஒரு குழந்தை ஓர் அந்நியப் பெண்ணின் கர்ப்பத்தில் உருவாகிக் கொண்டிருக்கிறது. அதை இப்போதே சொல்லவா, பிறகு சொல்லவா?" என்று கேட்டார் சுவாமி.

சேரமான் உடலெல்லாம் நடுங்கிற்று.

9. யூஜியானாவின் பூர்வஜென்மம்

அந்த மாளிகையில் தனியொரு மகாராணியாக அழகிய பளிங்கு மேடைகளில் உலா வரும் மான் குட்டியாக யூஜியானா உலாவினாள்.

அந்த மாளிகைக்கு வந்த நாளிலேயே நள்ளிரவில் நாயகனைப் பிரிய நேர்ந்தது அவளுக்கு துர்ச்சகுனமாகவே பட்டது.

யூதர்களுக்குச் சகுனத்தில் நம்பிக்கை உண்டு.

மழைக்கொரு தேவதை, வெயிலுக்கொரு தேவதை என்று சைவர்களும் வைணவர்களும் வணங்குவதுபோலவே யூதர்களும் வணங்குவது வழக்கம்.

"நன்மை தீமைகள் பற்றிய அறிகுறி முன்னேயே தோன்றும்" என்பதிலும் அவர்களுக்கு நம்பிக்கை உண்டு.

சேரமானிடம் பெற்ற உறவின் சுகத்தை அவள் எண்ணி எண்ணி மகிழ்ந்தாள்.

காயம் பட்ட கன்னத்தைக் கண்ணாடியில் பார்ப்பதில் அவளுக்கொரு மகிழ்ச்சி.

நாயகனின் நகக் குறியைக் கண்டு கண்டு மகிழ்வதில் அவளுக்கோர் உற்சாகம்.

அவளது மாளிகையில் குளிக்கும் அறை அற்புதமான வேலைப்பாடுகளுடன் அமைந்திருந்தது.

நான்கு பக்கமும் சலவைக் கற்களால் மூடப்பட்ட அறை அது.

உச்சியில் காற்று வருவதற்காக வட்ட வடிவமான சாளரங்கள் உண்டு. சுவரின் இரண்டு பக்கங்களில் மூன்றடி உயரத்தில் சாய்வாகப் போடப்பட்ட துவாரங்கள் உண்டு.

ஒரு பக்கத்துத் துவாரம் வழியாகக் குளிர்ச்சி நிறைந்த தண்ணீர் வந்துகொண்டேயிருக்கும்; அது இன்னொரு பக்கத் துவாரத்து வழியாகப் போய்க்கொண்டேயிருக்கும்.

மூன்றடி ஆழம் உள்ள குளம்போல் அது காட்சி அளித்தது.

இடையிலே ஒரு சிறு பளிங்கு மேடை உண்டு.

சிறிதுநேரம் நீரிலே மிதந்தபிறகு அந்தப் பளிங்கு மேடையில் ஏறி அமர்ந்து வண்ணக் கலவைகளை உடம்பில் தேய்த்துக் கொள்வதற்காக அந்த ஏற்பாடு.

சாளரக் கதவு வழியாக வரும் காற்று கீழே வந்து தண்ணீரைத் தொட்டுவிட்டுப் பிறகு மேலே செல்லும் நிலையில் சாளரமும் அமைக்கப்பட்டிருந்தது.

ஆகவே, பொழுது போவதே தெரியாமல் குழந்தையைப் போல் அவள் அதில் மிதப்பாள்.

ஏதாவது ஒரு பாடலை முணுமுணுப்பாள்.

இனிமையான ராகங்கள் மிதந்து செல்வது கண்ணுக்குத் தெரிவதுபோல், அலைகள் மிதந்து செல்லும்படி, மெல்லிய கைகளால் மெதுவாகத் தள்ளிக் கொண்டிருப்பாள்.

அந்த அற்புத தேவதையை, அந்த நீராழியிலேயே கண்டு களிக்கச் சேரமான் இல்லை.

அவளது மெல்லிய இடை சற்றுக் கனமடையத் தொடங்கியிருந்த பருவம். அது தாய்மையின் மூன்றாம் பிறை.

காலையில் ஒருமுறை, மாலையில் ஒருமுறை நீராடிக் கொண்டு பாடுவதிலேயே அவள் பொழுதைக் கழித்திருந்தாள்.

செவ்விளநீரைச் சுமந்தபடி இளங்காற்றில் ஆடும் சேரநாட்டுத் தென்னையைப்போல் அவள் அந்த நீராழியில் காட்சி அளித்தாள்.

ஒருவன் கண்ணுக்கு மட்டுமே விருந்தாகக்கூடிய அவளது அங்க ரகசியங்களை, பலரது கண்களுக்கு வைப்பது பொருத்தமன்று.

இஸ்ரவேலின் இனிய சங்கீதம் இரவு நேரங்களில் விரக தாபத்தால் முராரியாக மாறிக் கொண்டிருந்தது. அன்று...

நீராழிக்குள் நுழைந்த யூஜியானா உட்புறம் இருந்த கண்ணாடிக்கு முன்னால் நின்று தன் ஆடைகளைக் களைந்தாள். அப்போதுதான் தன் அடி வயிற்றில் ஓர் அதிசயத்தைக் கண்டாள்.

அங்கே கறுப்பாக இரண்டு விரல் அகலத்தில் ஒரு நட்சத்திர மச்சம் இருந்தது.

அது எப்போதுமே இருந்து அவள் கவனிக்காமல் இருந்தாளா? இப்போது அது புதியதாகத் தோன்றியிருக்கிறதா?

ஏற்கெனவே இருந்ததுபோலும் ஒரு கனவு; இல்லாததுபோலும் ஒரு நினைவு.

வண்ணக் கலவையில் ஏதாவது கரித்தூள் கலந்திருந்து அங்கே ஒட்டியிருக்கக்கூடுமா?

அல்லது உள்ளாடையில் இருந்த சாயமா?

அவள் அதைத் துடைத்துத் துடைத்துப் பார்த்தாள்.

மச்சம்தான் என்பதை உறுதி செய்துகொள்ள முயன்றாள்.

நீரிலே இறங்கி நீராலும் கழுவிப் பார்த்தாள்.

சந்தேகமே இல்லை; நிச்சயமாக மச்சம்தான்.

அவளுக்கு அச்சம் பிறந்தது.

'கருவுற்றிருக்கும் பெண்ணின் அடிவயிற்றில் நட்சத்திர மச்சம் தோன்றுவது, அழிவுக்கு அடையாளம்' என்பது அந்நாளைய யூதர்களின் நம்பிக்கை.

'யாரிடம் காட்டி இதற்கு விளக்கம் கேட்பது?' நிச்சயமாக ஒரு பெண்ணிடம்தான் காட்ட முடியும்.

எந்தப் பெண் இதற்கு விளக்கம் கூறக்கூடிய திறமை உள்ளவள்?

அவளால் இப்போது ரசனையோடு நீராட முடியவில்லை.

வெளியில் இருந்து வந்த தண்ணீரில் செத்துப் போன சிறிய மீன் ஒன்று மிதந்து வந்தது.

இது என்ன இரண்டாவது சகுனம்?

அவளால் குளிக்கவே முடியவில்லை.

எழுந்து புத்தாடை உடுத்திக்கொண்டு நீராழி மண்டபத்தை விட்டு வெளியே வந்தாள்.

தூரத்தில் யாரோ ஒரு பெண் சுருதியே இல்லாமல் பாடுவது அவளுக்குக் கேட்டது.

கூர்ந்து கேட்டாள்.

''ஐயாமார்களே, அம்மாமார்களே! வரும் பொருள் உரைக்கும் மலைக்குறத்தி நான்!''

அம்மனின் ஆவேசம் வரப்பெற்றவள் நான்.

நாளை வரப்போவதை இன்றே சொல்லும் நல்ல சக்தி எனக்கு உண்டு.

வயிற்றில் இருக்கும் குழந்தை ஆணா பெண்ணா என்பதையும் சொல்வேன்.

போன் ஜன்மத்தில் நீங்கள் யாராக இருந்தீர்கள் என்பதைப் புட்டு புட்டு வைப்பேன்.

'கொங்கு நாட்டுக்கு நீ செல்லப்போகிறாய்' என்று மாதவிக்கு நான்தான் சொன்னேன்.

பாண்டிய நாடு விடுதலை பெறப்போகிறதென்று வரகுண பாண்டியனுக்கு நான்தான் தெரிவித்தேன்.

வட தேசத்தில் உள்ள உச்சிந்தை மாகாணம் என்ற உஜ்ஜைனியின் எதிர்காலத்தையே நான்தான் கணித்துக் கொடுத்தேன்.

உங்களது கைகளைக் காட்டுங்கள்; காலத்தை நான் சொல்கிறேன்.

ஐயாமார்களே, அம்மாமார்களே! வரும்பொருள் உரைக்கும் மலைக்குறத்தி நான்''

என்று அவள் பாடினாள்.

நெருப்பிலே நெய்யை விட்டதுபோல், யூஜியானாவின் நினைவிலே ஆசையைத் தூண்டிற்று அந்தப் பாடல்.

உடனே அவள் கைத்தட்டிக் காவலனை அழைத்தாள்.

அவளுக்காக நியமிக்கப்பட்டிருந்த அந்தரங்கச் சேவகன் ஓர் அலி.

"அந்தப் பெண்ணை அழைத்து வா" என்று அவனுக்கு ஆணையிட்டாள் யூஜியானா.

அவன் சென்று அழைத்து வந்தான்.

அசல் தென்னாட்டு மலைக்குறத்தி அவள்.

மூக்கிலே 'நத்து' போட்டிருந்தாள், காதுகளில் கொம்பு; கழுத்திலே கருகமணி மாலை; கைகளில் காவிக் கயிறு; இடுப்பிலே அரைப் பாவாடை; மார்பிலே தாவணி; அள்ளி முடித்த கோடாலிக் கொண்டை; காலிலே மிகப் பெரிய வெள்ளித் தண்டைகள்.

அவள் நடந்து வந்த ஓசையே, இரவில் பேய் பிசாசுகள் நடந்து வரும் ஓசைபோல் அவளுக்குக் கேட்டது.

தன் தனி அறைக்கு அவளை அழைத்துச் சென்றாள் யூஜியானா.

உள்ளே செல்லத் தயங்குவதுபோல் அவள் காட்டிக் கொண்டாள்.

"பரவாயில்லை" என்று அவளை அழைத்துச் சென்றாள் யூஜியானா.

யூஜியானாவின் வலது கை நீண்டது.

அந்தக் கையிலே மலைக்குறத்தியின் மந்திரக்கோல் விழுந்தது.

ஏதேதோ தெய்வங்களின் பெயர்களைச் சொல்லிக் கண்களை மூடிக்கொண்டே குறத்தி பாடினாள்.

கடைசியாக, கபாடபுரத்துக் கால தேவதையம்மா' என்று சொல்லி நிறுத்தினாள்.

மூடிய கண்களைத் திறந்தாள்.

யூஜியானாவின் முகத்தையே உற்றுப் பார்த்தாள்.

பிறகு பாட்டு மூலமே ஒரு கதை சொல்ல ஆரம்பித்தாள்.

"தெற்கே கபாடபுரம் என்றொரு நகரம் இருந்தது. பாண்டியர்கள் ஆண்ட முதல் தலைநகரம் அதுதான்.

அதை ஆண்டுக்கொண்டிருந்த பாண்டியர்களில் ஒருவன், கடல்வழிப் பயணத்தில் கைதேர்ந்தவன். ஏராளமான கடற்படைகளை வைத்திருந்தான்.

அவனும் அவனது வீரர்களும் ஒரு சமயம் தெற்கே பயணம் செய்து அறுபது நாள் பயணத்தில் மெக்காஸி (மெக்ஸிகோ) என்ற நாட்டை அடைந்தார்கள்.

அந்த நாட்டுப் பழங்குடி மக்களை அப்போது ஆண்டு கொண்டிருந்தவன் அல்பான்சோ: அவரது ஒரே மகள் ஜீனா.

அவர்களும் சூரியனையும் சந்திரனையும் வணங்குகிறவர்கள். அதனால், அவர்கள் பாண்டிய மன்னனை வரவேற்றுத் தங்கள் விருந்தினனாக ஏற்றுக்கொண்டிருந்தார்கள்.

மெக்காஸி நாட்டில் ஒரு நதி ஓடிக்கொண்டிருந்தது.

மீன்களே இல்லாத நதி அது.

அந்த நதியில் பாண்டிய மன்னன் குளித்தான். மறுநாளே ஏராளமான மீன்கள் தோன்றின.

அதில் ஆச்சரியம் அடைந்த அல்பான்சோ, பாண்டிய மன்னனைத் தெய்வமாக வழிபட்டான்.

மெக்காஸி நாட்டில் பாண்டிய மன்னன் தங்கிச் சைவக் கோயில்கள் கட்ட ஆரம்பித்தான்.

முதலில் சூரியனுக்கு ஒரு கோயில் கட்டினான்.

அந்தக் கோயிலைக் கட்டுவதற்காக ஆறு திங்கள் அவன் அங்கே தங்கினான். அந்த இடைக்காலத்தில் அவனது அழகில் தன்னைப் பறிகொடுத்தாள் ஜீனா. ஜீனாவை அவனும் மனதார நேசித்தான்.

ஒருவரில்லாமல் ஒருவர் இல்லை என்கிற அளவுக்கு அவர்கள் உறவு வளர்ந்தது.

அல்பான்சோ அவளைத் தடுக்கவில்லை.

மெக்காஸி நாட்டுப் பழங்குடியினர் வழக்கப்படி பாண்டிய மன்னனுக்கு நெற்றியில் மூன்றாவது கண் வைத்து ஜீனாவை அவனுக்கே மணம் முடித்துக் கொடுத்தான் அல்பான்சோ.

அந்தத் திருமணத்தில் எல்லோருமே மூன்று கண் வைத்துக்கொண்டு நடனமாடினார்கள்.

அதற்கும் முன்பே அங்கே சைவம் பரவி இருந்த காரணத்தால் அந்த நடனத்தைச் சிவநடனம் என்றே அழைத்தார்கள்.

மெக்காஸி நதிக்கரையில் ஒரு பர்ணசாலை அமைக்கப்பட்டுப் பாண்டிய மன்னனுக்கும், ஜீனாவுக்கும் சோபன முகூர்த்தம் நடந்தது.

அவர்கள் உடலுறவு கொண்டபோது, வானத்தில் ஒரு புதிய நட்சத்திரம் தோன்றிற்று. அந்த நட்சத்திரத்தை அவர்கள் கவனிக்கவில்லை.

இருவரும் சந்தோஷமாக இருந்து விட்டுக் காற்றுக்காக நதிக்கரை ஓரமாக வந்தார்கள்.

இப்போது வானத்தில் இருந்த அந்த நட்சத்திரம் எரிந்து விழுந்தது. அதை அவர்கள் பார்த்தார்கள். ஆனால் அதற்கோர் அர்த்தத்தை அவர்கள் கற்பித்துக் கொள்ளவில்லை.

நான்கு திங்கள் அவளோடு சந்தோஷமாக இருந்து விட்டு, சூரியன் கோயிலுக்கு நீராட்டு விழா நடத்தி விட்டு, அவளையும் அழைத்துக்கொண்டு பாண்டிய மன்னன் புறப்பட்டான்.

அல்பான்சோவும், மெக்காஸி நாட்டு மக்களும் அவர்களை வழி அனுப்பினார்கள்.

தன்னோடு வந்த வீரர்களில் ஐம்பதுபேரை மட்டும் கப்பலில் அழைத்துக்கொண்டு, மற்றவர்களை மெக்காஸி நாட்டிலேயே கோயில்கள் கட்டுவதற்காக விட்டுவிட்டான் பாண்டியன்.

அவர்கள் ஏறிச் சென்ற கப்பல்கள் முப்பது நாள் பயணம் செய்து நடுக்கடலிலே வந்துகொண்டிருந்த போது, எதிரே புதுக் கப்பல்கள் அவர்கள் கண்களுக்குத் தெரிந்தன.

அந்தக் கப்பலில் வந்தவன் 'காலசூரியன்' என்பவன்.

அவன் கபாடபுரத்து தேவதத்தன் என்ற வணிகனுடைய மகன்.

அவனோடு வந்தவர் இருநூறுபேர்.

இரண்டு கப்பல்களும் சந்தித்துக்கொண்டபோது, மரியாதைக் காக மன்னனின் கப்பலில் தாவி, வணக்கம் செலுத்தினான் காலசூரியன்.

அவன் கண்களில் ஜீனா தென்பட்டாள். அவள் நான்கு மாத கர்ப்பிணி.

அவளைப் பார்த்த உடனேயே காலசூரியன் உடம்பில் காமவெறி தீயாக எரிந்தது.

காம வெறியில் தந்தையையே கொன்றவனல்லவா, அவன்!

மன்னனையே பகைத்துக் கொள்ள அவன் தயாரானான்!

நடுக்கடலில் பெரும் போர் மூண்டது.

பாண்டிய மன்னனும், அவனது வீரர்களும் கொல்லப் பட்டார்கள்.

காலசூரியன் ஜீனாவைக் கட்டி அணைக்க முயன்றான்!

அவள் ஆவேசத்தோடு, ''நில்' என்னைத் தொடாதே. என் கணவனைக் கொன்ற உன்னைக் கொல்ல எனக்குச் சக்தி இல்லை. ஆனால் அடுத்த ஜன்மத்தில் என் வயிற்றிலேயே உனக்கொரு குழந்தை பிறந்து அதுவே உன்னை அழிக்கும். சூரியபகவான்மீது சத்தியம்'' என்று கூறிவிட்டுக் கடலிலே குதித்து விட்டாள்.

கடல் கொந்தளித்தது.

காலசூரியனும் அவனது வீரர்களும் கடலில் மூழ்கினார்கள்.

அதே கடல் அப்படியே பெருக்கெடுத்துக் கபாடபுரம் வரை வந்து, கபாடபுரத்தையும் அழித்துவிட்டது.

அந்த ஜீனாதான் யூத ஜாதியில் பிறந்த நீ.

அந்தக் காலசூரியன் தான் மூன்றாம் சேரமான்.

உன் வயிற்றில் வளரும் குழந்தைதான் அவரைக் கொல்லப் போகிறது; சேரநாட்டையும் அழிக்கப்போகிறது.

அதற்கு அறிகுறியாகத்தான் மெக்காஸி வானத்தில் எரிந்து விழுந்த நட்சத்திரம், உன் அடிவயிற்றில் மச்சமாகத் தோன்றியிருக்கிறது.''

- என்றாள் குறத்தி.

யூஜியானாவுக்குத் தன் உடல் முழுவதும் ஜில்லிட்டு விட்டதுபோல் தோன்றிற்று.

10. ஊசலாடும் தர்மம்

ராஜசேகர சுவாமி சொன்ன பூர்வஜென்மக் கதையில் சேரமானுக்கு உண்மையிலேயே நம்பிக்கை பிறந்துவிட்டது.

அஞ்சலவேளைப் பற்றியோ, தரங்கிணியைப் பற்றியோ முன்பின் தெரியாத அவர், அவர்களையும் அவர்களோடு தான் சம்பந்தப்பட்ட நிகழ்ச்சிகளையும் சேர்த்துச் சொன்னதால், அவரது வரும்பொருள் உரைக்கும் தன்மையிலும் அவருக்கு நம்பிக்கை உண்டாயிற்று.

நாடி சாத்திரம் பற்றிச் சேரமான் கேள்விப்பட்டிருக்கிறார். ஆகவே, இவை உண்மையாக இருக்கலாம் என்றும் நம்பினார்.

மலையில் இருந்து திரும்பிய உடனேயே இந்த நிகழ்ச்சி நடைபெற்றதால் - இந்தச் செய்தி சொல்லப்பட்டதால் - அதில் சிறிது கூடச் சந்தேகப்பட அவரால் முடிய வில்லை.

ஒரு வயிற்றில் ஒரு குழந்தை வளருகிறது. அது தனக்கும் சேரநாட்டுக்கும் அழிவுச் சக்தியாக விளங்கப் போகிறது - இந்தச் செய்தி யூஜியானாவைப் பற்றியதாக அல்லாமல் வேறு யாரைப் பற்றியதாக இருக்க முடியும்?

- எல்லோரும் அறிந்துகொள்ளும்படி அந்த செய்தியை நிமித்திகர் சொல்லிவிடுவாரோ என்று சேரமான் பயந்தார்.

"சுவாமி! எல்லா விஷயங்களையும் நாம் திருவஞ்சைக் களத்துக்குச் சென்று பேசிக்கொள்ளலாம். வாருங்கள் புறப்படலாம்" என்று அவரை அழைத்தார்.

"நல்லது. நானும் சற்று ஓய்வாகவேதான் வந்திருக்கிறேன். செல்லலாம்" என்று ஒப்புதல் அளித்தார், ராஜசேகர சுவாமி.

எல்லோரும் ரதங்களில் ஏறினார்கள்.

மெல்லிளங்கோதையும், மார்த்தாண்டவர்மனும் வழி அனுப்பினார்கள்.

பத்மாவதியோடு ஒரே ரதத்தில் செல்ல வேண்டிய சேரமான், அவளையும் தரங்கிணியையும் ஒரு ரதத்தில் ஏற்றிவிட்டு, தம்மோடு ராஜசேகர சுவாமியை ஏற்றிக் கொண்டார்.

ரதம் புறப்பட்டுக் கொஞ்ச நேரம் வரையிலே இருவரும் எதுவும் பேசவில்லை.

அந்த ரதத்தில் பூட்டப்பட்ட இரட்டைக் குதிரைகளின் காலடி ஓசை ஏதோ ஓர் அவல ஒலிபோல் சேரமானுக்குத் தோன்றிற்று.

குதிரை கனைத்ததுகூடக் குழந்தை ஒன்று பயங்கரமாகச் சத்தமிடுவதுபோல் அவர் காதுகளுக்குக் கேட்டது.

சரியோ தவறோ ஒரு விஷயம் நம்பும்படி சொல்லப் பட்டுவிட்டால் அது விநாடிக்கு விநாடி விசுவரூபம் எடுக்கும்.

யூஜியானாவை நினைக்கும்போது அவளது அழகும் அறிவும் அன்பும் சேரமானின் உயிரில் நின்று விளையாடின.

நிமித்திகர் சொன்ன அந்தச் செய்தியை நினைத்த போது அவரது கற்பனா சக்தியில், பேய் ஒன்றின் தேவதா வடிவம்போல் அவள் தோன்றினாள்.

தனது பூர்வ ஜென்மத்தின் மற்றப் பகுதிகளையும் அறிந்துகொள்ள அவர் விரும்பினார்.

"சுவாமி! நீங்கள் சொன்ன விஷயங்கள் உண்மைதான். ஒரு குழந்தை ஒரு வயிற்றில் வளர்வதும் உண்மைதான். பூர்வ ஜென்மத்தைப் பற்றி எனக்குத் தெரியாது. இந்த ஜென்மத்தைப் பற்றி நீங்கள் சொன்னவை சரியானவையே. ஆனால், பூர்வ ஜென்மத்தில் என் கதையின் தொடர்ச்சி என்ன? இப்படி ஒரு குழந்தை இந்த

ஜென்மத்தில் வர வேண்டிய அவசியம் என்ன?'' என்று கேட்டு, சுவாமிகளின் மௌனத்தைத் கலைத்தார்.

''உன் முதல் கதை கதலியின் கதை. இந்தக் குழந்தையின் கதை கடைசிக் கதை. இவை இரண்டுக்கும் இடையில் இன்னுமொரு கதை உண்டு. அதுதான் உன் மனைவி பத்மாவதியின் கதை.

கேள். கோதத்தன் மகள் கதலி இறந்ததும் பூதத்தன் மகள் பவளவல்லியின் மீது உன் பார்வை திரும்பியது.

பவளவல்லி பிடிவாதக்காரி. தன் அழகைப் பற்றியும், அறிவைப் பற்றியும் அவளுக்கோர் ஆணவம் உண்டு. அவள் உன்னை மிகவும் அலட்சியப்படுத்தினாள்.

கபாடபுரத்துப் பெண்கள் எப்படி இருப்பார்கள் என்று நான் உனக்குச் சொல்லவில்லையே? இன்றைய சேர நாட்டுப் பெண்களைப்போல் அவர்கள் தலைமுடியை நீளமாக வளர்ப்பதில்லை. கொண்டை போடுவதில்லை. பசுவின் நெய் போட்டுச் சுருட்டி விடுவார்கள்; ஒரே பாவாடையை மார்புவரை அணிந்து அதன் ஒரு புறத்தை வலதுபுறத் தோளின் மீது முடிச்சாகப் போட்டுக் கொள் வார்கள். முழங்காலுக்குக் கீழே ஆடை இருக்காது. ஆனால் பாதத்துக்கும் முழங்காலுக்கும் நடுவே வங்கி வளையல்

ஒன்றை மாட்டியிருப்பார்கள். ரோமமில்லாத கால்களில் அவை தக தகவென்று பிரகாசிக்கும்.

பவளவல்லியின் மீது பைத்தியம் கொண்ட நீ, அவளது இல்லத்திலேயே அவளைச் சந்திக்கப் பல தடவை முயன்றாய். அதில் தோல்வியுற்ற காரணத்தால் முத்து மண்டபத்தில் அவளைச் சந்திக்க விரும்பினாய்.

அங்குதான் ஆண்கள் நுழைய முடியாதே!

அதற்காக நீ பெண் வேடம் போட முடிவு செய்தாய்.

ஒரு பெண்ணுக்குரிய நளினமும் உன்னிடம் இருந்ததால் அதை உன்னால் சுலபமாகச் செய்ய முடிந்தது.

ஏடு படிக்கும் பெண்போல் நீ ஒருநாள் அந்த மண்டபத்துக்குள் நுழைந்தாய். ஒவ்வொரு பெண்ணும் ஒவ்வொரு மூலையில் அமர்ந்து ஏடு படித்துக் கொண்டிருந்தார்கள். பவளவல்லிக்குச் சற்று தூரத்தில் சென்று நீ அமர்ந்தாய்.

எல்லோரும் மௌனமாகப் படித்துக் கொண்டிருந்த இடத்தில் பெண்ணைப் போலவே குரலை மாற்றிக்கொண்டு நீ மெதுவான குரலில் படித்தாய்.

கற்பியல் பற்றியும், களவியல் பற்றியும் ஏட்டில் இல்லாத விஷயங்களையெல்லாம் நீ கற்பனையில் உதிர்த்தாய்.

'காதல் துறையில் சுகமானது களவியலே' என்று நீ படித்ததும் கோபம் கொண்ட பவளவல்லி, தானும் சத்தம் போட்டுப் படிக்க ஆரம்பித்தாள்.

'களவியல் என்பது பைசாசப் பெண்களுக்கு மட்டுமே பொருந்தும்' என்று அவள் படித்தாள்.

'நற்குடி மாதர்க்கும் களவியல் நல்ல வழியே' என்று நீ படித்தாய்.

'களவியல் உணர்வே சீர்கெட்ட குடிப்பிறப்புக்களுக்குத் தான் வரும்' என்று அவள் படித்தாள்.

'தெய்வமாக் கதைகளிலும் களவியல் புகழ்ந்துரைக்கப் படுவதாக' நீ படித்தாய்.

'மானுடம் தெய்வதமாவது களவியலில் அல்ல' என்று அவள் படித்தாள்.

ஆனால் உனக்குப் பதில் சொல்வதுபோல் அவள் படித்தாளே தவிர உன் சாமர்த்தியத்தை வியந்து கொண்டேயிருந்தாள்.

நீ கற்பனையில்தான் படிக்கிறாய் என்பதை அவள் புரிந்து கொண்டாள். காரணம் அவளும் கற்பனையில் தானே பதில் சொன்னாள்.

மெதுவாக அவள் ஏட்டைக் கீழே வைத்துவிட்டு உன்னைப்பார்த்து, "யாரடி நீ ? இதுவரை இந்த மண்டபத்தில் உன்னைப் பார்த்ததில்லையே!" என்று கேட்டாள்.

"என் பெயர் மாணிக்கவல்லி, தோரணபுரத்தில் ஒரு வணிகரின் மகள். பட்டியில் நடத்திய வாணிபம் பயனில்லை என்று கபாடபுரத்துக்கு வந்தார்கள் என் பெற்றோர். வந்து இரண்டே தினங்கள் ஆகின்றன. இம்மண்டபம் பற்றி இன்று தான் நான் கேள்விப்பட்டேன். ஏடு படிக்க வந்தேன்?" என்றாய் நீ.

"ஏட்டில் இல்லாத தெல்லாம் படிக்கிறாயே!..." என்று கேட்டாள் அவள்.

"ஒன்றைப் படிக்கும் போது ஒன்று தோன்று கிறது. அதை வாய்விட்டுச் சொல்கிறேன். அறிவை வளர்த்துக் கொள்வதற்கு அதுதானே வழி?" என்றாய் நீ.

“திறமையுள்ளவளேதான் நீ!” என்றாள் அவள்.

“ஏன் அழகாய் இல்லையா...?” என்று கேட்டாய் நீ.

“பெண்ணே பெண்ணை வியக்க முடியாதே தாயே!” என்றாள் அவள்.

“என்னை வியக்கத் தோன்றவில்லையா உனக்கு?” என்று கேட்டாய் நீ.

“வியந்து பயனென்ன?” என்று கூறிக் கொண்டே எழுந்தாள் அவள்.

அவள் மண்டபத்தை விட்டு வெளியேறியபோது நீயும் பின்தொடர்ந்தாய்.

சாதாரணமாக ஒரு ரதத்தில் நான்கு காவலர்களோடு செல்லும் அவளை, “நடந்தே பேசிக் கொண்டு செல்லலாமே...” என்று அழைத்தாய் நீ.

அவளுக்கும் ஏனோ உன்னோடு பேசவேண்டும்போல் தோன்றிற்று.

இருவரும் பேசிக்கொண்டே நடந்தீர்கள்.

கபாடபுரத்தில் ஒரு பழக்கம் உண்டு. அங்கே கடற்கரை ஓரமாகப் பிரம்மாண்டமான தூண் ஒன்று எழும்பி நிற்கும். மழை வரப்போகிறதென்றால் அதை அறிவிப்பது போல் ஒரு கழுகு வந்து அந்தத் தூண்மீது அமரும். நகரின் எந்த மூலையிலிருந்தும் அதைப் பார்க்க முடியும்.

நீங்கள் இருவரும் பேசிக்கொண்டே வந்தபோது குளிர்ந்த காற்று அடித்தது.

கடற்கரைத் தூணில் கழுகு ஒன்று சிறகை விரித்தபடி உட்கார்ந்திருந்தது.

உடனே மழை பொழியத் தொடங்கிற்று.

அப்போது நீங்கள் வந்த இடத்தருகே துர்க்கையின் கோயில் ஒன்று இருந்தது. அந்தக் கோயிலுக்குள்ளே நீங்கள் இருவரும் நுழைந்தீர்கள்.

அந்த கோயிலுக்குள் நுழைந்ததும் உன் மனநிலையே மாறுபட்டது.

எந்தப் பெண்ணையும் அனுபவிக்க வேண்டும் என்று நினைக்கும் உனக்கு, பவளவல்லியை மணந்து கொள்ள வேண்டும் என்று எண்ணம் உண்டாயிற்று.

களவியல் முறையில் அவளை அங்கேயே மணந்து கொள்வது என்று முடிவு கட்டினாய்.

வெளியிலே மழை கடுமையாய்ப் பெய்து கொண்டிருந்தது.

வெகுநேரம் வரையிலே நீ உன் மனத்தோடு போராடினாய்.

அப்போது நீ ஒரு காமுகனாய் இல்லை; ஓர் உத்தமமான காதலனாகவே இருந்தாய். அது, அதற்கும் முந்திய ஜென்மத்தில் துர்க்கை உனக்கு அளித்த வரம்.

நீண்ட நேரப் போராட்டத்துக்குப் பிறகு மழை நின்றுவிடுமோ என்ற பயம் உனக்கு வந்தது.

'இப்போது பிரிந்துவிட்டால், இனி எப்போதும் இந்த வாய்ப்புக் கிடைக்காது' என்று நீ முடிவு கட்டினாய்.

திடீரென்று பவளவல்லியின் கையைப் பிடித்துக் கொண்டு துர்க்கையின் சந்நிதியருகே சென்றாய். நீ ஒரு பெண்ணென்ற நிலையிலேயே அதற்கும் அவள் சம்மதித்தாள்.

இருவரும் சந்நிதானத்தில் மண்டியிட்டுத் துர்க்கையை வணங்கினீர்கள்.

ஏன் எதற்காக என்று எதுவும் சொல்லாமல் பிறகு நீ சந்நிதானத்துக்கு உள்ளே சென்று, துர்க்கையின் கழுத்தில் இருந்த நகையையும், மாலையையும் கழற்றினாய். இரண்டையும் அவள் கழுத்தில் அணிவித்தாய்.

அவள் பயந்தாள். 'எதற்காக?' என்று கேட்டாள்.

'இது தேவிக்குப் பிரியமானது' என்றாய். 'இது ஒருவகை வழிபாடு' என்றாய். 'வழிபாடு செய்பவர் இருந்தால் இப்படித்தான் செய்வார்' என்றாய்.

திடீரென்று அவளை மார்போடு அணைத்தாய். நீ ஓர் ஆடவன் என்பதைக் காட்டிக்கொண்டு விட்டாய்!

நடைபெற்றது களவியல் திருமணம் என்று அறிந்ததும் அவள் கொதித்தாள்; சீறினாள்.

கழுத்தில் இருந்த மாலையையும் நகையையும் கழற்றித் துர்க்கையின் முகத்திலேயே வீசியடித்தாள்.

அவை போய் விழுந்ததில் காலகாலங்களாக அங்கு எரிந்து கொண்டிருந்த நந்தா விளக்கு ஒன்று அணைந்தது.

கேவலமான வார்த்தைகளால் உன்னை ஏசிய அவள், கொட்டும் மழையில் கோயிலைவிட்டு வெளியே ஓடினாள்.

அவளைப் பிடிக்கவேண்டும் என்று உனக்குத் தோன்றவில்லை. ஆனால் கடைசிவரை அவள் உனக்குக் கிடைக்கவில்லை.

வேறு திருமணமும் இல்லாமல் அவள் கன்னியாகவே வாழ்ந்தாள்.

அவளைப் பலவந்தப்படுத்தவும் நீ விரும்பவில்லை.

தன்னுடைய நகையை அவள் வீசியடித்ததால் துர்க்கைக்கு அவள் மீது கோபம் உண்டாயிற்று.

அதன் விளைவாகவே இந்த ஜென்மத்தில் அவள் உன் மனைவி பத்மாவதியாக வந்து அலட்சியப்படுத்தப்படுகிறாள்.''

- என்று நிறுத்தினார் ராஜசேகர சுவாமி.

"நல்லது சுவாமி. இந்தக் குழந்தையின் கதை என்ன?'' என்று ஆவலோடு கேட்டார் சேரமான்.

யூஜியானாவிடம் குறத்தி சொன்ன அதே கதையை அப்படியே சொன்னார் ராஜசேகர சுவாமி.

பவளவல்லியின் காதல் தோல்வியால் விரக்தியும் வேதனையுமுற்றுக் காமமே தலையாகக் கொண்டு கடற்பயணம் செய்ததாகவும், மெக்காஸி நாட்டு ஜீனாவை அந்த வெறியிலேயே அபகரிக்க விரும்பியதாகவும், அவள் கடலில் குதித்ததாகவும், கபாடபுரம் அழிந்ததாகவும், அவள் வயிற்றுக் குழந்தையே யூதப்பெண்ணின் வயிற்றில் இருப்பதாகவும் இழைகூடப் பிசகாமல் அவர் சொல்லி முடித்தார்.

ஓடிக்கொண்டிருந்த குதிரையின் இருதயத்தை விடவும் வேகமாகச் சேரமானின் இருதயம் அடித்துக் கொண்டது..

"இதற்கு என்ன சுவாமி பரிகாரம்?" என்று பரிதாபமாகக் கேட்டார்.

"கடந்த காலம், எதிர்காலம் இரண்டையும் சொல்வது என் பழக்கமே தவிர பரிகாரம் சொல்வது என் பழக்கமல்ல" என்றார்.

"எனக்காகச் சொல்லுங்களேன்..." என்று கெஞ்சினார் சேரமான்.

"யாரைக் கேட்டாலும் இதற்கு அவர்கள் சொல்லக்கூடிய பரிகாரம் ஒன்றுதான்! அந்த யூதப்பெண், பிள்ளையை ஈன்றெடுப்பதற்கு முன்னால் அவளை இஸ்ரவேல் நாட்டுக்குத் திருப்பி அனுப்பிவிடுவது ஒன்றே இதற்குப் பரிகாரம்" என்றார்.

"ஐயோ! சுவாமி!" என்றார் சேரமான்.

நிமித்திகர் அமைதியாக, "எனக்குத் தெரிந்ததைச் சொன்னேன்" என்றார்.

"யூஜியானா! அந்த தங்கச் சிலையை மீண்டும் இஸ்ரவேலுக்குத் திருப்பியனுப்புவதா? நினைத்துப் பார்க்கவே முடியவில்லையே!" சேரமான் கண்கள் கலங்கின.

‘‘இந்தக் காரியத்தை நீ செய்யாவிட்டால் அழிவிலிருந்து நீ தப்பவே முடியாது’’ என்றார் நிமித்திகர்.

சேரமான் பதில் பேசவில்லை.

‘‘எப்படியோ சேரநாடு சிதறுண்டு போவது போலவும், சேர வம்சம் திசை தப்பிப் போவது போலவும் எனக்குத் தோன்றுகிறது’’ என்றார் நிமித்திகர். ‘‘உனக்குப் பிடிக்காத விஷயங்களை நான் சொல்லியிருந்தால் என்னை மன்னித்து விடு’’ என்றார்.

‘‘இல்லை சுவாமி! அப்படியொன்றுமில்லை!’’ என்றார். சேரமான்.

பிறகு இருவருமே பேசவில்லை.

ரதங்கள் திருவஞ்சைக்களத்துக்கு வந்து சேர்ந்தன.

கலங்கிய நிலையில் இறங்கிய சேரமானை யாரும் அர்த்தத்தோடு கவனித்துப் பார்க்கவில்லை.

பயணத்தின் களைப்பே அவரது முகவாட்டம் என்று எண்ணினார்கள்.

நிமித்திகர் புலித்தோலை விரித்து அமர்ந்தார்.

அப்போது காவலர்கள் சிலர் ஒரு குறத்தியைக் கட்டி இழுத்து வந்தார்கள்.

‘‘எவ்வளவு சொல்லியும் கேளாமல் இந்தக் குறத்தி கோட்டை வெளியில் நுழைந்தாள்’’ என்று சேரமானிடம் முறையிட்டார்கள்.

அவள் பூஜியானாவுக்குக் குறி சொன்ன அதே குறத்தி.

‘‘சரி சரி. அவளை விட்டுவிடுங்கள்’’ என்றார் சேரமான்.

அவளைப் பார்த்து, ‘‘ஏ குறத்தி! தர்மம் எப்படி இருக்கிறது?’’ என்று கேட்டார் நிமித்திகர்.

‘‘ஊசலாடிக் கொண்டிருக்கிறது!’’ என்று சொல்லிவிட்டு வெளியேறினாள் குறத்தி.

11. பிரிவினும் சுடுமோ இஸ்ரவேல்...?

"ஒரு மன்னன், சந்நியாசி ஒருவர் சொன்ன பூர்வ ஜென்மக் கதைகளை நம்பி, மனம் ஊசலாடலாமா?'' கூடாதுதான்.

"ஒரு யூத ஜாதிக் கிளி, மலைநாட்டுக் குறத்தி சொன்ன கதையை நம்பி, மனம் கலங்கலாமா?'' - கூடாதுதான்.

ஆனால் சேரநாட்டின் வரலாற்றில் ஒரு புதிய வம்சத்தை அலங்கரிக்க விரும்பாத விதி, அவர்களை நம்பும்படி செய்தது.

கல்வி கேள்விகளில் தேர்ந்த சேரமான் பெருமாள் கண்ணீர் மல்க அரண்மனை முன்னும் பின்னும் நடந்து கொண்டிருந்தார்.

உலகம் முழுதும் அவனே என்று கருதி, யூத மரபுகளைக் கூட மாற்றிக்கொண்டு, இந்துப் பெண்ணாகக் காட்சியளித்த யூஜியானா, முள்ளாலே படுக்கையிட்டு, அதன் மீது நெருப்புக் கங்குகளைத் தூவிப் புரண்டு கொண்டிருந்தாள்.

எழுவாள்; விழுவாள்; இனி ஏது செய்வேன் என்பது போல் அழுவாள்; இதயத்தால் பரம்பொருளைத் தொழுவாள்; ஒரே இரவில் இளமையே சீர்குலைந்ததுபோல் அவள் காணப்பட்டாள்.

காட்டுவெளிக் கூடாரம் ஒன்றில் அந்தக் குறத்தியும் நாட்டுப்புறக் குடிசை ஒன்றில் ராஜசேகர சுவாமியும் நிம்மதியாகக் தூங்கிக் கொண்டிருந்தார்கள்.

சுண்ணாம்பிலே வெண்ணெயைக் கலந்த அவர்கள் அது சிவப்பாக மாறியதை அறியாமல் இல்லை.

ஆனால் ஒருவருக்கொருவர் சம்பந்தமில்லாதவர்கள் போல் காணப்பட்ட அந்த இருவரும் கிளப்பிவிட்ட பூதம் யூஜியானாவின் கூந்தலைக் கலைத்தது. குங்குமத்தைக் கரைத்தது. சேரமான் பெருமாளைச் சித்திரவதை செய்தது.

போர்க்களத்தில் புறமுதுகு காட்டாதவரும் அரசியலிலே இடி, மின்னல் தோன்றும்போதும் அசைந்து கொடுக்காதவருமான சேரமான், பரிகாரமில்லாத ஒரு கேள்விக்குறியின் கீழ் பைத்தியக்காரன் போல் உலாவிக் கொண்டிருந்தார்.

பட்டத்து ராணியின் மூலம் குழந்தைப் பேறு இல்லாத நிலையில் இன்னொருத்தியின் மூலம் கிடைக்கப்போகும் செல்வமுமா எமனாகக் காட்சியளிக்க வேண்டும்?

'வரட்டும், பார்த்துக் கொள்ளலாம்' என்று விட்டு விடவும் அவரால் முடியவில்லை. 'இது என்ன மூட நம்பிக்கை?' என்று ஒதுக்கிவிடவும் முடியவில்லை.

'சேர நாடும் சேர வம்சமும் திசை தப்பிப்போவது போல் தனக்குத் தோன்றுவதாக' ராஜசேகர சுவாமி சொன்னது, பாலிலே விழுந்த பல்லிபோல் அவர் மனத்தைக் குழப்பிக்கொண்டிருந்தது.

நள்ளிரவு.

பள்ளிகொள்வதற்காக அந்தப் பச்சைக்கிளியை அவர் தேடிப்போகும் அதே நேரம்.

இப்பொழுது ஆயிரம் கேள்விகளால் உருவாக்கப்பட்ட நடமாடும் பொம்மைபோல் அவர் நடந்து கொண்டிருந்தார்.

மாறுவேடமிட்டுக் குதிரையிலே செல்லும் அவர் இப்போது முக்காடிட்டு ஒரு பிச்சைக்காரனைப் போல் சென்று கொண்டிருந்தார்.

எவ்வளவு சிக்கலுக்கும் சீர்குலைவுக்கும் பிறகு அந்த ராஜ்ய பாரத்தை ஏற்றுக்கொண்டவர் அவர்?

மேகமூட்டம் கலைந்துவிட்டதென்று வெளியே வந்த போது, மீண்டும் மழை வந்துவிட்டதே அவர் வாழ்க்கையில்!

ஊரறிய உலகறிய, நேரில் வந்தே அந்தத் திருமகளைச் சந்திக்கலாம் என்றிருந்தும், தேரில் வந்த சந்நியாசி அவரை நிலைகுலையச் செய்து, கால்நடைகளில் ஒன்றாக ஆக்கி விட்டார்.

மாளிகைக் காவலர்கள் மன்னரை அந்த நிலையில் எதிர் பார்க்கவில்லை.

வெளிக்கதவு திறக்கப்பட்டது. வாயிற்கதவும் திறக்கப்பட்டது.

எண்ணெயின்றி அணையவிருந்த தீவட்டிகள் மளமளவென்று ஏற்றப்பட்டன.

அரைகுறைத் தூக்கத்தில் இருந்த அலிகள் சுறுசுறுப் படைந்தார்கள்.

யூஜியானாவின் பள்ளியறைக் கதவருகே வந்ததும் அந்தக் கதவைக் கையாலே தொட்டதும், நெற்றியாலே தட்டினார்.

'கண்ணே!' என்று அழைக்கவில்லை. கண்ணீரால் அழைத்தார்.

'கண் மூடாத அந்தக் காதல் பறவையோ இன்னும் என்ன துயரச் செய்தி' என்று ஏங்கியவாறே கதவைத் திறந்தது.

அவரை அவள் பார்த்தாள்; அவளை அவர் பார்த்தார்.

தேவன் வகுத்த விதி இருவரையும் பார்த்தது.

நாதத்தில் கீதமாய் கீதத்தில் நாதமாய் லயமும் சுதியுமாகக் கலந்துவிட்ட அவர்கள், யாழ் ஒரு பக்கமும் விரல் ஒரு பக்கமும் நிற்பதுபோல் சிறிது நேரம் நின்றார்கள்.

அவள் தலை குனிந்தபடி உள்ளே சென்றாள்; அவரும் கைகளைக் கட்டியபடி பின்னால் சென்றார்.

படுக்கையறை விளக்கை அவள் கொஞ்சம் தூண்டி விட்டாள்; அந்த அறை பிரகாசமடைந்தது.

ஆனால் அந்த நெருப்பின் ஜ்வாலை அவள் உள்ளத்திலிருந்து வருவதுபோல் அவருக்குத் தோன்றிற்று.

இத்தனைக்கும் குறத்தி அவளிடத்தில் சொன்ன சேதி அவருக்குத் தெரியாது; நிமித்திகர் அவரிடம் சொன்ன சேதி அவளுக்குத் தெரியாது.

"தூங்கவில்லையா?" என்று கேட்டார் சேரமான்.

"நீங்கள்...?" என்று கேட்டாள் அவள்.

"இறைவன், நிரந்தரமாகத் தூங்கும் நேரம் எதுவென்று எனக்குத் தெரிவிக்கும் வரையில் இனி எனக்குத் தூக்கமில்லை" என்றார்.

அவள் மௌனமாக இருந்தாள்.

"சேரக்கூடாது; சேர்ந்தால் பிரியக்கூடாது! என்று கேரளத்தில் ஒரு நாடோடிப் பாடல் உண்டு" என்றார் சேரமான்.

அப்போதும் அவள் பேசவில்லை.

"ஒன்று செய்யலாமா யூஜியானா?" என்று திடீரென்று கேட்டார்.

அவள் தன்னையறியாமல் மௌனத்தைக் கலைத்து "என்ன?" என்றாள்.

"நாம் இருவரும் இப்போதே இறந்துபோய் விடலாமா?" என்று கேட்டார் அவர்.

"பிரபு!" என்று கதறிவிட்டாள் அவள்.

ஒரு மணிமகுடத்துக்காகச் சகல சாகசங்களையும் புரிந்த ஒரு மன்னன், ஒரு காதலிக்காக, அதுவும் பட்டத்து ராணி என்ற அந்தஸ்தைப் பெற முடியாத ஆசை நாயகிக்காகச் சாவைப்பற்றிச் சிந்திக்கிறான்! அது போதாதா தன்மீது அவன் கொண்டுள்ள தாளாத காதலுக்கு அடையாளம்? அவன் மார்பிலே முகம் புதைத்து மழலை போல் அழுதாள் யூஜியானா.

சேரமான் நினைத்தார், "நிமித்திகர் சொன்ன சேதி அவளுக்குத் தெரிந்து இருக்கவேண்டும்" என்று.

யூஜியானா நினைத்தாள், "குறத்தி சொன்ன சேதி அவருக்குத் தெரிந்திருக்க வேண்டும்" என்று.

அழுதவளை அணைத்து, ஆரத் தழுவி உச்சி முகர்ந்து, இரு கைகளால் அவள் கன்னத்தைத் தொட்டு அவள் முகத்தை நிமிர்த்தி, ஒரு கணம் பார்த்த சேரமான் தான் அவள் மார்பில் சாய்ந்து கொண்டு விம்மி விம்மி அழத் தொடங்கினார்.

ஆறாத துயருக்கு அழுகைதானே பரிகாரம்!

அவள், அவர் தலையைக் கோதிக் கொடுத்தாள்.

சில வினாடிகளில் அவள் கரத்தை அப்புறப்படுத்திய சேரமான், பளிச் சென்று உட்புற அறைக்குச் சென்றார். அது உணவருந்தும் அறை.

உள்ளே சென்று அவர் கதவைத் தாழிட்டுக்கொண்டார்.

"பிரபு! பிரபு!" என்று கதவைத் தட்டினாள் யூஜியானா.

கதவு திறக்கப்படவில்லை.

தட்டினாள், கதறினாள்; தட்டினாள்.

ஆட்களை அழைக்கலாமா என்ற அளவுக்கு யூஜியானாவின் பயம் அதிகரித்தது.

திடீரென்று கதவு திறக்கப்பட்டது.

இரண்டு கண்ணாடிக் கோப்பைகளைக் கையில் ஏந்தியவாறு சேரமான் காட்சியளித்தார்.

அந்த இரண்டு கோப்பைகளிலும் இளநீர் ஊற்றப்பட்டு, வழுக்கைகள் மிதந்து கொண்டிருந்தன.

அவர் படுக்கையறைக்குள் நுழைந்தார். பஞ்சணையில் அமர்ந்தார். அவளையும் அமரச் சொன்னார்.

கோப்பைகளைப் பார்த்து, ''என்ன இது? என்ன இது?'' என்றாள் யூஜியானா.

''ஒன்றுமில்லை; இளநீர்!'' என்ற சொன்னபடியே ஒரு கோப்பையை அவள் கையில் கொடுத்தார்.

யூஜியானா அதைக் கூர்ந்து கவனித்தாள். உள்ளே, அடித்தளத்தில், வைரத் தூள்கள் கிடந்தன.

தன் கோப்பையைக் கையில் வைத்தபடியே அவரது கோப்பையைப் பளிச்சென்று பிடுங்கித் தூக்கியெறிந்தாள் யூஜியானா.

''சேரநாட்டின் மகாவம்சத்தைக் காக்கவேண்டியவரும், எதிர்காலத்தில் மும்முடிச் சக்கரவர்த்தியாக விளங்க வேண்டியவருமான என் நாயகன் இந்த ஏழை யூஜியானாவுக்காகச் சாகக்கூடாது. பறவைகள் வரலாம் போகலாம்; மகா விருக்ஷம் சாய்ந்துவிடக்கூடாது. எந்தக் குழந்தையினாலே இந்த வம்சத்துக்கு அழிவு வருமோ, அந்தக் குழந்தை இந்த மண்ணிலே பிறக்க வேண்டாம். என் பிரபு! பெருமானே! என்னைக் கப்பலேற்றி அனுப்பி விடுங்கள். இஸ்ரவேலில் ஒரு ஜீவன் உங்களுக்காக வாழ்ந்து கொண்டிருக்கிறது என்ற நினைவே உங்களுக்கொரு நிம்மதியை அளிக்கும். 'வீரகேரளத்தில் ஒரு தேவன் நமக்காக வாழ்ந்து கொண்டிருக்கிறார்' என்ற நினைவு எனக்கும் நிம்மதியை அளிக்கும். எங்கள் நம்பிக்கைப்படி என் வயிற்றில் பிறக்கப்போகும் செல்வமே புதிய ஒரு மார்க்கத்தில் கர்த்தாவாக ஆனாலும்

ஆகலாம். அவன் இங்கே பிறந்தால்தானே ஆபத்து? சொல்லுங்கள். நான் உயிரோடு உங்களைப் பிரிவதைப் பொறுத்துக் கொள்ளுங்கள்; இல்லையேல் என் உயிர் பிரிவதைச் சகித்துக்கொள்ளுங்கள்'' என்று கூறியபடியே எழுந்து இளநீர்க் கோப்பையை வானத்தை நோக்கி நீட்டினாள் யூஜியானா.

"அம்மா!" என்று அலறினார் சேரமான்.

தாயை அழைக்கும் வார்த்தையால் அவர் அவளை எப்போதும் அழைத்ததில்லை.

"நான் இஸ்ரவேலுக்குச் சென்ற பிற்பாடு இங்கே வருகின்ற ஒவ்வொரு வாணிபக் கப்பலிலும் என் கண்ணீரை அனுப்புவேன். அவை திரும்பி வரும்போது உங்கள் புன்னகையை அனுப்புங்கள். தெளிந்த இதயத்தோடும், திட சித்தத்தோடும் இதை நான் கூறுகிறேன், எங்கே என் கண்ணீரை ஒரு முறை பாருங்கள்'' என்றாள், யூஜியானா.

சேரமான் அவள் முகத்தை நிமிர்த்திப் பார்த்தார்.

பழங்காலக் குகை ஓவியங்களைப்போல் அவள் கன்னத்தில் விழுந்த கோடுகள் காட்சியளித்தன.

"எங்கே உங்கள் புன்னகையை ஒரு முறை காட்டுங்கள்'' என்றாள் அவள்.

மலரைப் பார்த்து இலையும் சிரிக்க முயல்வதைப் போல் சேரமான் சிரித்தார்.

இருவரும் கடைசியாகச் சில முத்தங்களைப் பரிமாறிக் கொண்டார்கள்.

கோழி கூவத் தொடங்கிற்று.

தூக்குமேடையில் இருந்து வரும் ஒலிபோல், இப்போது அது அவர்களுக்குக் கேட்டது.

12. நகர் நீங்கு படலம்

நாட்டுப்புறக் குடிசையில் தூங்கிக்கொண்டிருந்த ராஜசேகர சுவாமி வைத்த வாணம் வெடித்துவிட்டதை அறிந்தவர்போலவே கண் விழித்தார்.

துயிலாத கண்களும், அலங்கரிக்காத மேனியுமாக மூன்றாம் சேரமான் பெருமாள் அவர் எதிரே காட்சியளித்தார்.

"சிவாய நமஹ" என்றவாறே சோம்பல் முறித்தார் ராஜசேகர சுவாமி.

'சத்தியம், சிவம், சுந்தரம்' என்று மெதுவாக முணு முணுத்தார் மூன்றாம் சேரமான் பெருமாள்.

"மன்னவர் அப்படி அமரலாமே!' என்றார் ராஜசேகர சுவாமி.

"களைத்துப்போனவர்கள் அமருகிறார்கள்! வெற்றி பெற்றவர்கள் சிரிக்கிறார்கள்; கவலைப்பட்டவர்கள் நின்றால் என்ன, இருந்தால் என்ன, நடந்தால் என்ன?" என்றார் சேரமான் பெருமாள்.

"கவலைகளில் சில நாமே உண்டாக்கிக்கொள்வதே" என்று சொல்லியபடி எழுந்தார் ராஜசேகர சுவாமி.

"நாம் உண்டாக்குகிறோமோ, நம்மை உண்டாக்கியவன் கொடுத்தானோ, அவனால் உண்டாக்கப்பட்ட வேறு சிலர் பரிமாறுகிறார்களோ, அந்த விஷத்தை அருந்த வேண்டியவர்கள் மட்டும் நாம்தானே சுவாமி" என்றார் சேரமான் பெருமாள்.

முன்னும் பின்னும் நடந்தபடியே சுவாமிகள் சொன்னார்;

"ஆலகால விஷத்தை அவன் அருந்தவில்லை என்றால், வேறு யார் அதை அருந்தியிருக்க முடியும்? விதையைப் பொறுத்தே விளைச்சலின் தரம்; விளைச்சலைப் பொறுத்தே அறுவடையின் தரம்.!"

"ஜீவாத்மாவும் துடிக்கிறது; பரமாத்மாவும் வஞ்சிக்கிறார். இது ஒரு பக்கம் இழுக்கப்படுகிற ரதமாக இல்லையே சுவாமி? இரண்டு பக்கமும் குதிரையைப் பூட்டினால் ரதம் எந்தப் பக்கம் நகரும்?"

"பிளந்து போகும்."

"பிளந்துபோனால் பிறகு உபயோகப்படாதே!"

"அதனால்தான் ஒரு பக்கத்துப் புரவியை வெட்டிவிட வேண்டும் என்று நான் சொன்னேன்."

"எந்தப் பக்கத்துப் புரவியை வெட்டுவது என்பதுதான் கேள்வி."

"எதை வெட்டி விட்டால் அடுத்த கேள்வி இருக்காதோ அதை வெட்டிவிடுபவனே அறிவாளி."

"எல்லாப் புரவிகளுமே என்னுடையவைதானே சுவாமி?"

"ரதமும் உன்னுடையதுதானே சேரமான்! நீ ரதத்தைக் காக்க விரும்புகிறாயா புரவியைக் காக்க விரும்புகிறாயா?"

"ரதம் இல்லாத புரவி பயன்படும்; புரவி இல்லாத ரதம் விலை மதிப்புள்ளதாக இருக்குமே தவிர, பயணத்துக்குப் பயன்படாது."

"உன் முடிவு அதுவானால் நீ புரவியைக் காப்பாற்றுவதில் எனக்கு ஆட்சேபணையில்லை."

"நல்லது சுவாமி. ஆனால் நான் ஏற்கெனவே வேறு முடிவுக்கு வந்துவிட்டேன். ரதம் பொதுச் சொத்து. புரவி என் சொத்து. பொதுச்சொத்தைக் காக்க என் சொத்தை இழப்பது என்று முடிவு கட்டிவிட்டேன்."

"உன்னைப் போன்ற கல்விமான்கள் அந்த முடிவுக்குத் தான் வருவார்கள். எவற்றைச் சுலபத்தில் அடையமுடியுமோ அவற்றைச் சுலபத்தில் இழந்தும் விடலாம். எது தேடக் கிடைக்காத செல்வமோ - அது சிதைந்து விடாமல் காப்பதே முக்கியம். அரசனுக்குத் தருமம் ஒன்றல்ல; பல உண்டு. குலதருமம் அவற்றில் ஒன்றுதான். ஆனால் அரச தருமத்துக்கு அடுத்த படிதான் குல தருமம். சுய தருமத்தையும் ஏற்றுக் கொண்ட கர்மத்தையும் காப்பாற்ற விரும்பும் மன்னனே அரச தருமத்தையும் காப்பாற்ற முடியும். எந்த ராஜவம்சமும் சேர வம்சத்தைப்போல் நீண்ட காலம் தொடர்ச்சியாக வந்ததில்லை. ஓரிடத்தில் சந்ததி அறுபட்டு வேறு ஒரு வம்சம் குடி புகுந்ததாகத்தான் வரலாறு. ஆனால் சேர வம்சம் இடையில் அறுபட்டுப் போகக்கூடாது என்று அன்னை பகவதியே விரும்பு கிறாள். இல்லையென்றால் திருவிதாங்கோடு உதயமாயிருக்குமா? மார்த்தாண்டவர்மனுக்கு மணி மகுடம் கிடைத்திருக்குமா? அடைவதற்கு ஆசைப்படுகிறவன் இழப்பதற்கும் தயாராக இருக்கவேண்டும் என்பது விதி. ஒவ்வொரு பிறப்புக்கும் ஒரு காரணம் உண்டு. உனது பிறப்பின் நோக்கம் வெறும் காதல் மட்டுமல்ல. நீ காணாமல் கண்டெடுத்த சேரநாட்டுச் சிம்மாசனத்தில் உனது அடையாளச் சின்னங்களைப் பொறித்து வைப்பதே! அதனாலேயே உனக்குச் சில யோசனைகளை நான் சொன்னேன். உன் முடிவு எனக்கு மகிழ்ச்சியைத் தருகிறது."

என்று தலை குனிந்து பேசிக்கொண்டிருந்த ராஜசேகர சுவாமி நிமிர்ந்து பார்த்தார்.

அங்கு சேரமான் இல்லை; அவர் எப்போதோ போய் விட்டார்.

தீர்ப்பை எழுதி வைத்துக்கொண்டு விவாதத்தில் இறங்குவதில் என்ன பயன்? மன்னன் மணிமுடி துறப்பதா, மங்கையின் இதயத்தைத் துறப்பதா என்பது தானே கேள்வி?

ஒன்றைத் துறப்பது என்ற முடிவுக்கு வந்தபிறகு உபதேசங்களைக் கேட்டுக்கொண்டிருப்பதில் அர்த்தம் என்ன?

அரண்மனைக்குச் சென்ற சேரமான் பெருமாள், ஒரு பாய்மரக்கப்பலுக்கு ஏற்பாடு செய்யும் பணியில் ஈடுபட்டார்.

ஒரு மகாராணியின் அந்தஸ்தோடுதானே அவளை வழியனுப்ப வேண்டும்?

யூஜியானா குடிபுகுந்த மாளிகை ராசியில்லாத மாளிகை, அந்த மாளிகையில் யாரும் நிம்மதியாக வாழ்ந்ததில்லை. சொல்லப் போனால் அமைதியில்லாத நிலையில்தான் முந்திய மன்னர்கள் அந்த மாளிகைக்குச் செல்வது வழக்கம்.

அங்கே அவள் பத்து நாட்கள் கூட மொத்தமாக வாழவில்லை.

நிர்மலமான உள்ளத்தோடு அவள் பயணத்துக்குத் தயாராகிக்கொண்டிருந்தாள்.

அவள் அனுப்பியிருந்த அலி, அவள் தந்தை யோகோவாவைக் கையோடு அழைத்து வந்தான்.

"என்னம்மா, கையோடு அழைத்து வரச் சொன்னாயாமே; என்ன விஷயம்?" என்று பதறிப்போய்க் கேட்டார் யோகோவா.

"ஆம் அப்பா! கையிருந்தால் தானே பாவப்பட்ட இந்த ஜன்மத்தை அணைத்து ஆறுதல் சொல்ல முடியும்?" என்றாள் யூஜியானா.

"எனக்குப் புரியவில்லையே அம்மா!" என்றார் யோகோவா.

"எனக்கு இஸ்ரவேலைப் பார்க்க வேண்டும் போல் இருக்கிறது அப்பா. பெத்லஹாமின்

மதில் சுவர்களைக் காண வேண்டும்போல் இருக்கிறது அப்பா. பெத்லஹாமின் காலம் தெரியாத அந்த மணியின் ஓசையைக் கேட்க வேண்டும்போல் இருக்கிறது. எனது யூத சகோதரிகளோடு பேசி மகிழ வேண்டும்போல் இருக்கிறது. சேரநாட்டிலேயே பிறந்து வளர்ந்து விட்ட நான் எனது, மூதாதையர்களின் பூமியைத்தொட்டு வணங்கிப் பாடவேண்டும் போலிருக்கிறது'' என்றாள் யூஜியானா சலனமில்லாமல்.

"இது என்னம்மா ஆசை? உன் பேச்சுக்கு வேறோர் அர்த்தமும் இருப்பதாகத் தோன்றுகிறது'' என்றார் யோகோவா.

"கண்ணாடிக் கற்களையும், நவமணிக் கற்களையும் ஒன்றாக வைத்தால் தரம் பிரித்து எடுக்கத் தெரிந்த உங்களுக்கு இது புரியாதா அப்பா? என் முகத்தைப் பாருங்கள். மரணத்துக்குத் தயாராகிவிட்ட ஒருத்தி, அதுதான் முடிவு என்று தெரிந்த பிற்பாடு எப்படி இருப்பாளோ, அப்படி நான் இல்லையா, அப்பா! எனது அன்பு மலையில் ஏதோ விரிசல் ஏற்பட்டிருக்கிறது என்பது கூட உங்களுக்குத் தெரியாது. ஆனால் அந்த மலை உடைந்து, துண்டாகி, தூளாகிவிட்ட பிறகே நீங்கள் வந்திருக்கிறீர்கள். விவரங்களைக் கப்பலில் சொல்லுகிறேன். நமது நவமணிக் கடையை நமது சிற்றப்பா சாலமோனிடம் கொடுத்துவிட்டு வீட்டையும் அவர் வசமே ஒப்படைத்து விட்டுப் புறப்படுங்கள் அப்பா!'' என்றாள் யூஜியானா.

"அம்மா! என்ன சொல்கிறாய் நீ?'' என்று நடுக்கத்தோடு கேட்டார் யோகோவா.

இன்ப துன்பங்கள் அனைத்தையும் பார்த்து முடித்து விட்ட அவர், எதிலும் நடுக்கமுற்றதில்லை. பெற்ற மகளின் பேச்சு அவரை நிலைகுலையச் செய்தது. சற்றும் எதிர்பாராத புதிய செய்தியாகவும் அது இருந்தது.

"இவ்வாறு சொல்லிவிட்ட பிற்பாடு விவரங்களைச் சொல்லாமல் இருந்தால், என்னால் நடக்கக்கூட முடியாது அம்மா! தள்ளாத காலத்தில் கேட்கக்கூடாத செய்திகளைக் கேட்கப்

போவதுபோல் எனக்கு ஓர் அச்சம் தோன்றுகிறது. தயவுசெய்து சொல்லிவிடம்மா!" என்று கெஞ்சினார் யோகோவா.

அவரது கைகால்கள் நடுங்கத் தொடங்கின.

"உட்காருங்கள் அப்பா!" என்று அவரது கையைப் பிடித்துக் கைத்தாங்கலாக அமர வைத்தாள் யூஜியானா.

தந்தையின் தலையைத் தடவிக் கொடுத்தவாறு சிறிதும் சலனமோ கலக்கமோ இன்றி அவள் விவரங்களைக் கூறினாள். கூறும்போதே, அதற்கொரு நியாயத்தையும் கற்பித்தாள்.

தந்தை அதிர்ச்சியுற்றுவிடாமலும், தன் நாயகன்மீது ஆத்திரம் கொண்டுவிடாமலும் எச்சரிக்கையாகவே அவள் கூறினாள்.

"ஒரு வம்சத்தின் அழிவுக்கு, ஒரு யூதப் பெண் காரணமாக இருந்ததாக வரலாறு வேண்டாம் அப்பா. எங்கிருந்தாலும் நான் அவரது மனைவியே. இந்தக் குழந்தை அவரது குழந்தையே. எப்போதாவது நாங்கள் சந்திக்கத் தான் போகிறோம். இப்போது நாம் செய்யப் போவது நல்ல காரியம்தானே அப்பா?" என்றாள் யூஜியானா.

"எப்போது நீங்கள் சந்திப்பீர்களோ அப்போது நான் உயிரோடு இருக்கமாட்டேனே அம்மா. சேர மண்ணிலே ராணியாக வாழவேண்டிய மகளை யூத மண்ணிலே அனாதையாகப் பார்த்து விட்டு நான் கண்ணை மூட வேண்டுமா? கோடிப்பொன்னை நீ கொண்டு சென்றாலும் யாருமற்ற ஒருத்தியாகத்தானே வாழ வேண்டியிருக்கும்?" என்று கண் கலங்கினார் யோகோவா.

"நீங்கள் நீண்ட காலம் உயிரோடு இருப்பீர்கள் அப்பா. மகள் வயிற்று மகனை மடியில் வைத்து அவன் மழலையைக் கேட்பீர்கள்; அவன் வளர்வதைப் பார்ப்பீர்கள்; அவனுக்கு மணமுடித்து வைப்பீர்கள். என்னைத் தலைவனிடமிருந்து பிரிக்கும் இறைவன் தந்தையிடமிருந்தும் பிரித்துவிட மாட்டார் அப்பா; போய் ஏற்பாடு செய்யுங்கள்" என்றாள் யூஜியானா.

தந்தையை மகிழ்ச்சிப்படுத்த அவள் பல கற்பனைகளை உதிர்த்தாள்.

யோகோவாவும் மகளைப் பிரிந்து மாளிகையைவிட்டு நடந்தபோது மயானத்தில் நடப்பதுபோல் நடந்து கடைக்குச் சென்றார்.

அரபிக் கடலில் ஒரு பாய்மரக் கப்பல்.

சேரமான் பெருமாள் அதைப் பார்வையிட்டார்.

இருபது தோழிப் பெண்கள் அதில் அமர்த்தப்பட்டார்கள். நூறு அலிகள் துடுப்பு வலிப்பதற்காக ஏற்றப்பட்டார்கள்.

இரண்டு மூன்று பெட்டகங்களில் ஆடை ஆபரணங்கள் மற்றும் பலவகைப் பொருள்கள் ஏற்றப்பட்டன.

பயணத்துக்குத் தேவையான உணவு வகைகள் ஏற்றப்பட்டன. சமையல் செய்வோர், பரிமாறுவோர் அமர்த்தப்பட்டார்கள்.

இதில் பத்மாவதி ஒத்துழைக்கப் போகிறாளா? வேண்டுமானால் தரங்கிணி இதற்கு உதவி புரியலாம்.

முழுக் கதையையும் அவளுக்குச் சொல்லியல்லவா அழைத்து வரவேண்டும்? ஆகவே, தானே அனைத்தையும் பார்வையிட்டார் சேரமான்.

இந்தச் சந்தடியில் கொஞ்சம்கூடச் சம்பந்தம் இல்லாதவராக நாராயண நம்பூதிரி சபையிலேயே இருந்தார்.

அரண்மனைப் பணியாட்கள் இதற்காக அழைக்கப்படவில்லை. யூஜியானா குடியிருந்த மாளிகைப் பணியாட்களே அனைத்தையும் செய்தார்கள்.

மாலையில் சூரியன் அஸ்தமிக்கும்போது யூஜியானா புறப்பட வேண்டும்.

அந்தச் செய்தியையாவது நாராயண நம்பூதிரிக்குத் தெரிவித்தாக வேண்டும்.

நம்பூதிரிகளைச் சபையிலேயே சந்தித்தார் சேரமான். நடந்தவை அனைத்தையும் சொன்னார்.

தமக்குச் சம்பந்தமில்லாத விஷயத்தைக் கேட்பது போலவே நம்பூதிரியும் அதைக் கேட்டார். கடைசியில் துறைமுகத்துக்குத் தாமும் வருவதாக அனுதாபத்தோடு சொன்னார்.

யூஜியானாவையும் யோகோவாவையும் ஏற்றி வந்த ரதம் ஒரு சிறிய பெட்டியை மட்டுமே சுமந்து வந்தது.

ஆனால் யூத ஜாதியினர் அனைவரும் அங்கே கூடி விட்டார்கள். சிரியன் கிறிஸ்துவர்கள் அனைவரும் வந்திருந்தார்கள். முகமதியர் தெருவும் படையெடுத்து வந்துவிட்டது.

செய்தியறிந்த தாவளி சகோதரிகளும், பத்மாவதியும் அந்தப் பிரிவுக் காட்சியைக் காணவேண்டும் என்று விரும்பினாலும் சேரமானுக்குப் பயந்து அரண்மனையிலேயே தங்கிவிட்டார்கள்.

ராஜசேகர சுவாமி கையைக் கட்டிக்கொண்டு ஒரு மூலையிலே நின்றுகொண்டிருந்தார். அவர் அருகிலே அந்த மலைக் குறத்தி கூடையும் கையுமாக நின்று கொண்டிருந்தாள்.

காட்டுத் தீ போல் பரவிய செய்தியால் வஞ்சி நகரமே அங்கு கூடிவிட்டது.

யூஜியானாவின் ரதம் வந்து நின்றதும் அதன் அருகிலே சென்று அத்தனைபேர் மத்தியில், அவளைக் கைத்தாங்கலாக அணைத்து மணற்பரப்பில் நடந்தார் சேரமான்.

காலடிச் சுவடுகள் மணலில் பதிந்தன. அவர்கள் கடல்நீரில் நடந்தார்கள்.

அந்தத் தண்ணீர் அவர்களது காலடிச் சுவட்டைப் பதிய வைத்துக் கொள்ளவில்லை.

இடுப்பளவு தண்ணீரில் நின்றபடி அவளை இரண்டு கைகளாலும் தூக்கி, கப்பலில் வைத்தார் சேரமான்.

யோகோவாவைச் சில வீரர்கள் தூக்கி வைத்தார்கள்.

கரையில் அணிவகுத்து நின்ற படைவீரர்கள் தங்கள் வாளை உருவி ஆகாயத்தில் காட்டி மரியாதை செலுத்தினர். பாய்மரக் கப்பலின் மணி ஓங்கி ஒலித்தது.

கப்பல் நகர நகர நான்கு கண்களும் விலகிக் கொண்டிருந்தன.

கடல் நீரிலே நின்றபடி அவளைப் பார்த்துக் கொண்டிருந்தார் சேரமான்.

கடல் நீரோடு சேரமானின் கண்ணீர் கலந்தது.

அன்றுதான் கடல்நீர் உப்பாயிற்று.

கரையேறிய சேரமானின் கண்களைக் கண்டதும் யூதர்கள் அனைவரும் அழுதனர்.

நாராயண நம்பூதிரி, ருத்திராட்சத்தை வலது கையில் பிடித்து ஆட்காட்டி விரலால் ஒரு தட்டுத் தட்டினார்.

13. கடல் தாவு படலம்

அன்று யூஜியானா வழியனுப்பப்பட்ட செய்தியே நகர் முழுவதும் பேச்சாக இருந்தது.

அரசர் களையிழந்து போனார் என்பதால் அரண்மனையும் களையிழந்து கிடந்தது.

பத்மாவதி தன் அறையைவிட்டு வெளியே வரவில்லை. தாவளி சகோதரிகள் தலையையே காட்டவில்லை.

அரண்மனை நிலா முற்றத்தில், மன்னவர் மூன்றாம் சேரமான் பெருமாள் சோகமே உருவாகச் சாய்ந்திருந்தார்.

அவரைச் சுற்றிலும் மூடியிட்ட அணையா விளக்குகள் ஏற்றி வந்து வைக்கப்பட்டன. யாரும் அவரை நெருங்குவதற்குத் தைரியம் உள்ளவர்களாக இல்லை.

ஒரே ஒருத்தி -

தரங்கிணி மட்டுமே சலங்கை குலுங்கப் படியேறி வந்தாள்.

ஒரு பட்டுத் துண்டினால் மன்னவனின் நெற்றி வேர்வையைத் துடைத்து விட்டாள்.

சோகப் பெருமூச்சு உதிர்ப்பதல்லாமல், அவளுக்கும் சொல்ல ஒரு வார்த்தையில்லை.

சேரமான் பெருமாள் இளைஞர் அல்லர்; அனுபவமும் பக்குவமும் உள்ளவரே. ஆயினும் காதல் பிரிவிலே ஓர் இளைஞன் படும் அவஸ்தையைவிட அதிக அவதி அவர் உள்ளத்தில் எழுந்தது.

பிரியத்துக்கு உரியவர்களையெல்லாம் பிரிப்பதே இறைவனுக்கு விளையாட்டு.

மனிதனின் கால்நடைச் சுவடுகள் அவன் படைக்கும் முத்திரைகளே.

பாதை மாறும் போதும், பயணம் தவறும் போதும், மனிதனுக்கு இறைவன் அளித்த ஒரே சலுகை கண்ணீர் மட்டுமே.

ஆனால் சேரமான் பெருமாள் அழவில்லை.

அவரது கண்களில் கண்ணீர் வற்றிவிட்டது.

துயரம் குறைவாக இருக்கும்போதுதான் கண்ணீர் அதிகமாக இருக்கும்.

மிதமிஞ்சிப்போன துயரம் மனிதனை மரமாக்கி விடுகிறது.

கண்கள் திறந்திருக்கும்; பார்வை இருக்காது.

காதுகள் கேட்டுக் கொண்டிருக்கும்; ஆனால், 'என்ன கேட்டோம்' என்பதைப் பதிவு செய்யமாட்டா.

உணர்ச்சிச் சூறாவளியில் சிறகு ஒடிந்துபோன அந்த ராஜாளி, நிலா முற்றத்தில் விழுந்து கிடந்தது.

"உணவு கொள்ளுங்கள்" என்று ஒரு வார்த்தை சொன்னாள் தரங்கிணி.

மௌனமே பதிலாக வந்தது.

அவள் கூச்சப்படவில்லை. வயது வந்த சகோதரனுக்கு மருத்துவம் செய்வது போலத் தலையைத் தடவிக் கொடுத்தாள்; மயில் இறகினாள் விசிறினாள்.

அந்தக் காற்றும் அவருக்கு வெப்பக் காற்றாகவே இருந்தது.

"செந்தழலின் சாற்றைப் பிழிந்து, செழுஞ் சீதச் சந்தன மென்றாரோ தடவினார்"என்றபடி குளிர்ச்சியான பொருள்கள் கூட அவருக்குக் கொடுமையாக இருந்தன.

''மன்னவா! சென்றவை எண்ணிக் கலங்குதலில் ஏது பயன்? இல்லறம் இனிது நடக்க, அரசவை அறம் ஓங்க, அமைதி பெறுக'' என்றாள் தரங்கிணி.

ஆறுதல் சொல்வது யாருக்கும் எளிது. அவரவரும் அனுபவிக்கும்போதே துயரத்தின் வலிமை இருந்தன.

தரங்கிணிக்குச் சேரமான் பதில் சொல்லவில்லை. அவரது நினைவுகள் கடலிலும் கப்பலிலும் தெரியும்.

மேலே நீல ஆகாயம்; கீழே நீலக்கடல். நடுவே அந்தப் பாய்மரக் கப்பல் ஒரு பெரிய சுறாமீன்போல மிதந்து கொண்டிருக்கிறது.

கப்பல் கிழித்துச் செல்வதால் துள்ளி எழும் வெள்ளலைகள் கப்பலுக்குள்ளே தெறித்து விழுகின்றன.

சோகப்பதுமை யூஜியானாவின் கண்ணீர்த்துளிகளுடனே அவை போட்டி போடுகின்றன.

அந்த வானத்திலும் இதே நிலவுதான் காய்ந்து கொண்டிருக்கிறது.

ஒருவரையொருவர் சந்திக்காத இருவரையும் அது பார்க்க முடியும்.

ஆனால் யாருடைய செய்தியையும், யாருக்கும் சொல்ல வலிமையற்றது அந்த வெண்ணிலா.

கப்பலின் ஒரு பகுதியில் மரத்தால் அமைந்த மேடை. அந்த மேடையில் குப்புற விழுந்து கிடக்கிறார் யோகோவா.

துடுப்பு வலிப்போர் பாடுகிறார்கள்.

சாதாரண காலத்தில் சங்கீதத்தில் நெஞ்சுருகும் யூஜியானாவை அந்தப் பாடல் தொடவில்லை.

ஒரே சீராகப் கப்பலை முன்னால் தள்ளிக் கடலைப் பின்னால் தள்ளும் அந்தத் துடுப்புகள், அவளை முன்னால் தள்ளி, அரசனைப் பின்னால் தள்ளிக் கொண்டிருக்கின்றன.

கப்பல் போகும் வேகத்தில் துள்ளி விழுகின்றன சில மீன்கள்.

அவை துள்ளி வானவெளிக்கு வந்தாலும் மீண்டும் கடலிலேயேதானே விழுகின்றன?

அவளோ இக்கரையிலிருந்து தூக்கி எறியப்பட்டு அக்கரையில் விழப்போகிறாள்.

'ஒருவனே உலகம்' என்றும், 'ஒன்றே காதல்; அதன் பெயர் தெய்வம்' என்றும் வாழ்ந்த குலமகள், சித்திரவதைக் கைதியைப்போல் அமர்ந்திருக்கிறாள்.

இஸ்ரவேல் நாட்டை அவள் அறியமாட்டாள்.

அவள் அறிந்தது கேரள பூமி ஒன்றே.

அவள் நேசித்தது சேர மண்ணையே.

தருமத்தின் குரலோசை யார் காதில் விழப்போகிறது?

காலையில் மலர்ந்தபோது வண்டு படுக்க, படுத்த பின்னே மயங்கிக் கிடக்க, இரவிலே மலர் மீண்டும் கூம்பிவிட, உள்ளுக்குள்ளேயே போராடும் கருவண்டைப்போல் தருமத்தின் குரலும் நெஞ்சுக்குள்ளேயே குமுறும்.

கடலிலே ஒரு துன்ப கீதம். கரையிலே ஒரு துன்ப கீதம்.

காலையில் பொழுது புலர்ந்தபோதும் சேரமான் நிலா முற்றத்திலேயே இருந்தார்

அவரது கண்கள் துயிலவில்லை.

அந்தக் கண்களுக்கு அனுதாபம் தெரிவிக்கும் வகையில் தரங்கிணியின் கண்களும் துயிலவில்லை.

அரண்மனை தூங்காத அந்த இரவில் நிம்மதியாகத் தூங்கியவர்கள் மூவர்.

ஒருவர் ராஜசேகர சுவாமி.

ஒருத்தி மலைக்குறத்தி.

இன்னொருவர் நாராயண நம்பூதிரி.

நேற்றைய பொழுது யூஜியானாவோடு முடிந்தது.

இன்றைய பொழுது யாருக்காக விடிந்தது?

நேற்று நிம்மதி பெற்றவன் இன்று அதை இழக்க வேண்டும்.

நேற்று நிம்மதி இழந்தவன் இன்று அதைப் பெற வேண்டும்.

இறைவனின் நியதிக்கு யார் தப்ப முடியும்?

பாண்டிய நாட்டுப் புரவிகள் மூன்று, வாயில் நுரை வழிய, பிடரி மயிர் அசையத் திருவஞ்சைக்களத்துச் சாலையில் ஓடி வந்தன.

மீன்கொடி சுமந்த குதிரை வீரர்களின் கரங்களைப் பார்த்ததும் ஊர் மக்கள் அதிசயமாக வேடிக்கை பார்த்தார்கள்.

"என்ன தூது? ஏன் வந்தது?" என்பதை அவர்கள் அறிய மாட்டார்கள்.

வந்த வீரர்கள் ராஜசேகர சுவாமியின் இருப்பிடத்தையே தேடினார்கள்.

ஒரு புரவி வீரன் அவர் தங்கியிருந்த இடத்துக்கு விரைந்து சென்றான்; இன்னொருவன் நாராயண நம்பூதிரியைத் தேடி

நம்பூதிரிகள் சபைக்குச் சென்றான்; மூன்றாமவன் அரண்மனைக்கு வந்து பெருமாளைச் சந்தித்தான்.

மூவருக்கும் கிடைத்த ஓலைகளில் ஒரே செய்தியே அடங்கியிருந்தது.

'மதுரை மன்னர் வரகுண பாண்டியன் இறந்துவிட்டார்' என்பதே அது.

அந்தச் செய்தியால் நாராயண நம்பூதிரி அதிர்ச்சியுறவில்லை.

சேரமான் பெருமாள் பெருங்கலக்கம் அடையவில்லை.

கதறித் துடித்தவர் ராஜசேகர சுவாமி மட்டுமே.

அவர் உடனே அழைத்து வரச்சொன்னது அந்த மலைக்குறத்தியை.

அவளும் செய்தி கேட்டு அழுது புலம்பினாள்.

'ரதம் ஒன்று தேவை' என்று சேரமானுக்குச் செய்தி அனுப்பினார்.

அலங்கரிக்கப்பட்ட ரதம் ஒன்று அசைந்தபடி வந்து நின்றது.

அந்த ஒரே ரதத்தில் ராஜசேகர சுவாமியும் மலைக்குறத்தியும் ஏறிக்கொண்டார்கள்.

சேர நாட்டின் எல்லையைக் கடந்து அவர்கள் ரதம் சென்றபோதுதான் வேறு சில ரதங்களில் சேரமான் பெருமாள் குடும்பத்தினரும், நாராயண நம்பூதிரியும் வருவதை அவர்கள் காண முடிந்தது.

யாரும் யாரோடும் பேசாத ஒரு சூழ்நிலை.

ஆனால், 'ராஜசேகர சுவாமி பதறிப்போய் மதுரைக்கு வருவானேன்' என்ற கேள்வி மட்டும் சேரமான் பெருமாள் உள்ளத்தில் எழுந்து கொண்டிருந்தது.

சுவாமியைத் தவிர அந்தக் கேள்விக்குப் பதில் தெரிந்தவர் நாராயண நம்பூதி ஒருவரே.

கூடல் நகருக்குள் அந்த ரதங்கள் கூட்டமாக நுழைந்த போது, துயரத்தில் மூழ்கியிருந்த பாண்டியன் தலைநகரம் அவற்றுக்கு வழிவிட்டது.

'சாயாத நெடுமேனி சாய்ந்ததோ' என்று அழாதவர்களே அங்கில்லை.

'சைவமும் தமிழும் தழைத்து இனிது ஓங்க வைத்த பொய்யாமொழி மன்னா! போய் மறைந்தாயோ' என்று புலம்பாதவர்கள் இல்லை.

'மக்கள் தம் பணியே மகேசன் பணி, என முக்காலும் வாழ்ந்த முத்தமிழ் அரசே, எக்காலும் இனி உன்னை, எவ்விடத்துக் காண்போம் நாம்' என்று ஏங்காதவர் இல்லை.

அங்காடிகள் அடைத்துக் கிடந்தன.

தத்தம் தந்தையை இழந்தது போன்றே தலைநகர மக்கள் எல்லோரும் தள்ளாடி நடந்தனர்.

'மீன்வானில் பறக்கின்ற நான்மாடக்கூடல்' மேகங்கள் சிதறிக் கிடக்கும் வான்போலக் காட்சி அளித்தது.

அரண்மனை அமைதியாக அழுதது.

தங்கள் துயரத்துக்கும் கட்டியங் கூறியபடி சேர நாட்டு ரதங்கள் அரண்மனைக்குள் நுழைந்தன.

பொன்னாலே செய்யப்பட்ட நவமணிகளால் இழைக்கப்பட்ட ஒரு கட்டில்; அதன்மீது மயில் இறகுகளால் செய்யப்பட்ட ஒரு மெத்தை; அதன்மீது ஒரு சிவப்பு நிறக் காசிப்பட்டு; அதன்மீது மதுரை மன்னன் வரகுண பாண்டியன் பள்ளிக்கொண்ட பாவம்.

அரசகுல சம்பிரதாயப்படி அரசனின் அருகில் நின்று அழ முடியாமல் அந்தப்புரத்தில் நின்று அழுது கொண்டிருந்தாள் பட்டத்து ராணி.

உள்ளே நுழைந்ததும், நுழையாததுமாக ஓடோடி வந்து பாண்டியன் மார்பில் விழுந்தார் ராஜசேகர சுவாமி.

"அப்பா அப்பா!" என்று அலறினார்.

அவரது தாடி மீசைகள் அகன்றன.

தளிர் முகம் வெளிப்பட்டது.

திகைத்துப்போய்க் கூர்ந்து நோக்கினார் சேரமான் பெருமாள்.

மலைக் குறத்தியையும் கூர்ந்து நோக்கினார்.

அவள், "அம்மான்! அம்மான்!" என்று அழுதாள். யார் அவர்கள்.

வரகுண பாண்டியனின் பட்டத்து இளவரசர் சிர்மாறன் சீர்வல்லபனே, ராஜசேகர சுவாமி.

அவரது துணைவி அபிராமி நாச்சியாரே, மலைக்குறத்தி.

திகைப்பை வெளிக்காட்டிக் கொள்ளவில்லை சேரமான் பெருமாள்.

காரணம் அதற்கு அது இடமல்ல; நேரமல்ல.

நாராயண நம்பூதிரியின் ஆள்காட்டி விரல், மறுபடியும் ஒரு தடவை ருத்திராட்சத்தைத் தட்டிற்று.

சாலைகள் தோறும் மக்கள் திரண்டு நிற்க வரகுண பாண்டியன் சடலம் ஊர்வலம் வந்தது.

மாதங்களின் பேர் சொல்லும் வீதிகள் அனைத்தும் மாதர்களின் பேர் சொன்னபடி கண்ணீர்விட்டன.

பண்பு தவறாத பாண்டிய வம்சத்தில் வரகுண பாண்டியன் ஓர் எல்லைக் கல்.

மழையை நம்பிய வயல்களேயன்றி, நதியை நம்பிய வயல்கள் இல்லாத பாண்டிய நாட்டில், ஏரிகள் அதிகம் கண்டு வளம் பெருக்கியவன் வரகுண பாண்டியன்.

மக்களை மதித்தவனின் மரண ஊர்வலம் நடைபெறும் போது, சாலைகளே நதியாகும்; மக்கள் தலைகளே நீராகும். சடலம் எரியூட்டப்பட்டபோது, 'கோ'வெனக் கதறிற்று கூடிய கூட்டம்.

அதற்கு முன்னால் பட்டத்து இளவரசன் சீர்மாறன் சீர்வல்லபனை மன்னனாக அங்கீகரிக்கும் மணிமுடி விழாவும் அரண்மனையில் நடந்து முடிந்திருந்தது.

இப்போது தந்தையின் சடலத்துக்குப் பூ மூட்டிய சீர்மாறன் சீர்வல்லபன் அந்தத் தீயில் தானும் விழாமல் இருந்ததே அதிசயம்.

ஒரு பெரும் ஆவி பிரிந்துவிட்டது.

ஒரு புதிய மன்னனை மதுரை எதிர்கொண்டது.

ஒருநாள் அதிகமாகச் சேரமான் குடும்பத்தினரும். நாராயண நம்பூதிரியும் அங்கே தங்கினார்கள்.

துன்ப அலை ஓய்ந்த பிறபாடு, தாங்கள் புறப்படுவதை அறிவிக்க, அனைவரும் சீர்மாறனிடம் வந்தார்கள்.

"என்ன ராஜசேகர சுவாமி?" என்று துயரத்தோடும் கேலியாகவும் கேட்டார், சேரமான் பெருமாள்.

"எல்லாம் நன்மைக்கே!" என்று அமைதியாகச் சொன்னான் சீர்மாறன்.

ஓரக்கண்ணால் நாராயண நம்பூதிரியைக் கவனித்தார் சேரமான் பெருமாள். அவர் என்ன செய்வார்; ருத்திராட்சத்தைத் தட்டிக்கொண்டே இருந்தார்!

''பிற விஷயங்கள் வேண்டாம் ஒரு விஷயம் மட்டும் கேட்கலாமா?'' என்று சீர்மாறனிடம் கேட்டார் சேரமான்.

''கேளுங்கள்'' என்றான் சீர்மாறன்.

''உதயகிரி மலையில் நடந்த நிகழ்ச்சிகள் உடனே தங்களுக்கு எப்படித் தெரியும்?'' என்று கேட்டார் சேரமான்.

''உன்னோடு மலையேறிய வீரர்களில் நானும் ஒருவன்'' என்று காலில் இருந்த சிராய்ப்புகளைக் காட்டினான், சீர்மாறன்.

''சேர நாடும், பாண்டிய நாடும் ஓரினத்து மக்கள் வாழும் நாடுகள். சேரமண்டலத்து நல்வாழ்வில் பாண்டிய மக்களுக்கு அக்கறை இல்லாமல் போகுமா?'' என்றார் நாராயண நம்பூதிரி.

''மன்னவர் மரணம் ஒரு நாள் தாமதித்துவிட்டது'' என்று மெதுவாகச் சொன்னார் சேரமான் பெருமாள்.

''அது இறைவன் சேரநாட்டுக்குக் காட்டிய சலுகை'' என்றான் சீர்மாறன்.

''நாங்கள் புறப்படலாமா?'' என்று கேட்டார் சேரமான்.

கட்டித் தழுவி விடைகொடுத்தான் சீர்மாறன்.

ரதங்கள் பாண்டிய நாட்டை விட்டுப் புறப்பட்டன.

சேரமான் இதயம் மறுபடியும் கரையைத் தாண்டிக் கடலுக்கு ஓடிற்று.

(மூன்றாம் பாகம் முற்றிற்று)

சேரமான் காதலி
கண்ணதாசன்
நான்காம்
பாகம்

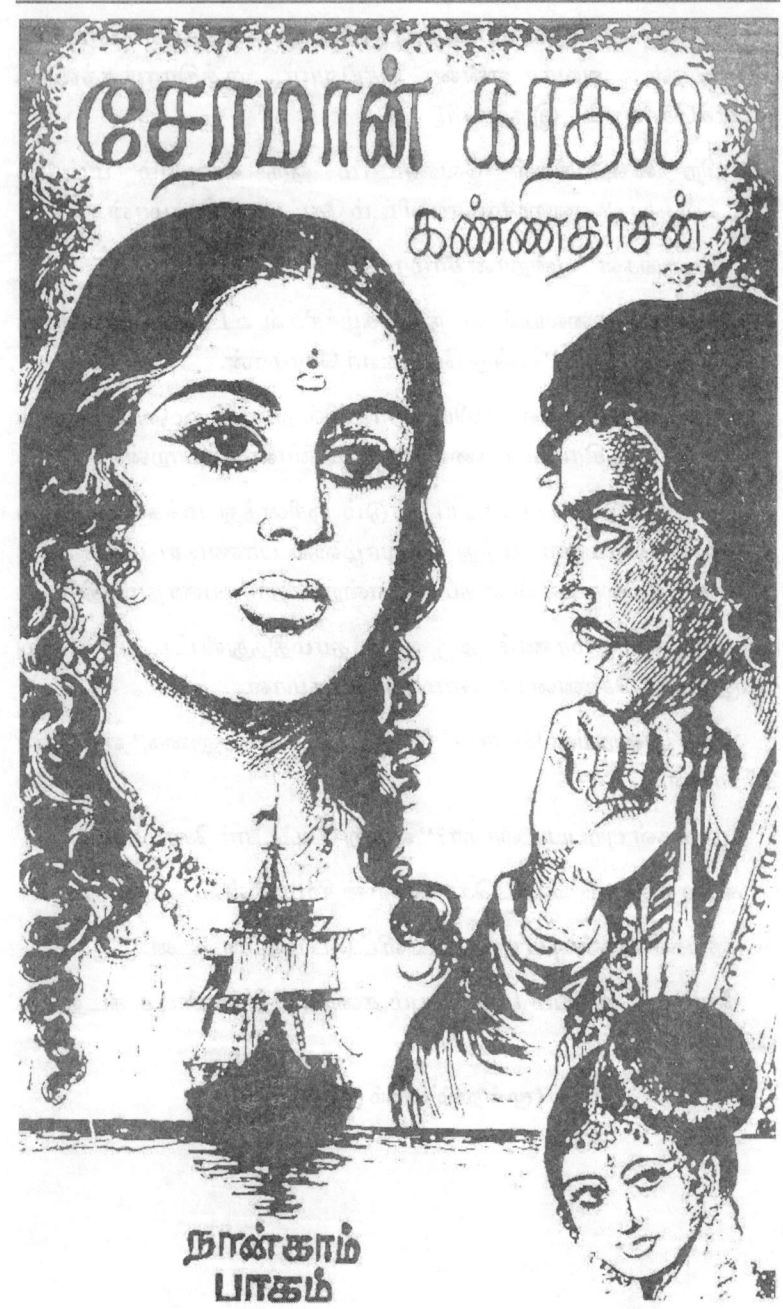

1. சாஸ்திரம் சம்மதிக்கவில்லை!

பறந்துபோன பசுங்கொடியை மறக்க, சேரமானால் முடியவில்லைதான். ஆனால் இனி ஒரு புதிய வரலாற்றை அவளைக் கொண்டு எழுத முடியுமா? அப்படி எழுத முயன்றால் அது அவரது பலவீனத்துக்கு அடையாளமாகி விடாதா?

அரச தருமப்படி சிறிது காலம் வரையிலாவது யூஜியானாவை மறந்துவிடவே சேரமான் முயன்றார்.

மனம் என்பது, நோயுற்றால் வெட்டிவிடக்கூடிய அங்கமல்லவே? இருப்பினும், அதை வெட்டிவிட வேண்டிய நிலைமையிலேதான் சேரமான் இருந்தார்.

எங்கேயோ உள்ள ஒரு சோலையில் எங்கிருந்தோ வருகிற கிளிகள்தானே அமர்கின்றன. அமர்ந்த இடம் நல்ல இடமாக இருந்தால், அவை அங்கேயே குடிபுகுந்து விடுகின்றன.

ஆனால் பச்சை மரம் மொட்டை மரமான பிற்பாடு கிளிகள் பாதுகாப்பைக் கருதியாவது பறந்து செல்லத்தானே வேண்டும்?

அரச பீடத்தைக் கைப்பற்றுவதில் வெற்றி பெற்ற சேரமான், காதல் பீடத்தில் தோல்வியே கண்டவர்.

கட்டிய மனைவி உயிரோடிருக்க, இன்னொருத்தியோடு வரும் காதல் புனிதமான காதல்தானா?

எங்கே மனது ஆழமாகப் பதிந்து ஒரே சுதியில் ஐக்கியமாகி விடுகிறதோ, அங்கே எத்தனை முறை வந்தாலும் காதல் புனிதமானதே!

காதல் இல்லாமல் ஒரு திருமணம், திருமணம் இல்லாமல் ஒரு காதல், இரண்டிலும் கிடைத்தது தோல்வி.

தோல்விகளைத் தாங்கிக்கொள்வதிலும், சோதனைகளைச் சகித்துக்கொள்வதிலும்தானே ஒரு மனிதனின் ஆண்மை அடங்கிக் கிடக்கிறது.

தாங்கிக்கொள்ளலாம்; சகித்துக்கொள்ளலாம்; ஆனால் ஒருமுறை பெற்ற அனுபவத்தையே மறுமுறையும் பெறக்கூடாது.

அனுபவங்களைப் புதிது புதிதாகக் கொள்முதல் செய்யலாமே தவிர, ஒரே அனுபவத்துக்குப் புதிய புதிய ஏட்டுப் பிரதிகள் எடுக்கக்கூடாது.

பதவியையும் வசதியையும் ஒதுக்கிவிட்டுப் பார்த்தால் மன்னனுக்கும், பிற மனிதர்களுக்கும் பேதமில்லை.

எல்லோரது இரத்தநாளங்களும் ஒரே மாதிரியாகவே துடிக்கின்றன.

ஆரோக்கியமான எல்லா வயிறுகளும் ஒரே மாதிரியாகவே பசிக்கின்றன.

சீதையைக் காதலித்த ராமனுக்கும், மருதியைக் காதலித்த ஆட்டனத்திக்கும் மனோபாவத்தில் என்ன வேறுபாடு?

திருவஞ்சைக்களத்தின் சேரர் குடிமக்களில், காதலில் தோல்வி கண்டோர் பலர் இருக்கக்கூடும். ஆனால் வரலாறு அவர்களைக் கவனிக்கவில்லை.

காவியக் கதவுகள் அவர்களுக்காகத் திறக்கப்படவில்லை.

நன்மையாயினும் தீமையாயினும் அவற்றை உயர்ந்த இடத்தில் இருப்போர் செய்தால், அவை விளம்பரம் பெற்று விடுகின்றன.

சேரமான் -யூஜியானா காதல் சேரநாட்டில் நாடோடிப் பாடல்களாகிவிட்டது.

பாண்டிய நாட்டில் இருந்து திரும்பி வந்ததும் சேரமானுக்கு மன எரிச்சல் அதிகமாகத்தான் இருந்தது. அதைத்தீர்த்துக் கொள்ளவும் அவர் விரும்பினார்.

அரசியலில் முன்னேற விரும்புகிறவன் தன் உடன் பணி செய்வோர் மீது கோபம் வந்தால் உடனேயே காட்டிக் கொள்ளக்கூடாது; காத்திருந்து கழுத்தறுக்க வேண்டும் என்பது ராஜதந்திரம். அது சேரமானுக்கும் தெரியும். ஆனால் இது சொந்த விஷயம்; இதில் காத்திருந்து சாதிப்பதற்கு என்ன இருக்கிறது?

பூஜியானாவை மறப்பதென முடிவு கட்டியாகிவிட்டது. அது வேறு விஷயம்.

ஆனால் நாராயண நம்பூதிரியோடு இன்னும் நீண்டகாலம் கலந்து பழகியாக வேண்டும்.

மனத்திலே ஒரு கறுப்புப் புள்ளியை வைத்துக்கொண்டு அந்தப் பழக்கத்தைத் தொடர்ந்தால், மேலும் பல குழப்பங்களுக்கு அது காரணமாகி விடலாம்.

ஆகவே நம்பூதிரிகளைச் சந்தித்து நேருக்கு நேராகக் கேட்டுவிடுவது என்று சேரமான் முடிவு கட்டினார்.

நேருக்கு நேராகப் பேசிக்கொண்டு விட்டால் எவ்வளவு பெரிய கேள்விக்கும் விடை கிடைத்துவிடும். பேசவில்லை என்றால், சிறிய கேள்வியும் விசுவரூபம் எடுக்கும்.

நம்பூதிரிகளைச் சந்திக்க அவர் தேர்ந்தெடுத்த நேரமும் இரவு நேரமே.

முன்னிரவு.

முன்பு பூஜியானாவைப் பார்க்கப் போனதுபோல், முக்காடிட்ட சேரமானல்லன். இப்போது புறப்பட்டது கேரள பூமியின் மாமன்னன் மூன்றாம் சேரமான் பெருமாள்.

முன்னும் பின்னும் புரவி வீரர்கள் செல்ல, ரதத்தின் இருபுறமும் தீவட்டி ஏந்தியவர்கள் ஓடிவர, பொன் கூரை வேய்ந்த ரதத்திலே அவர் பயணம் செய்தார்.

நாராயண நம்பூதிரி என்ன, இதனை எதிர்பார்க்காதவரா?

எதிரி வில்லை ஏந்துவான் என்று தெரிந்ததுமே மார்பிலே கேடயத்தைக் கட்டிக்கொண்டுவிடும் மாபெரிய ராஜ தந்திரியல்லவா? சேர வரலாற்றில் கணிதமேதை என்று பெயர் பெற்றவர் அல்லவா அவர்?

அவர் அளந்து கொடுக்கவும் தெரிந்தவர்; அளந்து எடுக்கவும் தெரிந்தவர்.

புதிதாகக் கட்டப்பட்ட நம்பூதிரிகள் சபைக்குச் சேரமான் வந்ததும் கதவைத் திறந்தபடியே, ''எதிர்பார்த்தேன்!'' என்றார் நாராயண நம்பூதிரி.

''காத்துக்கொண்டிருப்பீர்களே என்றுதான் நானும் வந்தேன்!'' என்றான், சேரமான்.

''நான் போடும் கணக்கு எப்போதுமே தப்பாது!''

''என் கணக்கு சில நேரம் தப்பிவிடுகிறது. காரணம், நம்பிக்கை!''

''தவறான காரியங்களில், நம்பிக்கை தோற்றுப் போவது இயற்கை!''

''நான் கணித மேதையல்ல, சுவாமி!''

''ஒரு தலைவன் அப்படி ஒப்புக்கொள்வதில் பெருமை யில்லை ; அப்படி இருக்க முயற்சி செய்ய வேண்டும்.''

''தத்துவார்த்தங்கள் இருக்கட்டும். உங்களைக் கேட்டுக் கொண்டுதான் யூஜியானாவை நான் தனி மாளிகைக்குக் கொண்டு வந்தேன். இதிலே ராஜதந்திர விளையாட்டை நடத்தவேண்டிய அவசியம் உங்களுக்கு ஏன் வந்தது?''

‘‘கேரள பூமியில் கேரளத் தென்னைகளையே பயிரிட வேண்டும் என்று நினைப்பதால் வந்தது.’’

‘‘யூஜியானாவின் குழந்தைக்குப் பட்டம் கிடைத்துவிடும் என்று பயந்தீர்களா?’’

‘‘குலசேகர ஆழ்வாரின் மகுடம் பாஸ்கர ரவிவர்மனை அலங்கரிக்கும்போது, அந்தக் குழந்தையையும் ஏன் அலங்கரிக்கக் கூடாது?’’

‘‘அதற்காக நீங்கள் நடத்திய நாடகத்துக்குச் சீர்மாறன் சீர்வல்லபனைத் தேர்ந்தெடுத்த காரணம்?’’

‘‘உனக்கு அவன் தந்தை வரகுணபாண்டியன் உதவிய போது எனக்கு அவன் உதவக்கூடாதா?’’

‘‘தம்பிரான் சுவாமிகள் பேச்சு... இன்னும் அவர் என்னிடம் வஞ்சத்தோடுதான் பழகிக்கொண்டிருக்கிறார் என்பதைக் குறிக்கிறது.’’

‘‘இல்லை; உண்மையான நெஞ்சகத்தைத் திறந்து காட்டுகிறார். சேரமான்! கடந்த காலங்களை மறந்து உன்னை நான் நேசிக்கமுடியும். இந்தச் சேர வம்சத்தில் உனக்குள்ள பாத்தியதையை ஒப்புக்கொள்ள முடியும்; ஒப்புக் கொண்டிருக் கிறேன். ஆனால் வேறு நாட்டுப் பெண்ணொருத்திக்குச் சேர வேஷம் போட்டு அவள் பெற்ற பிள்ளையைச் சேரநாட்டு மன்னனாகவும் நான் அங்கீகரிக்க முடியாது. மகுடத்தைப் பற்றியும், பாண்டிய மன்னனின் உதவியைப் பற்றியும், நான் சொன்னது உன்னைக் குத்திக் காட்டுவதற்காக அல்ல; ‘உன் போக்கை ஒப்புக்கொண்டிருக்கிறேன்’ என்பதை நினைவு படுத்துவதற்காக. ஆனால் இதையும் நான் ஒப்புக்கொள்ள முடியாது. ‘பத்மாவதியின் வயிற்றில் ஒரு பசுந்தளிர் பிறக்கவில்லையே, திருவஞ்சைக் களத்துக்கு ஒரு வாரிசு இல்லையே’ என்ற கவலை எனக்குண்டு, துரதிர்ஷ்டவசமாக மார்த்தாண்டவர்மனுக்கும் வாரிசு இல்லை. வாரிசு இல்லாத மகுடங்களுக்கெல்லாம் வேறு நாடுகளிலிருந்து வாரிசுகள் வருவதை நான் ஒப்புக் கொள்ளத்தான் வேண்டுமா?’’

''தம்பிரான் சுவாமி! ஏற்கெனவே நான் கூறியிருக்கிறேன். 'எந்தவித வம்ச பாத்தியதையும் யூஜியானா கொண்டாட மாட்டாள்' என்று. இதையே நீங்கள் என்னிடம் சொல்லியிருந்தால் அவளைத் திருப்பி அனுப்பாமலேயே ஒரு முடிவுக்கு வந்திருக்கலாமல்லவா?''

''சேரமான்! சரியாகவோ, தவறாகவோ பழகிய இடத்தில் பாசத்தை வளர்த்துக்கொள்வது எனது பழக்கம். குலசேகர ஆழ்வாரிடம் எனக்குள்ள பாசம் உனக்குத் தெரியும். அதே பாசம் உன்மீதும் எனக்கு ஏற்படத் தொடங்கிற்று. அந்தப்பாசம் பத்மாவதியின் மீதும் பாசமாக வளர்ந்தது. நான் ஒரு நைஷ்டிக பிரம்மச்சாரி. எனக்குத் திருமணமாகி ஒரு மகள் பிறந்திருந்தால் அந்த மகளை எப்படி நேசிப்பேனோ, அப்படி அவளையும் நேசிக்கிறேன். இப்படி நான் சொல்வதால் இந்த நாடகத்தில் அவளுக்கும் பங்கிருக்குமோ என்று தப்புக் கணக்குப் போடாதே. உங்களுக்கு இடையேயுள்ள விரிசலை மேலும் அதிகப்படுத்திக் கொள்ளாதே. நிம்மதியற்ற அந்தப் பெண்ணுக்கும் ஒரு நிம்மதி கிடைக்குமே என்பதும் என் நடவடிக்கைகளுக்கான காரணங்களில் ஒன்றாகும்.''

''சுவாமி! இவ்வளவு பழகியும் என்னால் உங்களைப் புரிந்துகொள்ள முடியவில்லை. உங்களது பாச உணர்வையும் நான் நாடகம் என்று நினைக்கவில்லை. ஆனால் என் ஆசை உணர்வையும் உங்கள் கணக்கில் எடுத்துக் கொள்ளக் கூடாதா?''

''ஆசை அழியக்கூடியது; பாசம் நிரந்தரமானது. என் தாயின் மீது எனக்குள்ளது பாசம். என் தாய் நாட்டின் மீது எனக்குள்ளது பாசம்; பத்மாவதியின்மீது எனக்குள்ளது பாசம்; ஆனால் யூஜியானாவின் மீது உனக்குள்ளது வெறும் ஆசையே. ஆசை யார்மீதும் ஏற்படலாம். ஆனால் பாசம் சிலர்மீதுதான் ஏற்படும். ஆசை வைத்தவர்களை மறப்பது கடினமாக இருக்கலாம். ஆனால் மறந்துவிட முடியும். பாசம் வைத்தவர்கள் இறந்துபோனாலும், நமது மரண பரியந்தம் அவர்களை மறக்க முடியாது. எனக்கும் உனக்கும் இடையே உள்ள பேதம் இதுதான். நீ முடிசூட்டிக்கொண்டதிலிருந்து, ''நீங்கள்'' என்றே உன்னை அழைத்து வந்த நான் இப்போது உன்னை 'நீ' என்று அழைக்கிறேனே அதுதான் பாசம். 'நீங்கள்' என்பது மரியாதை. மரியாதை குறையும்; அல்லது அழியும். ஆனால் பாசம் இரும்பாலே செய்யப்பட்ட தூண். காலகாலங்களுக்கு அழியாது.''

''சுவாமி! நீங்கள் சொல்லும் அனைத்தையும் நான் ஒப்புக் கொள்கிறேன். ஆனால் நான் நிம்மதி இழந்து விட்டேனே!''

''எதையும் யாரும் இன்னொருவனுக்குத் கொடுத்து விட முடியும். ஆனால் இந்த நிம்மதியை மட்டும் மனிதன் தன்னிடமிருந்தேதான் பெற்றுக்கொள்ள வேண்டும்.''

''அது முடியாமற் போகுமானால்...?''

''ஒரு பலவீனமான மனிதன், அர்த்தமில்லாது மரணமடைந்த தாகத்தான் கதை முடியும்.''

''மரணம் இதைவிடச் சுகமானது, சுவாமி!''

''ஆசைவயப்பட்ட எல்லோருக்கும் பொதுவான பல்லவிதான் இது. அவசரப்பட்டு இறந்துபோகாமல் ஆறப்போட்டுப் பார்த்தால்,

எதிர்காலத்தில் நாம் நினைத்தது எவ்வளவு முட்டாள்தனமானது என்பதை நீயே உணர்வாய்.''

''நல்லது சுவாமி! அர்த்த சாஸ்திரம் எழுதிய சாணக்கியன்கூட உங்களிடம் பிச்சை வாங்க வேண்டும். வாதத்தில் உங்களை வெல்லும் சக்தி என்னிடம் இல்லை. ஆனால் ஒரே ஒரு விஷயத்துக்கு மட்டும் அருள் புரிவீர்களா...?''

''என்ன அது?''

''இடையில் ஒருமுறை நான் இஸ்ரவேலுக்குச் சென்று அவளைப் பார்த்து வர அனுமதிப்பீர்களா?!''

''சேரமான்! வாழ்ந்தால் ஒரேயடியாக வாழ்ந்துவிட வேண்டும். மறந்தால் ஒரேயடியாக மறந்துவிடவேண்டும். வாழ்வதும் மறப்பதுமாக இருப்பது சித்திரவதை. இன்னும் ஒரு திங்கள் கழித்து நீ யோசித்துப் பார்த்தால் இந்தக் கேள்வியை என்னிடம் கேட்கமாட்டாய். காலத்தால் மட்டுமே தீரக்கூடிய நோயின் பெயரே ஆசை. கவனம் ஒரு பக்கத்திலேயே இருக்குமானால் கவலை அதிகமாகத்தான் இருக்கும். அதை மறுபக்கம் திருப்பு. கேரள தேசத்தைப் புனருத்தாரணம் செய்யத் திட்டமிடு. இந்தப் பக்கம் பல்லவ மண்டலத்தையும், வடபகுதியில் உஜ்ஜயினியையும் வெல்லலாமா என்று யோசனை செய். அராபியரோடு வர்த்தகத்தை அதிகப்படுத்தலாமா, என்று சிந்தி. ஈழ நாட்டை வென்று அந்தச் சிம்மாசனத்தில் ஒரு முறை வீற்றிருக்கலாமா என்று யோசித்துப் பார். கடல்வழிப் பயணம் செய்து கடாரம் போவதென்றும், முன்னீர்ப் பழந்தீவு பன்னீராயிரத்தை வெல்வதென்றும் முடிவு கட்டு. மலை தாண்டிப் போனால் காந்தாரம். கடல்தாண்டிப் போனால் காம்போஜம். ஒரு மன்னனின் ஆண்மை அதில்தான் அடங்கியிருக்கிறதே தவிர ஒருத்தியின் மடிமீது தலைவைத்து விடியும் வரை தூங்குவதில் அல்ல. ஒரு மன்னனைக் கொண்டு ஒரு புதிய வம்சத்தையே உருவாக்கினான் சாணக்கியன். உன்னைக் கொண்டு ஒரு அகண்ட கேரளத்தை உருவாக்க நான் விரும்புகிறேன். அதனால்தான் இவ்வளவும் சொல்கிறேன்'' என்று

சொன்னபடியே திரும்பிப் பார்த்தார் நாராயண நம்பூதிரி. வழக்கமான கதைதான். அவர் பேச்சின் பின் பகுதியைக் கேட்கச் சேரமான் அங்கில்லை.

ராஜசேகர சுவாமி பேசிக்கொண்டிருக்கும்போதே எப்படி அவர் நழுவினாரோ, அப்படியே இப்போதும் நழுவி விட்டார்.

2. ராஜ தரிசனம்

அரசவைக்குச் செலுத்த வேண்டிய காணிக்கைகளை எப்போது செலுத்துவது? அரசரைக் காண்பதற்கு வாய்ப்பே இல்லையே என்று மகமதுவும் சலீமாவும் கவலைப்பட்டார்கள்.

நாட்டில் நடைபெற்ற நிகழ்ச்சிகளையெல்லாம் அவர்களுக்கு விவரமாக எடுத்துச்சொல்லி அமைதியற்ற நிலையில் அரசர் இருப்பதாகவும், அதனால்தான் அரசரைக் காணமுடியவில்லை என்றும் அவர்களுக்கு விளக்கினார்கள் அகமதுவும் பாத்திமாவும்.

"அன்றைக்குக் கோயில் அருகில் கண்டோமே, அந்த யூதப் பெண்தானே இஸ்ரவேலுக்குத் திருப்பியனுப்பப்பட்டது?" என்று வினவினாள் சலீமா.

"அவளேதான். காதலுக்காக முடிதுறந்த மன்னர்களைப்பற்றி நாம் கேள்விப் பட்டிருக்கிறோம். காதலனைக் காக்கக் காதலைத் துறந்த ஒருத்தியை இப்போது தான் பார்க்கிறோம். சுண்டினால் இரத்தம் தெறிக்கும் அழகு படைத்தவள் யூஜியானா. அவள் மேனியைப் போலவே உள்ளமும் வெள்ளை. இல்லையென்றால் கருவுற்ற நிலையிலும் நாட்டை விட்டுப்போக சம்மதிப்பாளா?" என்றாள் ஜெபுன்னிஸா.

"அவளொரு பைத்தியக்காரி. அரசரையும் முடி துறக்கச் செய்து தன்னோடு அழைத்துப்போயிருந்தால் ஒரு காவியமாகவே ஆகியிருப்பாள்!" என்றார் அகமது.

"இத்தோடு விட்டுவிட்டதென்று யார் கண்டது? இன்னும்கூட இது தொடர்வதற்கு வாய்ப்பிருக்கிறது" என்றாள் பாத்திமா.

"ஆண்டவர் என்ன நினைக்கிறார் என்று யாருக்குத் தெரியும்?" என்றார் மகமது.

"என்னவோ எனக்கு இதெல்லாம் புரியவில்லை. தலையை வலிக்கிறது" என்று கூறிவிட்டு, மாடத்திற்குச் செல்வதற்காக சலீமா புறப்பட்டபோது யூசுப் ஓடோடி வந்தான்.

"அரசரைப் பார்ப்பதற்கான நேரம் கிடைத்துவிட்டது" என்றான்.

"எப்போது?" என்று கேட்டார் அகமது.

"நாளைக் காலை ஒன்பது நாழிகைக்கு அரசவை மண்டபத்தில் காணிக்கை செலுத்துவோரை மட்டும் அரசர் சந்திக்கிறார்" என்றான் அவன்.

அவனுக்கு மேல்மூச்சு கீழ்மூச்சு வாங்கிற்று. மற்றவர்களுக்கு நல்ல சேதி கொண்டு செல்லும் குதிரைக்கு வாயில் நுரை தள்ளுவதில்லையா? அதுபோல.

அந்தச் செய்தியையும் சாதாரணமாகவே கேட்டுக் கொண்டாள் சலீமா.

மாடத்துக்கு அவள் ஏறிச் சென்றபோது அவளது நிழல் போலக் கூடவே ஏறிச் சென்றாள் ஜெபுன்னிஸா.

படிக்கட்டில் ஏறும்போதே, "ஜாக்கிரதை" என்றாள்.

"நான் பார்த்துத்தான் போகிறேன். வழுக்கி விழுந்து விடமாட்டேன்!" என்றாள் சலீமா.

"நாளைக்கு அரசரைப் பார்க்கும்போது கறுப்புச் சல்லாத் துணியால் உன் முகத்தில் பாதியை மூடிக்கொள்" என்றாள் ஜெபுன்னிஸா.

"ஏன், அரசரும் அப்படித்தான் மூடிக்கொள்வாரா?" என்று கேட்டாள் சலீமா.

''இல்லை. உன்னைப் பார்த்து அவர் மயங்கிவிட்டால் ஆபத்து!'' என்றாள் ஜெபுன்னிஸா.

''பைத்தியமே! நான்தான் மயங்கக்கூடாதே தவிர, அவர் மயங்குவதால் எனக்கென்ன வந்தது? அரசரானால் என்ன? சக்கரவர்த்தியாகவே இருந்தால்தான் என்ன? நான் என்னுடைய மார்க்கத்தில் இருந்து வழுவமாட்டேன். நான் அறியாத பெண்தான். ஆனாலும் என்னுடைய காலடிச் சுவடுகளை மற்றவர்கள் பின்பற்ற வேண்டும் என்று நினைப்பேனே தவிர, யாருடைய அடிச்சுவட்டுக்கும் என்னை ஒப்புக் கொடுக்க மாட்டேன். நான் பிறந்தது இஸ்ரவேலில் அல்ல; அராபியாவில்'' என்றாள் சலீமா.

இவ்வளவையும் சொல்லிக்கொண்டே படுக்கையில் அவள் அமர்ந்தாள்.

''சீச்சீ! நான் வேடிக்கையாகச் சொன்னேன். நீ ஏதேதோ சொல்கிறாயே'' என்று சொல்லிக்கொண்டே ஜெபுன்னிஸா அவள் பக்கத்தில் அமர்ந்தாள்.

சலீமா கட்டிலில் சாய்ந்து உட்கார்ந்தாள். தந்தப்பதுமை ஒன்று சிற்பக் கூடத்தில் அமர்ந்திருப்பது போன்றிருந்தது அது. ஜெபுன்னிஸா ஒரு பாரசீகக் கவிதையைப் பாட ஆரம்பித்தாள்.

''ஏ அழகியே!

காபூல் நகரத்து இனிய திராக்ஷைகள் எனக்குக் கசந்து விட்டன.

சுவை நிறைந்த மது ரஸம் எனக்குப் புளித்துப்போய் விட்டது.

எனது கண்ணாடிக் கோப்பைகள் தீண்டுவாரில்லாமல் கிடக்கின்றன.

இவ்வளவு காலமும் பட்டுத் துணியில் எழுதி வந்த எனது எழுதுகோல் உன் கன்னங்களில் எழுதத் துடிக்கிறது.

உன் கன்னங்களின் மீது சாய்ந்திருக்கும்போதே மரணம் என்னை அணைத்துக்கொள்ளுமானால், அதையே ஒரு பாக்கியமாகக் கருதுவேன்!''

இந்தப் பாடலை வெகு சுகமாகப் பாடினாள் ஜெபுன்னிஸா.

"சீ! இதென்ன பாட்டு? மதுப்போதையில் மயங்கிய எவனோ, காதல் போதையில் உளறியது. வேறு எதையாவது பாடு" என்று சொல்லிக்கொண்டே தலையணையில் தலை வைத்தாள் சலீமா.

ஜெபுன்னிஸா சொந்தத்தில் கற்பனை செய்து பாட ஆரம்பித்தாள்.

"அலை வருவது கடலிலே.
தண்ணீர் வருவது நதியிலே.
செடி முளைப்பது மண்ணிலே.
நட்சத்திரங்கள் இருப்பது வானத்திலே
குழந்தைகள் பிறப்பது பெற்றோருக்கே!
குரங்கு என்பது வால் உள்ளது"

- அவள் பாடி முடிக்கவில்லை.

"ஏய், என்ன புதிய புதிய விஷயங்களாகச் சொல்கிறாய்? இதுவரை எனக்குத் தெரியாத விஷயங்களையே சொல்லி விட்டாய்!" என்று தானும் கிண்டல் செய்தாள் சலீமா.

"உனக்கும் தெரிந்த விஷயத்தைப் பாடட்டுமா? இல்லை, தெரிந்தே தீரவேண்டிய விஷயத்தைப் பாடட்டுமா?" என்று கேட்டாள் ஜெபுன்னிஸா.

"எதையாவது பாடு" என்று சொல்லிவிட்டுத் திரும்பிப் படுத்தாள் சலீமா.

"எந்தப் பெண்ணும் தப்பமுடியாதது பருவ உணர்ச்சிக்கே..." என்று பாட ஆரம்பித்தாள் ஜெபுன்னிஸா.

"அதை உன்னோடு வைத்துக்கொள்" என்று கூறி விட்டு, மடமடவென்று கீழே இறங்கிவிட்டாள்.

மறுநாள் காலையில் அரசரைப் பார்க்கப் போகிறோம் என்ற எண்ணம் அவளுக்கும் இருந்தது. ஆனால் அது அவள் தூக்கத்திற்கு இடையூறாக இருக்கவில்லை.

காலைப் பொழுதில் அந்தக் கனகமணிச் சிலை தன்னை அலங்கரித்துக் கொண்டது. ஜெபுன்னிஸாவும் அப்படியே அலங்கரித்துக் கொண்டாள்.

மகமது, அகமது, பாத்திமா எல்லோரும் அப்படியே யாவரும் தங்களை அரசர் ஒரு சிறந்த வணிகக் குடும்பமாகக் கருதவேண்டும் என்ற ஆசையில் அணிமணிகளை அதிகப்படுத்திக் கொண்டார்கள்.

அன்றும் அரசவை மண்டபம் நிரம்பித்தானிருந்தது.

கடந்த ஒரு திங்களாக அரபு நாடுகளிலிருந்தும் இஸ்ரவேலில் இருந்தும் கப்பல்களில் வந்தவர்கள் அனைவரும் அங்கே கூடியிருந்தார்கள்.

தினமும் சிறிது நேரம் அவர்களது காணிக்கைகளைப் பெற்றுக்கொள்வார் அரசர். அதனால் கூட்டம் குறைவாக இருக்கும். முப்பது நாட்களாகத் திரண்டிருந்த கூட்டமாதலின் மண்டபம் நிரம்பி வழிந்தது.

"எல்லோரையும் பார்ப்பதைப்போலவே தங்களையும் பார்ப்பதற்கு முன்னேற்பாடு எதற்கு? யூசப் எதற்காக ஓடி ஆடி அனுமதி பெற்றான்?" என்று அலுப்போடு சிந்தித்தாள் சலீமா.

மண்டபத்தின் முன் வரிசையில் எட்டு வரிசைகளுக்குப் பின்னாலேயே அவளும், அவள் குடும்பத்தினரும் அமர்ந்திருந்தனர்.

காவலர்கள், "கேரள சிங்க வளநாடாகிய திருவஞ்சைக்களத்தின் மாமன்னர் மூன்றாம் சேரமான் பெருமாள் வாழ்க!" என்று கோஷமிட்டார்கள். மன்னவர் சேரமான் பெருமாள் கம்பீரமாக உள்ளே நுழைந்தார். அவையினர் எழுந்து மரியாதை செலுத்தினர்.

ஒவ்வொருவர் கையிலும் வகைவகையான பொருள்கள் இருந்தன.

அரசர் வந்து பிரார்த்தனை அரங்கத்தில் நின்றதும் ஒவ்வொருவரும் வரிசையாக வந்து தங்கள் பெயரையும், நாட்டையும் தொழிலையும் சொல்லிக் காணிக்கையைத் தந்துவிட்டுப் போய்விட வேண்டும்.

சேரமான் அருகிலேயே நாராயண நம்பூதிரியும் கைகளைக் கட்டிக்கொண்டு நின்றார்.

ஒவ்வொருவராக எழுந்து வந்து தங்கள் விவரத்தைச் சொல்லிக் காணிக்கைகளைச் செலுத்தினார்கள்.

இஸ்ரவேலியர்கள், எகிப்தியர்கள், சிரியன் கிறிஸ்தவர்கள் அனைவரும் வேடிக்கைப் பொருள்களைக் கொண்டு வந்திருந்தார்கள்.

அராபிய வணிகர்கள் மட்டுமே அதிகம் வாசனைத் திரவியங்கள் கொண்டு வந்திருந்தார்கள். அந்தத் திரவியங்களின் வாசனையால் அரசவை மண்டபமே மணம் கமழ்ந்தது.

மகமதுவும் சலீமாவும் தங்கள் நேரம் வந்ததும் பல வகையான பொருள்களையும் கைகளில் சுமந்தவாறு அரசரை நெருங்கினார்கள்.

சேரமான் மற்றவர்களை வரவேற்றது போலவேதான் அவர்களையும் வரவேற்றார்.

அதே புன்னகை, அதே வணக்கம்.

மகமது முதலில் தம் கைகளில் இருந்த காணிக்கைப் பொருள்களை அவரிடம் வழங்கி, தம் பெயர், தொழில், நாடு கூறி வணங்கிவிட்டு நடந்தார்.

அடுத்தாற்போல் வந்த சலீமா எதுவும் சொல்ல முடியாமல் தயங்கித் தயங்கி தேகம் நடுங்கிய வண்ணம் நின்று கொண்டிருந்தாள். அவள் தானாகச் சொல்லாத விவரங்களை அரசரே கேட்க வேண்டியிருந்தது.

"பெயர்?" என்று கேட்டார் சேரமான்.

சலீமா பயத்தோடு தூரத்தில் நின்று கொண்டிருந்த தன் தந்தையைப் பார்த்தாள்.

மகமது, "சலீமா" என்றார்.

"ஊமையா-?" என்று கேட்டார் சேரமான்.

மண்டபத்தில் இருந்தவர்கள் சிரித்தார்கள்.

வெட்கத்தாலும் பயத்தாலும் சலீமாவின் முகம் வெளிறிப்போயிற்று.

சேரமான் சிரித்துக்கொண்டே கைகளை நீட்டினார்.

தன் கையில் இருந்த வாசனைப் பொருள்களை அந்தக் கைகளுக்கு அளித்தாள் சலீமா.

பயத்தாலும் நடுக்கத்தாலும் அவளது பாதி முகத்தை மூடியிருந்த கறுப்புச் சல்லாத்துணி கட்டவிழ்ந்து விழுந்தது.

சேரமான் கைகளில் அவள் வாசனைத் திரவியத்தைத் தந்தபோது அவள் வலது கையில் அணிந்திருந்த மணி ஒன்று தானும் கைநழுவி விழுந்தது.

அப்போது கோயில் மணியொலிக்கும் சத்தம் கேட்டது; அந்த ஒலி, உடைந்த மணியின் ஒலி போலிருந்தது.

3. ஆகமம் வழங்கும் அத்தாட்சி

தோண்டி எடுக்கத் தேவையில்லாமலே தொன்மைக் காலம் தொட்டு இன்று வரையில் பாதுகாக்கப்பட்டு வரும் பூர்வீக நகரம் ஜெருசலம்.

பாரதத்தில் கற்கோட்டைகள் கட்டப்படுவதற்கு முன்னாலேயே, ஏன் உலகமே கற்கோட்டை கட்டுவதற்கு முன்னால் முதன் முதலில் கற்கோட்டை கட்டிய நகரம் ஜெருசலம்.

விஞ்ஞானத்தையும் மெய்ஞானத்தையும் ஒருங்கே வளர்த்த இஸ்ரவேல் நாட்டின் தலைநகரம் அது. எபிரேய மொழியும், கிரேக்க மொழியும் மட்டுமே அந்த நாட்டின் பூர்வீக மொழிகள்.

பிற்காலத்தில் உலகத்தையே வளைத்துப் போட்ட ஒரு புதிய மார்க்கம் பிறந்த பூமியல்லவா அது?

எத்தனையோ நாடுகளின் கவனத்தைத் தன் பக்கம் திருப்பிய இஸ்ரவேல் யூத ஜாதியின் தாயகம்.

இஸ்லாம் மார்க்கம் தோன்றுவதற்கு எட்டு நூற்றாண்டுகளுக்கு முன்னமேயே அது கிறிஸ்தவ மார்க்கத்தைத் தோற்றுவித்தது.

அன்று ஜெருசலம் ஆலயத்தில் பிரம்மாண்டமான பூர்வீக மணி ஓங்கி ஒலித்துக்கொண்டேயிருந்தது.

அரசன் சாலமன் காலத்திலேயே கட்டப்பட்டதாகக் கூறப்படும் மணி அது.

அந்த ஆலயத்தில் நூற்றுக்கணக்கான இளம்பெண்கள் கூடிப்பாடிக் கொண்டிருந்தார்கள்.

எழுநூறு ஆண்டுகளுக்கு மேலாக அதே பாடல்களைத்தான் யூதர்கள் பாடுகிறார்கள் என்றாலும், ஒவ்வொரு நாளும் அந்தப் பாடல்களில் ஏதோ புதிய அர்த்தம் இருப்பதுபோல் தோன்றிற்று.

வாத்தியங்கள் மென்மையாக இயங்கிக் கொண்டிருந்தன.

கம்பீரமான அந்த ஆலயத்தில் மணியோசையே தாளமாக அமைந்தது.

உட்சுவர் அதை எதிரொலித்தது.

முத்லபேன் வாத்தியத்தில் வாசிக்க இராகத் தலைவனுக்கு ஒப்புவிக்கப்பட்ட தாவீதின் சங்கீதத்தில் அமைத்து அவர்கள் பிரார்த்தனைக் கீதங்களைப் பாடினார்கள்.

தம்மை மறந்து அத்தனை பெண்களும், மற்றொரு பகுதியிலிருந்த ஆண்களும், பாடிக்கொண்டிருந்தபோது உள்ளே நுழைந்து மண்டியிட்டாள் யூஜியானா.

தந்தை யோகோவா தள்ளாடிய நிலையில் ஆடவர்களோடு போய் அமர்ந்தார்.

பிரார்த்தனை தொடர்ந்து கொண்டிருந்தது.

கிழவர் யோகோவாவின் அருகில் அமர்ந்திருந்தார் இன்னொரு கிழவர். அவர் பெயர் மனோவா.

இந்தப் பக்கம் உட்கார்ந்திருந்தார் இன்னொரு கிழவர்; அவர் பெயர் மோஸே.

பிரார்த்தனையின் ஊடே அவர்கள் இருவரும் யோகோவாவை அடையாளம் கண்டுகொண்டார்கள்.

"நீ யோகோவா அல்லவா?" என்று கேட்டார் மனோவா.

'ஆம்' என்று தலையை ஆட்டினார் யோகோவா.

உடனே மனோவா அவரைக் கட்டிப்பிடித்துக் கொண்டார். மோஸேயும் அவரைக் கட்டிப்பிடித்துக் கொண்டார்.

மூவரும் பள்ளித் தோழர்கள்.

"எப்போது வந்தாய்?" என்று கேட்டார் மோஸே.

"வந்துகொண்டேயிருக்கிறேன்" என்று சொன்னார் யோகோவா.

"வீட்டைத்தான் விற்றுவிட்டாயே, எங்கே தங்கப்போகிறாய்?" என்று கேட்டார் மனோவா.

"இடம் தெரியாமல்தான் ஆலயத்துக்கு வந்தேன். ஏராளமாகப் பொன் கொண்டு வந்திருக்கிறேன். ஒரு நல்ல இடமாகப் பார்த்து வாங்க வேண்டும்!" என்றார் யோகோவா.

"உறவுகள்...?" என்று கேட்டார் மோஸே.

"ஒரே உறவுதான் என்மகள் யூஜியானா. அதோ அங்கே இருக்கிறாள்" என்று சுட்டிக்காட்டினார் யோகோவா.

அங்கே அவர்கள் யூத ஜாதி யூஜியானாவைக் காணவில்லை. குங்குமப் பொட்டு வைத்த கேளரப் பெண்ணைப் பார்த்தார்கள்.

"உன் மகளுக்குப் பக்கத்தில் இருக்கும் முதியவள் மில்க்காள்தான் என் மனைவி, முன்பக்கமிருக்கும் லேயாள்தான் என் மகள். நம் வீட்டுக்குப் போகலாம். அங்கே போய்ப் பேசிக்கொள்ளலாம்" என்றார் மனோவா.

பிரார்த்தனை முடிந்தது.

மனோவாவும், மோஸேயும் யோகோவாவைக் கைத் தாங்கலாக அணைத்தபடி பெண்கள் பகுதிக்குப் போனார்கள்.

மில்க்காளிடம் யோகோவாவையும், யூஜியானாவையும் அறிமுகப்படுத்தினார்கள்.

மில்க்காளைக் கூர்ந்து கவனித்தார் யோகோவா.

தான் இஸ்ரவேலை விட்டுக் கேரளத்துக்குச் சென்றபோது அவளும் வழியனுப்பியதை ஞாபகப்படுத்தினார்.

"அதைத்தான் நானும் யோசித்துக் கொண்டிருக்கிறேன்" என்றாள் மில்க்காள். லேயாளுக்கும் யூஜியானாவை அறிமுகப்படுத்தினார்கள்.

ஆலயத்தை விட்டு அவர்கள் வெளிவந்த போது சேர நாட்டிலிருந்து அழைத்து வந்த தோழிப் பெண்கள், சேவகர்கள் எல்லாம் தங்க நாணயப் பெட்டிகளையும், நகைப் பெட்டிகளையும் பரப்பி அதன்மீது அமர்ந்தார்கள்.

ஜெருசலமின் சதுரக்கல் சாலையில் போவோர், வருவோர் எல்லாம் அவர்களையே பார்த்துக் கொண்டிருந்தார்கள்.

ஆடை அணியைத் தவிர மற்ற விஷயங்களில் சேர நாட்டுப் பெண்களுக்கும் யூதப் பெண்களுக்கும் அதிக வித்தியாசம் இராது. ஆயினும் 'சேர நாடு ஒரு வளமான நாடு' என்று நினைக்கும் இஸ்ரவேலியர்கள் சேரநாட்டிலிருந்து யார் வந்தாலும் அதிசயமாகப் பார்ப்பார்கள்.

யோகோவாவும், மனோவா குடும்பத்தினரும் அவர்களையும் அழைத்துக் கொண்டு மனோவாவின் மாளிகைக்கு வந்து சேர்ந்தார்கள்.

மனோவாவின் மாளிகை மிகப் பிரம்மாண்டமான ஒன்றே.

எகிப்திலே வாணிபம் செய்து பொருளீட்டியவர் மனோவா.

ஏராளமான சொத்துக்களோடு யோகோவாவும் மகள் யூஜியானாவும் வந்ததால் வரவேற்பும் மரியாதையும் பிரமாதமாகத்தான் இருந்தன.

யூத ஜாதியும், ஒரு வணிக ஜாதிதானல்லவா?

லேயாள் - யூஜியானாவுக்குத் தன் மாளிகையைச் சுற்றிக் காட்டினாள்.

கூட வந்த கேரளப் பெண்கள் ஐம்பது பேரும் அந்த மாளிகையைப் பார்த்து அதிசயித்தார்கள்.

"இவர்களையெல்லாம் திருப்பியனுப்ப வேண்டும்!" என்று பெருமூச்சோடு சொன்னாள் யூஜியானா.

அதே நேரத்தில் மனோவா, யோகோவாவிடம் "ஏன் இவ்வளவு பெண்களை அழைத்து வந்தாய்?" என்று கேட்டார்.

"ஒரு ராணி தனியாகவா கப்பலில் ஏறுவது?" என்று பெருமூச்சு விட்டார் யோகோவா.

"நீ என்ன சொல்கிறாய்?" என்று கேட்டார் மனோவா.

அதற்குள் மாடத்திலிருந்த லேயாளும் யூஜியானாவும் கீழே இறங்கி வந்துவிட்டார்கள். மில்க்காளும் வந்து பக்கத்தில் நின்று கொண்டாள்.

எல்லோரையும் உட்காரச் சொன்னார் மனோவா.

பெண்களுக்குப் புளிக்காத திராட்சை ரசமும், ஆண்களுக்கு புளித்த ரசமும் வழங்கப்பட்டன.

ஆதியோடு அந்தமாக அத்தனை விஷயங்களையும் யோகோவா கூறினார்.

சரஞ்சரமாகக் கண்ணீர் வடித்தபடியே யூஜியானா அதைக் கேட்டுக்கொண்டிருந்தாள்.

"சேரநாட்டுக்கு வாரிசு இல்லாதபோது யூஜியானாவின் பிள்ளைதான் வாரிசாக வேண்டும்" என்றாள் மில்க்காள்.

"இனி அது எப்படி சாத்தியமாகும்?" என்று கேட்டார் மனோவா.

"ஏன் ஆகாது?" என்று சொன்ன மில்க்காள் ஆகமத்தை எடுத்துப் படிக்க ஆரம்பித்தாள்.

தாவீது ராஜா வயது சென்று கிழவனானபோது ஆடைகளினால் அவனை மூடினாலும் அவனுக்கு அனல் உண்டாகவில்லை. அப்பொழுது அவனுடைய ஊழியக்காரர் அவனை நோக்கி, 'அரசே, ராஜ சமூகத்தினின்று உங்களுக்குப் பணி விடை செய்யவும், உங்கள் உடல் சூடுபடும்படி மடியிலே படுத்துக்கொள்ளவும் ஒரு கன்னிப் பெண்ணைத் தேடுகிறோம்' என்று கூறி, இஸ்ரவேலின் எல்லையில் சூனேம் என்னும் ஊரில் இருந்து அபிஷா என்னும் பெண்ணைக் கண்டுபிடித்து அவளை அரசரிடம் கொண்டு வந்தார்கள். அந்தப் பெண் அழகானவள். ஆயினும் தாவீது அவளை அறியவில்லை.

ஆகீத்துக்குப் பிறந்த அதோனியா என்பவன் 'தாவீதுக்குப் பிறகு நானே ராஜா' என்று கூறி ரதங்களையும், குதிரைகளையும், காலாட்களையும் சம்பாதித்தான். அவன் செருயாவின் குமாரனாகிய யோவாப்போடும் ஆச்சாரியாரின் அபியத்தாரோடும் ஆலோசனை செய்து உதவி பெற்று வந்தான்.

தாவீது மன்னனோடிருந்த பராக்கிரமசாலிகள் யாவரும் அதோனியாவுக்கு உதவி செய்யவில்லை.

அதோனியா இன்ரோகேலுக்குச் சமீபமான சோகெலெத் என்னும் கல்லின் அருகே ஆடு மாடுகளையும் கொழுத்த ஜந்துக்களையும் அடித்து, ராஜாவின் குமாரராகிய தன் சகோதரரெல்லாரையும், ராஜாவின் ஊழியக்காரரான யூதாவின் மனுஷர் அனைவரையும் அழைத்தான்.

தீர்க்கதரிசியாகிய நாத்தானையும், பெனாயாவையும் பராக் கிரமசாலிகளையும், தன் சகோதரனாகிய சாலொமோனையும் அழைக்கவில்லை.

அப்பொழுது நாத்தான் சாலொமோனின் தாயாகிய பத்சேபாளை நோக்கி, "நம்முடைய ஆண்டவனாகிய தாவீதுக்குத் தெரியாமல், ஆகீத்தின் குமாரனாகிய அதோனியா ராஜாவாகிற செய்தியை நீ கேட்கவில்லையா?

இப்போதும் உன் பிராணனையும், உன் குமாரனாகிய சாலொமோனின் பிராணனையும் தப்புவிக்கும்படிக்கு நீ வா. உனக்கு நான் ஆலோசனை சொல்லுவேன்.

நீ தாவீது ராஜாவினிடத்தில் போய், 'ராஜாவாகிய என் ஆண்டவனே! எனக்குப் பின் உன் குமாரனாகிய சாலொமோன் ராஜாவாகி, அவனே என் சிங்காசனத்தின்மேல் வீற்றிருப்பான் என்று நீர் உமது அடியாளுக்கு ஆணையிடவில்லையோ? அப்படியிருக்க, அதோனியா ராஜாவாகிறது என்ன?' என்று அவரிடத்தில் கேள்.

நீ அங்கே ராஜாவோடு பேசிக் கொண்டிருக்கையில் நானும் உனக்குப் பின் வந்து உன் வார்த்தைகளை உறுதிப் படுத்துவேன்" என்றான்.

அப்படியே பத்சேபாள் பள்ளியறைக்குள் ராஜாவிடத்தில் போனாள். ராஜா மிகவும் வயது சென்றவனாக இருந்தான்; சூனேம் ஊராளாகிய அபிஷாக் ராஜாவுக்குப் பணிவிடை செய்து கொண்டிருந்தாள்.

பத்சேபாள் குனிந்து ராஜாவை வணங்கினாள், அப்போது ராஜா, "உனக்கு என்ன வேண்டும்?" என்று கேட்டான்.

அதற்கு அவள், "என் ஆண்டவனே! எனக்குப்பின் உன் குமாரனாகிய சாலொமோன் ராஜாவாகி, அவனே என் சிங்காசனத்தின்மீது வீற்றிருப்பான் என்று நீர் உம்முடைய தேவனாகிய கர்த்தரைக்கொண்டு, உமது அடியாளுக்கு ஆணையிட்டீரே.

இப்பொழுது, அதோனியா ராஜாவாகிறான்; என் ஆண்டவனாகிய ராஜாவே நீர் அதை அறியவில்லை.

அவன் மாடுகளையும் கொழுத்த ஐந்துக்களையும் ஆடுகளையும் திரளாக அடித்து ராஜாவின் குமாரர் அனைவரையும் ஆசாரியனாகிய அபியத்தாரையும் யோவாப் என்னும் படைத் தலைவனையும் அழைத்தான். ஆனாலும் உமது அடியானாகிய சாலொமோனை அழைக்கவில்லை.

ராஜாவாகிய என் ஆண்டவனே! ராஜாவாகிய என் ஆண்டவனுக்குப் பிறகு அவருடைய சிங்காசனத்தின் மேல் வீற்றிருப்பவன் இன்னான் என்று தங்களுக்கு அறிவிக்க வேண்டுமென்று இஸ்ரவேலர் அனைவரின் கண்களும் உம்மை நோக்கிக் கொண்டிருக்கின்றன.

அறிவியாமற் போனால் ராஜாவாகிய என் ஆண்டவன் நம்முடைய பிதாக்களோடே படுத்துக் கொண்ட பின்பு நானும் எனது குமாரனாகிய சாலொமோனும் குற்றவாளிகளாய் எண்ணப்படுவோம்" என்றாள்.

...பின்பு தாவீது ராஜா, "ஆசாரியனாகிய சாதோக்கையும் தீர்க்கதரிசியான நாத்தானையும் போய்தாவின் குமாரன் பெனாவையும் என்னிடத்தில் அழைத்து வாருங்கள்" என்றான்.

அவர்கள் ராஜாவுக்கு முன்பாகப் பிரவேசித்தபோது, ராஜா அவர்களை நோக்கி "நீங்கள் உங்கள் ஆண்டவனாகிய சேவகரைக்கூட்டிக்கொண்டு என் குமாரனாகிய சாலொமோனை

என் கோவேறு கழுதைமேல் ஏற்றி அவனைக் கீகோனுக்கு அழைத்துக்கொண்டு போங்கள்.

அங்கே ஆச்சாரியனாகிய சாதோக்கும், தீர்க்கதரிசியாகிய நாத்தானும் அவனை இஸ்ரவேலின்மேல் அபிஷேகம் பண்ணக் கடவர்கள். பின்பு எக்காளம் ஊதி, 'ராஜாவாகிய சாலொமோன் வாழ்க' என்று வாழ்த்துங்கள்.

அதன்பின்பு அவன் நகர்வலம் வந்து சிங்காசனத்தில் வீற்றிருக்கும்படி அவனைக் கூட்டிக் கொண்டு, வாருங்கள்; அவனே என் ஸ்தானத்தில் ராஜாவாய் இருப்பான்; அவன் இஸ்ரவேலின் மேலும் யூதாவின்மேலும் தலைவனாய் இருக்கும்படி அவனை ஏற்படுத்தினேன்" என்றான்.

"இப்போது நீ என்ன சொல்கிறாய்? யூஜியானாவின் மகனுக்குப் பட்டம் கிடைக்கும் என்கிறாயா?..." என்று கேட்டார் யோகோவா.

"கிடைத்தாக வேண்டும்!" என்றார் மனோவா.

"என் மகனுக்குப் பட்டம் வேண்டாம்; எனக்கு அவர் வேண்டும்!" என்று கண்ணீர் வடித்தாள் யூஜியானா.

"பட்டத்துக்குப் போட்டி வந்துவிடும் என்றுதானே யாரோ எங்களைச் சதி செய்து அனுப்பியிருக்கிறார்கள். அதுபற்றி ஏன் பேசுகிறீர்கள்?" என்றார் யோகோவா.

"அதைப் பிறகு விரிவாகப் பேசுவோம். கொஞ்ச நாட்களுக்கு நீங்கள் இங்கேயே தங்குங்கள். பிறகு ஒரு நல்ல வீடாகப் பார்த்து வாங்குவோம்" என்றார் மனோவா.

"கூடவந்த கேரளப் பெண்கள் இரண்டு நாட்கள் இங்கேயே தங்கட்டும்" என்றாள் மில்க்காள்.

"கப்பல் எத்தனை நாட்களுக்கு வேண்டுமானாலும் இங்கே நிற்கலாம். இந்தப் பெண்களும், கப்பலில் வந்த அலிகளும் இஸ்ரவேலையும் சுற்றிப் பார்த்து விட்டுப் போகட்டும். அவர்கள்

கொஞ்ச நாட்கள் இங்கே இருந்தால் யூஜியானாவுக்கு ஆறுதலாக இருக்கும்" என்றார் யோகோவா.

அன்று இரவு மனோவாவின் மாடத்து நிலா முற்றத்தில் அக்கம் பக்கத்து யூதப் பெண்கள் கூடி விட்டார்கள்.

'சேர ராஜாவின் மனைவி சேர ராஜாவின் மனைவி' என்பதே அவர்கள் பேசிய பேச்சாக இருந்தது.

நிலா முற்றத்தில் அமர்ந்தவாறே இப்போது யூத உடையில் இருந்த யூஜியானா ஆகாயத்தைக் கூர்ந்து நோக்கினாள்.

அங்கு ஒளி வீசிய பூரணச் சந்திரனில் சேரமானின் திருமுகம் தெரிந்தது.

'கற்பனையா உண்மையா?' கண்களைத் துடைத்துக் கொண்டு பார்த்தாள்.

நிலாவில் இருந்த சேரமான், 'கப்பலை அங்கேயே வைத்துக் கொள்; நீ திரும்பவும் சேரநாட்டுக்கு வரவேண்டியிருக்கும்' என்பது போலிருந்தது.

4. பட்டத்து யானையின் பரிசு

இன்று கேரள நாட்டில் ஓணம் பண்டிகையும் பூரம் பண்டிகையும் பிரபலமாக இருக்கின்றன.

சேர நாடு பல பகுதிகளாகப் பிரிக்கப்படுவதற்கு முன்பு ஒரே திருவிழாதான் மிகப் பிரபலமான திருவிழாவாக இருந்தது. அதுதான் கொடுங்கோளூர் பகவதி அம்மனுக்கு எடுக்கப்பட்ட விழா.

கோடை காலத்தில் மழை வேண்டி நடத்தப்படும் விழாவாக அது அமைந்திருந்தது.

வடநாட்டு ஹோலிப் பண்டிகையில் நடப்பதுபோல் இங்கேயும் சாயத் தண்ணீரை ஒருவர்மீது ஒருவர் தெளித்து விளையாடுவார்கள்.

அந்தச் சாயத் தண்ணீர், ஒன்று வெறும் மஞ்சள் நீராக இருக்கும்; இல்லையேல் சிறிது சுண்ணாம்பு கலந்து சிவப்பு நீராக இருக்கும். ஆரத்திச் சோறு நிறம் மாறுகிறது அல்லவா, அதுபோல.

அந்தப் பக்கம் பாண்டிய நாட்டு எல்லையில் தென் திருவிதாங்கோடு-நாஞ்சில் நாட்டிலிருந்து அது ஆரம்பமாகும். இந்தப் பக்கம் கொங்குநாட்டு எல்லையில், மலபாரில் இருந்து ஆரம்பமாகும்.

விசால கேரளம் முழுவதிலும் இந்த விழா எல்லோராலும் கொண்டாடப்படும்.

வந்து குடியேறிய சிரியன் கிறிஸ்தவர்கள், கேரளத்திலேயே பிறந்து மதம் மாறியவர்கள். யூதர்கள் அனைவரும் அந்த விழாவைக் கொண்டாடுவார்கள்.

மகமதியர்கள் அதைக்கொண்டாடுவதில்லை என்றாலும், அந்த நாளில் இந்தக் குடும்பங்களிலுள்ள தங்கள் நண்பர்களோடு விருந்துகளில் கலந்துகொள்வார்கள்.

காவிரிப்பூம்பட்டினத்தில் இந்திர விழா நடக்கும்போது சமணப் பள்ளிகளிலும் பிரார்த்தனை நடப்பதுபோல், பகவதியம்மன் பண்டிகையின் போது கிறிஸ்தவ ஆலயங்களிலும் மழைக்காகப் பிரார்த்தனை நடக்கும்.

மதங்களுக்குள் ஒருமை என்பது முடியாட்சிக் காலத்திலேயே கைக்கொள்ளப்பட்ட ஒரு கொள்கையாகும்.

சோழநாட்டில் சமண - பௌத்தர்களும், சேர-நாட்டில் அரபு, யூத, கிறிஸ்தவர்களும் பெருமளவுக்கு இருந்தபோதிலும், அவற்றை ஆண்டவர்கள் இந்து மன்னர்களே.

பதினைந்தாம் நூற்றாண்டு வரையில் பாண்டிய நாட்டில் மட்டும் இந்து மார்க்கத்தைத் தவிர வேறு மார்க்கங்கள் பரவி விரவி நிற்கவில்லை.

பாரத நாட்டில் மிக முந்திய காலத்திலேயே பல வகையான மார்க்கங்கள் நுழைந்துவிட்ட முதல் நாடு சேரநாடாகும்.

ஆகவே மூன்றாம் சேரமான் பெருமாள் காலத்தில் அத்தனை மார்க்கங்களும் பரிபூரணமாக அங்கீகரிக்கப்பட்டு விட்ட நிலை. பகைமை என்பதே அறவே இல்லாத நிலை.

'எல்லோருக்கும் மூலம் இறைவனே' என்று இயற்கையாகவே உணர்ந்திருந்த நிலை.

ஆகவே ஒரு மதத்தினரின் திருவிழாவில் கலந்து கொள்ளும் பிற மதத்தினர் அதை ஒரு வேடிக்கையாகவும் உற்சாகமாகவும் கருதினார்களேயன்றி, வெறுப்போடு நோக்கியதில்லை.

கொடுங்கோளூர் பகவதியம்மன் கோயில் சகல மதத்தினரையும் இணைக்கும் பாலமாகவும் இருந்தது.

இன்று வேளாங்கண்ணியும், நாகூர் தர்க்காவும் இந்துக்களைக் கவர்ந்து இழுப்பது போல், அன்று பகவதி கோயிலும் மற்றவர்களைக் கவர்ந்து இழுத்தது.

சேரன் செங்குட்டுவன் எழுப்பிய பத்தினிக் கோட்டம் இந்தப் பகவதியம்மன் கோவில்தான் என்று ஆராய்ச்சியாளர்கள் கூறுகிறார்கள்.

இன்று தமிழ்நாட்டின் எல்லையிலே இடிபாடாகக் கண்டுபிடிக்கப்பட்டிருக்கிற ஒரு கோயில்தான் பத்தினிக் கோட்டம் என்று கூறுவோரும் உண்டு.

இது எப்படி இருப்பினும், 'கொடுங்கோலால் மதுரை எரிந்தது' என்னும் செய்தியைச் சிலப்பதிகாரத்தில் படித்து விட்டுக் கொடுங்கோலூர் என்ற பெயரையும், அது மருவிக் கொடுங்கோளூர் என்றானதையும் பார்க்கும்போது, செங்குட்டுவன் கட்டிய கோயில் இதுவே என்ற எண்ணம் புலப்படுகிறது.

'பகவதி' என்ற பெயரும் ருத்ர தேவதையைக் குறிப்பதாகும்.

கண்ணகியின் கோபத்தால் பாண்டிய நாடு எங்கணும் வெப்ப நோய் ஏற்பட்டதாகவும், அதைத் தணிக்க மழை வேண்டி அமைத்த அம்மனே மாரியம்மன் எனவும் கூறப்படுகிறது.

கண்ணகிக்கு அப்படி மலை யாளத்தில் தரப்பட்ட பெயர்தான் பகவதி என்றும் நாம் கருதலாம்.

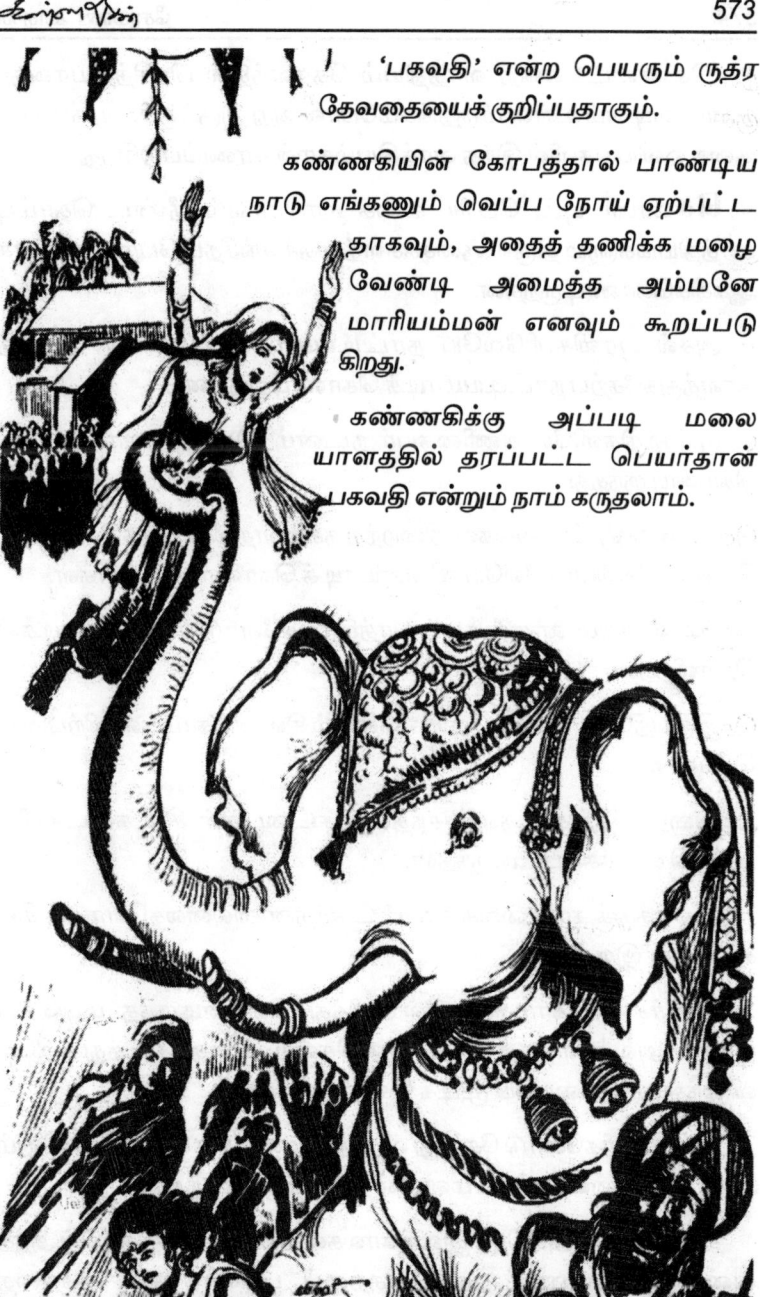

'செண்டை' என்ற வாத்தியம் கேரளத்தில் பிரசித்தியானது. நீண்ட வடிவம் உள்ள மிருதங்கம்போல் அது இருக்கும். பழங்காலக் குகை ஓவியங்களில் இந்த வாத்தியம்தான் காணப்படுகிறது.

செண்டையும், பெரிய வகை ஜாலராவும், நீண்ட கொம்பு வாத்தியங்களும் திருவஞ்சைக்களத்தைச் சங்கீதப் போர்க்களமாக ஆக்கிக்கொண்டிருந்தன.

அசல் புரவிகளிலேயே நாட்டியமாடும் புரவிகள், அந்தத் தாளத்துக்கேற்ப நாட்டியமாடிக் கொண்டிருந்தன.

முச்சந்திகளிலே கணிகையர் நடனம் இரவு பகலாக நடந்து கொண்டிருந்தது.

தென்னஞ் சோலைகள் நிறைந்த நகரமாதலின் மக்களெல்லாம் வெயில் தெரியாமலேயே விளையாடிக் கொண்டிருந்தார்கள்.

பல வகையான குங்குமப் பாத்திரங்களோடு சில அங்காடிகள் ஜொலித்தன.

இருபத்தொரு வகை மலர்களையும் சில அங்காடிகள் விற்பனை செய்தன.

அரைப்பதற்கு உதவும் சந்தனக் கட்டைகள் சில கடைகளில் அடுக்கி வைக்கப்பட்டிருந்தன.

அரைத்துக் காய வைக்கப்பட்ட சந்தன வில்லைகளோடும் சில கடைகள் இருந்தன.

மாதர்களின் கார் கூந்தலில் களித்துக்கொண்டிருந்த முல்லைப் பூக்கள் அவர்கள் துள்ளி நடந்து சென்ற போது-துடித்துக் கீழே விழுந்து சாலையையே மூடிக் கொண்டிருந்தன.

அந்த மலர்களோடு சேர்ந்து விழுந்த வண்டுகள் சில, மண்ணிலும் அந்த மலர்களைப் பிரிய மனமின்றி ஒட்டிக் கிடந்தன.

தண்டைகள் அணிந்த இளங்கால்கள் அவற்றை மிதித்ததில் அந்த வண்டுகள் மரணம் அடைவதற்குப் பதிலாக ஒரு சுகத்தை அனுபவித்தன.

செப்பிளங் கொங்கைச் சேயிழையாரோடும், ஒப்ப நடந்த காதலர் நெற்றி, சந்தனக் கோடுகளால் மின்னிக் கொண்டிருந்தது.

மாதர் நெற்றியில் காலை இளம் பரிதியும், காளையர் நெற்றியில் மாலை இளம் வானமும் காட்சி அளித்தன.

தண்ணீரிலே பட்டுத் தென்னையைத் தடவி மாதர் கூந்தலில் இருந்த தேங்காய் எண்ணெய் வாசத்தை அள்ளிக்கொண்டு தெரு வழியே நடந்த தென்றல் காற்று, மங்கல கீதம் பாடிற்று.

அம்மனை நீராட்டும் அபிஷேக தீர்த்தம் பட்டத்து யானையின்மீது வருவது வழக்கம்.

அந்த யானையின் முதுகில் கிடக்கிற பட்டுப் பீதாம்பரத்தைப் பார்த்து இளம் பெண்கள் ஏக்கப் பெருமூச்சு விடுவது வழக்கம்.

சேரமானைக் கனவு காணாத பெண்கள் சேரநாட்டில் மிகக் குறைவு.

அவர்களிலே அந்தச் சிந்தனையே இல்லாத இரண்டு பெண்கள் திருவிழாவை வேடிக்கை பார்த்துக் கொண்டே தெரு வழியே நடந்து வந்தார்கள்.

ஒருத்தி சலீமா; இன்னொருத்தி ஜெபுன்னிஸா.

சலீமாவுக்கு அந்தத் திருவிழா வேடிக்கையாகவே இருந்தது.

கிராமங்களில் இருந்து அணி அணியாக வந்த மாட்டு வண்டி களையும், குதிரை வண்டிகளையும் பார்த்து ஆச்சரியப்பட்டபடி அவர்கள் நடந்து வந்து கொண்டிருந்தார்கள்.

அராபிய மக்களுக்கு குதிரைகள் அதிசயமானவை அல்ல; ஆனால் மாட்டு வண்டிகள்தான் அவர்களுக்கு வேடிக்கையாக இருந்தன.

சலீமாவும் ஜெபுன்னிஸாவும் நடந்து வந்து கொண்டிருந்த போது 'பழைய சேனைக் கொத்தளம்' என்ற பகுதியில் தென்னங் கீற்றினால் ஒரு பந்தல் போடப்பட்டிருந்தது. அந்தப் பந்தலில்

முகமதியப் பெண்கள் அதிகமாகவும், இந்துப் பெண்கள் குறைவாகவும் கூடியிருந்தார்கள்.

ஜிகினாவினால் அலங்காரம் செய்யப்பட்ட ஆடை அணிந்துகொண்டு இரண்டு அழகான இளம் பெண்கள் ஆடிக் கொண்டிருந்தார்கள்.

அதைப் பார்த்ததும் ஜெபுன்னிஸாவுக்குக் குஷி பிறந்து விட்டது. வாத்தியக்காரர்களின் அருகிலே அவள் போய் உட்கார்ந்து கொண்டாள். சலீமா கூச்சப்பட்டு ஒரு மூலையில் நின்று கொண்டாள்.

ஒரு பாட்டு முடிந்ததும் ஜெபுன்னிஸா தன்னை அறியாமல் பாடத் தொடங்கினாள்.

அது சேரநாட்டில் மிகவும் பிரபலமான ஓர் உருதுப் பாடல். கை தட்டிக்கொண்டே ரசிக்கக்கூடிய பாடல். சபையினர் திரும்பத் திரும்ப அந்தப் பாடலைப் பாட வைத்தார்கள்.

அது நடந்து கொண்டிருக்கும்போதே மேள தாளங்களின் ஒலி கேட்டது. அது பட்டத்து யானை வருவதற்கு அடையாளம்.

யானைக்கு முன்னால் செண்டை வாசிக்கக்கூடாது என்றொரு சம்பிரதாயம். காரணம் அதனால் யானைக்கு மதம் பிடிக்கும் என்று நம்பினார்கள்.

அபிஷேக நீரோடு யானை வரும் ஒலி கேட்டதும் ஆங்காங்கே நடந்துகொண்டிருந்த நிகழ்ச்சிகள் நிறுத்தப்பட்டன. எல்லாக் கூட்டமும் ஓர் இடத்தில் கூடிவிட்டது.

ஆனால் செண்டை வாசித்தவர்கள் தங்களையும் அறியாத குதூகலத்தோடு ஓங்கி அடிக்க ஆரம்பித்தனர்.

யானை ஒரு முறை பிளிறிற்று; மறுமுறையும் பிளிறிற்று. அதற்கு மதம் பிடிக்கத் தொடங்கிற்று.

தன் முதுகிலே இருந்த பூசாரியை அபிஷேகக் குடத்தோடு கீழே தள்ளிற்று.

கூட்டம் பயந்து நாலாபுறமும் ஓடத் தொடங்கிற்று.

நெரிசலில் சிக்குண்டு பலர் காயம் அடைந்தார்கள்

அங்குமிங்கும் ஓடிய பட்டத்து யானை சில கடைகளை உருட்டிற்று. குங்குமத்தைத் தன் தும்பிக்கையால் உறிஞ்சித் தன் தலைமீது போட்டுக் கொண்டது.

கோயில் தாங்காத அளவுக்குக் கூட்டத்தினர் கோயிலுக்குள் நுழைந்தார்கள்.

'பட்டத்து யானைக்கு மதம் பிடித்துவிட்டது' என்ற செய்திக் காட்டுத் தீ போல் எங்கும் பரவிற்று.

உடனடியாகத் தண்டோரா போடுகிறவர்கள் தெருவெங்கும், 'யாரும் வெளியே வரவேண்டாம்' என்று தண்டோராப் போட்டார்கள்.

செய்தி வந்தபோது பூஜையில் இருந்த சேரமான் பெருமாள் உடனே தன் புரவியைக் கொண்டுவரச் சொல்லி ஏறி அமர்ந்து கோயில் சாலையை நோக்கி விரைந்தார். அவர் பின்னாலேயே சில புரவி வீரர்களும் விரைந்தார்கள்.

கோயில் சாலைக்கு வந்ததும் அவர் கண்ட காட்சி அவரைத் திகைக்க வைத்தது.

பட்டத்து யானை ஓர் அராபியப் பெண்ணைத் தும்பிக்கையால் வானத்தை நோக்கித் தூக்கியபடி எறிவதற்குத் தயாராக இருந்தது.

ஆம்; சலீமாவையே!

புரவியை விட்டுக் கீழே இறங்கிய சேரமான் கையை வானத்தில் உயர்த்தி மந்திரம்போல் எதையோ சத்தம் போட்டுச் சொன்னார். அந்தப் பாஷை யானைக்குப் புரியும்.

அமைதியாக அந்த யானை அவரை நோக்கி வந்தது. தும்பிக்கையில் சலீமாவோடு.

இரண்டு கைகளையும் அதன் முன்னே நீட்டினார் சேரமான். யானை அமைதியாக அந்தக் கைகளில் சலீமாவை வைத்தது.

5. தியான தினம்

மனிதர்களின் ஆறாவது அறிவு யானையின் ஐந்தாவது அறிவைவிடக் குறைவானதே. மதம் பிடித்த நிலையில்கூட யானை சில சத்தியங்களுக்குக் கட்டுப்படும். மதம் பிடிக்காத நிலையில் கூடச் சில மனிதர்கள் எதற்கும் கட்டுப்படுவதில்லையே! "யானை அறிந்தறிந்தும் பாகனையே கொல்லும்" என்பார்கள்.

ஆத்திரம் ஊட்டப்பட்டால் மகான்கூட அந்த நிலைக்கு வருவதில்லையா!

ஆனால் திருவஞ்சைக் களத்தின் பட்டத்து யானை நன்றி மிக்கது; ராஜ விசுவாசம் மிக்கது. குலசேகர ஆழ்வார் காலத்திலிருந்து உள்ளது.

அது குட்டியாய் இருக்கும்போது ஆழ்வார் இட்ட பெயர் பத்மாவதி என்பது.

அவ்வளவு பெரிய கூட்டத்தில் சலீமாவைத் தூக்க வேண்டும்போல் அதற்கு ஏன் தோன்றிற்றோ தெரியவில்லை.

ஆயினும் மூன்றாம் சேரமான் பெருமாளின் கரங்களுக்கு அது கட்டுப்பட்டது.

சலீமாவைக் கையில் தாங்கிய சேரமான் பெருமாள் மீண்டும் ஒரு மந்திரத்தை உச்சரித்தார்; யானை மண்டியிட்டு வணங்கிற்று.

கூட்டம் முழுவதும் ஓடிவிட்ட நிலையில் அது பாகனுக்குக் கட்டுப்பட்டு அவன் பின்னாலேயே சென்றது.

யானை சென்றதும் சலீமாவின் உறவினர்களைத் தேடினார் சேரமான் பெருமாள். ஜெபுன்னிஸா மட்டுமே அங்கு நின்றாள்.

"இந்தப் பெண்ணுக்கு நீங்கள் உறவா?" என்று கேட்டார் சேரமான்.

வியர்க்க விறுவிறுக்க நின்ற ஜெபுன்னிஸா 'ஆம்' என்பதற்கு அடையாளமாகத் தலையசைத்தாள்.

"என்னோடு அரண்மனைக்கு வாருங்கள்" என்றார் அவர்.

அரண்மனை அந்தப்புரத்தில் ஓர் அழகான தனியறையில் சலீமாவைப் படுக்க வைத்தார் சேரமான். அதற்குள் அரண்மனை மருத்துவர்கள் அங்கே கூடினர்.

"நாடித் துடிப்பு தாறுமாறாக இருக்கிறது" என்றார் ஒருவர்.

"இதயத் துடிப்பு அதிகரித்திருக்கிறது" என்றார் மற்றொருவர்.

"உயிருக்கு ஒன்றும் ஆபத்தில்லையே?" என்று கேட்டார் சேரமான்.

"நிச்சயமாக இல்லை" என்றார் தலைமை மருத்துவர்.

நிம்மதிப் பெருமூச்சு விட்டார் சேரமான்.

ஜெபுன்னிஸாவின் நெஞ்சு ஒருமுறை விம்மித் தாழ்ந்தது.

பகவதி கோயில் திருவிழாவில் ஓர் அராபியப் பெண்ணுக்கு ஆபத்து என்றால் அது வேறுவகையான கசப்பை உண்டுபண்ணிவிடுமே என்று கலங்கிய சேரமான் ஆறுதலடைந்து ஜெபுன்னிஸாவைப் பார்த்து "நீங்களும் இங்கேயே இருங்கள். உடல்நிலை முழுக்கச் சீரடைந்ததும் போகலாம்" என்றார்.

அதனன்றியும் அவர்கள் இல்லம் இருக்கும் இடத்தையும் கேட்டு அகமதுவுக்கும், மகமதுவுக்கும் செய்தியனுப்பினார்.

யூஜியானா பிரிந்த நாளிலே இருந்து நிம்மதி இழந்திருந்த சேரமான் மெதுவாகத் தெளிந்த நிலைக்கு வந்து கொண்டிருந்தார். ஓவியம் வரைவதில் அதிகம் அக்கறை இல்லாத அவர், சில நாட்களாக ஓர் ஓவியத்தை வரைந்து கொண்டிருந்தார். அவர் கருத்தில் அது யூஜியானாவின் ஓவியம்.

தலையில் இருந்து தொடங்க வேண்டும் என்ற ஓவியக் கலைக்கு முற்றிலும் மாறாக, பாதத்தில் இருந்தே அவர் ஆரம்பித்திருந்தார். யூஜியானாவின் அங்கங்களில் அவரை மிகவும் கவர்ந்திருந்தது அந்த அழகான பாதங்களே!

ஒரு யூதப் பெண்ணின், ஆடையையே அவர் அந்த ஓவியத்திற்கு அணிவித்திருந்தார்.

அன்று அந்த ஓவியத்தின் முகத்தை அவர் வரைய வேண்டும்.

எழுதுகோலை அவர் கையில் எடுத்தபோது சலீமாவின் அறையிலிருந்தபடி ஜெபுன்னிஸா பாடத் தொடங்கினாள்.

''கார் காலத்து மேகங்களே, நீர் கொண்டு வாருங்கள்.

இந்தப் புல்லிதழ்கள் மீது அரும்பி இருக்கின்ற பனித்துளிகளைத் துடைத்துக்கொண்டு செல்லுங்கள்.

புல்புல் பறவைகளே, உங்களுக்குப் பொழுது போகவில்லை என்றால், இந்த ஜன்னல் பக்கம் வாருங்கள். இந்த இளைய மான்குட்டியைத் தாலாட்டுங்கள்.

ஏழாம் நாள் சந்திரனைப்போல் கறுப்புச் சல்லாத் துணியால் இவள் பாதி முகத்தை மூடிக்கொண்டபோது, வெட்கப்பட்டு மண்ணுக்குள் மறைந்துவிட்ட தங்கக் கட்டிகளே, கொஞ்சம் வெளியே வந்து இவள் கால்களைத் தடவுங்கள்.

அரபிக் கடலில் ஆழ்கடலில் பிடிக்கப்படும் வட்ட வடிவமான பொன் மீன்களே, இவள் கண்களுக்கு கண்ணேறு கழிக்கக் கூட்டம் கூட்டமாக வாருங்கள்.

சுவையானதும் தொடுவதற்கு மென்மையானதுமான காபூல் திராக்ஷைகளே, இவளது வாய்மொழியிலிருந்து இன்னும் சுவைகளைப் பெற்றுக் கொள்ள, இவளைப் பேச வையுங்கள்.

பாரசீகப் பூந்தொட்டிகளில் பதுங்கிக் கிடக்கும் வண்ணப் பூக்களே, உங்கள் துயரம் எனக்குப் புரிகிறது.

ஒரு கோடி புஷ்பங்களைப் படைத்த இறைவன் ஒரு சலீமாவைப் படைத்து நம்மைப் பழி வாங்கி விட்டானே என்று நீங்கள் எண்ணுவதை நான் அறிவேன்.

சுலைமான் தோட்டத்துக் கனிக் கொத்துக்களைப்போல் இங்கே துயில்கொண்டு கிடக்கும் இளம்தளிரைப் பாருங்கள்.

மௌனம் என்ற பரிபாஷையின் மூலம் யார் யாரெல்லாம் இவளோடு பேச முடியுமோ, அவர்களெல்லாம் பேசுங்கள்.

சிதறிக் கிடக்கும் நக்ஷத்திரங்களை மாலையாக்கிக் கொண்டு வாருங்கள்.

செவ்வானத்தைச் சாறு பிழிந்து கண்ணாடிப் பாத்திரங்களில் நிரப்புங்கள்.

உங்கள் சீர்வரிசைகளுக்காகவே ஒரு சிற்பம் இங்கே மூச்சு வாங்கிக் கொண்டிருக்கிறது.

இந்த அற்புத புஷ்பத்திற்கு எவன் சொந்தக்காரனாகப் போகிறானோ, அவன் இப்பொழுதே இவளுக்காகப் பிரார்த்திக் கட்டும்."

ஜெபுன்னிஸா பாடப் பாட சேரமான் வரைந்து கொண்டிருந்த ஓவியத்தின் முகம் மாறத் தொடங்கியது.

அவர் வரைந்து கொண்டிருந்தது யூஜியானாவை.

யூஜியானாவின் முகத்திற்குக் கறுப்புச் சல்லாத் துணி ஏது?

அவர் மனத்தில் நின்றுகொண்டிருந்த யூஜியானாவின் முகம் குழம்பத் தொடங்கிற்று.

அடையாளம் தெரியாத ஒருமுகமாக அவள் முகம் உருவெடுத்தது.

ஓவியத்தையே கூர்ந்து நோக்கிய சேரமான் அலுப்போடு தூரிகையைக் கீழே வைத்தார்.

யூஜியானாவை மறுபடியும் மறுபடியும் நினைவு படுத்திப் பார்த்தார்.

அவளது முகமும் வேறொரு முகமும் சேர்ந்து அவருக்குக் குழப்பத்தை ஏற்படுத்தின.

இது என்ன அர்த்தமற்ற குழப்பம்?

சில நேரங்களில் அப்படித்தான்.

நன்றாகப் பழக்கமாகிவிட்ட முகங்களே குழப்பமடைந்து காணப்படும்.

மனோதத்துவத்தில் இதை 'உள்ளலை' என்பார்கள்.

கண்களுக்கும், மனதுக்கும் தொடர்பாக உள்ள ஒரு நரம்பு காரணமில்லாத ஒரு சிறு அதிர்ச்சிக்கு ஆளாகும் போது கண்களில் பதிந்திருந்த உருவம் தெளிவில்லாது ஆகிவிடும்.

'யூஜியானாவின் முகம் என் நெஞ்சை விட்டு நீங்கியது எப்படி?' என்று சேரமான் கலங்கினார்.

அப்போது பட்டத்து யானையின் பிளிறல் கேட்டது. ஆனால் அதற்கொரு புது அர்த்தத்தை அவர் கண்டு பிடிக்கவில்லை.

சலீமாவின் அறையில் அகமதுவும், மகமதுவும், பாத்திமாவும் நுழைந்து கலங்கி அழுது கொண்டிருந்தார்கள்.

ஓவியத்தில் குழப்பம் அடைந்திருந்த சேரமானிடம் ஒரு காவலன் வந்து, "அந்தப் பெண்ணின் உறவினர்கள் வந்திருக்கிறார்கள்" என்றான்.

"நல்லது. பத்மாவதியும், சகோதரிகளும் அந்தப் பெண்ணைப் பார்த்தார்களா?" என்று கேட்டான் சேரமான்.

"ஏற்கெனவே பார்த்துவிட்டார்கள். வேண்டியவற்றை அனுப்பிக் கொண்டிருக்கிறார்கள்" என்றான் காவலன்.

சேரமான் சலீமாவின் அறைக்கு வந்தார்.

அகமது குடும்பத்தினர் அராபிய முறையில் அவருக்கு வணக்கம் செலுத்தினார்கள்;

"ஒன்றும் பயமில்லை. கவலை வேண்டாம்" என்றார் சேரமான்.

"இந்தப் பெண் மயக்கம் தெளிந்து எழும் வரையில் நீங்களும் இங்கேயே தங்கலாம்" என்றார்.

சலீமாவின் கையைப் பிடித்து நாடி பார்த்தார்.

காய்ச்சல் இருக்கிறதா என்று கழுத்தைத் தொட்டுப் பார்த்தார்.

'ஒன்றும் இல்லை' என்பதுபோல் தலையை ஆட்டினார்.

பிறகு அங்கிருந்து நேரே தம் பூஜை அறைக்குள் நுழைந்தார்.

யூஜியானாவின் நினைவில் ஏற்பட்ட குழப்பத்தை அவர் தியானத்தின் மூலம் தீர்க்க விரும்பினார்.

அந்தப் பூஜை அறையில் அஷ்ட லெட்சுமிகள் சிலை உண்டு. அதிலே தைரியலெட்சுமியின் கழுத்தில் மட்டும் மாலை இல்லாமல் இருந்தது. மாலை சாத்துகிறவர் ஏனோ அதை மறந்து விட்டார்.

சேரமான் அதை கவனித்தார்.

பூஜை அறை மணியை ஓங்கி அடித்தார். வயதான திருமேனி ஒன்று சிவப்பழமாக வந்து நின்றது. மாலையை மறந்ததற்கு மன்னிப்புக் கேட்டுக்கொண்டது.

அப்போது பத்மாவதியின் அறையிலிருந்து பெருத்த சிரிப்புச் சத்தம் எழுந்தது.

"என்ன அது?" என்று கேட்டார் சேரமான்.

"ஒன்றுமில்லை..." என்று இழுத்தது திருமேனி.

"கேட்டு வா!" என்றார் அவர்.

திருமேனி கேட்டுத் திரும்பியது.

"ஒன்றுமில்லை. மகாராணியாரின் கட்டிலுக்குக் கீழ் ஒரு பெரிய ஆமை இருக்கிறதாம். மகாராணியார் பயந்து விட்டார்களாம். தரங்கிணி தேவியாரும், சகோதரிகளும் அதைச் சொல்லிச் சிரிக்கிறார்கள். அவ்வளவுதான்!" என்றது திருமேனி.

"நல்லது" என்று சொன்ன சேரமான் தியானத்தில் ஆழ்ந்தார்.

தியானம் முடிந்து அவர் வெளியே வந்ததும். "என் மகள் கண் விழித்து விட்டாள்; நாங்கள் விடை பெறுகிறோம்" என்று எதிரே வந்தார் மகமது.

பின்னாலேயே அவரது குடும்பத்தினர் வந்தார்கள்.

"என்னம்மா பயம் தெளிந்து விட்டதா...?" என்று சிரித்துக்கொண்டே கேட்டார் சேரமான்.

"மிகவும் நன்றி" என்றாள் சலீமா.

அவர்கள் வெளியேறியபோது அவர்களைப் பார்த்துக் கொண்டு உள்ளே நுழைந்தார் நாராயண நம்பூதிரி.

மரத்தினால் ஆன காலணியை அவர் அணிந்திருந்தார். அது தடுக்கிக் கீழே விழப்போன அவர், சுவரின் மேல் சாய்ந்து கொண்டார்.

"நான் கை கொடுக்கட்டுமா?" என்று கேட்டார் சேரமான்.

"ஒரு கட்டத்தில் நீங்கள், மறுகட்டத்தில் நான்" என்றார் நாராயண நம்பூதிரி.

6. சதுரங்கத்தில் காய்கள்

முதலாம் சேரமான் பெருமாள் நாயன்மார்கள் வரிசையில் சேர்ந்தார்.

இரண்டாம் சேரமான் பெருமாள் ஆழ்வார்கள் வரிசையில் சேர்ந்தார்.

மூன்றாம் சேரமான் பெருமாள் சைவ மெய்யன்பராகத் திகழ்ந்து வைணவத்தையும் ஆதரித்தார்.

யூஜியானாவின் பிரிவுக்குப் பிறகு, சலீமா யானையிடமிருந்து காப்பாற்றப்பட்ட பிறகு மூன்று ஆண்டுகள் மூன்றாம் சேரமான் பெருமாள் ஆட்சியில் மிகவும் அமைதியான ஆண்டுகள்.

யூஜியானாவின் பிரிவாலே ஏற்பட்ட வடு சேரமானின் நெஞ்சத்திலே இருந்தது என்பதைத் தவிர, இந்த ஆண்டுகளில் அதிலிருந்து வடிந்து கொண்டிருந்த இரத்தம் நின்றுவிட்டது.

திருவஞ்சைக் களத்திலிருந்து திருவிதாங்கோடு வரையில் திருக்கோயில்கள் எழுப்புவதில் சேரமான் முனைந்திருந்தார்.

இந்த ஆண்டுகளில் அவரது பொதுத் திறமை வெளிப்படத் துவங்கிற்று.

அவர் 'அஷ்டாவதானி'யாகத் திகழ்ந்தவர் என்கிறது வரலாறு.

அவரைச் 'சகல கலா வல்லபன்' என்று பட்டம் சூட்டி அழைக்கிறது ஒரு பிற்காலக் கல்வெட்டு.

இந்த மூன்று ஆண்டுகளில் இக்கதையில் வரும் முக்கிய பாத்திரங்களில் ஒவ்வொருவர் நிலையையும் கவனிப்போம்.

இஸ்ரவேல் நாட்டில் வாழ்ந்து கொண்டிருந்த யூஜியானா, தாய்மைப்பேறு எய்தினாள். எல்லோரும் எதிர்பார்த்ததற்கு மாறாக அவள் ஒரு பெண் மகவை ஈன்றெடுத்தாள்.

அந்த வகையில் அவளுக்கொரு நிம்மதி.

அது ஆண் குழந்தையாகப் பிறந்திருந்தால், இஸ்ரவேல் மக்கள் அதை வைத்துக்கொண்டு சேரநாட்டு மகுடத்துக்கு உரிமை கொண்டாட முயற்சி செய்யலாம்.

அது அவளது ஆருயிர்க் காதலனுக்கு இடையூறாக இருக்கலாம்.

பெண் மகவு, சேரமான் மகள் என்பதோடு ஆறுதல் அடைய வேண்டியதுதானே!

அந்தச் செய்தியை அரபிக்கடலில் வரிசையாக கருநாகங்கள் போல் நெளிந்து கொண்டிருந்த அலைகள் மூலமாகவே அவள் சேரமானுக்கு அனுப்பினாளேயன்றி, ஆள் மூலம் அனுப்ப விரும்பவில்லை.

'நினைவு நெருப்பை மீண்டும் கிளப்பி, அதிலே சேரமானை வேகவைக்க வேண்டாம்' என்று அவள் நினைத்தாள்.

'இந்தக் குழந்தையினால் சேர நாட்டுக்கு ஆபத்து வரும் என்று கூறினார்களே, அது எப்படி?' என்று திகைத்தாள்; சிரித்தாள்.

'எல்லோரும் பொய் சொல்லிவிட்டார்கள்' என்றே முடிவு கட்டினாள். என்றாலும், பழைய வாழ்க்கையை புதுப்பித்துக் கொள்ள அவள் விரும்பவில்லை.

மங்கல விதவையாகத் தன்னை வரித்துக் கொண்டு விட்டாள்.

இஸ்ரவேலில் அவளது தந்தை யோகோவா வாங்கிய புதிய மாளிகையே அவளுக்குப் போதுமானதாக ஆகிவிட்டது.

குழந்தை பிறப்பதற்கு முன்பே சேரநாட்டுக் கப்பலையும், கப்பலில் வந்த ஊழியர்களையும் அவள் திருப்பி அனுப்பிவிட்டாள்.

காலம் கண் திறக்கும்வரை, ஜெருசலத்தின் தெருக்களிலே நடந்து செல்லும் மனிதர்களையும் பிராணிகளையும் மாடத்திலிருந்தே பார்த்தபடி மற்றவற்றை மறந்துவிடுவது என்று அவள் முடிவு கட்டினாள்.

திருவஞ்சைக்களத்தில் நம்பூதிரிகள் சபைத்தலைவர் நாராயண நம்பூதிரி, திட்டவட்டமான செயல்முறைகளில் இறங்கினார்.

சேரமானின் சமயப் பற்று அவருக்கொரு நிம்மதியை அளித்தது.

கோயில் கட்டுவதற்கான இடங்களைத் தேர்ந்தெடுப்பதில் அவரது சுறுசுறுப்பு அதிகமாயிற்று.

அகஸ்தீஸ்வரம் காட்டில் மார்த்தாண்டவர்மனைக் காப்பாற்றிய பழங்குடி மக்களுக்கு அந்தக் காட்டு நிலங்களையே அவர் உடைமையாக்கினார்.

கள்ளியங்காட்டுக் கிருஷ்ணன் கோயிலுக்கு ஆயிரம் காராம் பசுக்களும், நூறுவேலி நிலமும் நிவந்தம் அளித்தார்.

நாடு முழுவதிலும் இருபத்தேழு வேத பாடசாலைகளை உருவாக்கினார்.

ஆண்டவன் அவர்மீது காட்டிய அக்கறையோ என்னவோ, பருவ மழை தவறாமல் பெய்தது.

இந்தக் காலங்களில், 'சேரமான் பத்மாவதியோடு முழுமனமும் இணைந்து வாழவேண்டும்' என்று அவர் எடுத்துக் கொண்ட முயற்சி மட்டும் பலிக்கவில்லை.

பத்மாவதி-

பட்டத்து ராணி!

அந்த அந்தஸ்தைத் தவிர, மனைவி என்கிற முறையில் அதிகம் அனுபவித்து அறியாதவள்! அரசியல் காரணங்களுக்காகவே தன் நாயகன் தன்னோடு இரண்டொரு முறை தொடர்பு கொண்டிருந்தான் என்பதை அறிந்திருந்தவள்.

காலை எழுந்து குளித்து, கரை போட்ட முண்டு கட்டிக் கார்கூந்தலைக் கொண்டையிட்டு, வஞ்சிப் பூச்சூடி, நெற்றியில் சந்தனம் தீட்டிக் குங்குமம் அணிந்து, மங்கல மடந்தையாகத் தினசரி

பகவதியம்மனைத் தரிசிப்பதையே தன் பாக்கியமாக அவள் கருதினாள்.

தன் நாத்திமார்களான தாவளி சகோதரிகளின் திருமணங்களில் தன்னை ஈடுபடுத்திக் கொண்டாள்.

மூத்த தாவளிக்குத் திருமணம் நடந்து முடிந்தது; அவள் மணந்து கொண்டது கண்ணனூரைச் சேர்ந்த ராமவர்மா என்ற படைத் தலைவன் ஒருவனை.

சாலியூர்த் தாவளி மணந்துகொண்டது, நாம் ஆரம்பத்தில் சலீமாவுக்கும், அவளது தந்தைக்கும் வழிகாட்டியாகச் சொன்னோமே அந்த மானீச்சன் என்ற தளபதியையே.

அவன்தான் திருவஞ்சைக்களத்தின் சேனாதிபதி.

மூரின்னூர்த் தாவளி மணந்துகொண்டது, குலசேகர ஆழ்வாரின் தாயாதியான காசியப்பன் என்ற பெரு நிலக்கிழாரை.

இந்த மூன்று திருமணங்களும் ஒரே நாளிலேயே நடந்தன.

அதிக ஆடம்பரமின்றி, இவற்றை அமைதியாகக் கொண்டாடியது, நாராயண நம்பூதிரியின் சிறப்பு.

திருமணத்துக்குப் பிறகும் அந்த மூவரையும் அரண்மனையிலேயே தங்கும்படி பத்மாவதி கேட்டுக் கொண்டாள்.

'கொண்டவன் ஆதரவு இல்லாத நிலையில் அரண்மனை கலகலப்பாக இருந்தால் தான் தனக்கு நிம்மதி' என்று அவள் கருதினாள்.

அவர்களும் அங்கேயே தங்கினார்கள்.

பள்ளிவிருத்தித் தாவளிக்கும் இளைய தாவளிக்கும் திருமணம் நடை பெறவில்லை.

திருவிதாங்கோட்டில், கணவன் மார்த்தாண்ட வர்மனோடு தனியாக இருந்த மெல்லிளங்கோதைக்குத் துணையாகப் பள்ளிவிருத்தித் தாவளியும் இளைய தாவளியும் போய்ச் சேர்ந்தார்கள்.

காரணம் - அங்கிருந்து வந்த அந்தச் செய்தி.

'மார்த்தாண்டவர்மன் மெல்ல மெல்ல அடிகளாகிக் கொண்டுவருகிறான்' என்ற செய்தியே அது.

பக்திப் பெருக்கில் அவன் பாடல்கள் பாடத் தொடங்கினான்.

தன் மூதாதையர்களில் ஒருவரான முதல் சேரமான் பெருமாள், 'இரண்டாம் திருவிசைப்பா' பாடியது போல தானும் 'மூன்றாம் திருவிசைப்பா' பாடத் துவங்கினான். தன் பெயரை 'வேணாட்டு அடிகள்' என்று மாற்றிக் கொண்டான்.

அரசனுக்குரிய அணிமணிகளைத் துறந்தான்; விபூதியை தண்ணீரில் குழைத்து அங்கமெங்கும் பூசிக் கொண்டான்.

நெற்றியிலே பிரகாசமாகச் சந்தனம் தீட்டி, அதன் மீதும் குங்குமம் அணிந்து ஜொலித்தான்.

செக்கச் சிவந்த அழகிய மேனிக்கு அவையே அணிமணியாக விளங்கின.

குலசேகர ஆழ்வார் காலத்தில் திருவஞ்சைக்களம் முழுவதும் வைணவத் துறவிகள் நிறைந்து காணப்பட்டது போல், திருவிதாங்கோட்டில் சைவத் துறவிகள் நிறையத் துவங்கினர்.

அரண்மனைக்குள்ளும் அடியவர் கூட்டமே காணப்பெற்றது.

'அரண்மனையில் பணிபுரிவோர் சைவச் சின்னம் அணிய வேண்டும்' என்ற கட்டளை பிறந்தது.

(இதனை ஆங்கிலத்தில் வெளிவந்துள்ள 'கேரளத்தின் விரிந்த சரித்திரம்' விவரிக்கிறது).

(திருமந்திரமணி துடிசைக்கிழார் அவர்கள் எழுதியுள்ள 'சேரர் வரலாறு' என்ற நூலும் மார்த்தாண்டவர்மனின் சைவப்பற்றை உறுதி செய்கிறது. திரு.மு. ராகவையங்கார் எழுதிய நூலிலும் இந்தச் செய்தி அப்படியே காணப்படுகிறது.)

அவன் சைவனாக வாழ்ந்தாலும் திருவிதாங்கூர் அனந்த பத்மநாப சுவாமிக்குத் தாசனாகவே விளங்கினான்.

பத்மநாப சுவாமி கோயிலுக்குள் போகும் மன்னர்கள் கோடி வேட்டி கட்டிச் செல்லும் பழக்கத்தை இவன்தான் உண்டாக்கினான்.

அந்தக் கோயிலுக்கு இவன் அளித்த விளை நிலங்களின் பட்டியல் மிகப் பெரியது.

சேர வம்சத்தின் எட்டாம் நூற்றாண்டு வாரிசில்லாத நூற்றாண்டு.

ஆம்; மெல்லிளங்கோதைக்கும் குழந்தை பிறக்கவில்லை.

இல்லறம் இனிது நடந்தும், மெல்லிளங்கோதை மகப்பேற்றை எய்தவில்லை.

அழகுச் சிலையாக விளங்கிய இளைய தாவளியை அவனுக்கு மறுமணம் செய்து வைக்க மெல்லிளங்கோதை முயன்றும் அவன் மறுத்துவிட்டான்.

'ஆண் மலடோ பெண் மலடோ, யார் கண்டது? ஆண்டவன் விட்ட வழி' என்று கூறி மறுத்துவிட்டான்.

பாண்டிய நாட்டில் வரகுண பாண்டியன் மறைவுக்குப் பிறகு, சீர்மாறன் சீர்வல்லபன் பாண்டிய நாட்டுப் பெருவேந்தனாக முடிசூட்டிக் கொண்டான்.

இந்த இடைக்காலத்தில், தற்பொழுது 'சீவலப்பேரி' என்று வழங்கப்படும் ஸ்ரீவல்லப ஏரியை இவன் உருவாக்கினான்.

வடமொழியில் பெரும் புலமை பெற்ற இவன் தென்மொழியிலும் வல்லவன்.

தெற்கே திருநெல்வேலியில் இருந்து மதுரை வரை சுமார் நாற்பத்து ஏழு கோயில்களுக்கு நிவந்தங்களை அளித்தான்.

இவனது இணைபிரியாத தோழனாக விளங்கியது திருவிதாங்கோட்டு மன்னர் மார்த்தாண்டவர்மனே.

சமயக் கருத்துக்களையும், அரசியல் கருத்துக்களையும் பரிமாறிக் கொள்வதற்காக மார்த்தாண்டவர்மன் மதுரைக்குச் செல்வான். இல்லையென்றால் சீர்வல்லபன் திருவிதாங்கோட்டுக்கு வருவான்.

யூஜியானாவை நாடு கடத்துவதற்குக் குறிக்காரக் குறத்தியாக நடித்த சீர்வல்லபனின் மனைவி மட்டும் 'மெல்லிளங்கோதைக்கு ஒருநாள் ஆண் குழந்தை பிறக்கும்' என்று குறி சொல்லிக் கொண்டிருந்தாள்.

சுசீந்திரம் கோயிலுக்கு, சீர்வல்லபன் ஆயிரம் ஆடுகளை நிவந்தமாக அளித்தான்.

சோற்றால் மடை அடைக்கும் சோழ வளநாடு, நாம் முன்பு பார்த்ததுபோலவே அமைதியாக இருந்தது.

கொங்கு நாடு கவுடதேவனுக்குப் பிறகு மல்லதேவன் ஆட்சிக்கு வந்ததும் படை பலம் இன்மையால் கர்னாடக மன்னர்களால் கைப்பற்றப்பட்டுக் கப்பம் கட்டி வந்தது.

சேர நாட்டிலிருந்து கொங்கு நாட்டுக்கு அனுப்பப்பட்ட மாதேவி கொல்லப்பட்டு விட்டாள்.

மீண்டும் நாம் திருவஞ்சைக்களத்துக்கு வந்தால் சேரமானுக்கு இணைபிரியாத சகோதரியாக விளங்கிக் கொண்டிருப்பது தரங்கிணி மட்டுமே என்பதைக் காண்போம்.

அப்படியே மகமதியர் தெருவுக்குப் போனால் சலீமா என்னும் பச்சைக்கிளி, ஜெபுன்னிஸா என்னும் சுட்டிக் கிளியிடம் கொடுந் தமிழ் என்னும் மலையாளத்தைக் கற்றுக் கொண்டிருப்பதைக் காண்போம்.

அரண்மனை மண்டபத்தில் நடக்கும் விழாக்களுக்கெல்லாம் போக அவள் தவறுவதில்லை.

கேள்வி கேட்பது, பதில் சொல்வது என்னும் சுவையான விவாதங்களில் அண்மைக் காலங்களில் அவளும் கலந்து கொண்டாள்.

இன்னும் பத்து நாட்களில் தைத்திங்கள் பிறக்கப்போகிறது.

சங்கராந்தி அன்று மாலை, மூன்றாம் சேரமான் பல பொருள் வித்தகர்களோடு இலக்கியச் சிலம்பம் விளையாடுவார்.

அந்த விளையாட்டில் தானும் கலந்துகொள்வது என்று முடிவு கட்டினாள்.

7. பட்டி மண்டபம்

விவாத மண்டபம் நிரம்பி வழிந்தது.

மன்னவர் நீண்ட நாட்களுக்குப் பிறகு சமய இலக்கிய, தத்துவக் கலந்துரையாடலில் ஈடுபடுவதால் பல துறை அறிஞர்களும் அங்கே கூடியிருந்தார்கள்.

கணிசமான அளவில் பெண்களும் குழுமியிருந்தனர். சலீமா, ஜெபுன்னிஸா உள்பட.

சாந்துப் பொட்டும், சந்தனப் பொட்டுமாக அரசரின் நெற்றி விளங்கியது.

தாளமுடியாத ஒரு தோல்விக்குப் பிறகு எந்த ஒரு மனிதனின் சமயப் பற்றும் உறுதி செய்யப்படுகிறது.

பெரும்பாலும் மரணத் தருவாயில் பெருக்கெடுக்கும் சமயப் பற்று, சிலரது வாழ்வில் முன்கூட்டியே பெருகத் தொடங்குகிறது.

மூன்றாம் சேரமான் இப்போது இறைவழிபாட்டில் தம்மை மறந்துகொண்டிருக்கிறார்.

ஆகவே சமய உணர்வின் வெளி அலங்காரம் அவரையும் கவர்ந்ததில் ஆச்சரியமில்லை.

மன்னவர் என்ன கேள்வி கேட்கப்போகிறார் என்று சபை ஆவலோடு எதிர்பார்த்தது.

அவர் கேள்வியைத் தொடங்கினார்.

"அதிகாலையில் சேவல் ஏன் கூவுகிறது? கோழி ஏன் கூவுவதில்லை?"

- அவையினர் சிரித்தார்கள்.

"உங்களுக்குச் சிரிப்பாக இருக்கிறது. காரணம் இது மிகவும் சாதாரணக் கேள்வி என்பதால். 'கோழி முதலிலா, முட்டை முதலிலா?' என்பதும் சாதாரணக் கேள்விதான்.

"ஆனால் இதுவரை யாரும் இதற்குப் பதில் சொன்னதில்லையே! இப்பொழுது என் கேள்விக்குப் பதில் சொல்லுங்கள்" என்றார் சேரமான்.

ஒருவர் சொன்னார்: "ஆண்கள் எப்பொழுதுமே அவசரக் காரர்கள். விடிவதற்கு முன்பே விடியப்போகிறது என்று சத்தமிடுவார்கள். பெண்கள் நிதானமானவர்கள். பொழுது விடிந்து விட்டதை உறுதி செய்த பிறகு தான் அதைப் பிறருக்குச் சொல்வார்கள்."

சேரமான் சிரித்துச் சொன்னார்.

"உண்மை அதுவல்ல. உலகைத் துயில் எழுப்ப வேண்டியவன் இறைவனே. அவனைத் துயில் எழுப்ப வேண்டியவள் தான் இறைவி. எதையும் தொடங்கி வைக்கும்படி தன் மணாளனுக்குக் காலை நேரத்தில் அவள் கட்டளை இடுகிறாள். இறைவன் அதை உலகுக்கு அறிவிக்கிறான்."

- அவையினர் கைதட்டினார்கள்.

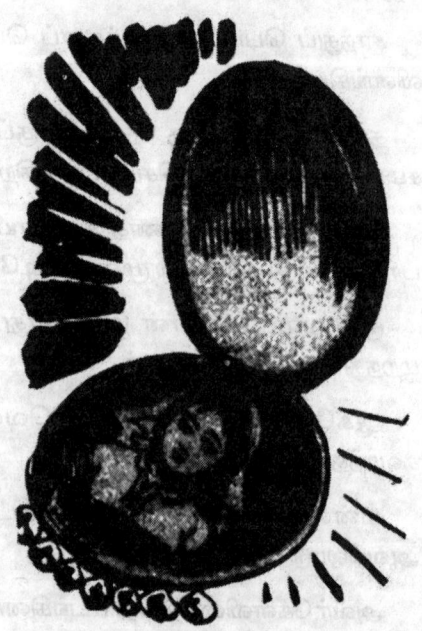

உடனே சலீமா எழுந்து கேட்டாள்.

"இறைவனுக்கு ஓர் இறைவி இல்லாத சமயங்களுக்கு நீங்கள் சொல்வது பொருந்துமா?"

சேரமான் சொன்னார்.

"இறைவனுக்கு இறைவி இல்லாத சமயமே இல்லை. வன்மையின் மறுபுறம் மென்மை. ஆண்மையின் மறுபகுதி பெண்மை. புறத்தோற்றத்தில் சைவ வைணவ சமயங்கள் இறைவியை வைத்திருக்கின்றன. மற்ற சமயங்கள் அகத் தோற்றத்திலே அவற்றை அடக்கியுள்ளன. அறிவறியாத பாமர மக்களுக்குப் புரிய வைப்பதே புறத்தோற்றப் படைப்பு."

– சலீமா திருப்தியுற்றவளாக அமர்ந்தாள்.

ஜெபுன்னிஸா சும்மா இருப்பாளா? "அப்படியென்றால் காதல் உணர்வு இறைவனுக்கும் உண்டா?" என்று கேட்டாள்.

"உண்டு. இறைவனது காதல் உணர்வு வெறும் சரீர இச்சையன்று. அது பிறப்பின் மூலத்தைக் குறிக்கும் தத்துவம். உயிரினங்களை அதிகரிக்கச் செய்யும் உணர்ச்சிப் பூர்வமான தத்துவமே, காதல் என்பது. மானுடம் அதை நோக்கும் முறை வேறு. வாழ்வின் சுவையான பகுதி என்றே அதை அது அணுகுகிறது. அதன்மூலம் சில பிறப்புக்களுக்கு அது காரணமாகிறது. இறைவனது காதலில் நிகழ்ந்ததே மனித உற்பத்தி. மனிதனது காதலில் நிகழ்வதே பிரஜா உற்பத்தி. முன்னது ஆன்மாவில் எழுவது, பின்னது சரீரத்தில் எழுவது" என்றார் சேரமான்.

"இதைப் புரிந்துகொள்வது கடினமாக இருக்கிறது" என்றாள் ஜெபுன்னிஸா.

"அப்படித்தான் இருக்கும். உங்களுக்கு இன்னும் அந்த அனுபவம் இல்லையென்று நினைக்கிறேன்" என்றார் சேரமான்.

ஜெபுன்னிஸா கைகளால் முகத்தை மூடிக்கொண்டு உட்கார்ந்துவிட்டாள்.

சலீமா தலையைக் குனிந்தபடி கால் பெருவிரலால் கோலம் போட்டாள்.

ஒரு வாலிபர் எழுந்து சேரமானைப் பார்த்துக் கேட்டார்.

"பெண்களுக்குப் பருவம் வந்துவிட்டது ஒரு குறிப்பிட்ட நாளில் உணரப்படுகிறது. ஆனால் ஆண்களுக்கு அப்படி இல்லையே! ஓர் ஆடவன் பருவம் அடைந்துவிட்டதை எப்படித் தீர்மானிப்பது?"

சேரமான் சிரித்துக்கொண்டே சொன்னார்.

"மாமரம் பருவமடைந்துவிட்டதை அதன் புஷ்பங்கள் காட்டுகின்றன. ஆனால் பலாமரம் பருவமடைந்ததை எது காட்டுகிறது? ஆடவன் பருவமடைந்துவிட்டதை அவன் கண்களே வெளிப்படுத்துகின்றன, பலா மரத்தில் காய்கள் வெளிப்படுத்துவது போல்."

அந்த வாலிபர் குறும்பாக மேலும் கேட்டார்.

"ஆடவர் பருவம் அடைவதற்கும் ஆண்டவன் ஓர் ஏற்பாட்டைச் செய்திருந்தால் என்ன?"

"செய்திருக்கலாம். நீங்கள் ஆண்டவனாக இருந்திருந்தால்!" என்றார் சேரமான்.

ஒரு முதுபெரும் அறிஞர் எழுந்து கேட்டார்.

"பிராணிகளில் மலடுகள் அதிகம் இருப்பதாகத் தெரிய வில்லை; ஆனால் மனித ஜாதியில் சில பெண்கள் கருவுறுகிறார்கள்; சிலருக்கு அந்தப் பாக்கியம் இல்லை. அது ஏன்?"

இந்தக் கேள்வி சேரமானின் நெஞ்சில் அடிப்பது போலிருந்தது. அவரது கண்கள் கலங்கின.

பத்மாவதிக்காக ஒரு கண்ணும், யூஜியானாவுக்காக ஒரு கண்ணும் அழுதன.

புரிந்துகொண்ட அவையினர் கேள்வி கேட்டவரை முறைத்துப் பார்த்தனர்.

சலீமாகூடச் சஞ்சலத்தில் ஆழ்ந்திருந்தாள்.

ஜெபுன்னிஸா நிலைமையைத் திசை திருப்ப முயன்றாள்.

"எந்த வயதிலும் சிலர் அழகாக இருக்கிறார்கள். சின்ன வயதிலேயே சிலபேர் வயதானவர்களாக காட்சியளிக்கின்றார்கள். அது ஏன்; என்னுடைய கேள்வியால் மன்னருக்குத் திருஷ்டி பட்டுவிடக்கூடாது!" என்றாள் ஜெபுன்னிஸா.

அந்தத் தாக்குதலை இந்தப் பாராட்டுரை சமாளித்து விடும் என்று அவள் கருதினாள்.

"அது அவரவருக்கும் இறைவன் வழங்கும் அளவு" என்றார் சேரமான்.

சலீமா ஒரு பெருமூச்சு விட்டாள்.

"மனத்தினாலேயே மனிதர்கள் அலைக்கழிக்கப்படுகிறார்கள். அந்த மனம் மட்டும் மனிதர்களுக்கு இல்லாமல் இருந்திருந்தால்...?" என்று கேட்டாள் சலீமா.

"'மனஸ்' என்கிற வடமொழி மூலத்தில் இருந்துதான் 'மனுஷ்யன்' என்ற வார்த்தை வந்தது. அதுவே மனிதன் என்று மருவிற்று, 'மன்' என்ற தமிழ் வார்த்தைக்கும் 'மனிதன்' என்றே பொருள். மனத்தைக்கொண்டே மனிதன் நிர்ணயிக்கப்படுகிறான். விலங்குகளுக்கு ஐந்தறிவு என்றும், மனிதர்களுக்கு ஆறறிவு என்றும் கூறப்படுகிறது. மனிதர்களையும் விலங்குகளையும் பிரித்துக் காட்டுவது இந்த ஆறாவது அறிவல்ல; மனம் ஒன்றே. மாமரத்து விறகுகளை எரியவிட்டே அதில் விளைந்த மாங்காய்களைக் கொதிக்க வைப்பதுபோல், மனத்தைத் துடிக்க வைத்தே மனிதனைக் கொதிக்க வைக்கிறான் இறைவன். மிகவும் உறுதியானது என்று மனம் நம்புகின்ற ஒன்று, பொய்யாகி விடுகிறது. பொய் என்று கருதுவது உண்மையாகி விடுகின்றது. இந்தப் பேதங்களும் சலனங்களுமே அறிவைப் போய்த் தொடுகின்றன. ஆகவே, மனம் இல்லையென்றால் அறிவுக்கு வேலை இல்லை. இரண்டும் இல்லையென்றால் யாருக்கும் தொல்லை இல்லை; எனக்குக்கூட!" என்றார் சேரமான்.

அவர் பேசப் பேச அவரையே கவனித்துக் கொண்டிருந்தாள் சலீமா.

அவளது பாதிமுகத்தை மூடியிருந்த கறுப்புச் சல்லாத் துணியை, அவளது பெருமூச்சு தாலாட்டிற்று.

உடனே ஜெபுன்னிஸா எழுந்து, ''பாரத சங்கீதத்தில் ஆரோகணம், அவரோகணம் என்று பேசப்படுகிறதே, அவை என்ன?'' என்று கேட்டாள்.

''ஆரோகணம் ஆசையில் முன்னேறுவது; அவரோ கணம் அதில் தோல்வியுற்று வீழ்ச்சியடைவது'' என்றார் சேரமான்.

''சிலர் சோகமான இசையையே விரும்புவதற்குக் காரணம் என்ன'' என்று கேட்டாள் ஜெபுன்னிஸா.

''அது அவரவர் நாடி நரம்புகளைப் பொறுத்தது. சில நாடிகளில் சில உணர்வுகள் ஓடிக்கொண்டிருக்கின்றன. அந்த உணர்வு களுக்குத் தோதான இசை அவற்றைத் தொடும் போது ஐக்கியமாகி விடுகின்றன. எனக்குக்கூட சோக இசைதான் பிடிக்கிறது'' என்றார் சேரமான்.

உடனே முன்பு கேள்வி கேட்ட அதே வாலிபர் எழுந்து, ''அவை கூடியதிலிருந்து அந்த இரண்டு பெண்கள் மட்டுமே கேள்வி கேட்டுக்கொண்டிருக்கிறார்களே, அது ஏன்?'' என்று கேட்டார்.

''மற்றவர்களைவிட அவர்கள் அறிவாளிகள் போலிருக்கிறது!'' என்று குத்தினர் சேரமான்.

சலீமாவுக்கும் ஜெபுன்னிஸாவுக்கும் உற்சாகம் காலிலிருந்து தலைவரை 'ஜிவ்' வென்று ஏறியது.

விவாத நேரம் முடிந்துவிட்டதற்கான மணி ஓங்கி ஒலித்தது.

எல்லோரும் எழுந்து நின்றார்கள்.

சேரமான் பெருமாள் உள்ளே போன பிறகுதான் மற்றவர்கள் வெளியே போக வேண்டும்.

அவர் எல்லோருக்கும் வணக்கம் செலுத்திவிட்டு உள்ளே சென்றார். மற்றவர்கள் வெளியேறினார்கள்.

சலீமாவும் ஜெபுன்னிஸாவும் தங்களை மறந்த நிலையில் அங்கேயே நின்றார்கள்.

"அரசரது திருவுள்ளம் ஓர் ஆழமான சுரங்கம். அவர் ஓர் அறிவுக் கடல். நான் கேரள தேசத்துக்கு வந்ததற்குப் பெரும் மகிழ்ச்சி அடைகிறேன்" என்றாள் சலீமா.

"வெளி உலகைக் கண்டாலே பயப்படுகிற நீ அதற்குள் எப்படி இவ்வளவு விவரம் தெரிந்தவளானாய்?" என்று கேட்டாள் ஜெபுன்னிஸா.

"ராஜ தரிசனமே காரணம்!" என்றாள் சலீமா.

இரண்டு பேரும் வெளியேறப் போகும்போது சலீமாவின் காலில் ஏதோ குத்திற்று. கீழே குனிந்து சலீமா அதை எடுத்துப் பார்த்தாள்.

அரசர் மார்பில் அணிந்திருந்த தங்கமணி மாலையில் இருந்து விழுந்துவிட்ட ஒரு பதக்கம் இது.

அந்தப் பதக்கம் அராபியாவில் செய்யப்பட்டது. அதே போன்ற ஒரு பதக்கத்தைச் சலீமாவும் வைத்திருந்தாள்.

கீழே கிடந்து எடுத்த பதக்கத்தைத் திறந்து பார்த்தாள் சலீமா. அதில் ஓர் அழகான பெண்ணின் ஓவியம் இருந்தது.

ஆம், யூஜியானா!

8.மணிமண்டபம் அடைந்தாள்

யூஜியானாவின் ஓவியத்தைப் பார்த்த சலீமா, கொஞ்ச நேரம் திகைத்து நின்றாள்; பிறகு ஜெபுன்னிஸாவுக்குத் தெரியாமல் அதை மூடி வைத்துக் கொண்டாள்.

இல்லம் போய்ச் சேருகிறவரையில் அவள் எதுவும் பேசவில்லை.

'காதலின் ஜீவசக்தி எத்தகையது' என்பதை அப்போது தான் அவளால் உணர முடிந்தது.

மன்னவர் குலமே கைகட்டி நிற்கும் ஒரு மாமன்னன் ஒரு சாதாரணப் பெண்ணை இவ்வளவு காலம் மார்பிலே சுமந்து கொண்டிருக்கிறான்; அவளது நினைவாக இந்தப் பதக்கதையும பாதுகாத்திருக்கிறான்.

இப்போது அந்தப் பந்தம் அடியோடு அறுபட்டுவிட்டது என்பதன் அடையாளமாகத்தான் பதக்கம் கீழே விழுந்திருக்கிறதா?

பதக்கங்கள் அறுந்துபோகலாம்; பந்தங்கள் அறுந்து போகலாம்; பாசம் என்ன அறுந்துப்போகக் கூடிய ஒன்றா?

ஆம் அதுவும் உண்டுதான்.

'காலம்' என்னும் மருத்துவன் அதையும்கூடத்தான் கத்தி வைத்து வெட்டிவிடுகிறான்!

கேள்விக்குறிகளில் சிக்கிக் கொள்ளாத இளம் சிட்டு சலீமாவுக்கு வயது வளர்ந்து கொண்டிருந்தது. ஆகவே, கேள்விக்குறிகளும் அவள்மீது விழுந்து கொண்டிருந்தன.

முதலில் அது கண்களில் விழுந்தது. இப்போது இதயத்தில் விழுந்திருக்கிறது.

இனி அது தேகத்தை ஆக்கிரமிக்கக்கூடும்.

இல்லம் வந்த சலீமா அறைக் கதவைத் தாளிட்டுக் கொண்டு அந்த ஓவியத்தை மீண்டும் பார்த்தாள்.

தன் பெட்டியைத் திறந்து, தன்னுடைய பதக்கம் இருந்த சிப்பிச் சிமிழில் அதையும் வைத்தாள்.

அந்தச் சிமிழ் ஓர் இருதயத்தின் வடிவிலேயே அமைந்திருந்தது.

ஒவ்வொரு காரியத்துக்கும் காரணம் உண்டு என்பதை எண்ணிக்கூடப்

பார்த்திராத சலீமா இப் போது எண்ணவும் தலைப்பட்டாள்.

கடந்த மூன்றாண்டுகளில் மலையாளக் கொடுந் தமிழில் அவளுக்கு ஏற்பட்ட பயிற்சியும், மன்னவர் இடத்தில் ஏற்பட்ட பக்தியும் கேரள தேசத்தின் மீது ஏற்பட்ட பாசமும் அவளை ஒரு கேரளப் பெண்ணா கவே மாற்றியிருந்தன.

சில நினைவுகளை அவள் ஜெபுன்னிஸாவிடம்கூட மறைக்கத் தலைப்பட்டாள்.

மறுபடியும் அரண்மனைக்குச் சென்று மன்னரைப் பார்த்து, பதக்கத்தைக் கொடுத்துவிட்டு வரவேண்டும் என்று அவளுக்குத் தோன்றிற்று.

அப்போதும், ஜெபுன்னிஸா கூட வருவதை அவள் விரும்பவில்லை. அதனால்தான் போக நினைத்ததை அவளுக்குச் சொல்லவில்லை.

ஒரு பெண்ணின்மீது காதல்கொண்ட ஆடவன், அந்தக் காதலில் திடமாக இருப்பதை அறிந்தால், மற்றப் பெண்களுக்குகூட அவனிடம் ஒரு பற்றுதல் வரும்.

செம்மையான காதலில் ஈடுபட்ட உள்ளங்களைப் பிற மென்மையான உள்ளங்கள் நேசிப்பது இயற்கை.

சலீமாவுக்குச் சேரமானிடம் ஏற்பட்டது என்ன?

இனம் புரியாத ஓர் உணர்ச்சி; சுகமான ஒரு வேதனை.

அன்றைய இரவு முழுதும், மறுநாள் தான் அரண்மனைக்குப் போவது பற்றியே அவள் சிந்தித்துக் கொண்டிருந்தாள்.

ஜெபுன்னிஸாவின் பாடல் இப்பொழுது அவளுக்கு வேதனையாகத்தான் இருந்தது.

மன்னவனை எந்த நேரத்தில் பார்க்கலாம் என்று அவளுக்குத் தெரியாது; 'போனால் பார்த்து விடலாம்' என்ற நம்பிக்கை மட்டும் இருந்தது.

யானையின் துதிக்கையிலிருந்து மீண்ட போது, ஒரு நாள் முழுவதும் அங்கே தங்கியிருந்த 'உரிமை' இருக்கிறது அல்லவா?

காவலர்களுக்கே அவளை அடையாளம் தெரியும் போது, கதவுகள் யாரையும் கேட்டுக் கொண்டு திறக்க வேண்டிய தில்லையே!

அவள் ஏனோ மாலை நேரத்தைத் தேர்ந்தெடுத்தாள்.

தென்னங்கீற்றுக்களைத் தாலாட்டும் தென்றல், வஞ்சித் தெருக்களில் ஊஞ்சலாடிச் செல்லும்போது, தானும் அதிலே தவழ்ந்து செல்ல அவள் விரும்பினாள்.

ஜரிகை தைத்த ஒரு நீலநிற அங்கியை அவள் அணிந்து கொண்டாள்.

முழுக் கையும் தைக்கப்பட்ட அந்த அங்கி, அவள் அழகுக்கு மெருகூட்டியது.

வலது புறம் கூந்தலோடு சேர்த்துச் செருகப்பட்டு, இடதுபுறமாக ஒதுக்கிவிடப்பட்ட ஒரு பழுப்பு நிற முக்காடு கார்மேகமும் செவ்வானமும் கலந்து நிற்பதைக் காட்டிற்று.

அரை முகத்தை மூடும் சாதாரணக் கறுப்புச் சல்லாத் துணிக்குப் பதிலாக ஜரிகை தைத்த சல்லாத் துணியையே அணிந்து கொண்டாள்.

அராபியப் பாணியில் காதணிகள் ஊஞ்சலாடின.

கண்ணாடியில் தன்னை மீண்டும் மீண்டும் பார்த்துக் கொண்டாள்.

புறப்பட்டு வெளியே போன பிறபாடுதான் ‘எதற்காகப் புறப்பட்டோம்’ என்ற நினைவே அவளுக்கு வந்தது.

ஆம்! பதக்கத்தை எடுக்க அவள் மறந்துவிட்டாள்.

அதற்காக அவள் மீண்டும் இல்லத்துக்குள் திரும்பிய போது, அவளை ஆச்சரியமாகப் பார்த்தாள் ஜெபுன்னிஸா.

“என்ன, காற்று எங்கே புறப்பட்டிருக்கிறது?” என்று கேட்டாள், அவள்.

காற்று ஒன்றுதானே துணை இல்லாமலும், தடையில்லாமலும் போகும். எங்கேயும் எப்போதும் நுழையக் கூடியது அது ஒன்றுதானே!

இப்போது அந்த ஜாடையைப் புரிந்துகொள்வது சலீமாவுக்குக் கடினமாக இல்லை. ஆனால் என்ன சொல்வது என்றும் புரியவில்லை. குத்தலாகவும் ஜாடையாகவும் திருப்பிச்சொல்லும் நிலையிலும் அவள் இல்லை.

'வெளியே போயிருந்த இவள் திடீரென்று ஏன் வந்து தொலைந்தாள்?' என்ற கோபமே தோன்றியது.

"நான் அரண்மனைக்குப் போய்ப் பதக்கத்தைக் கொடுத்துவிட்டு வரப்போகிறேன்" என்று உள்ளதை உள்ளபடி சொல்லி விட்டாள்.

வேறு எதைச் சொன்னாலும், அடுத்தடுத்துக் கேள்வி கேட்கும்போது, புதிய புதிய பொய்களைச் சொல்ல வேண்டுமே!

"அப்படியென்றால் நானும் வருகிறேன்" என்றாள் ஜெபுன்னிஸா.

சலீமா அதை எதிர்பார்த்தவள்தானே?

மடமடவென்று மாடத்தில் ஏறிச் சென்று அவசரம் அவசரமாகப் பதக்கத்தை எடுத்துக்கொண்டு திரும்பினாள்.

ஏதோ ஒரு பெரிய காரியத்துக்குத் தடை நேர்ந்து விட்டதுபோல அவளுக்குத் தோன்றிற்று.

'அது என்ன காரியம்?' என்று கேட்டிருந்தால் அவள் விழித்திருப்பாள்.

புரிந்தும் புரியாத நிலையல்லவா அது?

வேறு வழியின்றி ஜெபுன்னிஸாவை அழைத்துக்கொண்டு புறப்பட்டாள் சலீமா.

அவள் நினைத்ததுபோலவே அரண்மனைக் கதவுகள் அவளுக்காகத் திறந்தன.

முன்புற முற்றத்தில் அவர்களை அமரச் செய்தார்கள் காவலர்கள்.

உட்புறக் கதவுகளையே அசையாமல் பார்த்துக் கொண்டிருந்தாள் சலீமா.

'அந்தக் கதவுகள் திறக்கமாட்டாவா? அரசர் தன்னைக் காணமாட்டாரா?' என்பதே அவளது கவலையாக இருந்தது.

திரும்பத் திரும்பத் தன் ஆடைகளைச் சரிப்படுத்திக் கொண்டாள்.

அடிக்கடி பொறாமையோடு ஜெபுன்னிஸாவைப் பார்த்தாள்.

கதவு திறக்கும் சத்தம் கேட்டபோது கரைகாணாத மகிழ்ச்சியுடன் திரும்பிப் பார்த்தாள் சலீமா.

அங்கே நாராயண நம்பூதிரி வந்துகொண்டிருந்தார்.

இளஞ்சிட்டுகளுக்கு ஓர் ஏமாற்றம்.

இரண்டும் எழுந்து நின்றன.

"என்ன செய்தி?" என்றார் நாராயண நம்பூதிரி.

"மன்னரைக் காணவேண்டும்" என்றாள் சலீமா.

இப்பொழுது அவள் ஜெபுன்னிஸாவைப் பேசவிடவில்லை.

"என்னிடம் சொல்லுங்கள்" என்றார் நாராயண நம்பூதிரி.

சலீமா ஜெபுன்னி ஸாவைப் பார்த்தாள்.

நாராயண நம்பூதிரிக்குப் பழைய நினைவு கொஞ்சம் வந்தது.

தூரமிக்க வானத்தின் எந்தப் பறவை பறந்தாலும் 'அது என்ன பறவை' என்று கண்டுபிடித்துவிடக் கூடியவர் அல்லவா அவர்?

''இல்லை; மன்னரிடமே நேரில் சொல்லவேண்டும்'' என்று துணிந்து சொல்லிவிட்டாள் சலீமா.

''அந்தரங்கமா? நான் அறியலாமா?'' என்று கேட்டார் நாராயண நம்பூதிரி.

சலீமா குழம்பினாள். 'யார் இந்தக் கிழவன்? உயிரை வாங்குகிறானே' என்று அவளுக்கு ஆத்திரம் வேறு வந்தது.

''சின்னஞ்சிறிய பெண்கள் மன்னவரைப் பார்க்க வந்தால், எங்கள் நாட்டுத் தென்னை மரங்கள் கூடப் பயப்படும்'' என்று வேடிக்கைக்காகச் சிரித்துக் கொண்டே சொன்ன நாராயண நம்பூதிரி, ''நான் வேடிக்கைக்காகச் சொன்னேன்; மன்னவர் மற்றோர் அரண்மனையில் தங்கியிருக்கிறார். என்னிடம் சொல்லலாம் என்றால் சொல்லுங்கள். ஏதாயினும் தருவதாயிருந்தால் என்னிடம் தாருங்கள்'' என்றார் மேலும்.

''கொடுத்துவிடு! கொடுத்துவிடு!'' என்றாள் ஜெபுன்னிஸா.

சலீமாவுக்குப் கோபங் கோபமாக வந்தது.

கையிலிருந்த பதக்கத்தைக் காட்டி, ''அன்று மன்னவர் கழுத்திலிருந்து விவாத மண்டபத்தில் இது விழுந்து விட்டது; இதை அவரிடம் கொடுக்கவேண்டும்'' என்றாள்.

அமைதியாக அதைக் கையில் வாங்கி, அதைத் திறந்து பார்த்தார் நாராயண நம்பூதிரி.

அதிலே யூஜியானாவின் ஓவியம் இல்லை.

ஞாபக மறதியாகத் தன் பதக்கத்தை எடுத்து வந்து விட்டாள் சலீமா.

மீண்டும் அமைதியாக அதை மூடிய நம்பூதிரி, அதை அவள் கையிலேயே கொடுத்து ''இதை நீங்களே கொண்டு போய்க் கொடுங்கள். நகரை ஒட்டி ஒரு பழைய மாளிகை இருக்கிறது. முன்பு யூதப் பெண் தங்கிய மாளிகை. அங்கேதான் தங்கியிருக்கிறார் மன்னவர்'' என்று கூறிவிட்டு உள்ளே சென்றுவிட்டார்.

செல்லும் முன்பு சலீமாவின் முகத்தை நன்றாகத் தம் அகத்தில் பதிய வைத்துக் கொண்டார்.

சலீமாவுக்கு உயிர் வந்து ஒரு பெருமூச்சு விட்டாள்.

பின்பு இரண்டு கிளிகளும் அந்த மாளிகையை நோக்கிப் புறப்பட்டன.

மாளிகைக்குள் நுழையும்போதே, மன்னவர் பாடல் பாடிப் பூஜை செய்யும் சத்தம் சலீமாவுக்குக் கேட்டது. அது முடியும் வரையில் சலீமாவும் ஜெபுன்னிஸாவும் காத்திருந்தார்கள்.

பூஜை முடிந்து மன்னவர் முற்றத்துக்கு வந்தார். அங்கே ஒரு பௌர்ணமியும் அமாவாசையும் உட்கார்ந்திருப்பதைக் கண்டார்.

சலீமாவின் புதிய ஆடை அலங்காரம் புதிய தேவதையைப் போல் காட்டிற்று.

"பட்டத்து யானை மீண்டும் துரத்தவில்லையே?" என்று சிரித்துக்கொண்டே கேட்டார் சேரமான்.

"இல்லை; அந்த யானை என் கண்களுக்குள்ளேயே நிற்கிறது. அதனால் தூக்கம் வரவில்லை" என்றாள் சலீமா.

"நான் அதனிடம் சொல்லி வைத்திருக்கிறேன்; இனி அது உன்னைத் துரத்தாது" என்றார் மன்னவர்.

மன்னவரின் திருமேனிக் கோலமும் புன்னகையும் சலீமாவைக் கவர்ந்தன.

"பெரிய அரண்மனைக்குப் போனோம். அங்கே ஒரு பெரியவர் இருந்தார். அவர்தான் இங்கே வரச்சொன்னார்" என்றாள் சலீமா.

ஜெபுன்னிஸா அவள் காதருகே சென்று, 'உஷ்! அவர்தான் அமைச்சர் நாராயண நம்பூதிரி. மறந்துபோய் விட்டதா?" என்றாள்.

சேரமான் சிரித்துக்கொண்டே "என்னைப் பார்க்க வந்ததன் நோக்கம்?" என்றார்.

இரண்டு அடி உயரமுள்ள சலவைக்கல் பட்டியல் மீது வலது காலைத் தூக்கி வைத்துத் தன் இருமுழங்கைகளையும் காலில் ஊன்றிய வண்ணம் அவர் கேள்வி கேட்ட பாணியே சலீமாவுக்கு அழகாகத் தோன்றியது.

"அன்று விவாத மண்டபத்தில் இந்தப் பதக்கத்தை, நீங்கள் தவறவிட்டுவிட்டீர்கள்" என்று சொல்லிக்கொண்டே தன் மார்பக ஆடைக்குள் இருந்த பதக்கத்தை எடுத்தாள் சலீமா.

அது அவளது கழுத்து மணி மாலையோடு பின்னிக்கொண்டு வெளியே வர மறுத்தது.

ஜெபுன்னிஸா இரண்டையும் பிரித்துவிட்டாள்.

பதக்கத்தை கையில் வாங்கிய சேரமான், "மிகவும் நன்றி இது காணாமல் போய்விட்டதே என்று கலங்கினேன். இதை நான் உயிருக்கு உயிராக நேசிக்கிறேன்" என்றார்.

சலீமா அப்போது பெருமூச்சு விட்டாள்.

பிறகு, "அடிக்கடி உங்களோடு விவாதிக்கவேண்டும் போல் இருக்கிறது" என்று கூறினாள்.

"எனக்கும் கூடத்தான். இந்த விவாத மண்டபத்தில் உங்கள் கேள்விகள்தான் பொருள் செறிந்து இருந்தன" என்றார் சேரமான்.

"வாரம் ஒருமுறை என்பது மிகவும் குறைவாக இல்லையா?" என்று கேட்டாள் சலீமா.

"ஏன் நாளைக்கு வேண்டுமானாலும் வாருங்களேன்; கூட்டமில்லாமல் விவாதிக்கலாம்" என்றார் சேரமான்.

"வருகிறோம், வருகிறோம்" என்று தலையாட்டினாள். ஜெபுன்னிஸா. அவளை ஒரு மாதிரியாகப் பார்த்தாள் சலீமா.

நாளைக்குமா இந்தச் சங்கடம்கூட வரப்போகிறது? என்று அவள் எண்ணிக்கொண்டாள்.

"வேறு ஏதாவது செய்தி?" என்று கேட்டார் சேரமான்.

"இல்லை! நாளைக்கு வருகிறோம்" என்றாள் சலீமா. இருவரும் புறப்பட்டார்கள்.

யூஜியானாவோடு துயில் கொண்ட தனியறைக்கு வந்த சேரமான், அவள் படுத்திருந்த கட்டிலைப் பார்த்தபடி பதக்கத்தை முத்தமிட்டுத் திறந்தார்.

அதிலே இருந்தது-சலீமா!

9. கடற்கன்னி தொடங்குகிறாள்

சேரமான் பூஜை செய்து கொண்டிருக்கிறார்.

"திரிபுரம் எரித்த சிவனே.

உன் திருச்சடையின் இடைவெளிகளுக்குள்ளாகவே உலகம் ஊசலாடிக் கொண்டிருக்கிறது.

ஆசைக்கும் ஞானத்துக்கும் இடையே ஆன்மப் பறவைகள் தவியாய் தவிக்கின்றன.

வாழ்க்கை ஒருநாள் முடிந்துவிடும் என்ற எண்ணம் எல்லோருக்குமே இருக்கிறது.

ஆனால் உன் காலடிச் சுவடுகள் முன்னும் பின்னுமாக விழுந்து கொண்டிருக்கின்றன.

எல்லாம் வல்ல பரம்பொருளே.

இவர்கள் அடைக்கலம் புகுவதற்கு உன்னைத் தவிர வேறு இடம் ஏது?"

- இப்போது ஓர் உருதுப் பாடல் அவரது பிரார்த்தனையைக் கலைக்கிறது.

"அரபிக் கடல் அலை இல்லாமல் இருக்கிறது. அழகான படகுகள் இப்போது ஆடாமல் அசையாமல் அதிலே தவழ முடியும். நல்ல படகுகள் உங்களிடம் இருந்தால் கொண்டு வாருங்கள். ஓர்

அழகான பஞ்சவர்ணக் கிளி உங்களோடு பிரயாணம் செய்யத் தயாராக இருக்கிறது...''

- சேரமான் இந்த ஊடுருவலைச் சமாளித்தார்.

திசை திரும்பிய பிரார்த்தனையை மீண்டும் ஒரு நிலைக்கு கொண்டு வந்தார். மறுபடியும் பிரார்த்திக்கத் தொடங்கினார்.

"எல்லாம் வல்ல இறைவா, தண்ணீர் சில நேரம் நெருப்பாகக் கொதிக்கிறது. நெருப்பும் சில நேரம் நீராகக் குளிர்ந்துவிடுகிறது. சிலரது உணவில் சில நேரங்களில் பூச்சிகள் விழுந்துவிடுகின்றன. சிலருக்கோ அந்தப் பூச்சிகளே உணவாக இருக்கின்றன. ஆழமான கடலிலே கூட சிலர் ஆறு நாட்கள் நீந்திவிடுகிறார்கள். ஆழமில்லாத நதியிலேகூடச் சிலரை முதலைகள் இழுத்துக் கொண்டு போய்விடுகின்றன. ஒரு பொருளைப் பார்த்துக் கொண்டே, சில கண்கள் பாராமல் இருக்கின்றன. சில கண்களோ அந்தப் பொருளைப் பாராமலேயே கற்பனையில் கொண்டுவந்து நிறுத்தி

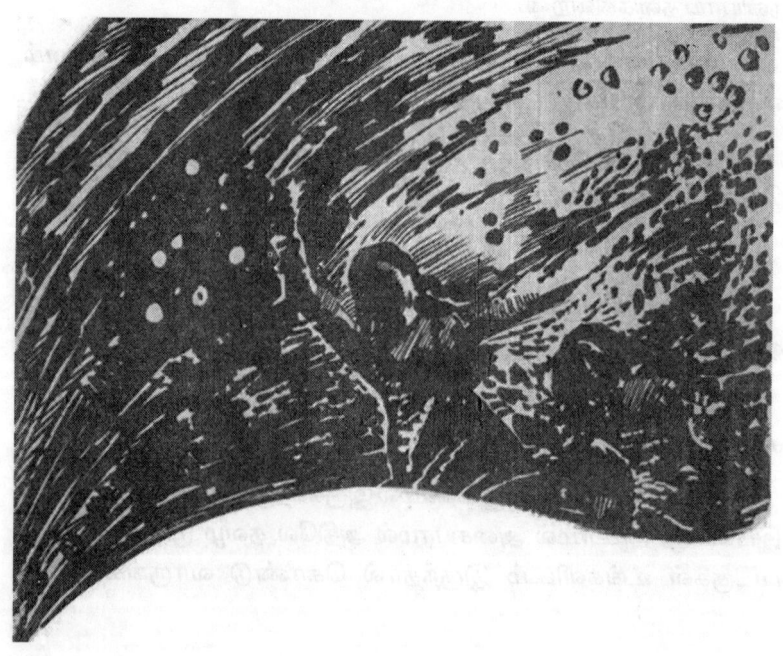

விடுகின்றன. இவையெல்லாம் என்ன? உன் திருவிளையாடலை எப்படி வகைப்படுத்துவது?''

இப்போது மீண்டும் அந்த உருதுப் பாடல் அவரது பிரார்த்தனையைக் கலைத்தது.

''...உங்கள் படகுக்குப் படகோட்டி தேவையில்லை. என் மெல்லிய கரங்களே அந்த அலைகளைத் தள்ளி விடமுடியும். நாம் மெதுவாகவே செல்ல விரும்புகிறோம். வேகமான படகுகள் நமக்கு எதற்கு? மிருதுவான பட்டுத்துணியின் மீது சாய்ந்து கடற்காற்றைச் சுவைத்தபடி அகன்ற வானத்தைப் பார்த்துக் கொண்டிருப்போம். நிச்சயமாக அந்த வானம் நமக்கு இடையூறாக இருக்கப் போவதில்லை. நல்ல படகு உங்களிடம் இருந்தால் சொல்லுங்கள்...''

- இரண்டாவது முறையாகப் பிரார்த்தனையில் ஊடுருவிய அந்தப் பாடலில் இருந்து விடுபடச் சேரமான் விரும்பினார்.

பூஜை மணியைக் கடகடவென்று ஆட்டினார். பிறகு அதைக் கீழே வைத்துவிட்டுத் தம் இரு காதுகளையும் கைகளால் பொத்திக்கொண்டார்.

மறுபடியும் பிரார்த்தனையைத் தொடங்கினார்.

...''நஞ்சு கழுத்துக்குள்ளும், நாகம் கழுத்தின் மேலும் இருந்தும் வஞ்சமில்லாமல் உலகை ஆளும் எம்பிரானே, உன் சிரசில் ஏறிக் கொலுவிருக்கும் கங்காதேவி, உன்னை யார் யார் தேடிக் கொண்டிருக்கிறார்கள் என்பதைச் சொல்லவில்லையா? நீ நிஷ்டையில் இருக்கும்போதும் அவள் விழித்துக் கொண்டுதானே இருக்கிறாள்? காரிருளில் விளக்கில்லாமல் பிரயாணம் செய்யும் பிரயாணிகளுக்கு நீ காட்டக்கூடிய ஜோதி என்ன? பற்றற்ற நிலை, பந்த பாசங்களை அறுத்தல் என்ற பழைய பாடங்கள் எனக்கு வேண்டாம், நான் எதிலே விழுந்துவிட்டாலும், விழுந்த இடமும் நீயே. தள்ளியவனும் நீயே. ஆற்றிலும் சேற்றிலும் நான் விழ நேர்ந்தாலும், அங்கே ஆறும் சேறுமாக இருக்கின்ற நீ, என்னை அதிலே ஏன் விழ வைத்தாய் என்பதை நான் தெரிந்துகொள்ள

விரும்புகிறேன். காமனை எரித்த உன் மூன்றாவது கண் இன்னும் காமத்தை எரித்ததில்லை. உடலை எரித்துவிட்டு உயிரை உலாவவிடும் உன் திருவிளையாடலின் ரகசியம் என்ன?''

இப்போது மூன்றாவது முறையாக அந்த உருதுப் பாடல் அவர் பிரார்த்தனைக்குள் நுழைந்தது.

''காலமும் அலையும் காத்திருக்கப்போவ தில்லை; கடல் அமைதியாக இருக்கும்போதே என்னை அழைத்துக் கொண்டு செல்லுங்களேன்! இந்தப் புல்புல் பறவைக்குத் தானே ஒரு படகைத் தேடிக்கொள்ளும் சக்தி இல்லை. ஓர் ஆதார சுருதிக்கே அது ஆவல் கொண்டிருக்கிறது. வாய் சிறிதாகவும், உடல் பெரிதாகவும், வண்ண வண்ணமாக அமைக்கப்பட்ட பாரசீக ஜாடியைப்போல், ஆசை அதிகமாகவும், அதை வெளிவிடும் சக்தி குறைவாகவும் இந்த இளம் பறவை பிறந்துவிட்டது. கடலைப் பார்க்கும் போதெல்லாம் கற்பனையில் படகு வந்து நிற்கிறது. அந்தப் படகைப் பார்க்கும்போதெல்லாம் அதிலே ஓர் உறவு தேடப்படுகிறது. நல்ல படகு உங்களிடம் இருந்தால் கொண்டு வாருங்களேன்!''

- இப்போது இந்த ஊடுருவலைச் சேரமானால் சகிக்க முடியவில்லை.

பூஜை மணியை ஓங்கி ஒலித்தபடி, ''என் பிரார்த்தனையைத் திசை திருப்பும் நீ யார்? ஏன் படகு படகு என்று உயிரை விடுகிறாய்? உனக்கு என்ன வேண்டும்?'' என்று சத்தமிட்டார்.

''நான், 'படகு' என்ற சொல்வது உங்கள் இதயத்தையே'' என்றது அந்த உருதுப் பாடல்.

"என் இதயம் இறைவனிடம் படகாகிவிட்டதே?" என்றார் சேரமான்!

"அதில் எனக்கும் ஓர் இடம் கொடுக்கக்கூடாதா?" என்று கெஞ்சிற்று அந்த உருதுப் பாடல்.

"அது ஒருவர் மட்டுமே பயணம் செய்யக்கூடியது!" என்றார் சேரமான்.

"அப்படியென்றால், நானே எடுத்துக் கொள்கிறேனே!" என்றது அந்தப் பாடல்.

"நீ யாரோ, நான் யாரோ?" என்றார் சேரமான்.

"உனக்கும், உன் இறைவனுக்கும் உள்ள பந்தம், எனக்கும் உனக்கும் இல்லையா?" என்று கேட்டது அந்தப் பாடல்.

"இல்லை! இல்லை!" என்று ஓலமிட்டபடியே பூஜை மணியைத் தூக்கி எறிந்தார் சேரமான்.

எறிந்த மணி பலமான ஓசையுடன் விழவில்லை; இலேசான ஓசைதான் கேட்டது. ஆனாலும் திடுக்கிட்டு விழித்தார்.

இதுவரை அவர் கண்டது கனவு.

அவர் தம்மை அறியாமல் தூக்கியெறிந்தது சலீமாவின் பதக்கத்தை.

சலீமா மறதியாகக் கொடுத்துவிட்டுப் போன பதக்கத்தைப் பார்த்தபடியே கட்டிலில் சாய்ந்திருந்த சேரமான் முதலில் குழப்பத்தில் ஆழ்ந்திருந்தார். அதுவரை சலீமாவைப் பற்றிய எந்தச் சிந்தனையும் எழுந்ததில்லை.

யூஜியானாவின் இடத்தில் சலீமாவின் ஓவியம் இருந்ததற்கான காரணமும் அவருக்குப் புரியவில்லை.

தன் சமய மரபுகளையும் தம்மைச் சுற்றிலும் வட்டமிடும் வேறு பறவைகளையும் பின்னிப் பின்னி யோசித்தவாறு அப்படியே உறங்கிவிட்டார்.

உறக்கத்தில் வந்த கனவும் ஊடுருவலுமே மேற்கண்டவை.

யூஜியானாவைப் பிரிந்து மறந்த நிலை. பட்டத்து ராணி பத்மாவதியோடும் உறவில்லாத நிலை; பசுமையான அவரது மனம் நிலைகொள்ளாமல் தவித்தது.

அவர் விரும்பினால் கேரளத்துக் கிளிகளை ஆயிரத்துக்கு மேல் கொண்டுவந்து ஓரிடத்தில் பார்க்கமுடியும்.

அந்தச் சபலமும் அவருக்கு இல்லை.

துல்லிய, தூய்மையான காதல் லயத்தில் சுருதியோடு ராகமாக இழைந்துபோகும் அவரது உள்ளம் மெத்தைக்கென்று வரும் தத்தைகளை ரசித்ததில்லை.

எல்லோரும் சென்று திரும்பும் மண்டபத்துக்குள் அவர் செல்ல விரும்புவதில்லை.

தமக்கு விருப்பமான ஒரு கோயில் தமக்கே சொந்தமாக இருக்கவேண்டும் என்று நினைப்பவர்.

இப்போது அவர் மனத்தில் விழுந்திருந்த கோடும், ஓர் இனம் புரியாத கீறலே.

பக்தி அதைத் தணிக்குமா? கடற்காற்று தணிக்குமா?

அடிக்கடி பக்தி செய்வது ஏதாவது ஒரு கோரிக்கைக்காகவே.

ஆகவே இப்போது அவர் கடற்காற்றை நேசித்தார்.

முன் நேரத்து நிலவு பளிச்சென்று வானத்தில் பிரகாசித்துக் கொண்டிருந்தது.

தம்மை ஒழுங்குபடுத்திக்கொண்ட சேரமான் ஒரு போர்வையை எடுத்துப் போர்த்தியபடி வெளியேறினார்.

அவர் நின்ற கோலமும், சென்ற கோலமும், யூஜியானாவோடு வாழ்ந்த காலத்தையே அவருக்கு நினைவுபடுத்தின.

இந்த வேஷத்தில்தானே அவர் யூஜியானாவைப் பலமுறை சந்தித்திருக்கிறார்?

சந்தடியற்ற வஞ்சி நகரத்தின் தெருக்களில் சிந்தனையற்ற ஒரு மனிதனின் காலடி ஓசை மட்டும் 'கிறீச் கிறீச்' சென்று கேட்டுக்கொண்டிருந்தது.

மாடத்துச் சாளரங்களில் இளம் தம்பதிகள் அரவணைத்துக் கொண்டு நிற்பதை அவர் காணமுடிந்தது.

தவளைகளின் பாடலுக்குச் சில வண்டுகள் சுதிசேர்த்துக் கொண்டிருந்தன.

காற்றினால் வளைந்து ஆடும் மரங்களில் அடிக்கடி சிறகை அடித்துக்கொண்டு மாற்றி மாற்றி உட்காரும் பறவைகளின் ஒலி அவர் காதுகளுக்குக் கேட்டது.

தனது குதிரை வீரர்கள், கையிலே 'பாலா' ஏந்தி சாலைகளில் உலாவிக்கொண்டிருப்பதை அவர் காண முடிந்தது.

கடற்கரைக்கு அவர் வந்து சேர்ந்தபோது நங்கூரம் பாய்ச்சப்பட்ட பல நாட்டு நாவாய்களும் அங்கே ஆடி அசைந்து நின்றுகொண்டிருந்தன.

சில கலங்களில் ஏராளமான தீவட்டி வெளிச்சம் தெரிந்தது.

அயல் நாட்டினர் பலர் அங்கே ஆடிப்பாடிக் கும்மாளம் அடிப்பதை அவர் பார்த்தார்.

ஒரு கலத்தின் மேல் தட்டில் இறைச்சியும் மீனும் பதப்படுத்தப் படுவதைக் காற்று அள்ளிக்கொண்டு வந்து அவர் நாசியில் ஏற்றிற்று.

ஏராளமான நாவாய்களில் செருகப்பட்டிருந்த 'தீவட்டிகள் கடலிலேயும் நட்சத்திரக் கூட்டம் ஆதிக்கம் செலுத்திக் கொண்டிருப்பதைப்போல் அவருக்குக் காட்டின.

குடிவெறியில் சில யவனர்கள் சுதி இல்லாமல் பாடுவதையும், தொண்டை தாங்காத அளவு கத்துவதையும் அவர் அன்றைக்குத் தான் பார்த்தார்.

ஒரு கலத்திலிருந்து இன்னொரு கலத்திற்கு உணவுப் பொருள்கள் ஓடிக்கொண்டிருந்தன.

ஒவ்வொரு கலத்தின் பகுதிகளிலும் ஜாடிகளில் இருந்த நறவு வகைகள் கடலோடு போட்டியிட்டன.

சுறுசுறுப்பான தமது துறைமுகத்தை இரவு நேரத்தில் சேரமான் இப்போதுதான் பார்த்தார்.

யாருக்கும் தெரியாதபடி அவற்றுக்கு வெகுதூரம் தள்ளி ஓரிடத்தில் அவர் வந்து அமர்ந்தார்.

அவருக்குச் சிறிது தூரத்தில் கடலோரமாக இரண்டு இளம் பெண்கள் கடலலையில் காலை நனைத்தவாறே சிரித்து விளையாடிக்கொண்டிருந்தார்கள்.

அவர்களை அடையாளம் கண்டுகொள்ள அவர் முயற்சி செய்யவில்லை.

கடல் மணலிலே கோலமிட்டவாறு அவர் சிந்தனைக் குழப்பத்திலே ஆழ்ந்திருந்தார்.

சிறிது நேரத்தில் "ஐயோ, ஐயோ!" என்று குரல் கேட்டது.

முழங்கால் அளவு தண்ணீரில் நின்றுகொண்டிருந்த அந்தப் பெண்களை ஒரு பெரிய கடலலை உட்பக்கமாக இழுத்துச் செல்வதை அவர் கண்டார்.

சுற்றுமுற்றும் பார்த்துக் கை தட்டினார். குடித்து விட்டு ஆடிக்கொண்டிருந்த யாருடைய காதிலும் அது விழவில்லை.

உடனே அவர் கரைமீதிருந்த ஒரு மீனவரின் படகைக் கடலிலே தள்ளி அலையைக் கடந்து அந்தப் பெண்களைத் தேடத் தொடங்கினார்.

"நல்ல படகு யாரிடமாவது இருந்தால் சொல்லுங்களேன்!" என்ற கனவுப் பாடல் அவர் நெஞ்சில் எதிரொலித்தது.

கடலின் உள்ளலை அந்தப் பெண்களை வேகமாக இழுத்துச் சென்றது.

சேரமான் திக்குமுக்காடிப் படகைத் தள்ளினார்.

அடுத்த பேரலை அவரது படகையும் கவிழ்த்தது.

கடலில் புயல் உருவாகும் காலம் அது என்பதைச் சேரமான் அறியவில்லை.

சுழல்களுக்கிடையே அவர் நீந்தினார்.

அப்போதும் உயிரோடு அந்தப் பெண்களைக் காப்பாற்றி விடலாம் என்ற கடவுள் நம்பிக்கை அவருக்கு இருந்தது.

10. கடவுள் அமைத்த மேடை

சேரமான் அலையை எதிர்க்கச் சக்தியற்றவரானார்.

கால் கைகள் தளர்ந்துவிட்ட நிலை.

அலையோ அவரை உட்புறமாகவே தள்ளிக்கொண்டு சென்றது.

பாதி மயங்கிய நிலையில், தான் ஒரு மணற்பரப்பில் தள்ளப்படுவதை அவர் உணர்ந்தார்.

அது ஒரு சின்னஞ்சிறிய தீவு; அரபிக்கடலில் உள்ள நூற்றுக்கணக்கான தீவுகளில் ஒன்று.

எழுந்து நிற்கவும் சக்தியற்ற நிலையில் தள்ளாடியபடியே வலது கையை மணலில் ஊன்றி அவர் அமர்ந்தார்.

சுற்றும்முற்றும் பார்த்தார்.

ஆங்காங்கு சில தாழம் புதர்கள்; பறிப்பார் இல்லாமல் வளர்ந்து கிடந்த பனை, தென்னை மரங்கள்; நிலவொளியில் பயமின்றி ஓடி விளையாடிச் கொண்டிருந்த சிறிய விலங்கினங்கள்.

சுமார் முந்நூறு காணிப் பரப்பளவு இருக்கும் அந்தத் தீவு.

கடலில் மூழ்கிவிட்ட அந்தப் பெண்களுக்காக அவர் கண் கலங்கினார்.

தமது குடிமக்களில் இருவரைத் தம்மால் காப்பாற்ற முடியாமல் போனது பற்றிக் கவலைப்பட்டார்.

'ஆளரவம் இல்லாத ஒரு தீவுக்குத் தான் வந்து விட்டோமோ' என்ற கவலை அவருக்கு இல்லை.

ஒரு போர் வீரன் இவற்றையெல்லாம் எதிர்நோக்க வேண்டியவனே.

கடலிலேயே நீண்ட நேரம் நீந்தியதால் அவருக்குக் குளிர் அதிகமாக இல்லை.

அவர் மெதுவாக எழுந்து தீவின் கரையோரமாகவே நடந்தார்.

கரைக்குச் சிறிது தூரத்தில் நீண்ட ராஜநாகங்கள் 'சரசர'வென்று செல்வதையும் அந்த நிலவொளியில் அவரால் காண முடிந்தது.

கடலில் இருந்து அடித்து வரப்பட்ட ஏராளமான பொருள்கள் கரையில் ஒதுங்கிக் கிடந்தன.

மணற்பரப்பில் பள்ளமான இடத்தில் முட்டையிடுவதற்காகக் கரையேறிய ஆமைகளையும் அவர் காண முடிந்தது.

கடலில் மீன் பிடிக்கும் பரதவர்கள்கூட, அந்தத் தீவில் ஒதுங்கியிருக்கமாட்டார்கள் போலத் தோன்றிற்று.

அவர் நடந்து சென்றபோது, சிறிது தூரத்தில் ஏதோ நீண்ட தோற்றத்தில் ஒதுங்கிக் கிடப்பது அவர் கண்ணுக்குத் தெரிந்தது.

வேகமாக ஓடினார்.

அது ஒரு செத்துப்போன சுறாமீன்.

இன்னும் மேலே மேலே அவர் நடந்தார்.

ஓர் இடத்தில் உடைந்துபோன கட்டுமரத்தின் நீண்ட மரங்கள் கூட்டமாகக் கிடந்தன.

சேரமான் அதைக் கடந்து செல்ல முயன்றபோது ஒரு பெண்ணின் முனகல் சத்தம் அவர் காதுகளுக்குக் கேட்டது.

திகைத்துப்போய் நின்றார்; திரும்பிப் பார்த்தார்.

மேலாடையை இழந்துவிட்ட நிலையில் ஒரு பெண், இடுப்புக்குக் கீழே தண்ணீரிலும் மேலே மணற்பரப்பிலுமாக, குப்புற விழுந்து கிடந்தாள்.

அடுத்த அலை வருவதற்குள், சேரமான் பரபரப்போடு அவளைத் தூக்கினார்; அப்படியே மணற்பரப்பில் கொண்டுபோய் வைத்தார்.

குனிந்து முகத்தைப் பார்த்தார்.

சலீமா!

அவள் நிறைய கடல் தண்ணீரைக் குடித்திருப்பது தெரிந்தது.

அவளை அப்படியே தலைக்குமேல் தூக்கி அவள் வயிற்றைத் தன் தலையில் வைத்து நாலைந்து முறை சுற்றினார்.

குடித்த தண்ணீர் அனைத்தும் வெளி வந்துவிட்டது.

துடைப்பதற்கு ஒரு துணிகூட இல்லை; அவளது உள்ளங்காலை உரசித் தடவிச் சூடேற்றினார்.

உச்சந்தலையில் சூடேற்றினார்.

மெதுமெதுவாக அவள் கண் விழித்தாள்.

அவர் முகத்தையே பார்த்தாள்.

மன்னரைப் பார்த்துத் திகைத்தாள்.

தனது அலங்கோல நிலைகண்டு வெட்கி, நாணமுற்று மார்பகத்தைக் கைகளால் மூடிக்கொண்டாள்.

சேரமான் நனைந்திருந்த தமது மேலங்கியைக் களைந்து அவளிடம் கொடுத்தார்.

அவள் 'ஜெபுன்னிஸா' 'ஜெபுன்னிஸா' என்று சொல்லி அழுதாள்.

'தான் வஞ்சி நகர்க் கரையிலேயே ஒதுங்கியிருப்பதாக' அவள் நினைத்தாள்.

"உன்னோடு கடலில் மூழ்கிய இன்னொரு பெண்தான் ஜெபுன்னிஸாவா? அவளை இன்னும் கண்டு பிடிக்கவில்லை" என்றார் சேரமான்.

"இது என்ன இடம்?" என்று கேட்டாள் சலீமா.

"இது ஒரு தீவு. அரபிக்கடலில் உள்ள பல தீவுகளில் ஒன்று; இதற்குப் பெயர் தெரியவில்லை" என்றார் சேரமான்.

"நீங்கள் எப்படி வந்தீர்கள்?" என்று கேட்டாள் சலீமா.

சேரமான் நடந்தவற்றை விவரித்தார்.

அவருடைய மேலாடையைக் கொண்டு நன்றாக உடலை மூடிக்கொண்ட சலீமா, அந்த ஆபத்திலும் ஓரளவு மகிழ்ச்சியுற்றவள் போல் காணப்பட்டாள்.

ஆனால் ஜெபுன்னிஸாவின் பிரிவை மீண்டும் நினைத்து அழுதாள்.

'ஒருவேளை அவள் ஏதாவது ஒரு தீவில் ஒதுங்கியிருக்கக் கூடும்' என்று சலீமாவுக்கு ஆறுதல் கூறினார் சேரமான்.

தனிமை நிறைந்த அந்த இடமும் அந்தப் பொழுதும் சேரமான் அருகில் இருப்பதும் அவளுக்கு ஒரு புதிய உற்சாகத்தைக் கொடுக்கத் தொடங்கின.

இனம்தெரியாத ஓர் உணர்ச்சியில் இதுவரை போராடிக் கொண்டிருந்த சலீமாவுக்கு அது, 'என்ன இனம்' என்பது இப்போது புரியத் தொடங்கிற்று.

கடற்காற்றில் அவர்களுடைய ஆடைகள் உலர்ந்தன.

"நீ களைத்துப்போயிருப்பாய் உறக்கம் கொள்; நான் விழித்துக் காவல் காத்துக்கொண்டிருக்கிறேன்" என்றார் சேரமான்.

"ஐயோ! எனக்காக உங்களுக்கு ஏன் தொல்லை?" என்றாள் சலீமா.

"இதில் தொல்லை ஏதுமில்லை? இங்கு ராஜநாகங்கள் அதிகம்போல் தெரிகிறது. அதனால் பொழுது புலர்ந்த பின்தான் தீவின் உட்பக்கம் போகவேண்டும்; அதுசரி, உனக்குப் பசிக்கிறதா?" என்று கேட்டார் சேரமான்.

"பசியே இல்லை" என்றாள் சலீமா.

இடது கையைத் தலைக்கு வைத்து, வலது கையை மடித்து மார்புக்கும் வயிற்றுக்கும் இடையில் வைத்தவாறு அவள் சாய்ந்தாள்.

சேரமான் உட்கார்ந்தபடியே அவளைப் பார்த்துக் கொண்டிருந்தார்.

சலீமா அவரை ஒருமுறையும், ஆகாயத்தை ஒரு முறையுமாக மாறி மாறிப் பார்த்துக்கொண்டிருந்தாள்.

"இந்த நிலவொளியில் நீ அழகாக இருக்கிறாய்" என்றார் சேரமான்.

சலீமாவின் மெய் சிலிர்த்தது.

"நான் உன் அழகை வர்ணிக்கக்கூடாது. என்னை இறைவன் ஏன் இப்படிச் சோதித்தான் என்று தெரியவில்லை. நாளை நாம் நகருக்குத் திரும்பியபிறகு 'கடல் நம்மை அடித்துக்கொண்டு போய்விட்டது' என்று சொன்னால் நம்பக்கூடியவர்கள் குறைவாகவே இருப்பார்கள். 'ஓர் இளம் பெண்ணோடு தனியாக நான் வெளியில் தங்கிவந்தேன்' என்று பேசுகிறவர்கள் மேலும் சில கதைகளைக் கட்டிவிடக் கூடும். அதனால் எனக்கு நேரப்போவது ஏதுமில்லை. உன் எதிர்காலம் என்னவாகுமோ? என்பதே என் கவலை" என்றார் சேரமான்.

"இந்தக் கடலை எவன் படைத்தானோ அவனே தான் எதிர்காலத்தையும் நிச்சயிக்கிறான். இந்த ஆபத்தும் சந்திப்பும் நாம் எதிர்பார்த்தா நடந்தன? அது போலவே எதிர்காலமும், நாயகன் நினைக்கும்படியே நடைபெறட்டும்" என்றாள் சலீமா.

கடலலையின் ஓசை மட்டுமே எழுந்துகொண்டிருந்தது அந்த நேரத்தில்.

"எனக்கென்னவோ இங்கேயே இருந்துவிட வேண்டும் போல் தோன்றுகிறது" என்றாள் சலீமா.

சேரமான் பேசாமல் இருந்தார்.

"உங்களோடு பேசிக்கொண்டிருப்பதைவிட, உலகில் சிறந்த நிகழ்ச்சி எதுவுமே இல்லை" என்றாள் சலீமா.

அதற்கும் சேரமான் மௌனம் சாதித்தார்.

"பெண்மை மிகவும் பலவீனமான பிறப்பு, இல்லையா?" என்று கேட்டாள் சலீமா.

"பலவீனம் எங்கே இருக்கிறதோ, பலமும் அங்கேதான் இருக்கிறது. மாபெரும் வீரனையும் பலவீனப்படுத்தக்கூடிய சக்தி, பெண்மைக்கு இருக்கிறது என்றால் அது அவளுடைய பலம்தானே? எப்படியெப்படியோ வளைந்து, நெளிந்து வந்துள்ள என் வாழ்க்கைப் பாதையில் நான் மனதார விரும்பி அழுதது ஒரு முறைதான். அதுதான் யூஜியானாவின் பிரிவு" - என்று ஒரு பெருமூச்சு விட்டார் சேரமான்.

"யூஜியானாவை நீங்கள் அவ்வளவு விரும்பினீர்களா?" என்று நாணத்தோடு கேட்டாள் சலீமா.

"விருப்பம் அவ்வளவு இல்லையென்றால் கண்ணீர் அவ்வளவு வந்திருக்காதே" என்றார் சேரமான்.

சலீமா ஒரு பெருமூச்சு விட்டாள்.

"அழகு மட்டும் ஆராதிக்கப்படுவதில்லை. இதயமும் ஆராதிக்கப்படுகிறது. கறையோ, களங்கமோ இல்லாத ஓர் உள்ளம், நம்மிடத்தில் உயிரையே வைக்கும்போது அதற்காக எதையும் செய்ய நம் உள்ளம் துணிந்துவிடுகிறது. அதனால் என்னை ஏமாற்றியே யூஜியானாவை என்னிடமிருந்து பிரித்தார்கள்" என்றார் சேரமான்.

"கடந்த மூன்றாண்டு காலமாக நான் உங்களைக் கவனித்து வந்திருக்கிறேன். 'யூஜியானா அதிர்ஷ்டக்காரி' என்று பலமுறை எண்ணியிருக்கிறேன்' என்று சொல்லி மற்றொரு பெருமூச்சு விட்டாள் சலீமா.

சேரமான் முழங்கையை மணலில் ஊன்றிச் சாய்ந்து படுத்தார்; மண்ணிலே கோலம் போட்டார்.

நல்ல ஜாதிப் பெண்களின் உடலில் இருந்து இயற்கையாக எழும் நறுமணம் சலீமாவின் உடலில் இருந்து எழுந்து அவரைக் கிறங்க வைத்தது.

அவள் இலக்கியக் காதல் பற்றிப் பேசினாள்.

சேரமான் அதற்கு விரிவுரை நிகழ்த்தினார். அவர் இலக்கியத்துக்கு விளக்கம் கொடுக்கும்போதெல்லாம் தன்னையும் அதோடு இணைத்து இணைத்துப் பார்த்தாள் சலீமா.

"நீங்கினால் சுடுகிறது, நெருங்கினால் குளிர்கிறது." என்று அவர் விளக்கம் கொடுத்தபோது, உண்மையில் அவள் உடம்பு கொதிக்கத் தொடங்கிற்று.

இப்படி ஒரு வாய்ப்புக் கிடைத்தது பற்றி அவள் மட்டற்ற மகிழ்ச்சி கொள்ளத் தொடங்கினாள்.

அவர்கள் பேசிக்கொண்டிருக்கும்போதே பொழுது புலர்ந்தது.

அப்போதுதான் அவர்கள் இருவரும் அந்தத் தீவை நன்றாகப் பார்த்தார்கள்.

பயங்கரமான பாம்புப் புற்றுகள் அங்கே ஏராளமாக இருந்தன.

வகை வகையான பறவைகள் தன்னிச்சையாகப் பறந்து திரிந்து விளையாடின.

மனித ஜாதியைப் பார்த்துவிட்ட மான்களும் முயல்களும் பயந்து அங்குமிங்கும் ஓடின.

அவர்கள் தீவின் உட்புறமாக நடந்தார்கள். அங்கே ஏராளமான மாமரங்கள் தழைத்துக் கனிந்து கிடந்தன.

'நீண்ட காலத்துக்கு முன்பு யாரோ அவற்றைப் பயிரிட்டுப் கைவிட்டிருக்கவேண்டும்' பின்பு சேரமான் நினைத்தார்.

சிறிது தூரத்தில் பாழடைந்த கோயில் ஒன்று அவர்களது கண்களுக்குப்பட்டது.

சுவர்களின் மீது மரம் முளைத்துவிட்ட நிலையில், இடிபாடாகக் கிடந்த அந்தக் கோயிலைக் காண இருவரும் விரைந்தார்கள்.

கோயிலுக்குள்ளே ஒரு விக்கிரகம் இருந்தது.

ஏராளமான வௌவால்களும், நாகங்களும் விளையாடிக் கொண்டிருந்தன.

ஒரு பெரிய வௌவாலை விழுங்கிவிட்டு, சாரைப் பாம்பு ஒன்று புரண்டு கொண்டிருந்தது.

உடைத்துப் போடப்பட்ட கற்களின்மீது, ஏறி நடந்தவாறு இருவரும் வந்துகொண்டிருந்தார்கள்.

இரண்டு கற்களுக்கிடையில் இருந்து உடும்புகள் வெளியே ஓடின.

பயந்துபோன சலீமா, கதறியபடியே சேரமானின் மார்பிலே சாய்ந்தாள்.

அவளை அப்படியே மார்போடு சேர்த்துத் தூக்கிக்கொண்டு, அந்த இடத்தைக் கடந்தார் சேரமான்.

அந்தக் கதகதப்பான அணைப்பில் தன்னை மறந்திருந்தாள் சலீமா.

மணற்பரப்பில் அவளை இறக்கிவிட்ட சேரமான், ஏதோ உணர்ச்சிவசப்பட்டவர்போலக் காணப்பட்டார்.

பிறகு உள்ளத்தை ஒருமுகப்படுத்திக்கொண்டார்.

இன்னும் சிறிது தூரம் அவர்கள் நடந்தார்கள்.

ஓர் இடத்தில் சமாதி மேடு ஒன்று தெரிந்தது.

அதன் அருகிலே சென்று அவர்கள் கூர்ந்து கவனித்தார்கள்.

பதினைந்து கைப்பிடி உயரம் இருந்த அந்தச் சமாதியின் மீது ஒரு பெரிய படுக்கைக் கால் சாத்தப்பட்டிருந்தது.

காற்று அடித்து அதன்மீது விழுந்து கிடந்த மணலைத் தட்டிவிட்டார் சேரமான்.

அதில் ஏதோ சில எழுத்துக்கள் தெரிந்தன.

கையினால் தடவித்தடவிச் சேரமான் அதைப் படித்தார்.

"காதல் நிறைவேறாத பெருவழுதியும் எயினியும், வடக்கிருந்து உயிர் நீத்த மேடு" என்று அதில் எழுதியிருந்தது!

11. மறு பிறப்பு

திருவஞ்சைக்களத்தில் என்றுமில்லாத ஒரு பரபரப்பு ஏற்பட்டது.

'இரவிலிருந்து சேரமான் பெருமாளைக் காணவில்லை' என்பதே அது.

'போர்வையைப் போர்த்திக் கொண்டு அவர் வெளியேறுவதைப் பார்த்ததாக' மட்டுமே வாயில்காப்போர் கூறினார்கள்.

அவருக்கு அது பழக்கம் தான் என்றாலும் பொழுது விடிந்த பிறகும் அரண்மனைக்குத் திரும்பாமல் இருப்பது அவரது பழக்கமல்ல.

அதிலும் யூஜியானாவுக்காக மட்டுமே இரவில் அப்படி அவர் வெளியேறுவது பழக்கம். இப்போது யூஜியானாவும் இல்லையே!

'கடற்கரைப் பக்கம் பார்த்ததாக'ச் சிலர் கூறினார்கள்.

'ஒரு வேளை அவர் இஸ்ரவேலுக்கே போயிருக்கக் கூடுமோ?' நாராயண நம்பூதிரி திகைப்படைந்த நிலையில் இருந்தார்.

சுறுசுறுப்பான அவரது மூளை வேலை செய்யத் தொடங்கியது.

தேட வேண்டிய இடமெல்லாம் தேடியாகிவிட்டது; பின் எங்கே அவர் போயிருப்பார்?

அன்று சலீமாவின் உருவம் பொதித்த தங்கப்பதக்கத்தைத் தாம் பார்த்தது நாராயண நம்பூதிரியின் நினைவுக்கு வந்தது.

அந்த இரண்டு மகமதியப் பெண்கள்-

யார் அவர்கள்?

யானையிடமிருந்து காப்பாற்றப்பட்டது; அரண்மனையிலேயே மருத்துவம் பார்த்தது; அவர்களில் ஒருத்தி விடைபெற்றுப் போகும்போது அரசரையே பார்த்துக் கொண்டு தடுமாறியது - அவரது சிந்தனை முடிச்சு அங்கேயே விழுந்தது.

அவர் ருத்திராட்சத்தை ஒரு தடவை ஓங்கித் தட்டினார்.

அவர் எவனை நினைத்தாரோ-அவனே அங்கே தோன்றினான்.

அவனே - மானீச்சன்!

''எனக்கொரு சந்தேகம்'' என்றார் நாராயண நம்பூதிரி.

''எனக்கும் அதுவே'' என்றான் மானீச்சன்.

''அந்த மகமதியப் பெண்கள்...'' என்று இழுத்தார்

''அராபியக் கப்பலில் அவர்கள் வந்திறங்கி வழி தெரியாமல் திண்டாடியபோது, மகமதுவின் வீட்டை நானே காட்டினேன்; 'சிக்கல் இல்லாத ஒன்றைப் பார்க்கும்போது கூட எதிர்காலத்தில் இதனால் சிக்கல் நேரலாம்' என்று எனக்குத் தோன்றுவது வழக்கம். அந்தப் பெண்ணைப் பார்த்தபோது, 'காலதேவதையே திருவஞ்சைக்களத்தில் விளையாட வந்ததுபோல்' எனக்குத் தோன்றிற்று. ஆனால் அரண்மனை அவளுக்கு பக்கத்தில் இல்லை என்று நான் அமைதியடைந்து விட்டேன். பட்டத்து யானை அவளைத் தூக்கி எறிய முற்பட்டது பகவதியம்மன் ஆணையோ என்று நான் நினைக்கிறேன்.

தொடர்ச்சியாக நடைபெற்ற விவரங்களை நான் அறிவேன். ஆயினும் யூஜியானாவை மறக்கமுடியாத மன்னர் அவளை நினைக்க முடியாது என்றே நான் கருதினேன். அப்படியே அவர் மயக்கமுற்றிருந்தாலும் இருவரும் எங்கே போயிருக்கக்கூடும்? அரண்மனையை மறந்து ஒரு பெண்ணை அழைத்துக்கொண்டு போகும் அளவுக்கு அவர் பலவீனமானவர் அல்லர். இருப்பினும்

சலீமாவின் இல்லத்துக்குச் சென்று நான் விசாரித்து வருகிறேன்" என்று புறப்பட்டான் மானீச்சன்.

சலீமாவின் இல்லம் களையிழந்து போய்க் கிடந்தது.

அகமதுவும் மகமதுவும் தலையில் கை வைத்துக்கொண்டு அமர்ந்திருந்தனர்.

பாத்திமா அழுது கொண்டிருந்தாள்.

மானீச்சன் உள்ளே நுழைந்ததுமே, இந்த அலங்கோலத்தைப் பார்த்தான்.

அகமதுவைப் பார்த்து, "என்ன கவலை? ஏன் இந்தக் கலக்கம்?" என்று கேட்டான் அவன்.

"தளபதி ஐயா, எங்கள் பெண்கள் இருவரையும் காணவில்லை. இரவு நிலா வெளிச்சத்தில் கடலில் குளிப்பதென்றால் சலீமாவுக்குப் பிடிக்கும். அவளும் ஜெபுன்னிஸாவும் யார் துணையும் இல்லாமல் போய்விட்டார்கள். அது அவர்களுக்குப் பழக்கம்தான் என்பதால் யூசுப் கூடப் போகவில்லை" என்று சொல்லி அழுத்தார் அகமது.

"மன்னரைக் கடற்கரைப் பக்கம் பார்த்ததாகச் சிலர் சொன்னதற்கும் இதற்கும் சம்பந்தம் இருக்குமோ?" என்று எண்ணத் தலைப்பட்டான் மானீச்சன். அப்படியே சலீமா மயக்குற்று அரசரைச் சந்திக்க விரும்பியிருந்தால் ஜெபுன்னிஸாவை அழைத்துச் சென்றது எதற்காக?

அப்படியே இருந்தாலும் அவர்கள் கடற்கரையில் ஏன் சந்திக்க வேண்டும்?

யூஜியானா தங்கியிருந்த மாளிகைதான் வசதியாக இருக்கிறதே!

- சிந்தனைகளில் ஆழ்ந்த மானீச்சன், அகமதுவுக்குப் பதில் சொல்லாமலேயே நின்று கொண்டிருந்தான்.

பிறகு திரும்பி, ''நான் வருகிறேன்'' என்று கூறிவிட்டுப் புறப்பட்டான்.

இப்போது நாராயண நம்பூதிரி, சேரமான் ஓவியம் எழுதும் இடத்தில் நின்று கொண்டிருந்தார்.

சேரமான் எழுதிய ஓவியத்தைப் பார்த்துக் கொண்டிருந்தார்.

அதில் யூஜியானாவின் உடை, சலீமாவின் முகம்.

சேரமான் அதை விரும்பித்தான் எழுதினாரா?

''சலீமாவையும் காணவில்லையாம்'' என்ற குரல் கேட்டது.

மானீச்சன் இடுப்பில் கை வைத்து நின்று கொண்டிருந்தான்.

''சந்தேகித்தது சரியாகப் போயிற்று'' என்றார் நாராயண நம்பூதிரி.

''எங்கே போயிருக்கக்கூடும்?'' என்று கேட்டான், மானிச்சன்.

''சலீமா எங்கே போனாளாம்?''

''அவளும் கடற்கரைப் பக்கம்தான் போனாளாம். கூட ஜெபுன்னிஸாவும் போனாளாம்.''

''வெள்ளிக்கிழமை காதலித்துச் சனிக்கிழமை விடை பெற்றுக் கொள்ளும் அளவுக்கா மன்னர் மாறியிருப்பார்?''

''ஏதாவது ஒரு கப்பலில் சந்திக்க முடிவு கட்டியிருக்கலாம்.''

''சந்திப்பது மட்டுமே நோக்கமென்றால் பொழுது விடியுமுன்னே திரும்பி விடுவதுதான் மன்னர் வழக்கம்!''

''கடற்கரையில் பேசி முடித்து, நாட்டின் உட்பகுதியிலேகூட எங்காவது சென்றிருக்கலாம்.''

“இங்கே மன்னவர், அங்கே சலீமா. அதோடு ஜெபுன்னிஸா ஒரே நேரத்தில் இவர்களைக் காணவில்லை என்பதால்தானே சேர்த்துக் கணக்குப் போட்டுப் பார்க்கிறோம். ஒருவேளை இவர்கள் தனித் தனியாகப் பிரிந்தும் இருக்கலாம் அல்லவா?”

“அதுவும் நடந்திருக்கக்கூடியதே!”

“நல்லது! எதற்கும் சில கலங்களை அனுப்பிக் கடலில் தேடச் சொல்லுங்கள். ஏதாவது கப்பலில் அவர்கள் இருக்கிறார்களா என்று பார்க்கச் சொல்லுங்கள்” என்றார் நாராயண நம்பூதிரி.

மானீக்சன் விடைபெற்றுக் கொண்டான்.

திரும்பிப் பார்த்த நம்பூதிரியின் கண்களில் கண்ணீர்க் கடலாகத் தட்டுப்பட்டாள் பத்மாவதி.

நாயகன் அரக்கர் குலமாகவும், நாயகி தேவர் குலமாகவும் அமைந்துவிட்டால் அழவேண்டியவள் தேவிதான். அரக்கனல்ல. கர்மத்தின் விளைவுகள் எவை எவையோ, காத்திருந்துதான் பார்க்க வேண்டும். பூர்வ ஜென்மத்தை நம்புவது நமது சமயம். சீர்மாறன் சீர் வல்லபன் சொன்ன கதைகள் இப்போது உண்மை வடிவத்தைப் பெறுகின்றன. சத்தியம் தழைத்து நிற்க வேண்டிய திருவஞ்சைக் களத்தில் அதற்கு அடிக்கடி இடையூறு ஏற்படுகிறது. பரசுராமன் உருவாக்கிய பூமியை இனி அவனே வந்துதான் காப்பாற்ற வேண்டும். திருவிதாங்கோட்டில் மார்த்தாண்டவர்மன் சைவத் திருமேனியாகி விட்டான். இங்கே மன்னவர் இப்படியும் அப்படியுமாக ஊசலாடுகிறார். இன்றிரவுக்குள் மன்னவர் திரும்பவில்லையென்றால், எதிர்காலத்தைப் பற்றிய கேள்வி பெரிதாகத்தான் விழும். ஆசை உணர்வுகளை அடக்கிக் கொள்ளும்படி அழுத்தமாகப் போதிப்பது நம் சமயம். 'அது ஏன் அப்படிப் போதிக்கிறது' என்பது இப்போது எனக்குப் புரிகிறது. பொன்னாசை, பெண்ணாசை, மண்ணாசை மூன்றுமே குல கௌரவத்தை மறக்கடிக்கின்றன. என்ன ஆசையோ? நோக்கமோ? எங்கு சென்றாரோ? என்று பகவதியம்மனே அறிவாள்.

"பத்மாவதி! நற்குடிப் பிறந்த பெண்கள் தினமும் பாடித் தீரவேண்டிய சங்கீதம் அழுகை ஒன்றே. நீ அழு! எந்தக் கண்ணீருக்கும் அணை கட்டிவிட முடியும். கணவனால் கைவிடப்பட்ட மனைவியின் கண்ணீருக்கு அணை கிடையாது. ஒருவேளை ஒரு நிலையான முடிவுக்கு வருவதற்கு இதுவே சூசகமாக இருந்தாலும் இருக்கலாம்" என்றார் நாராயண நம்பூதிரி.

யாரையும் அவர் அமைதிப்படுத்த முயலவில்லை.

'இன்னதுதான் நடந்தது' என்று தெரிந்தால்தான், என்ன பரிகாரமும் செய்துவிட முடியும்.

'இப்படியா, அப்படியா' என்ற சிந்தனை ஓடும்போது, எப்படி என்று முடிவு கட்டுவது?

மார்த்தாண்ட வர்மனுக்குச் செய்தி அனுப்பினார் நாராயண நம்பூதிரி.

திருவிதாங்கோட்டுச் சாலையிலே குதிரை வீரன் வரும் போதே, ஒரு பெருங்கூட்டம் சென்று கொண்டிருப்பதைக் கண்டான்.

திறந்த திருமேனியாய், மார்பிலும் நெற்றியிலும் சந்தனப் பூச்சோடும், இடையிலே பொற்பட்டோடும் மன்னவர் முன்னால் செல்ல, அருகிலே மெல்லிளங்கோதை செல்ல பெரும் அடியவர் கூட்டம் பின்னால் சென்று கொண்டிருந்தது.

வழியிலே நிறுத்தி ஓலையைக் கொடுக்கக் குதிரை வீரன் விரும்பவில்லை.

அவன் முன்கூட்டியே கோயிலுக்குச் சென்று, கோயில் மதில் சுவரின் அருகே குதிரையைக் கட்டிவிட்டு, கையைக் கட்டிக்கொண்டு நின்றான்.

கோயில் வாசலிலேயே செண்டைகள் முழங்க 'வேணாட்டு அடிகள்' என்ற மார்த்தாண்டவர்மன் வரவேற்கப்பட்டார்.

அவர் எழுதிய திருவிசைப்பாக்களைப் பாடி, இசை பாடுவோர் கூட்டம் அவரை வரவேற்றது.

அமைதி நிறைந்த ஆனந்த மூர்த்தியாக விளங்கும் அனந்த பத்மநாப சுவாமி, இருந்த இடத்திலேயே வேணாட்டு அடிகளை வரவேற்பது போலிருந்தது.

பூஜை தொடங்கிற்று.

கோயில் மணி ஓங்கி ஒலித்தது.

ஒன்பது முறை அதை ஓங்கி அடித்தபோது, பிரம்மாண்டமான அந்த மணி அறுந்து கீழே விழுந்தது.

இரண்டு துண்டாக உடைந்தது.

'அபசகுனம், அபசகுனம்' என்று அடியவர்கள் கருதினார்கள்.

அப்போது, திருவஞ்சைக்களத்துக் குதிரை வீரன் உள்ளே நுழைந்தான். மார்த்தாண்டவர்மன் கையில் ஓலையைக் கொடுத்தான்.

ஓலையைப் பிரித்துப் பார்த்த மார்த்தாண்டவர்மன் "இந்தச் செய்தியைப் பத்மநாப சுவாமி எனக்கு முன் கூட்டியே சொல்லிவிட்டார் இதோ பார்" என்று உடைந்து கிடந்த மணியைக் குதிரை வீரனுக்குக் காட்டினான்.

ஆனால் ஓலையில் இருந்த செய்தியை யாருக்கும் சொல்லவில்லை.

ஏன்? மெல்லிளங்கோதைக்குகூடச் சொல்லவில்லை.

அரண்மனைக்குத் திரும்பிய மார்த்தாண்டவர்மன் மனத்தில், 'சேரமான் எங்கே போயிருப்பார்?' என்ற கேள்வியே எழுந்தது.

அந்தக் கேள்வி நாலாபுறமும் எழுந்தபோது...

அங்கே அந்தத் தீவில்...

பெருவழுதியும், எயினியும் நீண்டகாலமாக உறங்கிக் கொண்டிருக்கும் கல்லறை மீது...

தம்மை மறந்து அமர்ந்திருந்தார்கள், சேரமானும் சலீமாவும்.

அந்தக் கல்லறையின்மீது அமர்ந்ததும் தங்களது பூர்வஞாபகங் களே அவர்களுக்கு அறுபட்டுப் போயின.

'தாம் சேரநாட்டு மன்னன்' என்பது சேரமானுக்கு மறந்து போயிற்று.

'தான் ஒரு மகமதியப் பெண்' என்பது சலீமாவுக்கு மறந்து போயிற்று.

'கடந்த காலப் பந்தங்கள் ஒன்று சேருகின்றன.'

"இந்த ராஜ பல்லவத் தீவுக்கு நீங்கள் வருவீர்கள் என்பதும், இதுவே உங்கள் காதலுக்கு நிலைக்களன் என்பதும் எனக்கு முன்கூட்டியே தெரியும்" என்றொரு குரல் கேட்டது.

பிரக்ஞையற்ற நிலையில் சேரமானும் சலீமாவும் திரும்பிப் பார்த்தார்கள்.

அங்கே அழகான இளம் பெண் ஒருத்தி வந்து கொண்டிருந்தாள்.

'ராஜபல்லவத் தீவின் தெய்வம் அவளே' என்பதையும் 'அந்தத் தீவில் யாரையும் நிரந்தரமாகக் குடியிருக்கவிடாமல் தடுத்தது அந்தத் தெய்வமே' என்பதையும் அவர்கள் அறிய மாட்டார்கள்.

இளம்பெண் வடிவத்தில் வந்த அந்தத் தெய்வம், "எழுந்திருங்கள், நீங்கள் தங்கவேண்டிய இடத்துக்குப் போவோம்" என்றது.

12. சமயம் வந்தது

மேலே பொன் விதானம்; ஆங்காங்கே செயற்கையான நட்சத்திரங்கள்.

அதை ஒட்டி அழகழகான மேகங்கள் ஓடிக் கொண்டிருந்தன.

கீழே ஒரு பூப்படுக்கை; சுற்றிலும் அடுக்கடுக்கான பட்டுச் சால்வைகள்.

அழகான அந்த மண்டபத்தில் எங்கிருந்தோ நறுமணம் தவழ்ந்து கொண்டிருந்தது.

தென்னங்கீற்றுக்களின் சலசலப்பு அதற்குத் தாளமிட்டுக் கொண்டிருந்தது.

அதற்குள்ளே சேரமானும் சலீமாவும் நுழைந்தபோது அலை கடலில் அலைப்புண்டு அவதியுற்றவர்களாக நுழையவில்லை; அழகான ராஜகுமாரனும் ராஜகுமாரியுமாக நுழைந்தார்கள்.

பழங்கால அராபிய இளவரசிகளைப் போலவே தோற்றமளித்த சலீமா, சேரநாட்டுக்கே உரிய முகவெட்டோடு காணப்பட்டாள்.

முடி சூட்டிக்கொண்டபோது சேரமான் எந்தக் கோலத்தில் இருந்தாரோ அதே கோலத்தில் இப்போது இருந்தார்.

'திகைப்பூண்டை' மிதித்தவர்கள் திகைத்து நிற்பதுபோல் பெருவழுதியும் எயினியும் உறங்கும் கல்லறையின் மீது உட்கார்ந்ததிலிருந்து அவர்கள் தங்களை மறந்திருந்தார்கள்.

மணிபல்லவத் தீவில் மணிமேகலை துறவிக்கோலத்தில் வரம் பெற்றாள்; ஆனால் ராஜபல்லவத் தீவில் இவர்கள் திருமணக் கோலத்தில் வரம் பெற்றார்கள்.

உள்ளே நுழைந்த அவர்களை மாணிக்கம் பதித்த இரண்டு ஆசனங்களில் அமரவைத்தது ராஜபல்லவத் தெய்வம்.

காதல், எல்லைகளைக் கடந்தது.

சென்ற காலத்தின் தொடர்ச்சியிலே அடுத்த காலத்தில் நடைபெறும் திருமணங்கள்.

கர்நாடகத்திலிருந்து சோழ நாட்டுக்கு மருமக்கள் வந்திருக் கிறார்கள்; வேங்கி நாட்டிலிருந்து வந்திருக்கிறார்கள். ஈழநாட்டி லிருந்து பாண்டிய நாட்டுக்கு மருமக்கள் வந்திருக்கிறார்கள். பாண்டிய நாட்டிலிருந்து சேரநாட்டுக்கு மருமக்கள் வந்திருக் கிறார்கள்.

இவையெல்லாம் தெய்வம் போட்ட முடிச்சுக்களே!

சமய மார்க்கங்கள் எவையானால் என்ன, இதயத்தின் மார்க்கம் ஒன்றே.

யூஜியானாவுக்குப் பிறகு வேறொரு காதலை விரும்ப முடியாத சேரமானும் 'சேரமானிடம் காதல் கொள்வோம்' என்பதைச் சிந்தித்தேயிராத சலீமாவும் கடலிலே விழுவானேன், கரையிலே ஒதுங்குவானேன்?

ராஜ பல்லவத் தீவின் தெய்வம் ஒரு நாகதேவதை.

அராபிக்கடலில் உள்ள நூற்றுக்கணக்கான தீவுகளில் தேவதைகள் உலாவுவதாகச் சேரநாட்டு மக்கள் நம்பியிருந் தார்கள். ஆனால் சேரமான் அதைக் கேள்விப்பட்டதில்லை.

இப்போது அந்தத் தீவின் தேவதை - நாகதேவதை - ஒரு புதிய உலகத்தைக் காணும்படி அவர்களுக்கு ஆணையிட்டாள்.

உணவு வகைகள், பால் பழங்கள் எல்லாம் அந்த மண்டபத்தில் நிரம்பியிருந்தன.

"காலம், கடல், ஊழி எவையும் உங்களைப் பிரிக்க முடியாது. 'நீங்கள் இணைய வேண்டும்' என்பதும் போன பிறப்பின் விதி" என்று கூறிவிட்டுத் தெய்வம் மறைந்தது.

அழகான சப்ர மஞ்சத்தின் மீது சேரமான் பள்ளி கொண்டார். அவரது மார்பிலே சலீமா சாய்ந்தாள்.

கடல் அலை 'ஓ' வென்று இரைந்தது.

அன்றிரவு, பொழுது இனிமையாகக் கழிந்தது.

பொழுது விடிந்த போதுதான், சேரமானும் சலீமாவும் 'பெருவழுதி-எயினியின் கல்லறைமீது தாங்கள் உறங்கிக் கொண்டிருப்பதை' அறிந்தார்கள்.

திடுக்கிட்டு எழுந்த அவர்கள் மணலிலே நின்றதும் அவர்களுக்குத் தங்கள் நினைவுகள் மீளத் தொடங்கின.

தன் தேகத்தில் வலி இருப்பதைச் சலீமா உணர்ந்தாள்.

'இனிய கனவு கண்டு முடித்தவர்' போல் சேரமான் நின்றார்.

ஆனால் வஞ்சி நகரமும், நாராயண நம்பூதிரியும் அவர் நினைவுக்கு வந்து அவரை வியர்க்க வைத்தன.

'நாம் புறப்படுவோம்' என்றார் அவர்.

தலைகுனிந்து அவரை ஓரக்கண்ணால் பார்த்தபடி சம்மதித்தாள் அவள்.

இருவரும் தீவின் உள்வாயிலில் இருந்து கரையோரமாக வந்து நின்றார்கள்.

'ஏதேனும் ஒரு படகு தட்டுப்படுகிறதா?' என்று நெற்றியிலே கையை வைத்து அங்குமிங்கும் பார்த்தார் சேரமான்.

தூரத்தில் பரதவர் படகுகள் சில வந்து கொண்டிருந்தன.

ஓங்கி உரத்த குரலில் அவர் சத்தமிட்டார்.

அலைகள் எழுப்பிய பேரொலிக்கிடையே அவரது குரல் யாருக்கும் கேட்டதாகத் தெரியவில்லை.

வெயில் ஏறிக் கொண்டிருந்தது.

சில பரதவர் படகுகள் தன் குரல் கேட்கக்கூடிய தூரத்தில் வந்து கொண்டிருப்பதை அறிந்து சேரமான் மகிழ்ச்சியுற்றார். மீண்டும் ஓங்கிச் சத்தமிட்டார்.

ஒரு படகில் இருந்த பரதவர்கள், 'யாரோ இருவர் தீவில் நிற்பதை'ப் பார்த்து விட்டார்கள்.

'யாரும் போகக்கூடாத பயங்கரமான தீவு' என்று அவர்கள் கருதியிருந்த அந்தத் தீவில், இரண்டு மனிதர்கள் நிற்பதைப் பார்த்து அவர்கள் திகைத்தார்கள்.

ஆம்! அந்தத் தீவின் கரையில் அவர்கள் எதைக் கண்டாலும், 'பேய்' அல்லது 'தேவதை' என்றுதான் கருதுவார்களே தவிர, 'மனிதர்கள்' என்று கருதமாட்டார்கள்.

அந்தத் தீவைப்பற்றி அவ்வளவு கதைகளை அவர்கள் கேட்டிருக்கிறார்கள்.

இப்போதும் அவர்கள் கூர்ந்து பார்த்தார்கள்.

'ஓர் ஆடவன் கூட நிற்கிற காரணத்தால், அது பேயாகவோ தேவதையாகவோ இருக்க முடியாது என்று கருதி, நாலைந்து படகுக்காரர்கள் ஒன்றாகச் சேர்ந்து தீவின் கரையை நெருங்கினார்கள்.

நெருங்க, நெருங்க அவர்கள் சந்தேகம் தீர்ந்தது.

பக்கத்தில் வந்து பார்த்தபோது காணாமல் போன தங்கள் மன்னவரைக் கண்டார்கள்.

வஞ்சி நகரத்தில் அவர்கள் கேள்விப் பட்ட விஷயங்களுக்கும், இங்கே கண்ட காட்சிக்கும் ஒற்றுமை இருப்பதையறிந்தார்கள்.

மன்னரின் காலில் விழுந்து வணங்கினார்கள் என்றாலும் 'காதலிக்காகவே மன்னவர் நாடு விட்டு வந்திருக்கிறார்' என்ற எண்ணம் அவர்களுக்கு மாறவில்லை.

அவர்களது ஐயத்தைப் போக்குவதற்காக நடந்த நிகழ்ச்சிகளைக் கூறினார் சேரமான்.

அவை உண்மையில் நடந்தவைதான் என்றாலும் அவர்கள் நம்பக்கூடியவையாக இல்லை.

ஆனாலும், தாங்கள் நம்பவில்லை என்பதை அவர்கள் காட்டிக்கொள்ளவில்லை.

ஒரு படகைச் சுத்தமாகத் துடைத்து அவர்கள் இருவரையும் அமர வைத்தார்கள்.

துடுப்பு வலித்த பரதவர்கள், இருபொருள்பட நாடோடிப் பாடல் ஒன்றைப் பாடிக்கொண்டு வந்தார்கள்.

சேரமானுக்கு அது புரியாமலில்லை.

வஞ்சி நகரம் என்ன நினைத்துக் கொண்டிருக்கிறது என்பதை அதன்மூலமாக அறிய முடிந்தது.

ஆனால், 'எதையும் சந்திப்பது' என்ற ஒரு திடமான முடிவு மட்டும் அவர் நெஞ்சத்தில் இருந்தது.

'நகருக்குப் போகிறோமே' என்ற கவலையில், சலீமா ஏக்கத்தோடு அவரையே பார்த்துக் கொண்டிருந்தாள்.

சேரமான் அவளருகில்

மெதுவாக நெருங்கி, ''என்ன நேர்ந்தாலும் உன்னை நான் கைவிடமாட்டேன். யூஜியானாவை என்னிடமிருந்து பிரித்ததுபோல் உன்னை என்னிடமிருந்து பிரித்துவிட முடியாது; இது இறைவன் போட்ட முடிச்சு'' என்றார்.

சலீமா ஒரு பெருமூச்சு விட்டாள்.

தன் மார்க்கத்தைச் சேர்ந்தவர்கள் இதை எப்படி ஒப்புக் கொள்வார்கள்? என்ற கவலையும் அவளுக்கு இருந்தது.

அந்த நேரத்தில் சேரமான் மதவேறுபாடுகளைச் சிந்திக்கக் கூடியவராக இல்லை.

காதலைப் பற்றிய புனிதமான எண்ணம் சேரமானுக்கு இருந்தாலும், கரை நெருங்க நெருங்க அவர் கலங்கின நிலையில் காணப்பட்டார்.

'நகர் என்ன பேசும்? நாராயண நம்பூதிரி என்ன நினைப்பார்? அடுத்து என்ன?' என்ற கேள்விகளில் அவர் ஊசலாடினார்.

கரை வந்தது.

நான்கு கால்களும் மணலில் பதிந்தன.

பரதவர்கள் கைகட்டிக்கொண்டு நின்றார்கள்.

கையிலிருந்த நவமணிக் கணையாழியைக் கழற்றி அவர்களிடம் கொடுத்தார் சேரமான்.

நகருக்குள் அவர்கள் நடக்கத் தொடங்கியபோது, அவர்கள் இருவரையும், அலங்கோலமான ஆடைகளையும் கண்ட பலர் திகைத்துப்போய் நின்றார்கள்.

சாலையிலே போய்க்கொண்டிருந்த ஒரு ரதத்தை நிறுத்தி, அதில் ஏறி அமர்ந்தார், சேரமான்.

அருகிலேயே அமர்ந்தாள், சலீமா.

அந்தச் சாலையில் நின்ற அத்தனை மக்களும் அதைக் கூடிப் பார்த்துக் கொண்டிருந்தார்கள்.

அவர்களுக்கு வெட்கம் வந்தது; என்ன செய்வது?

ரதம் போய்க்கொண்டிருந்தபோது 'யூஜியானா உறவை மறைத்ததுபோல இந்த உறவை ஒருநாள் மறைப்பதுகூட அர்த்தமற்றது' என்ற முடிவுக்கு வந்தார் சேரமான்.

இருவரையும் சுமந்தபடியே ரதம் அரண்மனையை நோக்கிச் சென்றது.

வழக்கம்போலவே நகரில், மறு பேச்சுத் தொடங்கியது.

'நகரத்து மக்கள் தங்கள் சந்தேகத்தை ஊர்ஜிதம் செய்து கொண்டார்கள்.'

'நான் அப்போதே சொன்னேன்' என்று ஒவ்வொருவரும் சொல்லிக்கொண்டார்கள்.

சேரமானும் சலீமாவும் இறங்கி அரண்மனைக்குள் சென்றபோது, ருத்திராட்சத்தைக் கையால் பிடித்தபடி நாராயண நம்பூதிரி எதிர்கொண்டார்.

''மன்னவர் வாழ்க! தென்னாடுடைய மன்னவர் குலத்தில் இத்தகைய வரலாறு எக்காலமும் நிகழ்ந்ததில்லை. சேரநாட்டின் வரலாற்றில் புதிய புதிய விந்தைகளை உருவாக்கியவர் நீங்களே! ஆனால் சேரநாட்டுப் பூர்வீக மக்கள் வைராக்கிய சிந்தையுடையவர்கள். தங்கள் சமயத்தின்மீது விடாப்பிடியான பற்றுதல் உடையவர்கள். நெறி பிறழ்ந்த நிலையை அவர்கள் அங்கீகரிக்க மாட்டார்கள்.

நான் உங்களிடம் விளக்கம் கோரவில்லை. விளக்கம் சொல்ல வேண்டிய அவசியமும் இல்லை. ஆனால் இந்த வழக்கில் நம்பூதிரிகள் தலைவனே நீதிதேவன்.

என்னை மன்னிக்க வேண்டும். இந்த அரண்மனை உங்களுடையது. இங்கே நீங்கள் தாராளமாக உலாவலாம். ஆனால் அவர்களை இந்த அரண்மனை ஏற்றுக்கொள்ளாது. இது சத்தியம்'' என்றார் நம்பூதிரி கண்டிப்பான குரலில்.

13. காதலும் அரசியலும்

சொந்த அரண்மனையிலேயே குற்றவாளிபோல் நிற்க வேண்டிய நிலை சேரமானுக்கு ஏற்பட்டது. வந்ததும் வராததுமாக இந்தத் தாக்குதலை அவர் எதிர்பார்க்க வில்லை.

ஏதோ நீண்ட நாட்களாக எதிர்பார்த்த ஒன்றைப் போலவும் நெடுங்காலமாக நடந்து வந்த நிகழ்ச்சிக்கு முற்றுப்புள்ளி வைப்பதுபோலவும் நாராயண நம்பூதிரி பேசுகிறாரே! செய்தி அவ்வளவு வேகமாகப் பரவி விட்டதா?

இயற்கை எவ்வளவு விரைவாக அவர்களைச் சேர்த்து வைத்ததோ, அவ்வளவு விரைவாகவே செய்தியையும் சொல்லியிருக்கிறது.

நின்று நிதானித்து, தீர்க்க யோசித்து திட்டமிட்டுச் செயல்படுத்தும் சேரமான், திட்டமில்லாமலே சிக்கிக்கொண்ட கூண்டுக்குள், கடும் புலி என நின்று கொண்டிருந்தார்.

குற்றமோ குற்றமில்லையோ சம்பந்தபட்டவர்கள் பதில் சொல்ல முடியாத சூழ்நிலை அது.

ஆயினும் சேரமான் பதில் சொன்னார்.

“இது என் அரண்மனை. காவலரும் கணக்காயரும் புரோகிதரும் சேனைத் தலைவரும் இங்கே தங்குவதற்கு எவ்வளவு உரிமை உண்டோ அவ்வளவு உரிமை இவளுக்கும் உண்டு. ”

நாராயண நம்பூதிரி சிரித்தார்.

"உண்டு. ஆனால் வைதிக சமயத்தின் வாசற்படியை பிற சமயத்தவர் மிதிக்கும்போது சமய மாற்றத்தை நான் எதிர்பார்க்கிறேன்."

"நல்லது. ஆனால் யூஜியானாவிடம் நீங்கள் அதை எதிர்பார்க்கவில்லையே!"

"யூஜியானா இந்த மாளிகைக்கு வரவில்லையே!"

"மறைத்து வைக்கக்கூடிய மனைவியாக இவளை நான் கருதவில்லை. இயற்கை கொடுத்த பந்தம். நான் எங்கே இருக்கிறேனோ அங்கேதான் இவளும் இருக்க முடியும்."

"அப்படி இருந்தால்... சேரமான்! காதல் அரசியலாக மாறுவதற்கு அதுவே போதுமான காரணமாகிவிடும்."

"எந்தக் காதலில் அரசியல் குறுக்கிடாமல் இருந்தது?"

"இத்தனை காதலிகளைச் சேரநாடு எப்போது கண்டிருக்கிறது."

"வரலாறு புதுப்பிக்கப்படுகிறது."

"அதற்குத்தான் இப்போது அணை கட்டப்படுகிறது."

"மீண்டும் ஒருமுறை நான் ஏமாறமாட்டேன்."

"இப்போது ஏமாந்துவிட்டதே போதும் என்கிறீர்களா?"

"தம்பிரான் சுவாமி! விரும்பியோ விரும்பாமலோ இந்த விபத்து நடந்துவிட்டது. சைவத்தின் பாதங்களில் கிடந்த என்னை வைணவத் திருமால் தம் பாற்கடலுக்கு அழைத்தார். அன்று எனது பூர்வஜென்மம் பற்றி ராஜசேகர சுவாமி சொன்னது பொய். ஆனால் அரபிக் கடலும் ராஜபல்லவத்தீவும் சொல்லி விட்ட என் பூர்வ ஜென்மக் கதை மெய். தளிர்விடும் முன்பே கனிவிட்ட மரம்போல், சந்தித்த நிலையிலேயே மணம் முடிக்க நேர்ந்தது தெய்வீக பந்தம்."

"ஓகோ! மணமும் முடிந்துவிட்டதா?"

"அதை ராஜபல்லவத் தீவின் நாகதேவதையிடம் தான் கேட்க வேண்டும்."

"நான் சொன்னது போன்ற கதைகளையே எனக்கும் சொல்கிறீர்களா?"

"துரதிருஷ்டவசமாக இதற்கு இரண்டே சாட்சிகள் உண்டு. ஒன்று நான், மற்றொன்று தேவதை. தேவதை இங்குவர முடியாதென்பதால் நான் சொல்வதைத்தான் நீங்கள் நம்ப வேண்டும்."

"நான் நம்புவேன்; நாடு நம்பாதே!"

"தம்பிரான் சுவாமியை விட்டு விட்டுத் தனியாக இயங்குகிறதா நாடு?"

"நாட்டில் இருப்பது மந்தைகளல்ல; மக்கள்."

"மக்கள் பெரும்பாலும் மந்தைகளே! ஓட்டுகின்றவன் காட்டிலே ஓட்டினால் இலை களைச் சாப்பிடுகின்றன; கடலிலே ஓட்டினால் விழுந்து சாகின்றன."

"அந்தத் தைரியம்தான், பட்டத்து ராணியைப் பட்டினிபோட்டு விட்டு, பக்கத்து ராணிகளுக்கு உணவு ஊட்டுகிறது; புரிகிறது எனக்கு."

''தம்பிரான் சுவாமி! நான் என் வசத்திலில்லை. களைத்துப்போய் வந்திருக்கிறேன். என்னை ஒய்வெடுத்துக் கொள்ள அனுமதியுங்கள்.''

''தங்களுக்கு என் அனுமதி தேவை இல்லை.''

''சலீமா...''

''அவர்கள் இல்லத்திலேயே இருக்கட்டும்.''

''அவளை அவர்கள் இல்லத்தில் சேர்க்க மாட்டார்கள்.''

''சொந்த மாளிகையே சேர்க்காதபோது இந்த மாளிகை என்ன சத்திரமா?''

சேரமான் ஆத்திரமடைந்தார்.

''தம்பிரான் சுவாமி!'' என்று சத்தமிட்டார்.

நாராயண நம்பூதிரி அதற்கும் ஒருபடி மேலே போய், ''யார் அங்கே?'' என்று ஓங்கிக் குரல் கொடுத்தார்.

நான்கு காவலர்கள் வந்து நின்றார்கள்.

''இவளை சிறையிடுங்கள்...!'' என்று உத்தரவிட்டார் நம்பூதிரி.

''முடியாது! யாரும் அவளை நெருங்காதீர்கள்!'' என்றார் சேரமான்.

''நான்கூடவா...?'' என்ற உள்ளே நுழைந்தான் தளபதி மானீச்சன்.

''மானீச்சன்...'' என்று கத்தினார் சேரமான்.

''இல்லை, இப்போது தளபதி'' என்றான் மானீச்சன்.

''அவள் என் மனைவி'' என்றார் சேரமான்.

''இனி அது, நாட்டையாளும் பிரதான நம்பூதிரிகள் சபையில் வைக்கப்படவேண்டிய விஷயம்.''

''நம்பூதிரிகள் சபை என் சொந்த வாழ்க்கையையும் கட்டுப்படுத்த முடியாது.''

"அரசரின் எந்த வாழ்க்கையையும் கட்டுப்படுத்துவதற்கே சபைகள் இயங்குகின்றன.

"நீயுமா எனக்கு எதிரி?"

"எனக்கு என் மனச்சாட்சியே நியாயம்."

"மற்ற சாட்சிகள் பொய் சொல்லும்போதுதானே மனச்சாட்சியைக் கேட்க நேரிடும்!"

"வரைமுறையையும் மீறி நீங்கள் ஆதிக்கத்தைச் செலுத்தினால், என் பிணத்தைத்தான் பார்ப்பீர்கள்."

"இதைவிட அது உத்தமம்."

"மானீச்சன்..."

"உங்கள் மைத்துனனும்கூட!"

"என் வாழ்வில் உங்களுக்கென்ன அவ்வளவு அக்கறை?"

"அதில் எங்கள் வாழ்வும், நாட்டின் வாழ்வும் பின்னிக் கிடப்பதால், பட்டத்துக்கோர் தலைமுறை இல்லாத நாட்டுக்காக உங்களைக் காப்பது எங்கள் கடமை."

"சலீமா அதை எப்படிக் கெடுத்துவிடுவாள் என்று நினைக்கிறீர்கள்?"

"சமயம் குறுக்கிடுகிறதே, என்ன செய்ய?"

"அவள் ஒரு சைவப் பெண்ணாக மாறிவிட்டால்...?"

"அந்தப்புரத்தில் ஒருத்தியாக அங்கீகரித்துவிடுகிறோம்!"

"அப்படியே நடக்கும். அதுவரை அவள் இங்கேயே இருக்கட்டும்."

இப்போது நாராயண நம்பூதிரி குறுக்கிட்டார்.

"அதுதான் நடக்காது. விதையைப் போடும்போதே விளைச்சலை நான் அறிவேன். என்ன விளைகிறது என்று தெரியும்வரை அவள் சிறைச்சாலையில்தான் இருக்க வேண்டும்" என்று கூறிய அவர் மானீச்சனைப் பார்த்தார்.

மானீச்சன் காவற்காரர்களைப் பார்த்தான்.

காவலர்கள் சலீமாவைக் கைது செய்து அழைத்துச் செல்ல முயன்றார்கள்.

தடுக்க முயன்றார் சேரமான். வாளை உருவி அவரைத் தடுத்தான் மானீச்சன்.

"அவரை விட்டுவிடுங்கள்" என்று ஒரு குரல் கேட்டது.

"எல்லோரும் திரும்பிப் பார்த்தார்கள். அங்கே பத்மாவதி நின்றாள். பக்கத்தில் தரங்கிணி நின்றாள்.

"அவருக்கு எது விருப்பமோ, அதுவே என் விருப்பம். அவரது இஷ்டப்படி வாழ அனுமதியுங்கள்" என்றாள் பத்மாவதி.

"மகாராணி! இது அந்தப்புரத்தோடு முடிகின்ற ஒன்றல்ல, எந்தப் புறத்திலும் பதில் சொல்ல வேண்டியவன் நம்பூதிரி. சேரநாட்டை எந்த மதம் ஆள்வது என்ற பிரச்சினை நாளை வரப்போகிறது. அதற்கொரு முடிவை இப்போதே நான் காணாவிட்டால், நாளைய வஞ்சி மக்கள் என்னைத் தூற்றுவார்கள். மகமதியர்களின் கட்டுப்பாடு எனக்குத் தெரியும். ஒரு கலவரத்திற்கும், சமய மாற்றத்துக்கும் அணை போடவே நான் இதில் குறுக்கிடுகிறேன். என் உயிரே போயினும் இதில் இருந்து நான் பின்வாங்கமாட்டேன். தயதுசெய்து உள்ளே போங்கள்" என்றார் நாராயண நம்பூதிரி.

மானீச்சனும், காவலர்களும் சலீமாவை அழைத்துக் கொண்டு போய் விட்டார்கள்.

'சலீமா...!' என்று கதறிய சேரமான் மூர்ச்சையுற்றார்.

பத்மாவதியும் தரங்கிணியும் ஓடிவந்து அவரைக் கைத்தாங்கலாக எடுத்தார்கள்.

ருத்திராட்சத்தை ஓங்கித் தட்டியபடியே நாராயண நம்பூதிரி காவலர்களுக்கு ஏதோ ஆணையிட்டுவிட்டு, அரண்மனையில் இருந்து வெளியேறினார்.

என்னதான் அரண்மனையில் நடந்தாலும் ரகசியம் வெளியில் போய்விடாதா?

செய்தி நகருக்குள் பரவிற்று.

சேரமானைப் பற்றிய அவதூறுகள் கிளம்பின.

'ஒன்று மாற்றி ஒன்று என்று பெண்கள் விஷயத்திலே சிக்கிக் கொள்கிறாரே...' என்று சிலர் பேசிக்கொண்டார்கள்.

அகமதுவும் மகமதுவும் தங்கியிருந்த வீட்டில் பெரும் கூட்டம் கூடிவிட்டது.

'ஜெபுன்னிஸா இறந்துவிட்டாளாம்...'

'அரசரும் சலீமாவும் மட்டும் தனியாக வந்தார்களாம்...'

'தீவிலேயே திருமணம் முடிந்து விட்டதாம்...'

'ஓரிரவுகூட ஒன்றாக இருந்தார்களாம்...'

'அரசர் உயிரையே வைத்திருக்கிறாராம்...'

'நம்பூதிரிகள் சபைத் தலைவர் மிகக் கடுமையாக இருக்கிறாராம்...'

- இந்தச் செய்திகள் அகமது, மகமது, பாத்திமா ஆகியோர் நெஞ்சில் சம்மட்டியால் அடிப்பனபோல் இருந்தன.

அவர்கள் குழம்பினார்கள்; கலங்கினார்கள்.

ஒருவன் ஓடோடி வந்து, ''சலீமாவைச் சிறையில் அடைத்துவிட்டார்கள்'' என்றான்.

அவர்கள் குரலெடுத்து அழுதார்கள்.

மற்ற தெருக்களைவிட இந்தச் செய்தி அரசியல் வடிவம் எடுத்தது மகமதியர் தெருவிலும், யூதத் தெருவிலுமே.

ஒவ்வொரு மகமதியரும் தங்கள் வீட்டிலேயே ஒரு தவறான நிகழ்ச்சி நடந்து விட்டதுபோல் துடிதுடித்தார்கள்.

தொழுகை மண்டபத்தில் ஒவ்வொருவராகக் கூடத் தொடங்கினார்கள்.

14. சாணக்கியர் தொடங்குகிறார்

"அவருக்காக, எந்தச் சிறைச்சாலையையும் நான் ஏற்றுக் கொள்வேன்" என்று கூறியபடியே திறந்திருந்த சிறைச்சாலையின் உள்ளே நுழைந்தாள் சலீமா.

காலங்கள் பலவாய்க் கைதிகள் பலரைக் கண்டது அந்தச் சிறைக்கூடம். அது குற்றவாளிகளுக்காக மட்டுமா கட்டப்பட்டிருக்கிறது? நிரபராதிகளுக்கும் சேர்த்துத்தானே கட்டப்பட்டிருக்கிறது! பகவான் பரந்தாமன் அவதரித்த புண்ணிய ஸ்தலமே அதுதானே!

மகமதிய மார்க்கத்தில்கூட எத்தனை நிரபராதிகள் சிறை புகுந்திருக்கிறார்கள்!

சலீமாவுக்காகத் திறந்த சிறைக் கதவு ஒரு காதல் காவியத்தின் தலை வாசற்கதவு.

ஒரு மன்னனின் காதலி அல்லவா? அந்த சிறைச்சாலை அதற்கான வசதிகளை உள்ளடக்கியதாக இருந்தது.

சீனத்துப் பட்டுகளால் அலங்கரிக்கப்பட்ட ஒரு சிறிய மாளிகைபோலவே அது இருந்தது.

அசைந்த திரைச்சீலையைப் புன்னகையோடு பார்த்தாள் சலீமா.

ஆனந்தத் தென்றல் அவற்றின்மீது பட்டு அவை பரதநாட்டியம் ஆடிக் கொண்டிருந்தன.

ஒவ்வொரு திரைச்சீலையிலும் தன் காதல் நாயகனின் கனிந்த முகத்தையே அவள் கண்டாள்.

பாரசீகத்திலோ, அராபியாவிலோ அவள் சிறை வைக்கப்பட்டிருந்தால் இந்தப் பரவசம் அவளுக்கு இருக்காது.

கேரள தேசத்தில், மன்னன் தன்னை விரும்பிய குற்றத்துக்காகத், தான் சிறைவைக்கப்பட்டிருப்பது ஓர் அனுபவமாகவே இருந்தது.

அகமதுவும், மகமதுவும், பாத்திமாவும், யூசுப்பும் அவளைப் பார்க்க வந்தபோது, அவர்கள் தடுக்கப்பட வில்லை.

அவர்களைப் பின்தொடர்ந்து வந்த கூட்டம் மட்டும் வாசலிலேயே நிறுத்தப்பட்டு விட்டது.

அவர்கள் சலீமாவைக் கட்டிப்பிடித்துக்கொண்டு அழுதார்கள்; அவள் அதிலே சலனம் அடையவில்லை.

"இது காலம் எனக்கிட்ட கட்டளை!" என்றாள்.

சாதாரணமாகப் பெற்றவர்கள் சொல்லக்கூடிய புத்திமதிகளையே அவர்களும் கூறினார்கள்.

"இவை வழக்கமான புத்திமதி களே. கல்லுக்குள் இருந்து ஈரத்தைப் பிரித்தாலும் பிரிக்கலாம். என் கண்ணிலும் நெஞ்சிலும் இருந்து இனி அவரைப் பிரிக்க முடியாது" என்றாள் சலீமா.

"விளைவுகளை எண்ணிப் பார்த்தாயா?" என்று கேட்டார் அகமது.

"எந்த ஒலிக்கும் எதிரொலி இருப்பது எனக்குத் தெரியும்.

விளைவுகளைப் பற்றிக் கவலைப்படாதவளே ஒரு நல்ல காதலியாக இருக்க முடியும். உடலும் உள்ளமும் ஒரு முகப்பட்டுவிட்ட பிறகு, கடலே எங்களுக்குச் சிறிய ஓடை போலத்தான் தோன்றிற்று. இதனால் உங்களுக்கும் ஆபத்து நேருமாயின் என்னைப் பெற்றெடுத்த துயரத்துக்காக அவற்றை நீங்கள் சகித்துக்கொண்டுதான் ஆக வேண்டும்'' என்றாள் சலீமா.

மரணத்தின் தலைவாசலில் நின்றுகொண்டு ''போய் வருகிறேன்'' என்று உற்சாகமாகக் கையசைப்பவளைப் போல் அவள் காணப்பட்டாள்.

வெகுநேர உரையாடலுக்குப் பின் அவள் விருப்பம் போல் விட்டுவிட்டுச் செல்வதைத் தவிர வேறு வழி அவர்களுக்குத் தோன்றவில்லை. அவர்கள் விடைபெற்றுக் கொண்டார்கள்.

கன்னிமாடத்துக்குள் புகுந்துவிட்ட இளங்காற்றை அதற் குள்ளேயே வைத்துக்கொள்ளக் கதவடைப்பவளைப் போல, உறவினரைப் பற்றிய சிந்தனைக் கதவைச் சாத்திக் கொண்டு, காதல் மனக்கதவைத் திறந்து வைத்தாள் சலீமா.

கடல்-கரை - கல்லறை -மணிமண்டபம் அந்த இரவு இன்பத்தின் பரிணாம வளர்ச்சி, சூழ்நிலைகளை மறக்கடித்தது.

மதிய உணவு, வைத்தது வைத்தபடி இருந்தது. அதோடு இரவு உணவும் வந்து சேர்ந்தது.

சற்று நேரத்தில், 'அம்மா' என்றொரு குரல் அவளது சிந்தனையைக் கலைத்தது. அவள் திரும்பிப் பார்த்தாள். அங்கே தரங்கிணி நின்றாள்.

தரங்கிணியை அவள் அரண்மனையில் ஒருமுறை பார்த்திருக்கிறாள். பிற விவரங்களை அவள் அறிய மாட்டாள்.

இவள் ஏன் இங்கே வந்தாள்? மன்னவர் ஏதாவது சேதி சொல்லி அனுப்பியிருப்பாரோ?

தரங்கிணி தன்னை அறிமுகப்படுத்திக் கொண்டாள்.

கையில் இருந்த கங்கணத்தைக் காட்டி "மன்னரின், உடன்பிறவாத சகோதரி" என்று தன்னை நம்ப வைத்தாள்.

"நல்லது! தாங்கள் இங்கு வந்த காரணம்..." என்று கேட்டாள் சலீமா.

"மன்னவர்க்கு ஒரு மனையாள் உண்டு என்பதைத் தாங்கள் அறிவீரோ?"

"அறிவேன்."

"மற்றொரு நாயகி இஸ்ரவேலுக்குச் சென்றுள்ளாள் என்பதை அறியமாட்டீரோ...?"

"அறிவேன்."

"எனின், இது காதல் என்றெண்ண எங்ஙனம் இயைந்தீர்கள்...?"

"இது காலத்தையும் அந்த நாயகனையும் கேட்க வேண்டிய கேள்வி."

"மன்னவர் குலத்தையும், மக்களவையினையும் மனத்தாலும் எண்ணினீர்கள் இல்லையே..."

"பிற சிந்தனைகளுக்கு இடந்தரக்கூடியது காதலாக இருக்காதே அம்மா!"

"பெண்ணெனப்படுவது இவ்வாறு பிடிவாதம் பிடிப்பதன்று. சமயநோக்கிலாவது இதனை நீங்கள் தடுத்திருக்க வேண்டும்."

"இப்போது நீங்கள் வந்திருக்கும் தூது, காதலைக் கைவிடச் சொல்வதற்காகவா?"

"ஆம்; அவ்வண்ணமே."

"ஒரு துளி நஞ்சு கொண்டு வந்திருக்கிறீர்களா?"

"இருந்த நஞ்சு அனைத்தையுமே மன்னவர் குலத்துக்கு நீங்கள் கொடுத்து விட்டீர்களே...!"

"தூது செல்வது சேர்த்து வைப்பதற்காகவே என்றுதான் படித்திருக்கிறேன். பிரித்து வைப்பதும் உண்டோ...?"

"இலக்கியங்கள் அது பற்றியும் கூறுகின்றன."

"நீங்கள் அதில் வல்லவரோ...?"

"இது முதன் முயற்சி. இறைவனருளால் இதுவே கடைசியாதல் வேண்டும்."

"அம்மா! கல்லறைகளை நான் பார்த்துப் பழகியிருக் கிறேன். ஆனால் எனக்கென்று ஒரு கல்லறை அமைவதை நான் பார்த்ததில்லை. அப்படி ஒன்று சேரநாட்டில் அமையுமானால், அதுவே நான் பெற்ற பேறாகும்."

"இது, உணர்ச்சியின் கொதிப்பில் வரும் வெறும் உருவகம்."

"என் அறிவு மழுங்கிட வில்லை என்பதையும் நான் உங்களுக்குத் தெரிவித்தாக வேண்டும்."

"உங்கள் குடும்பத்தின் நலனுக்கே இதை நான் உரைக்கிறேன்."

"அப்படி ஒன்று இருப்பதை நான் மறந்து சில நாட்களாகி விட்டன."

"நான் தோற்று விட்டேனா?"

"அது நான் வெற்றி பெற்றால் மட்டுமே!"

- இப்போது விவாதிப்பதில் இருந்து தரங்கிணி எச்சரிக்கை விட ஆரம்பித்தாள்.

சலீமா புன்னகையோடு அதனைக் கேட்டுக் கொண்டிருந்தாள்.

அப்போது...

அரண்மனையின் நிலா முற்றத்தில் அமைதியின்றி உலாவிக் கொண்டிருந்தார் சேரமான்.

காதலி சிறைப்பட்டிருப்பதைவிட நம்பூதிரியும், மானீச்சனும் வலுக்கரம் எடுத்ததே அவருக்கு ஆத்திரமாக இருந்தது.

தாவளி சகோதரிகளில் அங்கிருந்த மூவரும் ஒன்றாக வந்தார்கள்.

''என்ன உபதேசமா? நானே ஆயிரம் பேருக்கு உபதேசிப்பேன். தம்பிரான் சுவாமி செய்யாத உபதேசத்தையா நீங்கள் செய்துவிடப் போகிறீர்கள்? சொல்லுங்கள்!'' என்று சத்தமிட்டார் சேரமான்.

''நில்லுங்கள்'' என்று சொல்லிக்கொண்டே அங்கு வந்தாள் பத்மாவதி.

காலம் காலமாக அடிமைபோல இருந்த அவள் அண்மைக் காலங்களில் துணிந்தவளாகக் காணப்பட்டாள்.

நாயகன் மனப்போக்கு முற்றிலும் தெளிவாகத் தெரிந்த பிறகு புதுப்புது வழிகளில் அணை கட்டுவதில் பிரயோசனமில்லை என்பது அவள் சித்தாந்தம்.

இப்போது அவள் வந்ததும் அங்கீகார ஏட்டில் கையெழுத்திடவே.

''உங்கள் விருப்பம்போல் நடக்க நான் சம்மதிக்கிறேன். அதிகாரம் தம்பிரான் சுவாமிகள் கையில் இருக்கிறது என்ற ஒன்றே என் அச்சம். அதைத் தவிர நீங்கள் எடுக்கும் முடிவை நானும் ஏற்கிறேன்!'' என்றாள் பத்மாவதி.

''அதைச் சொல்லத்தான் நாங்களும் வந்தோம்!'' என்றார்கள் தாவளி சகோதரிகள்.

"சரி, எல்லாம் எனக்குத் தெரியும். செல்லுங்கள்" என்றார் சேரமான்.

அவர்கள் மௌனிகளாக விடைபெற்றார்கள்.

வெகுநேரம் சிந்தித்த சேரமான் ஒரு சால்வையை எடுத்துப் போர்த்திக்கொண்டு வெளியேற முயன்றார்.

ஆனால், பாவம் அவரும் இப்போது கைதிதான் என்பதை அறியமாட்டார்.

"தம்பிரான் சுவாமிகள் எங்களுக்கு ஆணையிடாமல் தாங்கள் வெளியேற முடியாது" என்றான் ஒரு காவலாளி.

சேரமானுக்கு ஆத்திரமும் வந்தது. சிரிப்பும் வந்தது.

"தம்பிரான் சுவாமியும் நான் வைத்த சேவகர்தானே!" என்றார் சேரமான்.

"ஆயின் நாங்கள் அவர் வைத்த காவலாளிகள்" என்றான் காவலாளி.

சேரமான் ஆத்திரமுற்று அவன் இடுப்பில் இருந்த வாளையே எடுத்து அவனை வெட்டி வீழ்த்தினார். அதைப் பார்த்த பிறகும் மற்ற காவலர்களுக்கென்ன பைத்தியமா இவரை வழிமறிக்க?

சேரமான் புரவி, வேக வேகமாகப் பறந்தது சிறைச்சாலையை நோக்கி.

சிறைச்சாலையிலும் இதேபோன்ற ஒரு நிலைதான்.

"தம்பிரான் சுவாமிகள் ஆணையின்றி உள்ளே நுழைய முடியாது" என்று பழைய பாட்டு.

"மரியாதையைக் கெடுத்துக் கொள்ளாதீர்கள்" என்றார் சேரமான்.

"மன்னிக்க வேண்டும். நாங்கள் இரண்டு புரவிகளில் பயணம் செய்ய வேண்டியிருக்கிறது. எங்கள் நிலையைக் கொஞ்சம் சிந்தியுங்கள்"என்று கெஞ்சினார்கள், காவலர்கள்.

"மன்னவன் ஆணை!" என்று உறுமினார் சேரமான். காவல் ஈட்டிகள் வழிவிட்டன.

பரபரப்போடு சிறைச்சாலைக்குள்ளே நுழைந்தார் சேரமான்.

சலீமா சிறை வைக்கப்பட்டிருந்த மாளிகையைப் படபடவென்று திறந்தார்.

"சலீமா! சலீமா!" என்று கதறினார்.

வேடிக்கை காட்டுகிறார்களோ என்று ஒவ்வொரு திரைச் சீலையையும் விலக்கிப் பார்த்தார்.

அங்கே சலீமாவைக் காணவில்லை.

"சலீமா!" என்று ஓங்கிக் கதறினார் சேரமான்.

அங்கே நின்ற காவலாளிகள் ஒவ்வொருவரையும் கன்னத்தில் அறைந்து விட்டார்.

மௌனமே பதிலாக வந்தது.

உடனே அவர் நினைவு நம்பூதிரிகள் மேலேயே சென்றது.

பாய்ந்து குதிரையில் ஏறினார். பரபரப்போடு நம்பூதிரி சபை நோக்கிப் பறந்தார்.

அங்கே நாராயண நம்பூதிரி ஏடும் எழுத்தாணியுமாக அமர்ந்து ஏதோ எழுதிக் கொண்டிருந்தார்.

15. அந்தக் கிளியும் வருகிறது

தொழுகை மண்டபத்தில் கூடிய மகமதியர்களுக்குள் கடும் வாக்குவாதம் நடந்தது.

ஒவ்வொருவரும் தீவிர சிந்தனையில் ஈடுபட்டார்கள்.

தங்கள் மகமதியப் பெண்ணைச் சைவமன்னர் காதலிப்பதை அவர்களில் பலர் கடுமையாக எதிர்த்தார்கள். 'இது கலவரத்துக்கு வித்தூன்றும் நடவடிக்கை' என்றார்கள்.

ஆனால் இருந்தவர்களிலேயே வயதான ஒரு முதியவர் எல்லோரையும் அமைதிப்படுத்தினார். ''இரண்டு உள்ளங்கள் பாலும் நீரும் கலந்ததுபோல கலந்த பிற்பாடு அவர்களைப் பிரிப்பது சாதாரணமன்று. பிரிக்கின்ற முயற்சியில் ஈடுபடுவதை விட இரண்டுபேரும் இணைவதானால், நம்முடைய நிபந்தனை என்ன என்பதை முதலில் முடிவு கட்டுங்கள்'' என்றார் அவர்.

''நிபந்தனை என்ன? என்னதான் மன்னராக இருந்தாலும் அவருக்காகச் சலீமா மதம் மாறக்கூடாது'' என்றான் ஓர் இளைஞன்.

''மாறுவதானால் மன்னரே மதம் மாறவேண்டும்'' என்றான் மற்றொருவன்.

''திருமணம் பகிரங்கமாக நடைபெற வேண்டும்'' என்றார்கள் பலர்.

"பட்டத்து ராணியாகச் சலீமாவை அங்கீகரிக்க வேண்டும்" என்றார்கள் பலர்.

- இந்த விவாதம் உடனே யூதர் தெருவுக்குப் பரவிற்று; அவர்களும் தங்கள் ஒற்றுமையைக் காட்டத் தொடங்கினார்கள்.

திருவஞ்சைக் களத்திலேயே மிகப் பிரம்மாண்டமான மண்டபம் யூதர்களின் மண்டபம்தான். ஏறக்குறைய யூத ஜாதி முழுவதும் அங்கே கூடிவிட்டது. ஆண், பெண், குழந்தைகள் அனைத்தும் அதில் பங்கு கொண்டனர்.

'மன்னர் மற்றொரு மணம் முடிப்பதாக இருந்தால், அவர் ஏற்கெனவே கைவிட்ட யூஜியானாவையே அங்கீகரிக்க வேண்டும்' என்றும், 'அவளையும் பட்டத்து ராணியாக்க வேண்டும்' என்றும், 'யூஜியானாவின் பெண் குழந்தையை வாரிசாக்க வேண்டும்' என்றும் அவர்கள் முடிவு கட்டினார்கள்.

"சம்பந்தப்பட்டவர்களை இஸ்ரவேலில் வைத்துவிட்டு இங்கே நாம் அவர்களுக்காகப் பரிந்துரையாடுவதில் அர்த்தம் என்ன?" என்று கேட்டார் ஒருவர்.

"களத்திலே யூஜியானா இருந்தால்தான் காயை நகர்த்துவது சுலபம்" என்றார் ஒரு பெரியவர்.

"அப்படியென்றால் இன்றே ஒரு கப்பலில் இருவரை அனுப்பி யூஜியானாவையும், அவள் தந்தை யோகோவாவையும் அழைத்துவரச் செய்வோம்" என்றார் யூதர்களின் தலைவர்.

இஸ்ரவேலுக்குச் செல்வதற்காக அவர்கள் தேர்ந்தெடுத்த இருவர் ஜேகோபும், ஆஸ்வாவும். அவர்கள் இருவரும் யூதஜாதியில் தீவிரவாதிகள். யூதர்கள் சம்பந்தப் பட்ட விழாக்கள், விருந்துகள் அனைத்தையும் அவர்களே கவனிப்பது வழக்கம்.

அன்றைய இரவே அவர்களது கப்பல் இஸ்ரவேலை நோக்கிப் புறப்பட்டது.

வஞ்சியில் நடக்கும் எந்தக் காரியத்தையும் கேளாதவர்களாய், இப்போது அழகான தனி மாளிகையில் குடியிருந்தார்கள்

யூஜியானாவும், யோகோவாவும். கடல் வணிகர்கள் பலர் சேர நாட்டுக்குச் சென்று திரும்பி வரும்போதெல்லாம் அவர்களைப் பார்த்துச் செய்திகள் சொல்ல வருவது வழக்கம். ஆனால் எந்தச் செய்தியையும் காதிலே போட்டுக் கொள்ள அவர்கள் தயாராக இல்லை.

ஈன்றெடுத்த பெண் மகவின் இளம் முகத்தில் மன்னரைப் பார்த்த படி வெளியுலகை மறந்திருந்தாள் யூஜியானா. அலங்காரங்களைத் துறந்துவிட்ட ஓர் இளம் விதவையின் நிலை; மரணத்தை எப்போதும் தரிசிக்கவும் சித்தமாகி விட்ட வைராக்கிய நிலை.

பூஞ்சிட்டுக் கன்னங்களில் பால் பொங்கி வழிய, புன்னகை செய்யும் பெண் மகவைப் பார்த்து அவள் பேசுவாள்; "இனிய மகளே! கனவிலே நடந்த காதலில் கையிலே கிடைத்துவிட்ட ஒரு பரிசுப் பொருள் நீ. என் கனவு கலைந்து போய்விட்டது. பரிசுப் பொருள் பாழாகாமல் பார்த்துக் கொள்வதே இனி என் கடமை. ஜெருசலத்து மணியோசையில் உன் மழலையையும் உன் மழலையில் தேவதையின் குரலோசையையும் நான் கேட்கிறேன். உனக்கும் தேவனுக்குமே என் இரண்டு காதுகள். உன்னையும் அவனையும் காணவே என் இரண்டு கண்கள். உன்னை அணைக்கவும் அவனை வணங்கவுமே என் கைகள். உனக்காக வாழவும் அவனிடம் போகவும் என் உயிர். என் ஆத்ம ராகமே! என்னைத் தனக்குள் அடக்கிக் கொண்டுவிட்ட சின்னஞ்சிறு உலகமே! அந்த ஒரு சில இரவுகளின் உலகமே! அந்த

ஒரு சில இரவுகளின் இன்ப நினைவுகளைப் பாட்டாகப் பாடி உன்னைத் தூங்கவைக்கிறேன்.''

- யூஜியானா பாடுவாள்; குழந்தை தூங்கும்; அதன் பிறகு அவள் தூங்குவாள். மகள் தூங்கியதைப் பார்த்த பிறகே யோகோவா தூங்குவார்.

அந்தத் தூக்கத்தைக் கலைக்கும் கப்பல் இஸ்ரவேலை ஒட்டியுள்ள கால்வாயில் தரை தட்டியது.

ஜேகோபுவும், ஆஸ்வாவும் கீழே இறங்கி, வழியில் சந்தித்த பழைய நண்பர்களின் முதுகிலெல்லாம் தட்டிச் சென்று யூஜியானாவின் புதிய மாளிகையைத் தேடிப் பிடித்தார்கள்.

சிறிய அரண்மனை போன்ற அந்த மாளிகையின் முன் பகுதியில் இரண்டு கேரளப் பெண்கள் உலாவிக் கொண்டிருந்தார்கள்; அவர்கள் யூஜியானாவோடு வந்து அங்கேயே தங்கி விட்டவர்கள்.

ஜேகோபுவுக்கு அவர்களில் ஒருத்தியைத் தெரியும். விருந்துகளுக்கெல்லாம் அவள் வருவாள். யூதர்களின் வார்த்தைகளைத் தட்டுத் தடுமாறிப் பேசுவாள்.

அவளைப் பார்த்ததும் 'ஹே' என்று குரல் கொடுத்தான் ஜேகோபு. அவள் ஓடிவந்த வேகத்திலேயே கேரளத்தைப் பற்றிக் கேள்விமேல் கேள்வி கேட்க ஆரம்பித்தாள்.

அவனோ, ''அதெல்லாம் பிறகு சொல்கிறேன் யூஜியானா எங்கே?'' என்று கேட்டான்.

அவள் மேல்மாடத்தைக் கைகாட்டினாள். ஜேகோபுவும் ஆஸ்வாவும் வெகு வேகமாக வீட்டின் கீழ்க்கட்டுக்குள் நுழைந்தபோது, ஊஞ்சலில் அமர்ந்தபடி காய்ந்த சில இலைகளை உள்ளங்கையில் வைத்துப் பொடி செய்து கொண்டிருந்தார் யோகோவா. ஜேகோபுவும் ஆஸ்வாவும் ஓடிவந்து அவரைக் கட்டிக்கொண்டார்கள்.

அப்போதுதான் அவர்களை நிமிர்ந்து பார்த்தார் யோகோவா.

"என்ன தாத்தா? என்ன பச்சிலை?" என்று கேட்டான், ஜேகோபு.

"குழந்தைக்கு மருந்து தயாரிக்கிறேன்! ஆமாம், நீங்கள் எப்போது வந்தீர்கள்?" என்று கேட்டார் யோகோவா.

"வந்து கொண்டேயிருக்கிறோம், தாத்தா!" என்றான் ஆஸ்வா.

"நல்ல சேதி கொண்டு வந்திருக்கிறோம்!" என்றான் ஜேகோபு.

"கேரளத்திலிருந்து எந்தச் சேதியும் எங்களுக்கு வேண்டாம்" என்றார் யோகோவா.

"நீங்கள் 'வேண்டாம்' என்று சொன்னாலும் நமது சமூகம் விடுவதாக இல்லை" என்றான் ஆஸ்வா.

"நமது சமூகத்திலிருந்துதான் நாங்கள் பிரிந்து நின்று தவறு செய்து விட்டோமே! அது இனி என்ன செய்யப் போகிறது?" என்றார் யோகோவா.

"செய்த தவறுக்குப் பரிகாரம் தேடப்போகிறது. கேரளத்தில் யூத ஜாதி ஓர் அங்கமாகப் போகிறது. இஸ்ரவேலில் வாழ்ந்து கொண்டிருக்கும் யூதர்களுக்குக் கேரளதேசமும் உறவுள்ள நாடாகப்போகிறது" என்றான் ஜேகோபு.

"எனக்குப் புரியவில்லையே அப்பா?" என்றார் யோகோவா.

"மன்னவர் மூன்றாம் சேரமான் பெருமாள் இப்போது ஒரு மகமதியப் பெண்ணைக் காதலிக்கிறார். ஆனால் நாங்கள் அப்படி விட்டுவிடுவோமா? யூத இரத்தத்தின் ஒவ்வோர் அணுவும் 'பேரம் பேசும்' அணுவல்லவா? பேரம் முடியாமல் அந்த அணு அழிவதில்லையே!" என்றான் ஆஸ்வா.

"நீங்கள் நடத்துகிற பேரத்தில் நாங்கள் யார்?" என்று கேட்டார் யோகோவா.

"நீங்கள் தங்கம்; யூஜியானா வைரம்; அவள் குழந்தை மரகதம்! தாத்தா! நீங்கள் நவமணி வியாபாரியல்லவா? இந்த நவமணிகளை வைத்தே எங்கள் பேரம்" என்றான் ஜேகோபு.

"இந்தச் சிக்கலில் எங்களை இழுக்காதீர்கள்" என்று சொன்னபடியே ஊஞ்சலைவிட்டு எழுந்தார் யோகோவா.

"அப்பா!" என்று இனிய குரல் கேட்டது.

அவரும், வந்த இருவரும் தலை நிமிர்ந்து பார்த்தார்கள்.

மாடிப்படியின் மேல் தளத்தில், நின்று கொண்டிருந்தாள் யூஜியானா.

யோகோவாவை முந்திக்கொண்டு ஜேகோபுவும் ஆஸ்வாவும் மாடிப்படிக்கட்டுகளில் ஓடினார்கள்.

"வணக்கம் மகாராணி!" என்றான் ஜேகோபு.

"என்ன சின்ன அண்ணா! எப்போது வந்தீர்கள்?" என்று கேட்டாள் யூஜியானா.

ஜேகோபுவை அவள் யூத மொழியில் 'சின்ன அண்ணா' என்றுதான் அழைப்பாள்.

"கப்பலை விட்டு இறங்கினோம். அப்படியே வந்து விட்டோம் மகாராணி!" என்றான் ஆஸ்வா.

"மகாராணியா?" என்று அலட்சியமாகச் சிரித்த யூஜியானா, "அந்த மாலை நேரக் கனவு கலைந்து வருஷங்கள் மூன்றுக்குமேல் ஆகிவிட்டதே! தெரியாதா அண்ணா உனக்கு?" என்றபடி படிக்கட்டுகளில் இறங்கினாள்.

ஜேகோபுவும், ஆஸ்வாவும் பின்னால் இறங்கிக் கொண்டே, "கலைந்துபோன கனவு மூன்று வருஷங்கள் கழித்துப் பலிக்கப்போகிறதே, என்ன செய்ய?" என்றார்கள்.

"அந்தக் கனவு பலிப்பதை நான் இப்போது விரும்பவில்லையே!" என்றாள் யூஜியானா.

இப்போது எல்லோரும் கீழ்தளத்தில் வந்து நின்றார்கள்.

"யூத ஜாதி விரும்புகிறது. 'பிற தேசத்துப் பெண்ஒருத்தியை மன்னர் மணப்பதாக இருந்தால், யூஜியானாவையே மணக்க வேண்டும்' என்று யூத சமயம் முடிவு செய்துவிட்டது; தெரியுமா உனக்கு? மன்னவருக்கு ஒரு புதிய காதலி. மகமதியக்கிளி. அராபியப் பறவை. உன்னிடம் கொண்டிருந்த காதலைவிட ஒரு படி அதிக மயக்கம் மன்னவருக்கு. அதற்காக உன்னை அவர் வெறுத்துவிடவில்லை. உன்னைத் தனியாக வைத்திருந்தார். அவளை மகாராணி ஆக்கவே போகிறார். ஆனால் நாங்கள் விடுவோமா? யூத தர்மப்படியோ, சைவ தர்மப்படியோ தனக்குப் பிறந்த குழந்தைக்கு ஒருவர் பதில் சொல்லியே ஆகவேண்டும். அவர் மன்னராயினும், மற்ற மனிதராயினும் ஒன்றே" என்றான் ஜேகோபு.

தனக்காக யூதர்கள் வாதாடுகிறார்கள் என்பதையோ தனக்கு ஒரு வாழ்வைத் தேடுகிறார்கள் என்பதையோ அவள் இப்போது கவனிக்கவில்லை. 'இன்னொரு காதலி' 'இன்னொரு காதலி' என்ற வார்த்தையே அவள் நெஞ்சை இடித்தது.

ஜேகோபு ஒரு புறமும், ஆஸ்வா ஒரு புறமும் தர்க்கவாத, தத்துவங்களில் ஈடுபட்டார்கள். கரையாத யோகோவாவையும் கரைத்தார்கள்.

"இன்னொருத்தியை ஏற்றுக் கொள்ளும் கேரள நாடு உன்னை ஏற்றுக் கொள்ளாதா?" என்று யூஜியானாவைக் கேட்டார்கள்.

"எந்தக் காரணத்துக்காக மன்னர் உன்னை இஸ்ரவேலுக்கு அனுப்பினாரோ, அந்தக் காரணம் இப்போது அறுபட்டுப் போய்விட்டது" என்றார்கள்.

"கணவனைச் சேர்ந்து, மறுபடியும் வாழ்ந்து, எங்கள் கௌரவத்தையும், வாணிபத்தையும் காப்பாற்று" என்று கெஞ்சினார்கள்.

நகராத கல்லாக இருந்த யூஜியானாவின் மனமும் யோகோவாவின் மனமும் மெதுவாக நகர்ந்தன.

மறுநாள் இஸ்ரவேலில் இருந்து சேர நாட்டை நோக்கி ஒரு கப்பல் நகர்ந்தது.

16. உயிரோடு கல்லறை

"எல்லாம் வல்ல தம்பிரான் சுவாமிகள் எழுதிக் குவிப்பதென்னவோ?" என்றார் சேரமான்.

தலை நிமிர்ந்து பாராமலேயே, "ஏடெழுதுவது என் வழக்கம்" என்றார் தம்பிரான் சுவாமி.

"அந்த எழுத்து அரசாங்க எழுத்தா? என் தலையெழுத்தா?" என்று கேட்டார் சேரமான்.

"தலையெழுத்தை நிர்ணயிக்கும்படி சர்வேசுவரன் என்னை அனுமதித்தால் அதையும் நான் செய்து காட்டுவேன்" என்றார் நாராயண நம்பூதிரி.

"சலீமா எங்கேயென்று சொல்லலாமா?" என்று கேட்டார் சேரமான். அவர் குரலில் ஒரு வகையான உறுதி இருந்தது.

"அவளைப் பற்றியே சிந்திப்பதுதான் என் வேலையா?" என்று கேட்டார் நாராயண நம்பூதிரி.

சேரமான் இருந்த வேகத்தில், நம்பூதிரியுடன் நிதானமாக வாதிட அவர் தயாராக இல்லை. 'நிதானம் தவறினாலும் பயன் இல்லை' என்பது அவருக்குப் புரிந்தது.

'சலீமா மறைந்தது நம்பூதிரியின் ஏற்பாட்டிலேயே' என்று அவர் உறுதியாக நம்பினார். ஆனால் அதை அவரது வாய்மொழியாகப் பெறுவது எவ்வளவு கடினம் என்பதையும் சேரமான் நன்கு அறிவார்.

தான் நின்று பேசும்போது, தம்பிரான் சுவாமி அமர்ந்தபடியே, தலைதூக்காமல் பேசுவதிலிருந்து 'அவர் ஏதோ கண்டிப்பான முடிவில் இருக்கிறார்' என்பதையும் சேரமான் புரிந்து கொண்டார். அடுத்தொரு வார்த்தை பேசாமல் அங்கிருந்து வெளியேறினார் சேரமான்.

ஒரு மன்னவன் - மனிதர்களில் கூடக் கீழானவனாகக் காட்சியளிப்பதுபோல் தோன்றிற்று. சேரமான் அதற்கும் வருந்தவில்லை. அவர் இதயபீடம் 'சலீமா, சலீமா' என்றே அடித்துக்கொண்டது.

சலீமா!

அவள் எங்கே போனாள்?

அவள் சிறை வைக்கப்பட்ட அன்றே தரங்கிணி அவளிடம் வாதாடிப் பார்த்தாள். எச்சரித்துப் பார்த்தாள்.

ஆனால் அந்தக் காதல் கல்வெட்டு அழிய மறுத்தது.

முன்பே நாராயண நம்பூதிரி செய்திருந்த ஏற்பாட்டின்படி, இரவோடு இரவாகச் சலீமா கடத்தப்பட்டாள்.

உதயகிரி மலையே அவர்கள் திட்டமிட்டிருந்த இடம்.

இப்போது அந்த மலைக்குக் கயிறு இல்லாமல் ஏறக்கூடிய சாலைகள் போடப்பட்டு விட்டன.

மார்த்தாண்டவர்மனுக்குத் தெரிவித்துவிட்டு, தளபதி அங்கதன் உதவியுடனேயே சலீமா உதயகிரிக்குக் கொண்டு செல்லப் பட்டாள்.

உதயகிரி மலைக்கு அவர்கள் வந்து சேர்ந்தபோது, உதயகிரி மன்னர் தரங்கிணியின் சிறிய தந்தை மலையவேள் அவர்களை வரவேற்றார்.

சலீமா கண்ணீர்க் கடலாக இருந்தாள். அவளிடமிருந்து எந்தச் சம்மதத்தையும் பெறத் தரங்கிணியால் முடியவில்லை.

நடந்த நிகழ்ச்சிகளைத் தன் சிறிய தந்தைக்கு விவரித்தாள் தரங்கிணி.

இப்போது சேரநாட்டைக் காக்கும் கடமை தனக்கு வாய்த்திருப்பதாகக் கூறினாள்.

உதயகிரி நாகர்கோயிலிலேயே சலீமாவைக் கொண்டு போய் வைத்தாள் தரங்கிணி.

நாகங்கள் மண்டியிடும் நாகர்கோயில் சலீமாவுக்குப் புதுமையாகவும் இல்லை; அச்சம் தரக்கூடியதாகவும் இல்லை.

"இதோ பார்! நடவாத ஒன்றுக்காக ஆவியை இழத்தல் அறிவுடைமையன்று. நின்னைச் சேரநாடு ஒருகாலும் ஏற்றுக் கொள்ளாது. அரசியல் நெறிமுறை மன்னவரைத் திருத்தியே தீரும். காதல் என்பது ஆயிரமாயினும், கண்ணீர் என்பது ஆறென ஓடினும்,

நாடே திரண்டு நீதி சொல்லும்போது மரணமே முடிவாகிவிடும். 'முற்பிறப்பு' என்பதெல்லாம் கட்டுக்கதை. மன்னவர் அதை நம்பினும் மக்கள் அதை நம்பார். இவ்வுதயகிரியில் அவர் கைதியாக இருந்த காலையிலும், காவலராகத் தோன்றிய வேளையிலும் யான் என்னை உடன் பிறந்தவளாக வகுத்துக் கொண்டேனேயன்றி, ஒருகணமும் ஆசையுணர்வு பெற்றிலேன். மாற்றார் தன் நாயகன்- அதிலும் மன்னவன்; வேற்றுச் சமயம்; விளையாத நிலத்தில் ஏன் விதைத்தாய்? தண்ணீரின்றி உன் கண்ணீரிலேயே அது விளையுமாயின், அதற்குக் காவல் இருக்கவும் யான் கடவேன். ஆயின் இது, ஏலா ஒன்று. இம்மலை மக்கள் யாவரும் மடிவதாயினும் மன்னவர் குலத்தைக் காப்பது எம்பணி. அறியாய் நீ? அறிவாய் ஒரு நாள்" என்றாள் தரங்கிணி.

"நீங்கள் கல்லிலே நார் உரிக்கிறீர்கள். காற்றிலே விதை நடுகிறீர்கள்; கனிந்த கனியைக் காயாகச் சொல்கிறீர்கள். நான் அரசபோகத்தை விரும்பி அவரை மணந்தவள் அல்லள்; இது காலத்தின் ஆணை" என்றாள் சலீமா.

தரங்கிணி பேசப் பேச அவளுக்கும் 'தொல்காப்பியத் தமிழ்' அறிமுகமாகிக் கொண்டிருந்தது.

மறுநாள் முழுவதும் தனக்கு அனுப்பப்பட்ட உணவு வகைகளைச் சலீமா தொட்டுக்கூடப் பார்க்கவில்லை.

நாகங்களின் சீறல் அவளுக்கு இசையாகவே இருந்தது.

தரங்கிணியும் வாளாவிருக்கவில்லை.

ஒரு கட்டத்தில், தன் சிறிய தந்தையை அனுப்பி அச்சுறுத்தச் செய்தாள்.

'எதற்கும் சலீமா அசையவில்லை' என்று தெரிந்ததும், உதயகிரி மன்னரான தரங்கிணியின் சிறிய தந்தையும் அங்கு வந்து சேர்ந்த அங்கதனும் வேறொரு திட்டமிட்டார்கள்.

அந்தத் திட்டத்தை நிறைவேற்றும் பொறுப்பு முதல் கட்டத்தில் சில பெண்களுக்கும், மறு கட்டத்தில் தளபதி அங்கதனுக்கும் தரப்பட்டது.

அந்தத் திட்டத்தின்படி சில மலை நாட்டுப் பெண்கள் சில மூலிகைகளைப் பறித்து வந்தார்கள்.

உதயகிரி மலையில் ஒரு வகையான கனி உண்டு.

தோற்றத்தில் அது மாதுளங் கனிபோல் இருக்கும் சுவையில் இனிக்கும்.

ஆனால் உண்ட சிறிய நேரத்துக்குள் சுய நினைவு அற்றுப்போகும்.

சில மூலிகைகளின் சாற்றைப் பிழிந்து, அந்தக் கனியையும் சாறாக்கிக் கலந்து, சிறிய மண் கலயத்தில் அதை எடுத்துக்கொண்டு நாகர்கோயிலுக்கு வந்தார்கள் அப்பெண்கள்.

அங்கே நாகங்களின் பாதுகாப்புக்கு மத்தியில் சோகத்தோடு அமர்ந்திருந்தாள் சலீமா.

கோயிலின் ஒவ்வொரு மூலையிலும், புகைச் சாடிகள் வைக்கப்பட்டிருந்தன.

வந்த பெண்கள் அந்தப் புகைச்சாடிகளில் நெருப்புக் கங்குகளைப் போட்டார்கள்.

தூபம் எழுவதுபோல் புகை எழத் தொடங்கியது.

அந்தப் பெண்கள் அனைவரும் தங்கள் நாசிகளில் எதையோ தடவிக்கொண்டார்கள்; ஆனால் சலீமாவுக்கு அதைத் தரவில்லை.

சுகமான அந்த வாசனையை அவள் நுகரத் தொடங்கினாள்.

சுகமான வாசனையில், சுகமான நினைவுகளும் வருமல்லவா?

மன்னவரைப் பற்றிய கனவுகளில் அவள் ஆழ்ந்தாள்.

ஆனால் சிறிது நேரத்தில் முகமெல்லாம் விறுவிறுப்பது போல் அவளுக்குத் தோன்றிற்று; தொண்டையும் நாவும் வறளத் தொடங்கின.

'தண்ணீர்கூடக் குடிப்பதில்லை' என்ற அவளது உண்ணாவிரதம் பலம் இழந்தது.

தொண்டை கல்லாக மாறிவிட்டது போல் அவளுக்குத் தோன்றிற்று.

'தண்ணீர்! தண்ணீர்!' என்றாள்.

"தண்ணீர் என்ன, பழரசமே தருகிறோம்" என்றார்கள் அவர்கள்.

கனிச்சாறு கலந்த மூலிகைச் சாற்றைக் கலயத்தோடு அவள் முன்னே நீட்டினார்கள்.

அவளுக்கு இருந்த வறட்சியில், மடமடவென்று அதைக் குடித்தாள் சலீமா.

மலைநாட்டுப் பெண்கள் சாடியில் புகைந்து கொண்டிருந்த தூபத்தை அணைத்தார்கள்.

சலீமாவுக்கு எல்லாம் புதியவையாகத் தோன்றின; காதல் நினைவு மறையத் தொடங்கிற்று.

நாகங்களோடு விளையாடத் தொடங்கினாள்.

மலையவேள் மகளிரைக் கட்டிப் பிடித்துப் பாடத் தொடங்கினாள்.

வாழ்க்கையை அலட்சியமாகப் பார்க்கும் பாரசீகப் பாடல் ஒன்று;

"எனக்கு இனி எதுவும் தேவையில்லை. நான் இந்தப் பூமிக்கு வந்ததன் நோக்கம் நிறைவேறிவிட்டது. பல வர்ணங்களால் ஆன வானவில் போல என் வாழ்க்கையை அமைத்துக்கொண்டு விட்டேன்.

அற்புதமான பாரசீகத் தோட்டங்களில் இனிமையான திராட்சையை உண்டு ஆனந்தமாக நான் பறந்து கொண்டிருப்பேன். எனக்கு யாரும் அடிமையில்லை. நானும் யாருக்கும் அடிமையில்லை!"

அவள் பாடினாள், பாடினாள், பாடிக்கொண்டேயிருந்தாள்.

ஒன்றும் அறியாதவள்போல் தரங்கிணி மெதுவாக வந்தாள்.

அவளிடம் துள்ளிக் குதித்துச் சென்று, ‘‘சகோதரி! நான் யார் தெரியுமா?’’ என்று சிரிப்போடு கேட்டாள் சலீமா.

‘தெரியுமே! சேரமான் காதலி’ என்றாள் தரங்கிணி.

‘‘போடீ போ! நான் யாருக்கும் காதலியில்லை. நான் ஒரு ‘புல்புல்’ பறவை. பேரீச்சம் மரங்களின் மீது எப்போதும் அமர்ந்திருப்பேன். ஏன் இப்போதெல்லாம் இந்தப் பாரசீகத்தில் பேரீச்சம் மரங்களைக் காணோம்? அடி பெண்ணே! ! எனக்குச் சில மரங்களைக் கொண்டு வருவாயா?’’ என்றாள் சலீமா.

‘‘ஓ! கொண்டு வருவேன்’’ என்றாள் தரங்கிணி.

‘‘கொண்டு வருவதென்ன? கொஞ்சதூரம் போனால் அங்கேயே அந்த மரங்கள் இருக்கின்றன’’ என்றாள் அங்கிருந்த ஒரு பெண்.

‘‘செல்வோமே’’ என்றாள் சலீமா.

அதேபோல், ‘‘ஓ செல்வோமே’’ என்றாள் தரங்கிணி. எல்லோருமே நடக்க ஆரம்பித்தார்கள்.

நடக்க, நடக்க, ‘தனக்கு மிகவும் பிடித்தமான இடம் இந்த இடம்தான் ’ என்பதுபோல் சலீமா காட்சியளித்தாள்.

‘அந்த மரம்’, ‘இந்தப் பறவை’ என்று கூறிக்கொண்டே வந்தாள்.

ஏறக்குறையப் பித்துப் பிடித்துவிட்ட நிலை.

ஓர் இடத்துக்கு அவர்கள் வந்தபோது, அங்கே சுமார் ஐம்பது பேர், பெரிய குழி ஒன்றை வெட்டிக் கொண்டிருந்தார்கள்.

அந்தக் குழியின் உட்புறத்தில் கற்களைப் பதித்துக் கொண்டிருந்தார்கள்.

அதைப் பார்த்துச் சலீமா துள்ளிக் குதித்தாள்.

‘‘இப்படிப்பட்ட குழிகள் அராபியாவில் மிக அதிகம். எனக்கு இந்தக் குழிகள் என்றால் ரொம்பவும் பிடிக்கும். இவற்றிலே தண்ணீரை நிரப்பிக் குதித்து விளையாடினால் மிகவும் உற்சாகமாக இருக்கும். ஆனால் ஒன்று- இதில் கொஞ்சம் மீன்களையும் விடவேண்டும்’’ என்றாள் சலீமா.

"'ஓ' அப்படியே! இனிமேல் நீங்கள் நிலையாகத் தங்கப் போவது இவ்விடமே" என்றார் மலையவேள்.

"மகிழ்ச்சி, மகிழ்ச்சி" என்று குதித்தாள் சலீமா. தரங்கிணிக்கு ஏனோ கண்ணீர் வந்துவிட்டது.

"சிற்றப்பா! இவ்வொன்று மட்டும் வேண்டாம். ஓர் இளம் மகளை உயிருடன் புதைத்தல் அறமன்று. மலைக்குடியினர் தங்கள் தலைமுறைக்குச் செய்யும் மாசு ஆகும்" என்றாள் தரங்கிணி.

"நீ பெண்! பெண்மை அவ்வண்ணமே புலம்பும். ஆயின் திருவஞ்சைக்களத்துக்கு இது என் கடமை" என்றார் மலையவேள்.

குழியின் உள்ளே சிரித்துக்கொண்டே நின்றாள் சலீமா.

அவளைச் சுற்றிலும் நீண்ட சதுர வடிவமான செங்கற்கள் வைக்கப்பட்டன.

கழுத்து வரையிலும் அந்தக் கற்கள் வைக்கப்பட்டதும் தரங்கிணி மூர்ச்சையடைந்தாள்.

தரங்கிணி மட்டுமல்ல; இளகிய மனம் படைத்த மற்றும் சில பெண்களும் மூர்ச்சையடைந்தார்கள்.

மேலே கோபுரம் போன்ற ஒன்றைக் கவிழ்த்து மூடி விட்டால், அத்தோடு சலீமாவின் கதை முடிந்துவிடும்.

ஏற்கெனவே செய்து வைக்கப்பட்டிருந்த அத்தகைய கோபுரத்தைப் பத்துபேர் தூக்கினார்கள்.

அங்கதன் அவர்களுக்கு ஆணையிட்டுக் கொண்டிருந்தான்.

சலீமா வைக்கப்பட்டிருந்த அந்தக் கற்கட்டை அந்தக் கோபுரந் தாங்கிகள் நெருங்கத் தொடங்கியபோது, பத்துப் பேர் கைகளிலும் சரமாரியாகக் கணைகள் பாய்ந்தன.

கணை பாய்ந்த வேகத்தில் அவர்கள் அதைக் கீழே போட்டதும், கோபுரம் உடைந்து தூளாயிற்று.

மலையவேள் திகைப்போடு வில்லை எடுத்தார்.

அங்கதன் வாளை எடுத்தான்.

எதிரே சுமார் ஐம்பது மலைஜாதியினரே நின்று கொண்டிருந்தார்கள், வில்லும் அம்புமாக.

அங்கதன் வாளை உருவி அவர்களை நெருங்கினான்.

அவர்கள் தங்கள் மலைஜாதி வேஷத்தைக் கலைத்தார்கள்.

அவர்கள் வேறு யாருமில்லை.

சேரமான் பெருமாளும், அவரது ஐம்பது வீரர்களுமே.

மூர்ச்சை தெளிந்த தரங்கிணி நடுங்கினாள்.

மலையவேள் மண்டியிட்டார்.

அங்கதன் அடிபணிந்தான்.

அமைதியாகத் தரங்கிணியிடம் சேரமான் சொன்னார்.

"தரங்கிணி, தடயம் கண்டுபிடிக்க உதவியதே நீதான். அரண்மனையில் நீ இல்லையென்றதும், அடுத்த முடிவை நான் எடுப்பதற்கு வசதியாக இருந்தது." - இப்படிச் சொன்ன அவர் தம் வீரர்களுக்கு ஆணையிட்டார்.

வீரர்கள் சலீமாவைச் சுற்றியிருந்த கற்களை உடைக்க ஆரம்பித்தார்கள்.

சலீமா கோபத்தோடு, சேரமானைப் பார்த்து, "யாரடா, நீ?" என்றாள், சேரமான் திகைத்தார்.

17. ஸாங்கிய யோகம்

சலீமாவைச் 'சுயநினைவு இழக்கச் செய்திருக்கிறார்கள்' என்பதை உணர்ந்து கொள்ளச் சேரமானுக்கு வெகு நேரமாகவில்லை.

''என்ன இது?'' என்று அதட்டினார் தரங்கிணியைப் பார்த்து.

தரங்கிணி தலை கவிழ்ந்தாள்.

''பகைவர்கள் பருகும் நறவில், மறதிக் கனிச் சாற்றைக் கலந்து வைப்பது பேதைகள் செயல். போர்க்களத்திலேயே அது தர்மமில்லை என்றால், ஒரு பூவையை நினைவிழக்கச் செய்வது எவ்வளவு பேதமை? ம்...மாற்று மருந்து கொண்டு வா'' என்றார் சேரமான்.

தரங்கிணியும் பிறரும் தலைதெறிக்க ஓடினார்கள். மற்றும் ஒரு மூலிகையே மாற்று மருந்து. அதைக் கொண்டு வந்தார்கள்.

சலீமா சிரித்தாள்; அழுதாள்; அவர்களை நெருங்க விடவில்லை. குழியில் இருந்த அவளைச் சேரமான் தன்னிருகைகளால் குழந்தையைப்போல் வாரியெடுத்தார்.

பலபேர் முன்னிலையிலேயே மணலிலே அமர்ந்தார். சலீமாவைத் தம் மடியிலேயே சாய்த்துக்கொண்டார். தன் நினைவற்ற நிலையிலும் அதற்கு உடன்பட்டாள் சலீமா.

''இதோ பார், அம்மா!'' என்று குழந்தையுடன் பேசுவது போல் பேசித் தம் உள்ளங்கையில் மூலிகையைத் தேய்த்து அவள் நாசியின் முன் மாற்றி மாற்றிக் காட்டினார் சேரமான்.

சலீமாவுக்குக் கொஞ்சம் கொஞ்சமாக நினைவு திரும்பிற்று.

"அரசே!" என்று எழுந்து உட்கார்ந்தாள்.

மிரண்டு பார்க்கும் மான்குட்டியைப் போல், திரண்டு நிற்கும் கூட்டத்தைப் பார்த்தாள்.

"சரி, மற்றவற்றைப் பிறகு பேசிக் கொள்வோம். நீ வா!" என்று அவளைக் கைத்தாங்கலாக எடுத்து எழுந்தார் சேரமான்.

தரங்கிணி, "அண்ணா" என்றாள்.

அவர் அவளிடம் பேசவில்லை. ஏன் யாரிடமும் பேசவில்லை.

தம் ஐம்பது வீரர்களுக்கும் ஜாடை காட்டியபடி அவர் நடந்தார்.

மலை சரியும் இடத்துக்கு வந்ததும், மற்றவர்கள் பின் தங்கினார்கள் தரங்கிணி உட்பட.

அங்கதன் புரவி முன்னால் செல்ல, சேரமான் சலீமாவைத் தன் மார்போடு அணைத்தவாறு ஒரு புரவியில் செல்ல, ஐம்பது வீரர்களும் பின்னால் சென்றார்கள்.

மலை வளையங்களுக்குள் செல்லும்போது, சமவெளியில் என்ன நடக்கிறது என்பது சேரமானுக்குத் தெரியவில்லை. ஆனால் சமவெளியை ஒட்டிய மலைச் சாலைக்கு அவரது புரவி வந்தபோது திருவிதாங்கோட்டில் ஒரு பெரிய சேனை வியூகம் வகுத்திருப்பதை அவர் காண முடிந்தது.

தயக்கத்தோடு சற்று நேரம் அவர் தம் புரவியை நிறுத்தினார்.

ஆனால் அங்கதன் புரவியோ அதிவேகமாகப் போய்க் கொண்டிருந்தது.

பிறகு சேரமான் புரவி மெதுவாக நடக்க ஆரம்பித்தது.

திருவிதாங்கோட்டை நெருங்க நெருங்க அணி வகுத்து நிற்பது மார்த்தாண்டவர்மனின் படைகளே என்பதையும், தலைமை தாங்குவது மார்த்தாண்டவர்மனே என்பதையும் சேரமான் கண்டு கொண்டார்.

சாணக்கிய நம்பூதிரியின் மூளை எவ்வளவு தூரம் அலை பாய்ந்திருக்கிறது என்பதை அவரால் அறிய முடிந்தது.

அவரது புரவி நேரே மார்த்தாண்டவர்மனின் புரவிக்கு எதிரே வந்து நின்றது.

"மைத்துனருக்கு வணக்கம்!" என்றான் மார்த்தாண்டவர்மன் அமைதியாக.

"ம்"! என்றார் சேரமான்.

சலீமா பயத்தால் அவர் மார்பில் சாய்ந்து கொண்டாள்.

"அந்த அராபியப் பெண் இனி திருவஞ்சைக்களத்துக்குச் செல்லமுடியாதென்பதைப் பணிவன்புடன் தெரிவித்துக் கொள்கிறேன்" என்றான் மார்த்தாண்டவர்மன்.

"ஏன்? யாரிட்ட ஆணை?" என்று கேட்டார் சேரமான்.

"ஆணையிட்டவன் தென்னாடுடைய சிவன்; அவன் எந்நாட்டவர்க்கும் இறைவன்!" என்றான் மார்த்தாண்டவர்மன்.

"சைவத்தின் திருப்பணி தனியொருவரின் காலடிச் சுவடுகளைத் தொடருவதுதானோ...?"

"சமயங்களில், சமயம் அந்தப் பணியை மேற்கொள்ள வேண்டித்தான் இருக்கிறது."

"நானும் ஒரு சைவன்தான் என்பதை என் மைத்துனர் அறிவார் என்று நினைக்கிறேன்."

"சமயப்பற்று உறுதியாக உள்ளவர்கள், பிற சமயத்தாரிடம் அன்பு காட்டுவார்கள்; இரக்கம் காட்டுவார்கள்; கருணை காட்டுவார்கள்; ஆனால் காதல் கொள்ளமாட்டார்கள்."

"காதலைக் கத்தி முனையில் சந்திக்கச் சொல்வதும் சைவம்தானோ...?"

"அது சொல்லாததொன்றில்லை; அதில் இல்லாததொன்றில்லை."

"நாம் என்ன சமர்க்களத்தில் நிற்கிறோமா, சமயச் சந்தையில் விளையாடுகிறோமோ?"

"சமயத்தைக் காக்கச் சமர் செய்ய வேண்டிய நிர்ப்பந்தத்தில் இருக்கிறோம்."

"ஒரு நிராயுத பாணியோடு போர் செய்வதுதான் என் மைத்துனரின் வீரமோ...?"

"நாடு பிடிக்கும் போரானால் படை கொண்டுவரத் தவணை உண்டு; இது நாடு காக்கும் போர். ஆயுதம் யார் கையில் என்ற கேள்விக்கு இடமில்லை."

"மார்த்தாண்டவர்மா!"

"அப்படிக் கூப்பிடுங்கள். அந்த உரிமை உங்களுக்கு உண்டு. நான் வந்திருப்பது உங்களைச் சிறை செய்ய அல்ல. அது என் விருப்பமும் அல்ல. சாதாரண காலத்தில் என்னால் முடியக் கூடியதுமல்ல. இரத்த பந்தத்தைக் காப்பாற்ற. அராபியக் கிளியை அராபியாவுக்கு அனுப்பவே நான் இங்கே வந்திருக்கிறேன்."

"அது உன்னால் ஆகாது."

"இப்போது என்னால் ஆகக்கூடியது அது ஒன்று தான்."

"என் பிணத்தைப் பார்க்க நீ விரும்புகிறாயா?"

"மனிதர்கள் அழுவதற்கு ஒரு பிணம் தேவைதான். ஆனால் நாடே பிணமாகிவிட்டால் யார் அழுவது?"

"வேணாட்டடிகள் வழியை விடப்போகிறாரா இல்லையா?"

"சேர நாட்டு ஏந்தல் கிளியை விடப்போகிறாரா இல்லையா?"

"நடக்காது."

"நடத்திக் காட்டுகிறேன்" என்று சொன்ன மார்த்தாண்டவர்மன் படைகளுக்கு ஜாடை காட்டினான்.

படைகள் சேரமானைச் சுற்றி வளைத்தன.

அங்கதன் முன் வந்து சேரமான் காலைத் தொட்டு வணங்கி, அவர் இடையில் இருந்த வாளை முதலில் எடுத்துக்கொண்டான்.

தடுத்தால், தாமே அங்கதனுடன் போரிட வேண்டியிருக்கும் என்பதால் சேரமான் தடுக்கவில்லை.

சேரமானின் மார்பில் இருந்த சலீமாவைப் பலவந்தமாக அவன் கீழே இறக்க முற்பட்ட போது, சேரமான் கூச்சலிட்டார். சலீமா 'ஓ' வெனக் கதறினாள்.

"கொண்டு செல்வதானால் என்னையும் சிறைச் சாலைக்கு கொண்டு செல்லுங்கள். சலீமாவை நான் தரமாட்டேன்" என்றார் சேரமான்.

மார்த்தாண்டவர்மனுக்குப் புதிய யோசனை ஒன்று எழுந்தது.

"நல்லது அப்படியே!" என்றான்.

சேரமானும், சலீமாவும் இருந்த புரவி, படைகளுக்கு நடுவே நடத்தப்பட்டது.

அவர்களைச் சிறையில் அடைத்தபோது, மார்த்தாண்ட வர்மனின் கண்களில் கண்ணீர் வந்துவிட்டது.

போர்க் கவசங்களைக் களைந்து எறிந்துவிட்டு மளமள வென்று அரண்மனைக்கு ஓடினான். சப்ர மஞ்சத்தில் விழுந்து அழுதான்.

அப்போது எங்கிருந்தோ ஒரு குரல் கம்பீரமாக எழுந்தது. அது 'பகவத் கீதை' யின் ஸாங்கிய யோகத்தைப் பளிச்சென்று உரைத்தது.

போர் புரிய மனம் வராமல் திகைத்துத் தன்னைச் சரணடைந்த அர்ஜுனனை நோக்கிக் கண்ணன் கூறுகிறான்:

"அர்ஜுனா! நீ வருந்துவது முற்றிலும் தவறு. எதிரியின் ஆன்மாவைப் பற்றி வருந்துகிறாயா? அல்லது அவரது உடலைப்பற்றி வருந்துகிறாயா? இரண்டுமே தவறானவை. ஆன்மா என்றும் அழிவில்லாதது; அதைக் கத்தியால் வெட்டவும், தீயினால் எரிக்கவும் முடியாது. உடலோ இயற்கையில் அழியக்கூடியது; நீ அழிக்கா விட்டாலும் அது தானே அழியவேண்டியதான். ஆன்மாவுக்கு ஓர் உடல் அழிந்ததும், இன்னோர் உடல் கிடைத்துவிடும். அது இயற்கை. அதை எண்ணி உன் கடமைகளை நீ செய்தே தீரவேண்டும். கடமையைச் செய்யும்போது இது ஈசுவரனுடைய அருளுக்காகவே என்று எண்ணிச் செய்.

அர்ஜுனா! இந்தச் சிக்கலில் இத்தகைய மனச் சோர்வை நீ எங்கிருந்து பெற்றாய்?

இது ஆரியருக்குத் தகாது; மோக்ஷத்தைத் தடுப்பது; அபகீர்த்தி தருவது.

தனஞ்சயா! பேடித்தன்மையடையாதே. இழிவான மனத்தளர்ச்சியை நீக்கி எழுந்து நில்!"

கண் கலங்கிக் கட்டிலில் கிடந்த மார்த்தாண்டவர்மன், இந்த நேரத்தில் கீதை படிப்பது யார், என்று எண்ணி எழுந்து திரும்பிப் பார்த்தான்.

அங்கே நாராயண நம்பூதிரி ருத்திராட்சத்தில் கை வைத்து நின்று கொண்டிருந்தார்.

"தம்பிரான் சுவாமி! தங்கள் பேச்சைக் கேட்டு நான் சேரமானைச் சிறையிடவேண்டி வந்துவிட்டதே!" என்றான் மார்த்தாண்டவர்மன்.

"பிரமனையே சிறையிட்டான் கந்தன். அவன் உன்னைப் போல் கலங்கவில்லையே!" என்றார் நம்பூதிரி அமைதியாக.

"வேதாந்தம் பேச இதுவா சமயம்?" என்றான் மார்த்தாண்டவர்மன்.

"வேதாந்தத்தின் முடிவுதானே ஜனனமும், மரணமும். அதை யார் மீற முடிந்தது? அதுபோலவே இதுவும் அவனிட்ட கட்டளையே! மார்த்தாண்டவர்மா! தர்மம், இரத்த பந்தத்துக்கு அப்பாற்பட்டது. ஒருவன் சைவனோ, வைணவனோ தன் சமயத்துக்காக அவன் தன்னையே இழக்கச் சித்தமாக இருக்க வேண்டும்.

'ராஜவம்சமே அழிவதாயினும் வேற்றுச் சமயம் என்னை ஆதிக்கம் செலுத்த நான் இடம் தரமாட்டேன். கூடிப்பழகுதல் வேறு; கோட்டையை இழப்பது வேறு.

சேரமான், யூஜியானா காதல் விவகாரத்தில் நான் இவ்வளவு கண்டிப்பாக இருந்ததில்லை. ஆனால் இதில் கிடைப்பது புல்லானாலும் அதை எடுத்துக்கொண்டு போராடுவேன். இந்தப் பணியில் உன்னை மட்டும்தான் ஈடுபடுத்தியிருக்கிறேன் என்று கருதாதே. வேறு சிலரும் ஈடுபட்டிருக்கிறார்கள்" என்று சொன்ன நாராயண நம்பூதிரி ருத்திராட்சத்தை ஓங்கித் தட்டினார்.

அப்போது எழுந்தது சப்தம்; அது சப்தமா, இல்லை அந்தப்புரத்தில் மெல்லிளங்கோதையின் மடியில் விழுந்து பத்மாவதி விம்மும், விம்மல் ஒலியா?

அந்த ஒலி மார்த்தாண்டவர்மனின் காதிலும் விழுந்தது.

அப்போது நாராயண நம்பூதிரிக்கு ஒரு செய்தி வந்தது.

"திருவஞ்சைக்களத்துக்கு யூஜியானா வந்து விட்டாள்" என்பதே அது.

18. குலதர்ம பத்தினி

யூஜியானாவை, யூதர்கள் வெகு ஆரவாரத்தோடு வரவேற்றார்கள். அவளது பெண் வாரிசு ஓர் இளவரசிக்குரிய மரியாதையோடு வரவேற்கப்பட்டது.

யூதப் பெண்களெல்லாம் அந்தக் குழந்தையை ஆவலோடும், பாசத்தோடும் தூக்கிக் கொண்டார்கள்.

"அதே கண்கள்; அதே இதழ்; அதே தோற்றம்" என்று வர்ணித்தார்கள்.

சற்றும் விருப்பமில்லாத நிலையில் யூஜியானா வந்தாள் என்றாலும், அவள் வரவேற்கப்பட்ட சூழ்நிலை அவளை மெய்மறக்கச் செய்தது.

இப்போதுதான் திருவஞ்சைக்களத்தை அவள் உரிமையோடு பார்க்கிறாள்.

தான் ஆசைப்பட்டது பலிக்கப்போகிறது என்கிற உணர்ச்சியோடு யோகோவா இருந்தாலும், ஓர் அச்சமும் அவர் மனதுக்குள் இருந்தது.

"ராஜாங்கத்தில் நுழைகிறோம்; நம் இனம் ஒரு சிறுபான்மை; ஆத்திரப்பட்டு யாரும் ஏதேனும் செய்து விட்டால், இஸ்ரவேலில் இருந்து கப்பற்படையா வரப் போகிறது?" என்றே அவர் பயந்தார். பிரதானமாக நாராயண நம்பூதிரியைப் பற்றிய பயமே அவருக்கு அதிகமாக இருந்தது.

அராபியர்களோ, சலீமாவை ராணியாக்கிப் பார்க்க விரும்புகிறார்கள் என்றாலும், யூஜியானா அந்த இடத்தைப் பெற முயன்றால் ஏற்படக்கூடிய நியாயமான சிக்கலை எப்படித் தீர்ப்பது என்று அஞ்சினார்கள்.

சலீமாவோடு சேரமான் உடலுறவு கொண்டு விட்டதால், தங்கள் முடிவை வற்புறுத்தாமல் இருக்க அவர்களால் முடியவில்லை.

புதிய உரிமைக்குப் போராடும் இந்த இரண்டுபேர் தான் கேரளத்து மக்கள் கண்களிலே தெரிந்தார்களே தவிர பாரம்பரிய உரிமைக்காரி, பட்டத்து ராணி, எத்தகைய கேள்விக்குறிக்கும் அப்பாற்பட்டவள் பத்மாவதி என்னும் பரிதாபத்துக்குரிய தங்கச்சிலை. அவளைப் பற்றி யார் சிந்தித்தார்கள்?

நாராயண நம்பூதிரி சிந்தித்தார். ஆம்; அவர் மட்டுமே சிந்தித்தார். அதற்காகவும்தான் அவர் மன்னரின் காதலுக்கு எதிரான போராட்டத்தில் இறங்கினார்.

ஆனால் எவளைக் காப்பாற்றுவது தன் நோக்கங்களில் ஒன்று என்று நம்பினாரோ, அவள், அந்தப் பத்மாவதி இந்தப் போராட்டத்துக்குத் தயாராக இல்லை.

மயில், சிறகை விரிப்பதிலேதான் தன் அழகு இருக்கிறது என்று கருதினால், அதை மூடிவைத்து அழகு பார்க்க இறைவன் கூட விரும்பமாட்டான்.

தன் நாயகனது மனோ தர்மங்களுக்குத் தான் குறுக்கே நிற்பது மேலும் தன்மீது வெறுப்பை வளர்க்குமேயன்றி, காதலை வளர்க்காது என்பதை அவள் அறிவாள்.

நம்பூதிரியிடம் வாதாடிப் பயனில்லை என்பதால், திருவிதாங்கோட்டை விட்டு அவர் புறப்படும்வரை அவள் மார்த்தாண்டவர்மனின் முன்னால் வரவில்லை. அந்தப்புரத்தில் அவள் விம்மினாள்; மெல்லிளங்கோதை அவளுக்கு ஆறுதல் சொன்னாள்.

திருவிதாங்கோட்டுச் சிறைச்சாலையில் இருந்து, ஒரு சரியான முடிவுக்கு வரும்வரை சேரமானை விடுவிப்பதில்லை என்ற உறுதியை மார்த்தாண்டவர்மனிடம் பெற்றுக்கொண்டு அடுத்த அர்த்தசாஸ்திரத்தை எழுத நம்பூதிரி திருவஞ்சைக் களத்தை நோக்கிப் புறப்பட்டார்.

அவர் சென்றுவிட்டார் என்ற செய்தி அறிந்து அரண்மனை பூஜை மண்டபத்தில் அமர்ந்திருந்த தம்பி மார்த்தாண்டவர்மனை நோக்கித் தயங்கித் தயங்கி வந்தாள் பத்மாவதி; கூடவே தளிர்நடை போட்டு வந்தாள் மெல்லிளங்கோதை.

"தம்பி!" என்றவள் அழைக்கவும், மார்த்தாண்ட வர்மன் பூஜை மணியை ஒலிக்கவும் சரியாக இருந்தது.

இந்தக் குரலை அவன் கேட்டான்; அந்த ஒலியை அவள் கேட்டாள்.

"இந்த ஆலயத்து மணி எப்போதும் ஒலிக்க வேண்டும் என்று நீ ஆசைப்படுவதுபோல், இந்த மாங்கல்ய மணியும் ஒலிக்கவேண்டும் என்று நீ விரும்பவில்லையா தம்பி?" என்று கேட்டாள் பத்மாவதி.

"உன் மாங்கல்யத்துக்கு ஒருநாளும் ஆபத்தில்லை" என்றான் மார்த்தாண்டவர்மன்.

"என் கண்ணீர்த் துளிகள் தினந்தோறும் அதன்மீது விழுந்து சிதறிக் கொண்டிருக்கும்போது, அது ஆபத்தில்லாமல் இருந்துதான் என்ன பயன்?" என்று கேட்டாள் பத்மாவதி.

"கண்ணீர் நாம் முயன்றால் நிறுத்தக்கூடிய ஒன்றுதான். தனி மனிதரின் கண்ணீர் அவர்கள் மனத்தையே மையமாகக் கொண்டு ஊற்றெடுக்கிறது. ஆனால் ஒரு நாட்டின் கண்ணீர், யார் அந்த மணிமகுடத்துக்கு உரியவரோ அவராலே உருவாக்கப்படுகிறது. அவரை மக்கள் திருத்தவேண்டும். அல்லது மகேசன் திருத்த வேண்டும். அவர் திருந்திவிட்டால் மக்களின் கண்ணீர் நின்று விடும். உன் கண்ணீரும்கூட" என்றான் மார்த்தாண்டவர்மன்.

''தம்பியின் தத்துவம் எனக்கு விளங்குகிறது. ஆனால் என் தலைவனின் விருப்பம் எதுவோ, அதுவே என் விருப்பமாக இருக்கவேண்டும் என்று ஆகிவிட்ட பிறகு நான் மக்களில் ஒருத்தியாக இருக்க முடியாது. இது திருத்தக்கூடிய ஒன்றல்ல. பூஜியானாவை அவரிடம் இருந்து பிரிப்பதில் நீங்கள் வெற்றி பெற்றுவிட்டதாகக் கருதினீர்கள். ஆனால் அவரோ அதையே ஒரு வஞ்சமாக எடுத்துக்கொண்டு விட்டார். இந்தக் காதலுக்காக அவர் எதையும் செய்யக் கூடிய நிலையில் இருக்கிறார். அது மரணமாக இருந்துவிட்டால், கால காலங்களுக்குக் கலங்கப்போவது நீயோ, தம்பிரான் சுவாமியோ அல்ல'' என்றாள் பத்மாவதி.

''இப்போது என்னை என்ன செய்யச் சொல்கிறாய்?'' என்று கேட்டான் மார்த்தாண்டவர்மன்.

''அவரை, அவர் விருப்பம்போல் விட்டுவிடச் சொல்கிறேன்...'' என்றாள் பத்மாவதி.

''நாடு கொந்தளிக்கும்!'' என்றான், மார்த்தாண்டவர்மன்.

''அதை நான் சமாளிக்கிறேன்'' என்றாள் பத்மாவதி.

''அவ்வளவு அரசியல் துணிவு உனக்கு வந்து விட்டதா...?'' என்று கேட்டான் மார்த்தாண்டவர்மன்.

''கணவனைப் பிரிந்த பிறகு கையறு நிலையில் கண்ணீர் வடித்து நான்கு சுவர்களுக்கு நடுவே நடுங்கிக் கிடந்த கண்ணகி தான், கணவனுக்கு ஆபத்து என்றதும் கடும் புலியாக மாறினாள். அந்த மண்ணுக்கும், இந்த மண்ணுக்கும் அதிக தூர மில்லையே தம்பி...'' என்றாள் பத்மாவதி.

''இதில் தலையிடாமல் இருக்கத்தான் நான்

விரும்பினேன். ஆனால் பந்தபாசமும், நாட்டுப்பற்றும், தம்பிரான் சுவாமிகளின் கட்டளையும் என்னை இதில் சிக்கவைத்தன. எனது லௌகிக விஷயங்களில் கூட நான் அக்கறையைக் குறைத்துக்கொண்டுள்ள நேரம் இது. இதில் ஏன் நான் இவ்வளவு அக்கறை காட்டுகிறேன்...? நாட்டு மக்கள், உன் மாங்கல்யம் அத்தனைக்கும் நன்மையாக, தம்பிரான் சுவாமிக்காக இதற்கு ஒப்புக்கொண்ட நான், உனக்காகப் பின்வாங்கத் தயார். ஆனால் எதிர்காலத்தில் சமயக் குழப்பங்கள் நேருமானால், அதன் விளைவுகளை நீயும் சேர்ந்துதான் ஏற்றுக் கொள்ள வேண்டியிருக்கும்!" என்றான் மார்த்தாண்டவர்மன்.

"எதையும் ஏற்றுக்கொள்ளத் தயார்!" என்று ஆர்வத்தோடு கூறினாள் பத்மாவதி.

இதுவரையில் வாய் திறக்காத மெல்லிளங்கோதை, "அவர்களை, அவர்கள் விருப்பப்படி விட்டு விடுங்கள்" என்றாள்.

அன்புக்குக் கட்டுப்பட்ட வேணாட்டடிகள் தன் இடுப்பில் இருந்த சிறைச்சாலைச் சாவியை எடுத்துப் பத்மாவதி கையில் கொடுத்தபோது, யூஜியானா முன்பு தங்கியிருந்த பழைய மாளிகையின் சாவியை எடுத்து யூஜியானா கையில் கொடுத்தார் நாராயண நம்பூதிரி.

ஆம்; திருவஞ்சைக்களத்துக்கு வந்து சேர்ந்த அவர் யூஜியானா வையும் யோகோவாவையும் மட்டும் அழைத்து வரச்சொல்லி நம்பூதிரிகள் சபையிலேயே அவளை அங்கீகரிப்பதுபோல் பேசினார்.

"பட்டத்துக்கு ஒரு ராணிதான் இருக்க முடியும்; ஆனால் பக்கத்தில் பல ராணிகள் இருக்கலாம். அவர்களையும், இனம் பார்த்து அங்கீகரிப்பதே நாட்டு நலனுக்கு நல்லது. உங்களை நான் அறிவேன். எந்தச் சிக்கலும் முளைக்காமல் இருக்கவே உங்களை இஸ்ரவேலுக்குக் கப்பலேற்ற ஏற்பாடு செய்தேன். ஆனால் இப்போது முளைத்துள்ள சிக்கல் எங்கள் சமயத்துக்கே விடுக்கப்பட்ட சவாலாக அமைந்துவிட்டது. என்னுடைய கணக்கில்

புதுச் சிக்கலைத் தீர்க்கும் பொறுப்பு பழைய சிக்கலில் தான் இருக்கிறது. சேரமானின் நன்மையே, சேரநாட்டின் நலனே உன் ஆசையென்றால், இதில் நீ ஒத்துழைக்கவேண்டும்'' என்றார் நம்பூதிரி.

சேரநாட்டின் பழக்க வழக்கங்களை யூஜியானா நன்றாக அறிவாள். அவள் நம்பூதிரியின் காலில் விழுந்து வணங்கினாள். தன் குழந்தையையும் அவர் காலடியில் வைத்தாள்.

குழந்தையைத் தூக்காமலேயே அதைப் பார்த்துச் சிரித்த நம்பூதிரி, ''சேரநாட்டில் ஒரு புதிய வம்சத்துக்கு அடிக்கல் இது. எதிர்காலத்தில் ஒரு கலப்பு இனம் இங்கே உருவாகப் போகிறது. அதை நான் வரவேற்கிறேன். நாங்கள் நாங்களாகவே இருந்துகொண்டு, எங்கள் இரத்தத்தில் ஓர் இனம் தோன்றுமானால், அதை, அங்கீகரிப்பதில் எங்களுக்கு மறுப்பில்லை. ஆனால் எங்கள் கழுத்தில் வேறொரு குறியை அணிந்து கொள்ள நாங்கள் விரும்பமாட்டோம். நீங்களும் அதை வற்புறுத்த மாட்டீர்கள். இவை நமக்குள் இருக்கட்டும் நான் எப்போது- என்ன சொல்கிறேனோ, அப்போது, அதை நீ

செய்ய வேண்டும் அது உனக்கும் நல்லது; நீ விரும்புகிற கேரள தேசத்திற்கும் நல்லது'' என்றார்.

யூஜியானா தலைகுனிந்து குழந்தையைத் தூக்கி யோகோவாவிடம் கொடுத்தாள்.

அதுவரை கைகட்டிக்கொண்டு நின்ற யோகோவா குழந்தையை வாங்கித் தோளில் சாய்த்துக்கொண்டார்.

இருவரும் தங்கள் பழைய அரண்மனையை நோக்கிச் சென்று காவலர்களைக் கடந்து மாளிகைக் கதவைத் திறந்த போது...

...அங்கே திருவிதாங்கோட்டுச் சிறைக் கதவைத் திறந்தாள் பத்மாவதி.

சேரமானின் மடியிலே சலீமா நிம்மதியாகத் தூங்கிக் கொண்டிருந்தாள். சேரமான் அந்தக் குழந்தையை அணைத்தபடி மெய் மறந்திருந்தார்.

கதவு திறந்த சப்தம் கேட்டும் சலீமா விழிக்கவில்லை.

சேரமான், பத்மாவதியைக் கண்டு திகைத்தார் என்றாலும், 'இவள் தூக்கத்தைக் கலைக்காதே' என்பது போல் சைகை காட்டினார்.

கணவன் மடியிலே வேறொருத்தி; அதுவே ஒரு குலமகளின் கண்ணீருக்குப் போதுமானது. ஆனால் அவளுக்கே தன்னைச் சேவை செய்யச் சொன்னால், அதுவே ஒரு குலமகளின் மரணத்துக்குப் போதுமானது.

இரண்டையும் தன் ஆத்ம சக்தியால் தாங்கிக் கொண்டாள் பத்மாவதி.

இப்போது அவள் சேரமானின் மனைவியல்ல; ஒரு தெய்வீகத் தியாகி.

தலைகுனிந்தபடியே சிறைக் கதவின் சாவியைச் சேரமானிடம் நீட்டினாள் பத்மாவதி.

அதை வாங்கிக்கொண்ட சேரமான் 'போகலாம்' என்பதுபோல் சமிக்ஞை செய்தார்.

அவள் பின்னங் காலாலேயே நடந்து ஓர் அடிமையைப்போல் வெளியில் வந்தாள்.

சிறைக் காவலர்களில் ஒருவன், "குதிரை தயாராக இருக்கிறது" என்றான்.

அவனையும் 'சப்தம் செய்யாதே' என்று ஜாடை காட்டினார் சேரமான்.

மெய்மறந்து தூங்கிக்கொண்டிருந்த சலீமா, சில நாழிகைகள் கழித்தே விழித்தாள்.

பத்மாவதி வந்த செய்தியையோ, தங்களை விடுதலை செய்ததையோ, சேரமான் அவளுக்குச் சொல்லவில்லை.

"நாம் திருவஞ்சைக்களத்துக்குப் புறப்படுகிறோம்" என்றே அவர் சொன்னார்.

"எப்படி? எப்படி?" என்று கேட்டாள் சலீமா.

"எல்லாம் பிறகு" என்று சொன்ன சேரமான், அவளை மார்போடு சேர்த்துத் தூக்கிக் குதிரையில் உட்காரவைத்தார்.

சேரமானும், சலீமாவும் அரண்மனைக்குள் நுழைந்த போது, நாராயண நம்பூதிரி அங்கே இல்லை.

ஆரத்தித் தட்டோடு பத்மாவதி எதிரே வந்தாள்.

19. குருவை வென்ற சீடன்

கடமை, பாசம், உறவுகள் அனைத்தையும் மறக்கடிப்பது காமம்.

அது, கால நேரத்தை அறியாத உணர்ச்சி.

மானம், வெட்கம், கூச்சத்தை மறக்கடிக்கும் ஒன்று.

ஞானமும், கல்வியும் பயன்படாமல் செய்துவிடும் வித்தை அதற்கு மட்டுமே தெரியும்.

இளம் பருவத்தில் ஒருவனை மூடனாக்குவதற்குக் காதல், அல்லது காம உணர்ச்சி ஒன்றே போதும்.

ஆனால். சேரமான் இளைஞரல்லர்; முழுப் பருவத்தையும் அடைந்து முதுமை அடைந்துவிட்டவரும் அல்லர்! நடுப்பருவம்.

உடலுக்கும் உள்ளத்துக்கும் மிக மிகப் பொருத்தமான ஒரு துணை வாய்த்துவிட்டால், பருவம் என்ன பருவம்?

திருவஞ்சைக்களத்து அரண்மனை சப்ரமஞ்சம் சேரமானோடு முதலில் யூஜியானாவைச் சுமந்தது. இப்போது சலீமாவைச் சுமந்தது. பட்டத்து ராணிதான் இதில் பாவம் செய்தவள் ஆனாள்.

அரசு என்றொரு அங்கம் இருப்பதையே முற்றிலும் மறந்துவிட்ட சேரமான், சலீமாவோடு தனது இரண்டாவது இரவை அந்த மஞ்சத்தில் கழித்தார்.

பால் நிலவின் பளபளக்கும் அந்த வடிவம், அவரது இனிய கனவுகளுக்கெல்லாம் இடம் கொடுத்தது.

தன்னை மறந்த லயத்தில் அவர்கள் மயங்கிக் கிடந்தார்கள்.

அந்த இரவில் உறங்காமல் இருந்தவர்கள் நால்வர்.

பத்மாவதி - யூஜியானா - நாராயண நம்பூதிரியின் மூளை - வானத்து நிலவு.

பொழுது விடிந்து சலீமா புத்தாடை அணிந்தபோது சேரநாட்டுப் பாணியிலே அவளுக்கும் முண்டுடுத்திவிட்டார் சேரமான்.

காம மயக்கம் தீர்ந்த நிலையில் குளித்துவிட்டு வெளியே வந்தபோதுதான், ராஜாங்கத்து நினைவே அவருக்கு வந்தது.

'தம்பிரான் சுவாமிகள் வந்தால் நிலைமை எப்படி இருக்கும்?' என்று அப்போதுதான் யோசித்துப் பார்த்தார்.

அரண்மனைக் காவலாளிகளில் தமது நம்பிக்கைக்குப் பாத்திரமானவர்களை மட்டுமே வைத்துக்கொண்டு, மற்றவர்களுக்கு ஓய்வு கொடுத்து அனுப்பினார் சேரமான்.

'தம்பிரான் சுவாமிகள் வந்தால் முன்கூட்டியே தமக்குத் தெரிவிக்கும்படி, வெளியில் நின்ற புரவி வீரனுக்குக் கட்டளை இட்டார். அவனோ நம்பூதிரியின் ஆள்!

இப்போது அவர் பூஜை அறையை நாடவில்லை.

ஏனோ அவருக்கு இப்போது தமது சமயத் தெய்வங்களின் மீது நம்பிக்கை இல்லை.

சில நாட்கள் பாராதிருந்த ஏடுகளைப் புரட்ட ஆரம்பித்தார்.

அப்போது வெளியே நின்ற காவலாளிகளுக்கு ஒரு சிக்கல் முளைத்தது. அதில் திகைப்பும் இருந்தது.

கைக் குழந்தையோடு உள்ளே நுழைய முயன்ற யூஜியானாவை, அனுமதிப்பதா இல்லையா என்பதே அது.

'அரசரின் தேவியரில் ஒருத்தி, அனுமதித்துவிடு' என்று முணுமுணுத்தான் ஒரு காவலாளி.

குறுக்கிட்டு நின்ற ஈட்டிகள் விலகின.

உள்ளே நுழைந்த யூஜியானா, தான் சாந்தியடைந்த பள்ளியறையை நோக்கியே சென்றாள்.

அந்தப் பக்கமே எட்டிப்பாராமல் பத்மாவதியும் தாவளி சகோதரிகளும் தனி மண்டபத்தில் இருந்ததால் குறுக்கீடுகள் ஏதுமில்லை.

பள்ளி அறைக்குள் அவள் நுழைந்தபோது கண்ணாடியின் முன்னால் அமர்ந்து வைர நகைகளால் தன்னை அலங்கரித்துக் கொண்டிருந்தாள் சலீமா.

கண்ணாடியில் யூஜியானாவின் உருவம் தெரிந்தது. அன்று பகவதி கோயில் அருகே பார்த்த அதே பெண். சேரமானின் அன்புக்குரிய இஸ்ரவேல் நாயகி!

"இஸ்ரவேலுக்குச் சென்றுவிட்ட இவள் எப்போது திரும்பினாள்?"

திகைத்துப் போய்ச் சலீமா கேட்டாள். "யார்?"

"இந்தக் குழந்தையின் தாய்."

"யாரைப் பார்க்க வேண்டும்!"

"இதன் தந்தையை?"

"அவர் எங்கிருக்கிறார்?"

"இந்த அரண்மனையில்!"

"நீங்கள் சொல்வது...?"

"உங்களுக்குத் தெரியாத ஒரு ரகசியம்!"

"ஓரளவு எனக்கும் தெரியும்"

"இஸ்ரவேலின் மணியோசை உங்கள் காதுகளுக்கும் கேட்டதா?"

''அந்த மணி ஒலித்துக்கொண்டிருக்கும்போதே இந்தத் திருமுகத்தை நான் பார்த்திருக்கிறேன்!''

''அந்த மணியோசை நின்றுபோய்விட்டதாக நினைக்கிறீர்கள்?''

''இல்லை; நான் கேட்கக்கூடிய தூரத்தில் அது இல்லை என்று நினைத்தேன்!''

''ஒலியைக் கொண்டு செல்லும் சக்தி அராபிக் கடலுக்கு இருக்கிறது என்பது உங்களுக்குத் தெரியும் அல்லவா?''

''அரபிக் கடலுக்கென்ன? எந்தத் தண்ணீருக்குமே அந்தச் சக்தி உண்டு என்பதை நான் அறிவேன்!''

''மணியினால் கைவிடப்பட்ட ஒலி, கொம்பினால் கைவிடப்பட்ட கொடி, பூமியால் கைவிடப்பட்ட தண்ணீர், வானத்தால் கைவிடப்பட்ட நிலவு நான்!''

''மணியினால் ஏற்றுக்கொள்ளப்பட்ட ஒலி, கொம்பினால் தழுவப்பட்ட கொடி, பூமியால் ஊற்றெடுத்த தண்ணீர், வானத்தில் அமர்ந்துகொண்ட நிலவு...''

''...நீங்கள் தான் என்பது எனக்கு நன்றாகத் தெரியும். சகோதரி, நாம் இருவருமே கடல் கடந்து வந்தவர்கள் தான். இந்த மண்ணுக்கு அந்நியர்கள்தான்; அந்நிய மண்ணிலே சந்திக்கும் போது ஒருவருக்கொருவர் சகோதரிகளாகிறார்கள் என்ற உண்மையை நீங்கள் நிலைநாட்டிவிட்டீர்கள். ஏனென்றால், சகோதரிகள் இருவரும் ஒருவரையே நேசிக்கிறோம் அல்லவா?''

''யூஜியானா! என்னை நன்றாகப்பார்; உன்னைவிட நான் அழகியல்ல; ஏதோ விட்ட குறை தொட்ட குறை, நீ இல்லையென்றுதான் நான் எல்லையானேன். நீ திரும்பி வந்து..''

''...தொல்லையானேன் என்கிறீர்களா?''

''இல்லை. விலக்க முடியாத பந்தத்தில் நான் விழுந்த பிறபாடு விளக்க முடியாத ஒரு கேள்விக் குறியோடு நீ வந்து நிற்பதில் அர்த்தமென்ன?''

"எனது பந்தத்தை அவரால் விலக்க முடிந்ததே..."

"என்னை விலக்க முடியாதே!"

"ஏன்?"

"எங்கள் இரத்தம் மகமதிய இரத்தம்! கைதொட்ட ஒருவர் கை விடுவாரானால் எங்களை விலக்கி வைக்கும் இடம் மரணம் ஒன்றே!"

"என் இரத்தம், யூத இரத்தம், அது வாணிப இரத்தம். அதுவே பேரம் பேசுவதை மறந்துவிட்டு இஸ்ரவேலுக்குக் கப்பல் ஏறியதே!"

"சகோதரி! நமது இரத்தத்துக்கு மூலம் ஒன்றுதான். அது காலத்தாலே மாறுபட்டது. நமது சித்தத்திற்கு நாட்டம் ஒன்றுதான். அது காலத்தாலே வேறுபட்டது. நீ விட்டுச் சென்ற இடத்தை நான் நிரப்பியிருக்கிறேன். அதை நீ மறுபடியும் நினைப்பது என்னைச் சித்திரவதை செய்வதாகாதா?"

"இருவரில் யாராவது ஒருவர் சித்திரவதைப்பட்டுத் தான் தீரவேண்டும் என்று இறைவன் விதித்திருக்கிறான். ஆனால் நான் ஒரு வழித்தோன்றலோடு வந்து நிற்கிறேன். நீ அப்படி இல்லையே!"

"நானும் அப்படி ஆகக்கூடிய நிலைக்குத் தயாராகிக் கொண்டிருக்கிறேன். இந்தச் சிக்கலை யார் தீர்ப்பது?"

என்று சலீமா சொல்லிக் கொண்டிருக்கும்போதே "நான்தான் தீர்க்கவேண்டும்" என்று உள்ளே நுழைந்தார் சேரமான். என்றுமில்லாதவாறு "அரசே!" என்றாள் யூஜியானா.

"யூஜியானா!" என்ற சேரமான் அவளையே கொஞ்ச நேரம் பார்த்தார்.

அவள் கண்களிலிருந்து வெள்ளம்போலக் கண்ணீர் வழிந்தது.

அமைதியாகத் தூங்கிக்கொண்டிருந்த தன் பெண் குழந்தையை அவர் முன்னால் நீட்டினாள், யூஜியானா.

அதை அப்படியே வாங்கி மாறி மாறி முத்தமிட்டார் சேரமான்.

பிள்ளைப் பேறில்லாத அவருக்கு, அந்தப் பெண் மகவு ஏற்படுத்திய பாசம் காட்டாற்று வெள்ளம்போல் பெருக் கெடுத்தது. யூஜியானா அவர் கால்களில் விழுந்தாள். அவளை எழுப்பி "உடல் நலம் நன்றாக இருக்கிறதல்லவா?" என்றார் சேரமான்.

"உள்ளத்தைத் தவிர அனைத்தும் நலமே சுவாமி!" என்றாள் அவள்,

"யோகோவா...?" என்று கேட்டார் சேரமான்.

"வந்திருக்கிறார். உங்களைப் பார்க்க அவருக்குக் கூச்சம்!" என்றாள் யூஜியானா.

அவர்கள் இருவரும் ஒருவரையொருவர் விசாரித்துக் கொண்ட பாவத்தைப் பைத்தியக்காரிபோல் பார்த்துக் கொண்டிருந்தாள் சலீமா.

சேரமான் யூஜியானாவின் கண்ணீரைத் துடைத்து விட்டார்.

அப்போது நம்பூதிரிகள் சபையிலிருந்தவாறே நாராயண நம்பூதிரி ருத்திராட்சத்தைத் தட்டிக் கொண்டிருந்தார். இனிமேல் சேரமான் ஏமாறுவாரா? அவரது 'ஞான திருஷ்டி'யில் அதுவும் தெரிந்து கொண்டுதானிருந்தது.

சேரமான் கைக்குழந்தையோடு மஞ்சத்தில் அமர்ந்தார். சலீமாவின் கையைப் பிடித்து இடதுபுறம் உட்காரவைத்துக் கொண்டார். யூஜியானாவின் கையைப் பிடித்து வலதுபுறம் உட்கார வைத்துக் கொண்டார்.

யூஜியானாவின் குழந்தையைச் சலீமாவின் கைகளிலேயே கொடுத்தார். பிறகு இருவரையும் பார்த்து, "நீங்கள் இருவரும் காப்பாற்றுவீர்களா?" என்று கேட்டார்.

இருவரும் பதறிப்போய் "என்ன? என்ன?" என்றார்கள்.

"வஞ்சகர்கள் என் சொந்த வாழ்க்கையோடு விளையாடிக் கொண்டிருக்கிறார்கள். அத்தனை சிக்கல்களும் அவர்களால் விளைந்தவையே. இப்போதும் உங்களுக்குள் ஒரு மோதல் ஏற்படும்

என்றுதான் பூஜியானாவை வரவழைத்திருக்கிறார்கள். தொட்டவர்களைக் காப்பாற்றும் ராஜ நீதியை விட்டு நான் விலகமாட்டேன். நீங்கள் இருவரும் சகோதரிகளாக என் அருகிலேயே இருக்க முடியாதா?'' என்று பரிதாபமாகக் கேட்டார் சேரமான்.

இருவருமே ஒருவரையொருவர் பார்த்தவாறு கட்டித்தழுவி சேரமானின் கால்களிலேயே விழுந்தார்கள்.

அப்போது நம்பூதிரிகள் சபையிலே இதுவரை நாராயண நம்பூதிரி தட்டிக் கொண்டிருந்த ருத்திராட்சம் அறுந்து கீழே விழுந்தது.

அரண்மனையில் அவர் நியமித்திருந்த காவலன் மாலையிலேயே இரண்டு கிளிகளும் ஒன்றுபட்டுவிட்ட செய்தியை அவருக்குத் தெரிவித்தான்.

ஆத்திரத்தால் முகம் சிவந்த நம்பூதிரி ஏட்டையும் எழுத்தாணியையும் எடுத்தார்.

20. ஆண்டியின் கண்ணில் ஆண்ட பூமி

அரண்மனை கலகலப்பாகிவிட்டது.

யூஜியானாவும், சலீமாவும் உடன் பிறந்த சகோதரிகள் போலப் பழகத் தொடங்கி விட்டனர்.

அவர்கள் இருவரையுமே பத்மாவதியும், தாவளி சகோதரிகளும் ஏற்றுக்கொண்டு விட்டார்கள்.

பத்மாவதியைத் தங்கள் மூத்த சகோதரியாகக் கருதி, காலை எழுந்து குளித்ததும் அவள் காலைத் தொட்டு வணங்குவதை ஒரு பழக்கமாக யூஜியானாவும் சலீமாவும் ஏற்படுத்திக்கொண்டனர்.

யூஜியானாவின் தந்தை பழைய மாளிகையிலேயே தங்கிவிட்டார்.

சலீமாவின் தந்தை தமது இல்லத்திலேயே தங்கிவிட்டார்.

யூஜியானா அரண்மனையில் சேர்ந்துவிட்டது பற்றி யூதர்களுக்கு ஒரு நிம்மதி.

சலீமா அரண்மனையில் இருப்பதுபற்றி மகமதியர்கள் மகிழ்ந்தார்கள் என்றாலும், 'மன்னர் இன்னும் மதம் மாறவில்லையே' என்ற ஆதங்கம் மட்டும் இருந்தது.

'நாராயண நம்பூதிரி இனி அரண்மனைக்கு வரமாட்டார் தொல்லை இல்லை' என்று சேரமான் நினைத்த போதிலும், நம்பூதிரிகள் சபை பற்றிய அச்சம் அவருக்கு இருந்தது.

கிராமத்தலைவர்கள் ஒன்றுகூடிய சபையே நம்பூதிரிகள் சபை. ஆகவே, கடமை, வருமானம் (வரி) தேக்கம் அடையும் என்று அவர் பயந்தார்.

தளபதி மானீச்சன் தனது சகோதரியின் கணவன் என்றாலும், அவன் அரண்மனைப் பக்கமே தலை காட்டாததும் அவருக்குப் பயமாகவே இருந்தது.

நாராயண நம்பூதிரியும், மானீச்சனும் என்ன செய்து கொண்டிருந்தார்கள்? யூஜியானாவும், சலீமாவும் அரண்மனையில் குடிபுகுந்த மறுநாளே, கிராமத் தலைவர்களுக்கெல்லாம் ஓலைகள் பறந்தன.

தூது செல்லும் புரவி வீரர்கள், படை வீரர்கள், தளபதி மானீச்சன் எல்லோருமே நம்பூதிரி கையில்.

மூன்றாவது நாள் எல்லா கிராமச் சபைத் தலைவர்களும் நம்பூதிரிகள் சபையில் திரண்டார்கள்.

'நாராயண நம்பூதிரி சபையைக் கூட்டியிருக்கிறார்' என்ற பரபரப்பு நகர் முழுவதும் எழுந்தது.

சபையிலிருந்து எந்தச் செய்தியும் வெளியில் போகாமல் சபையைச் சுற்றிலும் சேனா வீரர்கள் நிறுத்தி வைக்கப்பட்டார்கள்.

படைகளில் சேரமானுக்கு விசுவாசமான ஒரு பகுதி இருந்தது. ஆனால் அது தனித்தியங்க முடியாதபடி கட்டுண்டு கிடந்தது.

'விழிஞம்' என்னும் கடற்கரைப் பட்டினத்தில் சேரமானுக்கு ஆதரவான கடற்படை இருந்தது. ஆனால் நகரில் ஏதாவது நடந்தால் மானீச்சனுக்குக் கீழேயுள்ள தேர்ப்படை, புரவிப்படை, காலாட்படை, யானைப்படை, நான்கையும் சந்திக்கக்கூடிய நிலையில் அது இல்லை.

அரசாங்க வேலைகளை நாராயண நம்பூதிரி தம் பொறுப்பில் எடுத்துக்கொண்டுவிட்டார். பேருக்கு மட்டுமே சேரமான் அரசராக இருந்தார்.

எங்கே என்ன நடக்கிறது என்று சொல்லக் கூடியவர்கள் கூட அவருக்கு மிகவும் குறைவாகவே இருந்தார்கள்.

அரண்மனைக்கு வெளியே முற்றிலும் பலம் குன்றிவிட்ட சேரமான், அதை மறக்க யூஜியானாவின் திருமுகத்தையும் சலீமாவின் எழில் முகத்தையுமே துணையாகக் கொண்டார்.

முன்பு, ஒருமுறை ஏமாந்த அவர் இப்போதும் ஏமாறுவதில்லை என்று முடிவு கட்டியிருந்ததால், சூழ்நிலைகளின் இழப்பே அதிகமாக இருந்தும்கூடப் பிடிவாதமாக இருந்தார்.

உள்நாட்டிலேயே கிட்டத்தட்ட முற்றுகை இடப்பட்ட நிலைதான், அவர் நிலை.

அவர் காற்றுக்காக வெளியே போவதைக்கூட, அந்தரங்கக் காவலாளிகள் அனுமதிக்கவில்லை.

முதல் இரண்டு நாட்களில் மகிழ்ச்சிக் கடலில் நீந்திய யூஜியானாவும், சலீமாவும் இந்தச் செய்திகளை அறிய அறிய 'தாங்கள் ஓர் அரசனை ஆண்டியாக்கிவிட்டோமே' என்று கலங்கத் தொடங்கினார்கள்.

நான்கைந்து நாட்களானதும் சேரமானின் பேச்சு, அவர் புலம்புவதுபோலக் காட்டிற்று.

"ஒவ்வொரு மனிதனுக்கும் முடிவு மரணம்தான். காதலுக்காக அந்த முடிவை நான் கண்ணியமாகவே ஏற்றுக்கொள்வேன்'' என்றார் அவர்.

நம்பூதிரிகள் சபைக் கூட்டம் ஏழு நாட்களாகத் தொடர்ந்து நடந்தது. நாளுக்கு நாள் சேரமானின் ஆதிக்கச்சக்தி குறைந்து கொண்டே வந்தது. அவர் சத்தம் போட்டு உத்தரவிட்டால் அதைக் கேட்பதற்குக்கூட ஆள் இல்லாதது போல் தோன்றிற்று.

"இந்த முற்றுகை நீடித்தால் அரண்மனையின் உபயோகத்துக்குத் தானியக் கிடங்கிலிருந்து தானியம்கூட எடுக்க முடியாது' என்று தாவளி சகோதரிகளும் பத்மாவதியும் அஞ்சத் தொடங்கினார்கள்.

இருள் சூழ்ந்த அரண்மனையில் ஒளிவிளக்காகத் திகழ்ந்தவை, மூன்று சமயத்தைச் சேர்ந்த மூன்று மனைவியரின் திருமுகங்களே.

சேரமான் சரணாகதியடையத் தயாராயில்லை.

எவன் கையிலே சக்தி வந்தாலும் அவன் காலிலே பணிவது என்ற பழக்கம், கேரள மண்ணிலே பிறந்த அந்த உண்மை வீரனுக்கு இல்லை. ஆயினும் விரக்தியான ஒரு நிலை. சமயங்களில் ''அவசரப்பட்டுவிட்டோமோ'' என்ற சஞ்சலம். உடனேயே ''எதற்காக நான் காத்திருக்க வேண்டும்? நான் யார், இவர்கள் யார்?'' என்ற ஆத்திரம்.

இருந்தாலும், 'இதே காரியத்தைப் பக்குவமாகவும் முடித்திருக்கலாம்' என்ற எண்ணம்.

முன்னும் பின்னும் ஆடுகிற ஊஞ்சல் நினைவுகள். போகும் போது ஓர் இடி; வரும்போது ஓர் இடி என்று அவரை இடித்தன.

'எதுவும் நடக்கலாம், எப்போதும் நடக்கலாம்; எதற்கும் தயார்' என்ற நிலைமைக்கு அவர் வந்துவிட்டார்.

இயற்கையாக யாருக்காக நாம் சோதனைகளைத் தாங்கிக் கொள்ளுகிறோமோ, அவர்கள்மீது ஏற்படும் சந்தர்ப்பக் கோபம்கூட யூஜியானா சலீமாமீது அவருக்கு ஏற்படவில்லை.

எவ்வளவு சாமர்த்தியமாகக் கேரள தேசத்தையே மடக்கிக் கைக்குள் போட்டுக் கொண்டார் அவர்!

எவ்வளவு சாதாரண விஷயத்தில் அவர் ஏழை போலாகி விட்டார். சாதாரணமான விஷயமா அது? அவரைப்பொறுத்த வரை அது ஒரு மகா காவியம்.

காதல் காவியத்தின் கவிதை வரிகள் எப்போதும் கண்ணீரால்தான் அலங்கரிக்கப்படுகின்றன.

ராஜ்ய பாரத்தையே இழப்பதற்கும் தயாராகிவிடும் நிலைமை, காதலில் மட்டுமே தோன்றுகிறது.

அசாத்தியமான துணிச்சல் ஒன்று காதலில் மட்டுமே விளைகிறது.

பஞ்சணையில் தனியாகத் தூங்கிய மன்னன்கூட, தன் காதலியோடு பழம்பாயில் தூங்குவதை மகிழ்ச்சியாக ஏற்றுக்கொள்கிறான்.

சிற்றரசனாயினும், பேரரசனாயினும் முற்றிலும் துறந்த முனிவனேயாயினும் நெருங்கிய பந்தத்தில் எந்த நிலை மாற்றத்துக்கும் தயாராகிவிடுகிறார்கள்.

அன்று இரவு சேரமானுக்கு இருக்கை கொள்ளவில்லை.

''நகரத்து மக்கள் எப்படி நினைக்கிறார்கள்? நம்பூதிரிகள் சபையில் என்ன நடக்கிறது?'' என்பதைத் தெரிந்து கொள்ள அவர் விரும்பினார்.

வழக்கமான முக்காடு அவருக்குப் போதாது.

வாலிபம் மாறாத சேரமான், வயோதிக வேஷத்தை தேர்ந்தெடுத்தார். நரைத்த தாடி, வழுக்கைத் தலை, நீண்ட அங்கி, பல்லிலே கறுப்பு மை, கையிலே ஊன்றுகோல், மற்றொரு கையிலே திருவோடு, வேஷம் பூர்த்தியாகி விட்டது.

மூன்று குல விளக்குகளும் அதைத் தடுக்க முயன்றன. முடியவில்லை.

உடனே தனியாகப் போவதைத் தடுத்து, அந்தரங்கக் காவலாளிகள் இருவர் உடன் போவதற்கு ஏற்பாடு செய்தனர்.

அவர்களும் சீடர்களாக வேஷம் அணிந்து கழுத்திலே ருத்ராக்ஷத்தோடு, கையிலே கபாலத்தோடு, நீண்ட அங்கிக்குள் ரகசியமாக மறைக்கப்பட்ட உடைவாளோடு அவரைப் பின் தொடர்ந்தனர்.

எட்டு நாட்களுக்குப் பிறகு திருவஞ்சைக்களத்தின் தெருக்களைப் பார்க்கிறார், சேரமான்.

தெருவிலே யார் முகத்திலும் எந்தவிதச் சலனமும் இல்லை. அவர்கள் மக்கள்! காலம் பார்த்துச் சேர்ந்து கொள்வார்களே தவிர காரியத்துக்கான நேரம் வரும் வரை பரபரப்படைவதில்லை.

தெருக்களில் மினுக்கிட்ட சிறு விளக்குகள் சேரமானைக் கேலி செய்வனபோல் தோன்றின.

ஆண்டிக் கோலத்தில் அரசர்; இது தற்காலிகக் கோலமோ, நிரந்தரக் கோலமோ யார் கண்டது?

தத்துவ ஞானம் பாடியபடி திருவோடு ஏந்தித் தெருவோடு நடந்தார் அவர்.

சீடர்கள் விழிப்போடு அவரைப் பின்பற்றி வந்தார்கள்.

ஒரு விளக்கின் அடியில் பத்துப் பதினைந்து பேர் உட்கார்ந்து கரியினால் குறியிட்டுப் புலியாட்டம் ஆடிக் கொண்டிருந்தார்கள். அவர்கள் முன்னே திருவோட்டை நீட்டினார் சேரமான்.

"ஒன்றும் இல்லை, போ! போ! போய் அரண்மனையில் கேள்!" என்றான் ஒருவன்.

"அரண்மனையில் எப்படி ஐயா கேட்பது? அரசரைப் பற்றித்தான் ஏதேதோ சொல்கிறார்களே...!" என்றார் சேரமான்.

"என்ன சொல்கிறார்கள்?" என்றொருவன் திருப்பிக் கேட்டான்.

"என்னவோ யூதப் பெண்ணாம், மகமதியப் பெண்ணாம்..." என்று இழுத்தார் சேரமான்.

"அது அவர் இஷ்டம். உனக்கென்ன வந்தது? இந்த நம்பூதிரிக்குப் புத்தி இல்லை; உனக்கும் புத்தி இல்லை!" என்றான் அவன்.

சேரமானுக்குப் புதுத் தெம்பு வந்தது.

"ரொம்ப நன்றி ஐயா!" என்று கூறிவிட்டு ஜாடை காட்டி நடந்தார்; சீடர்கள் பின்தொடர்ந்தார்கள்.

நாட்டு மக்கள் மனோபாவம் புரிந்துவிட்டது. இனி நம்பூதிரிகள் சபைதான் எப்படி இருக்கிறது என்று கண்டு கொள்ள வேண்டும்.

சேரமான் ஞானப் பாட்டைத் தொடர்ந்து பாடியபடி நம்பூதிரிகள் சபையை நோக்கி நடந்தார்.

நம்பூதிரிகள் சபை பலத்த கட்டுக்காவலோடு இருந்தது. அதைச் சுற்றிலும் நான்கு தெருக்கள் உண்டு. ஒரு தெருவிலும் யாரும் அனுமதிக்கப்படவில்லை. ஏதோ அவசரகாலச் சூழ்நிலை அங்கே மட்டும் இருப்பதுபோல் தோன்றிற்று.

ஒரு புரவி வீரனிடம் சேரமான் கேட்டார், ''ஏன் இங்கே மட்டும் பதற்றமான நிலை?''

அவன் சொன்னான்; ''ஏ சந்நியாசி! வாயை மூடிக்கொண்டு பேசாமல் போ.''

சேரமான் சொன்னார்; ''புரிகிறது; புரிகிறது! வாயை மூட வேண்டிய நிலைமைக்கு ஏதோ நடந்திருக்கிறது.''

''நீ மூடவில்லை என்றால், நான் மூடுவேன்'' என்றான் காவலாளி.

''எனக்கு எதற்கப்பா வம்பு?'' என்றார் சேரமான்.

அப்போது அந்தத் தெருவில் ஒரு பரபரப்பு ஏற்பட்டது.

முன்னால் சில புரவிகள்; அடுத்து ஒரு ரதம்; பின்னால் சில வீரர்கள் - நம்பூதிரிகள் சபை வாசலில் ரதம் நின்றது.

நாராயண நம்பூதிரி வெளியே வந்து இரு கரம் நீட்டி ஒருவரை வரவேற்றார்.

ரதத்தில் இருந்தவர் கீழே இறங்கினார். சேரமான் கூர்ந்து கவனித்தார்.

அவர் வேறு யாருமில்லை; பழைய ராஜசேகர சுவாமி!

21. உறுதி இறுதியானது

சேரமான் இதை எதிர்பார்க்கவில்லை.

ராஜசேகர சுவாமிகள் நாடகம் யூஜியானாவைக் கப்பலேற்றியதோடு சரி, என்று தான் அவர் நினைத்தார்.

அதிலும், 'தந்தையின் மரணத்துக்குப் பிறகு, பாண்டிய பூபதியாகப் பட்டம் சூட்டிக் கொண்டிருந்த சீர்மாறன் சீர்வல்லபன், மீண்டும் ராஜசேகர சுவாமியாக வரக்கூடும்' என்று அவர் கனவிலும் கருதியதில்லை.

ஆயின், இப்போது அவர் மாறுவேடத்தில் வரவேண்டிய அவசியம் என்ன? மற்றும் ஒரு பூர்வ ஜென்மக் கதைக்கு ஒத்திகையா?

இருக்க முடியாது.

பழைய நாடகம் தான் புதுப்பிக்கப்படுகிறது என்றால், நம்பூதிரிகள் சபைக்கு அவர் வரவேண்டியதில்லை நேரடியாக ஏதேனும் ஒரு வேடத்தில் வந்திருக்கக்கூடும்.

சேரமானுக்கு ஓரளவு விவரம் புரிந்தது.

திருவஞ்சைக்களத்து மக்கள் தன்னை அடையாளம் கண்டு கொள்ளாமல் இருப்பதற்காகவே சீர்வல்லபன் மாறுவேடம் தரித்திருக்கிறார். அதேநேரத்தில் பரிவாரங்களோடும் வந்திருக்கிறார்.

சபைக்குள்ளே நுழைந்து பார்க்க வேண்டும் போல் அவரது மனம் அடித்துக்கொண்டது.

'தம் ஆண்டி வேஷத்தைக் கலைத்துவிட்டு அரசன் என்ற முறையிலேயே உள்ளே நுழைந்தால் என்ன?' என்று ஒரு கணம் யோசித்தார்.

'ஆத்திரக்காரனுக்குப் புத்தி மட்டு என்பதுபோல், நாமும் முட்டாள்தனமாக ஒரு கணக்குப்போடுகிறோமே' என்று தம்மைத் தாமே தேற்றிக் கொண்டார்.

வலை பயங்கரமாகப் பின்னப் பட்டிருப்பதுபோல் அவருக்குத் தோன்றியது.

அசையாமல் தம் சீடர்களோடு அங்கேயே நின்று யோசித்த அவர், மற்றும் ஓர் ஆரவாரத்தைக் கேட்டார்.

இது என்ன ஆரவாரம்?

குதிரைகளின் குளம்படி ஓசை.

ரதங்கள் வருகின்ற சத்தம்.

ஒரு ரதத்தில் யாரோ இனம் தெரியாத ஒருவர்.

அவரையும் நாராயண நம்பூதிரி வெளியே வந்து ஆரத் தழுவி அழைத்துக்கொண்டு போனார்.

நம்பூதிரிகள் சபை என்ன மர்ம மாளிகையாகவே மாறிவிட்டதா?

சேரமானுக்கு அங்கே நிற்கவே பிடிக்கவில்லை. தம் சீடர்களை அழைத்துக்கொண்டு நேரே அரண்மனையை நோக்கி நடந்தார்.

சித்தப் பிரமை பிடித்தவர்போல் வந்த அவரை, பத்மாவதி, யூஜியானா, சலீமா ஆகிய மூவருமே வரவேற்கிறார்கள்.

மூவரும் ஒரே நேரத்தில் பெருமூச்செறிந்தார்கள்.

காணாமல்போன மாணிக்கத்தைக் கண்டெடுத்து விட்டதுபோல் அவர்களுக்குள் ஒரு தெளிவு ஏற்பட்டது.

சேரமான் யாரோடும் பேசவில்லை.

வேஷத்தைக் கலைத்துவிட்டு மேன் மாடத்துக்குச் சென்றார்.

அவர் வந்ததும், நடந்ததும் மேன் மாடத்துக்குச் சென்றதும், சிந்தனை தேங்கிய நிலையில் இருந்ததால், 'யார் போய் அவரை விசாரிப்பது?' என்ற அச்சம் மூன்று குலமகளிர்க்கும் ஏற்பட்டது.

மூவரும் தயங்கி தயங்கி நின்றபோது யூஜியானாவின் பெண் குழந்தை அழுதுகொண்டே எழுந்து வந்து தாயின் ஆடையைப் பிடித்துக்கொண்டு நின்றது.

யூஜியானாவுக்கு ஒரு யோசனை தோன்றிற்று.

குழந்தையிடம் மாடத்தைக் காட்டி, "அப்பா அப்பா" என்றாள் அவள்.

குழந்தை மெதுவாகப் படிக்கட்டுகளில் ஏறிற்று.

சேரமானின் அந்தரங்கக் காவலாளி, அதை மெதுவாகத் தூக்கி, மாடத்துக் கதவோரத்தில் கொண்டுபோய் விட்டுவிட்டு வந்தான்.

குழந்தை மெதுவாக உள்ளே நுழைந்தது.

சேரமான் முன்னும் பின்னும் புரண்டவாறு படுத்திருந்தார்.

குழந்தை பக்கத்தில் போய் நின்றது.

அப்படியே அந்தக் குழந்தையை வாரி எடுத்தார் சேரமான்.

எடுத்த எடுப்பிலேயே, ''போச்சு! எல்லாம் போச்சு!'' என்றது குழந்தை.

என்ன அபசகுனம்?

''என்னம்மா போய்விட்டது?'' என்று கேட்டார் சேரமான்.

''யானை கீழே விழுந்து உடைந்துபோய்விட்டது'' என்றது குழந்தை.

''யானை கீழே விழுந்தால் அப்படித்தான் ஆகும்'' என்றார் சேரமான்.

''கப்பல் வாங்கித் தாரீங்களா?'' என்று கேட்டது குழந்தை.

''ஒரு கப்பல் தேவைதான்'' என்றார் சேரமான். அவர் கண்களில் கண்ணீர் துளிர்த்தது.

''ஏம்பா அழறீங்க?'' என்று கேட்டது குழந்தை.

''அழவில்லையே!'' என்று சொன்ன சேரமான் கண்களைத் துடைத்துக்கொண்டு குழந்தையை மாறிமாறி முத்தமிட்டார்.

அவர் முத்தமிடும் சத்தம் கீழே நின்று கொண்டிருந்த மூவருக்கும் கேட்டது. அதிலே ஆறுதலும் மகிழ்ச்சியும் அடைந்த யூஜியானா, முதலில் படிக்கட்டுக்களில் ஏறினாள், நான்கு படிகளில் ஏறித் திரும்பிப் பார்த்தாள். சலீமா தயங்கியபடியே நின்று கொண்டிருந்தாள்.

''நீயும் வா'' என்று அழைத்தாள் யூஜியானா.

''நீ போ!'' என்றாள் சலீமா.

யூஜியானா மறுபடியும் கீழே இறங்கி அவள் கைகளைப் பிடித்துக்கொண்டு மேலே ஏறினாள்.

இருவரையும் பார்த்ததும் சேரமான் கவலைகள் மறந்து சிரித்தார்.

ஒரு தாயை அழைக்கின்ற பரிவோடு "வாம்மா" அழைத்தார்.

இருவரும் அவரது இரு பக்கத்திலும் போய் அமர்ந்து கொண்டு, அவரது தோள்களில் சாய்ந்து கொண்டார்கள்.

நேரம் போவது தெரியாமல், என்ன செய்கிறோம் என்ற தெளிவும் இல்லாமல் அவர்களோடு பேசிக் கொண்டிருந்தார் சேரமான்.

யூஜியானாவுக்கோ, சலீமாவுக்கோ ராமாயணம் தெரியாது.

அனல் பறக்கும் காட்டிலே - அந்தத் தண்டகாரண்யத்தில் சீதை இருந்த நிலையை அவர் விவரித்தார்.

"மணவாளன் முடி துறந்து, வனவாசம் புகுந்தபோது மனமொப்பிப் பின்தொடர்ந்தாள் மைதிலி. அந்த ஜானகிக்காகவே அவன் வனவாசத்தை ஏற்றுக் கொண்டவன் போல் காட்சியளித்தான்" என்று சேரமான் சொன்னபோது, "இதேபோல் கிரேக்க வரலாற்றிலும் ஒரு கதை உண்டு" என்றாள் சலீமா.

"ஏறக்குறைய மன்னர்கள் முடி துறக்கும் கதைகள் எல்லாம் ஒரே மாதிரியாகத்தான் இருக்கும்" என்றார் சேரமான். மேலும் "ராமன் முடி துறந்தாலும், மனைவியின் மடிதுறந்ததில்லை" என்றார் சேரமான்.

தோளிலே சாய்ந்திருந்த யூஜியானா, தன் கைகளை அந்தத் தோளிலேயே புதைத்துக் கொண்டாள், கண்ணீரை மறைப்பதற்காக.

"ஒரு பக்கம் இருந்து இன்னொரு பக்கம் போவதற்கே ஒருநாள் ஆகும். அயோத்தி அரண்மனையில் தூக்கம் வராதபோது படுத்தாலும் தூக்கம் வருமாம் அந்தப் பஞ்சணையில். எப்போது எந்த உணவு கேட்டாலும் தயாராக இருக்குமாம் அரண்மனை மடப்பள்ளியில். இந்த சுகபோகங்களை இழப்பதற்கு ராமன்

சம்மதித்தான். இவற்றை நாம் கொண்டு வந்தோமா, கொண்டுப் போகப் போகிறோமா? பிறக்கும் போது இடையில் ஒரு முழத்துண்டாவது இருந்ததா? போகும்போது அதாவது துணைக்கு வரப்போகிறதா? யாரை நாம் உறுதியாக நேசிக்கிறோமோ அவர்களுக்காக எதையும் துறந்துவிட முடியும்'' என்று சேரமான் பேசப் பேச யூஜியானாவும் சலீமாவும் திகைத்துப்போய் அமர்ந்திருந் தார்கள்; குழந்தை மட்டும் சிரித்துக் கொண்டேயிருந்தது.

எந்த விஷயமும் புரியாமல் இருப்பதில்தான் எவ்வளவு சந்தோஷம்!

பகுத்தறிவு பூத்துக் குலுங்கத் தொடங்கும்போது தானே, மனிதனுக்குப் பயம் கோபம் எல்லாம் வருகின்றன.

சேரமான் விரக்தியடைந்திருந்தார்; இரண்டு கிளிகளும் வேதனையடைந்திருந்தன. அப்போது அரண்மனை வாசல் மணி ஓங்கி ஒலித்தது.

பொழுது விடிவதற்கு இன்னும் சிறிது நேரமே இருந்தது.

'பொழுது விடியப்போகிறது' என்பதை உணர்த்துவதா அந்த மணி? இல்லை. அது ஆராய்ச்சி மணியும் அல்ல. சில மாற்றங்களை அறிவிக்கும் மணி போலவே சேரமானுக்குத் தோன்றிற்று.

இப்போது அரண்மனை வாசலில் குதிரைகளின் குளம்படிச் சத்தம்.

சேரமான் மேலாடையை அணிந்துகொண்டார்.

மாடத்திலிருந்து சேரமான் கீழே இறங்கும்போது, ஈட்டியும் கையுமாக எதிர்பட்டுத் தெண்டனிட்டான் காவலாளி. ''வீரபாண்டியபுரத்து நான்மாடக் கூடலில் இருந்து ராஜாதிராஜன், சீர்மாறன் சீர்வல்லபன் தங்களைக் காண வந்திருக்கிறார்.''

சேரமான் ஓரளவு இதை எதிர்பார்த்திருந்தார்.

'நட்பு முறையிலாவது, சீர்வல்லபன் தம்மைக் காணவரக்கூடும்' என்று அவர் கருதியிருந்தார்.

ஆனால் ஓர் ஐயத்தில் அவர் ஊடாடிக்கொண்டிருந்தார்.

'வேறுவகையான திட்டங்களுக்கு நாராயண நம்பூதிரியோடு ஒத்துழைக்கக் கூடிய சீர்வல்லபன், தம்மைப் பார்க்காமலும் இருக்கக்கூடும்' என்று அவர் நினைத்திருந்தார். ஆகவே இந்த வருகை ஒரு வகையில் அவருக்கு மகிழ்ச்சியையே அளித்தது.

'சீர்வல்லபனோடு பேசினால், சில நிபந்தனைகளோடு தம் சொந்த விஷயத்தில் அவன் ஒத்துழைக்கக்கூடும்' என்று அவர் நம்பினார்.

வாசல் வரையில் சென்றே சீர்வல்லபனை இவர் வரவேற்றார்.

கட்டித்தழுவி, உச்சிமோந்து அவர் வரவேற்றபோது, "இதுவே நம் கடைசிச் சந்திப்பாக இருக்கக்கூடாது" என்று சொல்லிக்கொண்டே உள்ளே நுழைந்தான் சீர்மாறன் சீர்வல்லபன்.

சேரமானும் விட்டுக்கொடுக்காமல், "பதவி நம்மைப் பிரித்தாலும் பாசம் நம்மைப் பிரிக்காது" என்றார்.

"இந்த அரண்மனைக்குள் நுழையும்போது, புனித மன்னர் குலசேகர ஆழ்வாரின் நினைவே எனக்கு வருகிறது. தமது சொந்த சமயத்தின்மீது அவருக்கிருந்த விடாப்பிடியான பற்றுதல் முடியைக்கூடத் துறந்து திருமால் அடியைத் தேடச் சென்றது. ஒருவன் சைவனாயினும், வைணவனாயினும் அந்தத் திடச்சித்தம் வேண்டும். சமயத்தை மீறி ஓர் ஆசா பாசம் எவருக்கும் தோன்ற முடியாது. ஆசைகள் பிறக்கலாம்; அழியலாம், சமயம் நிலையானது. ஆழ்வாரின் 'கம்ப மதயானை' என்ற பாடல் உங்களுக்கு நினை விருக்கிறதல்லவா? 'எம்பெருமான் ஈசன், எழில் வேங்கடமலை' என்றார் அவர். அந்த வேங்கடமலை தக்ஷிணத்தில்தான் இருக்கமுடியும். மெக்காவிலோ, ஜெருசலத்திலோ இருக்க முடியாது" என்றான் சீர்வல்லபன்.

"இவற்றையெல்லாம் கேட்டுத் தெரிந்துகொள்ள வேண்டிய பருவத்தில்தான் நான் இருக்கிறேன் என்று கருதுகிறாயா?" என்றார் சேரமான்.

''ஆசை புத்தியை மறைக்கும்போது, அறிவு வேலை செய்யாமல் போகிறது. அதனால் சில விஷயங்களை நினைவு படுத்த வேண்டியிருக்கிறது.''

''சீர்வல்லபா! நண்பன் என்ற முறையில் உன் வருகை மகிழ்ச்சியைத் தந்தது. எனது சொந்த வாழ்க்கையில் சில உதவிகளைக் கூட உன்னிடம் பெற விரும்பினேன். ஆயினும் நீ வரும்போதே ஒரு முடிவோடு வந்திருக்கிறாய். தீர்ப்போடு வந்துவிட்ட சபைத் தலைவரிடம் வாதாடிப் பயன் இல்லை. தம்பிரான் சுவாமிகள் உன் மூளையை நன்றாகச் சலவை செய்து அனுப்பியிருக்கிறார் என்பது எனக்குத் தெரிகிறது. உன் முடிவான, தீர்க்கமான பேச்சிலிருந்து அவரவர் வழிகளை அவரவர் பார்க்க வேண்டியதுதான் என்று தோன்றுகிறது.''

''உன் முடிவு எதுவோ எனக்குத் தெரியாது. என் முடிவு இறுதியானது. நம்பியிருக்கும் நாட்டு மக்களை மன்னன் கைவிடக்கூடாது என்பது எவ்வளவு நியாயமோ அவ்வளவு நியாயம், கைப்பிடித்தவர்களை விடக்கூடாது என்பதும்.''

''பாண்டிய நாட்டைக் கப்பம் கட்டவைத்த பழைய பாஸ்கர ரவிவர்மன் இவன் அல்லன் என்பதையும், இனம் பிரிந்த மான்போல் படையைவிட்டுப் பிரிந்து நிற்கின்றான் என்பதையும் புரிந்து வைத்திருக்கிறாய். எனது பலமும் பலவீனமும் எனக்குத் தெரியும்.''

''ஆனால் கொண்ட காதலில் நான் பலவீனமானவன் அல்லன் என்பது உனக்குத் தெரிய வேண்டும்'' என்றார் சேரமான்.

''துர்ப்பாக்கியவசமாக நாம் களத்திலே சந்திக்க வேண்டியிருக் கிறது'' என்றான் சீர்வல்லபன்.

''இது நான் எதிர்பார்த்ததுதான்; ஆனால் அதிர்ஷ்ட வசமாக நாம் களத்திலே சந்திப்பதற்கு அவசியம் இருக்காது. இனி திருவேங்கட மலையிலும் சந்திக்க மாட்டோம். எதிர் காலத்தில் ஜெருசலத் திலோ, மெக்காவிலோ...'' என்று சேரமான் தொடர்ந்தபோது, 'சேரமான்!'' என்று ஆத்திரத்தோடு கத்தினான் சீர்வல்லபன்.

22. அதுதான் சமயம்

"உன் முடிவு எனக்கு நன்றாகத் தெரிகிறது. நீ நாடும் பெண்களின் முகத்தையும் பார்; இந்த நாட்டையும் பார். இதை நீ காதல் என்று சொல்ல முடியாது. விதி உன் தலையில் ஏறி விளையாடும் விளையாட்டு என்று கருது. கண் மூடித்தனமான ஆசைகளால் ஒரு மாபெரிய வரலாற்றை மாற்றி எழுத நினைக்காதே. கடைசியாகச் சொல்கிறேன். நாடு மன்னனை இழக்கலாம்; ஆனால் தன் நன்மை தீமைகள் அனைத்தையும் எந்தத் தெய்வத்திடம் ஒப்படைத்திருக்கிறதோ, அந்தத் தெய்வத்தையே அடித்தளமாகக்கொண்ட சமயத்தை இழக்க முடியாது" என்றான் சீர்மாறன்.

"நீங்கள் அனைவருமே சமயத்தைக் காட்டி என் வாழ்வில் குறுக்கிடுவதைப் பார்த்தால் உங்கள் சமயத்தின் மீதே எனக்கு வெறுப்பு ஏற்படுகிறது. நானும் சைவன்தான். ஆனால் கட்டுத்தளை களும், தாவல் வேலியுமாக அது என்னைச் சிறைப்படுத்தும் என்று கருதியதில்லை. எப்படிச் சுற்றி வளைத்தாலும் என் முடிவுக்கேதான் நான் வருவேன். தலைவன் என்பவன் கருத்துக்களை உருவாக்குகிறவனே தவிர, பிறரது கருத்துகளுக்குத் தன்னை ஒப்புக்கொடுத்துவிடுகிறவனல்லன். சீர்வல்லபா! மீன்கொடி விற்கொடியிடம் காட்டுகிற பரிவுக்கு என் நன்றி; ஆனால் அந்த மீன் வில்லை விழுங்கினாலும் விழுங்கலாம், என்னை முடியாது" என்றார் சேரமான் பெருமாள்.

"நான் சொல்வதைக் கேளுங்கள். பெண்ணாசையால் மதியிழந்தான் சேரமான் என்ற பழிச்சொல்லுக்கு ஆளாகாதீர்கள். தம்பிரான் சுவாமிக்கோ, எனக்கோ உங்கள் சொந்த வாழ்க்கையில் குறுக்கிடுவதில் என்ன பயன்? எல்லாம் தக்ஷிண பூமியின் சமயப் பாதுகாப்பைக் கருதியே. தயை கூர்ந்து உங்கள் முடிவை மாற்றிக் கொள்ளுங்கள். அந்தப் பெண்களைத் திருப்பியனுப்புங்கள்" என்று பணிவோடு கேட்டான் சீர்வல்லபன்.

"இதில் அர்த்தமில்லை. அதை அங்கீகரித்துவிட்டு அடுத்த விஷயத்தைப் பேசு!" என்றார் சேரமான்.

"அதை அங்கீகரிப்பதற்காகவா நான் முன்னால் வந்தேன்..." என்றான் சீர்வல்லபன்.

"பின்னால் யார் வருகிறார்கள்...?" என்று கேட்டார் சேரமான் பெருமாள்.

"என் படை வருகிறது!" என்றான் சீர்வல்லபன்.

"ஓகோ!" என்று உரக்கச் சிரித்த சேரமான், "தலைவர் இங்கிருக்கப் படை தனியாக வருகிறதோ...?" என்றார் ஏளனமாக.

"இல்லை, படை ஒரு தலைமையோடுதான் வருகிறது. இப்போது அதற்குத் தலைமை தாங்குவது மானீச்சன்" என்றான் சீர்வல்லபன்.

"மானீச்சன்! மானீச்சன்!" என்று தூணிலே ஓங்கிக் குத்திய சேரமான், கொஞ்ச நேரம் அந்தத் தூணிலேயே சாய்ந்து நின்று, "இனி நாம் பேசுவதற்கு ஒன்றுமில்லை!" என்று கூறியபடியே திரும்பிப் பார்த்தார்.

அங்கே சீர்வல்லபன் இல்லை.

பிரமை பிடித்தவர்போல் தாம் நின்ற இடத்திலிருந்தே அரண்மனையைச் சுற்றிப் பார்த்தார்.

கண் கலங்கியபடியே ஒரு கதவோரம் காட்சி தந்தாள் பத்மாவதி.

திடமான ஒரு முடிவுக்கு வந்துவிட்ட சேரமான் அப்படியே நடந்து பத்மாவதியை நெருங்கினார்; அவளை அணைத்தவாறே அறைக்குள்ளே நடந்தார்.

கதவைச் சாத்தினார்.

"நான் குளிக்கவேண்டும்" என்றார்.

தனது நீராழி மண்டபத்தில் அவர் குளிக்க வந்திருப்பதையே ஒரு பெருமையாகக் கருதினாள் பத்மாவதி.

வண்ணக் கலவைகளைச் சலவைக் கல் மேடையின் மேல் அள்ளி வைத்தாள்.

சேரமான் நீரில் இறங்கி நன்றாகக் குளித்தார்.

மூன்று சொம்பு தண்ணீரைத் தலையில் ஊற்றிக் கொண்டே ஒரு வட மொழிச் சுலோகத்தைச் சொன்னார் சேரமான்.

பத்மாவதிக்கு அதன் பொருள் புரியவில்லை.

"இதோடு இந்த அரண்மனையைத் தலை முழுகுகிறேன்" என்பது அதன் பொருளாகும்.

சிறிதும் சலனமின்றிக் கண்ணாடி முன்னிருந்து தம்மை அழகுபடுத்திக் கொண்டார்.

பத்மாவதியையும் மஞ்சள் பூசிக் குளிக்கச் சொன்னார்.

திருமணப் புடவையை அணிந்து கொள்ளச் சொன்னார்.

அப்படியே அவளைத் தம் மார்பில் அணைத்து, கன்னங்களிலும் நெற்றியிலும் மாறி மாறி முத்தமிட்டார்.

"நீ கொஞ்சம்கூடக் கவலைப்படாதே. என் வாழ்க்கைச் சாலை எப்படியோ போய்விட்டது. ஆனால் ஒரு குலதர்மப் பத்தினி எப்படி வாழவேண்டுமோ அப்படி நீ வாழ்ந்து காட்டிவிட்டாய். நீ பரிபூரண மகிழ்ச்சியடையும்படி நான் ஒருநாளும் நடந்து கொண்டதில்லை. இந்த நாள், அந்த நாளாக இருக்கட்டும்" என்ற சேரமான் அவளைப் பஞ்சணையில் சாய்த்துப் பக்கத்தில் சாய்ந்தார்.

வெள்ளை வெளேர் என்று பளிங்கு போலிருந்த அவளது மேனியை, தமது கதகதப்பான அரவணைப்பால் சாந்தப் படுத்தினார். தேகபூர்வமாக அவளை முழு நிம்மதி அடையச் செய்தார்.

அப்போது அவர் பேசிய வார்த்தைகளேதான் எதிர்காலத்தில் கொஞ்சப்போகும் குழந்தைகள் என்பது பத்மாவதிக்குப் புரிந்துவிட்டது. அவள் கண்கள் வெள்ளம் நிறைந்த குளமாயின.

நாயகன் வனம் நண்ணலுற்றான் என்றும்
மேயமண் ணிழந்தா னென்றும் விம்மலள்
நீய வருந்திலை நீங்குவன் யானென்ற
தீயவெஞ்சொல் செவிசுடத் தேம்புவாள்

நாயகன் தன்னிடம்கூட விடைபெறுகிறானே என்று எண்ணியபோது அவள் கண்ணீர் கதறலாக மாறிற்று.

அவன் உறவு கொண்டது அவள் தேக சாந்திக்கு! இப்போது ஆறுதல் சொன்னது அவளது ஆன்ம சாந்திக்கு!

மூன்று நாழிகைகளுக்குமேல் சேரமான் அவளுக்கு ஆறுதல் சொல்லிவிட்டு அறையை விட்டு வெளியேறத் தொடங்கியபோது, தம்மையறியாமல் கீழே குனிந்து அவளது கால்களைத் தொட்டார்.

அவள் பதறிப்போய் 'வீழ்வானே வீழாமுன் மேலெடுத்துத் தான் தாழ்ந்தாள்!'

சேரமான் அறையை விட்டு வெளியேறினார்.

அவர் காதுகளில் கோட்டை வெளியில் இருந்து எழும் பெரும் ஆரவார ஒலி விழுந்தது.

சேரமான் கம்பீரமாக வெளியில் வந்து பார்த்தார்.

திருவஞ்சைக்களத்து மக்கள் அங்கே பெரும் அளவில் திரண்டிருந்தார்கள். அனைவருமே பெரும்பாலும் சைவ சமயப் பற்று மிக்கவர்கள்.

'பகவதி மீது ஆணை, மன்னவர் முடிதுறக்க வேண்டும்!' என்பதே அந்த ஆரவாரத்தின் நோக்கமாக இருந்தது.

சேரமான் அவர்களிடம் பேசவில்லை. 'நல்லது' என்று தலையை ஆட்டினார்.

கூட்டம் அமைதியடைந்தது; அவர் உள்ளே திரும்பினார்.

பெட்டகத்தைத் திறந்தார். அங்கு கட்டிவைக்கப்பட்டிருந்த சில பொற்கிழிகளைக் கையில் எடுத்தார். தமது அந்தரங்கக் காவலாளிகளாக இருந்த விசுவாச ஊழியர்களிடம் கொடுத்தார். ஒருவன் காதில் ஏதோ சொல்லி அனுப்பினார். அவன் வெளியேறு வதற்கும் மெல்லிளங்கோதையும் திருவிதாங்கோட்டிலிருந்து சேரமானின் இரண்டு சகோதரிகளும் நுழைவதற்கும் சரியாக இருந்தது.

"அண்ணா!" என்று பதறியபடியே வந்தாள் மெல்லிளங்கோதை.

"காரியங்கள் முடியும் கட்டத்துக்கு வந்திருக்கின்றன. கண்ணீருக்கு இனி வேலையில்லை, சகோதரி!" என்றார் சேரமான்.

அதுவரை அந்தப்புரத்திலேயே அடைபட்டுக்கிடந்த மற்ற மூன்று சகோதரிகளும் தைரியமாக அங்கே வந்தார்கள்.

"இப்போதுகூட உங்கள் முடிவை மாற்றிக்கொள்ள முடியும். நீங்களும் நாடு துறக்க வேண்டியதில்லை; முடி துறக்க வேண்டியதில்லை!" என்று அழுதாள் மெல்லிளங்கோதை.

"ஜனனத்தையும், மரணத்தையும் தவிர எந்த முடிவுமே மறுபரிசீலனைக்குரியதுதான். ஆனால் என்னுடைய இந்த முடிவு பரிசீலிக்கக்கூடியதல்ல!" என்றார் சேரமான்.

"எங்களுக்காகவாவது மாற்றிக்கொள்ளக்கூடாதா?" என்று கெஞ்சினார்கள் தாவளி சகோதரிகள்.

"இல்லை!" என்று சொன்ன சேரமான் மெல்லிளங் கோதையிடம் திரும்பி, "கோதை! உங்களுக்கு ஏதாவது நான் துன்பம் இழைத்திருந்தால் அதை மன்னித்து விடுங்கள். நல்ல வேளையாக என் வாழ்நாளிலேயே அதற்குப் பரிகாரம் தேடிக்கொண்டேன். மார்த்தாண்ட வர்மன் சுகமாக இருக்கிறானா?... ம்... அவன் சைவன். வேணாட்டு அடிகள், நானோ எல்லா

வற்றையும் விட்டு விட்டே கடல் கடந்து போகப்போகிறேன். ஆமாம். என் முடிவு அதற்குள் எப்படித் தெரிந்து வந்து சேர்ந்தீர்கள்...?" என்றார்.

"பாண்டிய நாட்டுப்படைகள் திருவிதாங்கோட்டிலே பாடி இறங்கியிருக்கின்றன. அத்தான் மானீச்சன் தான் தளபதியாகப் படை நடத்தி வந்திருக்கிறார். அவர்தான் சொன்னார்" என்று விம்மல்களுக்கிடையே கூறினாள் மெல்லிளங்கோதை.

"உங்களில் யாரையும் நான் அனாதைகளாக்கிவிட்டுப் போக வில்லை. நான் மேற்கொண்ட முடிவுகள் என்னை மட்டுமே கட்டுப் படுத்தக்கூடியவை. இது தத்துவமோ தகவுடைமையோ, நான் ஏற்றுக் கொண்டு விட்ட ஒன்று. யாரும் கலங்காதீர்கள். என்றோ ஒருநாள் எங்கேயோ நாம் சந்திக்கத்தான் போகிறோம். எல்லோரும் போய் அவரவருக்குப் பிரியமான தேவதையை வழிபடுங்கள்" என்ற சேரமான் தமது அலுவல் மண்டபத்திற்குள் நுழைந்தார்.

கேரள தேசத்தின் வரைபடம் ஒன்றை எடுத்தார்.

அதில் பலவகையான கோடுகளைப் போட்டுப் பார்த்தார்.

ஓர் ஏடும் எழுத்தாணியும் எடுத்தார். அதில் சிலரது பெயர்களைக் குறித்தார்.

அப்போது உள்ளே நுழைந்தான் அவர் ரகசியம் சொல்லியனுப்பிய காவலாளி.

"மன்னவா! அவர்கள் வந்திருக்கிறார்கள்" என்றான்.

பின்னாலேயே நான்கு மகமதியர்கள் வந்தார்கள்.

அவர்களிடம் சேரமான் ஏதோ ரகசியம் சொன்னார்.

அவர்கள் வெளியேறினார்கள்.

இரண்டு நாழிகைகளுக்கெல்லாம் மகமதியர்கள் தொழுகை மண்டபம் பரபரப்போடு காணப்பட்டது.

சேரமானைச் சந்தித்துவிட்டு வந்த நான்கு மகமதியர்களில் ஒருவர்தான் மகமதிய மதத் தலைவர்.

அவர் எல்லோரையும் அமைதியாக உட்கார வைத்துப் பேச ஆரம்பித்தார்.

"சகோதரர்களே! உங்களுக்கு ஒரு மகிழ்ச்சியான செய்தியைச் சொல்லப்போகிறேன். எண்பது வயது ஆன நம்முடைய இஸ்லாம் மார்க்கத்துக்கு, பரசுராம பூமியான இந்தக் கேரள தேசத்தில் நல்ல சூழ்நிலை உருவாகி இருக்கிறது. மன்னவர் மூன்றாம் சேரமான் பெருமாள் நாளை இந்நேரம் இஸ்லாம் மார்க்கத்தைத் தழுவுகிறார்!" என்று அவர் சொன்னதுதான் தாமதம், கூட்டத்திலிருந்து உற்சாகக் குரல்கள் ஓங்கி எழுந்தன.

செய்தி அப்படியே நகருக்குள் பரவிற்று.

வஞ்சியில் தண்டோரா போடுகிறவர்கள் அனைவரும் பகவதி அம்மனை வணங்குகிறவர்கள். அவர்கள் ஆத்திரமுற்று யாரும் ஆணையிடாமலேயே, 'மன்னவர் மதம் மாறுகிறார்!' என்று ஊரெங்கும் தண்டோராப் போட்டுவிட்டார்கள்.

அந்த ஒலி நாராயண நம்பூதிரியின் காதுகளிலும் விழுந்தது.

ஒரு விரலால் ருத்திராக்ஷத்தைத் தட்டும் நம்பூதிரி இப்போது ஐந்து விரல்களாலும் தட்டினார்.

23. யூஜியானா விடைபெறுகிறாள்!

அன்று மாலை நம்பூதிரிகள் சபையில் பயங்கர மௌனம் குடிகொண்டிருந்தது.

சேரமான் மதம் மாறுவதில் நாராயண நம்பூதிரியை விட அதிக ஆத்திரமுற்றிருந்தவன் சீர்வல்லபனே.

'எதைத் தடுக்கவேண்டும் என்று நினைத்தோமோ, அது இரண்டு மடங்காகிவிட்டதே' என்பதே அவன் ஆத்திரத்துக்குக் காரணம்.

பாண்டிய நாட்டில் சைவத்தை ஜீரணித்துக் கொண்டு சமணம் வளர்ந்தபோது, அந்தச் சமணத்தை கருவறுத்தது பாண்டிய வம்சம்.

ஆனால் சேரநாட்டிலோ சமயப் பூர்வமாக, இஸ்லாம் சமுதாயத்திலோ, அரசியலிலோ குறுக்கிடவில்லை. மன்னன் தானாக மேற்கொண்டுவிட்ட ஒரு காதல் - அந்த மார்க்கத்தின் கட்டுப்பாடு காரணமாக ஒரு மத மாற்றம்.

இதில் இஸ்லாத்தை நொந்துகொள்வதற்கு என்ன காரணம் இருக்கிறது?

ஆனால் ஒரு சைவன் தன் சமயத்தின் மானம் மரியாதைகளை ஈடு வைத்து விட்டானே!

உலகம் தழுவிய உன்னத சமயத்தைத் தனது சிறிய ஆசைகளுக்காகப் பலி கொடுத்து விட்டானே!

ஒரு கற்பூரம் எரிந்து அடங்க, அடுத்த கற்பூரம் ஏற்றப்படுவது போல், வளர்வதும் அழிவதுமே இந்து சமயத்தின் தலையெழுத்தா?

நம்பி ஆரூராரோடு கயிலை சென்ற சைவர் முதலாம் சேரமான் பெருமான் எங்கே, வைணவம் வளர்த்து ஆழ்வாரான இரண்டாம் சேரமான் பெருமான் என்ற குலசேகர ஆழ்வார் எங்கே, இளம்பருவத்திலேயே மூன்றாம் திருவிசைப்பாப்பாடி வேணாட்டு அடிகள் என்று பட்டம் பெற்ற மார்த்தாண்டவர்மன் எங்கே!

இந்து சமயத்தின் காவல் தூண்களாக விளங்கிய சேரர் பரம்பரையில் இஸ்லாம் மார்க்கத்தைத் தழுவப் போகும் மூன்றாம் சேரமான்? - எங்கே?

'எக்களங்கம் போனாலும் இக்களங்கம் போகாதே, தென் மதுரைச் சொக்கலிங்கம்' என்று தலையில் அடித்துக் கொண்டார் சீர்வல்லபன்.

சபை உறுப்பினர்களான நம்பூதிரிகள் மரண வீட்டில் அமர்ந்திருப்பதுபோல் அமர்ந்திருந்தார்கள்.

முன்பு சீர்வல்லபனுக்குப் பின்னால் வந்த கொங்கு நாட்டுத் தளபதியும் அமர்ந்திருந்தார்.

நாராயண நம்பூதிரி ஏதும் பேசாமல் குறுக்கும் நெடுக்குமாக நடந்து கொண்டிருந்தார்.

அப்போது இரண்டு வீரர்கள் செய்தி கொண்டு வந்தார்கள்.

பாண்டியப்படை கடல்துறைப் பட்டினமான விழிஞத்துக்கு வந்து விட்டதாகவும், சேரமானின் படைகள் அங்கே தோற்கடிக்கப் படுவது உறுதி என்றும் அவர்கள் கொண்டுவந்த செய்திகள் கூறின.

அந்தச் செய்தியில் சீர்வல்லபனோ நம்பூதிரியோ அதிக அக்கறை காட்டவில்லை.

எதிரி வாளைக் கீழே போட்டுவிட்டு வேறோரு வேதப் புத்தகத்தைக் கையில் எடுத்துக்கொண்ட பிறகு, போரில் வெற்றி என்பது காத்திருந்து கேட்கவேண்டிய செய்தி அல்லவே

அப்போதும் ஆவல் தாங்காமல், "இன்னும் ஒரு முயற்சிக்கு ஏதேனும் வழி உண்டா?" என்று கேட்டான் சீர்வல்லபன்.

"எல்லாக் கதவுகளும் அடைப்பட்டுவிட்டன. அரபிக் கடலை நோக்கி இருக்கும் கதவு மட்டுமே திறந்திருக்கிறது. இனி அங்கிருந்து வருகிறவர்கள்தான் அவரோடு பேச முடியும்" என்றார் நம்பூதிரி.

"நீங்கள் பத்மாவதியைச் சந்தித்தால்....?" என்று கேட்டான் சீர்வல்லபன்.

"பாவம் பத்மாவதி. அவளும் மதம் மாறாமல் இருப்பதே பெரிய காரியம்" என்றார் நம்பூதிரி.

"பின் வழி?" என்றான் சீர்வல்லபன்.

"ஆம்; பின் வழி! முன் வழிகளெல்லாம் மூடப்பட்ட பிறகு மூளையுள்ளவன் கண்ணில் தோன்றும் பின் வழி!" என்றார் நம்பூதிரி.

அப்போது சேரமானின் அரண்மனையில் முன் வழிகளெல்லாம் மூடப்பட்டுத்தான் இருந்தன.

தன் சகோதரிகளோடும், பத்மாவதியோடும், மெல்லிளங்கோதையோடும், மிகுந்த உற்சாகத்தோடும், கலகலப்போடும் பேசினார் சேரமான்.

அனைவரையும் தமது பூஜை அறைக்கு அழைத்துச் சென்றார்.

அங்கு தங்கத்தால் செய்யப்பட்ட உமையொரு பாகனைக் கைகூப்பி வணங்கினார்.

"எந்தையே! எம்பெருமானே! எங்கும் இருப்பவன் நீயே! எல்லா வடிவங்களும் உன் வடிவங்களே! அணிந்து கொண்டிருக்கிற சமயச் சின்னங்களால் மட்டுமே ஒருவன் அடையாளம் காணப்படுவதில்லை. எடுத்துக்கொண்ட

காரியத்துக்கு விசுவாசமாக இருப்பவன் தன் செயல்களிலும் நன்றியுடைமைகளிலுமே இறைவனைக் காண்கிறான். எம்பெருமானே! உன் நீண்ட சடையில் காணும் பிறை முடியைத்தான் இனி நான் நிரந்தரமாகக் காணப்போகிறேன். உன்னைப் பூஜிப்போருக்கு இந்த உண்மை தெரியாவிட்டாலும் உனக்குத் தெரியும்'' என்று சிவபெருமானிடம் நேரில் பேசுவதுபோலப் பேசினார்.

பிறகு பொக்கிஷ அறைக்குச் சென்றார். தம் வாழ்க்கைக்குத் தேவையானவற்றை மட்டும் எடுத்துக் கொண்டார். அவற்றை ஒரு சிறிய மரப்பெட்டியில் அடக்கம் செய்தார்.

சேரநாட்டு மணிமகுடத்தைக் கடைசியாக ஒருமுறை தலையில் வைத்துக் கழற்றினார்.

தம் ஐந்து சகோதரிகளையும் வரச்சொல்லி, அவர்கள் கையில் ஒரு தங்கத் தாம்பாளத்தைக் கொடுத்து, அந்த மகுடத்தை அதில் வைத்தார். நவமணிகள் பதித்த செங்கோலை அதில் வைத்து, ''இனி கால காலங்களுக்கு என் சகோதரிகளின் குழந்தைகளுக்கு இது!'' என்றார்.

தம் ஐந்து சகோதரிகள், பத்மாவதி, மெல்லிளங்கோதை தமக்கு மிகவும் விசுவாசமாக இருந்த மூன்று ஊழியர்கள் அனைவரையும் அமர வைத்தார்.

இதுகாறும் நாம் கதையில் கொண்டு வராத மற்றொரு உறவினர் சேரமானுக்கு உண்டு. அது அவர் தம்பி. குலசேகர ஆழ்வார் காலத்தில் பாண்டியரோடு விழிஞத்தில் நடந்த போரில் அவன் கொல்லப்பட்டான். அவனது மக்கள் கொல்லம் பகுதியை ஆண்டு வந்தார்கள்; அவர்களையும் கணக்கில் எடுத்துச் சேரநாட்டைத் தான் பன்னிரண்டு பகுதிகளாகப் பிரித்திருப்பதாகத் தம் சகோதரிகள் முன்னிலையில் சேரமான் அறிவித்தார்.

இவற்றுள் வேணாட்டோடு ஒட்ட நாட்டையும் இணைத்து மார்த்தாண்டவர்மனுக்குத் தந்திருப்பதாகவும், மற்ற நாடுகளை மற்ற பதின்மருக்கும் தந்திருப்பதாகவும் சேரமான் அறிவித்தார்.

(அது முதல்தான் சேரநாட்டில் 'மருமக்கள் தாயம்' என்ற முறை ஆரம்பமாயிற்று).

இப்படி நாட்டைப் பிரிப்பதற்கோ, இணைப்பதற்கோ நம்பூதிரிகள் சபையின் முன் அனுமதி தேவையில்லை என்றும், செய்யப்பட்ட ஏற்பாடுகளுக்கு ஒப்புதல் அளித்துச் சபை உறுப்பினர் ஒருவரை ஆங்காங்கு நியமிப்பது ஒன்றே சபைக்குள்ள அதிகாரம் என்றும் முன்பு வகுக்கப்பட்ட சேர நாட்டின் அரச நியதிகளைச் சேரமான் சுட்டிக் காட்டினார்.

ஒவ்வொரு நாட்டுக்கான பட்டயங்களையும் அவர்கள் கையில் கொடுத்தார்.

மூன்று வேலைக்காரர்கள் தலையிலும் பட்டுத்துண்டு கட்டி, அவர்கள் தோளில் தட்டி, "நாளை முதல் நீங்கள் மன்னர்கள்" என்றார்.

தம் சகோதரியைப் பார்த்து, "உன் கணவன் - இப்போது படையெடுத்து வரும் மானீச்சனும் ஒரு மன்னன்தான்!" என்றார்.

அனைவரும் பார்த்திருக்கும்போதே, "வாம்மா! வாம்மா!" என்று யூஜியானாவையும், சலீமாவையும் பக்கத்தில் அழைத்தபடி,

பெண் குழந்தையைக் கையில் தூக்கிக் கொண்டு மேன்மாடிக்குச் சென்றார்.

அங்கே சென்றதும் செல்லாததுமாக அவர் காலில் விழுந்தாள் யூஜியானா, கதறி அழுதாள்.

"சுவாமி! என்னால்தானே உங்களுக்கு இவ்வளவு துயரம்! அரசு துறந்து அரியணை துறந்து விடைபெற வேண்டிய அவலம் என்னால்தானே உங்களுக்கு நேர்ந்தது!" என்று கதறினாள்.

"உன்னாலல்ல; யூஜியானா, என்னால். என்றைக்கு இந்த மண்ணில் நான் வந்து இறங்கினேனோ, அன்றைக்கே மன்னவரின் துயர காலம் ஆரம்பமாகிவிட்டது!" என்றாள் சலீமா.

"ம்! எழுந்திருங்கள். யாருடைய விதியை யார் நிர்ணயிக்க முடியும்? இது எல்லாம் வல்லவன் நிர்ணயித்தது. வாருங்கள்; இந்த மஞ்சத்தில் கடைசியாக அமருங்கள். அரசியல் சந்தடிகளில் இருந்து ஒதுங்கியிருப்பது போன்ற ஆனந்தம் வேறெதிலும் இல்லை. 'தனிமை! தனிமை! தனிமை! உங்கள் இருவரோடும் இந்தக் குழந்தையோடும் அமைதியாகப் பொழுது போக்க இது நல்ல வாய்ப்பு!' என்ற சேரமான் இருவரையும் பக்கத்தில் படுக்க வைத்து, "ஒரு முடிவுக்குத் தன்னைக் கட்டுப்படுத்திக் கொண்டவன், தானே முடிவுறுவதானாலும் அந்த முடிவைக் கைவிட முடியாது!" என்றார்.

அப்பொழுதுதான் அவர் தேடிப் பார்த்தார்! அவர் கழுத்தில் அணிந்திருந்த யூஜியானா உருவம் பொறித்திருந்த பதக்கத்தைக் காணவில்லை. அதை அவர் பெரிதாகக் கருதவில்லை.

அவர் அமைதியாக உறங்கத் தொடங்கினார்.

நள்ளிரவில்...

அரண்மனை அந்தகாரத்தில் மூழ்கிக் கிடந்தது. அரண்மனையின் கீழ்மண்டபத்தில் கறுப்புத் துணியால் தங்களை மறைத்துக்கொண்ட நான்கு உருவங்கள் ஒரு விளக்கேற்றும் கம்பினால் சரவிளக்குகளை ஒவ்வொன்றாக அணைத்துக்கொண்டே வந்தன.

அதைப் பார்த்துவிட்டான் ஒரு காவலாளி.

அவனைக் கட்டிப்பிடித்துத் தூணில் கட்டி ஈட்டியை அவன் முன்னால் நீட்டியவாறே, "சேரமான் எங்கே உறங்குகிறார்?" என்று கேட்டது ஓர் உருவம்.

மாடத்தைக் கை காட்டினான் அவன்.

உடனே அவன் வாயில் துணியை வைத்து அடைத்து விட்டு, நான்கு உருவங்களும் மாடத்துப் படிக்கட்டில் ஏறின.

சப்ர மஞ்சப் பள்ளியறையில் சாளரக் கதவு திறந்து கிடந்தது.

திரைச் சீலையை மெதுவாக விலக்கி, மங்கலான வெளிச்சத்தில் கூர்ந்து கவனித்தான் ஒருவன். தூரத்தில் மூன்று பேர் படுத்திருப்பதைக் கண்டான்.

'நடுவில் படுத்திருப்பவன்தான் சேரமானாக இருக்க வேண்டும்' என்று முடிவு கட்டி ஈட்டியைக் குறிபார்த்து வீசப்போனான்.

ஓரத்தில் படுத்திருந்த யூஜியானா ஏதோ சத்தம் கேட்டு எழுந்து உட்காருவதற்கும் அவன் ஈட்டியை விடுவதற்கும் சரியாக இருந்தது.

ஈட்டி அவள் முதுகில் பாய்ந்து மார்பில் முகம் காட்டிற்று.

"சுவாமி!" என்று கதறினாள் யூஜியானா

உருவங்கள் வெளியே ஓடின.

சேரமான் எழுந்து உட்கார்ந்தார்; பதறினார். துடித்தார்.

யூஜியானாவின் முதுகில் ஈட்டி பாய்ந்திருப்பதைக் கண்டு அதைப் பிடுங்கி எடுத்தார். அவர் மடியில் விழுந்தாள் யூஜியானா.

"யார் அங்கே?" என்று ஓங்கிக் கூச்சலிட்டார் சேரமான்.

"ஐயோ!" என்று அலறினாள் சலீமா.

"சுவாமி! இது எனக்கு நல்ல முடிவு!" என்ற யூஜியானாவின் உயிர் பிரிந்தது.

சேரமான் கதறி அழுதார்.

கீழே இருந்த அனைவரும் மேலே ஓடி வந்தார்கள்.

அவளை அப்படியே இரண்டு கைகளிலும் தூக்கியபடி, "என் கண்ணே! என்னைப் பலிவாங்க வந்தவர்கள் உன்னைப் பலிவாங்கிவிட்டார்களா? இரண்டு தீபங்களின் மத்தியில் நிற்க நினைத்த என்னை ஒரு தீபத்தின் ஒளியே உனக்குப் போதும் என்று சொல்வது போல் உன்னை எடுத்துக் கொண்டு பலிவாங்கி விட்டார்களா? யூஜியானா! இன்றிரவு நான் தூங்கியிருக்கக்கூடாது! தூங்கியிருக்கக் கூடாது!" என்று அழுத சேரமான் "நல்லது உன் சடலத்தைக்கூட இந்த மண்ணில் விட்டுவைக்க மாட்டேன்!" என்று அந்தச் சடலத்தோடு கீழே இறங்கினார்.

அனைவரும் பின்னே இறங்கினார்கள்.

ஆடைகள் வைக்கும் ஒரு நீண்ட மரப்பெட்டியில் பட்டு விரித்து அவளது சடலத்தைக் கிடத்தினார்.

சகோதரிகளும், பத்மாவதியும், மெல்லிளங்கோதையும் அழுதார்கள்.

பாதுகாப்பு அற்றுப்போன அந்த அரண்மனை மூன்றே காவலாளிகள் மட்டும் மிஞ்சிய அந்த அரண்மனை - ஆட்டம் முடித்த அரங்கம்போல் பொலிவிழந்து கிடந்த அந்த அரண்மனை - அவர்களைப் பரிதாபமாகப் பார்த்தது.

குடை நிழலிலிருந்து குஞ்சரம் ஊர்ந்தவன் நடை மெலிந்த நிலையைப் பார்த்தது.

கோபுரம் கீழே விழுந்தால் செங்கல் சிரிக்காதோ?

யானை குழியில் விழுந்தால் தவளை உதைக்காதோ?

இரத்தம் படிந்த தம் கைகளை நீட்டி சலீமாவின் கைகளில் இருந்த யூஜியானாவின் குழந்தையை வாங்கினார் சேரமான்.

"உன் தாய் போய்விட்டாள்! உன் தாய் போய்விட்டாள்!" என்று விம்மி விம்மி அழுதார்.

பிறகு "அவள் எங்கே போனாள்? இதோ இருக்கிறாளே! இதோ பார் உன் தாய்!" என்று அந்தக் குழந்தையைப் பத்மாவதியின் கையில் கொடுத்தார்.

24. அரபிக் கடலுக்கு அப்பால்...

திருவஞ்சைக்களத்தில் துயர மேகம் கவிழ்ந்த நிலையில் அன்றையப் பொழுது விடிந்தது.

இரவில் நகரத்து மக்கள் யார் தூங்கினார்கள்?

சேரமன்னர் தலைமுறை காணாத நிகழ்ச்சியல்லவா நடைபெறப்போகிறது?.

பாவம், யோகோவா!

அரண்மனை ரதம் அதிகாலையில் வந்தபோது புறப்படுவதற்கு ஆயத்தமாக மூட்டை முடிச்சுக்களோடு அரண்மனைக்கு வந்து சேர்ந்தார்.

அழகிய மகளின் ஆனந்த வாழ்வைப் பார்க்க வந்த அவர், அடங்கிய நிலையில் அவளது சடலத்தைத்தான் காண முடிந்தது.

"தான் போவதற்கு முன்னே தங்க மகள் போய் விட்டாளே!" என்று அலறினார்.

சேரமான் அவரைத் தேற்றினார்.

அரசாங்கச் சூழ்நிலையில் உள்ள ஒருவனைக் காதலிக்கும் ஒரு பெண் மரணத்துக்கும் தயாராக இருக்க வேண்டியவள் தானே!

மரணம் அழுகையை உற்பத்தி செய்கிறது.

'நாமும் ஒருநாள் இப்படித்தானே' என்ற எண்ணம் ஆறுதலைக் கொண்டு வருகிறது.

சடலத்தை யோகோவா பார்த்தபிறகு அந்தப் பெட்டி மூடப்பட்டு, ஆணி அடிக்கப்பட்டது.

காலையில் இருந்தே திருவஞ்சைக்களத்தில் சேர நாட்டின் படைகளின் நடமாட்டம் தொடங்கிவிட்டது.

சீர்வல்லபனோ, நாராயண நம்பூதிரியோ சும்மா இருப்பார்களா?

மன்னவர் அரண்மனையில் இருந்து தானே மகமதியர்களின் தொழுகை மண்டபத்துக்குப் போக வேண்டும்! எந்த நேரத்திலும் எந்த இடத்திலும் எதுவும் நடக்கலாம் என்ற பரபரப்பு எங்கும் காணப்பட்டது.

ஆனால் சேரமானின் மனமாற்றத்தையும், மதமாற்றத்தையும் ஒப்புக் கொண்டவர்களும் நாட்டில் இருந்தார்கள்.

'மன்னவர் தனக்கெனச் செய்துகொள்ளும் ஏற்பாட்டில் தலையிட நம்பூதிரி யார்? சீர்வல்லபன் யார்?' என்பதே அவர்கள் கேள்வி.

அவர்களிலே படை வீரர்களும் இருந்தார்கள். அவர்கள் அனைவரும் வாளும் கையுமாகக் கோட்டை வெளியில் கூடிவிட்டார்கள்.

ஏறக்குறைய உள்நாட்டு யுத்தத்துக்கு ஆயத்தமான நிலை.

மகமதியர்கள் இந்தப் பரபரப்பில் மௌனம் சாதித்தார்கள். வந்தேறிய குடியினரான அவர்கள் ஒரு மதக் கலவரத்துக்கு வித்திடத் தயாராக இல்லை. ஆனால் அவர்களிடையே ஓர் ஆவலும் பரபரப்பும் காணப்பட்டன.

தங்கள் மதத்துக்கு வேறொருவர் வருகிறார் என்றால் தாங்கி அரவணைக்கும் போக்குத்தானே மற்றவர்களையும் கொண்டு வரும்?

சேர மன்னர் இன்று முஸ்லிம்களுக்கு மாப்பிள்ளையாகப் போகிறார்!

அதன் மூலம் நிரந்தரமாகச் சேரநாட்டு முஸ்லிம்கள் 'மாப்பிள்ளைகள்' என்ற பட்டத்தைப் பெறப்போகிறார்கள்.

நகரில் இருந்த பதற்ற நிலையில் வீட்டை விட்டு வெளியில் வரவே பலர் அஞ்சினார்கள்.

ஆனால் ஒவ்வொரு வீட்டிலும் மாடத்துச் சாளரங்கள் நிரம்பி வழிந்தன.

பாண்டிய நாட்டு படை மானீச்சன் தலைமையில் திருவஞ்சைக் களத்துக்கு இருபதாவது கல்லில் வந்து கொண்டிருந்தது.

மன்னர் மதம் மாறிய உடனேயே அராபியாவுக்குப் புறப்படப்போகிறார் என்கிற செய்தி சீர்வல்லபனுக்கோ, நாராயண நம்பூதிரிக்கோ தெரியாது.

தெரிந்திருந்தால் பாண்டியர் படைகள் முன்கூட்டியே வந்து அரண்மனையை வளைத்திருக்கக்கூடும்.

அந்த இரகசியத்தை அவர் சலீமாவுக்குக்கூடச் சொன்னதில்லை. 'ரகசியம் ஒருவருக்கு மட்டுமே' என்பது அவருக்குத் தெரியாதா என்ன?

பூஜியானா இஸ்ரவேல் சென்று திரும்பிய அதே கப்பலைத் தான் அவர் அராபியா செல்வதற்கு ஏற்பாடு செய்திருந்தார்.

அராபிக் கரையில் உள்ள 'சகர் முக்கல்' என்னும் துறைமுகப் பட்டினத்துக்குச் சென்றுவிடுவதென்று அவர் திட்டமிட்டிருந்தார்.

அப்போது ஆண்டு கி.பி.834.

பரபரப்புக்கிடையே சேரமான் மகமதியரின் தொழுகை மண்டபத்துக்குப் புறப்படவேண்டிய நேரம் வந்தது.

சலீமா அழகாக அலங்காரம் செய்து கொண்டிருந்தாள்.

பத்மாவதி கடைசியாக முத்தமிட்டு வழியனுப்பத் தயாரானாள்.

தாவளி சகோதரிகளும், மெல்லிளங்கோதையும் வழியனுப்பத் தயாரானார்கள்.

கோட்டை வெளியில் நின்ற கூட்டம் பாதுகாப்போடு சேரமானை அழைத்துச் செல்லத் தயாராயிற்று.

சீர்வல்லபனும், நம்பூதிரியும் நம்பூதிரிகள் சபை மண்டபத்தில் அடுத்த நடவடிக்கை பற்றிய ஆராய்ச்சியில் ஈடுபட்டிருந்தார்கள்.

தொழுகை மண்டபத்தின் முன்னால் ஏராளமான கரிப்படைகளையும், பரிப்படைகளையும், காலாட்படைகளையும் நிறுத்தி வைத்திருந்தார் நாராயண நம்பூதிரி.

'என்ன நடக்கப்போகிறதோ?' என்ற பயத்தில் மௌனம் சாதித்தார்கள் மகமதியர்கள்.

'கோட்டை வெளிக் கூட்டத்தோடு மன்னர் வருவார். ஒரு பெரிய மோதல் நடைபெறப்போகிறது' என்றே அனைவரும் எதிர்பார்த்தார்கள்.

தொழுகை மண்டபத்தின் முன் படைகள் நிற்பதை ஒரு தூதுவன் சேரமானுக்குத் தெரிவித்தான்.

சேரமான் யோசனையில் ஆழ்ந்தார்.

கடைசியாக ஒரு யுத்தக் களரியையும் மதப் பூசலையும் அவர் விரும்பவில்லை.

செய்தி கொண்டுவந்த அதே தூதுவனிடம் அவர் ஏதோ ஒரு செய்தி சொல்லி அனுப்பினார்.

தாம் புறப்படுவதை இரண்டு நாழிகை தாமதிக்க வைத்தார்.

அந்தத் தூதுவன் நேரே தொழுகை மண்டபத்துக்குச் சென்று அங்கே மதம் மாற்றுவதவற்காகக் காத்திருந்த மகமதியத் தலைவரிடம் ஏதோ சொன்னான்.

அவர்கள் அங்கிருந்து அமைதியாக வெளியேறினார்கள். இரண்டு நாழிகைகளுக்குப் பிறகு அழகாக அலங்கரிக்கப்பட்ட சலீமாவும் சேரமானும் கோட்டை வெளியில் நின்றிந்த ரதத்தில் ஏறினார்கள். அதே ரதத்தில் யூஜியானாவின் சவப்பெட்டியும் ஏற்றப்பட்டது.

பின்னால் நின்ற ரதங்களில் பத்மாவதியைத் தவிர மற்ற அனைவரும் சேரமான் கொண்டு செல்ல வேண்டிய பொருள்களோடு ஏறி அமர்ந்தார்கள்.

திடீரென்று, 'அப்பா!' என்று ஒரு குழந்தையின் சத்தம் கேட்டது.

சேரமான் இறங்கி அரண்மனைக்குள் ஓடினார். தம் குழந்தையை வாங்கி மாறிமாறி முத்தமிட்டார். பத்மாவதியையும், அந்தக் குழந்தையையும் சேர்த்து ஒரு முறை முத்தமிட்டார்.

கண்ணீரோடு தம் கழுத்தில் கிடந்த பதக்கத்தை எடுத்துக் குழந்தைக்கு அணிவித்தார். மீண்டும் வெளியில் வந்து ரதத்தில் ஏறி அமர்ந்தார்.

ரதங்களையும், சுற்றி வந்த கூட்டத்தையும் நேரே துறைமுகத்துக்குப் போகும்படி ஆணையிட்டார்.

வெளியே வரும் தைரியமுள்ளவர்களெல்லாம் தொழுகை மண்டபத்தின் அருகே நின்றதால் சேரமான் சென்ற வழியில் ஆளரவமே இல்லை.

அவர் துறைமுகத்துக்கு வந்து சேர்ந்தபோது சலீமாவின் தந்தை ஏற்கெனவே கப்பலில் ஏறி அமர்ந்திருந்தார்.

மதம் மாற்றும் சடங்கு செய்ய வேண்டிய மகமதியத் தலைவர்களும் அங்கே இருந்தார்கள்.

சேரமான் தாமே சலீமாவை தூக்கிக் கப்பலில் ஏற்றித் தாமும் ஏறினார்.

பின்னாலே யூஜியானா அடக்கம் செய்யப்பட்டிருந்த சவப்பெட்டியும் ஏற்றப்பட்டது. அனைத்தும் ஏற்றப்பட்ட பிறகு மதச்சடங்குகள் தொடங்கின.

இங்கே மதமாற்றம் நடந்துகொண்டிருக்கும் போதுதான், கப்பலில் சடங்கு நடக்கும் செய்தி நகருக்குள் பரவிற்று. அப்போதுதான், அது நாராயண நம்பூதிரிக்கும், சீர்வல்லபனுக்கும் எட்டிற்று.

அந்த நேரத்தில் பாண்டிய நாட்டுப் படைகளும் நகருக்குள் வந்து விட்டன.

அந்தப் படைகளோடு மார்த்தாண்டவர்மனும் வந்து கொண்டிருந்தான்.

எல்லோரும் துறைமுகத்தை நெருங்கியபோது கப்பல் நகரத் தொடங்கிற்று. "சேரமான்!" என்று கத்தினார் நாராயண நம்பூதிரி.

சீர்வல்லபன் கண்களில் கண்ணீர் வெள்ளமாக வடிந்தது. இப்போது மார்த்தாண்டவர்மன் சீர்வல்லபனுக்கு ஆறுதல் சொல்ல வேண்டியிருந்தது.

எல்லோரது கண்ணீர் வெள்ளமும் கடலோடு கலந்தபோது, சேரமான் அப்துல் ரகிமான் சாமொரின் பயணம் செய்த கப்பல் போய்க்கொண்டே இருந்தது.

பத்துக்கல் தூரம்போன பிறகு சலீமாவும் சேரமானும் யூஜியானாவின் சவப்பெட்டியைக் கண்ணீரோடு கடலில் இறக்கினார்கள். யூஜியானாவின் ஆன்மாவும் அவர்களுக்கு விடை கொடுத்தது.

சேரநாட்டுத் தென்னை மரங்கள் கண்ணுக்கு மறைந்தபோது தம்மையறியாமல் இரண்டு சொட்டுக் கண்ணீர் வடித்தார் சேரமான் அப்துல் ரகிமான் சாமொரின். அவரது வரலாற்றை, இப்படி முடிக்கிறார் 'சேரர் வரலாறு' எழுதிய துடிசைக்கிழார்:

மூன்றாம் சேரமான் பெருமாள் தமது முஸ்லிம் மனைவியுடன் அரபிக்கரையில் உள்ள 'சகர் முக்கல்' என்னும் துறைமுகப்பட்டினத்துக்குச் சென்று இறங்கினார். அங்கிருந்து புறப்பட்டு மெக்காவை அடைந்து அங்கே மகமதிய மதத்தைத் தழுவி அப்துல் ரகிமான் சாமொரின் என்று பெயர் மாற்றிக்கொண்டு, சில நாள் அங்கிருந்து, பிறகு அவ்விடம் விட்டுக் கடற்கரை வழியாகவே சென்று ஜபார் என்னும் ஊரையடைந்து வாழ்ந்தார். அப்பால் உடல் தளர்ந்தது. மகமதியப் பெண்ணின் கண்காணிப்பில் இருந்து வந்தார். அவர் சேரநாட்டைப் பன்னிரண்டு பாகங்களாக வகுத்த செய்தியை 'கேமியான்ஸ்' என்பவர், அவர் எழுதிய 'உலூரசியாட்,' என்ற புத்தகத்தில் கூறுகிறார். இவர் ஜபார் என்னும் ஊரிலேயே கி.பி.838இல் இறந்து விட்டார். அவருக்கு அந்த ஊரில் சமாதி ஒன்று கட்டி அவர் உடலை அடக்கம் செய்தார்கள்.

அந்தச் சமாதியில், 'சேர அரசர் அப்துல் ரகிமான் சாமொரின் அடக்கம். இவர் ஏ.எச். 212இல் வந்து ஏ.எச்.216இல் இறந்தார்' என்று அராபிய மொழியில் எழுதப் பட்டிருக்கிறது என்று மிஸ்டர் 'உலோகன்' கூறுகிறார்.

(முற்றிற்று)

744 சேரமான் காதலி

குறிப்புக்காக: